ಬ್ರಿಗೇಡಿಯರ್ ಜಾನ್ ಪಿ ದಳವಿ ಅವರ

ಹಿಮಾಲಯನ್ ಬ್ಲಂಡರ್

ಪರಿಷ್ಕೃತ ಆವೃತ್ತಿ

ಅನುವಾದ

ರವಿ ಬೆಳಗೆರೆ

ಭಾವನಾ ಪ್ರಕಾಶನ

#2, 80 ಅಡಿ ರಸ್ತೆ, ಬನಶಂಕರಿ ಎರಡನೇ ಹಂತ,
ಪದ್ಮನಾಭನಗರ, ಬೆಂಗಳೂರು-560 070.
Email id : bhavanaprakashana@gmail.com
Website : www.ravibelagere.com
ದೂರವಾಣಿ: 94480 51726

ಅಫಿಡವಿಟ್ಟು

ಸರಿಯಾಗಿ ಒಂದುನೂರಾ ಆರು ಕೇಜಿ ತೂಕವಿದ್ದ ನಾನು ಅರವತ್ತೊಂಬತ್ತು ಕೇಜಿಗೆ ಇಳಿದಿದ್ದೆ. ಈಗ ದೇಶದೇಶ ತಿರುಗುತ್ತಿದ್ದೆ. ಶಿವಾಜಿನಗರದ ಹಂತಕ ಕೋಳಿ ಫಯಾಜ್‌ನ ಸಂದರ್ಶನದಿಂದ ಆರಂಭವಾದ ಪತ್ರಿಕೋದ್ಯಮದ, ಬರಹದ ಹುಚ್ಚು ನನ್ನನ್ನು ಇಟಲಿಯ ದುರ್ಭರ ಮಾಫಿಯಾದ ತನಕ ಕರೆದೊಯ್ದಿದೆ. ತನಿಖೆ, ಸಂಶೋಧನೆ ಮತ್ತು ಭಾವುಕತೆ ಇಲ್ಲದೆ ಬರೆಯಬಾರದು ಎಂದು ತೀರ್ಮಾನಿಸಲಿಕ್ಕೆ ಇಷ್ಟು ವರ್ಷ ಬೇಕಾಯಿತು.

ಈತನಕ ಸರಿಸುಮಾರು ಮೂವತ್ತಕ್ಕೂ ಹೆಚ್ಚು ದೇಶಗಳನ್ನು ನೋಡಿದ್ದೇನೆ: ಅವುಗಳಿಂದ ಜನ ಓಡಿ ಬರುತ್ತಿದ್ದ ಸಂದರ್ಭದಲ್ಲಿ ನಾನು ಒಳ ಹೊಕ್ಕಿದ್ದೇನೆ. ಪ್ರೇಮ, ಇತಿಹಾಸ, ಕಾಮ, ಯುದ್ಧ ಅಂಡರ್‌ವರ್ಲ್ಡ್, ಭಯೋತ್ಪಾದನೆ, ಸಿನೆಮಾ, ಅಮ್ಮ-ಹೀಗೆ ನಾನು ಅನೇಕ ಸಂಗತಿಗಳ ಬಗ್ಗೆ ಬರೆದಿದ್ದೇನೆ. ನನಗೆ ಅಕ್ಷರ ಅನ್ನ ಕೊಟ್ಟಿದೆ. ನಾನು ತೃಪ್ತ. ಇಷ್ಟಾದರೂ ಟಿವಿಯೊಳಕ್ಕೆ ಇಣುಕಿದ್ದೇನೆ. ನಾನು ಜನಶ್ರೀ ಟೀವಿಯ ಕಾರ್ಯನಿರ್ವಾಹಕ ಅಧಿಕಾರಿಯಾಗಿದ್ದೆ.

ನನಗೆ ಮೊದಲು ಸಾಹಿತ್ಯ ಅಕಾಡೆಮಿಯ ಪ್ರಶಸ್ತಿ ಬಂದಾಗ ಇಪ್ಪತ್ಮೂರು ವರ್ಷ-ಆಮೇಲೆ ಎರಡು ಸಲ ಬಂತು. ಶಿವರಾಮ ಕಾರಂತರ ಹೆಸರಿನಲ್ಲಿ ಶಿವರಾಮ ಕಾರಂತ ಪ್ರತಿಷ್ಠಾನದ ಪ್ರಶಸ್ತಿ ಹಾಗೂ ಅವರ ಹುಟ್ಟೂರಿನ ಪ್ರಶಸ್ತಿ ಬಂದವು. ಮಾಸ್ತಿ ಕಥಾಸ್ಪರ್ಧೆಯಲ್ಲಿ ನನಗೆ ಬಹುಮಾನ ಬಂತು. ಮಾಡಿದ ಹೊಟ್ಟೆಪಾಡಿನ ಪತ್ರಿಕೋದ್ಯಮಕ್ಕೆ 'ಜೀವಮಾನದ ಸಾಧನೆ' ಅಂತ ಪ್ರಶಸ್ತಿ ಕೊಟ್ಟರು. ನನಗೆ ಯಾವ ಸಂಪತ್ತಿಗೆ ರಾಜ್ಯೋತ್ಸವ ಪ್ರಶಸ್ತಿ ಕೊಟ್ಟರೋ, ಅದು ಯಡಿಯೂರಪ್ಪನವರಿಗೇ ಗೊತ್ತು. 'ಚಲಂ' ಎಂಬ ತೆಲುಗು ಲೇಖಕನ ಆತ್ಮಚರಿತ್ರೆಯ ಅನುವಾದಕ್ಕೆ ನನಗೆ ಕುವೆಂಪು ಭಾಷಾ ಭಾರತಿ ಅಕಾಡೆಮಿ ಪ್ರಶಸ್ತಿ ನೀಡಿದೆ. 'ಸಕತ್ತಾಗಿ ಬರೀತಾನೆ ನನ್ಮಗ' ಎಂಬುದು ಬೆಂಗಳೂರೂ ಸೇರಿದಂತೆ ಅನೇಕ ಊರುಗಳ ಆಟೋ ಡ್ರೈವರುಗಳು ನನಗೆ ಕೊಟ್ಟ ಅತಿ ದೊಡ್ಡ ಪ್ರಶಸ್ತಿ.

'ಹಾಯ್ ಬೆಂಗಳೂರ್!' ನನಗೆ ಅನ್ನವಿಟ್ಟ ತಾಯಿ. 'ಓ ಮನಸೇ...' ನನ್ನ ಅಬ್ಸೆಷನ್. ಟೀವಿಗಳಲ್ಲಿ ಕಾಣಿಸಿಕೊಳ್ಳುತ್ತಿದ್ದುದು ನನ್ನ ಚಟ. ಸಿನೆಮಾಗಳಲ್ಲಿ ನಟಿಸಿದ್ದು, ಕನ್ನಡಿಗರಷ್ಟೇ ಕ್ಷಮಿಸಬೇಕು. ಸರಿಸುಮಾರು ಎಂಟೂವರೆ ಸಾವಿರ ಮಕ್ಕಳು ಡೊನೇಷನ್ ಮತ್ತು ಜಾತಿಯ ಪ್ರಸ್ತಾಪವಿಲ್ಲದೆ ಓದಲು ಸಾಧ್ಯವಾಗಿರುವ 'ಪ್ರಾರ್ಥನಾ' ಶಾಲೆ ನನ್ನ ನಿಜವಾದ ಸಾಧನೆ. ಕೆಲವು ಸಿ.ಡಿ.ಗಳನ್ನು ಮಾಡಿದ್ದೇನೆ. ಬೆಂಗಳೂರಿನ ಗಾಂಧಿಬಜಾರ್‌ನಲ್ಲಿ ಬಿ.ಬಿ.ಸಿ. (ಬೆಳಗೆರೆ ಬುಕ್ಸ್ ಆ್ಯಂಡ್ ಕಾಫಿ) ಹೆಸರಿನ ಪುಸ್ತಕದ ಮಳಿಗೆ ತೆರೆದಿದ್ದು ನನ್ನ ಅಕ್ಷರ ಲೋಕದ ತಿಕ್ಕಲಿನ ಇನ್ನೊಂದು ಮುಖ. ನನಗೆ ಸಮಾನ ಸಂಖ್ಯೆಯಲ್ಲಿ ಅಭಿಮಾನಿಗಳು ಮತ್ತು ನನ್ನ ಮುಖ ಕಂಡರಾಗದವರೂ ಇದ್ದಾರೆ.

ನನಗೆ ಎರಡು ಹೆಣ್ಣು, ಎರಡು ಗಂಡು ಮಕ್ಕಳಿದ್ದಾರೆ. ಇಬ್ಬರು ಪತ್ನಿಯರಿದ್ದಾರೆ. ನಾಲ್ವರು ಮೊಮ್ಮಕ್ಕಳಿದ್ದಾರೆ. ಸಿಗರೇಟು, ತಿರುಗಾಟ, ಓದು, ಬರವಣಿಗೆ, ಸಂಗೀತ, ಇತಿಹಾಸ ನನ್ನ ಬಲಹೀನತೆಗಳು. ಜಗತ್ತು ನನ್ನ ಮನೆ. ಉಳಿದದ್ದು ತಗೊಂಡು ಏನು ಮಾಡುತ್ತೀರಿ.

-ರವೀ

ಅರ್ಪಣೆ

ಈ ದೇಶ ಕಂಡ ಮಹಾ ಯೋಧರಲ್ಲಿ
ಒಬ್ಬರಾದ
ಬ್ರಿಗೇಡಿಯರ್ ಜಾನ್ ಪರಶರಾಮ ದಳವಿ
ಅವರ ಸ್ಮರಣೆಗೆ

- ರವಿ ಬೆಳಗೆರೆ

BRIGADIER JOHN P DALAVI AVARA HIMALAYAN BLUNDER

The military history of Sino- Indian war of 1962 by Brigadier John P Dalavi translated by Ravi Belagere Published by: Bhavana Prakashana, #2, 80 feet road, BSK II Stage,Padmanabhanagar, Bangalore- 560 070.

ಹಿಮಾಲಯನ್ ಬ್ಲಂಡರ್

ಹಕ್ಕುಗಳು : ಲಲಿತ ಬೆಳಗೆರೆ

ಬೆಲೆ : ಇನ್ನೂರಾ ಇಪ್ಪತ್ತು ರುಪಾಯಿ

ಪ್ರತಿಗಳು : ಮೂರು ಸಾವಿರ

ಮೊದಲ ಮುದ್ರಣ	: 1999	ಇಪ್ಪತ್ತೆರಡನೇ ಮುದ್ರಣ	: ಏಪ್ರಿಲ್ 2016
ಎರಡನೇ ಮುದ್ರಣ	: 2000	ಇಪ್ಪತ್ಮೂರನೇ ಮುದ್ರಣ	: ಜುಲೈ 2016
ಮೂರನೇ ಮುದ್ರಣ	: 2001	ಇಪ್ಪತ್ನಾಲ್ಕನೇ ಮುದ್ರಣ	: ಫೆಬ್ರವರಿ 2017
ನಾಲ್ಕನೇ ಮುದ್ರಣ	: 2002	ಇಪ್ಪತ್ತೈದನೇ ಮುದ್ರಣ	: ಅಕ್ಟೋಬರ್ 2017
ಐದನೇ ಮುದ್ರಣ	: 2003	ಇಪ್ಪತ್ತಾರನೇ ಮುದ್ರಣ	: ಫೆಬ್ರವರಿ 2018
ಆರನೇ ಮುದ್ರಣ	: 2004	ಇಪ್ಪತ್ತೇಳನೇ ಮುದ್ರಣ	: ಡಿಸೆಂಬರ್ 2018
ಏಳನೇ ಮುದ್ರಣ	: ಫೆಬ್ರುವರಿ 2005	ಇಪ್ಪತ್ತೆಂಟನೇ ಮುದ್ರಣ	: ಜುಲೈ 2019
ಎಂಟನೇ ಮುದ್ರಣ	: ಜೂನ್ 2005	ಇಪ್ಪತ್ತೊಂಬತ್ತನೇ ಮುದ್ರಣ	: ಡಿಸೆಂಬರ್ 2019
ಒಂಬತ್ತನೇ ಮುದ್ರಣ	: 2006	ಮೂವತ್ತನೇ ಮುದ್ರಣ	: ಜುಲೈ 2020
ಹತ್ತನೇ ಮುದ್ರಣ	: ಫೆಬ್ರುವರಿ 2007	ಮೂವತ್ತೊಂದನೇ ಮುದ್ರಣ	: ಅಕ್ಟೋಬರ್ 2020
ಹನ್ನೊಂದನೇ ಮುದ್ರಣ	: ಮಾರ್ಚ್ 2008	ಮೂವತ್ತೆರಡನೇ ಮುದ್ರಣ	: ಮಾರ್ಚ್ 2021
ಹನ್ನೆರಡನೇ ಮುದ್ರಣ	: ಜುಲೈ 2008	ಮೂವತ್ಮೂರನೇ ಮುದ್ರಣ	: ಸೆಪ್ಟೆಂಬರ್ 2021
ಹದಿಮೂರನೇ ಮುದ್ರಣ	: ನವಂಬರ್ 2008	ಮೂವತ್ನಾಲ್ಕನೇ ಮುದ್ರಣ	: ಅಕ್ಟೋಬರ್ 2021
ಹದಿನಾಲ್ಕನೇ ಮುದ್ರಣ	: ಫೆಬ್ರುವರಿ 2009	ಮೂವತ್ತೈದನೇ ಮುದ್ರಣ	: ಮಾರ್ಚ್ 2022
ಹದಿನೈದನೇ ಮುದ್ರಣ	: ಆಗಸ್ಟ್ 2009	ಮೂವತ್ತಾರನೇ ಮುದ್ರಣ	: ಆಗಸ್ಟ್ 2022
ಹದಿನಾರನೇ ಮುದ್ರಣ	: ಮಾರ್ಚ್ 2010	ಮೂವತ್ತೇಳನೇ ಮುದ್ರಣ	: ಜನವರಿ 2023
ಹದಿನೇಳನೇ ಮುದ್ರಣ	: ಡಿಸೆಂಬರ್ 2011	ಮೂವತ್ತೆಂಟನೇ ಮುದ್ರಣ	: ಏಪ್ರಿಲ್ 2023
ಹದಿನೆಂಟನೇ ಮುದ್ರಣ	: ಅಕ್ಟೋಬರ್ 2012	ಮೂವತ್ತೊಂಬತ್ತನೇ ಮುದ್ರಣ	: ಜುಲೈ 2023
ಹತ್ತೊಂಬತ್ತನೇ ಮುದ್ರಣ	: ಆಗಸ್ಟ್ 2013	ನಲವತ್ತನೇ ಮುದ್ರಣ	: ಫೆಬ್ರವರಿ 2024
ಇಪ್ಪತ್ತನೇ ಮುದ್ರಣ	: ಆಗಸ್ಟ್ 2014	ನಲವತ್ತೊಂದನೇ ಮುದ್ರಣ	: ಜುಲೈ 2024
ಇಪ್ಪತ್ತೊಂದನೇ ಮುದ್ರಣ	: ನವಂಬರ್ 2014		

ಮುಖಪುಟ ವಿನ್ಯಾಸ : ಹಾದಿಮನಿ ಟಿ.ಎಫ್.

ಮುದ್ರಣ : ಶ್ರೀ ಗಣೈಕ ಮುದ್ರಣಾಲಯ ಪ್ರೈ. ಲಿ., ಬೆಂಗಳೂರು

ನನ್ನನ್ನು ಈ ದೇಶದ ಗಡಿಯಾದ ಅರುಣಾಚಲ ಪ್ರದೇಶಕ್ಕೆ
ಕರೆದೊಯ್ದು ಗಡಿ ಎಂದರೇನು, ಮಿಲಿಟರಿ ಎಂದರೇನು,
ಹಿಮಾಲಯದ ಇನ್ನೊಂದು ಮುಖ ಎಂತಹುದು
ಎಂಬುದನ್ನು ಪರಿಚಯ ಮಾಡಿಕೊಟ್ಟ
ಗೆಳೆಯ ಮೇಜರ್ ಮುರಳಿಗೆ-

ಕೇವಲ ಮೂವತ್ತೈದು ರುಪಾಯಿಗಳಿಗೆ 'ಹಿಮಾಲಯನ್ ಬ್ಲಂಡರ್'
ಪುಸ್ತಕದ ಅಪರೂಪದ ಮೂಲ ಪ್ರತಿಯನ್ನು ಒದಗಿಸಿಕೊಟ್ಟ
ಬ್ರಿಗೇಡ್ ರೋಡ್ ಫುಟ್‌ಪಾತ್‌ನ
ಅನಾಮಿಕ ವ್ಯಾಪಾರಿಗೆ-

ನನ್ನನ್ನು ಕಾರ್ಗಿಲ್ ಯುದ್ಧ ಭೂಮಿಗೆ ಕಳಿಸಿ ಯುದ್ಧವೆಂದರೇನು ಎಂಬುದನ್ನು
ಪರಿಚಯ ಮಾಡಿಕೊಟ್ಟ, ಬದುಕಿನ ಗ್ರಹಿಕೆಗಳನ್ನೇ ಬದಲಿಸಿಕೊಳ್ಳಲು
ಅನುವು ಮಾಡಿಕೊಟ್ಟ ಪತ್ರಿಕೋದ್ಯಮವೆಂಬ ವೃತ್ತಿಗೆ-

'ಹಾಯ್ ಬೆಂಗಳೂರ್'ನ ಓದುಗ ದೊರೆಗೆ

ನನ್ನ ಕೃತಜ್ಞತೆಗಳು ಸಲ್ಲುತ್ತವೆ.

ನಿಮ್ಮವನು,

- ಆರ್.ಬಿ.

ಪರಿಷ್ಕೃತ ಮುದ್ರಣಕ್ಕೆ ಮುನ್ನುಡಿ

ಎರಡನೆಯ ಪರಿಷ್ಕೃತ ಆವೃತ್ತಿಯನ್ನು ನಿಮ್ಮ ಕೈಗಿಡುತ್ತಿದ್ದೇನೆ. ಮೊದಲ ಆವೃತ್ತಿಯಲ್ಲಿ ಸೇರ್ಪಡೆಯಾಗಿರದಿದ್ದ ಒಂದು ಸವಿಸ್ತಾರ ಅಧ್ಯಾಯದ ಇಪ್ಪತ್ತು ಪುಟಗಳು ಈ ಆವೃತ್ತಿಯಲ್ಲಿ ಸೇರ್ಪಡೆಯಾಗಿವೆ. 1962ರ ಥಗ್ಲಾ ಯುದ್ಧವನ್ನು ಭಾರತದ ಸೈನ್ಯ ಸೋತದ್ದೇಕೆ ಎಂಬ ಪ್ರಶ್ನೆಗೆ ಪುಸ್ತಕದುದ್ದಕ್ಕೂ ಉತ್ತರಗಳು ಸಿಗುತ್ತವೆಯಾದರೂ, ವೀರಯೋಧ ಜಾನ್ ಪಿ. ದಳವಿ ತಮ್ಮದೇ ಆದ ಧಾಟಿಯಲ್ಲಿ ಭಾರತದ ರಾಜಕಾರಣಿ-ಅಧಿಕಾರಿ ಹಾಗೂ ಸೈನಿಕರ ನಡುವಿನ ಸಾಮರಸ್ಯದ ಕೊಂಡಿ ತಪ್ಪಿ ಹೋದುದಕ್ಕೆ ಸ್ಪಷ್ಟ ಕಾರಣಗಳ್ನು ಹುಡುಕಿ ಓದುಗರ ಮುಂದಿಡುವ ರೀತಿಯೇ ಅದ್ಭುತ. ಯುದ್ಧವಿಲ್ಲದೆ, ರಕ್ತಪಾತವಿಲ್ಲದೆ ಗಳಿಸಿಕೊಂಡ 1947ರ ಸ್ವಾತಂತ್ರ್ಯ ನಮ್ಮನ್ನು ಅದೆಷ್ಟು ಬೇಜವಾಬ್ದಾರಿಯ, ಅನುಭವಹೀನ ಜನರನ್ನಾಗಿ ಮಾಡಿ ಹಾಕಿತ್ತು ಮತ್ತು ಅದಕ್ಕಾಗಿ ನಾವು ಎಂಥ ಘೋರ ಕಂದಾಯ ಕಟ್ಟಬೇಕಾಯಿತು ಎಂಬುದರ ವಿವರಣೆಯೇ ಈ ಎಕ್ಸ್‌ಟ್ರಾ ಛಾಪ್ಟರಿನ ತಿರುಳು.

ಕನ್ನಡ ಪತ್ರಿಕೋದ್ಯಮದಲ್ಲಿ ಮೊದಲಿನ ಅನೇಕ ದಾಖಲೆಗಳನ್ನು ಮುರಿದು ಮಾರಾಟವಾದದ್ದು 'ಹಿಮಾಲಯನ್ ಬ್ಲಂಡರ್'. ಸಾಮಾನ್ಯವಾಗಿ ಒಂದು ಪುಸ್ತಕ ಬರೆದು ಮುಗಿಸಿದ ಮೇಲೆ ಅದರ ಗೊಡವೆಗೆ ಹೋಗದ ನಾನು ಅದೇಕೋ ಈ ಪುಸ್ತಕವನ್ನು ಮತ್ತೆ ಮತ್ತೆ ಓದಿಕೊಂಡು ಭಾವುಕನಾಗಿದ್ದೇನೆ, ಕಣ್ಣೀರಾಗಿದ್ದೇನೆ, ನನ್ನ ಅನೇಕ ಗೆಳೆಯರಿಗೆ ಅಕ್ಕರೆಯಿಂದ ಓದಲು ಕೊಟ್ಟಿದ್ದೇನೆ. ದೇಶದ ಬಗ್ಗೆ, ಯೋಧರ ಬಗ್ಗೆ ಬರೆಯಲು ಕುಳಿತಾಗೆಲ್ಲ ನಾನು ಬೇರೆಯದೇ ಮನುಷ್ಯ. ನನ್ನ ಶ್ರದ್ಧೆಯೆಲ್ಲ ಅಲ್ಲಿ ಬೇರೆಯದೇ ಆದ ರೀತಿಯಲ್ಲಿ ಕೇಂದ್ರೀಕೃತಗೊಂಡಿರುತ್ತದೆ. ಚಿಕ್ಕದೊಂದು ತಪ್ಪಾದರೂ ನನ್ನ ಮೇಲೆ ನನಗೇ ಸಿಡಿಮಿಡಿ.

ಹೀಗಾಗಿ ವಿಶೇಷವಾದ ಎಚ್ಚರಿಕೆಯೊಂದಿಗೆ ಈ ಎರಡನೇ ಆವೃತ್ತಿ ಸಿದ್ಧಪಡಿಸಿದ್ದೇನೆ. ಪುಸ್ತಕದ ಆಕಾರ ಬದಲಾಗಿದೆ. ಮುಖಪುಟ ಬದಲಾಗಿದೆ. ಹೆಚ್ಚಿನ ಪುಟಗಳ ಸೇರ್ಪಡೆಯಾದುದರಿಂದ ಪುಸ್ತಕದ ಗಾತ್ರ ಹಿರಿದಾಗಿದೆ. ಮಹಾಯೋಧನೊಬ್ಬನ ಆತ್ಮಕಥನ ಇನ್ನಷ್ಟು ವಿಷದವಾಗಿದೆ.

ಓದಿಕೊಳ್ಳಿ.

- ರವಿ ಬೆಳಗೆರೆ

ಮುನ್ನುಡಿ

ಈ ಪುಸ್ತಕಕ್ಕೊಂದು ಮುನ್ನುಡಿ ಬೇಕಾಗಿಲ್ಲ.

ಇಡೀ ಪುಸ್ತಕವೇ ಒಂದು ಚರಮಗೀತೆ. ಒಬ್ಬ ಮಹಾ ಯೋಧನ ಕಣ್ಣೀರು. ಒಂದು ದೇಶ ಅನುಭವಿಸಿದ ಕಳಂಕ.

ಮೂವತ್ತೇಳು ವರ್ಷಗಳಾಗಿ ಹೋದವು; ಆ ಕಳಂಕವನ್ನು ನಾವ್ಯಾರೂ ಮರೆಯಲಾಗಿಲ್ಲ. ಆ ಕಳಂಕಕ್ಕೆ ಕಾರಣರಾದ ಪಂಡಿತ ಜವಾಹರಲಾಲ್ ನೆಹರೂ, ನಮ್ಮ ರಕ್ಷಣಾ ಮಂತ್ರಿ ವೆಂಗಲಿಲ್ ಕೃಷ್ಣನ್ ಮೆನನ್, ಇಬ್ಬರು ಮಹಾದಂಡನಾಯಕರಾದ ಜನರಲ್ ಪ್ರಾಣನಾಥ ಥಾಪರ್ ಮತ್ತು ಲೆಫ್ಟಿನೆಂಟ್ ಜನರಲ್ ಬಿ.ಎಂ. ಕೌಲ್ ಮುಂತಾದವರ್ಯಾರನ್ನೂ ನಮ್ಮ ದೇಶದ ಇತಿಹಾಸ ಕ್ಷಮಿಸಿಲ್ಲ. ಯಾವತ್ತಿಗೂ ಕ್ಷಮಿಸಲಾರದು.

ಅಲ್ಲಿ ಭಾರತದ ಗಡಿಯಲ್ಲಿ ನಮ್ಮ ನಿಸ್ಸಹಾಯಕ ಯೋಧನೊಬ್ಬ ಜೇಬಿನಲ್ಲಿದ್ದ ಕಟ್ಟಕಡೆಯ ಕಾಡತೂಸನ್ನು ಶತ್ರುವಿನೆಡೆಗೆ ಫೈರ್ ಮಾಡಿ, ಆ ನಂತರ ಏನೇನೂ ಮಾಡಲಾಗದೆ ಹಿಮಕಾಡಿನ ಬಟಾಬಯಲಿನಲ್ಲಿ ಬೆಚ್ಚನೆಯದೊಂದು ಅಂಗಿಯೂ ಇಲ್ಲದಂತೆ ನಿಂತಿದ್ದ. ಅವನನ್ನು ಚೀನೀ ಸೈನಿಕರು ನಾಲ್ಕೂ ಕಡೆಯಿಂದ ಸುತ್ತುವರೆದು ಪ್ರಾಣಿಯನ್ನು ಬೇಟೆಯಾಡಿದಂತೆ ಬೇಟೆಯಾಡಿ ಕೊಂದುಬಿಟ್ಟರು.

ಸರಿಯಾಗಿ ಅದೇ ದಿನ, ಅದೇ ಹೊತ್ತಿಗೆ ನಮ್ಮ ಪ್ರಧಾನಿ, ಭಾರತೀಯರ ಕಣ್ಮಣಿ ಜವಾಹರಲಾಲ ನೆಹರೂ ಎಂಬ ಮುತ್ಸದ್ದಿ ಭಾರತದ ಬಾಗಿಲಿಗೆ ರಜೆ ಚೀಟಿ ಅಂಟಿಸಿ ಅಂತಾರಾಷ್ಟ್ರೀಯ ಮಟ್ಟದ ಸಭೆಯೊಂದಕ್ಕೆ ಹೋಗಿ ಭಾಷಣ ಮಾಡುತ್ತಿದ್ದರು. ನಮ್ಮ ರಕ್ಷಣಾ ಮಂತ್ರಿ ಕೃಷ್ಣ ಮೆನನ್ ಯೂರೋಪದಲ್ಲಿ ಭಾಷಣಕ್ಕೆ ಅಣಿಯಾಗಿ ಅಲ್ಲಿನ ಲಾಂಡ್ರಿಯೊಂದರಲ್ಲಿ ಬಟ್ಟೆ ಇಸ್ತ್ರಿ ಮಾಡಿಸಿಕೊಳ್ಳುತ್ತಿದ್ದರು. ನಮ್ಮ ಹಣಕಾಸು ಮಂತ್ರಿ ಮೊರಾರ್ಜಿ ದೇಸಾಯಿ, ಪ್ರಧಾನಿಯ ಹಿಂದೆ ಫೈಲು ಹಿಡಿದುಕೊಂಡು ವಿದೇಶದ ಹೊಟೇಲಿನ ಕಾರಿಡಾರುಗಳಲ್ಲಿ ಓಡಾಡುತ್ತಿದ್ದರು. ನೆಹರೂ ಪಾಲಿನ ಮಾನಸಪುತ್ರ, ಭಾರತೀಯ ಸೈನ್ಯದ ಹಿರಿಯ ಅಧಿಕಾರಿ ಜನರಲ್ ಬಿ.ಎಂ. ಕೌಲ್, ತಮ್ಮ ಹೆಂಡತಿ ಮಕ್ಕಳೊಡನೆ ಕಾಶ್ಮೀರದ ಶ್ರೀನಗರದಲ್ಲಿ ದೋಣಿ

ವಿಹಾರ ಮಾಡುತ್ತಿದ್ದರು. ಇಡೀ ದೇಶ ರಜೆಯಲ್ಲಿತ್ತು. ದಿಲ್ಲಿ ಬೆಚ್ಚಗೆ ಮಲಗಿತ್ತು.

ಆ ಸೈನಿಕ "ಜೈಹಿಂದ್" ಎಂಬ ಕೊನೆಯ ಚೀತ್ಕಾರದೊಂದಿಗೆ ನೆಲಕ್ಕೆ ಬಿದ್ದಿದ್ದ. ಹಿಮದ ಕಾಡು ಆ ಆರ್ತನಾದಕ್ಕೆ ಪ್ರತಿಧ್ವನಿಸಿ ಸುಮ್ಮನಾಯಿತು. ಮಂಜಿನ ನೆಲ ಕೆಂಪಗಾಯಿತು.

ಅದಾದ ಮೂರೂವರೆ ದಶಕಗಳ ನಂತರ, ನಾನು ತೀರ ಅನಿರೀಕ್ಷಿತವಾಗಿ ಅದೇ ನೆಲದ, ಅದೇ ಮಂಜಿನ ಮೇಲೆ ಕಾಲಿಟ್ಟು ನಿಲ್ಲಬೇಕಾಗಿ ಬಂತು.

ಇವತ್ತಿಗೂ ನೆನಪಿದೆ:

ಒಂದು ಅವಮಾನ ನನ್ನನ್ನು ತೀವ್ರವಾಗಿ ಆವರಿಸಿಕೊಂಡಿತ್ತು. 1994ರ ಫೆಬ್ರುವರಿ ತಿಂಗಳ ದಟ್ಟ ಚಳಿಯಲ್ಲಿ ಭಾರತದ ತುತ್ತುದಿಯಾದ 'ಲುಂಪೋ' ಎಂಬ ಮಿಲಿಟರಿ ನೆಲೆಯ ನೆಲದಲ್ಲಿ ತಲೆ ತಗ್ಗಿಸಿ ನಿಂತಿದ್ದ ನನ್ನನ್ನು ಆ ಧೀರ ಯೋಧನ ಆತ್ಮ ಕೇಳಿದ್ದು ಒಂದೇ ಪ್ರಶ್ನೆ.

'ನೀನು ನೆಹರುವನ್ನು ಕ್ಷಮಿಸಿಬಿಟ್ಟೆಯಾ?'

ಈ ಪುಸ್ತಕವನ್ನು ಪೂರ್ತಿಯಾಗಿ ಓದಿ ಮುಗಿಸಿದ ಮೇಲೆ ಅದೇ ಸೈನಿಕ ನಿಮ್ಮನ್ನು ಅದೇ ಪ್ರಶ್ನೆ ಕೇಳಲಿದ್ದಾನೆ.

ನಂಗೊತ್ತು. ಉತ್ತರ ನಿಮ್ಮಲ್ಲೂ ಇಲ್ಲ. ನಮ್ಮ ದೇಶದ ದೌರ್ಭಾಗ್ಯವೇ ಅಂಥದ್ದು. ಇಲ್ಲಿ ಯಾವತ್ತೂ ನಿಷ್ಠಾವಂತ ಇತಿಹಾಸವನ್ನು ಬರೆದವರಿಲ್ಲ. ದೇಶಕ್ಕೆ ಅಂಥ ದೊಡ್ಡ ಕಳಂಕ ತಂದಿಟ್ಟ ನೆಹರುವನ್ನು ನಮಗೆ 'ಚಾಚಾ ನೆಹರೂ' ಎಂದೇ ಪರಿಚಯಿಸಲಾಯಿತು. ನಮ್ಮ ಮಕ್ಕಳಿಗೂ ನಾವು ಹಾಗಂತಲೇ ಪರಿಚಯಿಸಿ ಕೊಟ್ಟಿದ್ದೇವೆ. ಆದರೆ ಬ್ರಿಗೇಡಿಯರ್ ದಳವಿ ಎಂಬ ಮಹಾ ಯೋಧನನ್ನು ಕೇಳಿ ನೋಡಿ? ತನ್ನ ಕಣ್ಣೆದುರಿಗೇ ಒಂದು ಇಡೀ ತುಕಡಿಯ ಮೇಲೆ ಮಂಗೋಲಿಯನ್ ಮುಖದ ಸೈನಿಕರು ತೋಳಗಳಂತೆ ಮುಗಿಬಿದ್ದು ನರಮೇಧ ಮಾಡಿ ಮುಗಿಸುತ್ತಿದ್ದಾಗ, ಕೈಲಿದ್ದ ಬಂದೂಕನ್ನು ಎತ್ತಿ ಗುಂಡು ಹಾರಿಸಲಾಗದಂತಹ ನಿಸ್ಸಹಾಯಕ ಸ್ಥಿತಿಗೆ ತನ್ನನ್ನು ತಂದಿಟ್ಟ ಆ ನೆಹರುವನ್ನು ಆತ 'ಚಾಚಾ ನೆಹರೂ' ಎಂದು ಒಪ್ಪಿಕೊಳ್ಳಲು ಸಾಧ್ಯವಿತ್ತೆ?

ನಿಮಗಿನ್ನೂ ಈ ದೇಶದ ಆ ತಲೆಮಾರಿನ ನಾಯಕರ ಬಗ್ಗೆ ಗೌರವವಿದ್ದರೆ, ನೆಹರೂ ಮತ್ತು ಮೆನನ್ ಎಂಬ ಹೆಸರುಗಳಿಗೆ ನಿಮ್ಮಲ್ಲಿನ್ನೂ ಪೂಜನೀಯ ಭಾವವಿದ್ದಿದ್ದೇ ಆದರೆ, ಈ ಪುಸ್ತಕ ಮುಚ್ಚಿಟ್ಟುಬಿಡಿ. ಹತ್ತಿರದಲ್ಲಿರುವ ಮಗುವೊಂದರ ಕೈಗೆ ಕೊಡಿ. ಅದಾದರೂ ಈ ದೇಶದ ಒಂದು ನಿಜವಾದ ಇತಿಹಾಸದ ಜಾಡನ್ನು ಓದಿಕೊಂಡು ಬೆಳೆಯಲಿ.

ಇಂಥದೊಂದು ಪುಸ್ತಕವನ್ನು ಬರೆಯುವ ಕೆಲಸಕ್ಕೆ ಹೇಗೆ ಬಿದ್ದೆನೋ? ಗೊತ್ತಿಲ್ಲ. ಮೂಲತಃ ನಾನು ಇತಿಹಾಸದ ವಿದ್ಯಾರ್ಥಿ. ಭಾರತೀಯ ಇತಿಹಾಸದಲ್ಲಿ ಎಂ.ಎ. ಮಾಡಿದವನು. ಆಮೇಲೆ ಮಾಡಿದ ಹನ್ನೊಂದು ವಿಲಕ್ಷಣ ಕಸುಬುಗಳಿಗೂ (ಈಗ ಮಾಡುತ್ತಿರುವುದಕ್ಕೂ), ನಾನು ಯೂನಿವರ್ಸಿಟಿಯಲ್ಲಿ ಓದಿಕೊಂಡಿದುದಕ್ಕೂ ಸೂತ್ರ-ಸಂಬಂಧವಿಲ್ಲ. ಅದರಲ್ಲೂ 'ಮಿಲಿಟರಿ ಹಿಸ್ಟರಿ' ಎಂಬ ಸಬ್ಜೆಕ್ಟನ್ನು ನಾನ್ಯಾವತ್ತೂ ಓದಿಲ್ಲ. ಬಹುಶಃ ನನ್ನ ಪೀಳಿಗೆಯವರಲ್ಲಿ ಅದನ್ನು ಓದಿದವರು ತೀರ ವಿರಳ. ನನ್ನ ಅದೃಷ್ಟವೆಂದರೆ, ಮಿಲಿಟರಿಯಲ್ಲಿದ್ದುಕೊಂಡೇ ಇತಿಹಾಸ ಓದುವ

ಬಹುದೊಡ್ಡ ಗೀಳಿಗೆ ಬಿದ್ದ ಮೇಜರ್ ಮುರಳಿ ನನ್ನ ಆತ್ಮೀಯ ಮಿತ್ರ. ಪತ್ರಿಕೆಯಲ್ಲಿ ಡಾ.ಮುರಳಿಯ ಬಗ್ಗೆ ತುಂಬ ಸಲ ಬರೆದಿದ್ದೇನೆ. ಆತ ನನ್ನನ್ನು ಅರುಣಾಚಲ ಪ್ರದೇಶಕ್ಕೆ ಕರೆದೊಯ್ದುದ್ದನ್ನೂ ಬರೆದಿದ್ದೇನೆ. ಆದರೆ ಪತ್ರಿಕೆಯ ಬರಹಗಳು ದಾಖಲೆಗಳಾಗಲಾರವು. ಈ ಪುಸ್ತಕವನ್ನು ಇನ್ಯಾವತ್ತೋ, ಇಂಡಿಪೆಂಡೆಂಟಾಗಿ, ಪತ್ರಿಕೆಯ ಹಿನ್ನೆಲೆಗೆ ಸಂಬಂಧವೇ ಇಲ್ಲದಂತೆ ಓದುಗನೊಬ್ಬ ಕೈಗೆತ್ತಿಕೊಂಡರೆ-ಇಂಥದೊಂದು ಪುಸ್ತಕ ಸೃಷ್ಟಿಯಾದ ಹಿನ್ನೆಲೆಯ ಬಗ್ಗೆ ಆತನಿಗೆ ಗೊಂದಲಗಳಿಲ್ಲದಿರಲಿ ಎಂಬ ಕಾರಣಕ್ಕಾಗಿ ಮತ್ತೆ ಅದನ್ನೆಲ್ಲ ಇಲ್ಲಿ ಹೇಳುತ್ತಿದ್ದೇನೆ.

ಬಳ್ಳಾರಿಯಲ್ಲಿ ನಾನು ಕಾಲೇಜಿನ ಉಪನ್ಯಾಸಕನಾಗಿದ್ದ ದಿನಗಳಲ್ಲಿ ಅಲ್ಲಿನ ಮೆಡಿಕಲ್ ಕಾಲೇಜಿನಲ್ಲಿ ಎಂ.ಬಿ.ಬಿ.ಎಸ್. ಮಾಡುತ್ತಿದ್ದವನು ಆರ್. ಮುರಳಿ. ಆಮೇಲೆ ಮುರಳಿ ನನ್ನೊಂದಿಗೆ ಕೆಲವು ಚಳವಳಿಗಳಲ್ಲಿ ಭಾಗವಹಿಸಿದ. ನನಗೂ ಆತನಿಗೂ ಇದ್ದ ಸಾಮ್ಯಗಳೆಂದರೆ ಇತಿಹಾಸ, ಮಾರ್ಕ್ಸಿಸಂ ಮತ್ತು ವೈದ್ಯಕೀಯ ಸಾಹಿತ್ಯ. ಮುಂದೆ ನಾನು ಪತ್ರಿಕೋದ್ಯಮದ ಕಾಲಮ್ಮುಗಳಲ್ಲಿ ಕಳೆದುಹೋದೆ. ಡಾ. ಮುರಳಿ ಭಾರತೀಯ ಸೈನ್ಯಕ್ಕೆ ಸೇರಿಕೊಂಡು ಕ್ಯಾಪ್ಟನ್ ಮುರಳಿ ಆದ. 1986ರ ಬಳ್ಳಾರಿಯ ಬಾಂಧವ್ಯ ಮತ್ತೆ ಸ್ಥಾಪಿತಗೊಂಡದ್ದು 1993ರ ಕೊನೆಯಲ್ಲಿ.

ಆಗ ನಾನು 'ಕನ್ನಡ ಪ್ರಭ'ದಲ್ಲಿದ್ದೆ. ಕೇಂದ್ರ ಸಾಹಿತ್ಯ ಅಕಾಡೆಮಿಯವರು ಆ ಕಾಲಕ್ಕೆ ಐದು ಸಾವಿರ ರುಪಾಯಿ ಕೊಟ್ಟು, ಯಾವುದಾದರೂ ಹೊರ ರಾಜ್ಯಕ್ಕೆ ಹೋಗಿ ಅಲ್ಲಿನ ಸಾಹಿತಿಗಳನ್ನು ಕಂಡು, ಸಾಹಿತ್ಯಿಕ trendಗಳ ಅಧ್ಯಯನ ಮಾಡಿ, ಚಿಕ್ಕದೊಂದು ವರದಿ ಥರದ್ದು ಕೊಡಿ ಎಂದು ಆದೇಶಿಸಿದ್ದರು. ಆಂಧ್ರಕ್ಕೆ ಹೋಗಲೋ, ಮಹಾರಾಷ್ಟ್ರಕ್ಕೆ ಹೋಗಲೋ ಎಂಬ ಗೊಂದಲದಲ್ಲಿದ್ದ ನನಗೆ, "ಅವುಗಳನ್ನು ಯಾವತ್ತಾದರೂ ನೋಡಿ ಬರಬಹುದು. ನಿನ್ನ ಜಲುಮದಲ್ಲೇ, ಬಯಸಿದರೂ ನೋಡಲಿಕ್ಕೆ ಸಾಧ್ಯವಾಗದಂತಹ ಅರುಣಾಚಲ ಪ್ರದೇಶಕ್ಕೆ ಕರೆದುಕೊಂಡು ಹೋಗುತ್ತೇನೆ. ನನ್ನೊಂದಿಗೆ ಬಾ" ಎಂದು ಕರೆದವನು (ಈಗ ಮೇಜರ್ ಆಗಿರುವ) ಕ್ಯಾಪ್ಟನ್ ಮುರಳಿ. ಅದೆಲ್ಲಿದೆ, ಹೇಗಿದೆ ಮತ್ತು ಹಾಗೇಕಿದೆ ಎಂಬ ಬಗ್ಗೆ ಒಂದಿಷ್ಟೂ ಐಡಿಯಾ ಇಲ್ಲದೆ, ಇದ್ದೆರಡು ಬಟ್ಟೆ-ಬರೆ ತುಂಬಿಕೊಂಡು ಫೆಬ್ರುವರಿ 1, 1994ರಂದು ಮುರಳಿಯೊಂದಿಗೆ ಅರುಣಾಚಲಕ್ಕೆ ಹೊರಟೇ ಬಿಟ್ಟೆ. ಏನೋ ಎರಡು ಮೂರು ದಿನಗಳಿದ್ದು ತಲುಪಿ ಬಿಡಬಹುದು ಅಂದುಕೊಂಡಿದ್ದೆ. ಅರುಣಾಚಲ ಪ್ರದೇಶ್‌ನ ತವಾಂಗ್ ಜಿಲ್ಲೆಯ ಬುಮ್ಲಾ ಎಂಬ ಜಾಗದಲ್ಲಿದ್ದ ಮುರಳಿಯ ಆಸ್ಪತ್ರೆ ಕಮ್ ಮನೆ(?)ಯ ಬಾಗಿಲಿಗೆ ತಲುಪುವ ಹೊತ್ತಿಗೆ, ಪೂರ್ತಿ ಏಳು ದಿನಗಳಾಗಿದ್ದವು.

"1962ರ ಸೆಪ್ಟಂಬರ್-ಅಕ್ಟೋಬರ್ ಯುದ್ಧ ನಡೆದದ್ದು ಇದೇ ಜಾಗದಲ್ಲಿ" ಅಂತ ಮುರಳಿ ವಿವರಿಸುವ ಹೊತ್ತಿಗೆ, ಇಲ್ಲಿಗೆ ಬರುವ ಮುನ್ನ ಬ್ರಿಗೇಡಿಯರ್ ಜಾನ್ ಪಿ. ದಳವಿ ಅವರು ಬರೆದಿರುವ 'ಹಿಮಾಲಯನ್ ಬ್ಲಂಡರ್' ಎಂಬ ಪುಸ್ತಕವನ್ನು ಓದದೆ ಬಂದು ಎಂಥ ತಪ್ಪು ಮಾಡಿದ್ದೇನೆ ಎಂಬುದು ನನಗೆ ಮನವರಿಕೆಯಾಗಿತ್ತು. 'ಯಾವ ಕಾರಣಕ್ಕೂ ಹಾಗೇ ಬರಬೇಡ. ಓದಿಕೊಂಡೇ ಬಾ' ಎಂದು ಸಾವಿರ ಸಲ ಹೇಳಿದ್ದ ಮುರಳಿ. ನಾನು ಕೂಡ ಬೆಂಗಳೂರಿನ ಎಲ್ಲ ಲೈಬ್ರರಿಗಳನ್ನು ತಡಕಾಡಿದ್ದೆ . ಪುಸ್ತಕ ವ್ಯಾಪಾರಿಗಳಲ್ಲಿ ಗೋಗರೆದಿದ್ದೆ. ಸದರಿ ಪುಸ್ತಕ 1969ರಿಂದ

ಮತ್ತೆ ಎರಡನೇ ಸಲ ಮುದ್ರಿತಗೊಂಡಿಲ್ಲ ಎಂಬ ಸಂಗತಿಯ ಜೊತೆಗೆ, ಈ ಪುಸ್ತಕವನ್ನು ಅಂದಿನ ಸರ್ಕಾರ ಸಪ್ರೆಸ್ ಮಾಡಿತ್ತು ಎಂಬ ಸಂಗತಿ ಹೊರಬಿತ್ತು. ಇದರಿಂದಾಗಿ, ನನ್ನ ಕುತೂಹಲ ಇನ್ನಷ್ಟು ಹೆಚ್ಚಾಯಿತೇನೋ ನಿಜ; ಆದರೆ ಅರುಣಾಚಲಕ್ಕೆ ಹೊರಡುವ ಮುಂಚೆಯಾಗಲೀ ಅಲ್ಲಿಗೆ ಹೋದಾಗಲಾಗಲೀ ಈ ಪುಸ್ತಕ ನನ್ನ ಕೈಗೆ ಸಿಗಲಿಲ್ಲ.

1962ರಲ್ಲಿ ಭಾರತೀಯ ಸೈನ್ಯದ ಮಿಲಿಟರಿ ನೆಲೆಯಾಗಿದ್ದ ತೇಜ್‌ಪುರ್-ಮಿಸಾಮಾರಿಗಳಿಂದ ಹಿಡಿದು ಚಾಕು, ಈಗಲ್ಸ್ ನೆಸ್ಟ್, ಟೇಂಗಾ, ಬೊಮ್ಡಿಲಾ, ದಿರಾಂಗ್, ಸೇಂಗೆ, ಜಗತ್ಪ್ರಸಿದ್ಧ ಸೇಲಾಪಾಸ್, ಜಂಗ್, ನೌರಾನಂಗ್, ತವಾಂಗ್, ಲುಮ್ಲಾ, ಬುಮ್ಲಾ, ಗೋರ್ಸಮ್, ಲುಂಪೋ-ಮುಂತಾದ ತುದಿಗಳ ತನಕ ಓಡಾಡಿ ಬಂದೆ. ಇವುಗಳಲ್ಲಿ ಹೆಚ್ಚಿನವು 1962ರ ಕದನದ actual ರಣರಂಗಗಳು. ಒಬ್ಬ ಪತ್ರಕರ್ತನಾಗಿ, ಇತಿಹಾಸದ ವಿದ್ಯಾರ್ಥಿಯಾಗಿ, ನನ್ನೆಲ್ಲ ಭಾವಾವೇಶದೊಂದಿಗೆ ಈ ನೆಲದ ಮೇಲೆ ಓಡಾಡಿ ನಾನು ಅನುಭವಿಸಿದ ರೋಮಾಂಚನ-ಅದನ್ನು ವಿವರಿಸಲು ಮತ್ತೊಂದು ಪುಸ್ತಕವನ್ನೇ ಬರೆಯಬೇಕಾಯಿತು. ***(ಅದರ ಹೆಸರು 'ಹಿಮಗರ್ಭದಲ್ಲಿ'. 1994ರಲ್ಲಿ ನನ್ನ ಸಂಪಾದಕತ್ವದ 'ಕರ್ಮವೀರ' ವಾರಪತ್ರಿಕೆಯಲ್ಲಿ ಅದು ಧಾರಾವಾಹಿಯಾಗಿ ಪ್ರಕಟವಾಯಿತು.)*** ಹಾಗೆ ಅರುಣಾಚಲ ಪ್ರದೇಶದ ಉದ್ದಗಲಕ್ಕೂ ಓಡಾಡಿ ಹಿಂತಿರುಗಿದ ಮೇಲೆ, ಅದರ ದಣಿವು-ಪ್ರಯಾಣದ ಏಕತಾನತೆಯನ್ನು ಮರೆಯಲಿಕ್ಕಾಗಿ ಒಂದಷ್ಟು ಪತ್ತೇದಾರಿ ಪುಸ್ತಕಗಳನ್ನು ಓದೋಣವೆಂದುಕೊಂಡು ಅರ್ಧ ರೇಟಿಗೆ ಪುಸ್ತಕ ಮಾರುವ ಬ್ರಿಗೇಡ್ ರಸ್ತೆಯ ಚಿಕ್ಕದೊಂದು ಗೂಡಂಗಡಿಗೆ ಪುಸ್ತಕ ಖರೀದಿಸಲು ಹೋದೆ. Infact, ತುಂಬ ಚಿಕ್ಕ ಗೂಡು ಅದು. ಅದರೆದುರಿಗೆ ಮಾಸಲು ಬಣ್ಣದ ಕೋಟು ಹಾಕಿಕೊಂಡು ವೃದ್ಧರೊಬ್ಬರು ನಿಂತಿದ್ದರು. ಅವರ ಹೆಸರು ರಾಮಚಂದ್ರರಾವ್ ಅಂತ ನೆನಪು. ಮೊದಲು ಮಾರಿಯೋ ಪ್ಯೂಜೋ ಬರೆದ 'ದಿ ಗಾಡ್ ಫಾದರ್' ಕೊಡಿ ಅಂದೆ. ಐವತ್ತು ರುಪಾಯಿಗಳಾಗುತ್ತವೆ ಅಂದರು. ಎದ್ದು ಹೋಗುವ ಮಾತು ಬಿದ್ದು ಹೋಗಲಿ ಅಂತ,

"ನಿಮ್ಮಲ್ಲಿ ಹಿಮಾಲಯನ್ ಬ್ಲಂಡರ್ ಇದೆಯಾ?" ಅಂತ ಕೇಳಿದೆ.

"ಅದೇ....ಆ ಬ್ರಿಗೇಡಿಯರ್ ದಳವಿ ಬರೆದದ್ದಾ?" ಅಂತ ಕೇಳಿದರು ಅಜ್ಜ.

"ಹೌದು" ಅಂದೆ.

"ನಾಳೆ ಬನ್ನಿ ಕೊಡ್ತೀನಿ. ಆದರೆ ಮೂವತ್ತೈದು ರುಪಾಯಿ ಆಗುತ್ತೆ!" ಅಂದರು.

ಮರುದಿನ ಮಾಸಲು ನೀಲಿ ರಟ್ಟಿನ, ಪುಟಗಳು ಸಾಕಷ್ಟು ಜರ್ಜರಿತವಾದ 'ಹಿಮಾಲಯನ್ ಬ್ಲಂಡರ್' ಪುಸ್ತಕ ನನ್ನ ಕೈಲಿತ್ತು. ಚೀಲಕ್ಕಿಳಿಸಿಕೊಂಡವನೇ ಸಡಗರದಿಂದ ಪ್ರೆಸ್ ಕ್ಲಬ್ಬಿಗೆ ಬಂದು ನನ್ನದೊಂದು ಡ್ರಿಂಕ್ ಆರ್ಡರು ಮಾಡಿ ಪುಸ್ತಕದ ರಟ್ಟು ತೆರೆದರೆ....

'As a mark of respect and esteem to Mrs. General Thimmayya. From John P Dalavi' -April 9,1969 ಎಂದು ಸ್ವತಃ ದಳವಿಯವರೇ ತಮ್ಮ ಕೈಬರಹದಲ್ಲಿ ಬರೆದು ಸಹಿ ಹಾಕಿದ್ದು ಕಾಣಿಸಿತ್ತು.

ಅವತ್ತು ಪುಸ್ತಕ ತಂದು ಮನೆಯಲ್ಲಿಟ್ಟುಕೊಂಡಾಗ, ಖುದ್ದು ಯೋಧನೊಬ್ಬ ಮನೆಗೆ

ಬಂದಂತಾಗಿತ್ತು. ಹಾಗಂತಲೇ 'ಕರ್ಮವೀರ'ದಲ್ಲಿ ಬರೆದೆ. ತಕ್ಷಣ ಬಿಜಾಪುರ ಜಿಲ್ಲೆಯ ನಿವೃತ್ತ ಸೈನಿಕರೊಬ್ಬರು ಪತ್ರ ಬರೆದು, 'ನೀವಂದುಕೊಂಡಿರುವಂತೆ ಅವರ ಹೆಸರು ದಾಲ್ವಿ ಅಲ್ಲ. ಅವರು ಬ್ರಿಗೇಡಿಯರ್ ದಳವಿ. ನಮ್ಮೆಲ್ಲರ ಗೌರವಕ್ಕೆ ಕಾರಣರಾದ ಮಹಾ ಯೋಧ. ನನ್ನ ಅದೃಷ್ಟವೆಂದರೆ 1962ರ ಯುದ್ಧದಲ್ಲಿ ನಾನು ಅವರ ಬ್ರಿಗೇಡ್‌ನಲ್ಲಿ ಒಬ್ಬ ಸೈನಿಕನಾಗಿ ದುಡಿದಿದ್ದೆ' ಎಂದು ತಿಳಿಸಿದರು.

ಆಮೇಲೆ ಸುಮಾರು ಐದು ವರ್ಷ 'ಹಿಮಾಲಯನ್ ಬ್ಲಂಡರ್' ನನ್ನೊಂದಿಗಿದೆ. ನನ್ನ ಏಕಾಂತದಲ್ಲಿ, ಬೇಸರದ ದಿನಗಳಲ್ಲಿ, ಸುಮ್ಮಸುಮ್ಮನೆ ಒಮ್ಮೊಮ್ಮೆ ಹುಟ್ಟಿಬಿಡುವ ಚಡಪಡಿಕೆಯಲ್ಲಿ ನಾನು ಅದನ್ನು ಓದಿದ್ದೇನೆ. ಅದರ ಬಗ್ಗೆ ಚರ್ಚಿಸಿದ್ದೇನೆ. ಒಬ್ಬನೇ ಕುಳಿತು ಓದಿ ಕಣ್ಣೀರಾಗಿದ್ದೇನೆ. ಭಯಂಕರ ಭಾವಾವೇಶಕ್ಕೆ ಬಿದ್ದಿದ್ದೇನೆ. ಏನು ಮಾಡಲೂ ತೋಚದೆ, ದಳವಿಯವರ ಭಾವಚಿತ್ರವನ್ನೇ ನೋಡುತ್ತ ಕುಳಿತುಬಿಟ್ಟಿದ್ದೇನೆ. ರಾತ್ರಿಗಳಲ್ಲಿ ಪುಸ್ತಕವನ್ನು ಎಲ್ಲಿಂದಲೋ ಓದಲು ಶುರುವಿಟ್ಟು, ಎದೆಯ ಮೇಲೆ ಹಾಗೇ ಹರವಿಕೊಂಡು ಮಲಗಿಬಿಟ್ಟಿದ್ದೇನೆ. ಅದನ್ನು ಓದಿದಾಗಲೆಲ್ಲ ನನ್ನ ಮನಸ್ಸು ತವಾಂಗ್ ಮತ್ತು ಲುಂಪೋಗಳ ಯುದ್ಧಭೂಮಿಗೆ ಹೋಗಿ ಬಂದಿದೆ. ಸೇಲಾಪಾಸ್ ಹತ್ತಿಳಿದಿದೆ. ಆ ಮಹಾಯೋಧನ ಕಣ್ಣೀರು ಬೆರಳ ತುದಿಗೆ ತಾಕಿದಂತಾಗಿದೆ. ಅಷ್ಟೇ ಆಗಿದ್ದಿದ್ದರೆ, 'ಹಿಮಾಲಯನ್ ಬ್ಲಂಡರ್' ಓದಿ ಮರೆತ ಸಾವಿರಾರು ಓದುಗರ ಪೈಕಿ ನಾನೂ ಒಬ್ಬನಾಗಿ ಬಿಡುತ್ತಿದ್ದೆ. ಅಷ್ಟರಲ್ಲಿ ಕಾರ್ಗಿಲ್ ಕದನ ಬಾಯ್ತೆರೆಯಿತು.

ಮೊದಮೊದಲು ಉಳಿದೆಲ್ಲರಂತೆ ನಾನೂ ಕಾರ್ಗಿಲ್ ಬಗ್ಗೆ ಪತ್ರಿಕೆಗಳಲ್ಲಿ ಬಂದದ್ದನ್ನು ಓದಿಕೊಂಡೆ. ಟೀವಿಯ ಮುಂದೆ ಕುಳಿತು ಚಿತ್ರ ನೋಡಿದೆ. ನನ್ನನ್ನು 'ಹಿಮಾಲಯನ್ ಬ್ಲಂಡರ್' ಇದ್ದಕ್ಕಿದ್ದಂತೆ ಕಾಡತೊಡಗಿತು. 1999ರ ಮೇ ತಿಂಗಳ ಆರಂಭದಲ್ಲಿ ಅದನ್ನೊಮ್ಮೆ ಇಡಿಯಾಗಿ ಓದಿಕೊಂಡೆ. ದಿನನಿತ್ಯ ಯುದ್ಧದ್ದೇ ಚರ್ಚೆಯಾಗುತ್ತಿತ್ತಾದ್ದರಿಂದ, ಅದಕ್ಕೆ ತುಂಬ ಹತ್ತಿರದ ವಿಷಯವಾದ 'ಹಿಮಾಲಯನ್ ಬ್ಲಂಡರ್' ಪುಸ್ತಕದ ಬಗ್ಗೆ ಪತ್ರಿಕೆಯ ಓದುಗರಿಗೇಕೆ ವಿವರಿಸಬಾರದು ಅನ್ನಿಸತೊಡಗಿತು. ನನ್ನ ಅಂಕಣಗಳಲ್ಲಿ ಪುಸ್ತಕದ ಬಗ್ಗೆ ಆಗಾಗ ಬರೆಯತೊಡಗಿದೆ. ಓದುಗರ ಪ್ರತಿಕ್ರಿಯೆ ತುಂಬ ಉತ್ಸಾಹದಾಯಕವಾಗಿತ್ತು. ಅವರು ನನಗಿಂತ ಭಾವುಕರಾಗುತ್ತಿದ್ದರು. ಚೀನೀಯರೊಂದಿಗಿನ ಕದನದಲ್ಲಿ ತೊಡಗಿದ್ದ ಭಾರತೀಯ ಯೋಧ ಮಂಜಿನ ಕನ್ನಡಕವಿಲ್ಲದೆ ಕುರುಡಾಗಿ ಹೋದ; ಕೊನೆಯ ಕ್ಷಣಗಳಲ್ಲಿ ಸಿಕ್ಕಿದ ಆ ಕನ್ನಡಕ ಕೂಡ ಒಡೆದು ಹೋಗಿತ್ತು ಅಂತ ಬರೆದಾಗ ಚಿತ್ರದುರ್ಗದ ಹುಡುಗನೊಬ್ಬ "ಅಣ್ಣಾ, ಆ ಯೋಧನ ಬಗ್ಗೆ ಬರೆದದ್ದು ಓದಿದೆ. ಅವತ್ತು ರಾತ್ರಿ ಅನ್ನದ ತಟ್ಟೆಗೆ ಕೈಯಿಟ್ಟರೆ ತಟ್ಟೆಯ ತುಂಬ ಕನ್ನಡಕದ ಚೂರುಗಳೇ ಕಾಣಿಸಿದಂತಾದವು. ಎದ್ದುಬಿಟ್ಟೆ!" ಅಂತ ಬರೆದಿದ್ದ. ಅಷ್ಟು ಹೊತ್ತಿಗಾಗಲೇ ನನ್ನಲ್ಲಿ 'ಹಿಮಾಲಯನ್ ಬ್ಲಂಡರ್' ಕೃತಿಯನ್ನು ಕನ್ನಡಿಗರ ಕೈಲಿ ಓದಿಸಬೇಕು ಎಂಬ ನಿರ್ಧಾರ ಬಲವಾಗಿ ಹೋಗಿತ್ತು. ರಾತ್ರಿಗಳ ಬಿಡುವಿನಲ್ಲಿ ಪುಸ್ತಕ ತೆಗೆದುಕೊಂಡು ಸಣ್ಣಗೆ notes ಮಾಡತೊಡಗಿದೆ.

ಅಂಥದೇ ಒಂದು ರಾತ್ರಿ. ಅದ್ಯಾವ ಒತ್ತಡ ನನ್ನನ್ನು ಪ್ರೇರೇಪಿಸಿತೋ? ಯಾಕೆ ಹಾಗೆ

ತೀರ್ಮಾನ ಮಾಡಿದೆನೋ? ಹಾಗೇಕೆ ಮೈ ಕೊಡವಿಕೊಂಡು ಎದ್ದು ಬಿಟ್ಟೆನೋ? ಗೊತ್ತಿಲ್ಲ.

ಮಾರನೆಯ ದಿನ ಪತ್ರಿಕೆಯ ಕೆಲಸ ಮುಗಿಸಿದವನೇ ವಿಮಾನ ಹತ್ತಿಬಿಟ್ಟೆ. ದಿಲ್ಲಿ, ಶ್ರೀನಗರ್, ಅಲ್ಲಿಂದ ಕಾರ್ಗಿಲ್!

ಭಾರತಕ್ಕೂ-ಪಾಕಿಸ್ತಾನಕ್ಕೂ ಮಧ್ಯೆ ನಡೆದ ಆ ಘನಘೋರ ಯುದ್ಧದ, ತೀವ್ರಾತಿ ತೀವ್ರ ದಿನಗಳಲ್ಲಿ ಹೆಗಲಿಗೊಂದು ಕೆಮೆರಾ ಮತ್ತು ನೆತ್ತಿಯ ಮೇಲೊಂದು ಕಪ್ಪು ಕಫನ್ ಹೊತ್ತುಕೊಂಡು ಕಾರ್ಗಿಲ್ ರಣರಂಗದುದ್ದಕ್ಕೂ ಓಡಾಡಿಬಿಟ್ಟೆ. ಅಲ್ಲಿನ ಯಾವ ಯೋಧನನ್ನು ನೋಡಿದರೂ, ನನಗೆ ಬ್ರಿಗೇಡಿಯರ್ ದಳವಿಯವರ ಮುಖವೇ ನೆನಪಾಗುತ್ತಿತ್ತು. ಅಲ್ಲಿ ಈವತ್ತಿನ, ಈ ಕಾಲದ ಬ್ರಿಗೇಡಿಯರ್‌ರನ್ನೂ ನೋಡಿದೆ. ಎದುರಾಬದುರಾಗಿ ನಿಂತು ಬೊಫೋರ್ಸ್ ಫಿರಂಗಿಗಳು-ಸಿಡಿಯುವುದನ್ನು ಕಂಡೆ. ಘನಘೋರ ಕದನ ನಡೆಯುತ್ತಿದ್ದ ದೈತ್ಯ ಬೆಟ್ಟಗಳ, ಪರ್ವತಗಳ ಬುಡದ ತನಕ ಹೋಗಿ ಬಂದೆ. ನೂರಾರು ಸಾವುಗಳನ್ನು ಕಂಡೆ. ಸೈನಿಕರ ಹೆಗಲು ತಬ್ಬಿ ಮಾತನಾಡಿಸಿದೆ. ಅಂಥ ಎರಡು ಭೇಟಿಗಳಲ್ಲಿ, ನಾನು ಕಾರ್ಗಿಲ್‌ನಲ್ಲಿ ಕಳೆದ ಆ ಹದಿನೇಳು ದಿನಗಳು- ನನ್ನ ಪತ್ರಿಕೋದ್ಯಮವನ್ನಿರಲಿ-ಬದುಕಿನ ದಿಕ್ಕನ್ನೇ ಬದಲಾಯಿಸಿ ಹಾಕಿದವು. ಎರಡನೇ ಬಾರಿ ಕಾರ್ಗಿಲ್‌ನಿಂದ ಹಿಂತಿರುಗುವ ಹೊತ್ತಿಗೆ ನನ್ನಲ್ಲಿ ನಿರ್ಧಾರ ಬಲವಾಗಿತ್ತು. ವಿಮಾನದಲ್ಲಿ ಜೊತೆಯಾದ ಕನ್ನಡದ ಲೇಖಕರೊಬ್ಬರು 'ಕಾರ್ಗಿಲ್ ಅನುಭವಗಳ ಬಗ್ಗೆ ಒಂದು ಪುಸ್ತಕ ಬರೀರಿ' ಅಂದರು.

'ಇಲ್ಲ. ಅದಕ್ಕಿಂತ ದೊಡ್ಡ ಕೆಲಸವೊಂದಿದೆ' ಅಂತ ನನಗೆ ನಾನೇ ಹೇಳಿಕೊಂಡೆ. ನನ್ನ ಕಣ್ಣೆದುರಿಗೆ 'ಹಿಮಾಲಯನ್ ಬ್ಲಂಡರ್' ಅರಳಿ ನಿಂತಿತ್ತು.

ಇದನ್ನೊಂದು ಅನುವಾದ ಎಂದು ಕರೆಯಲು ನಾನೇ ಸಿದ್ಧನಿಲ್ಲ. ಏಕೆಂದರೆ, ಮೂಲತಃ ಇದೊಂದು ಕಲಾಕೃತಿಯಲ್ಲ. ಕಾದಂಬರಿಯಲ್ಲ. ಪ್ರಬಂಧವಲ್ಲ. ಇತಿಹಾಸವೂ ಅಲ್ಲ. 1962ರ ಸೆಪ್ಟಂಬರ್-ಅಕ್ಟೋಬರ್ ತಿಂಗಳುಗಳಲ್ಲಿ ಭಾರತದ NEFA ಗಡಿಯಲ್ಲಿ ನಡೆದ ಭಯಾನಕ ಕದನದಲ್ಲಿ ಚೀನೀಯರು ಹಾರಿಸಿದ ಮೊದಲ ಗುಂಡಿಗೆ ಉತ್ತರ ನೀಡಿದ ಮಹಾ ಯೋಧನೊಬ್ಬ, ಅದಾದ ಆರು ವರ್ಷಗಳ ನಂತರ ಕುಳಿತು ಮತ್ತೆ ಎಲ್ಲವನ್ನೂ ನೆನಪಿಸಿಕೊಂಡು ಬರೆದಿಡುತ್ತ ಹೋದ ಒಂದು ಡಾಕ್ಯುಮೆಂಟ್‌ನ ಹೆಸರು 'ಹಿಮಾಲಯನ್ ಬ್ಲಂಡರ್'.

ನಿಧಾನವಾಗಿ ಓದಿಕೊಳ್ಳಿ. ಸಾಧ್ಯವಾದಷ್ಟೂ ಸರಳವಾಗಿ, ಸಾಮಾನ್ಯ ಓದುಗನಿಗೆ ಭಾವುಕ ಮಟ್ಟದಲ್ಲೂ ರುಚಿಸುವಂತೆ 'ಹಿಮಾಲಯನ್ ಬ್ಲಂಡರ್' ಕೃತಿಯನ್ನು ಅನುವಾದಿಸುತ್ತ ಹೋಗಿದ್ದೇನೆ. ಗ್ರಹಿಕೆಯಲ್ಲಿ, ವಿವರಣೆಯಲ್ಲಿ ಮತ್ತು ಸ್ಥಳ-ದಿನಾಂಕ- ಹೆಸರು ಇತ್ಯಾದಿಗಳ ಅಕ್ಯುರಸಿಯಲ್ಲಿ ತಪ್ಪುಗಳಾಗಿದ್ದರೆ-ಅವು ನನ್ನವೇ ಹೊರತು 'ಹಿಮಾಲಯನ್ ಬ್ಲಂಡರ್'ನ ಮೂಲ ಲೇಖಕ ಬ್ರಿಗೇಡಿಯರ್ ದಳವಿ ಅವರ ತಪ್ಪುಗಳಲ್ಲ. ಆದರೆ ನಡೆದ ಘಟನೆಗಳು, ಅವುಗಳಿಗೆ ಕಾರಣರಾದವರ ಪಾತ್ರಗಳು ಮತ್ತು ಅವುಗಳ ಫಲಿತಾಂಶಗಳು-ಇತ್ಯಾದಿಗಳ ಬಗ್ಗೆ ಬ್ರಿಗೇಡಿಯರ್ ದಳವಿ ಅವರು ನೀಡಿದ ತೀರ್ಪುಗಳೇ ಅಂತಿಮ.

ಎಂದಿನಂತೆ ನನ್ನ ಬರಹಗಳನ್ನೂ, ನನ್ನನ್ನೂ ಸಾಕುವ ಸಲಹುವ ಜೀವಿಗಳಾದ ಲಲಿತಾ, ಮಕ್ಕಳು, ನಿವೇದಿತಾ, ಯಶೋಮತಿ, ಸ್ವರ್ಣ, ಸಿದ್ದೇಶ್ವರ, ಸಂತೋಷ್, ಶ್ರೀನಿವಾಸ, ಶೃಂಗೇಶ್, ರಾಘವೇಂದ್ರ ಮುಂತಾದ ಗೆಳೆಯರಿಗೆಲ್ಲ ನನ್ನ thanks. 'ಹಿಮಾಲಯನ್ ಬ್ಲಂಡರ್'ನ ಹೊಸ ಪ್ರತಿ ಒದಗಿಸಿಕೊಟ್ಟ ಪುಣೆಯ ಓದುಗ ಮಿತ್ರರಾದ ರಾಮಚಂದ್ರ ಮೂರ್ತಿಯವರಿಗೆ ನನ್ನ ನೆನಕೆಗಳು ಸಲ್ಲುತ್ತವೆ. ಎಷ್ಟೇ ತಡವಾಗಿ ಕೊಟ್ಟರೂ ವಿನಂತಿಸಿದ ಸಮಯಕ್ಕೆ ಸರಿಯಾಗಿ ಪುಸ್ತಕ ಮುದ್ರಿಸಿ ಕೊಡುವ ನನ್ನ ಗೆಳೆಯರಾದ 'ಗೀತಾಂಜಲಿ ಗ್ರಾಫಿಕ್ಸ್'ನ ಒಡೆಯ ಸುಂದರ್ ಅವರಿಗೂ, ಅವರ ಸಿಬ್ಬಂದಿಗೂ ಋಣಿಯಾಗಿದ್ದೇನೆ.

ತುಂಬ ದಿನಗಳ ಆಕಾಂಕ್ಷೆ ಪೂರೈಸಿಕೊಂಡಿದ್ದೇನೆ. ಈ ಶತಮಾನದ ಕೊನೆಯಲ್ಲಿ ನನ್ನಿಂದ ಇಂಥದೊಂದು ಪುಸ್ತಕ ಬರೆಯಲು ಸಾಧ್ಯವಾಯಿತು ಎಂಬುದೊಂದು ಸಂತೋಷ ನನ್ನಲ್ಲಿದೆ. ಅಂಥ ಸಂತೋಷಕ್ಕೆ ನಾನು ಅರ್ಹನೋ ಅಲ್ಲವೋ ಪುಸ್ತಕ ಓದಿದ ನೀವು ಹೇಳಬೇಕು.

ಎಲ್ಲ ಓದಿ ಮುಗಿಸಿದ ಮೇಲೆ ನಮ್ಕಾ ಚು ನದಿಯ ಪಕ್ಕದಲ್ಲಿ ಚೀನೀಯರ ಬಂದೂಕಿಗೆ ಎದೆಯೊಡ್ಡಿ 'ಜೈ ಹಿಂದ್' ಎಂಬ ಚೀತ್ಕಾರದೊಂದಿಗೆ ಕುಸಿದು ಬಿದ್ದ ಆ ಧೀರ ಯೋಧನಿಗೋಸ್ಕರ ನಿಮ್ಮ ಕಣ್ಣಿಂದ ಒಂದು ಹನಿ ಉರುಳಿ ಕೆನ್ನೆಗೆ ಜಾರಿದರೆ-

ನಾನು ಋಣಿ!

ಪತ್ರ ಬರೆಯಿರಿ.

- ರವಿ ಬೆಳಗೆರೆ

ಭಾವನಾ ಪ್ರಕಾಶನ,
#2, 80 ಅಡಿ ರಸ್ತೆ, ಕದಿರೇನಹಳ್ಳಿ,
ಪೆಟ್ರೋಲ್ ಬಂಕ್ ಬಳಿ, ಪದ್ಮನಾಭನಗರ,
ಬೆಂಗಳೂರು- 560 070.
ದೂರವಾಣಿ: 2679 0804

ಆ ಮಹಾ ಯೋಧನ ಬಗ್ಗೆ

ಆತ ತುಂಬ ಸ್ಫುರದ್ರೂಪಿ. ನಿಜವಾದ ಸೈನಿಕನ ಅರ್ಥದಲ್ಲಿ ಶಿಸ್ತಿನ ಮನುಷ್ಯ. ಸೈನಿಕ ಜೀವನದ ಎಲ್ಲ ಕೋಟಲೆಗಳ ನಡುವೆಯೂ ಮಾನವ ಪ್ರೇಮ, ಅಂತಃಕರಣಗಳನ್ನು ಉಳಿಸಿಕೊಂಡಿದ್ದಾತ. ಆತನ ದೇಶಾಭಿಮಾನ, ದೇಶ ನಿಷ್ಠೆಗಳಿಗೆ ಸಾವಿರ ನಿದರ್ಶನಗಳಿವೆ. ಅಂತೆಯೇ ಆತ ನ್ಯಾಯ ನಿಷ್ಠುರಿ. ಅನಿಸಿದ್ದನ್ನು ಹೇಳದೆ ಇರಲಾರ. ತಿರುಗಿ ಬಿದ್ದು ಮಾತನಾಡಬಾರದು ಎಂಬ ಸೈನಿಕ ನಿಯಮವನ್ನು, ರಕ್ತ ತನ್ನ ಕೊನೆಯ ಕುದಿಯನ್ನು ತಲುಪುವ ತನಕ ಪಾಲಿಸಿಕೊಂಡು ಬಂದ ಸಂಭಾವಿತ. "ನಿಮ್ಮ ದೇಶಕ್ಕೆ ನಾವು ಬುದ್ಧಿ ಕಲಿಸಿದ್ದೇವೆ. ಇನ್ನಾದರೂ ನಿಮ್ಮ ದೇಶದ ನಾಯಕರು ತೆಪ್ಪಗೆ ಮಾತುಕತೆಗೆ ಬಂದು ಕೂತರೆ ಒಳ್ಳೆಯದು. ದೇಶಭಕ್ತ ಚೀನೀಯರ ಬೃಹತ್ ಸೈನ್ಯದ ಎದುರು ನಿಮ್ಮ ಸೈನ್ಯದ ಗತಿ ಏನಾಗಿ ಹೋಯಿತು? ಇನ್ನಾದರೂ ಭಾರತ ಬುದ್ಧಿ ಕಲಿಯಬೇಕು!" ಎಂಬ ಅರ್ಥದಲ್ಲಿ ಚೀನದ ಮೇಜರ್ ಒಬ್ಬನು ಮಾತನಾಡಿದಾಗ-

ಅವತ್ತು ಈತ ನಿರ್ಧರಿಸುತ್ತಾನೆ. ಇಂದಲ್ಲ ನಾಳೆ ಜನತೆಗೆ ಹೇಳುತ್ತೇನೆ. ಇಂಥದೊಂದು ಕರುಣಾಜನಕ ಸ್ಥಿತಿಗೆ ನಮ್ಮನ್ನು ತಂದವರ್ಯಾರೆಂದು ಜಗತ್ತಿಗೆ ತಿಳಿಸುತ್ತೇನೆ ಎಂದು ತೀರ್ಮಾನ ಮಾಡುತ್ತಾನೆ.

ಆ ಮಹಾಯೋಧನ ಹೆಸರು ಬ್ರಿಗೇಡಿಯರ್ ಜಾನ್ ಪರಶರಾಮ ದಳವಿ.

ಬ್ರಿಗೇಡಿಯರ್ ದಳವಿಯವರ ಕುಟುಂಬದಲ್ಲಿ ಅನೇಕರು ಸೈನಿಕರು. ಅಂಥ ಕ್ಷಾತ್ರ ಅವರ ರಕ್ತದಲ್ಲೇ ಇತ್ತು. ಅವರು ಮರಾಠಾ ಲೈಟ್ ಇನ್‌ಫೆಂಟ್ರಿಯಲ್ಲಿದ್ದವರು. ಅವರ ರಕ್ತ

ಸಂಬಂಧಿಗಳನೇಕ ಜನ ಅದರಲ್ಲಿದ್ದರು.

ದಳವಿಯವರು ಹುಟ್ಟಿದ್ದು ಇರಾಕ್‌ನ ಬಸ್ರಾ ಎಂಬಲ್ಲಿ, 1920ರ ಜುಲೈ 3ರಂದು. ಅವರ ತಂದೆ ಆಗ ಬ್ರಿಟಿಷರಲ್ಲಿ ನೌಕರಿಗಿದ್ದರು. 1929ರಲ್ಲಿ ಭಾರತಕ್ಕೆ ಹಿಂತಿರುಗಿದ ದಳವಿ ಮುಂಬಯಿಯ ಸೇಂಟ್ ಮೇರಿ ಹೈಸ್ಕೂಲಿನಲ್ಲಿ ವಿದ್ಯಾಭ್ಯಾಸ ಮಾಡಿದರು. ಆ ನಂತರ ಓದಿದ್ದು ಸೇಂಟ್ ಝೇವಿಯರ್ಸ್ ಕಾಲೇಜಿನಲ್ಲಿ. ಎರಡನೇ ಜಾಗತಿಕ ಯುದ್ಧ ಆರಂಭವಾದ ಕೂಡಲೆ ವಿದ್ಯಾಭ್ಯಾಸ ಬಿಟ್ಟುಕೊಟ್ಟ ದಳವಿ ಸೈನ್ಯ ಸೇರಿಕೊಂಡರು. 1940ರಲ್ಲಿ ಡೆಹರಾಡೂನ್‌ನ ಇಂಡಿಯನ್ ಮಿಲಿಟರಿ ಅಕಾಡೆಮಿಗೆ ಆಯ್ಕೆಯಾದ ದಳವಿಯವರನ್ನು ತರಬೇತಿಯ ನಂತರ ಬಲೂಚ್ ರೆಜಿಮೆಂಟಿಗೆ ಕಳಿಸಲಾಯಿತು.

ಎರಡನೇ ಪ್ರಪಂಚ ಯುದ್ಧದಲ್ಲಿ ದಳವಿ ಬಲೂಚ್ ರೆಜಿಮೆಂಟಿನ 5ನೇ ತುಕಡಿಯಲ್ಲಿ ಸೇವೆ ಸಲ್ಲಿಸಿದರು. ಅತ್ಯಂತ ಸುದೀರ್ಘ ಹಾಗೂ ಭಯಾನಕ ಕದನಗಳಲ್ಲಿ ಭಾಗವಹಿಸಿದರು. 1945ರಲ್ಲಿ ಅವರನ್ನು XXXIII ಕೋರ್‌ನ ಮುಖ್ಯಸ್ಥರಾಗಿದ್ದ ಸರ್ ಮಾಂಟೆಗೋ ಸ್ಟಾಪ್‌ಫರ್ಡ್‌ರವರ ಖಾಸಗಿ ಸಿಬ್ಬಂದಿಯಲ್ಲೊಬ್ಬರನ್ನಾಗಿ ಆಯ್ಕೆ ಮಾಡಲಾಯಿತು. ಬರ್ಮಾದಲ್ಲಿ ಕದನ ಕಾಲದಲ್ಲಿ ಹಾಗೆ ಆಯ್ಕೆಯಾದ ಕೆಲವೇ ಕೆಲವು ಭಾರತೀಯರಲ್ಲಿ ಜಾನ್ ದಳವಿ ಒಬ್ಬರು.

1947ರಲ್ಲಿ ದಳವಿ ಅವರನ್ನು ಡೆಹರಾಡೂನ್‌ನ ಇಂಡಿಯನ್ ಮಿಲಿಟರಿ ಅಕಾಡೆಮಿಯಲ್ಲಿ ಶಿಕ್ಷಕರನ್ನಾಗಿ ನೇಮಿಸಲಾಯಿತು. ಆ ನಂತರ ಜಾನ್ ದಳವಿ 5 ರಾಯಲ್ ಗೂರ್ಖಾ ರೈಫಲ್ಸ್‌ನ ಸೆಕೆಂಡ್ ಇನ್ ಕಮ್ಯಾಂಡ್ ಆಗಿ ನೇಮಕಗೊಂಡರು. 1949ರಲ್ಲಿ ಅವರನ್ನು ಬ್ರಿಗೇಡ್ ಆಫ್ ಗಾರ್ಡ್ಸ್‌ಗೆ ವರ್ಗಾಯಿಸಲಾಯಿತು. 1950ರಲ್ಲಿ ವೆಲ್ಲಿಂಗ್ಟನ್‌ನ ಖ್ಯಾತ ಸ್ಟಾಫ್ ಕಾಲೇಜಿನಲ್ಲಿ ವಿಶೇಷ ತರಬೇತಿ ಪಡೆದ ದಳವಿ, ಲಾರೀಡ್ ಬ್ರಿಗೇಡಿಗೆ ಬ್ರಿಗೇಡ್ ಮೇಜರ್ ಆಗಿ ನೇಮಕಗೊಂಡರು. 1952ರಲ್ಲಿ ಅವರು ಲೆಫ್ಟಿನೆಂಟ್ ಕರ್ನಲ್ ಹುದ್ದೆಗೆ ಬಡ್ತಿ ಪಡೆದು ಗಾರ್ಡ್ಸ್‌ನ 4ನೇ ಬಟಾಲಿಯನ್‌ಗೆ ನೇಮಕವಾದರು.

ಮುಂದೆ ಅವರನ್ನು ಸೈನಿಕ ಕಾರ್ಯಾಚರಣೆಗಳ ನಿರ್ದೇಶನಾಲಯಕ್ಕೆ ಮೊದಲ ದರ್ಜೆಯ ಜನರಲ್ ಸ್ಟಾಫ್ ಆಫೀಸರರನ್ನಾಗಿ ನೇಮಿಸಲಾಯಿತು. ಭಾರತದ ಯಾವುದೇ ಮೂಲೆಯಲ್ಲಿ ನಡೆಯುವ ಸೈನಿಕ ಕಾರ್ಯಾಚರಣೆಯ ಕುರಿತು ಅತ್ಯುಚ್ಚ ಮಟ್ಟದಲ್ಲಿ ಯೋಜನೆ, ತಂತ್ರ ಮುಂತಾದವುಗಳು ನಡೆಯಬೇಕಾದ ಈ ನಿರ್ದೇಶನಾಲಯದಲ್ಲಿ ದುಡಿದ ದಳವಿ ಅವರಿಗೆ, ಮುಂದೆ ತಾವೇ ಭಾಗಿಯಾಗಬೇಕಾಗಿ ಬಂದ ಯುದ್ಧದ ಹೀನಾಯ ಸೋಲಿಗೆ ಮೂಲ ಕಾರಣಗಳೇನು ಎಂಬುದರ ಗ್ರಹಿಕೆ ದೊರಕಿದಂತಾಯಿತು.

ಮುಂದೆ ದಳವಿ ಫುಲ್ ಕರ್ನಲ್ ಹುದ್ದೆಗೆ ಬಡ್ತಿ ಪಡೆದು 1960ರಲ್ಲಿ ಮಿಲಿಟರಿ ಅಕಾಡೆಮಿಯ ಡೆಪ್ಯುಟಿ ಕಮಾಂಡಂಟ್ ಆಗಿ ನೇಮಕಗೊಂಡರು. ಆಮೇಲೆ XV ಕೋರ್‌ನ ಬ್ರಿಗೇಡಿಯರ್ ಆಗಿ ಬಡ್ತಿ ಪಡೆದರು. ಈ ಹುದ್ದೆಯಲ್ಲಿದ್ದಾಗ ಅವರು ಲದಾಕ್, ಜಮ್ಮು ಮತ್ತು ಕಾಶ್ಮೀರ ಪ್ರದೇಶಗಳ ರಕ್ಷಣೆಯ ಉಸ್ತುವಾರಿ ನೋಡಿಕೊಂಡರು. 1962ರ ಜನವರಿಯಲ್ಲಿ

ಬ್ರಿಗೇಡಿಯರ್ ದಳವಿ ಅವರೇ NEFA (North East Frontier Agency) ಗಡಿಯ ತವಾಂಗ್ ಸೆಕ್ಟರ್‌ನಲ್ಲಿ ಕಾರ್ಯಾಚರಣೆಯಲ್ಲಿದ್ದ ಸೆವೆನ್ ಇನ್‌ಫೆಂಟ್ರಿ ಬ್ರಿಗೇಡ್‌ನ ಕಮಾಂಡ್ ಕೈಗೆತ್ತಿಕೊಂಡರು. ಅವರನ್ನು 22 ಅಕ್ಟೋಬರ್ 1962ರಂದು ಚೀನೀ ಸೈನ್ಯ ಬಂಧಿಸಿ, ವಶಕ್ಕೆ ತೆಗೆದುಕೊಂಡಿತು. ಮುಂದೆ ಮೇ 1963ರಲ್ಲಿ ಅವರನ್ನು ಭಾರತಕ್ಕೆ ವಾಪಸು ಕಳಿಸಲಾಯಿತು.

ಆ ಏಳು ತಿಂಗಳ ಅವಧಿಯಲ್ಲಿ ಹುಟ್ಟಿದುದೇ 'ಹಿಮಾಲಯನ್ ಬ್ಲಂಡರ್' ಕೃತಿ.

ಯುದ್ಧವೆಂದರೆ

ಅದು ಕೇವಲ ಕೊಲ್ಲುವ, ಸಾಯುವ, ಒಂದು ಗಡಿ ರಕ್ಷಿಸಿಕೊಳ್ಳುವ, ಮತ್ತೊಂದು ಗಡಿಯೊಳಕ್ಕೆ ನುಗ್ಗಿ ಹೋಗುವ, ಗುಂಡು ಹಾರಿಸುವ, ಷೆಲ್ ದಾಳಿಯಿಂದ ಬಚಾವಾಗುವ, ಅಂತಿಮವಾಗಿ ವಿಜಯದ ಪತಾಕೆ ಹಾರಿಸಿ ಬರುವ physical activityಯಷ್ಟೇ ಅಲ್ಲ.

ಯುದ್ಧದ ಕತೆಯೆಂದರೆ; ಎರಡು ದೇಶಗಳ ಇತಿಹಾಸ. ಇಬ್ಬರು ಮುಖಂಡರುಗಳ ಮನಸ್ತತ್ವ. ಎರಡು ದೇಶಗಳ ಆಂತರಿಕ ರಾಜಕಾರಣ. ಎರಡು ದೇಶಗಳ ಆರ್ಥಿಕ ಸ್ಥಿತಿಗತಿ. ಎರಡು ದೇಶಗಳ ಯುದ್ಧ ಸಿದ್ಧತೆ. ಎರಡು ಸೈನ್ಯಗಳ ಪರಿಸ್ಥಿತಿ. ಒಂದು ಸವಿಸ್ತಾರವಾದ ಯುದ್ಧ ಯೋಜನೆ. ಮತ್ತು ಅಂತಿಮವಾಗಿ ಎರಡು ರಾಷ್ಟ್ರಗಳ ಕೋಟ್ಯಂತರ ಪ್ರಜೆಗಳ ಮನಃಸಿದ್ಧತೆ.

ಈ ಪುಸ್ತಕದಲ್ಲಿ ಬ್ರಿಗೇಡಿಯರ್ ಜಾನ್ ಪಿ ದಳವಿ ಮುಖ್ಯವಾಗಿ ನಮ್ಮ ದೇಶದ, ನಮ್ಮ ನಾಯಕರ, ನಮ್ಮ ಸೈನ್ಯಾಧಿಕಾರಿಗಳ ಮನಃಸ್ಥಿತಿ 1962ರ ಯುದ್ಧದ ಮುಂಚಿನ ದಿನಗಳಲ್ಲಿ ಹೇಗಿತ್ತು ಎಂಬುದನ್ನು ವಿವರಿಸುತ್ತ ಹೋಗುತ್ತಾರೆ. ದಿಲ್ಲಿಯ ರಾಜಕೀಯ ಸಿಂಹಾಸನದ ಮೇಲೆ ವಿರಾಜಮಾನರಾದ ನೆಹರೂ ಅವರಿಂದ ಶುರುವಾಗಿ, ತನ್ನ ರೈಫಲ್ಲಿನಲ್ಲಿದ್ದ ಕಡೆಯ ಕಾಡತೂಸನ್ನು ಶತ್ರುವಿನೆಡೆಗೆ ಹಾರಿಸಿ ಆನಂತರ ಸಾಯಲು ಅಣಿಯಾಗುವ ಭಾರತೀಯ ಸೈನಿಕನ ತನಕ - ಅದೊಂದು ದೊಡ್ಡ ಸರಪಳಿ! ಆ ಬಹುದೊಡ್ಡ ಸರಪಳಿಯ ಒಂದು ಪ್ರಮುಖ ಕೊಂಡಿಯಾಗಿ, ಭಾರತದ ತುತ್ತುದಿಯ ನಮ್ಕಾ ಚು ನದೀ ದಂಡೆಯ ಮೇಲೆ ಒಂದು ನತದೃಷ್ಟ ಬ್ರಿಗೇಡ್‌ನ ಅಧಿಪತಿಯಾಗಿ ದುಡಿದು ಚೀನಿಗಳ ಕೈಗೆ ಸೆರೆ ಸಿಕ್ಕವರೇ ಬ್ರಿಗೇಡಿಯರ್ ದಳವಿ!

ಒಂದು ಕಡೆ ನಿಮಗೆ 1962ರ ನಿಜವಾದ ಯುದ್ಧಭೂಮಿಯ ಚಿತ್ರಣ ಸಿಗುತ್ತದಾದರೆ, ಮತ್ತೊಂದು ಕಡೆ ಹೇಗೆ ದೆಹಲಿಯಿಂದ ನಮ್ಕಾ ಚು ನದೀ ದಂಡೆಯ ತನಕ ನಮ್ಮ ರಾಜಕಾರಣಿಗಳು ಮತ್ತು ಸೈನ್ಯಾಧಿಕಾರಿಗಳು ಒಂದು ಮಹಾಯುದ್ಧಕ್ಕೆ ಸಿದ್ಧರೇ ಆಗಿರಲಿಲ್ಲ ಎಂಬುದನ್ನು ಬ್ರಿಗೇಡಿಯರ್ ದಳವಿ ವಿವರಿಸುತ್ತ ಹೋಗುತ್ತಾರೆ.

ಅದಕ್ಕೇ ಹೇಳಿದ್ದು; ಯುದ್ಧವೆಂದರೆ - ಕೇವಲ ಕೊಲ್ಲುವ - ಸಾಯುವ ಕಥೆಯಲ್ಲ. 1962ರ ಅಕ್ಟೋಬರ್ 20ರಂದು ಬೆಳಗಿನ ಜಾವ ಥೋಲಾ ಪೋಸ್ಟ್ (ನಮ್ಕಾ ಚು ತೀರದ

ಭಾರತೀಯ ಗಡಿ ಕೇಂದ್ರ)ನ ಎದುರು ನಮ್ಮ ನಿಸ್ಸಹಾಯಕ ಯೋಧರನ್ನು ಚೀನಿಗಳ ಬಂದೂಕು-ಫಿರಂಗಿಗಳಿಗೆ ಆಹುತಿಯನ್ನಾಗಿ ಮಾಡಿದ ಭಾರತೀಯ ಸರ್ಕಾರ ಮತ್ತು ಭಾರತ ಸೇನಾ ಮುಖ್ಯಸ್ಥರ ಕೊನೆಯ ಅಕ್ಷಮ್ಯ ಅಪರಾಧವೆಂದರೆ, ಅದಕ್ಕೆ ಮುಂಚೆ ಸಾಲು ಸಾಲಾದ ಅಪರಾಧಗಳನ್ನು ಅದೇ ಸರ್ಕಾರ ಮತ್ತು ಅವೇ ಸೈನ್ಯಾಧಿಕಾರಿಗಳು ಮಾಡಿದ್ದರು. ಹೀಗಾಗಿ ಇದು ಒಂದು ಅಪರಾಧ (ಬ್ಲಂಡರ್)ದ ಕಥೆಯಲ್ಲ; ಇದು ಸರಣಿ ಅಪರಾಧಗಳ ಸವಿಸ್ತಾರ ಕಥೆ. ನಿಜವಾದ ಅರ್ಥದಲ್ಲಿ

ಹಿಮಾಲಯನ್ ಬ್ಲಂಡರ್!

ಹೀಗಾಗಿ ಇದು ಒಂದೇ ಆವೇಶದ, ಭಾವುಕತೆಯ ಧಾಟಿಯಲ್ಲಿ ಬರೆದು ಮುಗಿಸುವಂತಹುದಲ್ಲ. ಯುದ್ಧದ ಹಿಂದಿನ ಕಥೆ ಯುದ್ಧಕ್ಕಿಂತ ಘೋರವಾಗಿರುತ್ತದೆ.

ಸಹನೆಯಿಂದ ಓದಿಕೊಳ್ಳಿ.

ಬ್ರಿಗೇಡಿಯರ್ ಜಾನ್ ಪಿ ದಳವಿ ಅದೆಂಥ ಸರಳ, ಸಜ್ಜನಿಕೆಯ ಮತ್ತು ನಿರಾಡಂಬರದ ವ್ಯಕ್ತಿಯೆಂದರೆ ಯುದ್ಧ ರಂಗದಲ್ಲಿ ತಾವು ಎಸಗಿದ ಸಾಹಸಗಳ ಬಗ್ಗೆ ವಿಸ್ತಾರವಾಗಿ ಬರೆಯಲು ಹೋಗುವುದೇ ಇಲ್ಲ. ಇದಕ್ಕೆ ಸಂಬಂಧಿಸಿದ ಕೆಲವು ಮಾಹಿತಿಗಳನ್ನು ನಾನು NEFA ಯುದ್ಧದ ಕುರಿತಂತೆ ಪ್ರಕಟಗೊಂಡ ಇತರೆ ಪುಸ್ತಕ ಮತ್ತು ದಾಖಲೆಗಳಿಂದ ಪಡೆದಿದ್ದೇನೆ. ಅಂತೆಯೇ 7 ಇನ್‌ಫೆಂಟ್ರಿ ಬ್ರಿಗೇಡ್‌ನ ಧೀರೋದಾತ್ತ ಹೋರಾಟದ ಕುರಿತಂತೆ, ಅರುಣಾಚಲ ಪ್ರದೇಶದ ತವಾಂಗ್ ಜಿಲ್ಲೆಯ ಲುಮ್ಲಾ, ಬುಮ್ಲಾ, ಜಿಮಿಥಾಂಗ್, ಲುಂಪೋ ಮುಂತಾದ ಪ್ರದೇಶಗಳಲ್ಲಿ (ಮುಖ್ಯವಾಗಿ ಸೇಲಾ ಪಾಸ್‌ನಲ್ಲಿ) ಸಂಚರಿಸಿ, ವಸತಿ ಮಾಡಿ ನಾನು ಸಂಗ್ರಹಿಸಿದ ವಿವರಗಳನ್ನೂ ಈ ಪುಟಗಳಲ್ಲಿ ಸೇರಿಸಿದ್ದೇನೆ.

ತಮ್ಮ ವೃತ್ತಿ ನಿಯಮಗಳ ಕಾರಣಗಳಿಗಾಗಿಯೋ ಅಥವಾ ದೇಶದ ರಕ್ಷಣೆಯ ಹಿತದೃಷ್ಟಿಯಿಂದಲೋ ಅಥವಾ ಮತ್ಯಾವ ಕಾರಣಗಳಿಗಾಗಿಯೋ ಬ್ರಿಗೇಡಿಯರ್ ದಳವಿ ಅವರು 1962 ಅಕ್ಟೋಬರ್ 22ರಂದು ಚೀನಿಗಳ ಕೈಗೆ ಸೆರೆ ಸಿಕ್ಕ ನಂತರ ಏನು ನಡೆಯಿತು ಮತ್ತು ಚೀನದಲ್ಲಿ ಯುದ್ಧ ಕೈದಿಯಾಗಿದ್ದಾಗ ಏನು ನಡೆಯಿತು ಎಂಬುದನ್ನು ಎಲ್ಲೂ ವಿವರಿಸುವುದಿಲ್ಲ. ಈ ಕುರಿತಂತೆ ಬೆಳಕು ಚೆಲ್ಲುವ ಮತ್ಯಾವುದೇ ಕೃತಿಯೂ ಲಭ್ಯವಿಲ್ಲ. ಹೀಗಾಗಿ ನಾನೂ ಅಸಹಾಯಕ. ಚೀನದಲ್ಲಿ ಯುದ್ಧ ಕೈದಿಯಾಗಿದ್ದಾಗ ಏನು ನಡೆಯಿತು ಎಂಬುದು ಶಾಶ್ವತವಾಗಿ ಒಂದು ನಿಗೂಢವಾಗಿಯೇ ಉಳಿದುಹೋಗುತ್ತದೆ. ಲಭ್ಯವಿರುವ ಒಂದೇ ಮಾಹಿತಿಯೆಂದರೆ ಸೆರೆ ಸಿಕ್ಕುವ ಮುನ್ನ ಬ್ರಿಗೇಡಿಯರ್ ದಳವಿ 190 ಪೌಂಡ್‌ನಷ್ಟು ತೂಕವಿದ್ದರು. ಬಿಡುಗಡೆಯಾದಾಗ 50ಕ್ಕೂ ಹೆಚ್ಚು ಪೌಂಡ್ ತೂಕ ಕಳೆದುಕೊಂಡಿದ್ದರು. ಯುದ್ಧ ಕೈದಿಗಳ ಶಿಬಿರದಲ್ಲಿ ಅವರು ಏನೇನು ಯಾತನೆ ಅನುಭವಿಸಿದರೋ? ಅವರಿಗೇ ಗೊತ್ತು. ಬಿಡುಗಡೆಯಾಗಿ ಹಿಂತಿರುಗಿದ ಹನ್ನೆರಡು ವರ್ಷಗಳ ನಂತರ, 1974ರ ಅಕ್ಟೋಬರ್ ತಿಂಗಳ 28ನೇ ತಾರೀಕಿನಂದು ಸಂಜೆ 4 ಗಂಟೆಗೆ ಮುಂಬಯಿಯ ಅಶ್ವಿನಿ ಆಸ್ಪತ್ರೆಯಲ್ಲಿ ಮೂಳೆಯ ಕ್ಯಾನ್ಸರಿನಿಂದಾಗಿ ಅವರು ತೀರಿಕೊಂಡರು.

- ರವಿ ಬೆಳಗೆರೆ

ಯೋಧನಿಗೊಂದು ನಮಸ್ಕಾರ

ಯಾವತ್ತಾದರೂ ಅವಕಾಶ ಸಿಕ್ಕಾಗ ನೀವು ಒಬ್ಬ ನಿಜವಾದ, ಕ್ಷಾತ್ರವುಳ್ಳ, ಪಳಗಿದ, ಹಿರಿಯ ಸೈನ್ಯಾಧಿಕಾರಿಯನ್ನು ಹತ್ತಿರದಿಂದ ನೋಡಬೇಕು. ಒಬ್ಬ ಸಮರ್ಥ ಬ್ರಿಗೇಡಿಯರ್‌ನನ್ನು ಸಮೀಪಿಸಿ ಮಾತನಾಡಿಸಬೇಕು. I am sure; ನಮ್ಮ ದೇಶವನ್ನ, ಅದರ ಗಡಿಗಳನ್ನ ಎಂಥ ತಾಕತ್ತುಳ್ಳ, ವ್ಯಕ್ತಿಯೊಬ್ಬ ರಕ್ಷಿಸಲು ನಿಂತಿದ್ದಾನೆ ಎಂಬ ನೆಮ್ಮದಿಯ ಭಾವವೊಂದು ನಿಮ್ಮನ್ನು ಆವರಿಸಿಕೊಳ್ಳುತ್ತದೆ.

ನನಗೆ ಇವತ್ತಿಗೂ ಚೆನ್ನಾಗಿ ನೆನಪಿದೆ.

ಕಾರ್ಗಿಲ್ ಸಮೀಪದ ದ್ರಾಸ್‌ನಲ್ಲಿ ಒಂದು ಸೈನಿಕ ಶಿಬಿರಕ್ಕೆ ಭೇಟಿ ನೀಡಿದ್ದೆ. ಇಡೀ ಶಿಬಿರ ಪಾಕಿಸ್ತಾನಿಗಳು ಬೀಸಿದ ಷೆಲ್‌ಗಳಿಂದಾಗಿ ಧ್ವಂಸವಾಗಿ ಹೋಗಿತ್ತು. ವರ್ಷಗಟ್ಟಲೆ ಅದನ್ನು ಕಟ್ಟಿ, ಕಾಪಾಡಿ, ಕಾವಲು ಕಾಯ್ದು, ಅದರಲ್ಲೇ ವಾಸ ಮಾಡಿಕೊಂಡಿದ್ದ ಸೈನಿಕರಿಗೆ ಇದ್ದಕ್ಕಿದ್ದಂತೆ ಒಂದು ದಿನ ತಮ್ಮ ಶಿಬಿರದ ಮೇಲೆ, ಅದರಲ್ಲೂ ತಮ್ಮೆಲ್ಲರ ದೊರೆಯಂತಹ ಅಧಿಕಾರಿ ವಾಸಿಸುವ ಸ್ಥಾವರದ ಮೇಲೆ ಶತ್ರು ಸೈನ್ಯ ಹೀಗೆ ದಾಳಿ ಮಾಡಿಬಿಟ್ಟರೆ ಏನನ್ನಿಸಿರಬೇಡ? ಅವರ ಮನಃಸ್ಥಿತಿ ಹೇಗಿರಬೇಡ? ಅಂಥದೊಂದು ಛಿದ್ರಗೊಂಡ, ವಿಶಾಲವಾದ ಕಂಪೋಂಡಿನಲ್ಲಿ ಶಿಥಿಲದಂತೆ ನಿಂತಿದ್ದ ಸೈನಿಕ ಶಿಬಿರವೊಂದರೊಳಕ್ಕೆ ನಡೆದು ಹೋದೆ. ನಾನು ಹೋದ ದಿನವಷ್ಟೇ ಮೊಟ್ಟ ಮೊದಲ ಶಿಖರವಾದ ಟೋಲೋಲಿಂಗ್ ಭಾರತದ ಕೈವಶವಾಗಿತ್ತು. ಆದರೆ ದ್ರಾಸ್ ಮತ್ತು ಕಾರ್ಗಿಲ್‌ಗಳಿನ್ನೂ ಅಗ್ನಿವರ್ಷದಿಂದ ಕನಲುತ್ತಿದ್ದವು. ಆ ಸಂದರ್ಭದಲ್ಲಿ, ಛಿದ್ರಗೊಂಡಿರುವ ಸೈನಿಕ ಶಿಬಿರದ ಮೈದಾನದ ನಟ್ಟ ನಡುವೆ ಆತ ಕುಳಿತಿದ್ದರು.

ಬ್ರಿಗೇಡಿಯರ್ ಅಮರ್ ಔಲ್!

ಅವರ ಮುಖ ನೋಡಬೇಕಿತ್ತು ನೀವು. ಕಣ್ಣುಗಳು ಕೆಂಡದಷ್ಟು ಕೆಂಪಗಿದ್ದವು. ಆತ ನಿದ್ದೆ ಮಾಡಿ ಬಹುಕಾಲವಾಗಿದ್ದಿರಬೇಕು. ಬಳಲಿಕೆ ಸ್ಪಷ್ಟವಾಗಿತ್ತು. ಆದರೆ ಆ ಬ್ರಿಗೇಡಿಯರ್ ತುಂಬ ಅಚ್ಚುಕಟ್ಟಾದ ದಿರಿಸು ಧರಿಸಿದ್ದ. ಮೀಸೆ ಮಟ್ಟಸವಾಗಿ ಕತ್ತರಿಸಿಕೊಂಡಿದ್ದ. ಅಂಥ ಬಳಲಿಕೆಯಲ್ಲೂ

ಆ ಕಟ್ಟಿಗೆಯ ಕುರ್ಚಿಯ ಮೇಲೆ ನಿಟಾರಾಗಿ ನೆಟ್ಟಗೆ ಕೂತಿದ್ದ. ಕಣ್ಣುಗಳಲ್ಲಿ ಉಡಾಫೆ ಇರಲಿಲ್ಲ. ಮಾತು ವಿಪರೀತ ಸ್ಪಷ್ಟ. ನಮ್ಮೊಂದಿಗೆ ಸುಮಾರು ಹದಿನೈದು ನಿಮಿಷ ಮಾತನಾಡಿ, ಯುದ್ಧ ವಿವರಣೆಗಳನ್ನು ನೀಡಿ,

"ನೀವಿನ್ನು ಹೊರಡಬಹುದು!" ಅಂದುಬಿಟ್ಟ. ಇವತ್ತಿಗಿಷ್ಟು ಸಾಕು ಎಂಬ ನಿಷ್ಠುರದ ಧಾಟಿ. ಇನ್ನೇನು ಎದ್ದು ಹೊರಡಬೇಕು ಎಂಬಷ್ಟರಲ್ಲಿ ಚಿಕ್ಕ ವಯಸ್ಸಿನ ಅಧಿಕಾರಿಯೊಬ್ಬ ಓಡಿ ಬಂದು ಲೇಟೆಸ್ಟ್ ವಿದ್ಯಮಾನಗಳ ವರದಿ ನೀಡತೊಡಗಿದ. ಶಿಖರದ ತುದಿಯಲ್ಲಿ ಅಡಗಿ ಕುಳಿತಿರುವ ಪಾಕಿಸ್ತಾನಿ ಸೈನಿಕ ಈ ಮಧ್ಯಾಹ್ನದಿಂದ ತಣ್ಣಗಾದಂತಿದೆ. ಗುಂಡಿನ ಉತ್ತರ ನೀಡುತ್ತಿಲ್ಲ. ಅವನ ತಾಕತ್ತು ಮುಗಿದಂತಿದೆ. ಏನು ಮಾಡಲಿ? ಎಂದು ಕೇಳಿದ.

"ಪೌಂಡ್ ಹಿಮ್! ಕುಟ್ಟಿ ಅವನನ್ನ. ರಾತ್ರಿಯಿಡೀ ನಿಲ್ಲಿಸದೆ ಅವನ ಮೇಲೆ ತೋಪು ಹಾರಿಸಿ. ಅವನು ತಣ್ಣಗಾದರೆ ಆಗಲಿ. ನಾವು ತಣ್ಣಗಾಗುವ ಮಾತೇ ಇಲ್ಲ. ಪೌಂಡ್ ಹಿಮ್!" ಆದೇಶ ನೀಡಿದರು ಬ್ರಿಗೇಡಿಯರ್ ಅಮರ್ ಔಲ್. ನಾನು ಅವರ ಮುಖವನ್ನೇ ದಿಟ್ಟಿಸಿದೆ. ನಿವೃತ್ತರಾಗಲು ಇನ್ನು ಕೆಲವೇ ವರ್ಷಗಳಿರುವ ಹಿರಿಯ ಅಧಿಕಾರಿ. ಸಾಕಷ್ಟು ವಯಸ್ಸಾಗಿದೆ. ಸಾಕಷ್ಟು ಅನುಭವವೂ ಆಗಿದೆ. ಆತನ ಮುಖದಲ್ಲಿ ಶತ್ರುವಿನೆಡೆಗೆ ನಿರ್ದಯತೆಗಿಂತ, ತನಗೆ ಒಪ್ಪಿಸಿದ ಕಾರ್ಯವನ್ನು ಯಶಸ್ವಿಯಾಗಿ ಮಾಡಿ ಮುಗಿಸಲೇಬೇಕೆಂಬ ನಿರ್ಣಯವಿದೆ. ಷೆಲ್ ದಾಳಿಗೆ ಸಿಕ್ಕು ಪಾಳು ಬಿದ್ದು ಹೋದ ತನ್ನ ಶಿಬಿರದ ಅಂಗಳದಲ್ಲಿ ಕೂತೇ ಇಂಥ ಖಚಿತವಾದ ದನಿಯಲ್ಲಿ ಮಾತನಾಡುತ್ತಾನೆ. ಮತ್ತೆ ತನ್ನ ಸಾಮ್ರಾಜ್ಯ ಸ್ಥಾಪಿಸಿ, ಅಲ್ಲಿ ಭಾರತದ ಪತಾಕೆ ಹಾರಿಸಿ ಬರುವ ಉತ್ಸಾಹ ತೋರಿಸುತ್ತಾನೆ.

ಆತ ಎಂಥ ಗಟ್ಟಿಗ!

ಇವತ್ತಿಗೆ ಮೂವತ್ತೇಳು ವರ್ಷಗಳ ಹಿಂದೆ ಭಾರತದ ಇನ್ನೊಂದು ಗಡಿಯಲ್ಲಿ ಹೀಗೇ ಒಂದು ಪಾಳು ಬಿದ್ದ ಸೈನಿಕ ಶಿಬಿರದ ಅಂಗಳದಲ್ಲಿ ಕುಳಿತ, ಇದೇ ವಯಸ್ಸಿನ, ಇಂಥದೇ ಕ್ಷಾತ್ರದ ಮತ್ತೊಬ್ಬ ಬ್ರಿಗೇಡಿಯರ್ ಇದೇ ತರಹದ ಮಾತುಗಳನ್ನಾಡಿರಬಹುದಲ್ಲವೆ?

ವ್ಯತ್ಯಾಸವಿಷ್ಟೆ.

ಪಾಕಿಸ್ತಾನದ ಗಡಿಯ ಕಾರ್ಗಿಲ್ ಯುದ್ಧದಲ್ಲಿ ಈ ಬ್ರಿಗೇಡಿಯರ್ ವಿಜಯಿಯಾದ. ಕೊರಳಿಗೆ ಹಾರ, ಪ್ರಶಸ್ತಿ, ಹೋದಲ್ಲೆಲ್ಲ ಗೌರವದ ಸೆಲ್ಯೂಟ್.

ಆದರೆ ಅವತ್ತು ಆ ಬ್ರಿಗೇಡಿಯರ್ ಪರಿಸ್ಥಿತಿ ಏನಾಗಿತ್ತು ಗೊತ್ತೆ? ಆತ ತನ್ನ ಶತ್ರುವಿನ ಕೈಗೆ ಸೆರೆಸಿಕ್ಕಿದ್ದ. ಯುದ್ಧ ನಿಯಮಗಳ ಪ್ರಕಾರ ಬಂಧಿತ ಸೈನ್ಯಾಧಿಕಾರಿಗೆ ಕೊಡುವ ಗೌರವಗಳನ್ನೆಲ್ಲ ಕೊಟ್ಟೇ ಚೀನೀಯರು ಆತನನ್ನು ಕರೆದೊಯ್ದು ಟಿಬೆಟ್‌ನಲ್ಲಿ ಏರ್ಪಡಿಸಲಾಗಿದ್ದ ಯುದ್ಧ ಕೈದಿಗಳ ಶಿಬಿರ(ಜೈಲು)ದಲ್ಲಿರಿಸಿದರು.

ಅಂಥ ಯುದ್ಧ ಶಿಬಿರದಲ್ಲಿ ಕುಳಿತುಕೊಂಡು ಇಡೀ ಭಾರತ ದೇಶ ಹೇಗೆ ಗೊತ್ತಿದ್ದೂ ಒಂದು ಯುದ್ಧಕ್ಕೆ ಸಿದ್ಧಗೊಂಡಿರಲೇ ಇಲ್ಲ ಮತ್ತು ಹೇಗೆ ಅಂಥದೊಂದು ಅನಾಹುತಕ್ಕೆ ಕಾರಣವಾಯಿತು ಎಂಬುದನ್ನು ಬ್ರಿಗೇಡಿಯರ್ ದಳವಿ ಪುಸ್ತಕದುದ್ದಕ್ಕೂ ವಿವರಿಸುತ್ತಾರೆ. ಅದನ್ನು

ಅವರ ಬಾಯಲ್ಲೇ ಕೇಳಿ:

ಅದು 1962ರ ನವೆಂಬರ್ 21ರ ರಾತ್ರಿ.

ನೆಲ ತಣ್ಣಗೆ ಕೊರೆಯುತ್ತಿತ್ತು. ನಾನಿದ್ದುದು ಚೀನೀಯರ ಬಂಧನದಲ್ಲಿ. ಟಿಬೆಟ್‌ನಲ್ಲಿ ಅಂಥದೊಂದು ಯುದ್ಧ ಕೈದಿಗಳ ಶಿಬಿರವೇರ್ಪಡಿಸಲಾಗಿತ್ತು.

ಪುಸ್ತಕಗಳಿಲ್ಲದೆ, ವೃತ್ತಪತ್ರಿಕೆಗಳಿಲ್ಲದೆ, ಕೇಳಲು ರೇಡಿಯೋ ನ್ಯೂಸ್ ಕೂಡ ಇಲ್ಲದೆ, ಮೈತುಂಬ ಕಣ್ತುಂಬ ಕೇವಲ ಸಮಯವನ್ನಷ್ಟೇ ಹೊತ್ತುಕೊಂಡು ಸುಮ್ಮನೆ ಮಲಗಿದ್ದೆ. ಚೀನಾ ಸೈನ್ಯದ ಆ ಮೇಜರ್ 'ನಿಮಗೊಂದು ಗುಡ್‌ನ್ಯೂಸ್!' ಎಂದು ಕೂಗುತ್ತ ಬಂದು ಎಬ್ಬಿಸಿದ.

"ಏನು?" ಅಂದೆ.

"ಚೀನಾ-ಭಾರತ ಯುದ್ಧ ಮುಗೀತು. ಒಳ್ಳೆ ಮಿಂಚಿನ ಥರಾ ನಾವು ಆಕ್ರಮಿಸಿಕೊಂಡಿದ್ದೆವಲ್ಲ? ಆ ನಿಮ್ಮ ಭಾರತದ ನೆಲವನ್ನೆಲ್ಲ ವಾಪಸು ಮಾಡಿ ಚೀನೀ ಸೈನ್ಯವನ್ನು ಹಿಂದಕ್ಕೆ ಕರೆಸಿಕೊಳ್ಳಬೇಕು ಅಂತ ಚೀನಾ ಸರ್ಕಾರ ನಿರ್ಧಾರ ಮಾಡಿದೆ!" ಅಂದ.

"ಯಾಕೆ ಆ ನಿರ್ಧಾರ ಮಾಡಿದರು?" ವಿಚಾರಿಸಿದೆ.

"ನಿಮಗೇ ಗೊತ್ತಲ್ಲ ಬ್ರಿಗೇಡಿಯರ್? ಸಾವಿರಾರು ವರ್ಷದಿಂದ ಸಹಬಾಳ್ವೆ ನಡೆಸಿದ ದೇಶಗಳು ನಮ್ಮವು. ಯಾವತ್ತೂ ಯುದ್ಧ ಮಾಡಿರಲಿಲ್ಲ. ಚೈನಾಗೆ ಯುದ್ಧ ಬೇಕಾಗಿಲ್ಲ. ನಿಮ್ಮ ತಂಟೆಕೋರ ಭಾರತ ಸರ್ಕಾರವೇ ಯುದ್ಧ ಶುರುವಿಟ್ಟುಕೊಂಡಿತು. ಅನಿವಾರ್ಯವಾಗಿ ನಾವು ಪ್ರತಿ ದಾಳಿ ಮಾಡಿದೆವು. ಒಂದೇ ತಿಂಗಳಲ್ಲಿ NEFA ಮತ್ತು ಲದಾಕ್‌ನ ಗಡಿಗಳನ್ನೆಲ್ಲ ವಶಕ್ಕೆ ತಗೊಂಡು, ನೀವು ಆಕ್ರಮಿಸಿಕೊಂಡ ನೆಲವನ್ನ ಮುಕ್ತಗೊಳಿಸಿಬಿಟ್ವಿ. ಈಗ, ಸುಮ್ನೇ ರಕ್ತಪಾತ ಮಾಡೋದ್ಯಾಕೆ ಅಂತ ತೀರ್ಮಾನಿಸಿ ವಾಪಸು ತಗೋತಿದೀವಿ ಸೈನ್ಯವನ್ನ. ಚೈನಾದಂಥ ತಾಕತ್ತಿನ ಮುಂದೆ ನಿಮ್ಮ ಭಾರತ ಎಲ್ಲಿ ನಿಂತೀತು? ಈಗಲಾದರೂ ನಿಮ್ಮ ಭಾರತ ಸರ್ಕಾರ ಬುದ್ಧಿ ಕಲಿತು ಮಾತುಕತೆಗೆ ಬರುತ್ತೆ ಅಂದುಕೊಳ್ತೀನಿ. ಕೋಟ್ಯಂತರ ಜನ, ಎರಡೂ ಕಡೆ ತಣ್ಣಗಿರಬಹುದು. ಏನಂತೀರಿ ಬ್ರಿಗೇಡಿಯರ್?" ಅಂದ ಚೀನದ ಆ ಅಧಿಕಾರಿ.

ನನ್ನ ಏಳು ತಿಂಗಳ ಆ ಬಂಧನದಲ್ಲಿ, ಅಷ್ಟೇಕೆ - ನನ್ನ ಇಡೀ ಜೀವಮಾನದಲ್ಲೇ ಅಂಥ ಅವಮಾನವನ್ನ ನಾನು ಅನುಭವಿಸಿರಲಿಲ್ಲ. ಅವತ್ತು ರಾತ್ರಿ ನನ್ನ ದೇಶದ ಬಗ್ಗೆ ಒಂದು ಭಯಂಕರ, ಅಸಹನೀಯವಾದ ನಾಚಿಕೆಯನ್ನು ನಾನು ಅನುಭವಿಸಬೇಕಾಯಿತು. ಅವಮಾನದ ಹಬೆ ನನ್ನನ್ನು ಆಕ್ರಮಿಸಿಕೊಂಡಿತ್ತು. ಇಂಥ ಸ್ಥಿತಿಗೆ ನಾನು, ನನ್ನ ನೇತೃತ್ವದಲ್ಲಿದ್ದ ನನ್ನ ಸೈನ್ಯ ಮತ್ತು ನನ್ನ ದೇಶ ಬಂದು ತಲುಪೋದಕ್ಕೆ ಕಾರಣರಾದವರು ಯಾರು?

ಇಲ್ಲ, ಒಂದಲ್ಲ ಒಂದು ದಿನ ನಾನದನ್ನ ಜಗತ್ತಿಗೆ ಹೇಳೇ ಹೇಳ್ತೀನಿ!" ಹಾಗಂತ ನಿರ್ಧರಿಸಿದೆ.

ಮುಂದೆ 1963ರ ಮೇ 4ರಂದು ಇತರೆ ಬಂಧಿತ ಅಧಿಕಾರಿಗಳ ಸಮೇತ ನನ್ನನ್ನ ಭಾರತಕ್ಕೆ ವಾಪಸು ಕಳಿಸಲಾಯಿತು. ಮೊದಲು ಕಲ್ಕತ್ತಾದಲ್ಲಿರುವ ಬ್ಯಾರಕ್‌ಪುರ್ ಮಿಲಿಟರಿ ಏರ್‌ಪೋರ್ಟಿಗೆ

ನಮ್ಮನ್ನು ತಂದರಾದರೂ, ಅಲ್ಲಿ ನಮ್ಮನ್ನು ಇಳಿಸಲಿಲ್ಲ. ಅದೇ ಕಲ್ಕತ್ತಾದ ಡಮ್‌ಡಮ್ ವಿಮಾನ ನಿಲ್ದಾಣದಲ್ಲಿ ಇಳಿಸಿದರು. ಸೂಕ್ತವಾದ ಮಿಲಿಟರಿ ಸ್ವಾಗತವೇನೋ ಕಾದಿತ್ತು. ಆದರೆ ಅದೊಂದು ತೆರನಾದ ಅಸಹನೀಯ ಮೌನ. ಅಹಿತವಾದ ತಂಪು. ಆಮೇಲೆ ಗೊತ್ತಾಯಿತು. ನಮಗೆ ಚೀನೀಯರು ಸಿದ್ಧಾಂತ ಬೋಧಿಸಿ ಬ್ರೇನ್ ವಾಷ್ ಮಾಡಿಲ್ಲ: ನಾವಿನ್ನೂ ಭಾರತಕ್ಕೆ ನಿಷ್ಠರಾಗೇ ಇದ್ದೇವೆ ಎಂಬುದನ್ನು ನಾವಾಗಿ ನಾವು ಸಾಬೀತು ಮಾಡಿಕೊಳ್ಳುವ ತನಕ ನಮ್ಮನ್ನು ಹತ್ತಿರಕ್ಕೆ ಸೇರಿಸಿಕೊಳ್ಳಲು ನಮ್ಮದೇ ಸೈನ್ಯ ಸಿದ್ಧವಿರಲಿಲ್ಲ. ದುರಂತವೆಂದರೆ, ಒಂದು ದಶಕದಷ್ಟು ಕಾಲ ನಮ್ಮ ಭಾರತ ಸರ್ಕಾರವೇ ಬ್ರೇನ್ ವಾಷ್‌ಗೆ ಒಳಗಾದಂತೆ ಚೀನದ ಪರವಾಗಿ ಜಗತ್ತಿನ ತುಂಬ ಮಾತಾಡುತ್ತ ತಿರುಗಿತ್ತು!

'ಮುಲಾಜಿಲ್ಲದೆ ಯುದ್ಧ ಕೈದಿಗಳಾದ ನಮ್ಮನ್ನು ಅಸ್ಪೃಶ್ಯರಂತೆ ದೂರವಿರಿಸಲಾಯಿತು. ಚೀನಾ ದೇಶ ನಮ್ಮನ್ನು ವಾಪಸು ಕಳಿಸಿದ್ದು ನಮ್ಮ ಸರ್ಕಾರಕ್ಕೆ ಇರುಸು ಮುರುಸು ಉಂಟುಮಾಡಿತ್ತು. ಮತ್ತೆ ಎಲ್ಲರ ಗಮನ, ಎಲ್ಲರ ಚರ್ಚೆ ನಾವು ಹೀನಾಯವಾಗಿ ಸೋತ ಭಾರತ-ಚೀನಾ ಯುದ್ಧದ ಕಡೆಗೆ ತಿರುಗುವುದು ಯಾರಿಗೂ ಬೇಕಾಗಿರಲಿಲ್ಲ. ದುರಂತವೆಂದರೆ, ಭಾರತಕ್ಕಾಗಿ ಬಡಿದಾಡಿದ, ಅದರಿಂದಾಗಿಯೇ ಶತ್ರುವಿಗೆ ಸೆರೆ ಸಿಕ್ಕ ನಮ್ಮನ್ನು ವಿಮಾನದಿಂದ ಇಳಿದ ಕೂಡಲೆ ವಿಮಾನ ನಿಲ್ದಾಣದ ಕಸ್ಟಮ್ಸ್ ವಿಭಾಗಕ್ಕೆ ಕರೆದೊಯ್ದು, ನಮ್ಮ ಲಗೇಜುಗಳನ್ನು ತಪಾಸಣೆಗೆ ಒಳಪಡಿಸಲಾಯಿತು. ಅದನ್ನು ನೋಡುತ್ತಿದ್ದಂತೆಯೇ ಅಂದುಕೊಂಡೆ: "ಓ....ಭಾರತವಿನ್ನೂ ಏನೇನೂ ಬದಲಾಗಿಲ್ಲ. ಮತ್ತೆ ನಾನು ಅದೇ ಹಳೆಯ ಮಡುವಿಗೆ ಬಿದ್ದಿದ್ದೇನೆ!"

1963ರ ಮೇ 15ರಂದು ಭಾರತ ಸೈನ್ಯದ ಸರ್ವೋಚ್ಚ ಅಧಿಕಾರಿ ಜನರಲ್ ಜೆ.ಎನ್. ಚೌಧುರಿಯವರನ್ನು ಅವರ ಕಚೇರಿಯಲ್ಲೇ ಭೇಟಿ ಮಾಡುವಂತೆ ನನಗೆ ಆದೇಶ ನೀಡಲಾಯಿತು. "ಒಂದು ವರದಿ ಬರೆಯಿರಿ. ಅದು ನಮ್ಮ ದೇಶದ ರಕ್ಷಣಾ ಸಚಿವರಿಗೆ ಬೇಕು. ನನಗೂ ಬೇಕು. ಭವಿಷ್ಯದಲ್ಲಿ ನಾವು ಹ್ಯಾಗೆ ಒಂದಿಡೀ ಬ್ರಿಗೇಡನ್ನ ತಟ್ಟೇಲಿಟ್ಟು ಚೈನಿಗಳ ಮುಂದೆ ಇಡಬಾರದು ಅನ್ನೋ ಪಾಠವನ್ನ ನಾವು ಕಲಿಯಬೇಕಾಗಿದೆ. ಎಂತೆಂಥ ಚಿಲ್ರೆ ದೇಶಗಳ ಮುಂದೆ ನಾವು ನಗೆಪಾಟಲಿಗೆ ಈಡಾಗಿ ಹೋಗಿದೀವಿ ಮಾರಾಯ.....ಒಂದು ವರದಿ ಬರೀರಿ" ಅಂದರು ಜನರಲ್ ಚೌಧುರಿ. *(ಅವರು ಎಂತೆಂಥ ದೇಶಗಳು ಅಂದು -ಕೆಲವು ದೇಶಗಳ ಹೆಸರು ಹೇಳಿದರಲ್ಲ? ಆ ಹೆಸರುಗಳನ್ನ ಇಲ್ಲಿ ಸೂಚಿಸುವುದಕ್ಕೂ ನನಗೆ ನಾಚಿಕೆಯಾಗುತ್ತದೆ-ದಳವಿ)*

ಸರಿ, ನನ್ನ ಯೋಚನೆ, ನೆನಪುಗಳನ್ನೆಲ್ಲ ಒತ್ತಟ್ಟಿಗೆ ಕ್ರೋಢೀಕರಿಸಿಕೊಳ್ಳುವುದಕ್ಕೆ ಇದೂ ಒಂದು ಅವಕಾಶವಾದಂತಾಯಿತು ಅಂದುಕೊಂಡೆ. ಮುಖ್ಯವಾದ ವಿಷಯಗಳೆಲ್ಲ ನನ್ನ ನೆನಪಿನಲ್ಲಿ ಕದಲದೆ ಕುಳಿತುಬಿಟ್ಟಿದ್ದವು. ಆದರೂ ಕೆಲವು ಅಂಶಗಳನ್ನ ಖಚಿತ ಪಡಿಸಿಕೊಳ್ಳೋದಕ್ಕೋಸ್ಕರ ತುಂಬ ಸಲ ನಾನು ಲೆಫ್ಟಿನೆಂಟ್ ಕರ್ನಲ್ ರೀಖ್, ಬಿ.ಎಸ್. ಅಹ್ಲುವಾಲಿಯಾ, ಮೇಜರ್ ಆರ್.ಓ. ಖರಬಂಡಾ ಮತ್ತು ಕ್ಯಾಪ್ಟನ್ ಟಿ.ಕೆ. ಗುಪ್ತಾ-ಇವರೆಲ್ಲರೊಂದಿಗೆ ಮಾತಾಡಿದೆ. ಅನೇಕ ವಿಷಯಗಳನ್ನ ನಾವೆಲ್ಲ ಮನವರಿಕೆ ಮಾಡಿಕೊಂಡೆವು. ಕೆಲವನ್ನ ಮತ್ತೆ ಮತ್ತೆ ಪರಿಶೀಲನೆ ಮಾಡಿಕೊಂಡೆವು. ಇವತ್ತು ನಿಮ್ಮ ಕೈಲಿರೋ ಪುಸ್ತಕಕ್ಕೆ ಅದೇ ಮೂಲ ದ್ರವ್ಯವಾಯಿತು. ನಮ್ಮನ್ನ

ವಿಮಾನ ನಿಲ್ದಾಣದಲ್ಲಿ ಸ್ವೀಕರಿಸಿದ ರೀತಿ, ನಮ್ಮ ಬಗ್ಗೆ ನಮ್ಮ ಬಂಧನದ ನಂತರ ಅವರಿವರು ಆಡಿಕೊಂಡ ಮಾತುಗಳು -ಇವೆಲ್ಲವುಗಳ ಮಧ್ಯೆಯೇ ಒಂದು ಪ್ರಾಮಾಣಿಕ ವರದಿ ಬರೆದು ಸೈನ್ಯದ ಅಧಿನಾಯಕರಾದ ಚೌಧುರಿ ಅವರ ಕೈಗೆ ನಾನೇ ಒಯ್ದು ಕೊಟ್ಟೆ. ಆ ವರದಿಯ ಹಣೇಬರಹ ಏನಾಯಿತೋ ಕಾಣೆ. ಅದೇ ಕೊನೆ. ಆಮೇಲೆ ಯಾರೂ ನನ್ನೊಂದಿಗೆ ಅದರ ಬಗ್ಗೆ ಕೇಳಲಿಲ್ಲ. ಚರ್ಚಿಸಲಿಲ್ಲ. ನನಗೆ ಗೊತ್ತು; ಅದು ಅನೇಕ ಸೂಕ್ಷ್ಮಗಳನ್ನು ತಾಕಿರುತ್ತದೆ.

ಅಷ್ಟು ಹೊತ್ತಿಗಾಗಲೇ ಭಾರತೀಯ ಸೈನ್ಯ ವಿಪರೀತವಾದ ಚರ್ಚೆಗೆ, ಟೀಕೆಗೆ, ಛೀಮಾರಿಗೆ ಒಳಗಾಗಿತ್ತು. 1962ರ ಮಹಾ ಕಳಂಕಕ್ಕೆ ಸೈನ್ಯವು ಅನುಭವಿಸಿದ ಕೊರತೆಗಳೇ ಕಾರಣ ಎಂಬ ಸಲೀಸು ಸಮಾಧಾನವನ್ನೂ ಕೆಲವರು ಕಂಡುಕೊಳ್ಳತೊಡಗಿದ್ದರು. ಅದಕ್ಕಿಂತ ಮುಖ್ಯವಾಗಿ 1962ರ ಯುದ್ಧದ ನಂತರ ಪ್ರಮುಖ ಸ್ಥಾನಗಳಿಗೆ ಬಡ್ತಿ ಪಡೆದು ಬಂದ ಕೆಲ ಮಿಲಿಟರಿ ಅಧಿಕಾರಿಗಳು, 'ಯುದ್ಧದ ಸಮಯದಲ್ಲಿ ನಾವೇನಾದರೂ ಇದ್ದಿದ್ದರೆ ನೆಹರು, ಮೆನನ್, ಜನರಲ್ ಕೌಲ್ ಎಲ್ಲರನ್ನೂ ಹ್ಯಾಗೆ ಎದುರು ಹಾಕಿಕೊಂಡು, ನಮ್ಮವೇ ನಿರ್ಣಯಗಳನ್ನು ತೆಗೆದುಕೊಂಡು ಯುದ್ಧವನ್ನು ಹ್ಯಾಗೆ ಗೆಲ್ಲುತ್ತಿದ್ದೆವು ಗೊತ್ತಾ?' ಎಂಬ ಧಾಟಿಯಲ್ಲಿ ಮಾತಾಡತೊಡಗಿದ್ದರು. ದೇವರೇ, ನಮ್ಮ ದೇಶದ ಜನ, ನಮ್ಮ ಸೈನಿಕ ಅಧಿಕಾರಿಗಳು ಒಂದು ಯುದ್ಧವನ್ನು ನಿರ್ವಹಿಸೋದನ್ನ ಯಾವತ್ತಿಗಾದರೂ ಕಲಿತಾರೆಯೇ? ಅನ್ನಿಸತೊಡಗಿತು. ಆದ್ದರಿಂದಲೇ ಇಂಥದೊಂದು ಪುಸ್ತಕ ಬರೆಯೋ ತೀರ್ಮಾನಕ್ಕೆ ಬಂದೆ.

1962ರ ರಾಷ್ಟ್ರೀಯ ಪರಾಭವವಿದೆಯಲ್ಲ? ಅದರಲ್ಲಿ ಪ್ರತಿ ಭಾರತೀಯನೂ ತಪ್ಪಿತಸ್ಥನೇ. ಯುದ್ಧ ನಿರ್ದೇಶನದ ಅತಿದೊಡ್ಡ ಮಟ್ಟದ ಅಧಿಕಾರಿಗಳು, ನಮ್ಮ ವಿರೋಧ ಪಕ್ಷದ ನಾಯಕರು, ಇಡೀ ಕಾರ್ಯಾಚರಣೆ ಯಲ್ಲಿ ಭಾಗಿಯಾಗಿದ್ದ ಸೈನಿಕ ಅಧಿಕಾರಿಗಳು (ನನ್ನನ್ನೂ ಸೇರಿಸಿ), ಸಾರ್ವಜನಿಕ ಅಭಿಪ್ರಾಯ ರೂಪಿಸಬೇಕಾದ ಪತ್ರಿಕೆಗಳವರು- ಎಲ್ಲರೂ ಈ ಪರಾಭವದಲ್ಲಿ, ಈ ಸೋಲಿನಲ್ಲಿ ಭಾಗಿಗಳೇ. ಎಲ್ಲರೂ ತಪ್ಪಿತಸ್ಥರೇ. ಭಾರತ ಸರ್ಕಾರದ ಮಟ್ಟಿಗಂತೂ- ಅದು ಅಕ್ಷಮ್ಯ ಅಪರಾಧ. ಹಿಮಾಲಯನ್ ಬ್ಲಂಡರ್!

ಅಂಥ ಅಪರಾಧ ಎಲ್ಲ ಮಟ್ಟಗಳಲ್ಲೂ ಆಗಿತ್ತು.

* * *

ಭಾರತದ ಜನಕ್ಕೆ ಸತ್ಯವೇನೆಂಬುದನ್ನು ಅರ್ಥ ಮಾಡಿಕೊಳ್ಳುವ, ತಿಳಿದುಕೊಳ್ಳುವ ಕುತೂಹಲವಿದೆ. ಆದರೆ ಸುಳ್ಳೇ 'ರಕ್ಷಣೆಯ ದೃಷ್ಟಿಯಿಂದ' ಎಂಬ ಕಾರಣ ನೀಡಿ ಸಂಗತಿಗಳನ್ನು ಮುಚ್ಚಿಡಲಾಗುತ್ತಿದೆ. ಹೀಗಾಗಿ ಗೊಂದಲ. ಸತ್ಯ ಮುಚ್ಚಿಡುವ ಪ್ರಯತ್ನವಂತೂ ನಿರಂತರವಾಗಿ ಸಾಗಿದೆ. "NEFA ಎನ್‌ಕ್ವೈರಿ"ಯ ನಂತರ ಹೊರಬಿದ್ದ ವರದಿಯ ಕೆಲವು ಭಾಗಗಳು ಮಾತ್ರ ಪ್ರಕಟವಾಗಿವೆ. ಈ ವರದಿ ಸಿದ್ಧಪಡಿಸಿದ, ಇಡೀ ಪ್ರಕರಣದಲ್ಲಿ ಏನೇನು ನಡೆಯಿತೆಂಬುದರ ವಿಚಾರಣೆ ನಡೆಸಿದ ಸಮಿತಿಯ ಮುಂದೆ ಹೇಳಿಕೆ ನೀಡುವಂತೆ ನನ್ನನ್ನು ಕರೆಯಲಿಲ್ಲ. ನನ್ನಂತೆಯೇ ಬಂಧಿತರಾಗಿ, ಚೀನದಿಂದ ವಾಪಸು ಕಳಿಸಲ್ಪಟ್ಟವರ್‍ಯಾರನ್ನೂ ಕರೆಯಲಿಲ್ಲ. ಏಕೆ?

ಇವತ್ತು 1962ರ ಹೀನಾಯ ಸೋಲಿಗೆ, ಭಾರತದ ಈ ಪರಿ ಅವಮಾನಕ್ಕೆ ಕಾರಣಗಳೇನು ಮತ್ತು ಯಾರು ಎಂಬುದನ್ನು ಬೇರಾವುದೇ ದುರುದ್ದೇಶವಿಲ್ಲದೆ ಗುರುತಿಸಬೇಕಾಗಿದೆ. ಮತ್ತೊಮ್ಮೆ ಅಂಥ ಅಪರಾಧಗಳಾಗಬಾರದು. ಆದರೆ ಕೆಲವರಿದ್ದಾರೆ: ಇವತ್ತಿಗೂ ಚೀನ ಮತ್ತು ಪಾಕಿಸ್ತಾನಗಳಿಂದ ನಮಗೆ ಬೆದರಿಕೆಯಿರುವುದರಿಂದ NEFA ಗಡಿಯಲ್ಲಿ ನಾವು ಸೋತುದರ ಬಗ್ಗೆ ಬಹಿರಂಗ ಚರ್ಚೆಯೇ ಆಗಬಾರದು ಅನ್ನುತ್ತಾರೆ. ಕಳ್ಳರು! ಅವರಲ್ಲಿ ಹೆಚ್ಚಿನ ಜನ 1962ರ ಸೋಲಿಗೆ ಕಾರಣರಾದವರೇ. ಇನ್ನು ಕೆಲವರಿಗೆ ನೆಹರು ಅವರ ಬಗ್ಗೆ, ಸುದೀರ್ಘ ಕಾಲ ಭಾರತವನ್ನು ಆಳಿದ ಆ ಮಹಾನ್ ಪ್ರಧಾನಿಯ ಬಗ್ಗೆ ಅಪಸ್ವರದ ಮಾತಾಡಿದರೇನೇ ಸಹಿಸಲಾಗದು. ಅವತ್ತು 1962ರಲ್ಲಿ ಭಾರತೀಯ ಸೈನ್ಯ ಸೋಲಿನೆಡೆಗೆ ಸರಿದು ಹೋಗುತ್ತಿದ್ದಾಗಲೂ ನೆಹರುವಿನೊಂದಿಗಿದ್ದು ಪರಾಕು ಹೇಳಿದವರು ಇದೇ ಜನ. ಅಕ್ಷಮ್ಯ ಅಪರಾಧಗಳನ್ನು ಮಾಡದೆ ಹೋಗಿದ್ದಿದ್ದರೆ, ಎಲ್ಲ ಮಟ್ಟಗಳಲ್ಲೂ ಮಾಡದೆ ಹೋಗಿದ್ದಿದ್ದರೆ ಈ ಪರಿಯ ಕಳಂಕವನ್ನು ನಮ್ಮ ದೇಶ ಭರಿಸಬೇಕಾಗಿರುತ್ತಿರಲಿಲ್ಲ. ಆ ಬಗ್ಗೆ ಮಾತಾಡಲೇ ಬೇಕಾಗಿದೆ.

ಅದೇನು ವಿಧಿಯೋ ಗೊತ್ತಿಲ್ಲ. ಎಂಟು ವರ್ಷಗಳ ಕಾಲ 1954ರಿಂದ 1962ರ ತನಕ ಈ ಚೀನಾ ಸಮಸ್ಯೆಯೊಂದಿಗೇ ಹೆಣಗಬೇಕಾಗಿ ಬಂದಿತ್ತು ನನಗೆ. ಮೊದಲು ಯುದ್ಧ ಕಾರ್ಯಾಚರಣೆಯ ನಿರ್ದೇಶನಾಲಯದಲ್ಲಿ ಲೆಫ್ಟಿನೆಂಟ್ ಕರ್ನಲ್ ಆಗಿದ್ದೆ. ಆಮೇಲೆ ಲದಾಕ್‌ನಲ್ಲಿ ಆಡಳಿತ ಘಟಕದಲ್ಲಿ ಬ್ರಿಗೇಡ್ ಇನ್‌ಛಾರ್ಜ್ ಆಗಿದ್ದೆ. ಕಡೆಗೆ NEFAದ ತವಾಂಗ್ ಸೆಕ್ಟರ್‌ನ ಯುದ್ಧಭೂಮಿಯಲ್ಲಿ ಸೆವೆನ್ ಇನ್‌ಫೆಂಟ್ರಿ ಬ್ರಿಗೇಡ್‌ನ ಬ್ರಿಗೇಡಿಯರನಾಗಿದ್ದೆ. ಏನೇನು ನಡೆಯಿತು ಎಂಬುದನ್ನು ಕಣ್ಣಾರೆ ನೋಡಿದ್ದೇನೆ. ಚೀನದೆಡೆಗೆ ನಮ್ಮ ರಾಷ್ಟ್ರೀಯ ನೀತಿ (National policy) ಏನಿತ್ತು ಎಂಬುದನ್ನು ಕಂಡಿದ್ದೇನೆ. ಚೀನೀಯರು ತೊಡೆ ತಟ್ಟಿ ಕದನಕ್ಕೆ ಕರೆಯುತ್ತಿದ್ದಾಗ ನಮ್ಮ ನರಸತ್ತ ಸೈನಿಕ ಪ್ರತಿಕ್ರಿಯೆ ಎಂತಹುದಿತ್ತು ಎಂಬುದನ್ನೂ ಕಂಡಿದ್ದೇನೆ.

ಈ ಎಂಟು ವರ್ಷಗಳಲ್ಲಿ ಏನೇನು ಕಂಡೆನೋ: ಅದನ್ನು ಹಾಗೇ ಹೇಳುತ್ತ ಹೋಗಿದ್ದೇನೆ. 1962ರಲ್ಲಿ ನಮ್ಮ ಸೈನ್ಯದ ವರ್ತನೆಗೆ, ಅವತ್ತಿನ ಪರಿಸ್ಥಿತಿಗೆ ಸಂಬಂಧವಿದೆಯೆಂಬ ಕಾರಣಕ್ಕಾಗಿಯೇ ಭಾರತ-ಚೀನಗಳ ನಡುವೆ ಇದ್ದ ರಾಜಕೀಯ ಹಾಗೂ ಸೈನಿಕ ಸಂಬಂಧಗಳ ಬಗ್ಗೆ ಕೊಂಚ ವಿವರಣೆ ನೀಡಿದ್ದೇನೆ.

ನನ್ನ ನೇತೃತ್ವದಲ್ಲಿದ್ದ ಸೆವೆನ್ ಇನ್‌ಫೆಂಟ್ರಿ ಬ್ರಿಗೇಡ್‌ಗೆ ಯಾವ ಕೆಲಸ ವಹಿಸಲಾಗಿತ್ತು: ಮತ್ತು ಅದನ್ನು ನಿರ್ವಹಿಸಲು ಹೋದಾಗ ಏನಾಯಿತು? ಎಂಬುದರ ವೈಯಕ್ತಿಕ ವಿವರಣೆಯೇ ಈ ಪುಸ್ತಕ. ಈ ಪುಸ್ತಕದ ನಿಜವಾದ ನಾಯಕನೆಂದರೆ-ಭಾರತೀಯ ಸೈನಿಕ. ಅವನ ತಾಕತ್ತು! ಅಂಥ ಅನಿಶ್ಚಿತ ರಾಜಕೀಯ, ಅಂಥ ರಾಜಕಾರಣಿಗಳ ಹಸ್ತಕ್ಷೇಪಕ್ಕೆ ಒಳಗಾದ ಹಿರಿಯ ಸೈನ್ಯಾಧಿಕಾರಿಗಳು-ಅವುಗಳ ನಡುವೆಯೂ ಕಟ್ಟಕಡೆಯ ಉಸಿರಿರುವ ತನಕ ಬಡಿದಾಡಿದವನು ಭಾರತೀಯ ಸಿಪಾಯಿ. ಅಂಥ ಸಿಪಾಯಿಯ ತಾಕತ್ತು, ಕ್ಷಾತ್ರ, ನಿರ್ಧಾರದ ಗಟ್ಟಿತನ ಮತ್ತು ದೇಶಭಕ್ತಿಗಳನ್ನು ನಾವು ಯಾವತ್ತಿಗೂ ಮರೆಯಬಾರದು. ಸೋತ ಯುದ್ಧದ ನಂತರದ ಚರ್ಚೆ ಮತ್ತು ರಾಜಕಾರಣ ಏನೇ ಇರಲಿ, ದೇಶ ಅವನಿಗೆ ಋಣಿಯಾಗಿರಲೇಬೇಕು.

ಇದು ನನ್ನ ನೇತೃತ್ವದಲ್ಲಿದ್ದ ಒಂದು ಸುವಿಶಾಲ ಬ್ರಿಗೇಡ್, ಅಧಿಕೃತವಾದ ಯುದ್ಧದ ಘೋಷಣೆಯೂ ಇಲ್ಲದೆಯೇ ಸರ್ವನಾಶವಾಗಿ ಹೋದ ಕಥೆ. ಅದಕ್ಕೆ ಕಾರಣರ್ಯಾರು?1962ರ ಚೈನಾ ಯುದ್ಧದಲ್ಲಿ ಭಾರತದ ಪರವಾಗಿ ಅತಿದೊಡ್ಡ ನಿರ್ಣಯಗಳನ್ನು ತೆಗೆದುಕೊಂಡವರ್ಯಾರು? ಅದರ ಪರಿಣಾಮಗಳೇನಾದವು? ಎಂಬುದರ ಬಗ್ಗೆ ತುಂಬ ವಸ್ತುನಿಷ್ಠವಾದ ವರದಿ ಇಲ್ಲಿದೆ. ಈ ಪುಸ್ತಕ ಅನೇಕ ಹುಣ್ಣುಗಳನ್ನು ಬಯಲಿಗಿಡುತ್ತದೆ. ಆ ಮೂಲಕ ಅವು ವಾಸಿಯಾಗುವುದಕ್ಕೂ ಕಾರಣವಾಗಬಹುದು!

'ಅಂತೆಯೇ 1962ರ ಯುದ್ಧದಲ್ಲಿ ದೇಶಕ್ಕಾಗಿ ಪ್ರಾಣ ಕೊಟ್ಟವರಿಗೆ ಈ ಪುಸ್ತಕವೊಂದು ಮುದ್ರಿತ ವೀರಗಲ್ಲು!'

ಬ್ರಿಗೇಡಿಯರ್ ಜಾನ್ ದಳವಿ

ಎಂಬ ಈ ಮುನ್ನುಡಿಯೊಂದಿಗೆ ಆರಂಭಿಸುವ ಬ್ರಿಗೇಡಿಯರ್ ದಳವಿ- ಅಕ್ಟೋಬರ್ 20, 1962ರ ಬೆಳಗಿನ ಜಾವ ಐದು ಗಂಟೆಗೆ NEFA ಗಡಿಯಲ್ಲಿ ಹಠಾತ್ತನೆ ಶುರುವಾಗಿ, ಮೂರೇ ಮೂರು ಗಂಟೆಗಳಲ್ಲಿ ಒಂದು ಇಡೀ ಬ್ರಿಗೇಡ್‌ನ ನರಮೇಧಕ್ಕೆ ಕಾರಣವಾಗಿ ಹೋದ ಚೀನೀ ಆಕ್ರಮಣದ ಭಯಾನಕ ಗಾಥೆಯನ್ನು ಐದುನೂರಾ ಆರು ಪುಟಗಳ ತಮ್ಮ ಬೃಹತ್ ಪುಸ್ತಕದಲ್ಲಿ ಹಂತ ಹಂತವಾಗಿ ವಿವರಿಸುತ್ತ ಹೋಗುತ್ತಾರೆ. ಅವರದು ಪಕ್ಕಾ ವಿಕ್ಟೋರಿಯನ್ ಇಂಗ್ಲಿಷು. ಎಲ್ಲೂ ಭಾಷೆಯೊಂದಿಗೆ ರಾಜಿ ಮಾಡಿಕೊಳ್ಳುವುದಿಲ್ಲ. ಹಾಗೂ ಸರಿ ಹೀಗೂ ಸೈ ಎಂದು ಗೋಡೆಯ ಮೇಲೆ ದೀಪವಿಟ್ಟಂತೆ ಮಾತನಾಡುವುದಿಲ್ಲ. ಶೈಲಿಯ ವಿಷಯದಲ್ಲಿ ಆತ ದೊಡ್ಡ ಕಲಾವಿದನಲ್ಲದಿರಬಹುದು. ಆದರೆ ಆತ ಬಯಲಿಗಿಡುವ ಸತ್ಯಗಳು ಶೈಲಿಯ ಲೆಕ್ಕಾಚಾರವನ್ನು ಮೀರಿದಂಥವಾಗಿರುತ್ತವೆ.

ಇಡೀ ಪುಸ್ತಕದ ಇಪ್ಪತ್ತೆಂಟು ಅಧ್ಯಾಯಗಳನ್ನು ಒಂದೇ ಮುಟಿಗೆಯಲ್ಲಿ ಹಿಡಿದು ತಂದು ಎದುರಿಗೆ ಬಿಚ್ಚಿಟ್ಟು ಬಿಡುತ್ತಾನೆ. "ಕದನದಲ್ಲಿ ಸಿಂಹದಂತಿರಬೇಕು. ಆಜ್ಞೆಯನ್ನು ಮಾತ್ರ ನಾಯಿಯಂತೆ ಸ್ವೀಕರಿಸಬೇಕು!" ಎಂಬ ಭಾರತೀಯ ದೊರೆಗಳ ಅಸಲಿ ಮುಖಗಳನ್ನು ಬಿಚ್ಚಿಡುತ್ತ ಹೋಗುತ್ತಾನೆ.

ಅಸಲಿಗೆ ಅವತ್ತು 20 ಅಕ್ಟೋಬರ್ 1962ರ ಬೆಳಗಿನ ಜಾವ ಐದು ಗಂಟೆಯ ನಂತರ ಏನಾಯಿತೆಂದರೆ - NEFA ಗಡಿಯಲ್ಲಿ ಸಣ್ಣಗೆ ಹರಿಯುವ ನಮ್ಕಾ ಚು ಎಂಬ ಪುಟ್ಟ ನದಿಯ ಮಗ್ಗುಲಲ್ಲಿ ಸಾಲುಗಟ್ಟಿ ನಿಂತಿದ್ದ ಭಾರತೀಯ ಸೈನಿಕರ ಮೇಲೆ, ಅವರಿಗಿಂತ ನೂರು ಪಟ್ಟು ಶಕ್ತಿಶಾಲಿಗಳಾದ ಚೀನೀ ಸೈನಿಕರು ಗುಂಡಿನ ಮಳೆಯನ್ನೇ ಸುರಿಸಿ ಬಿಡುತ್ತಾರೆ. ಮೂರೇ ತಾಸಿನಲ್ಲಿ ಅಸಲಿ ಯುದ್ಧ ಮುಗಿದು ಹೋಗುತ್ತದೆ. ಟಿಬೆಟ್ ಗಡಿಯ ಆ ತುದಿಯಿಂದ, ಹಿಮಾಲಯದ ಕಾಲ ಬುಡದಲ್ಲಿರುವ ಅಸ್ಸಾಮದ ಬಯಲುಗಳ ತನಕ ಬಾಯಿ ಬಿಚ್ಚಿಕೊಂಡು ಬಿಡುತ್ತದೆ ಭಾರತ. ಹಿಮಾಲಯದ ದಕ್ಷಿಣದ ಇಳಿಜಾರುಗಳಲ್ಲಿ ಚೀನೀ ಸೈನಿಕರು ಯಾವ ವೇಗದಿಂದ ಧಡಧಡನೆ ಇಳಿದು ಬಂದು ಬಿಡುತ್ತಾರೆಂದರೆ -ಅವರು ನುಗ್ಗಿ ಬಂದ ರಭಸಕ್ಕೆ 20ನೇ ನವೆಂಬರ್ ಹೊತ್ತಿಗೆ ಬ್ರಹ್ಮಪುತ್ರ ಕೊಳ್ಳ ತಲುಪಿಯೇ ಬಿಡುತ್ತಾರೆ. ಎಂಥ ಶತ್ರುವನ್ನೂ ತಡೆದು ಹಿಮ್ಮೆಟ್ಟಿಸಬಹುದು

ಅಂದುಕೊಂಡಿದ್ದ ಹದಿನಾಲ್ಕು ಸಾವಿರ ಅಡಿ ಎತ್ತರದ ಸೇಲಾ ಪರ್ವತ ಚೀನಿಗಳ ಮುಂದೆ ಮೊಳಕಾಲೂರಿ ಕುಳಿತುಬಿಡುತ್ತದೆ. ಬೊಮ್‌ಡೀಲಾದಲ್ಲಿದ್ದ ನಮ್ಮ ಸೈನಿಕ ಘಟಕ ಚೀನಿಗಳನ್ನು ತಡೆದು ನಿಲ್ಲಿಸಲಾಗದೆ ಛಿದ್ರವಾಗಿ ಬಿಡುತ್ತದೆ. ಮತ್ತೊಂದು ಪ್ರಮುಖ ಸೈನಿಕ ಕೇಂದ್ರವಾಗಿದ್ದ ತವಾಂಗ್ ಸಣ್ಣದೊಂದು ಹೋರಾಟವೂ ಇಲ್ಲದೆ ಶರಣಾಗಿ ಬಿಡುತ್ತದೆ. ಚೀನದ ಏಟಿಗೆ ಭಾರತ ಯಾವ ಪರಿ ತತ್ತರಿಸಿ ಹೋಗಿತ್ತೆಂದರೆ, ಬೆಟ್ಟಗಾಡುಗಳಲ್ಲಿ ಯುದ್ಧವೆಂದರೆ ಏನೆಂಬುದೇ ಗೊತ್ತಿಲ್ಲದ ನಿಸ್ಸಹಾಯಕ ಸೈನಿಕರನ್ನು ಕೈಯಲ್ಲಿ ಸರಿಯಾದ ಬಂದೂಕೇ ಇಲ್ಲದೆ, ಹಾಕಿಕೊಳ್ಳಲು ಚಳಿಗೊಂದು ಸರಿಯಾದ ಅಂಗಿಯೇ ಇಲ್ಲದೆ, ತರಬೇತಿಯನ್ನೂ ನೀಡದೆ ಹಿಮಾಲಯದ ಕಠೋರ ಪರ್ವತಗಳನ್ನು ಹತ್ತಿಸಿಬಿಟ್ಟಿತು! ಆ ಪೈಕಿ ಕೆಲವರಿಗೆ ಹಿಮವೆಂದರೇನೆಂದೇ ಗೊತ್ತಿರಲಿಲ್ಲ. ಅವರನ್ನು 1600 ಮೈಲು ದೂರದಿಂದ ಎಳೆತರಲಾಗಿತ್ತು. ಆ ನಿಸ್ಸಹಾಯಕ ಸೈನಿಕರು ಒಂದೇ ಒಂದು ಚಕಾರವೆತ್ತದೆ ಚೀನೀ ಬಂದೂಕುಗಳಿಗೆ ಹೇಗೆ ಎದೆಯೊಡ್ಡಿ ಮಡಿದರೆಂದರೆ, ಭಾರತ ಸರ್ಕಾರದ ಆ ಮಹಾಪರಾಧವನ್ನು ಕಂಡು ಸ್ವತಃ ಚೀನೀಯರೇ ಆಘಾತಗೊಂಡಿದ್ದರು. ಏಕೆಂದರೆ, ಅಷ್ಟು ಹೊತ್ತಿಗಾಗಲೇ ಅವರು NEFA ಗಡಿಯಾಚೆಗೆ (ಉದ್ದಕ್ಕೂ) 30ರಿಂದ 50 ಸಾವಿರ ಸೈನಿಕರನ್ನು ಜಮಾಯಿಸಿ ನಿಲ್ಲಿಸಿ ಬಹಳ ಕಾಲವಾಗಿತ್ತು. ಭಾರತ ಸರ್ಕಾರಕ್ಕದು ಗೊತ್ತೇ ಆಗಿರಲಿಲ್ಲ. ಆ ಪರಿ ಶಕ್ತಿಯುತ ಸೈನ್ಯದ ವಿರುದ್ಧ ಒಂದು ಕಾರ್ಯಾಚರಣೆ ರೂಪಿಸಬೇಕು ಎಂದು ಭಾರತದ ಸೈನ್ಯಕ್ಕೆ ಅನ್ನಿಸಿಯೇ ಇರಲಿಲ್ಲ. ಚೀನಿಗಳು ರಾಕ್ಷಸ ಯುದ್ಧ ಶುರು ಮಾಡುವುದಕ್ಕೆ (20 ಅಕ್ಟೋಬರ್ 1962) ಮುಂಚೆಯೇ, ಸೆಪ್ಟಂಬರ್ 8, 1962ರಂದು ಸದ್ದಿಲ್ಲದೆ ನುಗ್ಗಿ ಬಂದು ಥಗ್ಲಾ ಪರ್ವತವನ್ನು ಆಕ್ರಮಿಸಿಕೊಂಡು ಕುಳಿತುಬಿಟ್ಟರು. ಅಷ್ಟಾದರೂ ಭಾರತ ಸರ್ಕಾರ ಮತ್ತು ಸೈನ್ಯ ಅದನ್ನೊಂದು ಅನಾಹುತದ ಸಂಕೇತದಂತೆ, ಸೂಚನೆಯಂತೆ, ಬಹುದೊಡ್ಡ ಯುದ್ಧದ ಮುನ್ನುಡಿಯಂತೆ ಸ್ವೀಕರಿಸಲೇ ಇಲ್ಲ. ಪ್ರತಿ ನಿತ್ಯ ನಡೆಯುವ ಸಣ್ಣಪುಟ್ಟ 'ಗಡಿಯಲ್ಲಿನ ಗುಂಡಿನ ಚಕಮಕಿ'ಯಂತೆ ಸ್ವೀಕರಿಸಿ ಸುಮ್ಮನಾದವು.

ಆ 1962ರ ಯುದ್ಧ ಭಾರತದ ರಾಜಕೀಯ ಮತ್ತು ಮಿಲಿಟರಿ ಬುನಾದಿಗಳನ್ನೇ ಅಲುಗಿಸಿ ಹಾಕಿತು. ಜನಕ್ಕೆ ಸರ್ಕಾರಗಳ ಮೇಲೆ, ಉಚ್ಚ ಮಟ್ಟದ ಆಡಳಿತದ ಮೇಲೆ ನಂಬಿಕೆ ಹೋಗಿದ್ದೇ ಆವಾಗ. ಈ ಯುದ್ಧಕ್ಕೆ ಮುಂಚೆ ನಾವು ಚೀನಾ ದೇಶವೊಂದು ಪ್ರಬಲ ಶತ್ರುವೆಂದು ಅಂದುಕೊಂಡೇ ಇರಲಿಲ್ಲ. ಚೀನದೊಂದಿಗೆ ಯುದ್ಧವಾಗಬಹುದೆಂದು ರಾಜಕಾರಣಿಗಳಾಗಲೀ, ಮಿಲಿಟರಿ ಅಧಿಕಾರಿಗಳಾಗಲೀ ಭಾವಿಸಿಯೇ ಇರಲಿಲ್ಲ. ಹೀಗಾಗಿ ರಾಜಕಾರಣ, ಆಡಳಿತ, ಸೈನ್ಯ ಮತ್ತು ಜನತೆ- ಯಾರೂ ಚೀನದಂತಹ ಒಂದು ಮಹಾನ್ ಶಕ್ತಿಯ ವಿರುದ್ಧ ಕದನಕ್ಕೆ ಅಣಿಯಾಗೇ ಇರಲಿಲ್ಲ.

"ಚೀನೀಯರು ನನ್ನನ್ನು ಬೆನ್ನಲ್ಲಿ ಇರಿದರೋ" ಎಂದು ಕನಲಿಕೊಂಡರು ಪ್ರಧಾನಿ ನೆಹರು. ಯುದ್ಧ ಸೋತದ್ದು ಖಚಿತವಾದ ದಿನ ಅವರು ಮಾಡಿದ ರೇಡಿಯೋ ಭಾಷಣದಲ್ಲಿ ಅತ್ಯಂತ ಅವಮಾನಪೂರಿತರಾಗಿ, ಕರುಣಾಜನಕ ಸ್ಥಿತಿಯಲ್ಲಿ ತಮ್ಮ ಸೋಲೊಪ್ಪಿಕೊಂಡರು.

"ನಿಜ ನಿಜ. ಚೀನೀಯರು ತುಂಬ ಪ್ರಬಲರಾಗಿದ್ದರು. ಅವರನ್ನು ನಾವು

ಸಂಖ್ಯೆಯಲ್ಲಾಗಲೀ, ಶಸ್ತ್ರ ಶಕ್ತಿಯಲ್ಲಾಗಲೀ ಎದುರಿಸುವುದಾಗಲಿಲ್ಲ" ಎಂದು ಖುದ್ದು ರಕ್ಷಣಾ ಮಂತ್ರಿ ಕೃಷ್ಣ ಮೆನನ್ ತಲೆ ತಗ್ಗಿಸಿದರು.

ಒಂದು ಅವಮಾನ, ಆಕ್ರೋಶ ಮತ್ತು ಹತಾಶೆಯ ಅಲೆ ಭಾರತವನ್ನು ಆಕ್ರಮಿಸಿಕೊಂಡಿತು. ವರ್ಷಗಟ್ಟಲೆ ನಮ್ಮ ದೇಶದ ಜನತೆಗೆ ಅರ್ಧ ಸತ್ಯಗಳನ್ನೇ ಹೇಳುತ್ತ ಬಂದಿದ್ದರು ನೆಹರೂ. ಚೀನದೊಂದಿಗೆ ನಾವು ಯಾವತ್ತೂ ಯುದ್ಧಕ್ಕೆ ಸಿದ್ಧರಿದ್ದೇವೆ ಎಂದು ಸುಳ್ಳು ಆಶ್ವಾಸನೆ ನೀಡುತ್ತ ಬಂದಿದ್ದರು. 1962ರ ಸೆಪ್ಟಂಬರ್-ಅಕ್ಟೋಬರಿನಲ್ಲಿ NEFA ಗಡಿಯಲ್ಲಿ ನಮ್ಮ ಸೈನಿಕ ಒಂದೊಂದು ಕಾಡತೂಸಿಗಾಗಿ, ಒಂದು ಚಳಿ ಅಂಗಿಗಾಗಿ, ಕಾಲು ಮುಚ್ಚಬಲ್ಲ ಬೂಟಿಗಾಗಿ ತಡಕಾಡುತ್ತಾ, ಚೀನಿಗಳ ಅಬ್ಬರ ಕಂಡು ಕಂಗಾಲಾಗುತ್ತಿದ್ದರೆ, ಇಲ್ಲಿ ನೆಹರೂ "ಭಾರತದ ಒಂದಿಂಚು ನೆಲ ಬಿಟ್ಟುಕೊಡುವುದಿಲ್ಲ. ಚೀನಿಗಳನ್ನು ಒದ್ದು ಹೊರಕ್ಕೆ ಹಾಕುತ್ತೇವೆ" ಎಂದು ಸುಳ್ಳು ನುಡಿಯುತ್ತಿದ್ದರು.

ಆ ನಂತರ ಯುದ್ಧ ಮುಗಿದ ಮೇಲಿನ ವಿವರಗಳು ಬಯಲಾಗತೊಡಗಿದವು. ನಮ್ಮ ಸರ್ಕಾರದ ಅಜಾಗರೂಕತೆಯಿಂದಲೇ ಅನಾಹುತವಾಯಿತೆಂಬುದು ವಿಧಿತವಾಯಿತು. ಸಾಕಷ್ಟು ಖರ್ಚು ಮಾಡಿಯೂ ನಮ್ಮ ಸೈನಿಕ ಹಿಮಾಲಯದ ಚಳಿಯಲ್ಲಿ ನಿರಾಯುಧನಾಗಿ, ಬೆತ್ತಲೆಯಾಗಿ ನಿಂತಿದ್ದ ಎಂಬುದು ಬಯಲಾಯಿತು. ನಾವು ಒಂದೇ ಒಂದು ಸರಿಯಾದ ರಸ್ತೆ ಹಾಕಿರಲಿಲ್ಲ. ಪರ್ವತ ಯುದ್ಧಗಳಿಗೆ ಅವಶ್ಯಕವಾದ ತರಬೇತಿ ನಮ್ಮ ಸೈನಿಕರಿಗೆ ನೀಡಿರಲಿಲ್ಲ. ವಿನಾಕಾರಣ ನಮ್ಮ ಸೇನೆಯನ್ನ, ಅದರಲ್ಲೂ ಜನ್ಮತಃ ಧೀರನಾದ ಭಾರತದ ಯೋಧನನ್ನ ವಾಚಾಮಗೋಚರವಾಗಿ ಟೀಕಿಸಲಾಯಿತು. ಅಸ್ಸಾಮದಂತಹ ಗಡಿ ರಾಜ್ಯಗಳಲ್ಲಿ ಚೀನೀ ದಾಳಿಯ ಪರಿಣಾಮ ಜನರ ಮನಸ್ಸುಗಳಲ್ಲಿ ಯಾವ ಪರಿ ಆಗಿತ್ತೆಂದರೆ, ತೇಜಪುರದಂತಹ ನಗರದಿಂದ ಹಿಂಡುಗಟ್ಟಲೆ ಜನ ಓಡಿ ಹೋಗತೊಡಗಿದ್ದರು. ದೇಶದೊಳಗೇ ವಿದ್ರೋಹಗಳೆದ್ದು ನಿಂತವು. ಸಲ್ಲದ ವದಂತಿಗಳು ಹರಡಿದವು. "ಭಾರತದ ಸರ್ಕಾರ ಇನ್ನು ಮೇಲಿಂದ ಜನರನ್ನು ರಕ್ಷಿಸುವ ಹೊಣೆ ಹೊರುವುದಿಲ್ಲವಂತೆ. ಕೈದಿಗಳನ್ನೆಲ್ಲ ಜೈಲಿನಿಂದ ಹೊರಬಿಟ್ಟು, ಖಜಾನೆಯಲ್ಲಿನ ನೋಟುಗಳನ್ನೆಲ್ಲ ಸುಟ್ಟು ಜಿಲ್ಲಾಧಿಕಾರಿ ಓಡಿ ಹೋದನಂತೆ" ಎಂಬ ವದಂತಿ ಅಸ್ಸಾಮದಾದ್ಯಂತ ಹರಡಿತ್ತು. ಇಂಥ ಸ್ಥಿತಿಯಲ್ಲಿ ಚೀನಿ ಸೈನಿಕರು ಅಸ್ಸಾಮದೊಳಕ್ಕೆ ನುಗ್ಗಿ ಬಿಟ್ಟಿದ್ದರೆ ಗತಿಯೇನಿತ್ತು? ನಮ್ಮ ರಾಜಕೀಯ ನಾಯಕರು ಈ ದೇಶದ ಜನತೆಯನ್ನು ಮಾನಸಿಕವಾಗಿ ಒಂದು ಯುದ್ಧಕ್ಕೆ ಸಿದ್ಧಪಡಿಸಬೇಕಾಗಿತ್ತಲ್ಲವೇ?

1962ರ ಆ ಮಹಾ ಸೋಲಿನ ನಂತರ ನಿರೀಕ್ಷಿಸಿದಂತೆಯೇ ದೊಡ್ಡ ದೊಡ್ಡ ತಲೆಗಳು ಉದುರಿದವು. ಅತ್ಯಂತ ವಿವಾದಿತ ರಕ್ಷಣಾ ಮಂತ್ರಿ ಕೃಷ್ಣ ಮೆನನ್ ನವೆಂಬರ್ 7ರಂದು ರಾಜಿನಾಮೆ ನೀಡಬೇಕಾಯಿತು. ಅಂಥ ಮನುಷ್ಯನನ್ನು ನೆಹರು ರಕ್ಷಿಸಿಕೊಳ್ಳಲು ಪ್ರಯತ್ನಿಸಿದರು. ಸಾಧ್ಯವಾಗದಾಗ ಮಾತ್ರ ಕೈಬಿಟ್ಟರು. ಆತನಕ ಭಾರತದ ಪ್ರಶ್ನಾತೀತ ನಾಯಕರಾಗಿದ್ದ, ಜನತೆಯ ಕಣ್ಮಣಿಯಾಗಿದ್ದ ನೆಹರೂ ತಮ್ಮ ಹಿಡಿತವನ್ನು ಚೀನಾ ಯುದ್ಧದ ನಂತರ ಕಳೆದುಕೊಳ್ಳಬೇಕಾಯಿತು. ಇನ್ನು ತನಗೇ ಉಳಿಗಾಲವಿಲ್ಲ ಎಂಬಂತಾದಾಗ ನೆಹರೂ, ಕೃಷ್ಣ

ಮೆನನ್‌ರನ್ನು ಬಲಿ ಕೊಟ್ಟರು.

ಭಾರತೀಯ ಸೇನಾ ಮುಖ್ಯಸ್ಥ ಜನರಲ್ ಪ್ರಾಣನಾಥ ಥಾಪರ್ "ಆರೋಗ್ಯ ಕೆಟ್ಟ"ದ್ದರಿಂದ ರಾಜಿನಾಮೆ ನೀಡಿದರು. ಅವರು ಮಾಡಿದ ಸೇವೆ(?)ಗೆ ಪುರಸ್ಕಾರವಾಗಿ ಅವರನ್ನು ಅಫಘನಿಸ್ತಾನದ ರಾಯಭಾರಿಯಾಗಿ ನೇಮಿಸಲಾಯಿತು. ಇದೆಲ್ಲಕ್ಕಿಂತ ನೆಹರೂಗೆ ಭರಿಸಲಾಗದ ದುಃಖವೆನಿಸಿದ್ದು, ತನ್ನ ಪ್ರೀತಿಪಾತ್ರ ಸೈನ್ಯಾಧಿಕಾರಿಯಾಗಿದ್ದ ಜನರಲ್ ಬಿ.ಎಂ. ಕೌಲ್ ಎಂಬ ಮನುಷ್ಯ ಅವಧಿಗೆ ಮುಂಚೆಯೇ ನಿವೃತ್ತಿ ಪಡೆಯಬೇಕಾಗಿ ಬಂತು.

ಹಾಗೆ ನೋಡಿದರೆ, ಇಡೀ ಯುದ್ಧದ ದಿಕ್ಕು ತಪ್ಪಿಸಿದ, ಸಾವಿರಾರು ನಿಸ್ಸಹಾಯಕ ಯೋಧರ ಮಾರಣಹೋಮಕ್ಕೆ ಕಾರಣನಾದವನೇ ಲೆಫ್ಟಿನೆಂಟ್ ಜನರಲ್ ಬಿ.ಎಂ. ಕೌಲ್. ಇತಿಹಾಸ ಆತನನ್ನು ಯಾವತ್ತೂ ಕ್ಷಮಿಸಲಾರದು. ಸಾವಿರಾರು ಸೈನಿಕರನ್ನು ಬರಿಗೈಲಿ ಒಂದು ಪುಟ್ಟ ನದಿಯ ದಂಡೆಯ ಮೇಲೆ ಕೂಡಿಸಿ, ಚೀನೀಯರು ಏನೇ ಮಾಡಿದರೂ ಈ ನದಿಯ ಐದು ಸೇತುವೆಗಳನ್ನು ಬಿಟ್ಟು ಕದಲಬೇಡಿ ಎಂದು ಆದೇಶ ನೀಡಿ ರಣಹೇಡಿಯಂತೆ ನಮ್ಕಾ ಚು ನದೀ ತೀರದಿಂದ ದಿಲ್ಲಿಗೆ ಓಡಿ ಬಂದ ಸರ್ವೋಚ್ಚ ಅಧಿಕಾರಿ ಈತ. ಈತ ಹೊರಟು ಬರುತ್ತಿದ್ದಾಗಲೇ ಚೀನೀ ದುಷ್ಮನ್ ಸಾವಿರ ಸಾವಿರ ಸಂಖ್ಯೆಯಲ್ಲಿ ನಮ್ಮ ಸೈನಿಕರ ಮೇಲೆ ಮುರಿದು ಬಿದ್ದುಬಿಟ್ಟ. ಈತ ಮಾಡಿದ ಕೊನೆಯ ತಪ್ಪು ಎಷ್ಟು ಭಯಾನಕವಾಗಿತ್ತೆಂದರೆ-

ಆಮೇಲೆ ನಮ್ಮ ಸೈನಿಕನ ರಕ್ಷಣೆಗೆ ದೇವರೂ ಇರಲಿಲ್ಲ.

ಉನ್ಮಾದಿಯಾಗಿದ್ದರೆ, ಸಣ್ಣ ಮನಸ್ಸಿನವರಾಗಿದ್ದಿದ್ದರೆ ಬ್ರಿಗೇಡಿಯರ್ ಜಾನ್ ಪಿ. ದಳವಿ ನಮ್ಮ ನಾಯಕರನ್ನೂ, ಲೆಫ್ಟಿನೆಂಟ್ ಜನರಲ್ ಬಿ.ಎಂ. ಕೌಲ್, ಆರ್ಮಿ ಛೀಫ್ ಜನರಲ್ ಥಾಪರ್‌ರಂಥವರನ್ನೂ ಅದೆಂಥ ವಾಚಾಮಗೋಚರದ ಭಾಷೆಯಲ್ಲಿ ಹಳಿಯಬೇಕಿತ್ತೋ? ತನ್ನ ಶೌರ್ಯ ಸಾಹಸಗಳನ್ನು ಅದಿನ್ಯಾವ ಧಾಟಿಯಲ್ಲಿ ಹೇಳಿಕೊಳ್ಳಬಹುದಿತ್ತೋ?

ಆದರೆ ಬ್ರಿಗೇಡಿಯರ್ ದಳವಿ ಒಬ್ಬ ನಿಷ್ಠಾವಂತ, ಶಿಸ್ತಿನ ಸಿಪಾಯಿ. ಆತ ಈ ಮಹಾನ್ ಗ್ರಂಥದ ಯಾವ ಪುಟದಲ್ಲೂ ತನ್ನ ದನಿಯನ್ನು ಅವಾಚ್ಯವಾಗಲು ಬಿಟ್ಟಿಲ್ಲ. ದೊಡ್ಡ ದನಿಯಲ್ಲಿ ಅರಚಾಡಿ ಪತ್ರಿಕೆಗಳ ಪುಟಗಳಿಗೆ ಆಹಾರವಾಗಲಿಲ್ಲ. ಯುದ್ಧರಂಗದಿಂದ, ಚೀನೀ ಕಾರಾಗೃಹದಿಂದ ಮನಸ್ಸಿನ ತುಂಬ ಗಾಯ ಹೊತ್ತು ಮರಳಿದ ಆ ಪ್ರಾಮಾಣಿಕ ಬ್ರಿಗೇಡಿಯರ್ ತನ್ನ ಗಾಯಗಳಿಗಿಂತ ದೇಶಕ್ಕಾದ ಗಾಯಗಳು ದೊಡ್ಡವೆಂಬುದನ್ನು ಅರ್ಥ ಮಾಡಿಕೊಂಡು ತೆಪ್ಪಗೆ ತನ್ನ ಪಾಡಿಗೆ ತಾನು ಕುಳಿತು ಇಂತಹುದೊಂದು ಮಹಾನ್ ಗ್ರಂಥ ಬರೆದು ಮುಗಿಸಿದ.

ಒಬ್ಬ ಸೈನಿಕನ ಕರಾರುವಾಕ್ಕುತನ, ಇತಿಹಾಸಕಾರನ ನಿಷ್ಠುರತೆ, ಪ್ರಖರವಾದ ನೆನಪು, ದೇಶದೆಡೆಗೆ ಅದಮ್ಯ ಕಾಳಜಿ ಮತ್ತು ಸಮಸ್ತ ಆಗುಹೋಗುಗಳ ಗ್ರಹಿಕೆ ಇರದೆ ಹೋಗಿದ್ದಿದ್ದರೆ ಬ್ರಿಗೇಡಿಯರ್ ದಳವಿ ಇಂಥದೊಂದು ಶಾಶ್ವತ ದಾಖಲೆ ಸೃಷ್ಟಿಸುತ್ತಿರಲಿಲ್ಲ.

ಹೀಗಾಗಿ, ತೀರಿಹೋದ ಎಷ್ಟೋ ವರ್ಷಗಳ ನಂತರವೂ ಅವರನ್ನು ಗೌರವದಿಂದ ನೆನೆಯುತ್ತಿದ್ದೇವೆ. ಆ ಯೋಧನಿಗಾಗಿ ಒಂದು ನಮಸ್ಕಾರ ಸಲ್ಲಿಸುತ್ತಿದ್ದೇವೆ.

ನೆರೆಮನೆಗೇ ನುಗ್ಗಿದ ಶತ್ರು

ಒಂದು ಕ್ಷಣ ಗೊಂದಲಕ್ಕೆ ಬಿದ್ದೆ. ಮತ್ತೆ ತಿರುಗಿ ನೋಡಿದೆ. ಆತನೇ! ಅನುಮಾನವಿಲ್ಲ. ನಮ್ಕಾ ಚು ನದಿಯ ಎರಡನೇ ಬ್ರಿಡ್ಜಿನ ಬಳಿ ನಿಂತಿದ್ದಾನೆ. ನನ್ನನ್ನು ನೋಡಿದ ತಕ್ಷಣ ಅದೇ ಹಳೆಯ ಉತ್ಸಾಹದಿಂದ, ಗೌರವದಿಂದ, ಒಂದು ಕಿರುನಗೆಯ ಸಮೇತ ಸೆಲ್ಯೂಟ್ ಮಾಡಿದ.

ಆತ ಪ್ರತಾಪ್ ಸಿಂಗ್ ಸುಬೇದಾರ್.

"ಇದೇನು ನೀನು ಇಲ್ಲಿ?" ಅಂದೆ.

ನಿಜಕ್ಕೂ ಆತನನ್ನು ನಮ್ಕಾ ಚು ನದಿಯ ಎರಡನೇ ಬ್ರಿಡ್ಜ್ ಎಂಬ ತಕ್ಷಣದ ರಣಭೂಮಿಯಲ್ಲಿ ನೋಡಿ ನಂಬಲಾರದಾಗಿದ್ದೆ. ಆತ ತುಕಡಿಯೊಂದರ ಉಪನಾಯಕ. ಸೆಕೆಂಡ್ ಇನ್ ಕಮಾಂಡ್ ಅಂತಾರೆ. ನಿಜ ಹೇಳಬೇಕೆಂದರೆ, ತನ್ನ ಯೂನಿಟ್‌ನ ಸಮಸ್ತ ಸೈನಿಕರಿಗೆ ತಂದೆಯಂತಹವನು. ಅಷ್ಟೊಂದು ಜವಾಬ್ದಾರಿಯುತ ಸ್ಥಾನ. ಅದಲ್ಲ; ಅವನನ್ನು ಕಂಡು ನನಗೆ ಆಶ್ಚರ್ಯವೇಕಾಯಿತೆಂದರೆ, ಕೆಲವೇ ದಿನಗಳ ಹಿಂದೆ ತವಾಂಗ್‌ನಲ್ಲಿ ನಡೆದ ಆತನ ಬೀಳ್ಕೊಡುಗೆ ಸಮಾರಂಭದಲ್ಲಿ ನಾನೇ ಇದ್ದೆ. ಪ್ರತಾಪ್‌ಸಿಂಗ್ ಸುಬೇದಾರ್‌ನ ನಿವೃತ್ತ ಜೀವನಕ್ಕೆ ಶುಭ ಹಾರೈಸಿದ್ದೆ. ಆಮೇಲೆ ಹತ್ತು ಸಾವಿರದ ಐದು ನೂರು ಅಡಿ ಎತ್ತರದ ತವಾಂಗ್‌ನಿಂದ ಇಳಿದು, ರಜೆಗೆಂದು ನಾನೂ ಬೆಟ್ಟದ ಬುಡದಲ್ಲಿರುವ ಮಿಸಾಮಾರಿ ಎಂಬ ಸೈನಿಕ ಸ್ಥಾವರಕ್ಕೆ ಹೋದಾಗ, ಈ ಪ್ರತಾಪ ಸಿಂಗ್ ಸುಬೇದಾರ್ ಅಲ್ಲೂ ಸಿಕ್ಕಿದ್ದ. "ರೈಲಿಗೆ ರಿಸರ್ವೇಶನ್ ಮಾಡಿಸಿದ್ದೇನೆ. ಮೀರತ್‌ಗೆ ಹೋಗಬೇಕು. ಅದು ನನ್ನ ರೆಜಿಮೆಂಟಲ್ ಸೆಂಟರು. ಇಪ್ಪತ್ತೆಂಟು ವರ್ಷ ಭಾರತೀಯ ಸೇನೆಯಲ್ಲಿ ಸೇವೆ ಸಲ್ಲಿಸಿದ್ದಾಯಿತು ಸಾಹಿಬ್. ನಿಮಗೇ ಗೊತ್ತಲ್ಲ? ಎರಡನೇ ಪ್ರಪಂಚ ಯುದ್ಧದಲ್ಲಿ ಹೋರಾಡಿ ಶೂರ ಸೈನಿಕ ಅನ್ನಿಸಿಕೊಂಡವನು ನಾನು. ಆಮೇಲೂ ಭಾರತದ ಗಡಿಗಳಲ್ಲಿ ನಿಂತು ಬಡಿದಾಡಿದೆ. ಈಗ ವಯಸ್ಸಾಯಿತು. ಮೀರತ್‌ನಲ್ಲಿ ಪಿಂಚಣಿಯಾಗುತ್ತೆ. ಹೆಂಡತಿ ಮಕ್ಕಳು ಕಾಯ್ತಿರ್ತಾರೆ. ಹೋಗಿ ಫ್ಯಾಮಿಲಿಯೊಂದಿಗೆ ಸೇರಿಕೋಬೇಕು ಸಾಹಿಬ್" ಅಂದಿದ್ದ. ಇವತ್ತು ನೋಡಿದರೆ ಇಲ್ಲಿದ್ದಾನೆ: 16,500 ಅಡಿ ಎತ್ತರದ ಹಿಮ ಪರ್ವತದಲ್ಲಿ!

"ಮೀರತ್‌ಗೆ ಹೋಗಲಿಲ್ವಾ ಸುಬೇದಾರ್?" ಅಂತ ಕೇಳಿದೆ.

"ನಮ್ಮದೇ ಬಟಾಲಿಯನ್ನು ಯುದ್ಧಕ್ಕೆ ಹೊರಟಿರುವಾಗ, ಆ ಸುದ್ದಿ ಗೊತ್ತಾಗಿಯೂ ಪಿಂಚಣಿ ಕೇಳಲು ಹೋದರೆ ನ್ಯಾಯವಾ ಸಾಹಿಬ್? ಮಿಸಾಮಾರಿಯಲ್ಲಿದ್ದಾಗ ಯುದ್ಧ ಶುರುವಾಗಲಿದೆಯೆಂಬ ಸುದ್ದಿ ಕೇಳಿದೆ. ತಕ್ಷಣ, ಮತ್ತೆ ನನ್ನನ್ನು ಯೂನಿಟ್ಟಿಗೆ ಸೇರಿಸಿಕೊಳ್ಳಿ

ಅಂತ ವಿನಂತಿ ಮಾಡಿಕೊಂಡು ವಾಪಸು ಬಂದುಬಿಟ್ಟೆ. ನಾನು ಮಾಡಿದ್ದು ಸರಿಯಲ್ಲವಾ ಸಾಹಿಬ್?" ಆತ ಕೇಳಿದ.

ಉತ್ತರಿಸಲು ನನ್ನಲ್ಲಿ ಶಬ್ದಗಳಿರಲಿಲ್ಲ. ಪದಾತಿ ದಳದ ಆ ಸುಬೇದಾರ್ ಪ್ರತಾಪ್‌ಸಿಂಗ್ ಆ ಇಳಿವಯಸ್ಸಿನಲ್ಲಿ ಸುಮ್ಮನೆ ಬಂದಿರಲಿಲ್ಲ. ಹಿಮಾಲಯದ ಬುಡದಲ್ಲಿರುವ ಮಿಸಾಮಾರಿಯಿಂದ, ಸೇಲಾಪಾಸ್ ಎಂಬ ದೈತ್ಯ ಶಿಖರ ದಾಟಿ, ಆ ಮಂಜಿನಲ್ಲಿ ಇಪ್ಪತ್ತೊಂದು ದಿನಗಳ ಕಾಲ ವಿಶ್ರಾಂತಿಯಿಲ್ಲದೆ ನಡೆದು ಬಂದಿದ್ದ. ***(ಇದೇ ಮಿಸಾಮಾರಿಯಿಂದ ತವಾಂಗ್ ತಲುಪಲು ನನಗೆ 1994ರಲ್ಲಿ, ಜೀಪಿನಲ್ಲಿ -ಮೂರು ದಿನಗಳು ಬೇಕಾಗಿದ್ದವು -ರವಿ ಬೆಳಗೆರೆ)***

ನಾನು ಸುಬೇದಾರ್ ಪ್ರತಾಪ್‌ಸಿಂಗ್‌ನ ಮುಖವನ್ನೇ ದಿಟ್ಟಿಸಿದೆ. ಆತ ಅಮಾಯಕವಾಗಿ ನಗುತ್ತಿದ್ದ. ಈ ಅನಕ್ಷರಸ್ಥ ಸಿಪಾಯಿಗಿರುವ ದೇಶಭಕ್ತಿ, ಕರ್ತವ್ಯ ಪ್ರಜ್ಞೆ ಮತ್ತು ತ್ಯಾಗ ಭಾವನೆಗಳು ನಮ್ಮ ಸೈನ್ಯದ ಸರ್ವೋಚ್ಚ ಅಧಿಕಾರಿಗಳಲ್ಲಿ ಇಲ್ಲವಲ್ಲ ಅನ್ನಿಸಿತು. ಸುಬೇದಾರ್ ಪ್ರತಾಪ್ ಸಿಂಗ್‌ನ ಭುಜ ತಟ್ಟಿ ಮುಂದಕ್ಕೆ ನಡೆದೆ.

ವಾಪಸು ಬರುವಾಗ, ಎರಡನೇ ಬ್ರಿಡ್ಜಿನ ಬಳಿ ಅವನ ಶವವನ್ನು ದಾಟಿಕೊಂಡೇ ಬರಬೇಕಾಯಿತು. ಪಿಂಚಣಿ ಪಡೆದು ಹೆಂಡತಿ ಮಕ್ಕಳೊಂದಿಗೆ ಸುಖವಾಗಿರಬಹುದಾಗಿದ್ದ ಸುಬೇದಾರ್ ಪ್ರತಾಪಸಿಂಗ್ ದೇಶಕ್ಕಾಗಿ ಪ್ರಾಣ ಬಿಟ್ಟು ಗಡಿಯಲ್ಲಿ ಮಲಗಿದ್ದ. ಅವನ ಪಕ್ಕದಲ್ಲಿ ನಿಂತು ಕ್ಷಣಕಾಲ ಆಲೋಚಿಸಿದೆ.

ಸಾವು ಎಲ್ಲರಿಗೂ ಬರುತ್ತದೆ. ಮಿಲಿಟರಿಯಲ್ಲಿ ಅದು ಉಳಿದೆಲ್ಲಕ್ಕಿಂತ ಮೊದಲು ಬರುತ್ತದೆ. ಆದರೆ, ಪ್ರತಾಪಸಿಂಗ್ ಸುಬೇದಾರ್‌ನಂತಹ ಸಾವಿರಾರು ಧೀರ ಯೋಧರ ಸಾವಿಗೆ, ವಿನಾಕಾರಣದ ಸಾವಿಗೆ ಕಾರಣರಾದವರು ಯಾರು? ಅದೇ ಎರಡನೇ ಬ್ರಿಡ್ಜಿನ ಬಳಿ ನಿಂತು ಕೇಳಿಕೊಂಡೆ. ತುಂಬ ಜನ ನೆನಪಾದರು. ಭಾರತದ ದೌರ್ಭಾಗ್ಯದ ಕಥೆ 1950ರಿಂದಲೇ ಶುರುವಾಗಿದೆಯೆನ್ನಿಸಿತು.

ಗಡಿ ವಿವಾದಗಳು ಈ ಜಗತ್ತಿನ ಎಲ್ಲ ದೇಶಗಳಿಗೂ ಇರುತ್ತವೆ. ಅವು ಕೆಲವೊಮ್ಮೆ ರೇಗಿ ಉಲ್ಬಣಕ್ಕೆ ಹೋಗುತ್ತವೆ. ಇನ್ನುಳಿದಂತೆ ಆಗೊಂದು ಈಗೊಂದು ಸಣ್ಣಗಾತ್ರದ ಗುಂಡಿನ ಚಕಮಕಿ ಅನೇಕ ದೇಶಗಳ ಗಡಿಗಳಲ್ಲಿ ನಡೆದೇ ಇರುತ್ತದೆ. ಇಂಥ ಗಡಿ ತಂಟೆಗಳು, ವಿವಾದಗಳು ಉಲ್ಬಣಕ್ಕೆ ಹೋಗುತ್ತಿವೆಯಾ? ದೊಡ್ಡ ರಗಳೆ ಶುರುವಾಗಲಿದೆಯಾ? ಎಂಬುದನ್ನು ಅಧ್ಯಯನ ಮಾಡುವುದಕ್ಕೇನೇ ವಿದೇಶಾಂಗ ವ್ಯವಹಾರಗಳ ಖಾತೆಯ ಮಂತ್ರಿಯ ಕೈ ಕೆಳಗೆ ದೊಡ್ಡ ಸಂಬಳದ ಒಂದಿಷ್ಟು ಜನ ಅಧಿಕಾರಿಗಳಿರುತ್ತಾರೆ. ಅವರು ಕಾಲದಿಂದ ಕಾಲಕ್ಕೆ ನಮ್ಮ ನೆರೆ ರಾಷ್ಟ್ರಗಳು ಗಡಿಯ ಬಗ್ಗೆ ಎತ್ತುತ್ತಿರುವ ತಕರಾರುಗಳೇನು ಎಂಬುದನ್ನು ಗಮನಿಸುತ್ತಲೇ ಇರಬೇಕು. ಅಪಾಯದ ಸಂಕೇತ ದೊರೆತ ತಕ್ಷಣ ಇಡೀ ದೇಶವನ್ನು ಜಾಗೃತಗೊಳಿಸಿ ಒಂದು ಯುದ್ಧಕ್ಕೆ ಅಣಿ ಮಾಡಬೇಕು. 'ಏನೂ ಆಗಲಿಕ್ಕಿಲ್ಲ ಬಿಡಿ' ಎಂಬ ಉಡಾಫೆಯಾಗಲೀ, ಗಡಿ ತಂಟೆಯೆಡೆಗಿನ ನಿರ್ಲಕ್ಷ್ಯವಾಗಲೀ ಕ್ಷಮ್ಯವಲ್ಲ.

ದಿಲ್ಲಿಯ ವಿದೇಶಾಂಗ ವ್ಯವಹಾರಗಳ ಸಚಿವಾಲಯದಲ್ಲಿ ಕುಳಿತ ದೊಡ್ಡ ಸಂಬಳದ

ಬುದ್ಧಿವಂತರಿಗೆ 1962ರಲ್ಲಿ ನಡೆದ ಯುದ್ಧದ ಬೇರುಗಳು 1950ರಲ್ಲೇ ಇವೆ ಎಂಬುದು ಬಹುಶಃ ಗೊತ್ತೇ ಇರಲಿಲ್ಲ.

"ಒಂದಲ್ಲ ಒಂದು ದಿನ ಈ ಚೀನಾ ಎಂಬ ಪಾತಕ ಶಕ್ತಿಯೊಡನೆ ನೀವು ಯುದ್ಧ ಮಾಡಬೇಕಾಗುತ್ತದೆ. ಮತ್ತು ಈಗ ನನ್ನ ಕಣ್ಣೆದುರಿಗೆ ಕುಳಿತಿರುವ ನಿಮ್ಮಲ್ಲೇ ಕೆಲವರು ಆ ಯುದ್ಧ ಭೂಮಿಯಲ್ಲಿ ಬಂದೂಕು ಹೊತ್ತು ಓಡಾಡುತ್ತೀರಿ!" ಎಂದು 1950ರಲ್ಲೇ ಭವಿಷ್ಯ ನುಡಿದಿದ್ದಾತ; ಆತ ಪ್ರವಾದಿಯಲ್ಲ. ದೈವಪುರುಷನಲ್ಲ. ಕಡೇಪಕ್ಷ ಭಾರತೀಯನೂ ಅಲ್ಲ.

ಆತನ ಹೆಸರು ಜೋ!

ಕಮಾಂಡೆಂಟ್ ಡಬ್ಲು.ಡಿ.ಎ. ಲೆಂಟೇನ್‌ರನ್ನು ನಾವು ಜೋ ಎಂದು ಕರೆಯುತ್ತಿದ್ದೆವು. ಆತ ಬ್ರಿಟಿಷ್ ಸೈನ್ಯಾಧಿಕಾರಿ. ದೊಡ್ಡ ತಾಕತ್ತಿನ, ಕ್ಷಾತ್ರದ, ನಿಷ್ಠಾವಂತ ಸೈನಿಕ. ಅವತ್ತು ಆತ ನಾನು ಕುಳಿತಿದ್ದ ತರಗತಿಯೊಳಕ್ಕೆ ನಡೆದು ಬಂದ. ದಕ್ಷಿಣ ಭಾರತದಲ್ಲಿರುವ ವೆಲ್ಲಿಂಗ್ಟನ್ ಎಂಬಲ್ಲಿನ ಡಿಫೆನ್ಸ್ ಸರ್ವೀಸಸ್ ಸ್ಟಾಫ್ ಕಾಲೇಜಿನ ತರಗತಿಯ ಕೋಣೆಯದು. ಅಲ್ಲಿ ನಾನು ವಿದ್ಯಾರ್ಥಿ. ಮತ್ತೊಬ್ಬ ಉಪನ್ಯಾಸಕರು ನಮಗೆ ಪಾಠ ಮಾಡುತ್ತಿದ್ದರು. ಆದರೆ ಅನಿರೀಕ್ಷಿತವಾಗಿ ಕ್ಲಾಸಿನೊಳಕ್ಕೆ ನಡೆದು ಬಂದ ಕಮಾಂಡೆಂಟ್ ಜೋ ಸಣ್ಣದೊಂದು ಚಪ್ಪಾಳೆ ತಟ್ಟಿ ಉಪನ್ಯಾಸ ನಿಲ್ಲಿಸಲು ಹೇಳಿದರು. ತಾವೇ ವೇದಿಕೆಯತ್ತ ನಡೆದರು.

ಅವತ್ತು ತಾರೀಕು ಅಕ್ಟೋಬರ್ 7, 1950.

ಟಿಬೆಟ್‌ನೊಳಕ್ಕೆ ಚೀನದ ಸೈನ್ಯ ಪ್ರವೇಶ ಮಾಡಿದೆ. ಟಿಬೆಟ್‌ನ ರಾಜಧಾನಿ ಲಾಸಾ ಚೀನದ ಕೈವಶವಾಗಿದೆ ಎಂಬ ಸುದ್ದಿ ಆಗಷ್ಟೆ ಕಮಾಂಡೆಂಟ್ ಜೋ ಅವರಿಗೆ ದೊರಕಿತ್ತು.

"ಗೆಳೆಯರೇ, ನಿಮ್ಮ ಭಾರತ ದೇಶದ ನಾಯಕರಿಗೆ ಮುಂದಾಲೋಚನೆಯಿಲ್ಲ. ನಾಳೆ ಏನಾದೀತೆಂಬ ಅರಿವಿಲ್ಲ. ಪಕ್ಕದ ಟಿಬೆಟ್‌ನೊಳಕ್ಕೆ ನುಗ್ಗಿ ಬಂದು ಕುಳಿತಿರುವ ಚೀನದ ವಿರುದ್ಧ ಭಾರತ ಸರ್ಕಾರ ಉಸಿರೆತ್ತುತ್ತಿಲ್ಲ. ನಿಮ್ಮ ನಾಯಕರು ತೆಪ್ಪಗೆ ಕುಳಿತುಬಿಟ್ಟಿದ್ದಾರೆ. ಭಾರತ ದೇಶದ ಹಿತ್ತಿಲ ಬಾಗಿಲು ಮುರಿದು ಬಿದ್ದಿದೆ ಎಂಬುದು ಅವರಿಗೆ ಅರ್ಥವಾಗುತ್ತಿಲ್ಲ. ಚೀನದ ಸೈನ್ಯ ಟಿಬೆಟ್‌ನೊಳಕ್ಕೆ ಬಂತೆಂದರೆ ಅದರರ್ಥ ಭಾರತದ ಗಡಿಯ ಉದ್ದಗಲಕ್ಕೂ ಚೀನದಂತಹ ಪ್ರಬಲ ಶತ್ರುವೊಬ್ಬ ಹುಟ್ಟಿಕೊಂಡ ಅಂತಲೇ! ಇನ್ನು ನಿಮ್ಮ ಪೂರ್ವದ ಗಡಿಗಳು ಭದ್ರವಾಗಿರಲಾರವು. ದುರಂತವೆಂದರೆ, ಪೂರ್ವದ ಗಡಿಯುದ್ದಕ್ಕೂ ನಿಮ್ಮ ದೇಶದ ಪ್ರಮುಖ ಪಟ್ಟಣಗಳಿವೆ. ಕಾರ್ಖಾನೆಗಳಿವೆ. ಇಡೀ ದೇಶಕ್ಕೆ ಕಚ್ಚಾ ಸಾಮಗ್ರಿ ಒದಗಿಸುವ ನೆಲೆಗಳಿವೆ. ನಾಳೆ ಅಥವಾ ಯಾವತ್ತೋ ಒಂದು ದಿನ ಚೀನೀ ದುಷ್ಮನ್ ತನ್ನ ಹಿಡಿತದಲ್ಲಿರುವ ಟಿಬೆಟ್‌ನಲ್ಲಿ ತನ್ನ ಫಿರಂಗಿ ಇರಿಸಿ ಭಾರತದತ್ತ ಗುಂಡು ಹಾರಿಸತೊಡಗಿದರೆ ನಿಮ್ಮ ಗಡಿ ರಾಜ್ಯಗಳ ಕಥೆ ಮುಗಿದೇ ಹೋಯಿತು. ಭಾರತದ ಈ ಗಡಿಗಳಿವೆಯಲ್ಲ? ಅವುಗಳನ್ನು ಕಾಯುವುದು, ರಕ್ಷಿಸೋದು-ಸುಮ್ಮನೆ ಮಾತಲ್ಲ. ನಿಮ್ಮ ದೇಶದ ತಾಕತ್ತು ಮೀರಿ ಖರ್ಚು ಮಾಡಬೇಕಾಗುತ್ತದೆ. ಮೈಲಿಗಟ್ಟಲೆ ಸುಭದ್ರವಾದ ರಸ್ತೆಗಳನ್ನು ಹಾಕಬೇಕು. ಅದಕ್ಕೆಂದೇ ಒಂದು ಕ್ರಮಬದ್ಧವಾದ ಸೈನ್ಯ ಕಟ್ಟಬೇಕು. ಟಿಬೆಟ್‌ನಲ್ಲಿ ಚೀನೀಯರು ನೆಮ್ಮದಿಯಾಗಿ ನೆಲೆಗೊಳ್ಳಲು ಕೊಂಚ ಸಮಯ ಹಿಡಿದೇ ಹಿಡಿಯುತ್ತೆ.

ಅಷ್ಟರೊಳಗಾಗಿ ನೀವು ಪಾಕಿಸ್ತಾನದೊಂದಿಗಿನ ನಿಮ್ಮ ಗಡಿ ರಗಳೆ ಮುಗಿಸಿಕೊಳ್ಳದೆ ಹೋದರೆ, ಇಬ್ಬಿಬ್ಬರು ಶತ್ರುಗಳನ್ನು ನಿಭಾಯಿಸುವುದರೊಳಗಾಗಿ ಹೈರಾಣಾಗಿ ಹೋಗುತ್ತೀರಿ. ಈಗ ಸದ್ಯಕ್ಕೆ ಚೀನಾ ತನ್ನದೇ ಆದ ರಗಳೆಗಳಲ್ಲಿದೆ. ಕೊರಿಯಾ ಯುದ್ಧ ಅದರ ತಾಕತ್ತನ್ನೆಲ್ಲ ತಿಂದು ಹಾಕುತ್ತಿದೆ. ನಿಮ್ಮ ದೇಶದ ನಾಯಕರು ಇದೇ ಸಂದರ್ಭ ಬಳಸಿಕೊಂಡು ಟಿಬೆಟ್‌ನೊಳಕ್ಕೆ ಚೀನೀ ಸೈನ್ಯ ಬಾರದಂತೆ ತಡೆಯಬೇಕಿತ್ತು. ನಾಳೆ ಚೀನಿಗಳು ಕೊರಿಯಾ ಯುದ್ಧ ಮುಗಿಸಿಕೊಂಡು ಮತ್ತೆ ಬಲಿಷ್ಠರಾಗಿ ಬಿಟ್ಟರೆಂದಿಟ್ಟುಕೊಳ್ಳಿ: ನಿಮ್ಮ ದೇಶ ದೊಡ್ಡಮಟ್ಟದ ಕಂದಾಯ ಕಟ್ಟಬೇಕಾಗುತ್ತದೆ...." ಹಾಗೆ ಮಾತಾಡುತ್ತ ಆಡುತ್ತ ಹೋದ ಕಮಾಂಡೆಂಟ್ ಜೋ ಒಂದು ಹಂತದಲ್ಲಿ ಒಂದು ಕ್ಷಣ ಸುಮ್ಮನಾದರು. ಆಮೇಲೆ ನಮ್ಮೆಲ್ಲರ ಮುಖಗಳನ್ನೂ ದಿಟ್ಟಿಸಿ ನೋಡಿ:

"ಬಾಯ್ಸ್! ಇವತ್ತು ನನ್ನೆದುರಿಗೆ ಕುಳಿತಿರೋ ನಿಮ್ಮ ಪೈಕಿಯೇ ಕೆಲವರು, ರಿಟೈರಾಗೋದಕ್ಕೆ ಮುಂಚೆ ಚೀನದೊಂದಿಗೆ ಯುದ್ಧ ಮಾಡುತ್ತಿರುತ್ತೀರಿ. Take it from me!" ಅಂದವರೇ ಮಾತು ಮುಗಿಸಿ ಕೋಣೆಯಿಂದ ಆಚೆಗೆ ಹೊರಟು ಹೋದರು.

ಅವತ್ತು ನಾವು ಕಮಾಂಡೆಂಟ್ ಜೋ ಅವರನ್ನು ಗೇಲಿ ಮಾಡಿಕೊಂಡು ನಕ್ಕಿದ್ದೆವು. ಆದರೆ ಆತನ ಮಾತು ಅದೆಷ್ಟು ಸತ್ಯವಾಯಿತು! 1962ರ ಯುದ್ಧದಲ್ಲಿ, ನನ್ನ ಸಹಪಾಠಿಯಾಗಿದ್ದ ಲೆಫ್ಟಿನೆಂಟ್ ಕರ್ನಲ್ ಬೈಜ್ ಮೆಹತಾ ಶತ್ರುವಿನ ಗುಂಡಿಗೆ ಬಲಿಯಾದ. ಸ್ವತಃ ನಾನು ಚೀನಿಗಳ ಕೈಗೆ ಸೆರೆ ಸಿಕ್ಕು ಯುದ್ಧ ಬಂದಿಯಾದೆ. ನನ್ನೊಂದಿಗೆ ಅವತ್ತು ತರಗತಿಯಲ್ಲಿದ್ದ ಮತ್ತೊಬ್ಬ ಸಹಪಾಠಿ ಕೂಡ ಹಿರಿಯ ಅಧಿಕಾರಿಯಾಗಿ ಯುದ್ಧದಲ್ಲಿ ಭಾಗವಹಿಸಿದ್ದ.

ಕಮಾಂಡೆಂಟ್ ಜೋ ಸುಮ್ಮನೆ ಹಾಗೆ ಮಾತಾಡಿರಲಿಲ್ಲ. ಆತನ ಯುದ್ಧಾನುಭವ ದೊಡ್ಡದಿತ್ತು. ಬ್ರಿಟಿಷ್ ಸೇನೆಯಲ್ಲಿ ತುಂಬ ಹೆಸರು ಮಾಡಿದ್ದ ಅಧಿಕಾರಿ. 1942ರಲ್ಲಿ ಬರ್ಮಾದಲ್ಲಿ ಯುದ್ಧವಾದಾಗ ಗೂರ್ಖಾ ಬಟಾಲಿಯನ್‌ನ ನೇತೃತ್ವ ವಹಿಸಿದ್ದ. ಅಷ್ಟೇ ಸಮರ್ಥವಾಗಿ ಇತಿಹಾಸ ಮತ್ತು ಯುದ್ಧದ ಇತಿಹಾಸ (military history) ಓದಿಕೊಂಡಿದ್ದ ಮನುಷ್ಯ. ನಾವೆಲ್ಲ ಆತನನ್ನು ತುಂಬ ಪ್ರೀತಿಸುತ್ತಿದ್ದೆವು. ಗೌರವಿಸುತ್ತಿದ್ದೆವು.

ಆದರೆ, ಅವತ್ತು ಕಮಾಂಡೆಂಟ್ ಜೋ ನಮ್ಮ ದೇಶದ, ಸರ್ಕಾರದ ಮತ್ತು ನಾಯಕರ ವಿರುದ್ಧ ಮಾತನಾಡಿದುದನ್ನು ನಾವು ಸಹಿಸಿರಲಿಲ್ಲ. ಎಷ್ಟಾದರೂ ಈ ಬ್ರಿಟಿಷರ ಮನುಷ್ಯ ಕಮ್ಯುನಿಸ್ಟ್ ಚೀನದ ವಿರುದ್ಧ ಮಾತಾಡೇ ಆಡುತ್ತಾನೆ. ಹಳೇಕಾಲದ ಸಾಮ್ರಾಜ್ಯಶಾಹಿ ಮನಸ್ಸು ಅಂತ ಗೇಲಿ ಮಾಡಿಕೊಂಡಿದ್ದೆವು.

ಆದರೆ ಈಗನ್ನಿಸುತ್ತಿದೆ. ಕಮಾಂಡೆಂಟ್ ಜೋ ನಿಜವಾಗಿಯೂ ಭಾರತದ ಮಿತ್ರನಾಗಿದ್ದ. 1947ರಲ್ಲಿ ನಮಗೆ ಸ್ವಾತಂತ್ರ್ಯ ಬಿಟ್ಟುಕೊಟ್ಟು ಬ್ರಿಟಿಷರು ವಾಪಸು ಹೊರಟು ಹೋದ ನಂತರವೂ ಆತ ಭಾರತದ ಮೇಲಿನ ಪ್ರೀತಿಯಿಂದಾಗಿ ಇಲ್ಲೇ ಉಳಿದಿದ್ದ. ತನ್ನ ಶ್ರಮ, ಶ್ರದ್ಧೆ, ಬುದ್ಧಿವಂತಿಕೆಗಳನ್ನೆಲ್ಲ ಬಳಸಿ ದಕ್ಷಿಣ ಭಾರತದ ವೆಲ್ಲಿಂಗ್ಟನ್‌ನಲ್ಲಿ ಸೈನ್ಯಾಧಿಕಾರಿಗಳ ತರಬೇತಿ ಶಾಲೆ ಕಟ್ಟಿ ಬೆಳೆಸಿದ. ಅವತ್ತು ನಮಗೆ ಜೋ ಎಂಥ ಮುಂದಾಲೋಚನೆಯ ಮನುಷ್ಯ ಅಂತ ಗೊತ್ತೇ ಆಗಿರಲಿಲ್ಲ.

ಮುಂದೆ ಕೆಲವೇ ತಿಂಗಳುಗಳಲ್ಲಿ (1951) ಭಾರತದ ವಿದೇಶಾಂಗ ಖಾತೆಯ ಸಚಿವಾಲಯದಿಂದ ಒಬ್ಬ ಹಿರಿಯ ಸಿವಿಲ್ ಅಧಿಕಾರಿ ನಮ್ಮ ಕಾಲೇಜಿಗೆ ಭಾರತ-ಟಿಬೆಟ್-ಚೀನಾ ಸಂಬಂಧಗಳ ಬಗ್ಗೆ ಭಾಷಣ ಮಾಡಲು ಬಂದಿದ್ದರು. ಟಿಬೆಟ್ ದೇಶವನ್ನು ಚೀನ ಆಕ್ರಮಿಸಿಕೊಂಡದ್ದರಲ್ಲಿ ತಪ್ಪೇನಿದೆ? ಅದನ್ನು ಭಾರತ ಸರ್ಕಾರ ಸುಮ್ಮನೆ ಸಮ್ಮತಿಸಿದ್ದು ಕೂಡ ತಪ್ಪೇನಲ್ಲ. ಮೇಲ್ನೋಟಕ್ಕೆ ಚೀನ ಒರಟಾಗಿ ವರ್ತಿಸುತ್ತಿದೆ ಅನಿಸುತ್ತಿರಬಹುದು. ಆದರೆ ಚೀನಕ್ಕೆ ಟಿಬೆಟ್‌ನ ಮೇಲೆ ಅಧಿಕಾರ ಸ್ಥಾಪಿಸುವ ನ್ಯಾಯಯುತ ಹಕ್ಕಿದೆ. She is right" ಎಂದು ತುಂಬ ವಿವರವಾಗಿ, ಮನಮುಟ್ಟುವಂತೆ ಮಾತನಾಡಿದರು. ನಿಜ ಹೇಳಬೇಕೆಂದರೆ, ಹೌದಲ್ಲ? ಈತ ಹೇಳುತ್ತಿರೋದು ಎಷ್ಟು ಸಮಂಜಸವಾಗಿದೆ ಅಂತ ನನಗೇ ಅನಿಸಿತ್ತು. ನ್ಯಾಯಯುತ ಅಧಿಪತ್ಯ ಹೊಂದಿರುವ ಚೀನಾ ಟಿಬೆಟ್‌ನ ಮೇಲೆ ಬಂದು ಕೂತರೆ ಅದನ್ನು ಭಾರತದ ನಾಯಕರೇಕೆ ಪ್ರತಿಭಟಿಸಬೇಕು? ಈ ಕಮಾಂಡೆಂಟ್ ಜೋ ಸುಮ್ಮನೆ ಇಲ್ಲದ್ದು ಮಾತನಾಡುತ್ತಾರೆ ಅಂತ ನನಗೆ ನಾನೇ ಹೇಳಿಕೊಂಡಿದ್ದೆ. ಅಷ್ಟರಲ್ಲಿ ಜೋ ಎದ್ದು ನಿಂತೇ ಬಿಟ್ಟರಲ್ಲ? ಕಾಲೇಜಿಗೆ ಹೀಗೆ ಅತಿಥಿ ಭಾಷಣ ಮಾಡಲು ಬಂದವರನ್ನು ಕೆಣಕುವುದು ಆತನ ಹಳೇ ರೂಢಿ.

"ಚೀನದ ಹಕ್ಕು ಏನೇ ಇರಲಿ. ಐತಿಹಾಸಿಕವಾದುದನ್ನೇ ಮಾತಾಡಿ ಪ್ರಯೋಜನವಿಲ್ಲ. ಟಿಬೆಟ್ ಭೂಭಾಗವನ್ನು ಚೀನದವರು ಹೀಗೆ ಮಾನಭಂಗಕ್ಕೆ ಈಡು ಮಾಡುತ್ತಿರೋದನ್ನು ನಿಮ್ಮ ಭಾರತ ಸರ್ಕಾರ ಒಪ್ಪುತ್ತೋ? ನಾಳೆ ಈ ಚೈನಾ-ಟಿಬೆಟ್ ಗಡಿಯಲ್ಲಿ ಬಂದೂಕು ಹಿಡಿದು ನಿಂತರೆ ಯುದ್ಧ ತಾಂತ್ರಿಕತೆಯ ದೃಷ್ಟಿಯಿಂದ ನೀವು ಯಾವ ಸ್ಥಿತಿಯಲ್ಲಿರುತ್ತೀರಿ? ನಂಗೆ ಉತ್ತರ ಕೊಡಿ" ಎಂದು ಗಂಟು ಬಿದ್ದರು ಕಮಾಂಡೆಂಟ್ ಜೋ.

"ಕಮಾಂಡೆಂಟ್ ಸಾಹಿಬ್, ನನ್ನನ್ನಿಲ್ಲಿ ಭಾರತ-ಟಿಬೆಟ್-ಚೀನಾ ಸಂಬಂಧಗಳ ಇತಿಹಾಸದ ಬಗ್ಗೆ ಮಾತಾಡಲು ಕರೆಸಿದ್ದೀರಿ ಅಂದುಕೊಂಡಿದ್ದೇನೆ. ಯುದ್ಧ ತಾಂತ್ರಿಕತೆಯ ವಿಷಯವನ್ನು ನನ್ನನ್ಯಾಕೆ ಕೇಳುತ್ತೀರಿ. ಅದೇನಿದ್ದರೂ ನಿಮಗೆ ಬಿಟ್ಟದ್ದು. ಸೈನ್ಯದವರಿಗೆ!" ಅಂದು ಆ ಅಧಿಕಾರಿ ನುಣುಚಿಕೊಂಡಿದ್ದ. 1951ರಲ್ಲಿ ಭಾರತವನ್ನಾಳುತ್ತಿದ್ದ ಹೊಸ ತಲೆಮಾರಿನ ಅಧಿಕಾರಶಾಹಿ ಜನರ ಪಾಲಿಗೆ ಇತಿಹಾಸವೇ ಬೇರೆ, ರಾಜಕಾರಣವೇ ಬೇರೆ, ಯುದ್ಧ ತಾಂತ್ರಿಕತೆಯೇ ಬೇರೆ ಎಂಬ ಭಾವನೆಯಿತ್ತು.

ಕಮಾಂಡೆಂಟ್ ಜೋ ಅತ್ಯಂತ ಮುಂದಾಲೋಚನೆಯ ಮನುಷ್ಯ ಎಂಬುದು ಮನವರಿಕೆಯಾಗಲು ನಾನು ಹನ್ನೆರಡು ವರ್ಷ ಕಾಯಬೇಕಾಯಿತು: ನಮ್ಮ ಮೇಲೆ 1962ರಲ್ಲಿ ಚೀನಾ ದಂಡೆತ್ತಿ ಬರುವ ತನಕ!

ಒಬ್ಬ ಬ್ರಿಟಿಷ್ ಸೈನ್ಯಾಧಿಕಾರಿಗಿದ್ದಂತಹ ಮುಂದಾಲೋಚನೆ, ನಮ್ಮ ದೇಶದ ಯಾವುದೇ ಅಧಿನಾಯಕನಿಗಿರಲಿಲ್ಲ. ಒಂದು ಕಡೆ ಕೊರಿಯಾದೊಂದಿಗೆ ಭಯಾನಕ ಕದನದಲ್ಲಿ ತೊಡಗಿದ್ದಾಗಲೇ ಚೀನ ಅಕ್ಟೋಬರ್ 7,1950ರಂದು ಹಠಾತ್ತನೆ ಟಿಬೆಟ್‌ನ ಮೇಲೆ ಆಕ್ರಮಣ ನಡೆಸಿಬಿಟ್ಟಿತ್ತು. ಆಗ ನೆಹರೂ ಬೆಚ್ಚಿ ಬಿದ್ದಿದ್ದರು. ನಮ್ಮನ್ನು ಚೀನದ ದವಡೆಯಿಂದ ರಕ್ಷಿಸಿ ಎಂದು ಟಿಬೇಟನ್ನರು ಆರ್ತನಾದ ಮಾಡಿದ್ದರು. ಆದರೆ ಚೀನಾದೊಂದಿಗೆ ಸ್ನೇಹ(?) ಬಯಸಿದ್ದ

ಈ ನೆಹರೂ 'ನೀವು ನೀವೇ ಒಪ್ಪಂದ ಮಾಡಿಕೊಂಡು ರಾಜಿ ಮಾಡಿಕೊಳ್ಳಿ' ಎಂದು ಹೇಳಿ ಕೈ ತೊಳೆದುಕೊಂಡಿದ್ದರು. ಆತನಿಗೆ ಗೊತ್ತಿತ್ತು: ಟಿಬೆಟ್‌ನೊಳಕ್ಕೆ ಚೀನ ನುಗ್ಗುವುದೆಂದರೆ, ಮುಂದೆ ಯಾವತ್ತೋ ಭಾರತಕ್ಕೆ ತೊಂದರೆಯಾಗಲಿದೆ ಅಂತ. ಏಕೆಂದರೆ ಬಲಿಷ್ಠ ಚೀನಕ್ಕೂ- ಭಾರತಕ್ಕೂ ಮಧ್ಯೆ ಪುಟ್ಟ ಟಿಬೆಟ್ ಒಂದು ತಡೆ ಗೋಡೆಯಂತಿತ್ತು. ಬ್ರಿಟಿಷರು ಅದನ್ನು ತುಂಬ ಎಚ್ಚರದಿಂದ ಕಾಯ್ದುಕೊಂಡು ಬಂದಿದ್ದರು. ಯಾವತ್ತಿಗಾದರೂ ಚೀನಿಗಳು ಟಿಬೆಟ್ಟನ್ನು ಬಳಸಿಕೊಂಡು, ಅದೇ ನೆಲದಲ್ಲಿ ನಿಂತು ಭಾರತದತ್ತ ಫಿರಂಗಿ ಎತ್ತುತ್ತಾರೆಂಬುದು ವಿದಿತವಿತ್ತು. ಅವತ್ತು ಪಾರ್ಲಿಮೆಂಟಿನಲ್ಲಿ ಪ್ರೊಫೆಸರ್ ಎನ್.ಜಿ. ರಂಗಾ, ಶಾಮಪ್ರಸಾದ ಮುಖರ್ಜಿ ಮುಂತಾದವರು ಈ ಬಗ್ಗೆ ನೆಹರೂರನ್ನು ದಿಟ್ಟವಾದ ಪ್ರಶ್ನೆ ಕೇಳಿದ್ದರು. ಪಕ್ಕದಲ್ಲೇ ಚೀನಿಗಳನ್ನಿಟ್ಟುಕೊಳ್ಳೋದು ಅಪಾಯವಲ್ಲವೆ? ಅಂದಿದ್ದರು. ಉಕ್ಕಿನ ಮನುಷ್ಯ ಸರದಾರ್ ವಲ್ಲಭಭಾಯಿ ಪಟೇಲರು ಇವತ್ತೇ ಟಿಬೆಟ್ಟಿಗಾಗಿ ಯುದ್ಧವಾಗಿ ಹೋಗಲಿ ಅಂದಿದ್ದರು. ಅವರು ಇನ್ನಷ್ಟು ಕಾಲ ಬದುಕಿದ್ದಿದ್ದರೆ ಭಾರತಕ್ಕೆ ಇಂಥ ದುಃಸ್ಥಿತಿ ಬರುತ್ತಿರಲಿಲ್ಲ. ಟಿಬೆಟ್ ನಮ್ಮದು ಅಂತ ಚೀನದ ಸರ್ಕಾರ ಗುಡುಗುತ್ತಿರಬಹುದು. ಆದರೆ ಟಿಬೆಟ್‌ನ ಮೇಲೆ ಭಾರತಕ್ಕೆ ಪರಂಪರಾಗತವಾದ ಹಿಡಿತವಿದೆ. ಆ ಹಿಡಿತವನ್ನು ಬ್ರಿಟಿಷರು ನಮಗೆ ಕೊಟ್ಟು ಹೋಗಿದ್ದಾರೆ ಎಂದು ನೆಹರೂ ವಾದಿಸಿದ್ದಿದ್ದರೆ, ಅವತ್ತೇ ಎಚ್ಚರಗೊಂಡಿದ್ದಿದ್ದರೆ ಖಂಡಿತ ಈ ಪರಿಸ್ಥಿತಿ ಎದುರಿಸಬೇಕಾಗಿರುತ್ತಿರಲಿಲ್ಲ.

"ಭಾರತದ ಸೈನ್ಯವನ್ನು ತಗೊಂಡು ಹೋಗಿ ಟಿಬೆಟ್‌ನಲ್ಲಿ ನಿಲ್ಲಿಸೋಕೆ ನಮಗ್ಯಾವ ಹಕ್ಕಿದೆ? ಟಿಬೆಟ್ ಎಂಬುದು ಸ್ವತಂತ್ರ ದೇಶವೋ, ಚೀನದ ಒಂದು ಭಾಗವೋ? ಅದೇನೇ ಆಗಿರಲಿ; ಅಲ್ಲಿ ನಮ್ಮ ಸೈನ್ಯವನ್ನು ಇರಿಸೋದು ನ್ಯಾಯ ಸಮ್ಮತವಲ್ಲ!" ಎಂದು 1954ರಲ್ಲಿ ಈ ನೆಹರೂ ನುಡಿದೇ ಬಿಟ್ಟರು.

ನಿಜ ಹೇಳಬೇಕೆಂದರೆ ಪ್ರಧಾನಿ ನೆಹರೂಗೆ ಚೀನದೊಂದಿಗೆ ವ್ಯಾಜ್ಯ ಬೇಕಾಗಿರಲಿಲ್ಲ. ಆತ ಜಾಗತಿಕ ಮಟ್ಟದಲ್ಲಿ ಶಾಂತಿಯ ಹರಿಕಾರನಾಗಿ ಬೆಳೆಯುವ ಸಂಭ್ರಮದಲ್ಲಿದ್ದ. ನೆಮ್ಮದಿಯಾಗಿದ್ದ ಟಿಬೆಟ್‌ನ ಮೇಲೆ ಚೀನ ಆಕ್ರಮಣ ಮಾಡಿದಾಗ, "ಛೆ ಛೆ ಏನಿದು? ನಮಗೆ ಆಶ್ಚರ್ಯವಾಗುತ್ತಿದೆ. ಚೀನಾ ಹೀಗೆ ಮಾಡಬಾರದಾಗಿತ್ತು. ಇದು ಶೋಚನೀಯ. ಇನ್ನು ಮೇಲಾದರೂ ಬಗೆಹರಿಸಿಕೊಳ್ಳಬೇಕು. ಆಯ್ತಾ?" ಎಂಬ ಧಾಟಿಯ ಪತ್ರವೊಂದನ್ನು ಚೀನದ ರಾಜಧಾನಿಗೆ ಕಳಿಸಿಕೊಟ್ಟರು ನೆಹರೂ. "ಇನ್ನು ಮೇಲೆ ನಾವು ಒಳ್ಳೆ ಹುಡುಗರಾಗಿರುತ್ತೇವೆ ಬಿಡಿ" ಎಂಬ ಉತ್ತರ ಬರೆದು ಕಳಿಸಿತು ಚೀನಾ. ನೆಹರೂಗೆ ಅಷ್ಟೇ ಸಾಕಿತ್ತು. ಅಲ್ಲಿಗದನ್ನು ಬಿಟ್ಟುಬಿಟ್ಟರು.

ದುರಂತವೆಂದರೆ, ಟಿಬೆಟ್ ಮೇಲೆ ಚೀನ ಕಾಲಿಟ್ಟಂತಹ ಒಂದು ಘಟನೆ ಕೆಲವೇ ವರ್ಷಗಳಲ್ಲಿ ಕೋಟ್ಯಂತರ ಭಾರತೀಯರ ಭವಿತವ್ಯಗಳ ಮೇಲೆ ಪರಿಣಾಮ ಬೀರಲಿದೆ ಎಂಬುದನ್ನು ಭಾರತದ ಕೆಲವೇ ಕೆಲವು ದೂರದೃಷ್ಟಿಯುಳ್ಳ ಜನ ಅರ್ಥ ಮಾಡಿಕೊಂಡಿದ್ದರು. ಸಾಮಾನ್ಯ ಭಾರತೀಯರಿಗೆ ಸ್ವಾತಂತ್ರ್ಯ ದೊರಕಿದ್ದೇ ಒಂದು ಸಂಭ್ರಮವಾಗಿ ಹೋಗಿತ್ತು. ಅವನಿಗೆ ಜಗತ್ತಿನ ಭೂಪಟದಲ್ಲಿ ಟಿಬೆಟ್ ಎಲ್ಲಿದೆಯೆಂಬುದೇ ಮರೆತು ಹೋಗಿತ್ತು. ವಿದೇಶಾಂಗ ಸಚಿವಾಲಯದ ಅಧಿಕಾರಿಗಳಿಗೆ ಜಗತ್ತಿನ ನಾನಾ ದೇಶಗಳೊಂದಿಗೆ ರಾಜತಾಂತ್ರಿಕ ಸಂಬಂಧ ಕುದುರಿಸೋದು,

ಸಂಯುಕ್ತ ರಾಷ್ಟ್ರ ಸಂಸ್ಥೆಯ ಮುಂದೆ ಕಾಶ್ಮೀರದ ಕೇಸು ಮಂಡಿಸೋದು, ಜಾಗತಿಕ ಮಟ್ಟದ ಸಭೆಗಳಿಗೆ ಜವಾಹರಲಾಲ್ ನೆಹರು ಭಾಗವಹಿಸಲು ಹೊರಟಾಗ ಅವರಿಗಾಗಿ ಭಾಷಣ ಸಿದ್ಧಪಡಿಸೋದು- ಬರೀ ಇದೇ ಕೆಲಸವಾಗಿತ್ತು. ಖುದ್ದು ನೆಹರೂಗೆ ಭಾರತದ ಮಟ್ಟ ಮೀರಿ ಆಫ್ರಿಕಾ-ಏಷಿಯಾ ದೇಶಗಳ ಮುತ್ಸದ್ದಿಯಾಗಿ ಬೆಳೆದು ಬಿಡುವ ಸಡಗರವಿತ್ತು. ಸಾಮ್ರಾಜ್ಯಶಾಹಿ ವಿರೋಧಿ ನಾಯಕನಾಗಿ ಕಂಗೊಳಿಸುವ ಇರಾದೆಯಿತ್ತು. ಚೀನದ ಬಗ್ಗೆ, ಅದರ ತಣ್ಣಗಿನ ಕ್ರೌರ್ಯದ ಬಗ್ಗೆ ಯಾರೂ ತಲೆ ಕೆಡಿಸಿಕೊಳ್ಳಲೇ ಇಲ್ಲ. ಭಾರತದಷ್ಟೇ ನರಳಿ ನರಳಿ ಚೇತರಿಸಿಕೊಳ್ಳುತ್ತಿದ್ದ ಚೀನಾ, ತೀರ ನೆರೆಮನೆಯವರ ಮೇಲೇ ದಂಡೆತ್ತಿ ಬಂದುಬಿಡಬಹುದು ಅಂತಲೂ ಯಾರೂ ಊಹಿಸಲಿಲ್ಲ.

"ಟಿಬೆಟ್ಟನ್ನು ಸ್ವತಂತ್ರವಾಗಿರಲು ಬಿಟ್ಟರೆ, ಯಾವತ್ತಾದರೊಂದು ದಿನ ಅಮೆರಿಕನ್ನರು ಬಂದು ಅದನ್ನು ತನ್ನ ಸ್ಥಾವರವನ್ನಾಗಿ ಮಾಡಿಕೊಂಡು ಬಿಡುತ್ತಾರೆ. ಅದನ್ನು ತಪ್ಪಿಸುವುದಕ್ಕಾಗಿಯೇ ಟಿಬೆಟ್‌ನ ಆಕ್ರಮಣ ಮಾಡುತ್ತಿದ್ದೇವೆ. ಇಷ್ಟಕ್ಕೂ ಟಿಬೆಟ್ ಯಾವತ್ತಿದ್ದರೂ ನಮಗೇ ಸೇರಿದ್ದು" ಎಂಬ ನೆಪ ಒಡ್ಡತೊಡಗಿತ್ತು ಚೀನ. ಅದಕ್ಕೆ ತಕ್ಕಂತೆ ಭಾರತದ ಕಮ್ಯುನಿಸ್ಟರು ಚೀನ ಮಾಡಿದ್ದೇ ಸರಿ ಎಂದು ವಾದಿಸತೊಡಗಿದರು. ಬಲಪಂಥೀಯರು ಚೀನದೊಂದಿಗೆ ಯುದ್ಧ ಆಗೇ ಬಿಡಲಿ ಎಂದು ಹಠ ಹೂಡಿದ್ದರು. ಇಬ್ಬರ ಮಧ್ಯೆ ಸಿಕ್ಕಿಕೊಂಡು ಕಿರಿಕಿರಿ ಅನುಭವಿಸತೊಡಗಿದ ನೆಹರೂಗೆ, ಸ್ವಾತಂತ್ರ್ಯ ಬಂದ ಕೆಲವೇ ವರ್ಷದೊಳಗಾಗಿ ಒಂದು ಅಂತಾರಾಷ್ಟ್ರೀಯ ವಿವಾದ ಮೈಮೇಲೆಳೆದು ಕೊಳ್ಳುವುದು ಬೇಡವೆನಿಸಿತ್ತು.

"ಯಾವ ಕಾರಣಕ್ಕೂ ಟಿಬೆಟ್ಟನ್ನು ನಾವು ಬಿಡೋದಿಲ್ಲ. ನಮ್ಮ ಸೈನ್ಯ ಅಲ್ಲಿಗೆ ನುಗ್ಗುತ್ತಿದೆ. ಟಿಬೆಟನ್ನರನ್ನು 'ವಿಮುಕ್ತ'ಗೊಳಿಸುತ್ತದೆ ಮತ್ತು ಚೀನಿಗಳ ವಿಶಾಲ ಸಮೂಹಕ್ಕೆ ಟಿಬೇಟನ್ನರನ್ನು ಸೇರಿಸಿಕೊಳ್ಳುತ್ತದೆ" ಎಂದು ಚೀನದ ಜನರಲ್ ಲಿಯೋ ಪೋ ಚಾಂಗ್ ಬಹಿರಂಗವಾಗಿ ಹೇಳಿಕೆ ನೀಡುತ್ತಿದ್ದರೂ, ಈ ಪರಿಯದೊಂದು ಅನಾಹುತವನ್ನು ಚೀನಾ ಮಾಡಿಬಿಡಬಹುದು ಅಂತ ಚಾಚಾ ನೆಹರೂ ಕಲ್ಪಿಸಿಕೊಳ್ಳಲೇ ಇಲ್ಲ. ಏಕೆಂದರೆ, ಆತನಿಗೆ ಆ ದಿನಗಳಲ್ಲಿ ಮೂಲಭೂತವಾಗಿ ಈ ದೇಶದ ಹಿತ ರಕ್ಷಣೆಗಿಂತ, ತಾನು ಇದರ ಅಧಿನಾಯಕನಾಗಿ ಮೆರೆಯುವುದೇ ಹೆಚ್ಚು ಆಪ್ಯಾಯಮಾನವಾಗಿತ್ತು. 1950ರ ತನಕ ನಿರಾತಂಕವಾಗಿ(ಮಧ್ಯೆ ಮಧ್ಯೆ ಬಂದ ಕೆಲವು ತೊಂದರೆಗಳನ್ನು ಬಿಟ್ಟರೆ) ಸ್ವಾತಂತ್ರ್ಯ ಅನುಭವಿಸಿಕೊಂಡು ಬಂದಿದ್ದ ಟಿಬೆಟ್ಟನ್ನು ಚೀನಾ ಬಹಿರಂಗವಾಗಿ ನುಂಗಿ ಹಾಕಿದಾಗ, ಈ ನೆಹರೂ ಅದನ್ನೊಂದು ಜಾಗತಿಕ ಚರ್ಚೆಯ ವಿಷಯವನ್ನಾಗಿ ಮಾಡಬಹುದಿತ್ತು. ಮಾಡಲಿಲ್ಲ. ಏನಿದ್ದರೂ ಚೀನಿಗಳನ್ನೇ ಮನವೊಲಿಸಿ, ತೃಪ್ತಿಪಡಿಸಿ, ಅವರ ಗೆಳೆತನ ಸಂಪಾದಿಸಿಕೊಳ್ಳುವ ಹಂಬಲ ತೋರಿದರು ನೆಹರು. ಚೀನೀಗಳು ಮಾಡಿದ್ದೇ ಸರಿಯೆಂದು, ಅವರಿಗಿಂತ ಉಗ್ರವಾಗಿ ನೆಹರು ಅವರೇ ವಾದಿಸಿದರು. ಮುಂದೊಂದು ದಿನ ಟಿಬೇಟನ್ನರಿಗೆ ಅವರ ಸ್ವಾತಂತ್ರ್ಯ ಬಿಟ್ಟುಕೊಡುತ್ತೇವೆ ಬಿಡಿ ಎಂದು ಹೇಳಿದ ಚೀನಿಗಳನ್ನು ನಮ್ಮ ಸರ್ಕಾರ ಒಪ್ಪಿಕೊಂಡಿತು. ಚೀನಿಗಳು ಹಿಂಸೆಗಿಳಿಯುವುದಿಲ್ಲ ಎಂದು ನಂಬಿಕೊಂಡಿತು.

ಇದೇ ಟಿಬೆಟ್‌ನ ಪ್ರಶ್ನೆ ಸಂಯುಕ್ತ ರಾಷ್ಟ್ರ ಸಂಸ್ಥೆಯಲ್ಲಿ 23 ನವೆಂಬರ್ 1950ರಂದು

ಚರ್ಚೆಗೆ ಬಂದಾಗ "ಅದರ ಚರ್ಚೆಯೇ ಬೇಡ. ಅದು ಚೀನದ ಆಂತರಿಕ ಸಂಗತಿ. ಅವರವರೇ ಶಾಂತಿಯುತವಾಗಿ ಬಗೆಹರಿಸಿಕೊಳ್ಳುತ್ತಾರೆ" ಎಂದು ಹೇಳಿದ್ದು ಭಾರತ! ಭಾರತದ ದೃಷ್ಟಿಯಲ್ಲಿ 1950ರ ಹೊತ್ತಿಗೆ ಟಿಬೆಟ್ ಸಮಸ್ಯೆ ಬಗೆಹರಿದಾಗಿತ್ತು. ಹೀಗಾಗಿ ಟಿಬೆಟ್ ಮೇಲಿನ ಆಕ್ರಮಣ ವನ್ನು ಸಂಯುಕ್ತ ರಾಷ್ಟ್ರ ಸಂಸ್ಥೆ ಚರ್ಚೆಗೆತ್ತಿಕೊಳ್ಳಲೇ ಇಲ್ಲ. ಭಾರತದಂತಹ ದೇಶವೇ ಈ ಬಗ್ಗೆ ಆಸಕ್ತಿ ತೋರದಿದ್ದಾಗ, ಜಗತ್ತಿನ ಇನ್ಯಾವ ದೇಶ ಟಿಬೆಟ್‌ನ ಬಗ್ಗೆ ತಲೆ ಕೆಡಿಸಿಕೊಂಡೀತು?

ಆಯಿತಲ್ಲ? ಪಕ್ಕದಲ್ಲೇ ದುಷ್ಮನ್ ಬಂದು ಕುಳಿತಿದ್ದ. ಅವತ್ತಿಗೆ ಚೀನವನ್ನು ಶತ್ರು ದೇಶವೆಂದು ಪರಿಗಣಿಸದಿದ್ದರೂ, ಇಡೀ ಏಷಿಯಾದಲ್ಲೇ ಒಂದು ಬಲಿಷ್ಠ ದೇಶ ಎಂದು ಪರಿಗಣಿಸ ಬಹುದಿತ್ತು. ಹಾಗೆ ಪರಿಗಣಿಸಿದ ಮೇಲೆ ಪಕ್ಕದಲ್ಲಿ ಬಂದು ಕುಳಿತವನ ಬಗ್ಗೆ ಒಂದು ಎಚ್ಚರಿಕೆ, ಒಂದು ಸಿದ್ಧತೆ, ಕಡೇ ಪಕ್ಷ ಅವನು ಮೈಮೇಲೆ ಬಿದ್ದರೆ ನಮ್ಮನ್ನು ನಾವು ರಕ್ಷಿಸಿಕೊಳ್ಳಬಲ್ಲಷ್ಟು ಗಟ್ಟಿತನವನ್ನಾದರೂ ಬೆಳೆಸಿಕೊಳ್ಳಬೇಕಿತ್ತು.

ಕೇವಲ 1950ರಲ್ಲಿ ಟಿಬೆಟ್‌ನೊಳಕ್ಕೆ ಕಾಲಿಟ್ಟ ಚೀನ 1951ರ ಹೊತ್ತಿಗಾಗಲೇ ಭಾರತದ ಗಡಿಗೆ ಬಿಸಿ ಮುಟ್ಟಿಸತೊಡಗಿತ್ತು. ಅದು 1951ರಲ್ಲಿ ಲಡಾಕ್ ಗಡಿಗಳಲ್ಲಿ ಸೈನಿಕರನ್ನು ಗಸ್ತು ತಿರುಗಲು ಬಿಟ್ಟಿತ್ತು. ಅದು, ಕೊರಿಯಾದೊಂದಿಗೆ ಯುದ್ಧ ತಡವಿಕೊಂಡು ಕಂಗಾಲಾಗಿದ್ದ ಕಾಲ. ಆ ಕಾಲದಲ್ಲೇ ಭಾರತದ ಗಡಿಗಳ ಕಡೆಗೆ ಕಣ್ಣು ಹಾಯಿಸಿತ್ತು ಚೀನ. ಲಡಾಕ್‌ನಲ್ಲಿ ಸೈನಿಕರ ಗಸ್ತು ಶುರುವಾಗಿದೆ ಎಂಬ ಸಂಗತಿಯನ್ನು ನೆಹರೂ ಗಮನಕ್ಕೂ ತರಲಾಯಿತು. ದುರಂತವೆಂದರೆ, ನೆಹರೂ ಅದನ್ನು ಸಂಸತ್ತಿನ ಗಮನಕ್ಕೇ ತರಲಿಲ್ಲ. "ನಿಜ, ಗಡಿಯ ವಿಷಯಕ್ಕೆ ಸಂಬಂಧಿಸಿದಂತೆ ಚೀನದೊಂದಿಗೆ ನಾನು ಚರ್ಚಿಸಲೇ ಇಲ್ಲ. ಅದು ನನ್ನ ಮೂರ್ಖತನ. ಚರ್ಚಿಸುವಂಥದ್ದೇನೂ ಇಲ್ಲವೆಂದುಕೊಂಡುಬಿಟ್ಟಿದ್ದೆ" ಎಂದು ಮುಂದೆಂದೋ ದೇಶದ ಮುಂದೆ ಒಪ್ಪಿಕೊಂಡಿದ್ದರು ನೆಹರು.

ಅದರರ್ಥ: ಆತನಕ ನಿರುಪದ್ರವಕಾರಿಯಾಗಿದ್ದ ನೆರೆಮನೆಯ ಟಿಬೆಟ್‌ನ ಜಾಗಕ್ಕೆ ಬಲಿಷ್ಠ ಹಾಗೂ ಭೂದಾಹಿ ಚೀನಾ ಬಂದು ಕುಳಿತದ್ದನ್ನು ನಾವು ಗಮನಿಸಲೇ ಇಲ್ಲ.

ಮುಂದೊಂದು ದಿನ ಈ ಗಡಿಗಳಲ್ಲಿ ಚೀನ ಆಕ್ರಮಣಕಾರಿ ನಿಲುವು ತಳೆದರೆ ಅದು ನಮ್ಮ ಬಡ ದೇಶವನ್ನು ದಿವಾಳಿಯ ಅಂಚಿಗೆ ತಂದು ಬಿಡಬಹುದು ಎಂಬುದನ್ನೂ ಯೋಚಿಸಲಿಲ್ಲ. ಹೋಗಲಿ; ಚೀನದೊಂದಿಗೆ ಯುದ್ಧ ಮಾಡಲಾಗದಿದ್ದರೆ NEFA ಗಡಿಯಲ್ಲಿ ಚೀನಾ ಕೇಳುವ ಕೆಲ ಭಾಗಗಳನ್ನು ಬಿಟ್ಟುಕೊಡಲಿಕ್ಕಾದರೂ ನಾವು ಸಿದ್ಧರಾಗಬೇಕಿತ್ತು. ಆ ಕೆಲಸವನ್ನೂ ನಾವು ಮಾಡಲಿಲ್ಲ. ಚೀನದೊಂದಿಗೆ ಹೇಗಾದರೂ ಮಾಡಿ ಮೈತ್ರಿ ಬೆಳೆಸಿಕೊಂಡು, ಅದರ ಮನವೊಲಿಸಿ, ಪೂಸಿ ಹೊಡೆಯುತ್ತಲೇ ಪಾರಾಗಿ ಬಿಡಬಹುದೆಂದುಕೊಂಡೆವು. ಯುದ್ಧದಂತಹ ದುರ್ದಿನವನ್ನು ನಾವು ಊಹಿಸಲೇ ಇಲ್ಲ.

ಆ ದುರ್ದಿನ 20 ಅಕ್ಟೋಬರ್ 1962ರಂದು ಬೆಳಗಿನ ಜಾವ ಐದು ಗಂಟೆಗೆ ಸರಿಯಾಗಿ ಹಾಜರಾಗಿಯೇ ಬಿಟ್ಟಿತು.

ಅವತ್ತಿಗೆ ಭಾರತಕ್ಕೆ ಸ್ವಾತಂತ್ರ್ಯ ಬಂದು ಕೇವಲ ಹದಿನೈದು ವರ್ಷಗಳಾಗಿದ್ದವು.

ಟಿಬೆಟ್‌ನೊಳಕ್ಕೆ ಚೀನ ಕಾಲಿಟ್ಟು, ಹನ್ನೆರಡು ವರ್ಷಗಳಾಗಿದ್ದವು.

ಸಮರ ಸಿದ್ಧತೆ

ಅದೊಂದು ಟೆಲಿಫೋನ್ ಕರೆಯನ್ನು ನಾನು ನಿರ್ಲಕ್ಷಿಸಿದ್ದಿದ್ದರೆ.....?

ಅವತ್ತು ಸಾಯಂಕಾಲ ಆರೂವರೆ ಗಂಟೆಗೆ ಮಿಸಾಮಾರಿ ಸೈನಿಕ ಕೇಂದ್ರದಲ್ಲಿ ನಾನು ಸ್ನಾನ ಮುಗಿಸಿ ಈಚೆಗೆ ಬರುವ ಹೊತ್ತಿಗೆ ಒಂದೇ ಸಮನೆ ಬಡಿದುಕೊಳ್ಳುತ್ತಿದ್ದ ಟೆಲಿಫೋನನ್ನು ನಾನು ರಿಸೀವ್ ಮಾಡಿಕೊಳ್ಳದೇನೇ ಇದ್ದಿದ್ದರೆ...?

ಗೊತ್ತಿಲ್ಲ, ಏನಾಗುತ್ತಿತ್ತೋ? ನನಗೆ ಮೊದಲಿಂದಲೂ ಟೆಲಿಫೋನುಗಳೆಂದರೆ ಅಲರ್ಜಿ. ಆದರೆ ಸೆಪ್ಟಂಬರ್ 8, 1962ರಂದು ಸಾಯಂಕಾಲ ಅದ್ಯಾವ ಪ್ರೇರಣೆಯಾಯಿತೋ? ಹೋದವನೇ ಆಫೀಸರ್ಸ್ ಮೆಸ್‌ನ ನನ್ನ ಕೋಣೆಯಲ್ಲಿ ಕಿರಿಚಿಕೊಳ್ಳುತ್ತಿದ್ದ ಟೆಲಿಫೋನ್ ಕೈಗೆತ್ತಿಕೊಂಡುಬಿಟ್ಟೆ.

ಇಲ್ಲಿ ಪ್ರೇರಣೆಗಳಿಗಿಂತ ಒಂದು ಸೈನಿಕ ಮನಸ್ಸು ಕರಾರುವಾಕ್ಕಾಗಿ ಕೆಲಸ ಮಾಡಿಬಿಡುತ್ತದೆ. ಮುಖ್ಯವಾಗಿ, ಬೆಳಗಿನ ಜಾವ ಐದು ಗಂಟೆಗೆ ತವಾಂಗ್‌ನಿಂದ ಹೊರಟು ಮಿಸಾಮಾರಿಗೆ ತಲುಪಿದ್ದೇನೆ ಮತ್ತು ಇದೇ ಜಾಗದಲ್ಲಿ ವಾಸ್ತವ್ಯ ಹೂಡಿದ್ದೇನೆ ಎಂಬ ಸಂಗತಿ ಗೊತ್ತಿರುವವರೇ ಇಬ್ಬರು-ಮೂರು ಜನ. ಅವರಾದರೂ ಆಯಕಟ್ಟಿನ ಜಾಗೆಗಳಲ್ಲಿರುವವರೇ. ಸುಮ್ಮಸುಮ್ಮನೆ ಫೋನು ಮಾಡುವವರಲ್ಲ. ರಿಸೀವ್ ಮಾಡದೆ ಇರಬಾರದು ಅನ್ನಿಸಿತ್ತು.

ನಡೆದು ಹೋಗಿ ಫೋನೆತ್ತಿಕೊಂಡು 'ಹಲೋ?' ಅಂದೆ.

ಭಾರತದ ನೆಮ್ಮದಿಯ ನೆತ್ತಿಯ ಮೇಲೆ ಮೊದಲ ಸಿಡಿಲು ಕೆಡವಿಯೇ ಬಿಟ್ಟಿತ್ತು ಚೀನ!

ನನ್ನ ಸುಪರ್ದಿಯಲ್ಲಿದ್ದ ತವಾಂಗ್ ಸೆಕ್ಟರ್‌ನ ತುತ್ತುದಿಯ ನಮ್ಕಾ ಚು ನದೀ ತೀರದಲ್ಲಿ ಭಾರತೀಯ ಸೇನೆ ನಿರ್ಮಿಸಿದ್ದ ಕಟ್ಟಕಡೆಯ ಧೋಲಾ ಪೋಸ್ಟ್ (ಕಾವಲು ನೆಲೆ)ನ ಮೇಲೆ ಆರುನೂರು ಜನ ಚೀನೀ ಸೈನಿಕರು ಆಕ್ರಮಣ ಮಾಡಿಬಿಟ್ಟಿದ್ದರು. ಧೋಲಾ ಪೋಸ್ಟ್‌ನ ಉಸ್ತುವಾರಿಯಲ್ಲಿದ್ದ ಅಸ್ಸಾಂ ರೈಫಲ್ಸ್‌ನ ಅಧಿಕಾರಿ ತತ್ತರಿಸಿಹೋಗಿದ್ದ. ಹೊಚ್ಚ ಹೊಸ ಆಯುಧಗಳೊಂದಿಗೆ ಮುಗಿಬಿದ್ದಿದ್ದ ಆರು ನೂರು ಜನ ಚೀನೀ ಸೈನಿಕರನ್ನು ಎದುರಿಸುವ ಅಥವಾ ಹಿಮ್ಮೆಟ್ಟಿಸುವ ತಾಕತ್ತು ಖಂಡಿತವಾಗ್ಯೂ ಧೋಲಾ ಪೋಸ್ಟ್‌ನ ರಕ್ಷಣೆಗಿದ್ದ ಅಸ್ಸಾಂ ರೈಫಲ್ಸ್‌ನ ಚಿಕ್ಕ ತಂಡಕ್ಕೆ ಇರಲಿಲ್ಲ. ಬೆಳಗ್ಗೆಯಿಂದ ಆ ಅಧಿಕಾರಿ ಒಂದೇ ಸಮನೆ ನನ್ನ ಕೇಂದ್ರ ಸ್ಥಾನವಾದ ತವಾಂಗ್‌ಗೆ ಚೀತ್ಕಾರದ ಕರೆಗಳನ್ನು ಮಾಡುತ್ತಲೇ ಇದ್ದ.

ಚೀನೀ ಶತ್ರು ನಮ್ಮ ಗಡಿಯೊಳಕ್ಕೆ ನುಗ್ಗಿ ಬಂದುಬಿಟ್ಟಿದ್ದಾನೆ!

ಅನಾಹುತಕಾರಿ ಡ್ರ್ಯಾಗನ್ ತನ್ನ ಕೋರೆಹಲ್ಲು ತೋರಿಸತೊಡಗಿದೆ!

ತಕ್ಷಣ ನಾನು ಮರುದಿನ ತೇಜಪುರದಿಂದ ದಿಲ್ಲಿಗೆ ವಿಮಾನದಲ್ಲಿ ಹೊರಡಬೇಕಾಗಿದ್ದ ಕಾರ್ಯಕ್ರಮವನ್ನು ರದ್ದು ಮಾಡಿಕೊಂಡೆ. ನನಗೆ ಎರಡು ತಿಂಗಳ ರಜೆ ಮಂಜೂರಾಗಿತ್ತು. ಅದಕ್ಕಾಗಿ ದಿಲ್ಲಿಗೆ ಹೊರಟಿದ್ದೆ. ಇನ್ನೆಲ್ಲಿಯ ರಜೆ? ನೇರವಾಗಿ ಯುದ್ಧಭೂಮಿಗೆ ಹೋಗಲು ತೀರ್ಮಾನಿಸಿದ್ದೆ. ಮರುದಿನ ಬೆಳಗಿನ ಜಾವ ಹೆಲಿಕಾಪ್ಟರಿನಲ್ಲಿ ಕುಳಿತು ತವಾಂಗ್‌ನತ್ತ ಸಾಗುತ್ತಿದ್ದಾಗ ಒಂದೇ ಸಂಗತಿಯ ಕುರಿತು ಯೋಚಿಸುತ್ತಿದ್ದೆ:

ಭಾರತದೊಳಕ್ಕೆ ಚೀನೀ ಶತ್ರು ನುಗ್ಗಿ ಬಂದದ್ದಾದರೂ ಹೇಗೆ?

ಅವನೇನೂ ಸುಮ್ಮನೆ ಬರಿಗೈಲಿ ಬಂದಿರಲಿಲ್ಲ. ಅದಕ್ಕಾಗಿ ಸುಮಾರು ಹತ್ತು ವರ್ಷಗಳ ಸಿದ್ಧತೆ ನಡೆಸಿದ್ದ. 1951ರ ಸೆಪ್ಟಂಬರ್ 9ರ ಹೊತ್ತಿಗೆ ಟಿಬೆಟ್‌ನ ಕೇಂದ್ರಸ್ಥಾನವಾದ 'ಲಾಸಾ' ನಗರವನ್ನು ಆಕ್ರಮಿಸಿಯಾಗಿತ್ತು. ಆ ದಿನಗಳಲ್ಲಿ ಟಿಬೆಟ್ ಇದ್ದುದು ದಲೈಲಾಮಾ ಆಡಳಿತದಲ್ಲಿ. ಬೌದ್ಧ ಧರ್ಮೀಯರಾದ ಟಿಬೇಟನ್ನರ ಸದ್ದಡಗಿಸಿ ಬಿಟ್ಟಿತು ಚೀನ. ಅದಾದ ಮೇಲೆ ನಿಧಾನವಾಗಿ ಭಾರತದ ಗಡಿಗೆ ಹತ್ತತ್ತಿರವಾಗುವಂತೆ ಪಕ್ಕಾ ರಸ್ತೆಗಳನ್ನು ಹಾಕುವ, ಯುದ್ಧ ವಿಮಾನ ನೆಲೆಗಳನ್ನು ಏರ್ಪಡಿಸುವ, ಟಿಬೆಟ್‌ನ ಸಿನ್‌ಕಿಯಾಂಗ್ ಪ್ರಾಂತ್ಯದ ತನಕ ಪಕ್ಕಾ ದೂರವಾಣಿ ಸಂಪರ್ಕ ನೆಲೆಗೊಳಿಸುವ ಕೆಲಸವನ್ನು ವ್ಯವಸ್ಥಿತವಾಗಿ ಮಾಡತೊಡಗಿತು. ಒಂದಾದ ಮೇಲೊಂದರಂತೆ ದೊಡ್ಡ ಸಂಖ್ಯೆಯ ಸೈನಿಕ ತುಕಡಿಗಳನ್ನು ತಂದು ಟಿಬೆಟ್-ಭಾರತ ಗಡಿಯಲ್ಲಿ ಜಮೆ ಮಾಡತೊಡಗಿತು. ಅದ್ಭುತವಾದುದೊಂದು ಹೆದ್ದಾರಿಯನ್ನೇ ನಿರ್ಮಿಸಲು ತೊಡಗಿದ ಚೀನ, ಅದಕ್ಕಾಗಿ ಅಕ್ಸಾಯ್ ಚಿನ್ ಪ್ರದೇಶಕ್ಕೆ ಸೇರಿದ ಭಾರತದ ಗಡಿ ಭೂಮಿಯನ್ನು ಸದ್ದಿಲ್ಲದೆ ಕಬಳಿಸಿತ್ತು. 1953ರ ವೇಳೆಗೆ ಟಿಬೆಟ್‌ನ ಪ್ರಮುಖ ಪಟ್ಟಣಗಳಿಗೆಲ್ಲ ದೂರವಾಣಿ ವ್ಯವಸ್ಥೆ ಆಗಿ ಹೋಗಿತ್ತು. ಮೇಲು ನೋಟಕ್ಕೆ ತನ್ನದೇ ಆಳ್ವಿಕೆಯಲ್ಲಿರುವ ಟಿಬೆಟ್‌ನಲ್ಲಿ ಇವೆಲ್ಲ ಅಭಿವೃದ್ಧಿ ಕಾರ್ಯಕ್ರಮಗಳನ್ನು ಮಾಡುತ್ತಿದೆ ಚೀನ ಅನಿಸುತ್ತಿತ್ತು. ಅಷ್ಟು ದೊಡ್ಡ ಸಂಖ್ಯೆಯಲ್ಲಿ ಸೈನಿಕರನ್ನು ತಂದು ಜಮಾವಣೆ ಮಾಡಿದುದೇಕೆಂದರೆ; ಪೂರ್ವ ಟಿಬೆಟ್‌ನಲ್ಲಿ ಚೀನದ ವಿರುದ್ಧ ತಿರುಗಿ ಬೀಳುತ್ತಿದ್ದ, ಪದೇ ಪದೇ ದಂಗೆಯೇಳುತ್ತಿದ್ದ ಖಂಪಾ ಬುಡಕಟ್ಟು ಜನರನ್ನು ನಿಗ್ರಹಿಸಲು ಸೈನ್ಯ ಬೇಕು ಎಂಬ ಉತ್ತರ ಸಿದ್ಧವಿತ್ತು. ಕಡೆ ಕಡೆಗೆ ಲಾಸಾ ನಗರದ ತನಕ ಒಂದು ರೈಲ್ವೇ ವ್ಯವಸ್ಥೆಯನ್ನೂ ಮಾಡಿ ಮುಗಿಸಲು ಅಣಿಯಾಗಿತ್ತು ಚೀನಾ. ಭಾರತ ಮತ್ತು ಟಿಬೆಟ್‌ನ ನಡುವೆ ಇದ್ದ ಅಗೋಚರ ಮೆಕ್ ಮಹೊನ್ ಲೈನ್ (ಸರಹದ್ದು)ಗೆ ಅತ್ಯಂತ ಸಮೀಪದಲ್ಲೇ ಮೂರು ಟನ್ ತೂಕದ ವಾಹನ ಸಂಚಾರಕ್ಕೆ ಸಮರ್ಥವಾದಂತಹ ರಸ್ತೆಯೊಂದರ ನಿರ್ಮಾಣ ಮಾಡಿ ಮುಗಿಸಿತು. ಈ ರಸ್ತೆ, ವಿಮಾನ ನೆಲೆಗಳು, ಹೆದ್ದಾರಿಗಳು, ಟೆಲಿಫೋನ್ ವ್ಯವಸ್ಥೆ, ಸೈನಿಕ ತುಕಡಿಗಳ ಜಮಾವಣೆ ಇವುಗಳನ್ನೆಲ್ಲ ನೋಡುತ್ತಿದ್ದರೆ ಚೀನಾ ಸಿದ್ಧಗೊಳ್ಳುತ್ತಿದ್ದುದು ಒಂದು ವ್ಯವಸ್ಥಿತ ಯುದ್ಧಕ್ಕೇನೇ ಎಂಬುದು ಯಾರಿಗಾದರೂ ಮನವರಿಕೆಯಾಗಬಲ್ಲ ವಿಷಯವಾಗಿತ್ತು.

ಆದರೆ ನೋಡಲು ಭಾರತವೇ ಸಿದ್ಧವಿರಲಿಲ್ಲ! ಅದಕ್ಕೆ ತನ್ನದೇ ಆದ ಮೈಮರೆವು. ರಾಜಕೀಯವಾಗಿ ಕೂಡ ತನ್ನ ಪ್ರಜೆಗಳನ್ನು ಸಿದ್ಧಪಡಿಸಬೇಕು ಎಂದು ಯಾವ ನಾಯಕನಿಗೂ

ಅನ್ನಿಸಿರಲಿಲ್ಲ. ಆದರೆ ಚೀನ ಆ ಕೆಲಸವನ್ನು ಅತ್ಯಂತ ವ್ಯವಸ್ಥಿತವಾಗಿ ಮಾಡತೊಡಗಿತ್ತು. ಆಕ್ರಮಿಸಿಕೊಂಡ ಟಿಬೆಟ್‌ನಲ್ಲಿಯೇ ನೂರಾರು ಬುದ್ಧಿವಂತ, ದುಡಿಯುವ ವರ್ಗದ ಟಿಬೇಟನ್ನರನ್ನು ಆಯ್ಕೆ ಮಾಡಿ ಬೀಜಿಂಗ್, ಪೆಕಿಂಗ್ ಮುಂತಾದ ನಗರಗಳಿಗೆ ಕರೆದೊಯ್ದು ಅವರಿಗೆ ವ್ಯವಸ್ಥಿತವಾಗಿ ಕಮ್ಯುನಿಸ್ಟ್ ರಾಜಕೀಯ ಬೋಧಿಸಿತು. ಮುಂದೆ ಅವರನ್ನೇ ಟಿಬೆಟ್‌ಗೆ ವಾಪಸು ಕಳಿಸಿ ಪ್ರಮುಖ ಹುದ್ದೆಗಳನ್ನು ಕೊಡ ಮಾಡಿತು. ಹಾಗೆ ತಯಾರಾಗಿ ಬಂದ ಟಿಬೇಟನ್ ಹುಡುಗರು ಚೀನದ ಒರಿಜಿನಲ್ ಕಮ್ಯುನಿಸ್ಟರಿಗಿಂತ ನಿರರ್ಗಳವಾಗಿ ಮಾರ್ಕ್ಸ್, ಮಾವೋ ಸಿದ್ಧಾಂತ ಮಾತಾಡತೊಡಗಿದ್ದರು. ಹಿಂದೆ ಲಾಮಾ ಆಡಳಿತದಲ್ಲಿ ದುರುಳ ಸನ್ಯಾಸಿಗಳಿಂದ, ಭೂಮಾಲಿಕರಿಂದ ನಿರಂತರ ಶೋಷಣೆಗೆ ಒಳಗಾಗಿದ್ದ ಆ ದುಡಿಯುವ ವರ್ಗದ ಹುಡುಗರು ಅಪ್ಪಟ ಕ್ರಾಂತಿಕಾರಿಗಳಾಗಿ, ಚೀನಕ್ಕೋಸ್ಕರ ಪ್ರಾಣ ಕೊಡಲಿಕ್ಕೂ ಸಿದ್ಧರಾಗಿ ಟಿಬೆಟ್‌ಗೆ ಹಿಂತಿರುಗಿದ್ದರು. ಇಂಥದೊಂದು ಪಡೆಯನ್ನು ಭಾರತದಲ್ಲಿ ಯಾವ ಸರ್ಕಾರವೂ ತಯಾರು ಮಾಡಲಿಲ್ಲ.

ಹೀಗೆ ಒಂದು ವ್ಯವಸ್ಥಿತವಾಗಿ ಯುದ್ಧ ಸಿದ್ಧತೆ ಮಾಡಿಕೊಳ್ಳುತ್ತಿದ್ದ ಕಾಲದಲ್ಲಿ ಚೀನ ಭಾರತದೊಂದಿಗೆ ಗಡಿ ತಂಟೆ ತೆಗೆಯಲೇ ಇಲ್ಲ. ಆಗ ಚೀನಕ್ಕೆ ಸಮಯ ಬೇಕಾಗಿತ್ತು. ಅಂತಾರಾಷ್ಟ್ರೀಯ ಮಟ್ಟದಲ್ಲಿ ಭಾರತದ ನೆರವು ಬೇಕಾಗಿತ್ತು. ವಿಶೇಷವಾಗಿ 1950ರಿಂದ 1953ರವರೆಗೆ ಕೊರಿಯಾ ಯುದ್ಧದಲ್ಲಿ ತೊಡಗಿದ್ದ ಚೀನ ಆ ರಗಳೆಯಿಂದ ಪಾರಾದರೆ ಸಾಕೆಂಬ ಸ್ಥಿತಿಯಲ್ಲಿತ್ತು. "ಹಿಂದಿ-ಚೀನಿ ಭಾಯಿ ಭಾಯಿ" ಎಂಬ ಹಗಲುವೇಷ ಪ್ರಾರಂಭಿಸಿತು ಚೀನಾ. ಭಾರತಕ್ಕೆ ಸಾಂಸ್ಕೃತಿಕ ರಾಯಭಾರಿಗಳನ್ನು ಕಳಿಸಿತು. ಚೀನದ ನಾಯಕರು ಬಂದು ಹೋದರು. ಎಲ್ಲಿ ನೋಡಿದರೂ ಚೀನಾ-ಭಾರತದ ನಡುವಿನ ಶಾಶ್ವತ ಮೈತ್ರಿಯ ಸಂಗೀತವೇ ಕೇಳಿ ಬರತೊಡಗಿತ್ತು. ಇದೆಲ್ಲವೂ ಚೀನಕ್ಕೆ ಲಾಭವನ್ನೇ ಉಂಟು ಮಾಡಿದವು.

ಅಮಾಯಕ ಭಾರತ, ಇದ್ಯಾವುದರ ಪರಿವೆಯೂ ಇಲ್ಲದೆ ತನ್ನ ಶತಮಾನಗಳ ಬಡತನದ ವಿರುದ್ಧ ಹೆಣಗಲು ಸಿದ್ಧವಾಗುತ್ತಿತ್ತು. ಜವಾಹರಲಾಲ್ ನೆಹರೂ ಆಗಲೇ ಮೊದಲನೇ ಪಂಚವಾರ್ಷಿಕ ಯೋಜನೆಯನ್ನು ಘೋಷಿಸಿದ್ದರು. ಇಲ್ಲಿನ ಕಮ್ಯುನಿಸ್ಟರನ್ನ, ಸೋಷಲಿಸ್ಟರನ್ನ ಸಮಾಧಾನಪಡಿಸಲು ಭಾರತದ ಬಂಡವಾಳಶಾಹಿ ಆರ್ಥಿಕ ನೀತಿಗಳಿಗೆ ಒಂದು ಪೊಳ್ಳು ಸಮಾಜವಾದಿ ಮುಖವಾಡ ಕಲ್ಪಿಸಲು ಯತ್ನಿಸುತ್ತಿದ್ದರು. ಆಂಧ್ರದ ತೆಲಂಗಾಣದಲ್ಲಿ ನಡೆದಂತಹ ಕಮ್ಯುನಿಸ್ಟರ ಹೋರಾಟ ನೆಹರುವನ್ನು ಯಾವ ಪರಿ ಬೆದರಿಸಿತ್ತೆಂದರೆ, ಚೀನದ ವಿರುದ್ಧ ಮಾತನಾಡಿದರೇನೇ ಭಾರತದಲ್ಲಿ ದಂಗೆಗಳಾಗುತ್ತವೇನೋ ಎಂಬ ಮನಃಸ್ಥಿತಿ ತಂದುಕೊಂಡು ಬಿಟ್ಟಿದ್ದರು. ಇಂಥದೊಂದು ಸಾಮಾಜಿಕ-ರಾಜಕೀಯ ಹಿನ್ನೆಲೆಯಲ್ಲಿ ನೆಹರೂ ಏಪ್ರಿಲ್ 29, 1954ರಂದು ಭಾರತ ಮತ್ತು ಚೀನಾ ನಡುವೆ ಒಂದು ಒಪ್ಪಂದಕ್ಕೆ ಸಹಿ ಹಾಕಿದ್ದರು. ಆ ಒಪ್ಪಂದದ ಮುನ್ನುಡಿಯಲ್ಲೇ;

ಭಾರತ ಮತ್ತು ಚೀನಾ ತಂತಮ್ಮ ಗಡಿ ಹಾಗೂ ಸಾರ್ವಭೌಮತ್ವವನ್ನು ಗೌರವಿಸಿಕೊಳ್ಳಬೇಕು; ಪರಸ್ಪರರ ಆಂತರಿಕ ವಿಷಯಗಳಲ್ಲಿ ತಲೆ ಹಾಕಬಾರದು; ಎರಡೂ ದೇಶಗಳು ಈ ಒಪ್ಪಂದದಿಂದಾಗಿ ಸಮಾನ ಲಾಭ ಹೊಂದಬೇಕು ಮತ್ತು ಶಾಂತಿಯುತವಾಗಿ

ಶಾಶ್ವತವಾಗಿ ಸಹಬಾಳ್ವೆ ನಡೆಸಬೇಕು ಎಂಬ ಅಂಶಗಳು ಒಳಗೊಂಡಿದ್ದವು. ಇವೆಲ್ಲವೂ ಮೂಲತಃ ನೆಹರು ಅವರ ಪಂಚಶೀಲ ತತ್ವದ ಮೂಲಾಧಾರಗಳೇ ಆಗಿದ್ದವು.

ದುರಂತವೆಂದರೆ, ಚೀನಾ ಬರೆದು ಕೊಟ್ಟುದುದನ್ನೆಲ್ಲ ನೆಹರೂ ನಂಬಿಕೊಂಡು ಬಿಟ್ಟರು. ಆತನಕ ಟಿಬೆಟ್‌ನ ಮೇಲಿದ್ದ ಮಿಲಿಟರಿ, ಪೋಸ್ಟಲ್ ಮತ್ತು ಟೆಲಿಗ್ರಾಫಿಕ್ ಹಿಡಿತದ ಹಕ್ಕುಗಳನ್ನು ಕೂಡ ತಕರಾರಿಲ್ಲದೆ ಬಿಟ್ಟುಕೊಟ್ಟು ಬಿಟ್ಟರು. ಟಿಬೆಟ್‌ನಲ್ಲಿದ್ದ ನಮ್ಮ ಸೈನ್ಯವನ್ನು ಆರು ತಿಂಗಳೊಳಗಾಗಿ ವಾಪಸು ಕರೆಸಿಕೊಳ್ಳುವ ಭರವಸೆ ನೀಡಿದರು. ಒಟ್ಟಿನಲ್ಲಿ, ಯಾವತ್ತೂ ನಮ್ಮಿಬ್ಬರ ಮಧ್ಯೆ ಯುದ್ಧ ಬೇಡ. ನಮಗಿಷ್ಟು ಶಾಂತಿ ಬೇಕು ಎಂಬ ಬಲಹೀನ ಧಾಟಿಯಲ್ಲಿ ನೆಹರೂ ಚೀನದೊಂದಿಗೆ ವರ್ತಿಸಿದ್ದರು. 'ನೆಹರೂಜಿ ಅವರ ಜೀವಿತಾವಧಿಯಲ್ಲಿ ಯಾವತ್ತೂ ಚೀನದೊಂದಿಗೆ ಯುದ್ಧವಾಗುವುದಿಲ್ಲ' ಎಂಬುದು ಆ ಕಾಲದ ಬಹುಮುಖ್ಯ ರಾಜಕೀಯ ಘೋಷಣೆಯಾಗಿಬಿಟ್ಟಿತ್ತು. ದುರಂತವೆಂದರೆ, ಈ ಘೋಷಣೆಯನ್ನು ಭಾರತ ಸರ್ಕಾರ, ಅದರ ಸೇನೆ, ಆಡಳಿತ ಯಂತ್ರ, ಹಣಕಾಸು ವ್ಯವಸ್ಥೆ, ಜನಸಾಮಾನ್ಯರು ಮತ್ತು ಪತ್ರಿಕೆಗಳು ಕೂಡ ತಮಗೆ ನೀಡಲಾದ ಘೋಷವಾಕ್ಯವೇನೋ ಎಂಬಂತೆ ಸ್ವೀಕರಿಸಿಬಿಟ್ಟವು. 1954ರಿಂದ ಮುಂದೆ ಎಂಟು ವರ್ಷಗಳ ಕಾಲ 'ಚೀನದೊಂದಿಗೆ ಯುದ್ಧವಿಲ್ಲ' ಎಂಬುದು ಭಾರತದ ರಾಷ್ಟ್ರೀಯ ನೀತಿ (National Policy) ಆಗಿ ಹೋಗಿತ್ತು.

ಈ ನೆಹರೂ ಅಮಾಯಕನಂತೆ ಜಾಗತಿಕ ಮಟ್ಟದಲ್ಲಿ ಚೀನದ ಪರ ಮಾತಾಡುತ್ತ ತಿರುಗುತ್ತಿದ್ದರೆ, 1955ರಲ್ಲಿ ಬಾಂಡುಂಗ್ ಸಮಾವೇಶದಲ್ಲಿ ಚೀನದ ಚೌ ಎನ್ ಲಾಯ್‌ರನ್ನು ಆಫ್ರೋ-ಏಷಿಯನ್ ದೇಶಗಳಿಗೆ ಪರಿಚಯಿಸುತ್ತಿದ್ದರೆ, ಸಂಯುಕ್ತ ರಾಷ್ಟ್ರ ಸಂಸ್ಥೆಯಲ್ಲಿ ಚೀನದ ಪರವಾಗಿ ವಾದಿಸಿ ಅದಕ್ಕೆ ಸ್ಥಾನಮಾನ ದೊರಕಿಸಿ ಕೊಡುತ್ತಿದ್ದರೆ-

ಅತ್ತ ಆರ್ಥಿಕವಾಗಿ ಬಲಗೊಂಡ ಚೀನಾ, ಭಾರತದ ಗಡಿಯುದ್ದಕ್ಕೂ ತನ್ನ ಸೈನಿಕರು ಅಡಗಿ ಕುಳಿತುಕೊಳ್ಳಲು ಕಂದಕಗಳನ್ನು ತೋಡುತ್ತಲೇ ಇತ್ತು!

ಪಂಚಶೀಲ ತತ್ವಗಳನ್ನು ಆಧರಿಸಿದ ಭಾರತ-ಚೀನ ಮೈತ್ರಿ ಒಪ್ಪಂದದ ಮೇಲೆ ಎರಡೂ ದೇಶದ ನಾಯಕರು ಹಾಕಿದ ಸಹಿಯಿನ್ನೂ ಒಣಗಿರಲಿಲ್ಲ; ಟಿಬೆಟ್ ಗಡಿಯಲ್ಲಿರುವ ಬಾರಾಹೋತಿ(ಉತ್ತರ ಪ್ರದೇಶದಲ್ಲಿದೆ) ಎಂಬಲ್ಲಿ ಚೀನದ ಬಂದೂಕುಗಳು ಸಣ್ಣಗೆ ಘರ್ಜಿಸಿದವು. 1955ರ ಬಾಂಡುಂಗ್ ಸಮಾವೇಶದಲ್ಲೇ ಗೊಣಗಾಟ ಶುರುವಿಟ್ಟ ಚೀನದ ನಾಯಕ ಚೌ ಎನ್‌ಲಾಯ್; "ನಮ್ಮ ಗಡಿಗಳಿನ್ನೂ ಇತ್ಯರ್ಥವಾಗಿಲ್ಲ" ಎಂದು ಅಪಸ್ವರವೆತ್ತಿದ. ಬುದ್ಧಿವಂತರಾಗಿದ್ದಿದ್ದರೆ ನೆಹರೂ, ಆತನ ಮಾತುಗಳಲ್ಲಿ ಒಂದು ಎಚ್ಚರಿಕೆಯ, ಅಪಾಯದ ಸಂಕೇತವಿರುವುದನ್ನು ಅರ್ಥ ಮಾಡಿಕೊಳ್ಳುತ್ತಿದ್ದರು.

ಆದರೆ ನೆಹರೂಗೆ ಅರ್ಥ ಮಾಡಿಕೊಳ್ಳುವುದೇ ಬೇಕಾಗಿರಲಿಲ್ಲ.

1954ರಲ್ಲಿ ಚೀನಕ್ಕೆ ಹೋದರು. ಅಲ್ಲಿ ಭವ್ಯ ಸ್ವಾಗತ ದೊರೆತಿದ್ದು ಕಂಡು ಆನಂದತುಂದಿಲರಾಗಿ ಹೋದರು. ಇಷ್ಟಾಗಿ ಪ್ರೀತಿಸುವ ಚೀನಿಗಳು ಯುದ್ಧ ಯಾಕೆ ಮಾಡುತ್ತಾರೆ ಅಂದುಕೊಂಡವರೇ ಮತ್ತೊಮ್ಮೆ "ಹಿಂದಿ-ಚೀನಿ ಭಾಯಿ ಭಾಯಿ" ಮಂತ್ರ ಜಪಿಸಿ ದಿಲ್ಲಿಗೆ ಮರಳಿ

ಬಂದು ಬಿಟ್ಟರು.

ಅದನ್ನೇ ನಾನು ಆರಂಭದಲ್ಲಿ ಹೇಳಿದ್ದು: ಸ್ವತಃ ನೆಹರೂ ಮತ್ತು ಇಡೀ ಭಾರತ ಸರ್ಕಾರ ಚೀನೀಯರ ಬ್ರೇನ್ ವಾಷ್‌ಗೆ ಒಳಗಾಗಿತ್ತು!

ಒಂದು ದೇಶದ ರಾಜಕಾರಣ ಅಥವಾ ಒಬ್ಬ ರಾಜಕೀಯ ಮುತ್ಸದ್ದಿ ಹೀಗೆ ಅಮಾಯಕನಂತೆ ಕೆಲವೊಮ್ಮೆ ಉದ್ದೇಶಪೂರ್ವಕವಾಗಿ(!) ಪಕ್ಕದ ರಾಷ್ಟ್ರದವರೊಂದಿಗೆ ಗೆಳೆತನದ ಮಾತಗಳನ್ನಾಡುತ್ತಿರಬಹುದು. ಆತ ಕೆಲಕಾಲ ಅಧಿಕಾರದಲ್ಲಿರುತ್ತಾನೆ. ಮತ್ತೊಂದು ಪಕ್ಷ ಅಥವಾ ಮತ್ತೊಬ್ಬ ವ್ಯಕ್ತಿ ಅಧಿಕಾರಕ್ಕೆ ಬರುತ್ತದೆ. ಅದು ಬೇರೆಯದೇ ಲೋಕ. ಆದರೆ ಆ ದೇಶದ ಮಿಲಿಟರಿ ಇದೆಯಲ್ಲ? ಅದು ಬದಲಾಗುವಂತಹುದಲ್ಲ. ನೆರೆ ರಾಜ್ಯವೆಂದರೆ, ಮಿಲಿಟರಿಯ ದೃಷ್ಟಿಯಲ್ಲಿ ಅದು ಶತ್ರು ರಾಷ್ಟ್ರವೇ! ಅದರೆಡೆಗೆ ಒಂದು ಎಚ್ಚರಿಕೆಯ ಕಣ್ಣಿಟ್ಟೇ ಇರುತ್ತದೆ ಆರ್ಮಿ ಜನರಲ್ ಸ್ಟಾಫ್.

ಆ ಕೆಲಸವನ್ನು 1952ರಲ್ಲಿ ಮಾಡಿದ ಸೈನ್ಯಾಧಿಕಾರಿಯ ಹೆಸರು ಜನರಲ್ ಕುಲವಂತಸಿಂಗ್. ನಿಜಕ್ಕೂ ಸಮರ್ಥ ದಂಡನಾಯಕರು ಆತ. 1947-48ರಲ್ಲಿ ವಿಭಜನೆಯ ಗಲಭೆಗಳಾದಾಗ ಕಾಶ್ಮೀರದ ಸೈನಿಕ ಮುಖ್ಯಸ್ಥರಾಗಿದ್ದವರು. ಅಂಥ ಜನರಲ್ ಕುಲವಂತಸಿಂಗ್ 1952ರಲ್ಲಿ ಒಂದು ಸಮಿತಿಯ ನೇತೃತ್ವ ವಹಿಸಿ ಭಾರತದ ಉತ್ತರ ಗಡಿಗಳಿಗೆ ಏನಾದರೂ ಬೆದರಿಕೆಗಳಿವೆಯಾ? ಹಿಮಾಲಯದಲ್ಲಿ ಒಂದು ವೇಳೆ ಯುದ್ಧವೇ ಆದರೆ ಅದಕ್ಕೆ ಏನೇನು ಸಿದ್ಧತೆಗಳಾಗಬೇಕು ಎಂಬುದರ ಬಗ್ಗೆ ಸಮಗ್ರ ಅಧ್ಯಯನ ಮಾಡಿ ಮಟ್ಟಸವಾದುದೊಂದು ವರದಿ ನೀಡಿದರು. ಯಥಾಪ್ರಕಾರ, ಎಲ್ಲ ವರದಿಗಳಂತೆಯೇ ಜ. ಕುಲವಂತಸಿಂಗ್‌ರ ವರದಿ ಕೂಡ ನೆಹರೂ ಅವರ ಅಲಮಾರ ಸೇರಿ ಅಲ್ಲೇ ಕಣ್ಮರೆಯಾಯಿತು. ತುಂಬ ಚರ್ಚೆ, ಜಿಜ್ಞಾಸೆಯ ನಂತರ ಕಡೆಯಲ್ಲಿ ಹುಟ್ಟಿಕೊಂಡದ್ದೆಂದರೆ, ಗೃಹ ಮಂತ್ರಾಲಯದ ಉಸ್ತುವಾರಿಯಲ್ಲಿ ಒಂದು 'ಇಂಡೋ ಟಿಬೇಟನ್ ಬಾರ್ಡರ್ ಫೋರ್ಸ್' ಎಂಬ ಅಂಗ. ಭಾರತದ ಗಡಿಯಲ್ಲಿ ಕೆಲವೆಡೆ ನಮ್ಮದೊಂದು ಆಡಳಿತ ವ್ಯವಸ್ಥೆ ಏರ್ಪಡಿಸಲು ಅನುಕೂಲವಾಗುವಂತಹ ತುಕಡಿಗಳನ್ನು ರಚಿಸಲಾಯಿತೇ ಹೊರತು ಸೈನಿಕ ವ್ಯವಸ್ಥೆಯ ದೃಷ್ಟಿಯಿಂದ ನೋಡಿದರೆ ಇದು ಯಾತಕ್ಕೂ ಕೆಲಸಕ್ಕೆ ಬರುವಂತಹುದಾಗಿರಲಿಲ್ಲ.

ಜ. ಕುಲವಂತ ಸಿಂಗ್‌ರ ವರದಿಯನ್ನು ಸರಿಯಾಗಿ ಓದಿಕೊಂಡಿದ್ದಿದ್ದರೆ, ನೆಹರೂ ಆ ದಿನಗಳಲ್ಲೇ ಹಿಮಾಲಯದಲ್ಲಿ ಚೀನವನ್ನು ಸಮರ್ಥವಾಗಿ ಎದುರಿಸುವಂತಹ ಒಂದು ವ್ಯವಸ್ಥೆ ಮಾಡಬಹುದಿತ್ತು. "ಉಹುಂ, ಚೀನದೊಂದಿಗೆ ಯುದ್ಧವಿಲ್ಲ!" ಎಂದು ಘೋಷಿಸಿಬಿಟ್ಟಿತು ನೆಹರೂ ಕ್ಯಾಬಿನೆಟ್! ಹೀಗಾಗಿ, ಚೀನದ ವಿರುದ್ಧ ಯಾವುದೇ ಮಿಲಿಟರಿ ಸಿದ್ಧತೆ ಮಾಡಿಕೊಳ್ಳಬೇಕಾಗಿಲ್ಲ ಎಂದು ಸರ್ಕಾರವೇ ಸೈನ್ಯಕ್ಕೆ ಅಪ್ಪಣೆ ನೀಡಿದಂತಾಗಿ ಹೋಯಿತು. 1954ರ ವೇಳೆಗಾಗಲೇ ಭಾರತ ಯಾವ ಕಾರಣಕ್ಕೂ ಚೀನವನ್ನು ಕದನ ಭೂಮಿಯಲ್ಲಿ ಎದುರಿಸುವುದಿಲ್ಲ ಎಂದು ತೀರ್ಮಾನಿಸಿಯಾಗಿತ್ತು. ಹೀಗಾಗಿ ಸೈನಿಕ ಕಾರ್ಯಾಲಯಗಳು ತಣ್ಣಗೆ ಕುಳಿತಿದ್ದವು.

ಟಿಬೆಟ್ ಗಡಿಯ ತನಕ (ಯುದ್ಧ ನಡೆಯಬಹುದಾದ ಜಾಗ) ಸರಿಯಾದ ರಸ್ತೆ ಹಾಕಲಿಲ್ಲ.

ಶತ್ರು ದೇಶದ ಕಾರ್ಯಾಚರಣೆ ಏನಿದೆಯೆಂಬುದನ್ನು ತಿಳಿದುಕೊಂಡು ವರದಿ ಮಾಡಬಲ್ಲ ಗುಪ್ತ ದಳವನ್ನು ಗಡಿ ಪ್ರದೇಶಗಳಿಗೆ ಕಳಿಸಲಿಲ್ಲ. ಎಲ್ಲೆಲ್ಲಿ ಸಮಸ್ಯೆಯುಂಟಾಗಬಹುದು ಎಂಬ ಸಮೀಕ್ಷೆ ಕೂಡ ಮಾಡಲಿಲ್ಲ. ಕದನಕ್ಕೆ ಕಳಿಸಬಹುದಾದ ಪಕ್ಕಾ ಸೈನಿಕ ಘಟಕಗಳ ಸೃಷ್ಟಿಯಾಗಲಿಲ್ಲ. ಎಂಥ ಶಸ್ತ್ರಾಸ್ತ್ರಗಳಿವೆ; ಯಾವ ತರಹದ ನೂತನ ದೂರವಾಣಿ ಉಪಕರಣಗಳ ಸೃಷ್ಟಿಯಾಗಿವೆ ಎಂಬುದರ ಕಡೆಗೆ ಗಮನವೇ ಹರಿಸಲಿಲ್ಲ. ಬಯಲುಗಳಲ್ಲಿ ನಿಂತು ಯುದ್ಧ ಮಾಡುವುದು ಹೇಗೆ ಎಂಬುದನ್ನು ಹೇಳಿಕೊಡಲಾಯಿತೇ ಹೊರತು, ಸೈನಿಕ ಶಾಲೆಗಳು ಬೆಟ್ಟ-ಪರ್ವತಗಳ ಯುದ್ಧ ಶೈಲಿಯ ಬಗ್ಗೆ ತಲೆ ಕೆಡಿಸಿಕೊಳ್ಳಲೇ ಇಲ್ಲ. 1947ರಲ್ಲಿ ಕಾಶ್ಮೀರ ಕದನ ಸಾಕಷ್ಟು ಪಾಠ ಕಲಿಸಿತ್ತಾದರೂ, ನಮ್ಮ ಸೈನ್ಯಾಧಿಕಾರಿಗಳು ಪಾಠ ಕಲಿಯಲಿಲ್ಲ. ಅಸಲಿಗೆ 1954ರ ತನಕ ಭಾರತದ ಆರ್ಮಿ ಹೆಡ್ ಕ್ವಾರ್ಟರ್ಸಿನಲ್ಲಿ ಚೀನದ ಕುರಿತು ಚರ್ಚೆಯೇ ಆಗುತ್ತಿರಲಿಲ್ಲ.

ಸೈನ್ಯದ ಕಣ್ಣಲ್ಲಿದ್ದುದು ಕೇವಲ ಪಾಕಿಸ್ತಾನ. 1947ರಲ್ಲಿ ವಿಭಜನೆಯ ಮಾರಣ ಹೋಮವಾಗಿತ್ತು. ಆಗ ಸೈನ್ಯ ಕಾಶ್ಮೀರಕ್ಕೆ ಓಡಿತ್ತು. ಮುಂದೆ ಕೆಲವೇ ದಿನಗಳಲ್ಲಿ ಪಾಕಿಸ್ತಾನವು ಕಾಶ್ಮೀರದ ಒಂದು ಭಾಗದಲ್ಲಿ ಬುಡಕಟ್ಟು ಜನರನ್ನು ಭಾರತದ ವಿರುದ್ಧ ಎತ್ತಿಕಟ್ಟಿ ತಂಟೆ ಮಾಡಿತು. ಆಗ ಎರಡೂ ದೇಶಗಳ ಸೈನ್ಯಗಳು ಮುಖಾಮುಖಿಯಾದವು. ಬಿರುಸಾದ ಯುದ್ಧವೇ ಶುರುವಾಗಿ ಹೋಗಿತ್ತು. ಭಾರತದ ಸೇನೆ ಎಂಥ ಬಿರುಸಿನ ಕಾರ್ಯಾಚರಣೆ ಮಾಡಿತೆಂದರೆ, ಇನ್ನು ಕೆಲವೇ ದಿನಗಳಲ್ಲಿ ಗೆಲುವು ನಮ್ಮದಾಗುವುದಿತ್ತು.

"ಯುದ್ಧ ನಿಲ್ಲಿಸಿ! ಈ ವಿಷಯವನ್ನು ನಾನು ಸಂಯುಕ್ತ ರಾಷ್ಟ್ರ ಸಂಸ್ಥೆಯ ಮುಂದಿಟ್ಟು ಬಗೆಹರಿಸಿಕೊಳ್ಳುತ್ತೇನೆ" ಎಂದು 1949ರ ಜನವರಿ 1ರಂದು ಸೈನ್ಯದ ಕೈ ತಡೆದು ಬಿಟ್ಟರು ಇದೇ ನೆಹರೂ. ಕಾಶ್ಮೀರದ ಮೂರನೇ ಒಂದು ಭಾಗವನ್ನು ಪಾಕಿಸ್ತಾನದ ಸುಪರ್ದಿಗೆ ಬಿಟ್ಟುಬಿಟ್ಟರು. ಹೀಗಾಗಿ ಇವತ್ತಿಗೂ ಪಾಕ್ ಆಕ್ರಮಿತ ಕಾಶ್ಮೀರ (POK) ಅಸ್ತಿತ್ವದಲ್ಲಿದೆ. ಅವತ್ತು ನೆಹರೂ ಭಾರತೀಯ ಸೈನ್ಯದ ಕೈ ತಡೆಯದೆ ಹೋಗಿದ್ದಿದ್ದರೆ, ಕಾಶ್ಮೀರದ ಸಮಸ್ಯೆ ಇಷ್ಟು ಉಲ್ಬಣಗೊಳ್ಳುತ್ತಿರಲಿಲ್ಲ.

ನಿಮಗೆ ಈ ಕಾಶ್ಮೀರದ ಯುದ್ಧದಲ್ಲಿನ ಒಂದು ವಿಲಕ್ಷಣತೆಯನ್ನು ಇಲ್ಲಿ ವಿವರಿಸಬೇಕು. ತಮಾಷೆಯೆಂದರೆ ಭಾರತ ಮತ್ತು ಪಾಕಿಸ್ತಾನದ ಎರಡೂ ಸೇನೆಗಳು, ಇಬ್ಬರು ಬ್ರಿಟಿಷ್ ಸೈನ್ಯಾಧಿಕಾರಿಗಳ ದಂಡನಾಯಕತ್ವದಲ್ಲಿದ್ದವು! ಭಾರತ ಸೇನೆಯ ದಂಡನಾಯಕರಾಗಿ ಜನರಲ್ ಬ್ರೋಚರ್ ಇದ್ದರು. ಪಾಕಿಸ್ತಾನದ ದಂಡನಾಯಕರಾಗಿ ಜನರಲ್ ಗ್ರೇಸಿ ಇದ್ದರು. ಪ್ರತೀ ದಿನದ ಯುದ್ಧ ಮುಗಿದ ಮೇಲೆ ಒಬ್ಬರನ್ನೊಬ್ಬರು ಸಂಪರ್ಕಿಸಿ ಇವತ್ತು ಏನೇನಾಯಿತು ಎಂಬ ಬಗ್ಗೆ ಮಾತನಾಡಿಕೊಳ್ಳುತ್ತಿದ್ದರು!

ಮುಂದೆ 1951ರಲ್ಲಿ ಎರಡೂ ಕಡೆಯ ಸೈನ್ಯಗಳು ಪಂಜಾಬದ ಗಡಿಯಲ್ಲಿ ಮುಖಾಮುಖಿಯಾಗಿಯೇ ಹೋಗಿದ್ದವು. ಅದೃಷ್ಟವಶಾತ್ ಆಗ ಯುದ್ಧವಾಗಲಿಲ್ಲ. ಆದರೆ ತೀರ ಯುದ್ಧಭೂಮಿಗೆ ಬಂದು ನಿಂತ ಪಾಕಿಸ್ತಾನ, ಭಾರತೀಯ ಸೈನ್ಯದ ಅಸಲಿ ತಾಕತ್ತೇನು ಎಂಬುದನ್ನು ಕಣ್ಣಾರೆ ನೋಡಿಬಿಟ್ಟಿತ್ತು. ಕದನವೇ ಆಗಿದ್ದಿದ್ದರೆ ತಾನು ಯಾವ ಕಾರಣಕ್ಕೂ

ಭಾರತವನ್ನು ಸೆಣೆಸಿ ಗೆಲ್ಲುವ ಸ್ಥಿತಿಯಲ್ಲಿಲ್ಲ ಎಂಬುದು ಪಾಕಿಸ್ತಾನಕ್ಕೆ ಮನವರಿಕೆಯಾಗಿ ಹೋಯಿತು.

ಮತ್ತು ಅವತ್ತಿನಿಂದಲೇ ಪಾಕ್, ಯುದ್ಧಭೂಮಿಯಲ್ಲಿ ಭಾರತಕ್ಕೆ ಸರಿಸಮನಾಗಿ ಬೆಳೆಯುವ ಎಲ್ಲ ಪ್ರಯತ್ನ ಪ್ರಾರಂಭಿಸಿತು. ತಕ್ಷಣ ಹೋಗಿ ಅಮೆರಿಕದೊಂದಿಗೆ ಒಪ್ಪಂದಗಳನ್ನು ಮಾಡಿಕೊಂಡಿತು. ಅತ್ಯಂತ ನೂತನ ಶಸ್ತ್ರಾಸ್ತ್ರ ತಂದಿಟ್ಟುಕೊಂಡಿತು. ವಿನೂತನ ಯುದ್ಧ ವಿಮಾನಗಳು ಬಂದಿಳಿದವು. ನೋಡನೋಡುತ್ತಲೇ ಪಾಕ್ ಬಲಶಾಲಿಯಾಗಿ ಹೋಯಿತು. ಪಾಕಿಸ್ತಾನಕ್ಕೆ ಈ ತೆರನಾದ ಸಹಾಯ ನೀಡಬೇಡಿ. ಅದು ಮಾರಣಹೋಮಕ್ಕೆ ನಾಂದಿಯಾಗುತ್ತದೆ ಎಂದು ದನಿ ಎತ್ತಿದರು ನೆಹರೂ. "ಇಲ್ಲ; ಅದು ನಿಮ್ಮ ವಿರುದ್ಧ ನಾವು ಮಾಡುತ್ತಿರುವ ಸಹಾಯವಲ್ಲ. ಪಕ್ಕದಲ್ಲೇ ಇರುವ ಕಮ್ಯುನಿಸ್ಟ್ ರಷ್ಯಾದ ವಿರುದ್ಧ ಸಹಾಯ ಮಾಡುತ್ತಿದ್ದೇವೆ. ನಾವು ಕೊಟ್ಟ ಬಾಂಬು, ಬಂದೂಕುಗಳನ್ನು ಪಾಕಿಸ್ತಾನ ಯಾವ ಕಾರಣಕ್ಕೂ ನಿಮ್ಮ ವಿರುದ್ಧ ಬಳಸದಂತೆ ನೋಡಿಕೊಳ್ಳುತ್ತೇವೆ" ಅಂದಿತು ಅಮೆರಿಕ.

ದುರಂತವೆಂದರೆ, ನೆಹರೂ ಅದನ್ನು ನಂಬಿದರು!

ಆದರೆ ಭಾರತದ ಸೈನ್ಯಾಧಿಕಾರಿಗಳು ನಂಬಲಿಲ್ಲ. ಒಂದೇ ಸಮನೆ ಒತ್ತಾಯ ಮಾಡಿ, ಕಾಡಿ, ಬೇಡಿ ಕೆಲವು ಸವಲತ್ತುಗಳನ್ನು ಪಡೆದರು. ಪದೇ ಪದೇ ವರದಿಗಳನ್ನು ನೀಡಿದ್ದರಿಂದ, ದಿನಗಟ್ಟಲೆ ಚರ್ಚೆ ಮಾಡಿ, ಸಮಾವೇಶಗಳನ್ನು ನಡೆಸಿ, ಸಂಪುಟ ಸಭೆಗಳಲ್ಲಿ ಚೌಕಾಶಿ ಮಾಡಿ ಕಡೆಗೆ -"ಭಾರತೀಯ ಸೈನ್ಯ ಒಂದಿಷ್ಟು ಶಸ್ತ್ರಾಸ್ತ್ರ ಖರೀದಿಸಬಹುದು. ಹೊಸ ಸೈನಿಕ ದಳಗಳನ್ನು ಕಟ್ಟಬಹುದು. ತೀರ ಅನಿವಾರ್ಯವಾದ ಯುದ್ಧ ಸಾಮಗ್ರಿ ಖರೀದಿಸಬಹುದು ಇದಕ್ಕಿಂತ ಜಾಸ್ತಿ ಸವಲತ್ತು ಕೇಳಬೇಡಿ. ಪಾಕಿಸ್ತಾನ ದೊಂದಿಗೆ ನಾವು ಶಸ್ತ್ರಾಸ್ತ್ರ ಸಂಗ್ರಹಣೆಯ ಪೈಪೋಟಿ ನಡೆಸಬೇಕಾಗಿಲ್ಲ" ಅಂದರು ನೆಹರೂ.

ಅವತ್ತೇನಾದರೂ ಭಾರತೀಯ ಸೈನ್ಯ ಕಾಡಿ ಬೇಡಿ ತನ್ನನ್ನು ತಾನು ನವೀಕರಿಸಿಕೊಳ್ಳದೆ ಹೋಗಿದ್ದಿದ್ದರೆ 1965ರ ಯುದ್ಧದಲ್ಲಿ ಅಕ್ಷರಶಃ ಭಾರತವನ್ನು ತಿಂದು ಹಾಕಿಬಿಡುತ್ತಿತ್ತು ಪಾಕಿಸ್ತಾನ!

ಒಟ್ಟಿನಲ್ಲಿ ಭಾರತೀಯ ಸೈನ್ಯದ ಗಮನವೆಲ್ಲ ಪಾಕಿಸ್ತಾನದ ಕಡೆಗೇ ಇತ್ತು. ಇತ್ತ ಬಲಿಷ್ಠ ಚೈನಾ ಅಕ್ಸಾಯ್ ಚಿನ್ ಪ್ರದೇಶದ ಮೂಲಕ ಭಾರತದ ಗಡಿಗಳ ತನಕ ತಲುಪಿ, ಎಲ್ಲೆಲ್ಲಿ ಭಾರತದೊಳಕ್ಕೆ ನುಗ್ಗಿ ಕೂಡಬಹುದು ಎಂಬುದರ ಸರ್ವೆ ಮಾಡುತ್ತಿತ್ತು. ಭಾರತಕ್ಕೆ ಗೊತ್ತೇ ಆಗಿರಲಿಲ್ಲ. ತೀರ 1957ರ ಸೆಪ್ಟಂಬರಿನಲ್ಲಿ ಭಾರತದ ಹೊಸ್ತಿಲ ತನಕ ಪಕ್ಕಾ ಹೆದ್ದಾರಿಯೊಂದನ್ನು ಮಾಡಿ "ಅದನ್ನೀಗ ಉದ್ಘಾಟಿಸುತ್ತಿದ್ದೇವೆ" ಎಂದು ಚೀನಾ ಘೋಷಿಸುವ ದಿನದ ತನಕ, ಅಷ್ಟು ಹತ್ತಿರದಲ್ಲಿ ಒಂದು ಹೆದ್ದಾರಿಯಾಗುತ್ತಿದೆ ಎಂಬುದನ್ನು ನಮ್ಮ ಸರ್ಕಾರ ನೋಡಿಕೊಂಡೇ ಇರಲಿಲ್ಲ. ಆ ಹೆದ್ದಾರಿಯಲ್ಲಿ ಮಿಲಿಟರಿ ವಾಹನಗಳು ಕದಲಲು ಶುರುವಾದಾಗಲೇ ನಾವು ಇಣುಕಿ ನೋಡಿ "ಹೌದಾ"? ಅಂದದ್ದು.

ಆಗ ಶುರುವಾಯಿತು ಸಣ್ಣ ದುಗುಡ. ನಮ್ಮ ಗಡಿಗಳ ಆಸುಪಾಸಿನಲ್ಲಿ ಚೀನಿಗಳು ಏನೇನು

ಮಾಡುತ್ತಿದ್ದಾರೆ ಎಂಬುದನ್ನು ನೋಡಿಕೊಂಡು ಬರಲು ತುಕಡಿಯೊಂದನ್ನು ಕಳಿಸಿತು ಭಾರತ. ಚೀನಿಗಳು ತಕ್ಷಣ ಅದನ್ನು ಬಂಧಿಸಿದರು. ಈ ನೆಹರೂ ಎಂಬ ಮನುಷ್ಯನಿಗೆ ಆ ವಿಷಯವನ್ನು ಸಂಸತ್ತಿಗೆ ತಿಳಿಸಬೇಕು ಅಂತ ಕೂಡ ಅನ್ನಿಸಿರಲಿಲ್ಲ! "ತಿಳಿಸುವಂತಹ ಪ್ರಸಂಗವೇ ಬರಲಿಲ್ಲ. ಚೀನದೊಂದಿಗೆ ಈ ಬಗ್ಗೆ ಪತ್ರ ವ್ಯವಹಾರ ಮಾಡಲಾಗುತ್ತಿತ್ತು. ಸಮಯ ಬಂದಾಗ ನಿಮಗೆ ತಿಳಿಸೋಣವೆಂದುಕೊಂಡು ಸುಮ್ಮನಾಗಿದ್ದೆ" ಅಂದರು ನೆಹರೂ.

1954 - 1955ರಲ್ಲಿ ಹೀಗಿತ್ತು ಭಾರತದ ಸ್ಥಿತಿ. ಸೈನ್ಯಕ್ಕಾಗಿ ಖರ್ಚು ಮಾಡಲು ಸರ್ಕಾರ ಸಿದ್ಧವಿರಲಿಲ್ಲ. ಸೈನ್ಯದ ಅಸ್ತಿತ್ವವೇ ಮರೆತಂತಾಗಿತ್ತು. ನಮ್ಮ ಮದ್ದು-ಗುಂಡು, ಎರಡನೇ ಪ್ರಪಂಚ ಯುದ್ಧದ ಕಾಲದ ಸಲಕರಣೆಗಳು, ನಮ್ಮ ತರಬೇತಿ ಪದ್ಧತಿ- ಎಲ್ಲವೂ ತುಕ್ಕು ಹಿಡಿದು ಹೋಗಿದ್ದವು. 1947ರಿಂದ 1955ರ ತನಕದ ಅಷ್ಟೂ ವರ್ಷಗಳನ್ನು ನಾವು ವ್ಯರ್ಥವಾಗಿ ಕಳೆದಿದ್ದೆವು.

ತೀರ ಚೀನಿ ದುಷ್ಮನ್ ಬಂದು ಬಾಗಿಲಲ್ಲೇ ರಣಕಹಳೆ ಮೊಳಗಿಸಿ ನಿಂತಾಗ ಭಾರತೀಯ ಸೈನ್ಯ ಯುದ್ಧ ತರಬೇತಿಗೆ ಸಂಬಂಧಿಸಿದಂತೆ ಸೈನಿಕರಿಗೆ ತಕ್ಷಣದ ಕೆಲವು crash courseಗಳನ್ನು ಮಾಡಿತು. ಆದರೆ ಆ ಹೊತ್ತಿಗೆ ಎಲ್ಲವೂ ಕೈ ಮೀರಿ ಹೋಗಿತ್ತು. ಸುದೀರ್ಘ ಕಾಲದ ಪೂರ್ಣಾವಧಿ ಯುದ್ಧಗಳಲ್ಲಿ ಅಲ್ಪಾವಧಿಯ crash courseಗಳು ಪ್ರಯೋಜನಕ್ಕೆ ಬರುವುದಿಲ್ಲ.

"ನಿಜ, ಸೈನ್ಯಕ್ಕೆ ಕೇವಲ ಹಣ ನೀಡಿದರೆ ಸಾಲದು. ಯುದ್ಧಕ್ಕೆ ಸಿದ್ಧತೆ ಮಾಡಿಕೊಳ್ಳಲು ಸಮಯವನ್ನೂ ಕೊಡಬೇಕು!" ಅಂದರು ರಕ್ಷಣಾ ಮಂತ್ರಿ ಚವ್ಹಾಣ್:

ಚೈನಾ ಯುದ್ಧದಲ್ಲಿ ಸೋತ ಎಷ್ಟೋ ದಿನಗಳ ನಂತರ!

ರಭಸದಿಂದ ಹರಿಯುತ್ತಿದ್ದ ನಮ್ಕಾ ಚು ನದಿಯ ನಾಲ್ಕನೇ ಸೇತುವೆಯ ಮೇಲೆ ನಿಂತಿದ್ದೆ. ಒಂದಷ್ಟು ದೂರದಲ್ಲೇ ನನ್ನ ಕಣ್ಣುಗಳಿಗೆ ಅತ್ಯಂತ ಸ್ಪಷ್ಟವಾಗಿ ಕಾಣುವಷ್ಟು ಅಂತರದಲ್ಲೇ ನನ್ನ ಬ್ರಿಗೇಡ್‌ನ ಪಂಜಾಬಿ ತುಕಡಿಯೊಂದರ ಮೇಲೆ ಸಾವಿರಾರು ಜನ ಚೀನೀ ಸೈನಿಕರು ಗುಂಡಿನ ಮಳೆ ಸುರಿಯುತ್ತಿದ್ದರು.

ಹೆಚ್ಚೇನಲ್ಲ; ನೂರು ಜನ ಸಿಖ್ ಸೈನಿಕರು ಮೇಜರ್ ಚೌಧುರಿಯ ನೇತೃತ್ವದಲ್ಲಿ ಪಡಬಾರದ ಪಡಿಪಾಟಲು ಪಡುತ್ತಿದ್ದರು. ಇಡೀ ಭಾರತದ ಸೇನೆಯಲ್ಲೇ ಅಷ್ಟು ಧೃಡವಾಗಿ ನಿಂತು ಬಡಿದಾಡುವ ಮತ್ತೊಂದು ತುಕಡಿಯ ಸೈನಿಕರನ್ನು ನಾನು ನೋಡಿರಲಿಲ್ಲ. ಪಂಜಾಬ್ ರೆಜಿಮೆಂಟ್‌ನ ಸಿಖ್ ಸೈನಿಕರ ಕ್ಷಾತ್ರ ದೊಡ್ಡದು. ಆದರೆ ಯುಮ್ಸೋಲಾ ಕಡೆಗೆ ಸಾಗಿ ಹೋಗುತ್ತಿದ್ದ ಆ ನೂರೇ ನೂರು ಜನರನ್ನು ಚೀನೀಯರು ಯಾವ ಪರಿ ಮುತ್ತಿಗೆ ಹಾಕಿದ್ದರೆಂದರೆ;

ಮೇಜರ್ ಚೌಧುರಿ "ನಮ್ಮನ್ನು ರಕ್ಷಿಸಿ ಬ್ರಿಗೇಡಿಯರ್!" ಎಂದು ಆರ್ತನಾದ ಮಾಡುತ್ತಿದ್ದ. ನಮ್ಮ ವೀರಾಧಿವೀರ ಸಿಖ್ ಸೈನಿಕರು ಚೀನೀ ಕಾಡತೂಸುಗಳಿಗೆ ಆ ನದೀ ತೀರದ ಬಟಾಬಯಲಿನಲ್ಲಿ ಸಿಕ್ಕು ಛಿದ್ರಛಿದ್ರವಾಗುತ್ತಿದ್ದರು.

ನಾನು ಒಂದೇ ಒಂದು ಸಲ ಕೈಯೆತ್ತಿ ಇಷಾರೆ ಮಾಡಿದ್ದಿದ್ದರೆ ಸಾಕಿತ್ತು! ನಾನು ನಿಂತಿದ್ದ ನಾಲ್ಕನೇ ಸೇತುವೆಯ ಪಕ್ಕದಲ್ಲೇ ಮದ್ದು, ಗುಂಡು, ಬಂದೂಕುಗಳನ್ನಿಟ್ಟುಕೊಂಡು ಮತ್ತೊಂದು ಚಿಕ್ಕ ತುಕಡಿ ನಿಂತಿತ್ತು. ಅತ್ತ ಪಂಜಾಬ್‌ನ ಯೋಧರ ಮೇಲೆ ನುಗ್ಗಿ ಹೋಗುತ್ತಿದ್ದ ಚೀನಿಗಳನ್ನು ಕ್ಷಣಮಾತ್ರದಲ್ಲಿ ನಮ್ಮ ಈ ತುಕಡಿ ಬಡಿದು ಕೆಡವಬಹುದಿತ್ತು.

ಆದರೆ ಸೇತುವೆಯ ಮೇಲೆ ನಿಂತು ನಾನು ನಮ್ಮ ಧೀರ ಪಂಜಾಬಿಗಳ ಕಟ್ಟಕಡೆಯ ಸೈನಿಕನ ತನಕ ಅದಿಷ್ಟೂ ಜನ ಬಡಿದಾಡಿ, ಬಡಿದಾಡಿ ನಿರ್ನಾಮವಾಗಿ ಹೋಗುವ ತನಕ ನಿಸ್ಸಹಾಯಕನಾಗಿ ನಿಂತು ನೋಡುತ್ತಲೇ ಇದ್ದೆ. "ನೀವು ಅಪ್ಪಣೆ ಕೊಡಿ. ನಮ್ಮ ಪಂಜಾಬಿ ಧೀರರನ್ನು ನಾವು ರಕ್ಷಿಸುತ್ತೇವೆ" ಎಂದು ನನ್ನ ಪಕ್ಕದಲ್ಲಿದ್ದ ತುಕಡಿ ಕೇಳುತ್ತಲೇ ಇತ್ತು. ಉಹುಂ, ನಾನು ಅಪ್ಪಣೆ ಕೊಡಲಿಲ್ಲ.

ಏಕೆಂದರೆ, ಪಂಜಾಬಿಗಳನ್ನು ರಕ್ಷಿಸಲು ನಾವು ನಾಲ್ಕನೇ ಸೇತುವೆಯಿಂದ ಗುಂಡು ಹಾರಿಸತೊಡಗಿದರೆ- ಅದು ಕೇವಲ ಅರ್ಧ ಗಂಟೆಯ ಪೌರುಷ ಅಷ್ಟೆ! ಅರ್ಧ ಗಂಟೆಯಾದ ಮೇಲೆ ನಮ್ಮಲ್ಲಿರುವ ಮದ್ದುಗುಂಡುಗಳ ದಾಸ್ತಾನು ಮುಗಿದು ಹೋಗುತ್ತದೆ. ಆಮೇಲೆ ಖಾಲಿ ಕೈ! ಎದುರಿಗೆ ಕಾಣಿಸುತ್ತಿರುವ ನೂರಾರು ಚೀನಿಗಳನ್ನೇನೋ ಕೊಲ್ಲಬಹುದು. ಆದರೆ ಕೊಂದಾದ ಮೇಲೆ ನುಗ್ಗಿ ಬರುವ ಉಳಿದ ಚೀನಿಗಳನ್ನೆದುರಿಸಲು ನಮ್ಮ ಬಳಿ ಮದ್ದುಗುಂಡಿಲ್ಲ.

ಆ ಸ್ಥಿತಿಯಲ್ಲಿ ನಮ್ಮನ್ನು ಯುದ್ಧಕ್ಕೆ ಕಳಿಸಿದ್ದರು ನೆಹರೂ!

ಹೋಗಲಿ, ನಾವು ಸತ್ತರೂ ಚಿಂತೆಯಿಲ್ಲ, ಪಂಜಾಬಿಗಳನ್ನು ರಕ್ಷಿಸಿಯೇ ಬಿಡೋಣ ಎಂದು ತೀರ್ಮಾನಿಸಿ ಇತ್ತ ಕಡೆಯಿಂದ ನಾವು ಫೈರಿಂಗ್ ಪ್ರಾರಂಭಿಸಿದೆವೆಂದೇ ಇಟ್ಟುಕೊಳ್ಳಿ.

ಯುದ್ಧ ಮಾಡುತ್ತಿದ್ದುದು ನಮ್ಮವೇ ಎರಡು ತುಕಡಿಗಳಲ್ಲ!

ನಮ್ಕಾ ಚು ನದಿಯ ದಂಡೆಯುದ್ದಕ್ಕೂ ಚೀನಾ ಮತ್ತು ಭಾರತದ ಸೈನಿಕರು ಇದಿರು ಬದಿರಾಗಿ ಕುಳಿತಿದ್ದಾರೆ. ಜಗತ್ತಿನ ಯಾವ ಭಾಗದಲ್ಲೂ ಇಂಥ ವಿಚಿತ್ರ ಯುದ್ಧ ನಡೆದಿರಲಿಕ್ಕಿಲ್ಲ. ಮಧ್ಯೆ ನಲವತ್ತು ಅಡಿ ಅಗಲದ ನೀರು ಹರಿಯಲು ಬಿಟ್ಟು, ಅದರ ಎರಡೂ ದಂಡೆಗಳ ಮೇಲೆ ಬಂದೂಕು ಹಿಡಿದು ಎರಡು ಬೃಹತ್ ದೇಶಗಳ ಸೈನಿಕರು ದಿನಗಟ್ಟಲೆ ಗುಂಡು ಹಾರಿಸದೆ ಒಬ್ಬರನ್ನೊಬ್ಬರು ನೋಡುತ್ತ ಕುಳಿತಂತಹ ಘಟನೆ ಪ್ರಪಂಚದ ಯಾವ ಯುದ್ಧ ಭೂಮಿಯಲ್ಲೂ ನಡೆದಿರಲಾರದು.

ನಮ್ಮ ಸೈನಿಕ ಕುಳಿತೇ ಇದ್ದ. ಅಕಸ್ಮಾತ್ ನಾನು ಇಲ್ಲಿ ನಾಲ್ಕನೇ ಬ್ರಿಡ್ಜಿನಿಂದ ಚೀನಿಗಳತ್ತ ಗುಂಡು ಹಾರಿಸಿ ಪೂರ್ಣ ಪ್ರಮಾಣದ ಯುದ್ಧವನ್ನು ಆರಂಭಿಸಿಯೇ ಬಿಟ್ಟೆನೆಂದಿಟ್ಟುಕೊಳ್ಳಿ! ನಮ್ಕಾ ಚು ನದಿಯುದ್ದಕ್ಕೂ ಯುದ್ಧ ಶುರುವಾಗಿ ಹೋಗುತ್ತದೆ. ನಮ್ಮ ಭಾರತೀಯ ಸೈನಿಕ ಕುಂತ ಕುಂತಲ್ಲೇ ನೆಲಕಚ್ಚಿ ಬಿಡುತ್ತಾನೆ. ಅವನು ತುಂಬ ಹೊತ್ತು ಸೆಣಸಲಾರ. ಏಕೆಂದರೆ, ಅವನು ಚಳಿಗೆ ಕೊರಡುಗಟ್ಟಿ ಹೋಗಿದ್ದಾನೆ. ಅವನಿಗೊಂದು ಬೆಚ್ಚನೆಯ ಅಂಗಿಯಿಲ್ಲ. ಆಗಷ್ಟೆ ರಕ್ತವಾಂತಿಗಳಾಗಿವೆ. ಅವನಿಗೆ ಚಿಕಿತ್ಸೆಯಿಲ್ಲ. ನಿಧಾನವಾಗಿ ಅವನ ಕಾಲ ಬೆರಳುಗಳು ಮಂಜಿನ ಕಾರಣದಿಂದಾಗಿ ಕೊಳೆಯತೊಡಗಿವೆ. ಅವನಿಗೆ ಸರಿಯಾದ ಒಂದು ಜೊತೆ ಬೂಟು ಒದಗಿಸಿಲ್ಲ.

ಎಲ್ಲಕ್ಕಿಂತ ಹೆಚ್ಚಾಗಿ ಅವನ ಕಿಸೆಯಲ್ಲಿರುವುದು ಐವತ್ತೇ ಕಾಡತೂಸು!

ಹಾಗೆ ಅವನನ್ನು ಹಿಮಾಲಯದ ಯುದ್ಧಕ್ಕೆ ಕಳಿಸಿದ್ದರು ನೆಹರೂ.

ಮುಂದಿನ ಪುಟಗಳಲ್ಲಿ ಇಂತಹ ಯುದ್ಧ ಭೀಕರತೆಯ ಬೃಹತ್ ಚಿತ್ರಣವೇ ನಿಮಗೆ ದೊರೆಯಲಿದೆ. ಅದೆಲ್ಲ ಸಾವು, ಹತಾಶೆ, ನಿಸ್ಸಹಾಯಕತೆಗಳಿಗೆ ಕಾರಣವೇನು ಗೊತ್ತೆ?

ನೆಹರೂ ಸರ್ಕಾರದ ಅರ್ಥಹೀನ ಜಿಪುಣತನ! ಸೈನಿಕ ಸಮಸ್ಯೆಗಳನ್ನು, ದೇಶದ ಗಡಿ ರಕ್ಷಣೆಯ ಸಮಸ್ಯೆಯನ್ನ 'ಅವತ್ತಿನದವತ್ತಿಗೆ' ಎಂಬ ಸಿದ್ಧಾಂತವಿಟ್ಟುಕೊಂಡು ವರ್ತಿಸಿದ ಮತ್ತೊಂದು ಸರ್ಕಾರವನ್ನು ಯಾರೂ ನೋಡಿರಲಾರರು. ಭಾರತೀಯ ಸೈನ್ಯವನ್ನು ನೆಹರೂ ಯಾವ ಸ್ಥಿತಿಯಲ್ಲಿಟ್ಟಿದ್ದರೆಂದರೆ, ನಮ್ಮ ದೇಶವನ್ನು ರಕ್ಷಿಸಿಕೊಳ್ಳುವ ಅಥವಾ ನಮ್ಮ ದೇಶದ ವಿದೇಶಾಂಗ ನೀತಿಯನ್ನು ನಿಭಾಯಿಸಿ ದಕ್ಕಿಸಿಕೊಳ್ಳುವ ಸ್ಥಿತಿಯಲ್ಲಿ ನಮ್ಮ ಸೈನ್ಯ ಖಂಡಿತ ಇರಲಿಲ್ಲ. ದೇಶದ ಗಡಿಗಳನ್ನು ರಕ್ಷಿಸುವ ಆಸಕ್ತಿಯೇ ಯಾರಿಗೂ ಇರಲಿಲ್ಲ. ಅದೊಂದು ಚಿಲ್ಲರೆ ಸಂಗತಿಯೇನೋ ಎಂಬಂತೆ ಗಡಿ ಸಮಸ್ಯೆಗಳನ್ನು ನಿರ್ಲಕ್ಷಿಸುತ್ತ ಬಂದಿದ್ದರು ನೆಹರೂ. ಅದು ಭಾರತದ ದುರ್ವಿಧಿಯೋ ಏನೋ; ಇತಿಹಾಸದುದ್ದಕ್ಕೂ ಇದೇ ತರಹದ ಘಟನೆಗಳು ನಡೆದಿವೆ. ಯಾವುದೋ ಮೂಲೆಯಿಂದ ಪರಕೀಯರು ಭಾರತದೊಳಕ್ಕೆ ನುಗ್ಗಿ ಬರುತ್ತಾರೆ. ನಾವು ದಡಬಡಿಸಿ ಎದ್ದು ನಿಲ್ಲುತ್ತೇವೆ. ಇಡೀ ಯುದ್ಧ ನಮ್ಮ ನೆಲದ ಮೇಲೆಯೇ ನಡೆಯುತ್ತದೆ. 1947ರಿಂದಲೂ ಪಾಕಿಸ್ತಾನ ಗಡಿಗಳಲ್ಲಿ ತಂಟೆ ತೆಗೆಯುತ್ತಲೇ ಇತ್ತು. ಪಂಜಾಬಿನಲ್ಲಿ, ಕಾಶ್ಮೀರದಲ್ಲಿ, ಅಸ್ಸಾಮದಲ್ಲಿ ಅನಾಹುತಗಳಾಗುತ್ತಲೇ ಇದ್ದವು. ಇಂಥ ಗಡಿ ತಂಟೆಗಳನ್ನು ನಾವು ಎಷ್ಟರ ಮಟ್ಟಿಗೆ ಎದುರಿಸಲು ಮಾನಸಿಕವಾಗಿ ಸಂಸಿದ್ಧರಾಗಿದ್ದೇವೆ ಎಂಬುದನ್ನು ಪಾಕಿಸ್ತಾನ ಪರೀಕ್ಷಿಸುತ್ತಲೇ ಇತ್ತು. ಸಂತೋಷದ ಸಂಗತಿಯೆಂದರೆ, ಪಾಕಿಸ್ತಾನದ ವಿಷಯದಲ್ಲಿ ಭಾರತ ಸೈನ್ಯ ತಕ್ಷಣ ಪ್ರತಿಕ್ರಿಯೆ ನೀಡುತ್ತ ಬಂತು. ಅಲ್ಲಿಂದಲ್ಲಿಗೆ ಶತ್ರುವನ್ನು ಸದೆಬಡಿಯಿತು.

ಆದರೆ ಚೀನಾ ಇಂಥ ಅವಕಾಶ ನೀಡಲಿಲ್ಲ. ಅದರ ಯುದ್ಧ ತಂತ್ರವೇ ಬೇರೆಯ ತೆರನಾದುದು. 'ಹಿಂದಿ-ಚೀನಿ ಭಾಯಿಭಾಯಿ' ಎಂಬ ಘೋಷಣೆಯೊಂದಿಗೆ ವರ್ಷಗಟ್ಟಲೆ ಅಣ್ಣತಮ್ಮನಂತೆ ವರ್ತಿಸುತ್ತಿದ್ದ ಚೀನ 1956ರ ಹೊತ್ತಿಗೆ ಗೆಳೆತನದ ಮುಖವಾಡ ಕಳಚಿಡಲು ಶುರುವಿಟ್ಟಿತು. ಲದಾಕ್ ಮತ್ತು NEFA ಗಡಿಯಲ್ಲಿ ಭಾರತವು ತನ್ನ ನೆಲವನ್ನು ಆಕ್ರಮಿಸಿಕೊಂಡಿದೆ ಎಂದು ತಕರಾರು ತೆಗೆಯಲಾರಂಭಿಸಿತು. ಆದರೂ 'ನಾವು ಮಾತುಕತೆಗೆ ಯಾವತ್ತಿಗೂ ಸಿದ್ಧ' ಎಂಬ ಒಂದು ಸೌಮ್ಯ ಮುಖವನ್ನು ಹೊರ ಜಗತ್ತಿಗದು ತೋರಿಸುತ್ತಲೇ ಇತ್ತು. ಇದ್ದಕ್ಕಿದ್ದಂತೆ 1958ರಲ್ಲಿ ಚೀನಾ ತನ್ನ ದೇಶದ ಹೊಸ ಭೂಪಟಗಳನ್ನು ಪ್ರಕಟಿಸಿದಾಗ, ಅದರಲ್ಲಿ ಭಾರತದ ಎಷ್ಟೋ ಭೂಭಾಗವನ್ನು ಚೀನಕ್ಕೆ ಸೇರಿದುದಾಗಿ ತೋರಿಸಲಾಗಿತ್ತು. "ಏನಿದು ಹೀಗೆ?" ಅಂತ ಕೇಳಿತು ಭಾರತ.

"ಏನಿಲ್ಲ. ಅವೆಲ್ಲ ಹಳೆಯ ಮ್ಯಾಪ್‌ಗಳು. ತಿದ್ದಿ ಪ್ರಕಟಿಸಬೇಕಿತ್ತು. ಸಮಯವಿರಲಿಲ್ಲ. ಆದರೂ ಟಿಬೆಟ್ ಮತ್ತು ಭಾರತದ ಗಡಿಗಳನ್ನು ನಾವು ಮತ್ತೊಮ್ಮೆ ಸರ್ವೆ ಮಾಡಿ ಸರಿ ಮಾಡಿಕೊಳ್ಳಬೇಕಾಗುತ್ತದೆ" ಎಂದು ಅಡ್ಡಗೋಡೆಯ ಮೇಲೆ ದೀಪವಿಟ್ಟರು ಚೌ ಎನ್‌ಲಾಯ್.

ಅಕ್ಸಾಯ್ ಚಿನ್ ಪ್ರಾಂತ್ಯದ ಕಬಳಿಕೆಯಾಗಿ, ಅಲ್ಲಿ ಚೀನೀಯರು ಹೆದ್ದಾರಿ ನಿರ್ಮಿಸಿದ್ದಾರೆ ಎಂಬ ಸುದ್ದಿ ಬಹಿರಂಗಗೊಂಡಿತು. ಚೀನದ ಪತ್ರಿಕೆಗಳಲ್ಲಿ ಈ ಹೆದ್ದಾರಿಯ ಚಿತ್ರಗಳು ಪ್ರಕಟವಾದವು. ಅಲ್ಲಿಗೆ 'ಭಾಯಿ ಭಾಯಿ' ಮಂತ್ರ ಪಠಣದ ಕಾಲ ಕೊನೆಯಾಗುತ್ತಿದೆ ಅಂತ ಸ್ಪಷ್ಟವಾಯಿತು. ಗಡಿ ವಿವಾದಕ್ಕೆ ಸಂಬಂಧಿಸಿದಂತೆ ಎರಡೂ ದೇಶದ ಮುಖ್ಯಸ್ಥರು ಚರ್ಚೆಗೆ ಕುಳಿತರು. ಯಾವುದೂ ಇತ್ಯರ್ಥವಾಗಲಿಲ್ಲ. ಆದರೆ 1957ರ ಹೊತ್ತಿಗೆ ನೆಹರೂಗೆ NEFA ಗಡಿಯಲ್ಲಿ ಆತಂಕ ಶುರುವಾಗಲಿದೆ ಎಂಬ ಅಂಶ ಧೃಡವಾಗತೊಡಗಿತ್ತು. ಅದೇ ವೇಳೆಗೆ ಪಾಕಿಸ್ತಾನವೂ ಕಾಲು ಕೆದರುತ್ತಿತ್ತು. ಅದೆಲ್ಲ ಗೊತ್ತಿದ್ದೂ, ಯುದ್ಧ ಎದುರಿಸಲು ಅವಶ್ಯಕವಾದ ಸಿದ್ಧತೆಗಳನ್ನು ಆತ ಮಾಡಿಕೊಳ್ಳಲೇ ಇಲ್ಲ. ಬರಬರುತ್ತ ಎಂಥ ಗಂಭೀರ ಸ್ಥಿತಿ ಉಂಟಾಯಿತೆಂದರೆ ನೆಹರೂಗೆ ಎರಡೇ ಎರಡು ದಾರಿಗಳುಳಿದಿದ್ದವು.

ಒಂದು: ತಕ್ಷಣ ದೇಶದ ಎಲ್ಲ ಪ್ರಗತಿಯ ಕಾರ್ಯಕ್ರಮಗಳನ್ನು ನಿಲ್ಲಿಸಿ ಅದೆಲ್ಲ ಹಣವನ್ನು ಶಸ್ತ್ರಾಸ್ತ್ರಗಳಿಗೆ ಸುರಿದು ಚೀನ ಹಾಗೂ ಪಾಕಿಸ್ತಾನಗಳೆರಡರೊಂದಿಗೂ ಯುದ್ಧಕ್ಕೆ ಸಿದ್ಧರಾಗಿ ಬಿಡಬೇಕು. ಅದರಿಂದಾಗಿ ದೇಶ ಐವತ್ತು ವರ್ಷಗಳಷ್ಟು ಹಿಂದಕ್ಕೆ ಹೋಗಬೇಕಾಗಿ ಬರುತ್ತದೆ. ಇಷ್ಟಾಗಿ, ಇರುವ ಹಣವನ್ನೆಲ್ಲ ಶಸ್ತ್ರಾಸ್ತ್ರಗಳಿಗಾಗಿ ಸುರಿದರೂ ನಾವು ಯುದ್ಧಕ್ಕೆ ಅಣಿಯಾಗಿ ಬಿಟ್ಟಿದ್ದೇವೆಂದು ನಂಬಬಹುದಾದ ಸ್ಥಿತಿಯಿರಲಿಲ್ಲ. ಇಬ್ಬರು ಪ್ರಬಲ ಶತ್ರುಗಳೊಂದಿಗೆ ಬಡಿದಾಡಲು ಭಾರೀ ದೊಡ್ಡ ಪ್ರಮಾಣದ ಶಸ್ತ್ರಾಸ್ತ್ರಗಳೇ ಬೇಕಾಗಿದ್ದವು. ಬಯಲುಗಳಲ್ಲಿ, ಮರಳುಗಾಡಿನಲ್ಲಿ, ಹಿಮಪರ್ವತಗಳಲ್ಲಿ-ಹೀಗೆ ಬೇರೆ ಬೇರೆ ಭೂಮಿಗಳಲ್ಲಿ ಯುದ್ಧ ಮಾಡಲು ಬೇರೆ ಬೇರೆಯೇ ತರಹದ ಶಸ್ತ್ರಾಸ್ತ್ರ ಬೇಕಿತ್ತು. ಈ ಖರ್ಚಿಗೆ ನೆಹರೂ ಮಾನಸಿಕವಾಗಿ ಸಿದ್ಧರಿರಲಿಲ್ಲ.

ಅಕಸ್ಮಾತ್ ಸಿದ್ಧಗೊಂಡಿದ್ದರೂ, ಶಸ್ತ್ರಾಸ್ತ್ರ-ಮುಖ್ಯವಾಗಿ ಮದ್ದುಗುಂಡು ಮತ್ತು ಶಸ್ತ್ರಗಳ ಬಿಡಿ ಭಾಗಗಳನ್ನು ತರುವುದೆಲ್ಲಿಂದ ಎಂಬ ಪ್ರಶ್ನೆ ಉದ್ಭವವಾಗಿತ್ತು. ನಮಗೆ ಮೊದಲಿನಿಂದಲೂ ಮದ್ದುಗುಂಡು ನೀಡಿದ ಎರಡು ದೇಶಗಳೆಂದರೆ ಇಂಗ್ಲಂಡ್ ಮತ್ತು ಅಮೆರಿಕ. 1947ರಲ್ಲಿ ನಾವು ಬ್ರಿಟಿಷರಿಂದಲೇ ಶಸ್ತ್ರಾಸ್ತ್ರ (ಅವರು ಬಳಸುತ್ತಿದ್ದವುಗಳನ್ನೇ) ಇಸಿದುಕೊಂಡಿದ್ದೆವು. ಬಂದೂಕು ಅವರಿಂದ ಕೊಂಡ ಮೇಲೆ ಅದಕ್ಕೆ ಕಾಡತೂಸೂ ಅವರೇ ಕೊಡಬೇಕಲ್ಲ? 1947ರಲ್ಲಿ ಪಡೆದಂಥವುಗಳದೇ ನಾವು ಹಣ ಸಂದಾಯ ಮಾಡಿರಲಿಲ್ಲ. ಅಲ್ಲದೆ ಶಸ್ತ್ರಗಳನ್ನು ಒದಗಿಸಲು, ಅದರಲ್ಲೂ ಪಾಕಿಸ್ತಾನದ ವಿರುದ್ಧದ ಯುದ್ಧಕ್ಕಾಗಿ ಶಸ್ತ್ರ ಒದಗಿಸಲು ಇಂಗ್ಲಂಡ್ ಮತ್ತು ಅಮೆರಿಕಗಳೆರಡೂ ಸಿದ್ಧವಿರಲಿಲ್ಲ. ಬ್ರಿಟಿಷರು ತಾವೇ ಕೈಯಾರೆ ಸೃಷ್ಟಿಸಿದ ಪಾಕಿಸ್ತಾನವನ್ನು ಈಗ ಶತಾಯಗತಾಯ ರಕ್ಷಿಸಿಕೊಳ್ಳಬೇಕಿತ್ತು. ಅಮೆರಿಕವಂತೂ ಬಹಿರಂಗವಾಗಿಯೇ ಪಾಕಿಸ್ತಾನದ ಬೆಂಬಲಕ್ಕೆ ನಿಂತುಬಿಟ್ಟಿತ್ತು. ಒಂದರ್ಥದಲ್ಲಿ ಇಡೀ ಐರೋಪ್ಯ ಜಗತ್ತೇ ಭಾರತದ ವಿರುದ್ಧ ಜಮೆಯಾದಂತಹ ಸನ್ನಿವೇಶ ಅದು. ನಾನಾ ವಿಷಯಗಳಲ್ಲಿ (ನ್ಯಾಯಸಮ್ಮತ ಕಾರಣಗಳಿಗಾಗಿಯೇ) ಐರೋಪ್ಯ ದೇಶಗಳನ್ನು ಎದುರು ಹಾಕಿಕೊಂಡಿತ್ತು ಭಾರತ. ಈಗ ಶಸ್ತ್ರಗಳು ಬೇಕೆಂದರೆ, ಭಾರತ ತನ್ನ ವಿದೇಶಾಂಗ ನೀತಿಯನ್ನೇ ಬದಲಿಸಿಕೊಳ್ಳಬೇಕಾಗಿತ್ತು. ಹೋಗಲಿ ಇವರಿಬ್ಬರನ್ನೂ ಬಿಟ್ಟು ಸ್ವೀಡನ್ ಮತ್ತು ಫ್ರಾನ್ಸ್‌ನಿಂದ ಖರೀದಿಸೋಣವೆಂದರೆ, ಅಷ್ಟು ಹಣ

ನಮ್ಮಲ್ಲಿರಲಿಲ್ಲ. ಪಾಶ್ಚಿಮಾತ್ಯ ರಾಷ್ಟ್ರಗಳಿಂದ ಅಭಿವೃದ್ಧಿ ಕಾರ್ಯಗಳಿಗಾಗಿ ಎಷ್ಟೊಂದು ಸಾಲ ಮಾಡಿ ಬಿಟ್ಟಿದ್ದೆವೆಂದರೆ, ಮತ್ತೆ ಶಸ್ತ್ರಗಳಿಗಾಗಿ ನಾವು ಯಾರನ್ನೂ ಸಾಲ ಕೇಳುವಂತಿರಲಿಲ್ಲ.

ಮೊದಲು ಕಾಶ್ಮೀರದ ಸಮಸ್ಯೆ ಬಗೆಹರಿಸಿಕೊಳ್ಳಿ. (ಅಂದರೆ, ಪಾಕಿಸ್ತಾನಕ್ಕೆ ದೊಡ್ಡ ಮೊತ್ತದ ಭೂಮಿ ಬಿಟ್ಟುಕೊಡಿ!) ಬಹಿರಂಗವಾಗಿ ಚೀನಾ ದೇಶವನ್ನು ನಿಮ್ಮ ಶತ್ರುವೆಂದು ಘೋಷಿಸಿ. ನಿಮ್ಮ ಅಲಿಪ್ತ ನೀತಿಯನ್ನು ಕೈಬಿಡಿ. ಚೀನಾದ ವಿರುದ್ಧ ಪಾಕಿಸ್ತಾನದೊಂದಿಗೆ ಕೈ ಮಿಲಾಯಿಸಿ. ಆಮೇಲೆ ಬನ್ನಿ. ಬೇಕಾದ ಶಸ್ತ್ರಾಸ್ತ್ರ ಕೊಡುತ್ತೇವೆ-ಎಂಬುದು ಪಾಶ್ಚಿಮಾತ್ಯ ರಾಷ್ಟ್ರಗಳ ನಿಲುವಾಗಿತ್ತು.

ಹಾಗೇನಾದರೂ ಒಪ್ಪಿಕೊಂಡು ನಾವು ಚೀನದ ವಿರುದ್ಧ ಅಮೆರಿಕದೊಂದಿಗೆ ಮೈತ್ರಿ ಮಾಡಿಕೊಂಡಿದ್ದಿದ್ದರೆ, ಪಾಕಿಸ್ತಾನದೊಂದಿಗೆ ಕೈ ಮಿಲಾಯಿಸಿದ್ದಿದ್ದರೆ ಇನ್ನೊಂದು ಬಲಿಷ್ಠ ದೇಶವಾದ ರಷ್ಯಾ ಸಿಟ್ಟಿಗೇಳುತ್ತಿತ್ತು! 1955ರಲ್ಲಷ್ಟೇ ರಷ್ಯದ ಅಧ್ಯಕ್ಷ ಕ್ರುಶ್ಚೇವ್ ಭಾರತಕ್ಕೆ ಬಂದು ಹೋಗಿದ್ದರು. ಕಾಶ್ಮೀರದ ವಿಷಯದಲ್ಲಿ ಭಾರತದ ಪರವಾಗಿ ಮಾತನಾಡಿ 'ವಿಟೋ' ಮತ ಸಹ ಚಲಾಯಿಸಿದ್ದರು. ಭಾರತದ ಕಾರ್ಖಾನೆ, ಔದ್ಯೋಗಿಕ ಸ್ಥಾಪನೆಗಳಿಗೆ ಭಾರೀ ಹಣಕಾಸಿನ ನೆರವು ನೀಡಿದ್ದರು. ಹೀಗಾಗಿ ನಾವು ರಷಿಯದ ಗೆಳೆತನ ಕಳೆದುಕೊಳ್ಳುವಂತಿರಲಿಲ್ಲ. ಹೋಗಲಿ ರಷಿಯವನ್ನೇ ಶಸ್ತ್ರಗಳ ನೆರವು ಕೇಳೋಣವೆಂದರೆ, ಅದು ಕಮ್ಯುನಿಸ್ಟ್ ದೇಶ. ಮತ್ತೊಂದು ಕಮ್ಯುನಿಸ್ಟ್ ರಾಷ್ಟ್ರವಾದ ಚೀನದ ವಿರುದ್ಧ ನಮಗೆ ಸಹಾಯ ಮಾಡುವಂತಿರಲಿಲ್ಲ. ಆಗಿನ್ನೂ ಚೀನ-ರಷ್ಯಾ ಕಿತ್ತಾಡಿಕೊಂಡಿರಲಿಲ್ಲ. ದುರಂತವೆಂದರೆ, ಚೀನದ ಸೈನ್ಯಕ್ಕೆ ಈಗಾಗಲೇ ರಷ್ಯಾ ದೇಶವೇ ಶಸ್ತ್ರಾಸ್ತ್ರಗಳನ್ನು ನೀಡಿತ್ತು! ಇಂಥ ಸಂದಿಗ್ಧಕ್ಕೆ ಸಿಕ್ಕ ನೆಹರೂ, ಯಾರೊಂದಿಗೂ ಕೈ ಮಿಲಾಯಿಸುವುದಿಲ್ಲ. ಯಾವುದೇ ಬೃಹತ್ ರಾಷ್ಟ್ರದೊಂದಿಗೆ ಸೈನಿಕ ಗೆಳೆತನ ಬೆಳೆಸುವುದಿಲ್ಲ ಎಂಬ ತಮ್ಮ ಅಲಿಪ್ತ ನೀತಿಯನ್ನು ಕೈ ಬಿಡಲು ಸಿದ್ಧರಿರಲಿಲ್ಲ.

ಎರಡು: ನೆಹರೂ ಅವರಿಗಿದ್ದ ಎರಡನೆಯ ದಾರಿಯೆಂದರೆ, ಹೇಗಾದರೂ ಮಾಡಿ ಚೀನದೊಂದಿಗೇ ಗೆಳೆತನ ಗಳಿಸಿಕೊಳ್ಳಬೇಕು. ಅದರಿಂದ ಅಪಾಯವಾಗದಂತೆ ನೋಡಿಕೊಳ್ಳಬೇಕು. ಇನ್ನೊಂದೆಡೆ ಅಮೆರಿಕದ ನೆರವು ತೆಗೆದುಕೊಂಡು ಪಾಕಿಸ್ತಾನ ತಲೆ ಎತ್ತದಂತೆ, ತೊಂದರೆ ಕೊಡದಂತೆ ನೋಡಿಕೊಳ್ಳಬೇಕು.

ಒಟ್ಟಿನಲ್ಲಿ ಭಾರತದ ತಾಕತ್ತು ಅದರ ಬೆಳವಣಿಗೆಯಲ್ಲಿದೆ ಮತ್ತು ಭಾರತದ ಜನತೆಯ ನೈತಿಕ ಶಕ್ತಿಯಲ್ಲಿದೆಯೇ ಹೊರತು- ಶಸ್ತ್ರಾಸ್ತ್ರಗಳಲ್ಲಿ ಅಲ್ಲ ಎಂಬ ವಿಶಿಷ್ಟ ಸಿದ್ಧಾಂತವೊಂದರಲ್ಲಿ ನಂಬಿಕೆಯಿಟ್ಟಿದ್ದರು ನೆಹರೂ. ಅದಕ್ಕೆ ತಕ್ಕುದಾದ ರೀತಿಯಲ್ಲೇ ನಿರ್ಣಯಗಳನ್ನು ಕೈಗೊಂಡರು. ದುರಂತವೆಂದರೆ, ತಮ್ಮ ನಿರ್ಣಯಗಳನ್ನು ಸಂಪೂರ್ಣವಾಗಿ ತಾವೇ ಜಾರಿಗೆ ತರಲಿಲ್ಲ.

ಚೈನಾ ಮತ್ತು ಪಾಕಿಸ್ತಾನಗಳೆರಡರೊಂದಿಗೂ ಶತ್ರುತ್ವ ಸಾಧಿಸಿದರೆ ಭಾರತಕ್ಕೆ ಉಳಿಗಾಲವಿರುವುದಿಲ್ಲ. ಅದರ ಬೊಕ್ಕಸ ಬರಿದಾಗಿ ಹೋಗುತ್ತದೆ. ಹಾಗಂತ ತೀರ್ಮಾನ ಮಾಡಿದ ಮೇಲೆ ಚೀನದೊಂದಿಗೆ ಯುದ್ಧ ಶುರುವಾಗಲು ಏನೇನು ಕಾರಣಗಳಿವೆ ಎಂಬುದನ್ನು ಅಧ್ಯಯನ ಮಾಡಬೇಕಿತ್ತು. ಆ ದೇಶವನ್ನು ಚರ್ಚೆಗೆ ಕರೆದು ಮಾತುಕತೆಯಲ್ಲೇ ಗಡಿ ತಂಟೆ

ಬಗೆಹರಿಸಿಕೊಳ್ಳಬೇಕಿತ್ತು. ಮುಖ್ಯವಾಗಿ 1954ರಿಂದ 1957ರವರೆಗೆ ಉಂಟಾಗಿದ್ದ 'ಭಾಯಿ ಭಾಯಿ' ವಾತಾವರಣವನ್ನು ಬಳಸಿಕೊಂಡು ವಿವಾದ ಮುಕ್ತಾಯ ಮಾಡಿಬಿಡಬಹುದಿತ್ತು. ಭಾರತದ ಜನ ಅದನ್ನು ಖಂಡಿತ ಇಷ್ಟಪಡುತ್ತಿದ್ದರು. ಆದರೆ ನೆಹರೂ NEFA ಗಡಿಯ ವಿವಾದವನ್ನು ತೀರ ಭಾವಾವೇಶದ ಮತ್ತು ಉನ್ಮಾದದ ಸ್ಥಿತಿಗೆ ಬೆಳೆಯಲು ಬಿಟ್ಟರು. ಗಡಿ ರಕ್ಷಣೆಯೆಂಬುದು ಭಾರತದ ಗಂಡಸುತನ ಮತ್ತು ಗೌರವದ ಪ್ರಶ್ನೆಯಾಗಿಯೇ ಹೋಯಿತು. ಗಡಿಯ ಪ್ರಶ್ನೆಯೆತ್ತಿಕೊಂಡು ವಿರೋಧ ಪಕ್ಷಗಳು ನೆಹರುವನ್ನು ಸಂಸತ್ತಿನಲ್ಲಿ ಹಣಿಯತೊಡಗಿದವು. ಅದಕ್ಕೆ ಸರಿಯಾಗಿ ನೆಹರೂ ಕೂಡ ವೀರಾವೇಶದ ಹೇಳಿಕೆಗಳನ್ನು ನೀಡಲಾರಂಭಿಸಿದರು. ಆದರೆ ಚೀನಿಗಳು NEFA ಗಡಿಯೊಳಕ್ಕೆ ನುಗ್ಗಿ ಕುಳಿತ ಕೂಡಲೆ ತಾವು ಮೊದಲು ತೀರ್ಮಾನಿಸಿದ್ದ ಗೆಳೆತನ, ಪೂಸಿ, ಸಂಧಾನಗಳ ನಿಲುವನ್ನು ಮುಂದುವರೆಸಲಾರದೆ (ನೀಡಿದ ವೀರಾವೇಶದ ಹೇಳಿಕೆಗಳ ಪರಿಣಾಮವಾಗಿ) ಇದ್ದಕ್ಕಿದ್ದಂತೆ ಯುದ್ಧಕ್ಕೆ ಅಣಿಯಾಗಿಯೇ ಇದ್ದೇವೆ ಎಂಬಂತಹ ನಿಲುವು ತಳೆಯಬೇಕಾಯಿತು. ನೆಹರೂ ಯಾವ ಆವೇಶಕ್ಕೆ ಬಿದ್ದರೆಂದರೆ, ಆವೇಶವು ವಿವೇಕವನ್ನು ಮರೆಸುತ್ತದೆ ಎಂಬ ಸತ್ಯವನ್ನೇ ಕಡೆಗಣಿಸುವ ಸ್ಥಿತಿಗೆ ತಲುಪಿಬಿಟ್ಟರು. ಎಲ್ಲ ಮಾತುಕತೆಗಳು ವಿಫಲವಾದವು.

ಅದಕ್ಕೆ ಸರಿಯಾಗಿ 10 ಮಾರ್ಚ್ 1959ರಲ್ಲಿ ಭಾರತ-ಚೀನಾ ಸಂಬಂಧಗಳೇ ತಾರುಮಾರಾಗಿ ಹೋಗುವಂತಹ ಘಟನೆಯೊಂದು ಟಿಬೆಟ್‌ನಲ್ಲಿ ನಡೆದುಬಿಟ್ಟಿತು. ಟಿಬೇಟನ್ ಸ್ವಾತಂತ್ರ್ಯ ಯೋಧರು ಹಠಾತ್ತನೆ ಲಾಸಾ ನಗರದಲ್ಲಿ ಚೀನದ ಸೈನ್ಯದ ವಿರುದ್ಧ ದಂಗೆಯೆದ್ದರು. ಅಕ್ಷರಶಃ ಕದನಗಳೇ ನಡೆದು ಹೋದವು.

"ಈ ವಿಷಯದಲ್ಲಿ ನಾವು ತಲೆ ಹಾಕುವುದಿಲ್ಲ. ಇದು ಕೇವಲ ಚೀನದ ಆಂತರಿಕ ಸಂಘರ್ಷ. ಇದಕ್ಕೂ ನಮಗೂ ಸಂಬಂಧವಿಲ್ಲ" ಎಂದು ಅತ್ಯಂತ ಎಚ್ಚರಿಕೆಯಿಂದ ಹೇಳಿಕೆ ಕೊಟ್ಟರು ನೆಹರೂ. ಅದೇ ನಿಲುವನ್ನು ಮುಂದಿನ ದಿನಗಳಲ್ಲೂ ತಳೆದಿದ್ದಿದ್ದರೆ ಒಳ್ಳೆಯದಿತ್ತೇನೋ?

ಲಾಸಾ ನಗರದ ದಂಗೆಯನ್ನು ಚೀನೀ ಸೈನ್ಯ ಅತ್ಯಂತ ನಿರ್ದಯವಾಗಿ ಮುರಿದು ಹಾಕಿತು. ಟಿಬೇಟನ್ನರ ಧರ್ಮ ಗುರು ದಲೈಲಾಮಾ ಭಾರತಕ್ಕೆ ಓಡಿ ಬಂದು ಬಿಟ್ಟರು. ದುರಂತವೆಂದರೆ, ಯಾವ ನೆಹರೂ 'ಇದ್ಯಾವುದೂ ನಮಗೆ ಸಂಬಂಧವಿಲ್ಲ' ಎಂದು ಹೇಳಿಕೆ ನೀಡಿದ್ದರೋ, ಅದಾದ ಕೆಲವೇ ದಿನಗಳಲ್ಲಿ ದಲೈಲಾಮಾ ಅವರ ರಾಜಕೀಯ ಅಜ್ಞಾತವಾಸಕ್ಕೆ ರಕ್ಷಣೆ ನೀಡುವುದಾಗಿ ಹೇಳಿಕೆ ಕೊಟ್ಟುಬಿಟ್ಟರು. ಭಾರತದೊಳಕ್ಕೆ ಓಡಿ ಬಂದ ದಲೈಲಾಮಾ ಅವರಿಗೆ ಭವ್ಯ ಸ್ವಾಗತ ನೀಡಲಾಯಿತು. "ನಾವು ಚೀನಾ ಸರ್ಕಾರದೊಂದಿಗೆ ಗೆಳೆತನ ಹೊಂದಿರುವುದು ನಿಜ. ಆದರೆ ಟಿಬೇಟನ್ನರ ಬಗ್ಗೆ ನಮಗೆ ಸಹಾನುಭೂತಿಯಿದೆ" ಎಂದು ಮೇ 14, 1959ರಂದು ಅಡ್ಡಗೋಡೆಯ ಮೇಲೆ ದೀಪವಿಟ್ಟಂತೆ ಮಾತನಾಡಿದ್ದರು ನೆಹರೂ. ಹಾಗೆ ದಲೈಲಾಮಾಗೆ ರಕ್ಷಣೆ ನೀಡುವುದರಿಂದ ಭಾರತಕ್ಕೆ ಗಂಡಾಂತರವಿದೆ ಎಂಬುದು ನೆಹರೂಗೆ ಚೆನ್ನಾಗಿ ಗೊತ್ತಿತ್ತು. ಅಂಥ ಅನಾಹುತವನ್ನು ತಡೆಗಟ್ಟುವ ಉದ್ದೇಶದಿಂದ, "ದಲೈಲಾಮಾ ಅವರಿಗೆ ನಾವು ರಕ್ಷಣೆ ನೀಡಿರುವುದು ಹೌದಾದರೂ, ಭಾರತದಲ್ಲಿ ಅವರು ರಾಜಕೀಯ ಚಟುವಟಿಕೆ ನಡೆಸುವಂತಿಲ್ಲ. ಹಾಗಂತ ನಿರ್ಬಂಧ ವಿಧಿಸಿದ್ದೇವೆ"

ಎಂದು ಚೀನಕ್ಕೆ ಬೆಣ್ಣೆ ಹಚ್ಚುವಂತಹ ಹೇಳಿಕೆಯೊಂದನ್ನು ನೀಡಿದರು.

ಅಷ್ಟು ಹೊತ್ತಿಗಾಗಲೇ ಭಾರತಕ್ಕೊಂದು ಪಾಠ ಕಲಿಸಲು ಚೀನಾ ತೀರ್ಮಾನ ತೆಗೆದುಕೊಂಡಾಗಿತ್ತು. ಇವೆಲ್ಲ ಘಟನೆಗಳ ಮಧ್ಯೆ ಅನೇಕರು ಗಮನಿಸದೆ ಹೋದ ಸಂಗತಿಯೇನಿತ್ತು ಗೊತ್ತೆ?

ಅಪ್ಪಟ ಬೌದ್ಧ ದೇಶಗಳಾದ ಬರ್ಮಾ ಮತ್ತು ಸಿಲೋನ್ (ಶ್ರೀಲಂಕಾ), ಸುಮ್ಮನೆ ಒಂದು ಸಲ ಬಂದು ಹೋಗುತ್ತೇನೆಂದರೂ ದಲೈಲಾಮಾ ಎಂಬ ಬೌದ್ಧ ಗುರುವಿಗೆ ತಮ್ಮ ದೇಶದೊಳಕ್ಕೆ ಕಾಲಿಡಲೂ ಅವಕಾಶ ಕೊಡಲಿಲ್ಲ.

ನೆಹರೂ ಆತನಿಗೊಂದು ಸಿಂಹಾಸನ ಕೊಡ ಮಾಡಿದ್ದರು.

ಇದಾಗುತ್ತಿದ್ದಂತೆಯೇ ಚೀನಾ ತನ್ನ ಹನ್ನೆರಡು ವರ್ಷಗಳ ಸದ್ದಿಲ್ಲದ ಯುದ್ಧ ಸಿದ್ಧತೆಗಳಿಗೊಂದು ಅಂತಿಮ ರೂಪು ಕೊಡತೊಡಗಿತು. ಸಣ್ಣ ಕಾರಣ ಸಿಕ್ಕರೆ ಸಾಕು ಭಾರತವನ್ನು ಸದೆಬಡಿದು ಬಿಡಲು ಅನುವಾಗಿ ಬಿಟ್ಟಿತು. ಚೀನದ ನಾಯಕರ ಹೇಳಿಕೆಗಳು ಬಿರುಸಾದವು. 1959ರ ಆಗಸ್ಟ್ ಮತ್ತು ಅಕ್ಟೋಬರ್‌ಗಳ ನಡುವೆ ಮೂರು ಕಡೆ ಅತ್ಯಂತ ಅನಿರೀಕ್ಷಿತವಾಗಿ ಚೀನಿ ಸೈನಿಕರು ಭಾರತದ ಗಡಿಯೊಳಕ್ಕೆ ಬಂದು, ನಮ್ಮ ಕಾವಲು ನೆಲೆಗಳ ಮೇಲೆ ದಾಳಿ ಮಾಡಿದರು. ನಮ್ಮ ಕಾವಲು ಪಡೆಗಳನ್ನು ಹಿಮ್ಮೆಟ್ಟಿಸಿದರು. ಕೆಲವೆಡೆ ನೇರವಾಗಿ ಗುಂಡು ಹಾರಿಸಿದ್ದೂ ಆಯಿತು. ಇದನ್ನೆಲ್ಲ ಮಾಡುತ್ತಿರುವಾಗಲೇ ಚೀನಾ ಒಂದು ವಿಲಕ್ಷಣ ತಂತ್ರ ಅನುಸರಿಸತೊಡಗಿತ್ತು. ಗುಂಡು ಹಾರಿಸುವ ಮುನ್ನ, "ಹಿಂದಿ -ಚೀನಿ ಭಾಯಿ ಭಾಯಿ. ನಿಮಗೆ ಗೊತ್ತಲ್ಲ? ತುಂಬ ವರ್ಷಗಳಿಂದ ಸ್ನೇಹದಿಂದಿರುವ ದೇಶ ನಮ್ಮದು. ಈಗಲೂ ಕಾಲ ಮಿಂಚಿಲ್ಲ. ಗಡಿ ತಂಟೆ ಬಗೆಹರಿಸಿಕೊಳ್ಳಲು ಮಾತುಕತೆಗೆ ಬನ್ನಿ. ಚೀನಾ ದೇಶ ಶಾಂತಿಯುತ ವ್ಯವಹಾರದಲ್ಲಿ ನಂಬಿಕೆಯಿಡುತ್ತದೆ. ನಾವಿಬ್ಬರೂ ಭಾಯಿ-ಭಾಯಿ!" ಎಂದು ಸ್ಪಷ್ಟ ಹಿಂದಿಯಲ್ಲಿ ಭಾಷಣ ಬಿಗಿದೇ ಆಮೇಲೆ ಭಾರತದ ಪೋಸ್ಟ್‌ಗಳತ್ತ ಗುಂಡು ಹಾರಿಸುತ್ತಿತ್ತು! ಕೆಲವೆಡೆ ನಮ್ಮ ಗಡಿಯೊಳಕ್ಕೆ ನುಗ್ಗಿ ಬರುತ್ತಿತ್ತಾದರೂ, ನಮ್ಮ ಕಾವಲಿನವರ ಮೇಲೆ ಗುಂಡು ಹಾರಿಸುತ್ತಿರಲಿಲ್ಲ. ಕೆಲವೊಮ್ಮೆ ನಮ್ಮ ಗಡಿಗಳ ಪೋಸ್ಟ್‌ಗಳನ್ನು ತೆರವು ಮಾಡಲು ಆದೇಶಿಸುತ್ತಿತ್ತು. ಮತ್ತೆ ಕೆಲಬಾರಿ ಭಾರತದ ಬಾವುಟ ಇಳಿಸುವಂತೆ 'ವಿನಂತಿಸುತ್ತಿತ್ತು!' ಇನ್ನೂ ಕೆಲಬಾರಿ ಒಳಕ್ಕೆ ಬಂದ ಸೇನೆ ಮತ್ತೆ ವಾಪಸು ಹೊರಟುಹೋಗುತ್ತಿತ್ತು. ಏನಾದರಾಗಲೀ, ಚೀನದ ಇರಾದೆಗಳು ಅಪಾಯಕಾರಿಯಾಗಿವೆ ಎಂಬುದನ್ನು ನೆಹರೂ ಬಹಿರಂಗ ಸಂಸತ್ತಿನಲ್ಲೇ ಒಪ್ಪಿಕೊಂಡರು.

"ತೊಂದರೆಯ ದಿನಗಳು ದೂರವಿಲ್ಲ ಎಂಬುದು ಅವರಿಗೆ ಮನವರಿಕೆಯಾಗಿತ್ತು. ಹೀಗಾಗಿ, ಈಗ NEFA ಗಡಿಯ ಸಂಪೂರ್ಣ ರಕ್ಷಣೆಯನ್ನು ಭಾರತದ ಸೈನ್ಯದ ಉಸ್ತುವಾರಿಗೆ ವಹಿಸಿ ಕೊಡುತ್ತಿದ್ದೇವೆ. ಈತನಕ ಅದನ್ನು ಅಸ್ಸಾಂ ರೈಫಲ್ಸ್ ಡೈರೆಕ್ಟೋರೇಟ್‌ನ ಅಧೀನದಲ್ಲಿರುವ, ಅಸ್ಸಾಮದ ಗವರ್ನರರ ನೇತೃತ್ವದಲ್ಲಿರುವ ಅಸ್ಸಾಂ ರೈಫಲ್ಸ್ ಪಡೆ ನಿರ್ವಹಿಸುತ್ತಿತ್ತು. ಈಗಲೂ ನಮ್ಮ ಸರಹದ್ದುಗಳಲ್ಲಿರುವ ಪೋಸ್ಟ್‌ಗಳನ್ನು ಅಸ್ಸಾಂ ರೈಫಲ್ಸ್ ಪಡೆಗಳೇ ಕಾಯುತ್ತವೆ. ಆದರೆ ಈ ಪಡೆಗಳನ್ನು ಇನ್ನುಮೇಲೆ ರೆಗ್ಯುಲರ್ ಭಾರತೀಯ ಸೇನೆ ನಿರ್ದೇಶಿಸುತ್ತದೆ" ಎಂದು ನೆಹರೂ

ವಿವರಣೆ ನೀಡಿದರು.

ಅವತ್ತು ನಮ್ಮ ದೇಶದ ಸಂಸದರು ಮತ್ತು ಪತ್ರಿಕೆಗಳು ಎಷ್ಟು ಅರ್ಥಹೀನವಾಗಿ ವರ್ತಿಸಿದ್ದವು ಗೊತ್ತೆ? NEFA ಗಡಿಯ ರಕ್ಷಣೆಯನ್ನು ಸೈನ್ಯಕ್ಕೆ ಒಪ್ಪಿಸಿದ್ದೀರಾ? ಆ ಕೆಲಸಕ್ಕೆ ಅವಶ್ಯಕವಾಗುವ ಹೆಚ್ಚುವರಿ ಪಡೆಗಳು ಲಭ್ಯವಿವೆಯೆ? ಸೈನ್ಯದಲ್ಲಿ ಜನರಿಂದ ಹಿಡಿದು ಎಲ್ಲಕ್ಕೂ ಕೊರತೆಯಿದೆಯಂತೆ? NEFA ಗಡಿಯಲ್ಲಿ ಏನಾದರೂ ತೊಂದರೆಯಾದರೆ ಪಾಕ್‌ನ ಗಡಿಯಿಂದ ಸೈನಿಕರನ್ನು ಇತ್ತ ಕಡೆಗೆ ಕರೆಸಿಕೊಳ್ಳುತ್ತೀರಾ? ಎರಡೂ ಕಡೆ ಯುದ್ಧ ಹತ್ತಿಕೊಂಡರೆ ಗತಿಯೇನು? ಈ ಸಮಸ್ಯೆಯನ್ನೆದುರಿಸಲು ವಿಪರೀತ ಹಣ ಬೇಕಲ್ಲವೆ? ಸಪ್ಲಿಮೆಂಟರಿ ಬಜೆಟ್‌ನ ಮಂಡನೆಗಳೇನು? ಸೈನ್ಯಕ್ಕೆ ಹೊಸಬರನ್ನು ಭರ್ತಿ ಮಾಡಿಕೊಳ್ಳುತ್ತೀರಾ? ಹಿಮಾಲಯ ಪರ್ವತಗಳಲ್ಲಿ ಯುದ್ಧ ಮಾಡಲು ಅವಶ್ಯಕವಾದ ಸಾಮಗ್ರಿ ನಿಮ್ಮಲ್ಲಿದೆಯೇ?

ಉಹುಂ. ಈ ಯಾವ ಪ್ರಶ್ನೆಗಳನ್ನೂ ಅವತ್ತಿನ ಪತ್ರಿಕೆಗಳಾಗಲೀ, ಸಂಸದರಾಗಲೀ ಕೇಳಲೇ ಇಲ್ಲ.

ಸರಿಯಾಗಿ 1959ರ ಹೊತ್ತಿಗೆ ಚೀನ, ಭಾರತದ ಲದಾಕ್ ಮತ್ತು NEFAಗಳಿಗೆ ಸೇರಿದ 50,000 ಚದರ ಮೈಲಿಗಳನ್ನು ತನಗೆ ಬಿಟ್ಟುಕೊಡುವಂತೆ ಅತ್ಯಂತ ಸ್ಪಷ್ಟವಾಗಿ ಕೇಳಿತು. ಅವತ್ತು ಮಾತ್ರ ದೇಶ ಬೆಚ್ಚಿಬಿತ್ತು.

"ಇಲ್ಲ... ಚೀನಾ ನಮ್ಮ ಮೇಲೆ ದಾಳಿ ಮಾಡುವುದಿಲ್ಲ!" ಅಂದುಬಿಟ್ಟರು ನೆಹರೂ. ಅವರ ದೃಷ್ಟಿಯಲ್ಲಿ ಆಗಾಗ ಚೀನೀ ಸೈನಿಕರು ಭಾರತದ ಗಡಿಯೊಳಕ್ಕೆ ನುಗ್ಗಿ ಬಂದ ಘಟನೆಗಳು ಮೂರು ಪ್ರತ್ಯೇಕ, 'ಸಣ್ಣಪುಟ್ಟ' ಘಟನೆಗಳಾಗಿದ್ದವೇ ಹೊರತು ಗಂಭೀರವಾದ ಯುದ್ಧದ ಮುನ್ನುಡಿಗಳಾಗಿ ಕಂಡಿರಲೇ ಇಲ್ಲ.

ಆಗಿನ ರಕ್ಷಣಾ ಸಚಿವ ಕೃಷ್ಣ ಮೆನನ್ ಈ ವಿಷಯಕ್ಕೆ ಸಂಬಂಧಿಸಿದಂತೆ ಅತ್ಯಂತ ವಿವಾದಾಸ್ಪದ ಮತ್ತು ಅರ್ಥಹೀನ ಹೇಳಿಕೆಗಳನ್ನು ನೀಡತೊಡಗಿದರು. "ಈ ತನಕ ಲದಾಕ್ ಮತ್ತು ನೇಫಾ ಗಡಿಗಳ, ಆ ಪ್ರದೇಶಗಳ ಬಗ್ಗೆ ನಮಗೆ ಅಷ್ಟಾಗಿ ಪರಿಜ್ಞಾನವಿರಲಿಲ್ಲ. ಏಕೆಂದರೆ, ಅವು ತುಂಬ ದುರ್ಗಮ ಹಾಗೂ ಸುಲಭವಾಗಿ ಸಮೀಪಿಸಲಾಗದ ದೂರದಲ್ಲಿವೆ. ಆದರೆ 1958ರ ನಂತರ ಪರಿಸ್ಥಿತಿಯ ಗಾಂಭೀರ್ಯ ಅರಿತುಕೊಂಡು, ಆ ಭಾಗಗಳಲ್ಲಿ ನಮ್ಮ ಅಧಿಪತ್ಯವನ್ನು ಖಚಿತ ಪಡಿಸಿಕೊಳ್ಳುವ ಪ್ರಯತ್ನ ಮಾಡುತ್ತಿದ್ದೇವೆ!" ಎಂಬಂತಹ ಮಾತುಗಳು ಒಂದು ಬೃಹತ್ ದೇಶದ ರಕ್ಷಣಾ ಸಚಿವನ ಬಾಯಿಂದ ಹೊರಟಿದ್ದು ಬಹುದೊಡ್ಡ ದುರಂತವಾಗಿತ್ತು.

ನೆಹರೂ ಸರ್ಕಾರದ ಪರವಾಗಿ ಮಾತನಾಡಿದ ವಕ್ತಾರನೊಬ್ಬನಂತೂ, "ಈಗ ಚೀನಾ ಆಕ್ರಮಿಸಿಕೊಂಡಿರುವ ಪ್ರದೇಶದಲ್ಲಿ ಒಂದು ಹುಲ್ಲು ಕಡ್ಡಿಯೂ ಬೆಳೆಯಲಾರದು" ಎಂಬ ಉಡಾಫೆಯ ಹೇಳಿಕೆ ನೀಡಿಬಿಟ್ಟ. ಅದನ್ನು ಪ್ರಧಾನಿಯಾಗಿ ನೆಹರೂ ಕೂಡ ಆಡಲು ಯತ್ನಿಸಿದಾಗ, "ನಿಮ್ಮ ಬೋಳು ತಲೆಯ ಮೇಲೂ ಅಷ್ಟೆ: ಅಲ್ಲೂ ಹುಲ್ಲುಕಡ್ಡಿ ಬೆಳೆಯುವುದಿಲ್ಲ" ಎಂದು ಅಬ್ಬರಿಸಿತು ವಿರೋಧ ಪಕ್ಷ.

ಇಷ್ಟಾಗಿ, ಆ ದಿನಗಳಲ್ಲಿ ಭಾರತದ ಸಂಸತ್ತಿನಲ್ಲಿ ದೊಡ್ಡ ಮಟ್ಟದ, ಉಪಯುಕ್ತ ಚರ್ಚೆಗಳಾಗಲೇ ಇಲ್ಲ. ಎಲ್ಲರೂ ಅವರವರ ಅಹಂಕಾರಕ್ಕೆ ಅನುಗುಣವಾಗಿ ಮಾತನಾಡತೊಡಗಿದರು. ದುರಂತವೆಂದರೆ, ದೇಶದ ಅಷ್ಟೂ ವಿದೇಶಾಂಗ ನೀತಿಗೆ ಸಂಬಂಧಿಸಿದ ನಿರ್ಣಯಗಳನ್ನು ನೆಹರು ಅವರೇ ತೆಗೆದುಕೊಳ್ಳುತ್ತಿದ್ದರು. ಆ ನಿರ್ಣಯಗಳಿಗೆ ರಕ್ಷಣಾ ಮಂತ್ರಿ ಕೃಷ್ಣ ಮೆನನ್‌ರ ಸಲಹೆಗಳ ಹಿನ್ನೆಲೆಯಿರುತ್ತಿತ್ತು. ಮತ್ತು ಮೆನನ್‌ರ ಹಿಂದೆ ನಾಲ್ಕಾರು ಜನ ವಿದೇಶಾಂಗ ಸಚಿವಾಲಯದ ಅಧಿಕಾರಿಗಳನ್ನು ಬಿಟ್ಟರೆ ಮತ್ಯಾರ್ಯಾರೂ ಇರುತ್ತಿರಲಿಲ್ಲ ಎಂಬುದು ಯಾರ ಗಮನಕ್ಕೂ ಬರಲಿಲ್ಲ.

ಕೋಟ್ಯಂತರ ಜನರಿರುವ ಈ ದೇಶದ ವಿದೇಶಾಂಗ ನೀತಿಯನ್ನು ಹೀಗೆ ಬೆರಳೆಣಿಕೆಯ ಜನ ರೂಪಿಸಿದುದು ಸರಿಯಿತ್ತೆ? ಆ ಕಾಲಕ್ಕೆ ಪಂಡಿತ ಜವಾಹರಲಾಲ ನೆಹರೂ ಈ ದೇಶದ ಜನತೆಯ ಕಣ್ಮಣಿ. ಅವರ ಬಗ್ಗೆ ಭಾರತೀಯರಿಗೆ ದೊಡ್ಡ ಆರಾಧನೆ. ಎಂಥ ವಿರೋಧ ಪಕ್ಷದ ವಾಗ್ಮಿಯನ್ನಾದರೂ ಸರಿ; ಸದ್ದಡಗಿಸಿ ಬಿಡುವಂತೆ ಮಾತನಾಡಿ ಬಿಡುವ ತಾಕತ್ತು ನೆಹರುವಿಗಿತ್ತು. ಆದರೆ ಚೀನೀಯರ ಬಂದೂಕುಗಳ ಸದ್ದಡಗಿಸುವುದು ನೆಹರೂ ಅವರಿಂದ ಸಾಧ್ಯವಾಗಲಿಲ್ಲ. ಚೀನಾ ನಮ್ಮ ಮೇಲೆ ದಂಡೆತ್ತಿ ಬರಲಾರದು ಎಂದು ನೆಹರೂ ಸುಳ್ಳು ಆಶ್ವಾಸನೆ ಕೊಟ್ಟುಕೊಂಡು ದಿನ ಕಳೆಯುತ್ತಿದ್ದಾಗಲೇ ಚೀನಾ NEFA ಗಡಿಯ ಪಿಕೆಟ್‌ಗಳನ್ನು ಒಂದಾದ ಮೇಲೊಂದರಂತೆ ಕಬಳಿಸುತ್ತ ಬರುತ್ತಿತ್ತು.

ಕನಲಿದರು ಜನರಲ್ ತಿಮ್ಮಯ್ಯ

ಅವತ್ತಿನ ತನಕ ನಿರ್ಲಕ್ಷ್ಯದಿಂದಿದ್ದು, ಉಡಾಫೆಯ ಮಾತುಗಳನ್ನಾಡುತ್ತಲೇ ಓಡಾಡಿಕೊಂಡಿದ್ದ ನೆಹರೂ ಇದ್ದಕ್ಕಿದ್ದಂತೆ ಭಾರತದ ಗಡಿಗಳನ್ನು ಕಾಯುವ ಕೆಲಸವನ್ನು ಸೇನೆಗೆ ಒಪ್ಪಿಸಿ ಬಿಟ್ಟಿದ್ದರು. ಪಾರ್ಲಿಮೆಂಟಿನಲ್ಲಿ ಅವರಿಗೆ ವಿರೋಧ ಪಕ್ಷಗಳೆದುರು ಮುಖ ಉಳಿಸಿಕೊಳ್ಳುವ ಹರಕತ್ತು ಇತ್ತು. ಬೇರಿನ್ನಾವುದೂ ತೋಚದಿದ್ದಾಗ, ಇಡೀ ಸಮಸ್ಯೆಯನ್ನು ಸೇನೆಗೆ ಒಪ್ಪಿಸಿದ್ದೇನೆ ಅಂದು ನುಣುಚಿಕೊಂಡು ಬಿಟ್ಟರು. ಒಬ್ಬ ಅಂತಾರಾಷ್ಟ್ರೀಯ ಮುತ್ಸದ್ದಿಯಾಗಿ ಬೆಳೆಯಬಯಸುತ್ತಿದ್ದ ಮಹಾನ್ ಬುದ್ಧಿವಂತ ನೆಹರೂಜಿಗೆ ಇಂಥದೊಂದು ತಪ್ಪು ಮಾಡಬಾರದೆಂದು ತೋಚಲೇ ಇಲ್ಲ.

ಚೀನದ ನಾಯಕರು NEFAದ ಸರಹದ್ದುಗಳ ತನಕ ತಮ್ಮ ಮಜಬೂತಾದ ಸೈನ್ಯವನ್ನು ತಂದು ನಿಲ್ಲಿಸಿದಾಗಲೂ ಕೂಡ ನಾವು ಸೇನೆಯನ್ನು ಬಳಸುತ್ತಿದ್ದೇವೆ ಎಂಬ ಹೇಳಿಕೆ ಕೊಟ್ಟಿರಲಿಲ್ಲ. "ಅಲ್ಲಿ ನಮ್ಮ ಗಡಿ ರಕ್ಷಕ ಪಡೆ (Frontier guards) ಮಾತ್ರ ಇದೆ" ಎಂದೇ ಜಗತ್ತಿಗೆ ಸುಳ್ಳು ಹೇಳುತ್ತ ಬಂತು. ಆದರೆ ನಮ್ಮ ನೆಹರೂ ಇದ್ದಕ್ಕಿದ್ದಂತೆ "ಸೈನ್ಯಕ್ಕೆ ಗಡಿ ಕಾಯುವ ಜವಾಬ್ದಾರಿ ಒಪ್ಪಿಸಿದ್ದೇನೆ" ಎಂದು ಹೇಳಿಕೆ ಕೊಡುವ ಮೂಲಕ ಊರಿಗೆ ಮುಂಚೆ ನಾವು ಯುದ್ಧಕ್ಕೆ ಸಿದ್ಧರಿದ್ದೇವೆಂಬುದನ್ನು ಜಗತ್ತಿಗೆ ಸಾರುವಂತಹ ಕೆಲಸ ಮಾಡಿಬಿಟ್ಟಿದ್ದರು.

ಅಸಲಿಗೆ ನಮ್ಮ ಸೇನೆ ಯುದ್ಧಕ್ಕಲ್ಲ; ಗಡಿ ಕಾಯುವುದಕ್ಕೂ ಸಿದ್ಧವಿರಲಿಲ್ಲ!

ಅದೊಂದು ತಣ್ಣಗಿನ ಮುಂಜಾವಿನಂದು, ಅಕ್ಟೋಬರ್ 20, 1959ರಂದು ಲದಾಕ್‌ನಲ್ಲಿ ಒಂದು ಭಯಾನಕ ಘಟನೆ ಜರುಗಿ ಹೋಯಿತು.

ಹವಿಲ್ದಾರ್ ಕರಮ್‌ಸಿಂಗ್ ಎಂಬ ಅಧಿಕಾರಿ ತನ್ನ ಪಡೆಯ ಸಮೇತ ಅವತ್ತು ಗಸ್ತು ತಿರುಗಲು ಹೊರಟಿದ್ದ. ಮಂಜು ದಟ್ಟವಾಗಿತ್ತು. ಕೇವಲ ಇಪ್ಪತ್ತು ಜನರಿದ್ದ ಈ ಪೊಲೀಸ್ ಪಾರ್ಟಿ (ಗಸ್ತು ದಳ) ಇನ್ನು ಕೆಲವೇ ನಿಮಿಷಗಳಲ್ಲಿ ಮಾರಣ ಹೋಮವೊಂದು ಜರುಗಿ ಹೋದೀತೆಂಬ ಅತಿ ಚಿಕ್ಕ ಅನುಮಾನವೂ ಇಲ್ಲದೆ, ಸುರಿದ ಮಂಜಿನಲ್ಲಿ ಬೂಟು ಎತ್ತಿಡುತ್ತ ನಡೆಯುತ್ತಿತ್ತು. ಒಂದು ಪರ್ವತದ ತಿರುವಿನಲ್ಲಿ ಸಾಗುತ್ತಿದ್ದ ಈ ದಳದ ಮೇಲೆ ಇದ್ದಕ್ಕಿದ್ದಂತೆ ಗುಂಡಿನ ದಾಳಿ ಶುರುವಾಗಿ ಹೋಯಿತು. ಏನಾಗುತ್ತಿದೆಯೆಂಬುದು ಅರ್ಥವಾಗುವುದರೊಳಗಾಗಿ

ಹವಿಲ್ದಾರ್ ಕರಮ್‌ಸಿಂಗ್‌ನ ಪಡೆಯ ಒಂಬತ್ತು ಜನ ಸೈನಿಕರು ಸತ್ತು ಬಿದ್ದರು. ಉಳಿದ ಹನ್ನೊಂದು ಜನರನ್ನು ಚೀನಿ ಪಡೆ ಬಂಧಿಸಿಬಿಟ್ಟಿತ್ತು. ಸ್ವತಃ ಹವಿಲ್ದಾರ್ ಕರಮ್‌ಸಿಂಗ್ ಬಂಧಿತನಾಗಿದ್ದ. ಆತನ ಮುಖದಲ್ಲಿ ಭಯವಿರಲಿಲ್ಲ. ದೊಡ್ಡ ದಿಗ್ಭ್ರಮೆಯಿತ್ತು. ಏಕೆಂದರೆ ಈ ಅನಿರೀಕ್ಷಿತ ಮಾರಣಹೋಮ ಚೀನಾ-ಭಾರತ ಗಡಿಯಲ್ಲಾಗಿರಲಿಲ್ಲ. ನಮ್ಮ ಸರಹದ್ದಿನ ಒಳಗೇ ಆಗಿತ್ತು.

ಚೀನಿಗಳು ಸಲೀಸಾಗಿ ನಲವತ್ತು ಮೈಲಿ ಆಳಕ್ಕೆ ನುಗ್ಗಿ ಬಂದು ಬಿಟ್ಟಿದ್ದರು. ಬಂದ ಕೆಲಸ ಮುಗಿಸಿ ವಾಪಸು ಹೊರಟೂ ಹೋಗಿದ್ದರು!

ಈ ವಿಷಯ ಪತ್ರಿಕೆಗಳಲ್ಲಿ ಪ್ರಕಟವಾಗುತ್ತಿದ್ದಂತೆಯೇ ದೇಶದಾದ್ಯಂತ ದೊಡ್ಡ ಆಕ್ರೋಶದ ಅಲೆಯೇ ಬೀಸಿಬಿಟ್ಟಿತ್ತು. ಜನ ಉದ್ವಿಗ್ನರಾದರು. ಇನ್ಯಾರಾದರೂ ಹಿಂದಿ-ಚೀನಿ ಭಾಯಿ ಭಾಯಿ ಎಂದು ಮಾತನಾಡಿದರೆ, ಅವರಿಗೆ ಬುದ್ಧಿ ಕಲಿಸಲು ಇಡೀ ದೇಶವೇ ತಯಾರಾಗಿ ನಿಂತು ಬಿಟ್ಟಿತ್ತು. ಇಂಥ ಸಂದರ್ಭದಲ್ಲಿ ದೇಶ ಬಯಸಿದ್ದುದು ನೆಹರೂಜಿ ಅವರ ವೀರಾವೇಶದ ಭಾಷಣವನ್ನಲ್ಲ. ಅಂಥವುಗಳೇನಿದ್ದರೂ ಕೂತು ಕೇಳಲಿಕ್ಕೆ ಚೆಂದ. ಅದರ ಬದಲು ನೆಹರೂಜಿ ಚೀನದೊಂದಿಗೆ ಕಟ್ಟುದಿಟ್ಟಾದ ಮಾತುಕತೆಗೆ ಕೂತು ಬಿಡಬಹುದಾಗಿತ್ತು. ಒಂದಷ್ಟು ಪ್ರದೇಶವನ್ನು ಅವರಿಗೆ ಕೊಟ್ಟು, ಇನ್ನೊಂದಷ್ಟನ್ನು ನಾವಿಸಿದುಕೊಂಡು, ಹಳೆಯ ನಕಾಶೆಗಳನ್ನು ತಿದ್ದಿ ಬರೆಯಿಸಿ, ಅರ್ಧ ಶತಮಾನದಷ್ಟು ಹಿಂದಿನ ಮೆಕ್ ಮಹೊನ್ ಲೈನನ್ನು ಮತ್ತೆ ನವೀಕರಿಸಿಕೊಂಡು, ಅಲ್ಲಿಗೆ ಚೀನಿಗಳ ಸಹವಾಸವೇ ಸಾಕೆಂದು ಕೈ ಕುಲುಕಿ ಎದ್ದು ಬಂದು ಬಿಡಬಹುದಾಗಿತ್ತು. ಚೀನಿಗಳು ಈಗ ಅತ್ಯಂತ ಸ್ಪಷ್ಟವಾಗಿ ತಮ್ಮ ಯುದ್ಧ ಪಿಪಾಸು ಮುಖದ ಪ್ರದರ್ಶನ ಮಾಡಿಬಿಟ್ಟಿದ್ದರು. ಗಡಿ ವಿವಾದ ಮಾತುಕತೆಯಲ್ಲಿ ಬಗೆಹರಿಸಿಕೊಳ್ಳಲಾಗದಿದ್ದರೆ, ಯಾವತ್ತಿದ್ದರೂ ತಾವು ಯುದ್ಧಕ್ಕೆ ಸಿದ್ಧ ಎಂಬುದನ್ನು ಲದಾಕ್‌ನ ಘಟನೆಯ ಮೂಲಕ ಸಾಬೀತು ಮಾಡಿಬಿಟ್ಟಿದ್ದರು.

ನೆಹರೂಜಿಯವರ ವೀರಾವೇಶದ ಭಾಷಣ ಕೇಳಿಕೊಂಡಿರಲು ದೇಶವೇನೋ ಸಿದ್ಧವಾಗಿತ್ತು. ಆದರೆ ದೇಶದ ಜನರಿಗಿದ್ದ ಅಮಾಯಕ ಸಂತೋಷ ಸೈನ್ಯಕ್ಕಿರಲಿಲ್ಲ. ಚೀನದ ಯುದ್ಧ ಸಿದ್ಧತೆಗಳು ನಮ್ಮಲ್ಲಿ ಆತಂಕವುಂಟು ಮಾಡತೊಡಗಿದ್ದವು. ಈ ಬಗ್ಗೆ ತಕ್ಷಣ ಎಚ್ಚೆತ್ತುಕೊಂಡು ದನಿಯೆತ್ತಿದವರು ಭಾರತದ ಸೇನಾ ಮುಖ್ಯಸ್ಥ ಜನರಲ್ ತಿಮ್ಮಯ್ಯ. ಮೊದಲಿಂದಲೂ ಅವರು ಚೀನಿ ಶತ್ರುವಿನ ಬಗ್ಗೆ ಒಂದು ಅನುಮಾನದ ಕಣ್ಣಿಟ್ಟೇ ಇದ್ದರು. ಇವತ್ತಲ್ಲ ನಾಳೆ ಮೈಮೇಲೇರಿ ಬರಲಿರುವ ಚೀನಿಗಳ ವಿರುದ್ಧ ನಮಗೆ ಹೆಚ್ಚಿನ ಸೈನಿಕರನ್ನು ಕೊಡಿ; ಮದ್ದುಗುಂಡು ಕೊಡಿ ಎಂದು ಕೇಳುತ್ತಲೇ ಬಂದಿದ್ದರು. ಆದರೆ ನಮ್ಮ ರಕ್ಷಣಾಮಂತ್ರಿ ಕೃಷ್ಣ ಮೆನನ್‌ರಿಗೆ ಮೊದಲಿಂದಲೂ ಜನರಲ್ ತಿಮ್ಮಯ್ಯನವರೆಂದರೆ ಏನೋ ಅಸಡ್ಡೆ. "ಇಂಗ್ಲಿಷರ ಕಾಲದ ಮನುಷ್ಯ. ಯಾವಾಗಲೂ ಗೊಣಗುತ್ತಾನೆ. ಸುಮ್ಮಸುಮ್ಮನೆ ಗಾಬರಿಯಾಗುತ್ತಾನೆ. ಆತನಿಗೆ ಹೇಳಿ: ಚೀನದ ವಿಷಯದಲ್ಲಿ ಯಾವಾಗ ಏನು ಮಾಡಬೇಕು ಎಂಬುದು ಸರ್ಕಾರಕ್ಕೆ ಗೊತ್ತಿದೆ. ನಾವು ಹೇಳಿದ್ದನ್ನು ಕೇಳಿಕೊಂಡು ಸುಮ್ಮನಿರಲಿಕ್ಕೆ ಹೇಳಿ" ಎಂಬ ಧಾಟಿಯಲ್ಲಿ ಮಾತನಾಡುತ್ತ ಬಂದರು ಮೆನನ್. ಎಲ್ಲಕ್ಕಿಂತ ಮುಖ್ಯವಾಗಿ, "ನಮ್ಮ ಮೊದಲನೇ ಶತ್ರುವೇನಿದ್ದರೂ ಪಾಕಿಸ್ತಾನ.

ಅದು ನಮ್ಮ ಎನಿಮಿ ನಂಬರ್ ಒನ್! ಅದರೆಡೆಗೆ ಗಮನವಿರಲಿ. ಚೀನದ ಬಗ್ಗೆ ತಲೆ ಕೆಡಿಸಿಕೊಳ್ಳುವುದು ಬೇಡ" ಎಂದು ಕೃಷ್ಣ ಮೆನನ್ ಅವಿವೇಕಿಯಂತೆ ಮಾತನಾಡಿದಾಗ, ಸಮರ್ಥ ಯೋಧ ಜನರಲ್ ತಿಮ್ಮಯ್ಯ ಅದಕ್ಕೆ ತಮ್ಮದೇ ಆದ ರೀತಿಯಲ್ಲಿ ಪ್ರತಿಕ್ರಿಯಿಸಿದ್ದರು.

"ನಮ್ಮ ರಕ್ಷಣಾ ಸಚಿವರು ಆಡುತ್ತಿರುವ ಮಾತುಗಳು ನನಗರ್ಥವಾಗುತ್ತಿವೆ. ಅವರ ಅಭಿನಂದನೆಗಳಿಗೆ ನಾನು ಕೃತಜ್ಞ. ಆದರೆ ಅವರ ದಡ್ಡತನಕ್ಕೆ ನನ್ನ ಸಂತಾಪವಿದೆ. ಶತ್ರುಗಳಿಗೆ ನಂಬರುಗಳನ್ನು ಕೊಟ್ಟು ಇವನು ಪ್ರಥಮ ಶತ್ರು, ಇನ್ನೊಬ್ಬನು ನಂತರದ ಶತ್ರು ಅಂತ ತೀರ್ಮಾನ ಮಾಡುವ ಕೆಲಸವಿದೆಯಲ್ಲ? ಅದನ್ನು ಕಮ್ಯುನಿಸ್ಟ್ ರಾಜಕಾರಣಿಯಾದ ಮೆನನ್‌ರಂಥವರು ಮಾಡಬಹುದೇನೋ; ಸೇನಾಧಿಪತಿಯಾದ ನಾನು ಮಾಡಲಾರೆ!"

ಜನರಲ್ ತಿಮ್ಮಯ್ಯ ಕಡ್ಡಿ ಮುರಿದಂತೆ ಮಾತಾಡಿದ್ದರು.

ಏಕೆಂದರೆ, ಭಾರತೀಯ ಸೇನೆಯ ಮುಖ್ಯಸ್ಥರಾಗುವುದಕ್ಕೆ ಮುಂಚೆಯೇ ಅವರಿಗೆ ನಮ್ಮ ಸೇನೆಯ ಸ್ಥಿತಿಗತಿಗಳೇನೆಂಬುದು ಗೊತ್ತಿತ್ತು. ಪಾರ್ಲಿಮೆಂಟಿನಲ್ಲಿ ಭಾಷಣ ಮಾಡಿದಷ್ಟು ಸುಲಭವಾಗಿ, ದುಃಸ್ಥಿತಿಯಲ್ಲಿರುವ ಭಾರತೀಯ ಸೇನೆಯನ್ನು ಹಿಮಾಲಯದಲ್ಲಿ ಗಡಿ ಕಾಯುವ ಕೆಲಸಕ್ಕೆ ಹಚ್ಚುವಂತಿರಲಿಲ್ಲ. ಹೆಚ್ಚಿನ ಜನ, ಮದ್ದುಗುಂಡು, ವಸತಿ, ಬಟ್ಟೆ, ಸಲಕರಣೆ ಎಲ್ಲ ಬೇಕಿತ್ತು. ನಮ್ಮಲ್ಲಿ ಯಾವುದೂ ಇರಲಿಲ್ಲ. ಈಗ ಲದಾಕ್‌ನ ಗಡಿ ಕಾಯುವ ಜೊತೆಗೆ NEFA ಗಡಿ ರಕ್ಷಣೆಯ ಜವಾಬ್ದಾರಿಯನ್ನೂ ಹೊರೆಸಿಬಿಟ್ಟರೆ ಸೈನ್ಯ ನಲುಗಿ ಹೋಗುತ್ತದೆ ಎಂಬುದು ಜನರಲ್ ತಿಮ್ಮಯ್ಯನವರಿಗೆ ಉಳಿದೆಲ್ಲರಿಗಿಂತ ಸ್ಪಷ್ಟವಾಗಿ ಗೊತ್ತಿತ್ತು.

ಆದರೆ ಹಠಕ್ಕೆ, ಮೂರ್ಖತನಕ್ಕೆ ಬಿದ್ದ ರಕ್ಷಣಾ ಸಚಿವ ಮೆನನ್ ಒಬ್ಬ ಸೇನಾ ಮುಖ್ಯಸ್ಥನ ಮನಸ್ಸನ್ನು ಅರ್ಥ ಮಾಡಿಕೊಳ್ಳಲೇ ಇಲ್ಲ. ವಿನಾಕಾರಣವಾಗಿ ಸೇನೆಯ ಇತರೆ ಅಧಿಕಾರಿಗಳ ಬಡ್ತಿಯ ವಿಷಯಕ್ಕೆ ತಲೆ ಹಾಕಿದರು. ಜನರಲ್ ತಿಮ್ಮಯ್ಯನವರ ವ್ಯಕ್ತಿತ್ವದ ಬಗ್ಗೆ ಹಗುರಾಗಿ ಮಾತನಾಡತೊಡಗಿದರು. ಬರಬರುತ್ತಾ ಮಾತು ಪೆಡಸಾದವು. ಇದಕ್ಕೆ ಸರಿಯಾಗಿ ಪತ್ರಿಕೆಗಳು ಪ್ರತಿನಿತ್ಯ ನಮ್ಮ ದೇಶದ ರಕ್ಷಣಾ ಸಚಿವ ಮತ್ತು ಸೇನಾ ಮುಖ್ಯಸ್ಥರ ನಡುವಿನ ವಾಗ್ವಿವಾದದ ಬಗ್ಗೆ ವ್ಯಾಪಕವಾಗಿ ಬರೆಯತೊಡಗಿದವು.

ನೊಂದು ಹೋದರು ಜನರಲ್ ತಿಮ್ಮಯ್ಯ. ಅದೊಂದು ಮುಂಜಾನೆ ಸೇನಾ ಮುಖ್ಯಸ್ಥನ ದಿರಿಸು ಕಳಚಿಟ್ಟು ಎರಡೇ ಎರಡು ಸಾಲಿನ ರಾಜಿನಾಮೆ ಪತ್ರ ಬರೆದುಕೊಂಡು ಹೋಗಿ ಪ್ರಧಾನಿ ನೆಹರೂರವರ ಮೇಜಿನ ಮೇಲಿರಿಸಿಬಿಟ್ಟರು. ಆ ಮಹಾಯೋಧನ ಮುಖದಲ್ಲಿ ಕೇವಲ ನೋವಿತ್ತು. ತನ್ನನ್ನು ನಡೆಸಿಕೊಂಡ ರೀತಿಯೆಡೆಗೆ ಅಸಮಾಧಾನವಿತ್ತು.

ಆದರೆ ನೆಹರೂ ಮಹಾನ್ ಚಾಣಾಕ್ಷ ರಾಜಕಾರಣಿ. ವೈಯಕ್ತಿಕವಾಗಿ ದೊಡ್ಡ charm ಇದ್ದ ಮನುಷ್ಯ. ಪಳಗಿದ ಮುತ್ಸದ್ದಿ. ಎಲ್ಲಕ್ಕಿಂತ ಹೆಚ್ಚಾಗಿ ದೊಡ್ಡ ಹುದ್ದೆಯಲ್ಲಿದ್ದ ಮನುಷ್ಯ. "ಇದೆಂಥದು ಜನರಲ್ ತಿಮ್ಮಯ್ಯನವರೇ? ತೀರ ನೀವೂ ಹೀಗೆ ಮಾಡೋದಾ? ದಯವಿಟ್ಟು ನಿಮ್ಮ ರಾಜಿನಾಮೆ ವಾಪಸು ತೆಗೆದುಕೊಳ್ಳಿ. ಭಾರತದ ಸೇನೆಗೆ ಏನೇನು ಬೇಕು? ನನಗೆ ಹೇಳಿ. ವೈಯಕ್ತಿಕವಾಗಿ ನಾನು ಪೂರೈಸುತ್ತೇನೆ. ನಮ್ಮ ರಕ್ಷಣಾ ಸಚಿವ ಮೆನನ್ ಅವರು ನಿಮ್ಮ ಆಡಳಿತ

ವ್ಯವಹಾರದಲ್ಲಿ ತಲೆ ಹಾಕದಂತೆ ನೋಡಿಕೊಳ್ಳುತ್ತೇನೆ. ಇವತ್ತು ದೇಶ ಎಂಥ ಗಂಭೀರ ಪರಿಸ್ಥಿತಿ ಎದುರಿಸುತ್ತಿದೆ ಅಂತ ನಿಮಗೆ ಗೊತ್ತು. ಭಾರತ - ಚೀನಾ ಗಡಿಯ ಸಮಸ್ಯೆ ಕರಾಳವಾಗುತ್ತಿರುವ ಈ ಸಂದರ್ಭದಲ್ಲಿ ನನ್ನ ಕೈ ಬಿಡುತ್ತೀರಾ? ಸುಮ್ಮನಿರಿ. ದಯವಿಟ್ಟು ರಾಜಿನಾಮೆ ವಾಪಸು ತೆಗೆದುಕೊಳ್ಳಿ!" ಅಂದರು ನೆಹರೂ.

ರಾಜಕಾರಣವೆಂದರೆ ಜನರಲ್ ತಿಮ್ಮಯ್ಯನವರಿಗೇನು ಗೊತ್ತು? ಆತ ಒಬ್ಬ ಪ್ರಾಮಾಣಿಕ ಯೋಧ. ಎಲ್ಲವನ್ನೂ ನೇರವಾಗಿಯೇ ಆಲೋಚಿಸಬಲ್ಲ ನಿಸ್ಪೃಹ ಮನುಷ್ಯ. ಇಂಥ ಕರಾಳ ಸಂದರ್ಭದಲ್ಲಿ ನನ್ನ ಕೈ ಬಿಡುತ್ತೀರಾ ತಿಮ್ಮಯ್ಯನವರೇ ಎಂದು ಈ ದೇಶದ ಪ್ರಧಾನಿಯೇ ಕೈ ಹಿಡಿದು ಕೇಳುತ್ತಿರುವಾಗ ಈ ಮಹಾ ಯೋಧನ ಮನಸ್ಸು ಕರಗಿ ಹೋಗದಿರಲು ಸಾಧ್ಯವೇ? ರಾಜಿನಾಮೆಯ ಪತ್ರವನ್ನು ನೆಹರೂ ಅವರ ಸಮ್ಮುಖದಲ್ಲೇ ಹರಿದುಹಾಕಿ ಬಂದು ಸೈನಿಕ ಮುಖ್ಯಸ್ಥನ ಕಚೇರಿಯಲ್ಲಿ ಕುಳಿತರು.

ಅದು ಅವರ ಬದುಕಿನ ಮೊದಲನೇ ದೊಡ್ಡ ತಪ್ಪಾಗಿತ್ತು.

"ಜನರಲ್ ತಿಮ್ಮಯ್ಯನವರೊಂದಿಗೆ ನಾನು ಮಾತನಾಡಿದ್ದೇನೆ. ಸಣ್ಣದನ್ನೇ ಹಿಡಿದು ದೊಡ್ಡದು ಮಾಡುವ ಮನುಷ್ಯ ಆತ. ಅವರ ರಾಜಿನಾಮೆಗೆ ಬೇರೆ ಕಾರಣಗಳೇ ಇರಲಿಲ್ಲ. ಸುಮ್ಮನೆ ಮೆನನ್ ಜೊತೆಗೆ ಭಿನ್ನಾಭಿಪ್ರಾಯ ಮಾಡಿಕೊಂಡಿದ್ದಾರೆ. ಮೆನನ್ ದೊಡ್ಡ ಮುತ್ಸದ್ದಿ. ಸೈನ್ಯಾಧಿಕಾರಿಗಳ ಬಡ್ತಿ ವಿಷಯದಲ್ಲಿ ಮೆನನ್ ತಲೆ ಹಾಕಿದರು ಅಂತೆಲ್ಲ ಆಪಾದಿಸುವುದು ಅರ್ಥಹೀನ. ಸಿಲ್ಲಿ! ತಿಮ್ಮಯ್ಯನವರ ಆಪಾದನೆಗಳನ್ನು ನಾನು ತಿರಸ್ಕರಿಸುತ್ತೇನೆ!" ಎಂದು ವಾಚಾಮಗೋಚರವಾಗಿ ಮಾತನಾಡತೊಡಗಿದರು ನೆಹರೂ. ಸಂಸತ್ತಿನಲ್ಲಿ ಕೇವಲ ತಮ್ಮ ಗೆಳೆಯ ಮೆನನ್‌ರನ್ನು ರಕ್ಷಿಸಿಕೊಳ್ಳುವುದಕ್ಕೋಸ್ಕರ ಜನರಲ್ ತಿಮ್ಮಯ್ಯನವರಂಥ ಮಹಾ ಯೋಧನನ್ನು ಹೀಗಳೆದರು. ಅವರ ತಕರಾರುಗಳನ್ನೆಲ್ಲ ಕ್ಷುಲ್ಲಕ ಅಂದರು.

ಅವತ್ತು ಸಂಸತ್ತಿನಲ್ಲಿ ನೆಹರೂ ದಿಗ್ವಿಜಯ ಸಾಧಿಸಿದ್ದರು.

ಅದರ ಪರಿಣಾಮವನ್ನೂ ಅನುಭವಿಸಿದರು.

ಯಾವ ನೆಹರೂ, ಪ್ರಜಾಪ್ರಭುತ್ವ ವ್ಯವಸ್ಥೆಯಲ್ಲಿ ಸೈನ್ಯಕ್ಕಿಂತ ನಾಗರಿಕ ಧ್ವನಿಗೇ ಹೆಚ್ಚು ಪ್ರಾಶಸ್ತ್ಯವಿರಬೇಕು ಎಂದು ವಾದಿಸಿದ್ದರೋ, ಯಾವ ನೆಹರೂ ಜನರಲ್ ತಿಮ್ಮಯ್ಯನವರನ್ನು ಅವಮಾನಿಸಿ ಮೆನನ್ ತರಹದವರನ್ನು ಬೆಂಬಲಿಸಿ ಮಾತಾಡಿದ್ದರೋ, ಅದೇ ನೆಹರೂಜಿ 1962ರ ಯುದ್ಧದ ನಂತರ ತಾವು ಬೆಂಬಲಿಸಿದವರನ್ನೆಲ್ಲ ಅವರವರ ಹುದ್ದೆಗಳಿಂದ ಕೆಳಕ್ಕಿಳಿಸಬೇಕಾಯಿತು. ಸಾರ್ವಜನಿಕರೆದುರು ತಲೆತಗ್ಗಿಸಿ ನಿಲ್ಲಬೇಕಾಯಿತು. ಅವತ್ತು ಜನರಲ್ ತಿಮ್ಮಯ್ಯನವರನ್ನು ನಾನು ತಪ್ಪು ತಿಳಿದುಕೊಂಡಿದ್ದೆ ಎಂದು ಒಪ್ಪಿಕೊಳ್ಳಬೇಕಾಯಿತು. ಭಾರತದ ಗೌರವ ಮತ್ತು ಭದ್ರತೆಗಳನ್ನುಳಿಸಲು ಮತ್ತೆ ಅದೇ ಜನರಲ್ ತಿಮ್ಮಯ್ಯನವರ ಮುಂದೆ ಮಂಡಿಯೂರಬೇಕಾಯಿತು.

ಆದರೆ ಬಹುದೊಡ್ಡ ಸಮಸ್ಯೆ ಎದುರಿಸುತ್ತಿದ್ದ ಕಾಲದಲ್ಲಿ ಭಾರತದಂತಹ ಒಂದು ದೇಶ ತನ್ನ ರಕ್ಷಣಾ ಸಚಿವ ಹಾಗೂ ಸೇನಾ ಮುಖ್ಯಸ್ಥರ ನಡುವಿನ ಸಾರ್ವಜನಿಕ ವಿವಾದವನ್ನು ಕಣ್ಣಾರೆ

ನೋಡಬೇಕಾಗಿ ಬಂದದ್ದೊಂದು ದುರಂತ. ಚೀನದೆಡೆಗೆ ಭಾರತ ಸರ್ಕಾರ ತಳೆದಿದ್ದ ನಿಲುವಿನ ಬಗ್ಗೆಯೇ ಜನರಲ್ ತಿಮ್ಮಯ್ಯನವರಿಗೆ ಅಸಮಾಧಾನವಿತ್ತು. ಆತ ನಿಜಕ್ಕೂ ಒಬ್ಬ ಅನುಭವಿ. ದೂರಗ್ರಾಹಿ ಯೋಧ. ದೊಡ್ಡ ಶಿಸ್ತಿನ ಸೇನಾಪತಿ. ಅವರಿಗೆ ಕೃಷ್ಣ ಮೆನನ್‌ರಂತಹ ವ್ಯಕ್ತಿಯಿಂದ ದೇಶಭಕ್ತಿಯ ಪಾಠ ಕಲಿಯಬೇಕಾಗಿರಲಿಲ್ಲ. ಅಂಥ ಜನರಲ್ ತಿಮ್ಮಯ್ಯ ಕ್ಷುಲ್ಲಕ ಕಾರಣಗಳಿಗಾಗಿ ತನ್ನ ದೇಶವನ್ನಾಳುವ ಸರ್ಕಾರದೊಂದಿಗೆ ಜಗಳ ಮಾಡಿಕೊಳ್ಳುವುದು ಸಾಧ್ಯವಿರಲಿಲ್ಲ. ನಾಳೆ ಸಂಭವಿಸಬಹುದಾದ ಬಹುದೊಡ್ಡ ದುರಂತ ಜನರಲ್ ತಿಮ್ಮಯ್ಯನವರನ್ನು ಆತಂಕಕ್ಕೀಡು ಮಾಡಿತ್ತು. ಇಲ್ಲದಿದ್ದರೆ ಅವರು ರಾಜಿನಾಮೆಯಂತಹ ಅತ್ಯುಗ್ರ ಕ್ರಮಕ್ಕೆ ಕೈ ಹಾಕುತ್ತಿರಲಿಲ್ಲ. ಮತ್ತು ಪ್ರಧಾನಿಯಂಥ ವ್ಯಕ್ತಿ ಕೈ ಹಿಡಿದು ಕೇಳಿಕೊಂಡಾಗ ಒಬ್ಬ ಶುದ್ಧ ಯೋಧನಂತೆ ರಾಜಿನಾಮೆ ವಾಪಸು ತೆಗೆದುಕೊಳ್ಳುತ್ತಿರಲಿಲ್ಲ.

ಜನರಲ್ ತಿಮ್ಮಯ್ಯ ಎಷ್ಟು ದೊಡ್ಡ ಸಾಹಸಿ ಯೋಧರಾಗಿದ್ದರೋ, ಅಂತರಂಗದಲ್ಲಿ ಅಷ್ಟೇ ಸಂಕೋಚದ ಮನುಷ್ಯರಾಗಿದ್ದರು. ಯಾವತ್ತೂ ಪತ್ರಿಕೆಗಳ ಬಾಯಿಗೆ ಸಿಕ್ಕವರಲ್ಲ. ಪ್ರಚಾರ ಬಯಸಿದವರಲ್ಲ. ಬಹಿರಂಗವಾಗಿ ಏನನ್ನೂ ಮಾತಾಡಿದವರಲ್ಲ. 1960ರ ಜೂನ್ ತಿಂಗಳಲ್ಲಿ ಮಾತ್ರ ಅವರು ಒಂದೇ ಒಂದು ಪತ್ರಿಕಾಗೋಷ್ಠಿ ಕರೆದಿದ್ದರು.

"ಚೀನಿ ಸೈನ್ಯ ಭಾರತದ NEFA ಗಡಿಯಲ್ಲಿ ಒಂದೇ ಸಮನೆ ಜಮೆಯಾಗುತ್ತಿದೆ. ನನ್ನ ನಿಜವಾದ ಧಾವಂತವೇ ಅದು. ಅವರು ರಸ್ತೆ ಹಾಕಿಕೊಂಡಿದ್ದಾರೆ. ಟೆಲಿಫೋನ್ ವ್ಯವಸ್ಥೆಯಾಗಿದೆ. ನಾವಿನ್ನೂ ತುಂಬ ಹಿಂದಿದ್ದೇವೆ. ಗಡಿಗಳ ತನಕ ತಲುಪುವುದೇ ಕಷ್ಟ. ಹಿಮಾಲಯದ ಪರ್ವತಗಳಲ್ಲಿ ನಿಸರ್ಗ ಬಹಳ ಕ್ರೂರಿ. ನನ್ನ ಧಾವಂತವೇ ಅದು!" ಅಂದಿದ್ದರು.

ಅವರ ಧಾವಂತವನ್ನು ಮೆನನ್ ಮಹಾಶಯ ಎಡಗೈಯಲ್ಲಿ ತಳ್ಳಿಹಾಕಿದ್ದರು. ಚೀನದ ಸೇನೆ ತನ್ನ ಗಡಿಯಲ್ಲಿ ಜಮೆಗೊಂಡರೆ ನಮಗೇಕೆ ಧಾವಂತವಾಗಬೇಕು? ಅಂದುಕೊಂಡು ಬಿಟ್ಟಿದ್ದರು. ನೆಹರೂರಂತಹ ಮುಗಿಲೆತ್ತರದ ವ್ಯಕ್ತಿ, ತಮ್ಮ ಗೆಳೆಯ ಮೆನನ್‌ರನ್ನು ರಕ್ಷಿಸಿಕೊಳ್ಳುವುದಕ್ಕಾಗಿ ಅಷ್ಟು ಕೆಳಮಟ್ಟಕ್ಕೆ ಇಳಿಯಬಾರದಿತ್ತು.

ಭಾರತ ಕಂಡ ಬಹುದೊಡ್ಡ ಯೋಧರಲ್ಲಿ ಜನರಲ್ ತಿಮ್ಮಯ್ಯ ಒಬ್ಬರು. ಅವರಲ್ಲಿ ಯೋಗ್ಯತೆಯೊಂದೇ ಅಲ್ಲ; ಸೇನೆಯ ಕಟ್ಟಕಡೆಯ ಯೋಧನಿಂದ ಹಿಡಿದು ಮೇಲ್ಮಟ್ಟದ ಅಧಿಕಾರಿಯ ತನಕ ಎಲ್ಲರಿಂದಲೂ ಪ್ರೀತಿ ಮತ್ತು ಗೌರವಗಳನ್ನು ಪಡೆಯುವಂತಹ ಅಪರೂಪದ ಗುಣಗಳಿದ್ದವು. ಎರಡನೇ ಪ್ರಪಂಚ ಯುದ್ಧದಲ್ಲಿ ಅಕ್ಷರಶಃ ಯುದ್ಧ ಭೂಮಿಯಲ್ಲಿ ಫೀಲ್ಡ್ ಕಮಾಂಡರ್ ಆಗಿ ಭಾಗವಹಿಸಿದ ಮೊದಲನೆಯ ಮತ್ತು ಏಕೈಕ ಭಾರತೀಯ ಅಧಿಕಾರಿ ಆತ. ಆ ಯುದ್ಧದಲ್ಲಿ ಜನರಲ್ ತಿಮ್ಮಯ್ಯ ತೋರ್ಪಡಿಸಿದ ಸಾಹಸವನ್ನು ಇಡೀ ಬ್ರಿಟಿಷ್ ಸೇನೆ ಕೊಂಡಾಡಿತ್ತು. ಬಿರುದು ನೀಡಿ ಗೌರವಿಸಿತ್ತು. ಒಬ್ಬ ದಕ್ಷಿಣ ಭಾರತೀಯ ಅಧಿಕಾರಿಯನ್ನು ಗೌರವಿಸಲು ಸಾಧ್ಯವೇ ಇಲ್ಲ ಎಂಬಂತಹ ವಾತಾವರಣವಿದ್ದ ಭಾರತೀಯ ಸೈನ್ಯದಲ್ಲಿ, ಉತ್ತರ ಭಾರತದ ಸಮಸ್ತ ಸೈನಿಕರೂ ಜನರಲ್ ತಿಮ್ಮಯ್ಯನವರ ಹಿರಿತನ, ಯಾಜಮಾನ್ಯ ಮತ್ತು ನೇತೃತ್ವವನ್ನು ಅಂತರಾಳದಿಂದ ಒಪ್ಪಿಕೊಂಡಿದ್ದರು. 1947ರ ದೇಶ ವಿಭಜನೆಯ ನಂತರ ನಡೆದ

ಹಿಂಸಾಚಾರದ ಸಂದರ್ಭದಲ್ಲಿ ಎಲ್ಲರೂ ತಮ್ಮ ಸಮಚಿತ್ತ ಕಳೆದುಕೊಂಡು ಕಂಗಾಲಾಗಿದ್ದಾಗ, ಸೈನ್ಯದಲ್ಲಿದ್ದ ಹಿಂದೂ ಮತ್ತು ಮುಸ್ಲಿಂ ಯೋಧರೆಲ್ಲರನ್ನೂ ಒಂದೇ ನೇರಕ್ಕೆ ನೋಡಿ, ಅವರನ್ನು ಪ್ರೀತಿಸಿ ಅವರಿಂದಲೇ ಭಾರತದ ರಕ್ಷಣೆ ಮಾಡಿಸಿದ ದಕ್ಷತೆ ಜನರಲ್ ತಿಮ್ಮಯ್ಯನವರದಾಗಿತ್ತು. ಜನರಲ್ ತಿಮ್ಮಯ್ಯ ಎಂದಿಗೂ ತಮ್ಮ ಮಾನಸಿಕ ಸ್ವಾಸ್ಥ್ಯ ಕಳೆದುಕೊಂಡವರಲ್ಲ. 1948ರಲ್ಲಿ ಕಾಶ್ಮೀರದ ಕೊಳ್ಳಕ್ಕೆ ಬೆಂಕಿ ಬಿದ್ದಾಗ, ಸೈನ್ಯದ ನೇತೃತ್ವವನ್ನು ವಹಿಸಿಕೊಂಡ ಜನರಲ್ ತಿಮ್ಮಯ್ಯ, ಆ ತನಕ ಯಾರೂ ಕಾಲಿಡದಿದ್ದ ಮಂಜು ಪರ್ವತಗಳಲ್ಲಿ ಖುದ್ದಾಗಿ ನಿಂತು ಪಾಕಿಸ್ತಾನಿ ಸೈನ್ಯದೊಂದಿಗೆ ಬಡಿದಾಡಿ ದಿಗ್ವಿಜಯಗಳನ್ನು ಸಾಧಿಸಿದ ಸೇನಾನಿ. ಅವತ್ತು ಸಂಪೂರ್ಣವಾದ ಸ್ವಾತಂತ್ರ್ಯವನ್ನು ಜನರಲ್ ತಿಮ್ಮಯ್ಯನವರಿಗೆ ಕೊಟ್ಟದ್ದೇ ಆಗಿದ್ದರೆ, 'ಪಾಕ್ ಆಕ್ರಮಿತ ಕಾಶ್ಮೀರ' ಎಂಬ ಭೂಭಾಗವನ್ನು ಅನಾಮತ್ತಾಗಿ ಜಯಿಸಿ ಭಾರತದ ನಕಾಶೆಗೆ ಸೇರಿಸಿ ಬಿಡುತ್ತಿದ್ದರು ಆತ. ಆ ದಿನಗಳಲ್ಲಿ ಪಾಕಿಸ್ತಾನಿ ಅಬ್ಬರವನ್ನು ಲೀಲಾಜಾಲವಾಗಿ ಬಗ್ಗುಬಡಿದಿದ್ದರು ಜನರಲ್ ತಿಮ್ಮಯ್ಯ. ಇನ್ನೇನು ಪಾಕ್ ಆಕ್ರಮಿತ ಕಾಶ್ಮೀರ ಭಾರತದ ಕೈವಶವಾಗುವುದರಲ್ಲಿತ್ತು. ಪ್ರಧಾನಿ ನೆಹರೂ "ಯುದ್ಧ ಸಾಕು" ಅಂದುಬಿಟ್ಟಿದ್ದರು.

ಜನರಲ್ ತಿಮ್ಮಯ್ಯ ಯಾವತ್ತೂ ಯುದ್ಧಭೂಮಿಯಿಂದ ದೂರ ಉಳಿದ ಯೋಧರಲ್ಲ. ರಾಜಕಾರಣಿಗಳ ಮುಂದೆ ಕೈಕಟ್ಟಿ ನಿಂತು, ನನಗೊಂದು ತಣ್ಣಗಿನ ಜಾಗದಲ್ಲಿ ಕೆಲವು ವರ್ಷಗಳ ಕಾಲ ನೆಮ್ಮದಿಯಾಗಿರಲು ಅವಕಾಶ ಕೊಡಿ ಎಂದು ಕೇಳಿದವರಲ್ಲ. ಇಪ್ಪತ್ತೈದು ವರ್ಷಗಳ ನನ್ನ ಸುದೀರ್ಘ ಸೇವೆಯಲ್ಲಿ ಒಬ್ಬೇ ಒಬ್ಬ ಸೈನಿಕ ಜನರಲ್ ತಿಮ್ಮಯ್ಯನವರ ವಿರುದ್ಧ ಕೆಟ್ಟ ಮಾತಾಡಿದುದನ್ನು ನಾನು ಕೇಳಿಸಿಕೊಂಡಿಲ್ಲ.

1953-54ರಲ್ಲಿ ಕೊರಿಯಾ ಯುದ್ಧ ನಡೆದಾಗ ಅಂತಾರಾಷ್ಟ್ರೀಯ ಆಯೋಗದ ಕರೆಯ ಮೇಲೆ ಕೊರಿಯಾಗೆ ತೆರಳಿದ ಜನರಲ್ ತಿಮ್ಮಯ್ಯ ಅಂತಾರಾಷ್ಟ್ರೀಯ ಮಟ್ಟದಲ್ಲಿ ಎಂಥ ದೊಡ್ಡ ಹೆಸರು ಮಾಡಿದರೆಂದರೆ; ನೆಹರೂಗೆ ಜನಪ್ರಿಯತೆಯ ವಿಷಯದಲ್ಲಿ ತನಗೊಬ್ಬ ಪ್ರತಿಸ್ಪರ್ಧಿ ಹುಟ್ಟಿಕೊಂಡು ಬಿಟ್ಟನೇ ಎಂದು ಧಾವಂತವಾಗಿತ್ತು. ಭಾರತದಲ್ಲಿ ನೆಹರೂಜಿ ಎಷ್ಟೇ ಖ್ಯಾತಿವೆತ್ತ ನಾಯಕನೆನಿಸಿಕೊಂಡಿದ್ದರೂ, ಜನರಲ್ ತಿಮ್ಮಯ್ಯನವರನ್ನು ಗದರುವ, ಸುಮ್ಮನಿರಿಸುವ, ಎದುರಾ ಎದುರು ನಿಂತು ದಂಡಿಸುವ ಚೈತನ್ಯ ಅವರಲ್ಲಿರಲಿಲ್ಲ. ಮುಂದೆ ಹಾಗೆ ನೆಹರೂರವರ ಸ್ವೇಚ್ಛೆಗಳಿಗೆ, ಹುಚ್ಚಾಟಗಳಿಗೆ ಮಣಿಯುವ ಅನೇಕ ಜನರಲ್‌ಗಳು ಬಂದದ್ದು ನಿಜ. ಆದರೆ ಜನರಲ್ ತಿಮ್ಮಯ್ಯ ಹಾಗೆಲ್ಲ ತಲೆಬಾಗುವ ಸೇನಾನಿಯಾಗಿರಲೇ ಇಲ್ಲ.

ಭಾರತ ಸೇನಾ ಮುಖ್ಯಸ್ಥರಾಗುವ ಕೆಲವು ವರ್ಷಗಳಿಗೆ ಮುನ್ನ ನಮ್ಮ ರಾಜಕಾರಣಿಗಳು ಮತ್ತು ಅವರ ಆಜ್ಞಾಧೀನ ಸೈನ್ಯಾಧಿಕಾರಿಗಳು ಜನರಲ್ ತಿಮ್ಮಯ್ಯನವರನ್ನು ಉದ್ದೇಶಪೂರ್ವಕವಾಗಿ ಮೂಲೆಗೊತ್ತರಿಸಿದ್ದರು. ಆಗ ಇಡೀ ಸೇನೆ ಚಡಪಡಿಸಿ ಹೋಗಿತ್ತು. ಒಂದಲ್ಲ ಒಂದು ದಿನ ನಮ್ಮ 'ಟಿಮ್ಮಿ' ಸೇನೆಯ ಚುಕ್ಕಾಣಿ ಹಿಡಿದೇ ಹಿಡಿಯುತ್ತಾರೆ. ಸೇನೆಗೊಂದು ಗೌರವ ತಂದುಕೊಡುತ್ತಾರೆ. ಅವರಲ್ಲದೆ ಮತ್ಯಾರೂ ಭಾರತೀಯ ಸೇನೆಯನ್ನು ಸರಿಪಡಿಸಲಾರರು ಎಂದು ಪ್ರತಿಯೊಬ್ಬ ಅಧಿಕಾರಿಯೂ ಮಾತಾಡಿಕೊಳ್ಳುತ್ತಿದ್ದ. 1957ರ ಮಾರ್ಚ್ ತಿಂಗಳಲ್ಲಿ

ಜನರಲ್ ತಿಮ್ಮಯ್ಯ ಆರ್ಮಿ ಛೀಫ್ ಆಗಿ ಅಧಿಕಾರ ಸ್ವೀಕರಿಸಿದಾಗ ಇಡೀ ಭಾರತೀಯ ಸೈನ್ಯ ರೋಮಾಂಚನಕ್ಕೊಳಗಾಗಿತ್ತು. "ನಮ್ಮ ಟಿಮ್ಮಿ ಅಧಿಕಾರಕ್ಕೆ ಬಂದರು" ಎಂದು ಪ್ರತಿಯೊಬ್ಬ ಸೈನಿಕನೂ ಆನಂದದಿಂದ ಉದ್ಗರಿಸಿದ್ದ. ಅವರನ್ನು ನಾವೆಲ್ಲ ಪ್ರೀತಿಯಿಂದ ಕರೆಯುತ್ತಿದ್ದುದೇ ಟಿಮ್ಮಿ ಅಂತ.

ಅಂಥ ಹಿರಿಯನೊಂದಿಗೆ ಮಿಲಿಟರಿ ಆಪರೇಷನ್ಸ್ ಡೈರೆಕ್ಟೊರೇಟ್‌ನಲ್ಲಿ ವರ್ಷಗಟ್ಟಲೆ ದುಡಿಯುವ ಅವಕಾಶ ದೊರೆತದ್ದು ನನ್ನ ಬದುಕಿನ ಭಾಗ್ಯವೆಂದೇ ಇವತ್ತಿಗೂ ಭಾವಿಸುತ್ತೇನೆ. ಯಾವ ಉತ್ಸಾಹದಿಂದ ಅವರು ಭಾರತೀಯ ಸೇನೆಯನ್ನು ಸರಿಪಡಿಸುವ, ಅದಕ್ಕಾದ ಹಾನಿಯನ್ನು ವಾಸಿ ಮಾಡುವ ಪ್ರಯತ್ನಗಳನ್ನು ಪ್ರಾರಂಭಿಸಿದ್ದರೆಂಬುದನ್ನು ನಾನು ಕಣ್ಣಾರೆ ನೋಡಿದ್ದೇನೆ. ಅಂತೆಯೇ, ಜನರಲ್ ತಿಮ್ಮಯ್ಯನವರ ಉತ್ಸಾಹ ಹೇಗೆ ನಮ್ಮ ಹೀನ ರಾಜಕಾರಣಿಗಳಿಂದಾಗಿ ದಿನೇ ದಿನೇ ನವೆದು ಹೋಯಿತು ಎಂಬುದನ್ನೂ ನೋಡಿದ್ದೇನೆ. ಮುಖ್ಯವಾಗಿ ನಮ್ಮ ರಕ್ಷಣಾ ಸಚಿವ ಮೆನನ್, ಜನರಲ್ ತಿಮ್ಮಯ್ಯನವರ ಉತ್ಸಾಹವನ್ನು ಕೊಂದು ಹಾಕಿದರು. ದೊಡ್ಡ ನಿರಾಸೆಯೊಂದಿಗೆ, ದುಃಖಿತರಾಗಿ ಜನರಲ್ ತಿಮ್ಮಯ್ಯ ನಿವೃತ್ತರಾದರು. ಭಾರತ ಸರ್ಕಾರಕ್ಕೆ ಚೀನದ ವಿಷಯದಲ್ಲಿ ಬುದ್ಧಿ ಹೇಳಲಾಗಲಿಲ್ಲ. ಕಡೇಪಕ್ಷ ನಮ್ಮ ಸೈನ್ಯವನ್ನು ಒಂದು ಮಹಾಯುದ್ಧಕ್ಕೆ ಅಣಿ ಮಾಡಿ ಹೋಗಲಾಗುತ್ತಿಲ್ಲ ಎಂಬ ಬಾಧೆ ಜನರಲ್ ತಿಮ್ಮಯ್ಯನವರನ್ನು ತೀವ್ರವಾಗಿ ಕಾಡಿತ್ತು. "ನಿಮ್ಮನ್ನು ಚೀನದ ಫಿರಂಗಿಗಳಿಗೆ ಆಹಾರವಾಗಿ ಬಿಟ್ಟು ಹೋಗುತ್ತಿಲ್ಲವೆಂದು ನಂಬಿಕೊಂಡಿದ್ದೇನೆ. ದೇವರು ನಿಮಗೆ ಒಳ್ಳೆಯದನ್ನು ಮಾಡಲಿ" ಎಂಬ ಕೊನೆಯ ವಾಕ್ಯದೊಂದಿಗೆ ಜನರಲ್ ತಿಮ್ಮಯ್ಯ ತಮ್ಮ ನಿವೃತ್ತಿ ಭಾಷಣ ಮುಗಿಸಿದ್ದರು.

ತಮ್ಮ ಅಸಮಾಧಾನವನ್ನು ನಮ್ಮ ದೇಶದ ಹೀನ ರಾಜಕಾರಣಿಗಳಿಗೆ ಅರಿವು ಮಾಡಿಕೊಡಲಿಕ್ಕೆ ಹಿರಿಯ ಸೈನ್ಯಾಧಿಕಾರಿಗಳಿಗೆ ಇರುವ ಒಂದೇ ಒಂದು ಅವಕಾಶವೆಂದರೆ ರಾಜಿನಾಮೆ ಬಿಸಾಡುವುದು. ಅದೇ ಕೆಲಸವನ್ನು ಮಾಡಿದ್ದರು ಜನರಲ್ ತಿಮ್ಮಯ್ಯ. ತುಂಬಿದ ಸಂಸತ್ತಿನಲ್ಲಿ ಪ್ರಧಾನಿ ನೆಹರೂ ತಮ್ಮನ್ನು ಅವಮಾನಿಸುತ್ತಿದ್ದಾಗ ಒಬ್ಬ ಶುದ್ಧ ಸೈನಿಕನಂತೆ ದೃಢವಾಗಿ ನಿಂತು ಎಲ್ಲವನ್ನೂ ಸಹಿಸಿಕೊಂಡರು. ಆದರೆ, ಆ ಘಟನೆಯಾದ ನಂತರ ಅವರು ಮೊದಲಿನ 'ಜನರಲ್ ಟಿಮ್ಮಿ' ಆಗಿ ಉಳಿಯಲಿಲ್ಲ. ಅವರ ಅಧಿಕಾರಾವಧಿಯ ಕೊನೆಯ ದಿನಗಳಲ್ಲಿ ತಮ್ಮ ಕೈ ಕೆಳಗಿನ ಅಧಿಕಾರಿಗಳ ಮೇಲೆ ಮೊದಲಿದ್ದ ಹಿಡಿತ ಕಳೆದುಕೊಳ್ಳಬೇಕಾಯಿತು. ಜನರಲ್ ಟಿಮ್ಮಿ ತಮ್ಮ ರಾಜಿನಾಮೆಯನ್ನು ಹಿಂತೆಗೆದುಕೊಂಡಿದ್ದೇ ಅನೇಕರ ಅಸಮಾಧಾನಕ್ಕೆ ಕಾರಣವಾಗಿತ್ತು. ನೆಹರೂ ಸರ್ಕಾರಕ್ಕೆ ಮತ್ತು ರಕ್ಷಣಾ ಸಚಿವ ಮೆನನ್‌ಗೆ ಬುದ್ಧಿ ಕಲಿಸುವ ತಾಕತ್ತಿದ್ದುದೇ ಒಬ್ಬ ಜನರಲ್ ತಿಮ್ಮಯ್ಯನವರಿಗೆ. ಅವರು ರಾಜಿನಾಮೆ ಬಿಸಾಡಿ ಎದ್ದು ಹೋಗಿದ್ದಿದ್ದರೆ, ಕಡೇ ಪಕ್ಷ ದೇಶದ ಗಮನ ನಮ್ಮ ಸೈನ್ಯದೆಡೆಗೆ, ಅದರ ಕೊರತೆಗಳ ಕಡೆಗೆ ಹರಿಯುತ್ತಿತ್ತು. ಚರ್ಚೆಗಳಾಗುತ್ತಿದ್ದವು. ಮೆನನ್‌ಗೆ ಛೀಮಾರಿಯಾಗುತ್ತಿತ್ತು. ಕಡೇ ಸುತ್ತಿನಲ್ಲಿ ಜನರಲ್ ತಿಮ್ಮಯ್ಯನವರನ್ನು (ಆ ಮೂಲಕ ಇಡೀ ಸೇನೆಯನ್ನು) ಪ್ರಧಾನಿ ನೆಹರೂ ಆ ಪರಿ ಅವಮಾನಿಸಿದಾಗಲಾದರೂ ಜನರಲ್ ಟಿಮ್ಮಿ ಎರಡನೇ ಸಲ ರಾಜಿನಾಮೆ ನೀಡಬಹುದಿತ್ತು. ಅಕಸ್ಮಾತ್ ರಾಜಿನಾಮೆ ನೀಡಿದ್ದೇ ಆಗಿದ್ದಿದ್ದರೆ, ನಂತರದ

ದಿನಗಳಲ್ಲಿ ಕೃಷ್ಣ ಮೆನನ್ ಅಷ್ಟು ಹಠಮಾರಿ ನಾಯಕನಾಗಿ ಬೆಳೆಯುತ್ತಿರಲಿಲ್ಲ. ಅಷ್ಟೊಂದು ಪ್ರಾಮುಖ್ಯತೆ ಪಡೆಯುತ್ತಿರಲಿಲ್ಲ. ಕಡೇ ಪಕ್ಷ ಅವರು ಸೈನ್ಯದ ಆಂತರಿಕ ವಿಷಯಗಳಲ್ಲಿ ತಲೆ ಹಾಕುತ್ತಿರಲಿಲ್ಲ. ಸಂಸತ್ತಿನಲ್ಲಿ ವಿರೋಧ ಪಕ್ಷದವರು, ಕಾಂಗ್ರೆಸ್ಸಿನಲ್ಲೇ ಮೆನನ್‌ರನ್ನು ಕಂಡರಾಗದವರು, ಇಡೀ ಪತ್ರಿಕಾ ಸಮೂಹ- ಎಲ್ಲರೂ ಸೇರಿಕೊಂಡು ಮೆನನ್‌ರನ್ನು ಶತಾಯಗತಾಯ ಹಣಿದುಹಾಕುತ್ತಿದ್ದರು. ಅವರಿಗೆ ಜನರಲ್ ತಿಮ್ಮಯ್ಯನವರ ಎರಡನೇ ರಾಜಿನಾಮೆ, ದೊಡ್ಡದೊಂದು ಅವಕಾಶ ಒದಗಿಸಿಬಿಡಬಹುದಾಗಿತ್ತು. ಆದರೆ ಟಿಮ್ಮಿ ರಾಜಿನಾಮೆ ನೀಡಲಿಲ್ಲ!

ಯಾಕೆ ಗೊತ್ತೆ?

ಸೈನಿಕ ಜೀವನದುದ್ದಕ್ಕೂ ತಾವು ಪ್ರೀತಿಸಿದ ಕುಮಾವೋ ರೆಜಿಮೆಂಟ್ ಸದ್ಯದಲ್ಲೇ ತನ್ನ ಶತಮಾನೋತ್ಸವ ಆಚರಿಸಿಕೊಳ್ಳಲಿತ್ತು. ಸೇನಾ ಮುಖ್ಯಸ್ಥನಾಗಿ ಆ ಸಮಾರಂಭದ ಅಧ್ಯಕ್ಷತೆ ವಹಿಸಿ, ಸಮಾರಂಭವನ್ನು ಕಣ್ಣಾರೆ ಕಂಡು ಆನಂತರ ನಿವೃತ್ತರಾಗಬೇಕೆಂಬ ಶುದ್ಧ ಸೈನಿಕ ಆಸೆ ಜನರಲ್ ತಿಮ್ಮಯ್ಯನವರದಾಗಿತ್ತು!

ಎಂಥ ವಿಪರ್ಯಾಸವಲ್ಲವೆ? ಅಂಥ ಧೀರ ಸೇನಾನಿಯನ್ನು ನಾವು ಮತ್ತೆ ನೋಡಲೇ ಇಲ್ಲ. ಆದರೆ ಜನರಲ್ ತಿಮ್ಮಯ್ಯನವರ ಒಂದು ಧೀರೋದಾತ್ತ ಸೈನಿಕ ಜೀವನ ಅಷ್ಟು ವಿಷಾದನೀಯವಾಗಿ ಮುಗಿದುಹೋಗಿತ್ತು.

ಜನರಲ್ ತಿಮ್ಮಯ್ಯನವರ ನಿವೃತ್ತಿಯ ನಂತರ ನೆಹರೂರನ್ನು ಧಿಕ್ಕರಿಸುವವರೇ ಇಲ್ಲದಾಯ್ತು. ಕೃಷ್ಣ ಮೆನನ್‌ರ ತಾಳಕ್ಕೆ ತಕ್ಕಂತೆ ಕುಣಿಯುವ ಸೇನಾಧಿಕಾರಿಗಳು ಹುಟ್ಟಿಕೊಂಡರು. ಅವರು ಹೇಳಿದ್ದೇ ವೇದವಾಕ್ಯವಾಯಿತು. ದಿನೇ ದಿನೇ ಸೈನ್ಯ ತನ್ನ ಶಿಸ್ತು ಕಳೆದುಕೊಂಡಿತು. ಅದಕ್ಕೆ ಪಾಠ ಹೇಳಲು ಅಂತಿಮವಾಗಿ 1962ರಲ್ಲಿ ಚೀನವೇ ದಂಡೆತ್ತಿ ಬರಬೇಕಾಯಿತು.

ನೆಹರೂ ಸರ್ಕಾರ ಜನರಲ್ ತಿಮ್ಮಯ್ಯನವರನ್ನು ನಡೆಸಿಕೊಂಡಷ್ಟು ಕೆಟ್ಟದಾಗಿ ಮತ್ಯಾರನ್ನೂ ನಡೆಸಿಕೊಂಡಿರಲಿಕ್ಕಿಲ್ಲ. ನಿವೃತ್ತಿಯ ನಂತರ ಅಷ್ಟು ದೊಡ್ಡ ಯೋಧ ಜನರಲ್ ತಿಮ್ಮಯ್ಯ ಅನಾಮಧೇಯರಾಗಿ ಹೋದರು. ಅವರಿಗಿಂತ ನಿಕೃಷ್ಟ ಸೇನಾಧಿಕಾರಿಗಳಿಗೆ ನಿವೃತ್ತಿಯ ನಂತರ ಗವರ್ನರ್ ಹುದ್ದೆಗಳನ್ನು, ರಾಯಭಾರಿ ಹುದ್ದೆಗಳನ್ನು ಕೊಡ ಮಾಡಿದ ಪ್ರಧಾನಿ ನೆಹರೂ, ಜನರಲ್ ತಿಮ್ಮಯ್ಯನವರನ್ನು ಬರಿಗೈಲಿ ಮನೆಗೆ ಕಳಿಸಿದರು. ಅದನ್ನು ಯಾವ ಪತ್ರಕರ್ತನೂ ಪ್ರಶ್ನಿಸಲಿಲ್ಲ. ಕಡೆಗೆ ದಕ್ಷಿಣ ಭಾರತ ಕಾಫಿ ಮಂಡಳಿ (South Indian Coffee Board) ಜನರಲ್ ತಿಮ್ಮಯ್ಯನವರಿಗೊಂದು ಗೌರವಯುತ ಸ್ಥಾನ ನೀಡಿ ಅನಾಮಧೇಯ ಸಾವಿನಿಂದ ರಕ್ಷಿಸಿತು. ಆದರೆ ಜನರಲ್ ತಿಮ್ಮಯ್ಯನವರನ್ನು ನಿಜಕ್ಕೂ ಗುರುತಿಸಿ ಗೌರವಿಸಿದ್ದು ಸಂಯುಕ್ತ ರಾಷ್ಟ್ರ ಸಂಸ್ಥೆ! ಕೊನೆಯ ದಿನಗಳಲ್ಲಿ ಅವರನ್ನು ಸೈಪ್ರಸ್ ಯುದ್ಧ ಭೂಮಿಗೆ ಸಂಯುಕ್ತ ರಾಷ್ಟ್ರ ಸಂಸ್ಥೆಯ ಪಡೆಗಳ ಮುಖ್ಯಸ್ಥನನ್ನಾಗಿ ನೇಮಿಸಿ ಕಳಿಸಿತು. ಮಹಾ ಯೋಧ ಜನರಲ್ ತಿಮ್ಮಯ್ಯ ಮೈ ತುಂಬ ಮಿಲಿಟರಿ ಪೋಷಾಕು ಧರಿಸಿಕೊಂಡು 1965ರ ಡಿಸೆಂಬರ್‌ನಲ್ಲಿ ಸೈಪ್ರಸ್ ಯುದ್ಧಭೂಮಿಯಲ್ಲಿ ಒಬ್ಬ ಶುದ್ಧ ಯೋಧನಂತೆಯೇ ತೀರಿಕೊಂಡರು. ಅವರ ಸಾವು

ಅಂತಾರಾಷ್ಟ್ರೀಯ ಮಟ್ಟದ ಸುದ್ದಿಯಾಯಿತು. ಅವರಿಗೆ ಅಂತಾರಾಷ್ಟ್ರೀಯ ಗೌರವ ದೊರಕಿತು. ಕೃತಘ್ನ ಭಾರತ ಸರ್ಕಾರ ಎಂದೂ ಆ ಶ್ರೇಷ್ಠ ಜೀವಿಯನ್ನು ಗೌರವಿಸಲಿಲ್ಲ. ಸರಿಯಾಗಿ ನಡೆಸಿಕೊಳ್ಳಲಿಲ್ಲ.

ಅದಕ್ಕಿಂತ ದೊಡ್ಡ ಅನಾಹುತವೆಂದರೆ ಪ್ರಧಾನಿ ನೆಹರೂ 1959ರ ಜುಲೈ ತಿಂಗಳಲ್ಲಿ ಮೇಜರ್ ಜನರಲ್ ಬಿ.ಎಂ. ಕೌಲ್ ಎಂಬ ಅಧಿಕಾರಿಗೆ ಲೆಫ್ಟಿನೆಂಟ್ ಜನರಲ್ ಹುದ್ದೆಗೆ ಬಡ್ತಿ ನೀಡಿ, ಭಾರತೀಯ ಸೈನ್ಯದ ಕ್ವಾರ್ಟರ್ ಮಾಸ್ಟರ್ ಜನರಲ್ ಎಂಬ ಹುದ್ದೆಗೆ ನೇಮಿಸಿ ದಿಲ್ಲಿಗೆ ಕರೆಸಿಕೊಂಡರು. ಅಲ್ಲಿಗೆ ದುರಂತ ನಾಟಕದ ಮೊದಲ ಅಧ್ಯಾಯ ಆರಂಭವಾದಂತಾಯಿತು.

ಮೇಜರ್ ಜನರಲ್ ಬಿ.ಎಂ. ಕೌಲ್‌ರ ಬಡ್ತಿ ಮತ್ತು ಅವರನ್ನು ದಿಲ್ಲಿಗೆ ಕರೆತರುವ ನಿರ್ಣಯವನ್ನು ಜನರಲ್ ತಿಮ್ಮಯ್ಯ ಶತಾಯಗತಾಯ ವಿರೋಧಿಸಿದ್ದರು. ಆದರೆ ನೆಹರೂ ಮೇಲೆ ಒತ್ತಡ ಹೇರಿ ಕೃಷ್ಣ ಮೆನನ್ ಈ ಕೆಲಸ ಮಾಡಿಸಿದ್ದರು. ಬಿ.ಎಂ. ಕೌಲ್‌ರಿಗೆ ಕೃಷ್ಣ ಮೆನನ್‌ರ ಬೆಂಬಲವಿದೆಯಂತೆ ಮತ್ತು ನೆಹರೂ ಅವರ ಛೇಂಬರಿಗೆ ನೇರ ಪ್ರವೇಶ ದೊರೆಯುತ್ತದಂತೆ ಎಂಬ ವಾರ್ತೆ ಹರಡಿದ ಕ್ಷಣದಿಂದಲೇ ಸೈನ್ಯದೊಳಕ್ಕೆ ರಾಜಕಾರಣ, ಅಶಿಸ್ತು ಮತ್ತು ನೈತಿಕ ಅಧಃ ಪತನಗಳ ಅನಿಷ್ಟ ಕಾಲಿಟ್ಟಿತು.

ಇಂತಹ ಆತಂಕದ ದಿನಗಳಲ್ಲೇ ನಾನು 1954ರಿಂದ 1959ರ ತನಕ ಆರ್ಮಿ ಹೆಡ್ ಕ್ವಾರ್ಟರ್ಸಿನಲ್ಲಿ ಸೇವೆ ಸಲ್ಲಿಸುತ್ತಿದ್ದೆ. ಅಲ್ಲಿ ನಡೆದುದೆಲ್ಲವನ್ನೂ ಕಣ್ಣಾರೆ ನೋಡಿದೆ. ಆದ್ದರಿಂದಲೇ 1962ರಲ್ಲಿ ನನ್ನನ್ನು ತವಾಂಗ್ ಯುದ್ಧ ಭೂಮಿಗೆ ಬ್ರಿಗೇಡಿಯರ್‌ನನ್ನಾಗಿ ನೇಮಿಸಿ ಕಳಿಸಿದಾಗ ಈ ದೇಶದ ಭವಿತವ್ಯ ಎಂಥದಿದೆಯೋ ಎಂದು ನಾನು ಕಳವಳಗೊಂಡದ್ದು.

ಸೈನ್ಯದಲ್ಲಿ ಅಸಹನೆ

ನನಗೆ ಚೆನ್ನಾಗಿ ನೆನಪಿದೆ.

1959ರ ಆಗಸ್ಟ್ ತಿಂಗಳಲ್ಲಿ ಪ್ರಧಾನಿ ನೆಹರೂ ಅವರು "NEFA ಗಡಿಯನ್ನು ರಕ್ಷಿಸುವ ಹೊಣೆಯನ್ನು ಸೈನ್ಯಕ್ಕೆ ವಹಿಸುತ್ತಿದ್ದೇನೆ. ಈಗ ಗಡಿಗಳನ್ನು ಕಾಯುತ್ತಿರುವ ಅಸ್ಸಾಂ ರೈಫಲ್ಸ್ ಪಡೆ ಇನ್ನು ಮೇಲೆ ಸೈನ್ಯದ ನೆರವು ಪಡೆಯುತ್ತದೆ" ಎಂದು ಸಂಸತ್ತಿನಲ್ಲಿ ಘೋಷಿಸಿ ವಿರೋಧ ಪಕ್ಷಗಳವರ ಬಾಯಿ ಮುಚ್ಚಿಸಿದ ದಿನ ಇಡೀ ಭಾರತ ಸೈನ್ಯ ಅಸಹನೆಯಿಂದ, ಅಸ್ವಸ್ಥತೆಯಿಂದ ಕನಲಿಹೋಗಿತ್ತು. ಭಾರತೀಯ ಸೈನ್ಯದ ಯಾವ ಅಧಿಕಾರಿಗೂ ಈ ಹೊಸ ಜವಾಬ್ದಾರಿ ಪ್ರಿಯವಾಗಿರಲಿಲ್ಲ. ಹಿಮಾಲಯದ ಸರಹದ್ದುಗಳನ್ನು ಕಾಯುವಂತೆ ಖುದ್ದು ಪ್ರಧಾನಿಯೇ ಆಗಸ್ಟ್ ತಿಂಗಳಲ್ಲಿ ಆಜ್ಞಾಪಿಸಿದರೂ, ಸೈನ್ಯಾಧಿಕಾರಿಗಳು ನವೆಂಬರ್ ತನಕ ಕುಳಿತಲ್ಲಿಂದ ಕದಲಿರಲಿಲ್ಲ. ಸೈನ್ಯದಲ್ಲಿ ಹೀಗೆ ಒಂದು ಅಪ್ಪಣೆಯನ್ನು ಮೂರು ತಿಂಗಳ ತನಕ ಜಾರಿಗೆ ತರದೆ ಕೂಡುವ ಘಟನೆಗಳು ತುಂಬ ಅಪರೂಪ. ಆದರೆ ಹೀಗೆ ಕುಳಿತದ್ದಕ್ಕೆ ಕಾರಣಗಳಿದ್ದವು.

ಮುಖ್ಯವಾಗಿ ಮೆನನ್ ಹಾಗೂ ಜನರಲ್ ತಿಮ್ಮಯ್ಯನವರ ನಡುವೆ ನಡೆದ ಶೀತಲ ಯುದ್ಧ ಮತ್ತು ಸೈನ್ಯಕ್ಕಾದ ಅಂತಿಮ ಅಪಮಾನ ಅನೇಕ ಅಧಿಕಾರಿಗಳನ್ನು ಮಾನಸಿಕವಾಗಿ ಘಾಸಿಗೊಳಿಸಿತ್ತು.

ಅವರು ಮೂರು ತಿಂಗಳ ತನಕ ನಿಷ್ಕ್ರಿಯರಾಗಿ ಕುಳಿತುಬಿಟ್ಟಿದ್ದರು. ತೀರ ಎದ್ದು ನಿಂತು ಸರಹದ್ದು ಕಾಯಲು ಅಣಿಯಾಗುವ ಹೊತ್ತಿಗೆ ನವೆಂಬರ್ ತಿಂಗಳು ಹತ್ತಿರಾಗಿ ಹಿಮಾಲಯ ನಿಧಾನವಾಗಿ ಮಂಜಿನಲ್ಲಿ ಮುಚ್ಚಿಹೋಗತೊಡಗಿತು. ಹಾಗೆ ಮಂಜು ಮುಸುಕಿದ ಪರ್ವತಗಳಿಗೆ ಸೈನ್ಯವನ್ನು ಕಳಿಸುವುದರಲ್ಲಿ ಅರ್ಥವೇ ಇರಲಿಲ್ಲ. ಆದರೂ ರಾಜಕೀಯ ಒತ್ತಡಗಳು ಸೈನಿಕರನ್ನು ಅವರಿದ್ದ ನೆಮ್ಮದಿಯ ಜಾಗೆಗಳಿಂದ ಕದಲಿಸಿದವು. ಭಾರತದ ಬಲಿಷ್ಠ ಸಿಪಾಯಿಗೆ ನಿಮ್ಮ ರಾಜಕೀಯ ಅರ್ಥವಾಗುವುದಿಲ್ಲ. ಅವನು ಅಮಾಯಕ. ಹಿರಿಯ ಅಧಿಕಾರಿಗಳು ಮಾಡು ಅಂದದ್ದನ್ನು ಶಿರಸಾವಹಿಸಿ ಮಾಡುತ್ತಾನೆ. ಆದರೆ ತನ್ನಿಂದ ಮಾಡಿಸುತ್ತಿರುವುದರಲ್ಲಿ ಅರ್ಥವಿಲ್ಲ ಎಂಬುದು ಖಚಿತವಾದಾಗ ಅವನು ರಾಜಕಾರಣಿಗಳನ್ನು ಬಯ್ಯುವುದಿಲ್ಲ. ತನಗೆ ಅಪ್ಪಣೆ ನೀಡಿದ ಅಧಿಕಾರಿಗಳನ್ನು ತಿರಸ್ಕಾರದಿಂದ ಕಾಣುತ್ತಾನೆ.

1959ರಲ್ಲಿ ಆದದ್ದೇ ಅದು. ಚೀನಿಗಳು ನಮ್ಮ ಹವಿಲ್ದಾರ್ ಕರಮಸಿಂಗನ ಗಸ್ತು ದಳದ ಮೇಲೆ ದಾಳಿ ಮಾಡಿ, ನಮ್ಮನ್ನು ಹಿಮಪರ್ವತಗಳ ತುದಿಗೆ ಯುದ್ಧಕ್ಕೆ ಕರೆದು, ತಾವು ಹೋಗಿ ಟಿಬೆಟ್‌ನ ಬೆಚ್ಚನೆಯ ಬ್ಯಾರಕ್‌ಗಳಲ್ಲಿ ಕುಳಿತುಬಿಟ್ಟರು. ನಾವು ಮಾತ್ರ ಹಿಮಾಲಯದುದ್ದಕ್ಕೂ ಕಾಲೆಳೆದುಕೊಂಡು ಹೋಗಿ, ಆ ಮರಗಟ್ಟಿಸುವ ಚಳಿಯಲ್ಲಿ ನಮ್ಮ ಅನುಭವದ ಮೊಟ್ಟಮೊದಲ ಭಯಾನಕ ಚಳಿಗಾಲವನ್ನು ಕಳೆಯಬೇಕಾಗಿ ಬಂತು. ಪಂಜಾಬದ ಸಮತಲ ಪ್ರದೇಶಗಳಲ್ಲಿದ್ದ ನಮ್ಮ ಸೈನಿಕರನ್ನು ದಡಬಡಿಸಿ ಹಿಮಪರ್ವತ ಹತ್ತಿಸುವ ಕೆಲಸವೇನೋ ಆಯಿತು. ಆದರೆ ನಮ್ಮ ಸೈನಿಕನಿಗೆ ತಾನು ಏನೇನೂ ಕೆಲಸವಿಲ್ಲದೆ ಈ ಚಳಿಯಲ್ಲಿ ಒದ್ದಾಡಬೇಕಾಗಿ ಬರುತ್ತಿದೆ ಎಂಬುದು ಅನುಭೂತಿಗೆ ಬಂದಿತ್ತು.

ಜಗತ್ತಿನಲ್ಲೇ ಅತ್ಯುತ್ತಮ ಪದಾತಿದಳವೆಂದು ಹೆಸರು ಪಡೆದಿದ್ದ 'ಫೋರ್ ಇಂಡಿಯನ್ ಡಿವಿಷನ್'ಗೆ ಸಮಸ್ತ ಹಿಮಾಲಯದ ರಕ್ಷಣೆಯ ಜವಾಬ್ದಾರಿಯನ್ನು ವಹಿಸಲಾಯಿತು. ಅಂಥ ಫೋರ್ ಇಂಡಿಯನ್ ಡಿವಿಷನ್ನಿನ ಒಂದು ಅಂಗವೇ, ಮುಂದೆ ಚೀನೀಯರೊಂದಿಗೆ ಕದನಕ್ಕಿಳಿದ ನತದೃಷ್ಟ ಸೆವೆನ್ ಇನ್‌ಫೆಂಟ್ರಿ ಬ್ರಿಗೇಡ್. ಆವತ್ತಿನ ತನಕ ಫೋರ್ ಇಂಡಿಯನ್ ಡಿವಿಷನ್ನಿಗೆ ಜಾಗತಿಕ ಸೈನಿಕ ಇತಿಹಾಸದಲ್ಲಿ ದೊಡ್ಡ ಹೆಸರಿತ್ತು. ಅದು ಇಂಗ್ಲಿಷರು ರೂಪಿಸಿದ ಕಟ್ಟುದಿಟ್ಟಾದ ಪಡೆ. ಅದರ ಅಧಿಕಾರಿಗಳೂ ಖ್ಯಾತನಾಮರೇ. ಸೈನಿಕ ಶಿಸ್ತಿಗೆ ಹೆಸರಾದವರೇ. 1959ರ ಅಂತ್ಯದಲ್ಲಿ ಫೋರ್ ಡಿವಿಷನ್ನಿನ ಪಡೆಗಳು ಪಂಜಾಬದಲ್ಲಿದ್ದವು. ಪಾಕಿಸ್ತಾನದೊಂದಿಗೆ ಯುದ್ಧ ಆರಂಭವಾದರೆ ಅದನ್ನು ಅತ್ಯಂತ ಸಮರ್ಥವಾಗಿ ಜಯಿಸುವ ಸ್ಥಿತಿಯಲ್ಲಿದ್ದವು. ಹಾಗಿದ್ದ ಪಡೆಗಳನ್ನು ತಕ್ಷಣ, ರಾತ್ರೋರಾತ್ರಿ ಅಸ್ಸಾಮಕ್ಕೆ ಕರೆಸಲಾಯಿತು. ಜೀವನದಲ್ಲಿ ಮೊಟ್ಟಮೊದಲ ಬಾರಿಗೆ ಆ ಸೈನಿಕರು ಹಿಮಪರ್ವತಗಳನ್ನು ನೋಡುತ್ತಿದ್ದರು. ಎಂಥ ಯುದ್ಧ ಮಾಡಲಿದ್ದೇವೆಂಬುದೇ ಗೊತ್ತಿಲ್ಲದೆ ಅವರು ಸಮತಲ ಪ್ರದೇಶಗಳಲ್ಲಿ ಬಳಸುವ ಭಾರೀ ಗಾತ್ರದ ಫಿರಂಗಿಗಳನ್ನು ಹೊತ್ತುಕೊಂಡು ಹಿಮಾಲಯದ ತಪ್ಪಲಿಗೆ ಬಂದು ತಲುಪಿದ್ದರು. ಅವರು ತಂದಿದ್ದ ಯಾವ ಫಿರಂಗಿಯನ್ನೂ ಹಿಮಪರ್ವತ ಹತ್ತಿಸುವಂತಿರಲಿಲ್ಲ. ಅವೆಲ್ಲವನ್ನೂ ಹಿಮಾಲಯದ ತಪ್ಪಲಿನ ಮಿಸಾಮಾರಿ ಸೈನಿಕ ನೆಲೆಯಲ್ಲಿ ಇರಿಸಿ, ಅದನ್ನು ಕಾಯುವ 'ಘನ ಜವಾಬ್ದಾರಿ'ಯನ್ನು ಫೋರ್ ಡಿವಿಷನ್ನಿನ ಒಂದು ಪಡೆಗೆ ವಹಿಸಿ ಕೊಡಲಾಯಿತು. ಅಲ್ಲಿಗೆ ಅರ್ಧ ಪಡೆ ನಿರುದ್ಯೋಗಿಯಾಯಿತು. ಅದರ ಅಸ್ತಿತ್ವವೇ ವ್ಯರ್ಥವಾಯಿತು. ಇನ್ನರ್ಧ ಪಡೆಯನ್ನು ಹಿಮಾಲಯ ಹತ್ತುವಂತೆ ಆದೇಶಿಸಲಾಯಿತು. ದುರಂತವೆಂದರೆ ಆ ಪಡೆಯ ಅಷ್ಟೂ ಜನ ಸೈನಿಕರಿಗೆ ಸಮತಲ ಪ್ರದೇಶದಲ್ಲಿ ಯುದ್ಧ ಮಾಡಿ ಗೊತ್ತಿತ್ತೇ ಹೊರತು, ಪರ್ವತ ಯುದ್ಧದ ಪರಿಚಯವೇ ಅವರಿಗಿರಲಿಲ್ಲ! ಒಂದೇ ಮಾತಿನಲ್ಲಿ ಹೇಳುವುದಾದರೆ, ಸೂಕ್ತವಲ್ಲದ ಸೇನೆಯನ್ನು ಸೂಕ್ತವಲ್ಲದ ಸ್ಥಳದಲ್ಲಿ ಸೂಕ್ತವಲ್ಲದ ಸಮಯದಲ್ಲಿ ನಿಯೋಜಿಸಲಾಗಿತ್ತು.

ಇಡೀ 360 ಮೈಲಿಗಳ ಗಡಿಯದು. ಅತ್ತ ಭೂತಾನದ ಟ್ರೈ ಜಂಕ್ಷನ್‌ನಿಂದ (ಭಾರತ-ಟಿಬೆಟ್-ಭೂತಾನ್‌ಗಳ ಗಡಿಗಳು ಒಂದೆಡೆ ಸೇರುವ ಜಂಕ್ಷನ್) ಹಿಡಿದು ಇತ್ತ ಬರ್ಮಾದ ತನಕ ಹಬ್ಬಿದ್ದ ಬಹಳ ದೊಡ್ಡ ಸರಹದ್ದು. ಅದರ ಒಂದು ಭಾಗದಿಂದ ಮತ್ತೊಂದು ಭಾಗಕ್ಕೆ

ಹೋಗಬೇಕೆಂದರೆ, ಇಡೀ ಬ್ರಹ್ಮಪುತ್ರಾ ಕೊಳ್ಳವನ್ನು ಹಾಯ್ದುಕೊಂಡೇ ಹೋಗಬೇಕು. ಮಿಸಾಮಾರಿಯಿಂದ ತವಾಂಗ್‌ತನಕ ಹತ್ತಿ ಹೋದವನು, ತವಾಂಗ್‌ನಿಂದ ಕಣ್ಣಳತೆಯ ದೂರದಲ್ಲಿ ಕಾಣುವ ಇನ್ನೊಂದು ಗಡಿಗೆ ಹೋಗಬೇಕೆಂದರೆ ನೇರವಾಗಿ ಹೋಗುವಂತಿರಲಿಲ್ಲ. ಮತ್ತೆ ಮಿಸಾಮಾರಿಯ ತನಕ ಇಳಿದುಬಂದು ಇನ್ನೊಂದು ದಾರಿ ಹಿಡಿದು (ಅಥವಾ ದಾರಿ ಮಾಡಿಕೊಂಡು!) ತವಾಂಗ್ ಪಕ್ಕದ ಪ್ರದೇಶಕ್ಕೆ ಹೋಗಬೇಕು.

ಇಂಥ ದುರ್ಗಮ ಪ್ರದೇಶಕ್ಕೆ ಫೋರ್ ಡಿವಿಷನ್‌ಸ ಪಡೆಗಳು ಆಗಮಿಸಿದಾಗ ಅವು ಮೊದಲು ಎಲ್ಲಿ ನೆಲೆಗೊಳ್ಳಬೇಕು ಎಂಬುದನ್ನು ತೀರ್ಮಾನಿಸುವ ಹಕ್ಕು ಡಿವಿಷನ್ ಕಮ್ಯಾಂಡರನಿಗಿರುತ್ತದೆ. ಆ ನಿರ್ಧಾರವನ್ನು ಕೈಗೊಳ್ಳಬೇಕಾಗಿದ್ದ ಅಧಿಕಾರಿಯ ಹೆಸರು ಎಸ್.ಪಿ.ಪಿ. ಥೋರಟ್. ದೊಡ್ಡ ಸಾಮರ್ಥ್ಯದ ಅಧಿಕಾರಿ. ಜನರಲ್ ತಿಮ್ಮಯ್ಯನವರಿಗೆ ಸರಿಯಾದ ಸಹವರ್ತಿ. ಆತ ಈಸ್ಟರ್ನ್ ಕಮಾಂಡ್ ಎಂದು ಕರೆಯಲ್ಪಡುತ್ತಿದ್ದ ವಿಭಾಗಕ್ಕೆ ಜನರಲ್ ಆಫೀಸರ್ ಇನ್ ಕಮಾಂಡ್ (GOC) ಆಗಿದ್ದರು.

ಸರಹದ್ದು ಕಾಯುವ ಹೊಣೆ ವಹಿಸಿದ ಕೂಡಲೆ ಜನರಲ್ ಥೋರಟ್ ಮೊದಲು ಗೂರ್ಖಾಗಳ ಒಂದು ಕಂಪನಿಯನ್ನು ಬೊಮ್‌ಡೀಲಾಗೆ ಕಳಿಸಿದರು. ***(ಈ ಬೊಮ್‌ಡೀಲಾ ಎಂಬ ಸ್ಥಳ ಹಿಮಾಲಯ ಪರ್ವತ ಶ್ರೇಣಿಯ ಯಾವ ಭಾಗದಲ್ಲಿದೆ ಎಂಬುದನ್ನು ದಯವಿಟ್ಟು ಮ್ಯಾಪಿನಲ್ಲಿ ನೋಡಿರಿ)*** ಒಂದು ವೇಳೆ ಮೇಲಿನಿಂದ ಚೀನಿ ಸೈನ್ಯ ಇಳಿದು ಬಂದದ್ದೇ ಆದರೆ, ಅದನ್ನು ಭಾರತದ ಗಡಿಯೊಳಕ್ಕೆ ಪೂರ್ತಿಯಾಗಿ ಬಿಟ್ಟುಕೊಂಡು ಬೊಮ್‌ಡೀಲಾದ ಸನಿಹಕ್ಕೆ ಬರುತ್ತಿದ್ದಂತೆಯೇ ಮುಗಿಬಿದ್ದು ಅದನ್ನು ಹಣಿಯಲು ಅನುಕೂಲವಾಗುತ್ತದೆ ಎಂಬುದು ಜನರಲ್ ಥೋರಟ್‌ರ ಅಭಿಪ್ರಾಯವಾಗಿತ್ತು. ಮತ್ತು ಅದು ಸರಿಯಾದ ಅಭಿಪ್ರಾಯವೇ ಆಗಿತ್ತು. ದಿಲ್ಲಿಯಲ್ಲಿ ಕುಳಿತು ದೇಶಭಕ್ತಿ ಮತ್ತು ರಾಜಕಾರಣದ ಭಾಷಣ ಹೊಡೆಯುವವರಿಗೆ ಚೀನದ ಗಡಿಯಿಂದ ಬೊಮ್‌ಡೀಲಾದ ತನಕ ಚೀನಿ ಸೈನ್ಯವನ್ನು ನುಗ್ಗಿ ಬರಲು ಅನುಮತಿಸುವುದಿದೆಯಲ್ಲ? ಅದು ಘನಘೋರ ಅಪರಾಧದಂತೆ ಕಾಣಬಹುದು. ಆದರೆ ಯುದ್ಧದ ತಂತ್ರ ಏನಿರಬೇಕೆಂದು ನಿರ್ಧರಿಸುವ ಅಧಿಕಾರಿಗೆ ಮಾತ್ರ ಎಲ್ಲಿ ಯುದ್ಧ ಮಾಡಿದರೆ ಗೆಲ್ಲುತ್ತೇವೆ ಎಂಬುದು ಗೊತ್ತಿರುತ್ತದೆ. ಒಂದೇ ಸಲ ಹಿಮಾಲಯದ ತುದಿಗೆ ನೆಗೆದು ಯುದ್ಧ ಮಾಡುತ್ತೇವೆಂದು ತೊಡೆ ತಟ್ಟುವುದಕ್ಕಿಂತ ಶತ್ರುವನ್ನು ನಮ್ಮ ಅನುಕೂಲಕ್ಕೆ ಒದಗುವ ಜಾಗದ ತನಕ ಇಳಿಯಲು ಬಿಟ್ಟು, ಅಲ್ಲಿ ಸರಿಯಾದ್ದೊಂದು ಘಾತ ಹಾಕುವ ತಂತ್ರವನ್ನು ಆತ ರೂಪಿಸುತ್ತಾನೆ. ಇದನ್ನು ಸೈನಿಕ ತಂತ್ರದ ಭಾಷೆಯಲ್ಲಿ 'ಅವನಿಗೊಂದಿಷ್ಟು ನೆಲ ಬಿಟ್ಟುಕೊಡಿ. ಅವನು ನಮಗೊಂದಿಷ್ಟು ಸಮಯ ಕೊಡುತ್ತಾನೆ. ಆಮೇಲೆ ಹಣಿಯೋಣ' ಅನ್ನುತ್ತಾರೆ.

ಜನರಲ್ ಥೋರಟ್ ಬಯಸಿದ್ದೇ ಅದನ್ನ. ಒಂದೇ ಸಲಕ್ಕೆ ತವಾಂಗ್ ದಾಟಿ ಮೆಕ್ ಮಹೋನ್ ಲೈನ್ ಎಂಬ ಅಗೋಚರ ಗಡಿರೇಖೆ ತಲುಪಿ, ಅದನ್ನು ಕಾಯುತ್ತ ಕೂಡುವುದು ಸರಿಯಲ್ಲ. ಕೆಳಗೆ ಬೊಮ್ಡಿಲಾದಲ್ಲಿ ಒಂದು ಪಕ್ಕಾ ಸೈನಿಕ ನೆಲೆ ಸ್ಥಾಪಿಸಿಕೊಳ್ಳಬೇಕು. ಅನಂತರ ಕ್ರಮೇಣ ಅಲ್ಲಿಂದ ಎತ್ತರಕ್ಕೆ ಸಾಗಿ ತವಾಂಗ್‌ನ ತನಕ ಅಲ್ಲಲ್ಲಿ ನಮ್ಮ ಸುಭದ್ರ ಸೈನಿಕ ನೆಲೆಗಳನ್ನು

ಸ್ಥಾಪಿಸಿಕೊಳ್ಳುತ್ತ ಹೋಗಬೇಕು. ಒಂದು ಸುಭದ್ರ ನೆಲೆಯಿಂದ ಇನ್ನೊಂದು ಸುಭದ್ರ ನೆಲೆಗೆ ಸೈನ್ಯವನ್ನು ಒಯ್ಯೋಣ. ಮೊದಲೇ ತವಾಂಗ್‌ನ ಆಚೆಗಿರುವ ಮೆಕ್ ಮಹೋನ್ ಲೈನ್ ತಲುಪಿ ಆಮೇಲೆ ಬುಡದಿಂದ ಸೈನಿಕ ನೆಲೆಗಳನ್ನು ಕಟ್ಟುವುದು ಬೇಡ. ನಮ್ಮ ಬುಡ ಸುಭದ್ರವಾಗುವ ಮೊದಲೇ ಚೀನಿಗಳು ಯುದ್ಧ ಶುರುವಿಟ್ಟುಬಿಟ್ಟರೆ ಹಿಮಾಲಯದುದ್ದಕ್ಕೂ ಹತ್ತಿ ನಿಲ್ಲುವ ನಮ್ಮ ಅಭದ್ರ ಸೈನ್ಯ ಒಂದೇ ಹೊಡೆತಕ್ಕೆ ಕತ್ತರಿಸಿಕೊಂಡು ಬಿದ್ದುಬಿಡುತ್ತದೆ. ಅದು ಅತ್ಯಂತ ಅಪಾಯಕಾರಿ. ನುಗ್ಗಿ ಬರುವ ಚೀನಿಗಳು ಬೊಮ್‌ಡೀಲಾವನ್ನು ನಿಮಿಷಾರ್ಧದಲ್ಲಿ ನಾಶ ಮಾಡಿ ಅಸ್ಸಾಮದೊಳಕ್ಕೆ ಪ್ರವೇಶಿಸಿಬಿಡುತ್ತಾರೆ- ಅಂದರು.

ಹಾಗಂತ ವಿವರಿಸುವ ಮುನ್ನ ಅವರು ಬೊಮ್‌ಡೀಲಾಕ್ಕೆ 1960ರ ಜನವರಿಯಲ್ಲಿ ಒಂದು ಗೂರ್ಖಾ ಸೈನಿಕರ ಕಂಪನಿಯನ್ನು ಕಳಿಸಿದರು. ಅದೇ ಫೆಬ್ರವರಿಯಲ್ಲಿ ಮತ್ತೊಂದು ಚಿಕ್ಕ ಗೂರ್ಖಾ ಪಡೆಯನ್ನು ನೇರವಾಗಿ ತವಾಂಗ್‌ಗೆ ಕಳಿಸಿ ಅಲ್ಲೊಂದು ಚಿಕ್ಕ ಸೈನಿಕ ನೆಲೆ ಸ್ಥಾಪಿಸುವಂತೆ ಆದೇಶಿಸಿದರು. ಹೀಗೆ ಹಂತಹಂತವಾಗಿ ಹಿಮಾಲಯದೆತ್ತರಕ್ಕೂ ಸೈನಿಕ ನೆಲೆಗಳನ್ನು ಕಟ್ಟುತ್ತೇನೆಂದರು.

ಆದರೆ ಪ್ರಧಾನಿ ನೆಹರೂ ಇದನ್ನು ಒಪ್ಪಲೇ ಇಲ್ಲ!

"ಚೀನದ ಗಡಿಯಲ್ಲಿ ನೇರವಾಗಿ ನಮ್ಮ ಸೈನಿಕರನ್ನು ಒಯ್ದು ನಿಲ್ಲಿಸಿ. ನಮ್ಮ ಗಡಿಯೊಳಕ್ಕೆ ಅವರು ನುಗ್ಗುತ್ತಿದ್ದಾರೆಂದು ಇಡೀ ದೇಶ ಬೊಬ್ಬೆ ಹೊಡೆಯುತ್ತಿದೆ. ಜನರ ಆಕ್ರೋಶ ಮಿತಿಮೀರುತ್ತಿದೆ. ಚೀನೀ ಸೈನ್ಯ ನಮ್ಮ ದೇಶದ ಒಂದಿಂಚಿನ ನೆಲವನ್ನೂ ಆಕ್ರಮಿಸಿಕೊಳ್ಳಕೂಡದು. ಕಳಿಸಿ ಸೈನ್ಯವನ್ನು ಸರಹದ್ದಿಗೆ!" ಎಂದು ಆದೇಶಿಸಿದರು. ಜನರಲ್ ಥೋರಟ್ ಸಿಡಿಮಿಡಿಗೊಂಡಿದ್ದೇ ಆಗ.

ಈ ಮುಂಚೆ ತವಾಂಗ್‌ಗೆ ಕಳಿಸಿದ ಗೂರ್ಖಾ ಪಡೆಗೆ ಹಿಮಾಲಯದ ತಪ್ಪಲಿನಿಂದ ಯಾವ ಸವಲತ್ತನ್ನೂ ಒದಗಿಸಲಾಗುತ್ತಿರಲಿಲ್ಲ. ತವಾಂಗ್‌ನ ಬರ್ಬರ ಚಳಿಯಲ್ಲಿ ಸೈನ್ಯ ತತ್ತರಿಸಿ ಹೋಗುತ್ತಿತ್ತು. ಅವರಿಗೆ ಮದ್ದುಗುಂಡು ಹಾಗಿರಲಿ, ಅಲ್ಲಿಂದ ವರದಿಗಳನ್ನು ಬರೆದು ಕಳಿಸಲು ಅನುಕೂಲವಾಗುವಂತೆ ಒಂದಿಷ್ಟು ಹಾಳೆಗಳನ್ನೂ ಸರಬರಾಜು ಮಾಡಲು ಸಾಧ್ಯವಾಗುತ್ತಿರಲಿಲ್ಲ. ಅಂಥ ದುರ್ಗಮ ಹಾದಿ. ಆ ದಿನಗಳಲ್ಲಿ ತವಾಂಗ್‌ನ ತುದಿ ತಲುಪಿದ ಒಬ್ಬ ಲೆಫ್ಟಿನೆಂಟ್ ಕರ್ನಲ್ ಅದೊಂದು ದಿನ ಇದ್ದಕ್ಕಿದ್ದಂತೆ ಒಂದು ಒಣಗಿದ ಚಪಾತಿಯ ಮೇಲೆ ತನ್ನ ವರದಿ ಬರೆದು ಕಳಿಸಿಬಿಟ್ಟ.

"ಸೈನಿಕ ನಿಯಮದ ಪ್ರಕಾರ ಶಿಸ್ತಿನಿಂದ ಹಾಳೆಯಲ್ಲಿ ವರದಿ ಬರೆದು ಕಳಿಸುವ ಬದಲು ಚಪಾತಿಯ ಮೇಲೆ ಬರೆದು ಕಳಿಸಿದ್ದೀರಿ. ನಿಮ್ಮ ಮೇಲೇಕೆ ಕ್ರಮ ಕೈಗೊಳ್ಳಬಾರದು?" ಎಂದು ಆತನಿಗೆ ಸಂದೇಶ ಕಳಿಸಲಾಯ್ತು. ಅದಕ್ಕೆ ತಕ್ಷಣ ಅಲ್ಲಿಂದ ಉತ್ತರವೂ ಬಂತು.

"ಚಪಾತಿ! ದಯವಿಟ್ಟು ಕ್ಷಮಿಸಿ; ಇಲ್ಲಿ ನನಗೆ ಗೋಧಿ ಹಿಟ್ಟಿನ ಹೊರತು ಮತ್ತೇನೂ ಸಿಗಲಿಲ್ಲ. ತಿನ್ನಲಿಕ್ಕೆ, ಬಂದೂಕಿಗೆ ತುಂಬಲಿಕ್ಕೆ, ಯುದ್ಧ ಮಾಡಲಿಕ್ಕೆ ಮತ್ತು ನಿಮ್ಮಂಥವರೊಂದಿಗೆ ಈ ಅರ್ಥಹೀನ ಪತ್ರ ವ್ಯವಹಾರ ಮಾಡಲಿಕ್ಕೆ ನನಗೆ ಹಿಟ್ಟು ಮತ್ತು ಚಪಾತಿಗಳ ಹೊರತು

ಇನ್ನೇನೂ ಇಲ್ಲ!" ಎಂದು ಆತ ಆಕ್ರೋಶಗೊಂಡು ಉತ್ತರಿಸಿದ್ದ. ಮತ್ತೊಬ್ಬ ಅಧಿಕಾರಿಯಾಗಿದ್ದಿದ್ದರೆ ಆತನ ಮೇಲೆ ಕ್ರಮ ಕೈಗೊಳ್ಳುತ್ತಿದ್ದನೇನೋ? ಆದರೆ ಜನರಲ್ ಥೋರಟ್‌ಗೆ ತವಾಂಗ್‌ನ ತುದಿಯ ಮಂಜು ಪರ್ವತದ ಮೇಲೆ ಕುಳಿತ ನಿಸ್ಸಹಾಯಕ ಅಧಿಕಾರಿಯ ಸಂಕಟ, ಅಸಹಾಯಕತೆಗಳು ಅರ್ಥವಾಗಿದ್ದವು.

ಪರಿಸ್ಥಿತಿ ಹೀಗಿರುವಾಗ ನಮ್ಮ ರಕ್ಷಣಾ ಸಚಿವ ಮೆನನ್ ಪತ್ರಿಕಾಗೋಷ್ಠಿ ಕರೆದು ಅನಾಹುತಕಾರಿಯಾದುದೊಂದು ಹೇಳಿಕೆ ಕೊಟ್ಟುಬಿಟ್ಟಿದ್ದರು.

"ಹಿಮಾಲಯ ಹತ್ತಿಹೋಗಿ ಚೀನಿಗಳೊಂದಿಗೆ ಯುದ್ಧ ಮಾಡುವ ತೀಟೆ ನಮಗಿಲ್ಲ. ಆದರೆ ಅವರೇನಾದರೂ ಭಾರತದ ಗಡಿಯೊಳಕ್ಕೆ ನುಗ್ಗಿ ಪರ್ವತ ಇಳಿದು ಬಂದರೆ, ಅವರು ಊಹಿಸಲಾಗದಂತಹ ಒಂದು 'ಬೆಚ್ಚನೆಯ' ಸ್ವಾಗತವನ್ನು ಅವರಿಗೆ ಕೊಡಲು ನಾವು ಸರ್ವಸಿದ್ಧರಿದ್ದೇವೆ!"

ಮೆನನ್‌ರ ಹುಚ್ಚಾಟಕ್ಕೆ ಕೊನೆಯೇ ಇರಲಿಲ್ಲ.

ಅವತ್ತಿನ ಮಟ್ಟಿಗೆ ಭಾರತದ ದುರ್ವಿಧಿಯೆಂದರೆ, ಅದಿಕಾರದಲ್ಲಿದ್ದ ಯಾವುದೇ ರಾಜಕಾರಣಿಯೂ ಯುದ್ಧದ ಇತಿಹಾಸ (military history) ಓದಿಕೊಂಡಿರಲಿಲ್ಲ. ತನ್ನ ಸಮರ್ಥ ಸೇನಾಪತಿಗಳ ಸಲಹೆಯನ್ನು ಒಪ್ಪಿಕೊಳ್ಳುವ ಸೌಜನ್ಯವೂ ಇರಲಿಲ್ಲ. ಬಹುಶಃ ಯುದ್ಧ ನಿರ್ವಹಿಸಿಯೇ ಗೊತ್ತಿರದಿದ್ದ ಇನ್ನೊಂದು ಸರ್ಕಾರ ಇಡೀ ಜಗತ್ತಿನ ಇನ್ನಾವ ದೇಶದಲ್ಲೂ ಇದ್ದಿರಲಿಕ್ಕಿಲ್ಲ!

ಜನರಲ್ ಥೋರಟ್ ಅತ್ಯಂತ ಸ್ಪಷ್ಟ ದನಿಯಲ್ಲಿ ತಮ್ಮ ಸೇನಾ ಮುಖ್ಯರಿಗೆ ಪತ್ರ ಬರೆದರು. ಮೆಕ್ ಮಹೊನ್ ಲೈನ್ ತನಕ ಸೈನಿಕರನ್ನು ಕಳಿಸಿ ಗಡಿಯಲ್ಲಿ ಕಾವಲು ಕೇಂದ್ರ (forward post)ಗಳನ್ನು ಸ್ಥಾಪಿಸಲು ಸಾಧ್ಯವೇ ಇಲ್ಲ. ರಾಜಕೀಯ ಅವಶ್ಯಕತೆಗಳೇ ಬೇರೆ. ಸೈನ್ಯದ ವಾಸ್ತವಿಕತೆಯೇ ಬೇರೆ. ಆಗಲಾರದ್ದಕ್ಕೆ ನನ್ನನ್ನು ಒತ್ತಾಯಿಸಬೇಡಿ ಎಂದು ಬರೆದರು. ಒಬ್ಬ ಸೇನಾನಿಗಿರಲೇಬೇಕಾದ ಹಠ ಜನರಲ್ ಥೋರಟ್‌ರವರಿಗಿತ್ತು.

ಅಷ್ಟೇ ಕಟ್ಟುನಿಟ್ಟಾಗಿ, ಜನರಲ್ ಥೋರಟ್‌ರ ಪತ್ರಕ್ಕೆ 'ಆತ ಹೇಳುತ್ತಿರುವುದು ಸರಿ' ಎಂಬ ಸಮ್ಮತಿಯ ಷರಾ ಬರೆದು ಸರ್ಕಾರಕ್ಕೆ ಕಳುಹಿಸಿದರು ಜನರಲ್ ತಿಮ್ಮಯ್ಯ.

ನೆಹರೂಜಿಯವರ ಕಣ್ಣು ಕೆಂಪಗಾಗಿದ್ದೇ ಆವಾಗ! ತಮ್ಮ ಅಪ್ಪಣೆಯಂತೆ ಸರಹದ್ದಿನಲ್ಲಿ ಒಂದಷ್ಟು ಸೈನ್ಯ ನಿಲ್ಲಿಸಿ, ಭಾರತದ ಗಡಿಗಳು ಸುರಕ್ಷಿತವಾಗಿವೆ, 'ಸಬ್ ಠೀಕ್ ಹೈ' ಎಂಬ ಕೂಗು ಹಾಕಿ ಕೂಡುವ ಸೈನ್ಯಾಧಿಕಾರಿ ಬೇಕಿತ್ತೇ ಹೊರತು, ನೆಹರೂಗೆ ಜನರಲ್ ಥೋರಟ್ ಮತ್ತು ಜನರಲ್ ತಿಮ್ಮಯ್ಯನವರಂತಹ ಶಿಸ್ತಿನ ಸೇನಾನಿಗಳು ಬೇಕಾಗಿರಲಿಲ್ಲ. ಆಗ ಶುರುವಾಯಿತು ನೆಹರೂ ಮತ್ತು ಮೆನನ್‌ರ ಹುಡುಕಾಟ. ಆ ಕ್ಷಣದಲ್ಲಿ ಅವರಿಗೆ ಯುದ್ಧ ಸೇನಾನಿಗಳು ಬೇಕಿರಲಿಲ್ಲ. ರಾಜಕಾರಣದ ಚದುರಂಗಕ್ಕೆ ಸೈನ್ಯವನ್ನು ಪ್ಯಾದೆಯನ್ನಾಗಿಸಬಲ್ಲ 'ಪೊಲಿಟಿಕಲ್ ಜನರಲ್'ಗಳು ಬೇಕಾಗಿದ್ದರು.

ಆಗ ಸಿಕ್ಕವರೇ ಜನರಲ್ ಬಿ.ಎಂ. ಕೌಲ್.

ಅದೇ ವೇಳೆಗೆ ಸರಿಯಾಗಿ 1961ರ ಏಪ್ರಿಲ್‌ನಲ್ಲಿ ಜನರಲ್ ತಿಮ್ಮಯ್ಯನವರು ಸೇನಾ ಮುಖ್ಯಸ್ಥ ಪದವಿಯಿಂದ ನಿವೃತ್ತರಾದರು. ಅವರ ಜಾಗಕ್ಕೆ ನ್ಯಾಯಯುತವಾಗಿ ಜನರಲ್ ಥೋರಟ್‌ರನ್ನು ನೇಮಿಸಬೇಕಾಗಿತ್ತು. ಆದರೆ ಪಂಡಿತ್ ನೆಹರೂ, ತಮ್ಮ ಅಪ್ಪಣೆಗಳಿಗೆ ತಲೆದೂಗಬಲ್ಲ ಮತ್ತೊಬ್ಬ ಅಧಿಕಾರಿ ಜನರಲ್ ಪ್ರಾಣನಾಥ ಥಾಪರ್ ಅವರಿಗೆ ಬಡ್ತಿ ನೀಡಿ, ಜನರಲ್ ಥೋರಟ್‌ರಿಗೆ ಪಿಂಚಣಿ ಮಂಜೂರು ಮಾಡಿದರು. NEFA ಗಡಿಯಲ್ಲಿ ಹೇಗೆ ರಾಜಕೀಯ ಆಜ್ಞೆಗಳನ್ನು ಕರಾರುವಾಕ್ಕಾಗಿ ಜನರಲ್ ಥೋರಟ್ ತಿರಸ್ಕರಿಸುತ್ತಿದ್ದರೋ, ಅದೇ ತೆರನಾಗಿ ಲಡಾಕ್‌ನ ಗಡಿಯಲ್ಲಿ ಜನರಲ್ ಎಸ್.ಡಿ. ವರ್ಮಾ ನೆಹರೂ ಅವರ ಆಜ್ಞೆಗಳನ್ನು ತಿರಸ್ಕರಿಸುತ್ತಿದ್ದರು.

ಅವತ್ತು ಸಂಜೆ ಲಡಾಕ್‌ನ ಕೊರೆಯುವ ಚಳಿಯಲ್ಲಿ, ತಮ್ಮ ಹೆಡ್‌ಕ್ವಾರ್ಟರ್ಸಿನ ಕೋಣೆಯಲ್ಲಿ ಕುಳಿತಿದ್ದರು ಜನರಲ್ ಎಸ್.ಡಿ. ವರ್ಮಾ. ತಮ್ಮ ಸಹೋದ್ಯೋಗಿ ಜನರಲ್ ಥೋರಟ್ ಅವಮಾನಿತರಾಗಿ ನಿವೃತ್ತಿಯಾದ ಸಂಗತಿ ಅವರನ್ನು ಬಾಧಿಸುತ್ತಿತ್ತು. ಅದೇ ಹೊತ್ತಿಗೆ, ಸೈನಿಕ ಸೇವೆಯ ಸೀನಿಯಾರಿಟಿಯ ನಿಯಮಗಳನ್ನೆಲ್ಲ ಗಾಳಿಗೆ ತೂರಿ ಭಾರತ ಸರ್ಕಾರ ಜನರಲ್ ಥಾಪರ್ ಅವರನ್ನು ಸೇನಾ ಮುಖ್ಯಸ್ಥನನ್ನಾಗಿ ನೇಮಿಸಿತು ಎಂಬ ವರ್ತಮಾನ ತಲುಪಿತು.

ಜ್ವಾಲಾಮುಖಿಯಂತೆ ಸ್ಫೋಟಿಸಿ ಎದ್ದು ನಿಂತರು ಜನರಲ್ ವರ್ಮಾ. ಆ ಯೋಧನ ಮುಖದಲ್ಲಿ ಭರಿಸಲಾಗದ ವೇದನೆಯಿತ್ತು. ಅಸಹನೆಯಿತ್ತು. ಭಾರತ ಸರ್ಕಾರದೆಡೆಗಿನ ಅಷ್ಟು ವರ್ಷಗಳ ನಿಷ್ಠೆ ಕ್ಷಣಾರ್ಧದಲ್ಲಿ ಕಳಚಿ ಬಿದ್ದಂತಾಗಿತ್ತು. ತನಗಿಂತಲೂ ಚಿಕ್ಕವರಾದ, ಅನುಭವದಲ್ಲೂ ಕಿರಿಯರಾದ ಜನರಲ್ ಪ್ರಾಣನಾಥ ಥಾಪರ್ ನಾಳೆಯಿಂದ ತಮ್ಮನ್ನು ಕಮಾಂಡ್ ಮಾಡುವಂತಹ ಆರ್ಮಿ ಚೀಫ್ ಆಗಿಬಿಟ್ಟಿದ್ದಾರೆ ಎಂಬ ಸತ್ಯವನ್ನು ಜನರಲ್ ವರ್ಮಾ ಯಾವ ಕಾರಣಕ್ಕೂ ಸಹಿಸಿಕೊಳ್ಳುವ ಸ್ಥಿತಿಯಲ್ಲಿರಲಿಲ್ಲ. ಪ್ರಾಣ ಪಣಕ್ಕಿಟ್ಟು ಯುದ್ಧಕ್ಕೆ ಹೋಗುವ ಸೈನ್ಯಾಧಿಕಾರಿಗಳಿಗೆ ಒಂದು ಚಿಕ್ಕ ಮೆಡಲ್, ಒಂದು ಪದವಿ, ಒಂದು ಬಡ್ತಿ- ಬಹುದೊಡ್ಡ ವಿಷಯಗಳಾಗಿ ಹೋಗುತ್ತವೆ. ಸೈನಿಕನ ಆತ್ಮಾಭಿಮಾನ ಕೆರಳಿ ನಿಂತುಬಿಡುತ್ತದೆ. "ನನಗಿಂತ ಕಿರಿಯರಾದ ಜನರಲ್ ಥಾಪರ್‌ರ ಕೈಯಲ್ಲಿ ಕೆಲಸ ಮಾಡಿ, ಅವರಿಂದ ಅಪ್ಪಣೆಗಳನ್ನು ಸ್ವೀಕರಿಸಲು ನನ್ನ ಅಂತರಾತ್ಮ ಒಪ್ಪುತ್ತಿಲ್ಲ. ಈ ರಾಜಿನಾಮೆಯನ್ನು ಅಂಗೀಕರಿಸಿ!" ಎಂಬ ಎರಡು ಸಾಲು ಗೀಚಿ ಹಾಕಿ ಮಿಲಿಟರಿ ಹೆಡ್‌ಕ್ವಾರ್ಟರ್ಸಿನಿಂದ ಆ ಮಹಾ ಯೋಧ ಹೊರಕ್ಕೆ ನಡೆದೇಬಿಟ್ಟರು. ಆತನ ಮುಖದಲ್ಲಿ ಒಂದು ಅವಮಾನದ ಮಚ್ಚೆ ಶಾಶ್ವತವಾಗಿ ಸ್ಥಾಪಿತವಾಗಿ ಹೋಗಿತ್ತು.

ದುರಂತವೆಂದರೆ, ಪ್ರಧಾನಿ ನೆಹರೂ ಆ ಮಹಾ ಯೋಧನ ಮನಸ್ಸಿನ ತಳಮಳ ಅರಿಯುವ ಪ್ರಯತ್ನ ಮಾಡಲೇ ಇಲ್ಲ. ಅದಕ್ಕಿಂತಲೂ ಹೀನಾಯವಾದ ಸಂಗತಿಯೆಂದರೆ, ಜನರಲ್ ವರ್ಮಾ ಅವರ ಬೆನ್ನ ಹಿಂದೆ ರಕ್ಷಣಾ ಸಚಿವ ಮೆನನ್ ಬೇಹುಗಾರರನ್ನು ಬಿಟ್ಟರು. ಅವರನ್ನು ನಿವೃತ್ತಿಯ ನಂತರವೂ ಬೆನ್ನು ಬಿಡದೇ ಕಾಡಿದರು. ಕಡೆಗೆ ಪಿಂಚಣಿಯನ್ನೂ ಕೊಡದೆ ಕಾಡಿದರು. ಪ್ರತಿನಿತ್ಯದ ಬದುಕೇ ದುರ್ಭರವಾಗುವಂತೆ ಮಾಡಿಬಿಟ್ಟರು. ಜೀವನವಿಡೀ ಯಾವ ದೇಶಕ್ಕಾಗಿ ಅಂಥ ನಿಸ್ವಾರ್ಥ ಸೇವೆ ಸಲ್ಲಿಸಿದರೋ ಆ ದೇಶವನ್ನು ಕೃತಘ್ನ ದೇಶ (thankless country) ಎಂದು ತೀರ್ಮಾನಿಸಿದ

ಜನರಲ್ ಎಸ್.ಡಿ. ವರ್ಮಾ ತಮ್ಮ ವೃದ್ಧ ತಂದೆ ತಾಯಿ, ಮನೆ, ಪ್ರೀತಿಪಾತ್ರ ಮಾತೃಭೂಮಿ - ಎಲ್ಲವನ್ನೂ ಬಿಟ್ಟು ಇಂಗ್ಲಂಡಿಗೆ ತಲೆಮರೆಸಿಕೊಂಡು ಹೋಗಿಬಿಟ್ಟರು! ಅಲ್ಲಿಗೆ ಬಂತು ಭಾರತದ ಸೇನಾನಿಗಳ ಸ್ಥಿತಿ!

ಪಂಡಿತ್ ನೆಹರೂ ಅವರಿಗೆ ಅದೇ ಬೇಕಾಗಿತ್ತು!

ಜನರಲ್ ತಿಮ್ಮಯ್ಯ, ಜನರಲ್ ಥೋರಟ್, ಜನರಲ್ ವರ್ಮಾ ಎಂಬ ಮೂರು ಹಿರಿತಲೆಗಳು ನಿರ್ಗಮಿಸಿದ ನಂತರ ಭಾರತೀಯ ಸೈನ್ಯವು ನೆಹರೂ ಅವರ ಕೈಗೆ ಚದುರಂಗದ ಹಾಸು ಸಿಕ್ಕಂತೆ ಸಿಕ್ಕುಬಿಟ್ಟಿತ್ತು. ಅವರಿಗೆ ಸೈನಿಕರ ಪ್ರಾಣಗಳದೊಂದು ಲೆಕ್ಕವೇ ಅಲ್ಲ.

1961ರ ಮೇ ತಿಂಗಳಲ್ಲಿ ಅದೊಂದು ಮುಂಜಾನೆ ಭಾರತದ ಪ್ರಧಾನಿ ನೆಹರೂ ತಮ್ಮ ಛೇಂಬರಿನಲ್ಲಿ ಒಂದು ಮಹತ್ವದ ಸಭೆ ಕರೆಸಿದರು. ಇಡೀ ದೇಶದ ಭವಿತವ್ಯವನ್ನೇ ತೀರ್ಮಾನ ಮಾಡುವಂತಹ ಸಭೆಯದು. ಹಠಾತ್ತನೆ ಚೀನದೆಡೆಗೆ ತನ್ನ ನೀತಿಯನ್ನು ಬದಲಾಯಿಸಲು ಭಾರತವು ತೀರ್ಮಾನಿಸಿದಂತಹ ಸಭೆ. ಸಂವಿಧಾನದ ಪ್ರಕಾರ ಇಂತಹ ಮಹತ್ತರ ನಿರ್ಧಾರವನ್ನು ಕೈಗೊಳ್ಳುವಾಗ ಸಂಪುಟದ ಡಿಫೆನ್ಸ್ ಕಮಿಟಿಯ ಸದಸ್ಯರು (Defence committe of the cabinet) ಈ ಸಭೆಯಲ್ಲಿ ಹಾಜರಿರಲೇಬೇಕು.

ಇದ್ದವರ್ಯಾರು ಗೊತ್ತೆ?

ಪಂಡಿತ್ ನೆಹರೂ, ಕೃಷ್ಣ ಮೆನನ್, ಜನರಲ್ ಥಾಪರ್ ಮತ್ತು ಜನರಲ್ ಬಿ.ಎಂ. ಕೌಲ್!

ಈ ನಾಲ್ಕೇ ಜನ ಅಂದು ಮಧ್ಯಾಹ್ನದ ತನಕ ಸಭೆ ಜರುಗಿಸಿ ಭಾರತದ ಭವಿಷ್ಯತ್ತಿಗೇ ಮರಣದಂಡನೆ ವಿಧಿಸಿದಂತಹ ಅನಾಹುತಕಾರಿ ನಿರ್ಧಾರವೊಂದನ್ನು ಕೈಗೊಂಡರು.

ಆ ನಿರ್ಧಾರದ ಹೆಸರು 'ಫಾರ್ವರ್ಡ್ ಪಾಲಿಸಿ.'

ನೆಹರೂರವರ ಗೊಂದಲಗೊಂಡ ತಲೆಯೊಳಕ್ಕೆ ಈ ತೆರನಾದುದೊಂದು ವಿಚಾರವನ್ನು ಹಾಕಿದ್ದೇ ಜನರಲ್ ಬಿ.ಎಂ. ಕೌಲ್!

"ಸದ್ಯಕ್ಕೆ ಚೀನಿಯರೊಂದಿಗೆ ನಾವು ಯುದ್ಧ ಮಾಡುವ ಸ್ಥಿತಿಯಲ್ಲಿಲ್ಲ. ಚೀನಿಗಳು ಕೂಡ ಭಾರತದೊಂದಿಗೆ ಪೂರ್ಣಾವಧಿ ಯುದ್ಧಕ್ಕಿಳಿಯುವುದಿಲ್ಲ. ಬೊಬ್ಬೆ ಹೊಡೆಯುತ್ತಿರುವ ಭಾರತದ ಪ್ರಜೆ ಮತ್ತು ನಿಮ್ಮ ರಾಜಕೀಯ ವಿರೋಧಿಗಳ ಬಾಯಿ ಮುಚ್ಚಿಸುವುದಕ್ಕೆ ನಾವು ಆಡಬೇಕಾಗಿರುವುದು ಸಣ್ಣದೊಂದು ಚದುರಂಗದಾಟ. ದೊಡ್ಡ ಕಷ್ಟವೇನಲ್ಲ. ಭಾರತದ ಗಡಿಯುದ್ದಕ್ಕೂ, ಮೆಕ್ ಮಹೊನ್ ಲೈನ್ ಅಂತ ನಾವು ಯಾವುದನ್ನು ಭಾವಿಸುತ್ತೇವೋ ಆ ರೇಖೆಯ ಒಳಗಡೆ, ನಮ್ಮದೆಂದು ನಾವು ಭಾವಿಸುತ್ತಿರುವ ಪ್ರದೇಶದಲ್ಲಿ ಕೆಲವು ಫಾರ್ವರ್ಡ್ ಪೋಸ್ಟ್‌ಗಳನ್ನು ಸ್ಥಾಪಿಸಿಬಿಡೋಣ. ಅಲ್ಲಿಗೆ, ಭಾರತದ ಗಡಿ ಅಲ್ಲಿಯ ತನಕ ಇದೆ ಅಂತ ನಾವು ಜಗತ್ತಿನೆದುರು ವಾದಿಸುವುದಕ್ಕೆ ನಮಗೊಂದು ಅವಕಾಶ ಸಿಕ್ಕಂತಾಗುತ್ತದೆ. ಯಾರು ಯಾವ ಜಾಗದಲ್ಲಿ ಫಾರ್ವರ್ಡ್ ಪೋಸ್ಟ್ ಸ್ಥಾಪಿಸುತ್ತಾರೋ, ಅದು ಅವರದೇ ಜಾಗವಾಗುತ್ತದೆ. ವಿಷಯ ತುಂಬ ಸರಳ. ನೀವು ಒಪ್ಪುವುದಾದರೆ ಗಡಿಯುದ್ದಕ್ಕೂ ಅಲ್ಲಲ್ಲಿ ಇಂಥ ಫಾರ್ವರ್ಡ್

ಪೋಸ್ಟ್‌ಗಳನ್ನು ನೆಲೆಗೊಳಿಸಿಬಿಡುತ್ತೇನೆ. ಅಕಸ್ಮಾತ್ ಚೀನಿಗಳು ಒಂದು ಕಡೆ ನಮ್ಮ ಗಡಿಯೊಳಕ್ಕೆ ನುಗ್ಗಿ ಬಂದರೆ, ನಾವು ಇನ್ನೊಂದು ಕಡೆಯಿಂದ ಅವರ ಗಡಿಯೊಳಕ್ಕೆ ನುಗ್ಗಿ ಹೋಗೋಣ. ಇದರಿಂದಾಗಿ, ಭಾರತದ ಜನತೆಗೆ ನಾವೂ ಚೀನೀ ಗಡಿಯೊಳಕ್ಕೆ ನುಗ್ಗಿದ್ದೇವೆ ಎಂದು ಹೇಳಿಕೊಂಡಂತಾಗುತ್ತದೆ. ಚೀನ ಹೇಗಿದ್ದರೂ ಯುದ್ಧಕ್ಕಿಳಿಯುವುದಿಲ್ಲವಾದ್ದರಿಂದ ನಾವು ಕಳೆದುಕೊಳ್ಳಬೇಕಾದುದೇನೂ ಇಲ್ಲ. ಏನಂತೀರಿ?" ಎಂಬ ಧಾಟಿಯಲ್ಲಿ ಒಂದು ವಿಚಾರವನ್ನು ನೆಹರೂರವರ ತಲೆಗೆ ಮೊದಲೇ ಹಾಕಿದ್ದರು ಜನರಲ್ ಬಿ.ಎಂ. ಕೌಲ್. ಅದಕ್ಕೆ ಪೂರಕವಾಗಿ ರಕ್ಷಣಾ ಸಚಿವ ಮೆನನ್ ಆ ನಾಲ್ಕು ಜನರ ಸಭೆಯಲ್ಲಿ ಈ ವಿಚಾರವನ್ನು ತಕ್ಷಣ ಅಂಗೀಕರಿಸುವಂತೆ ಒತ್ತಾಯ ತಂದರು.

ಸಂವಿಧಾನದ ಎಲ್ಲ ನಿಯಮಗಳನ್ನೂ ಧಿಕ್ಕರಿಸಿ, ಸಂಪುಟದ ಡಿಫೆನ್ಸ್ ಕಮಿಟಿಯ ಅನುಮೋದನೆಯೂ ಇಲ್ಲದೆ, ಯುದ್ಧದಂತಹ ವಿಷಯದಲ್ಲಿ ಪೂರ್ತಿ ಅನನುಭವಿಗಳಾದ ಆ ನಾಲ್ಕು ಜನ ಭಾರತದ ಭವಿತವ್ಯವನ್ನೇ ಮರಣದಂಡನೆಗೆ ಈಡು ಮಾಡುವಂತಹ ಒಂದು ರಕ್ಷಣಾ ನೀತಿಯನ್ನು ಜಾರಿಗೆ ತಂದು ಬಿಟ್ಟರು.

ಈ ಕುಖ್ಯಾತ ನೀತಿಯ ಹೆಸರೇ ಫಾರ್ವರ್ಡ್ ಪಾಲಸಿ!

ಚೀನವನ್ನು ಅಂತಿಮವಾಗಿ ರಣರಂಗಕ್ಕೆ ಕರೆತಂದುದೇ ಈ ಫಾರ್ವರ್ಡ್ ಪಾಲಸಿ. ಜನರಲ್ ಬಿ.ಎಂ. ಕೌಲ್ ಅವರು ತಮ್ಮ ಆತ್ಮಚರಿತ್ರೆಯಲ್ಲಿ ಇಂಥದೊಂದು ನಿರ್ಣಯವನ್ನು ಕೈಗೊಂಡದ್ದು ತಾವಲ್ಲ, ಪ್ರಧಾನಿ ನೆಹರೂ ಎಂದು ವಿವರಿಸುವ ಪ್ರಯತ್ನ ಮಾಡುತ್ತಾರೆ. ಆದರೆ ನೆಹರೂ ಅವರ ವ್ಯಕ್ತಿತ್ವ ಮತ್ತು ಅವತ್ತಿನ ಸ್ಥಿತಿಗತಿಗಳನ್ನು ಬಲ್ಲವರಿಗೆ 'ಫಾರ್ವರ್ಡ್ ಪಾಲಸಿ'ಯಂತಹ ಯೋಜನೆಯೊಂದನ್ನು ಒಬ್ಬ ಮಿಲಿಟರಿ ಜನರಲ್‌ನ ಹೊರತಾಗಿ ಮತ್ಯಾರೂ ಮಂಡಿಸಿರಲು ಸಾಧ್ಯವೇ ಇಲ್ಲ ಎಂಬುದು ಖಾತರಿಯಾಗುತ್ತದೆ. ಸಭೆಯಲ್ಲಿ ವಿಧ್ಯುಕ್ತವಾಗಿ ಈ ವಿಚಾರವನ್ನು ನೆಹರೂ ಅವರೇ ಮಂಡಿಸಿರಬಹುದು. ಆದರೆ ಅದರ ಸೃಷ್ಟಿಕರ್ತರು ಮಾತ್ರ ಜನರಲ್ ಬಿ.ಎಂ. ಕೌಲ್ ಎಂಬುದು ರಹಸ್ಯವಲ್ಲ. ಇತಿಹಾಸ ಅವರನ್ನು ಕ್ಷಮಿಸಲಾರದು.

ಸರ್ಕಾರವು ಎಲ್ಲ ಬಿಟ್ಟು 'ಫಾರ್ವರ್ಡ್ ಪಾಲಸಿ'ಯನ್ನು ಅಳವಡಿಸಿಕೊಂಡಿದೆ ಮತ್ತು ಗಡಿಯುದ್ದಕ್ಕೂ ಫಾರ್ವರ್ಡ್ ಪೋಸ್ಟ್‌ಗಳನ್ನು ತೆರೆಯುವಂತೆ ಆದೇಶ ನೀಡುತ್ತಿದೆ ಎಂದು ಗೊತ್ತಾದ ಕೂಡಲೇ ಈಸ್ಟರ್ನ್ ಕಮಾಂಡ್‌ನ GOC ಆಗಿ (ಜನರಲ್ ಥೋರಟ್‌ರ ಜಾಗಕ್ಕೆ) ಬಂದಿದ್ದ ಮತ್ತೊಬ್ಬ ನಿಷ್ಠುರವಾದಿ ಅಧಿಕಾರಿ ಜನರಲ್ ಉಮ್ರಾವ್ ಸಿಂಗ್ ಅದನ್ನು ಪ್ರತಿಭಟಿಸಿದರು. ಇಂಥದೊಂದು ಪ್ರಯತ್ನ ಮಾಡಿದುದೇ ಆದರೆ ಚೀನವನ್ನು ತಕ್ಷಣ ಯುದ್ಧಕ್ಕೆ ಕರೆದಂತಾಗುತ್ತದೆ ಎಂದು ಎಚ್ಚರಿಸಿದರು. ಫಾರ್ವರ್ಡ್ ಪೋಸ್ಟ್‌ಗಳನ್ನು ಸ್ಥಾಪಿಸಲು ನಮ್ಮಲ್ಲಿ ಅಷ್ಟು ದೊಡ್ಡ ಸಂಖ್ಯೆಯ ಸೈನ್ಯವೆಲ್ಲಿದೆ? ಸುಮ್ಮನೆ ಹತ್ತು ಜನ ಸೈನಿಕರನ್ನು ಹಿಮಗಾಡಿನಲ್ಲಿ ಕೂಡಿಸಿ ಬಂದರೆ ಸಾಲದು; ಅವರಿಗೆ ಅಗತ್ಯವಾದ ಸವಲತ್ತು ನೀಡಬೇಕು. ಮುಖ್ಯವಾಗಿ ಈ ಫಾರ್ವರ್ಡ್ ಪೋಸ್ಟ್‌ನ ಮೇಲೆ ಚೀನಿಗಳು ದಂಡೆತ್ತಿಬಂದರೆ, ಅವರನ್ನು ಹಿಮ್ಮೆಟ್ಟಿಸಲು ಹತ್ತಿರದಲ್ಲೇ ನಮ್ಮ ಸೈನಿಕ ಪಡೆಗಳನ್ನಿರಿಸಬೇಕು. ಇವತ್ತಿನ ಸ್ಥಿತಿಯಲ್ಲಿ ಅದು ಸಾಧ್ಯವೇ ಇಲ್ಲ

ಎಂದು ಬರೆದರು.

ಅಷ್ಟು ಹೊತ್ತಿಗಾಗಲೇ ಜನರಲ್ ಬಿ.ಎಂ. ಕೌಲ್ ನೆಹರೂ ಅವರ ಸಂಬಂಧಿಯೆಂದೂ, ರಾಜಕೀಯವಾಗಿ ಮತ್ತು ವೈಯಕ್ತಿಕವಾಗಿ ನೆಹರೂ ಅವರಿಗೆ ಜನರಲ್ ಕೌಲ್ ತುಂಬ ಆತ್ಮೀಯರೆಂದರೂ ಸೇನೆಯಾದ್ಯಂತ ಸುದ್ದಿ ಹರಡಿಹೋಗಿತ್ತು. ಜನರಲ್ ಉಮ್ರಾವ್ ಸಿಂಗ್‌ರಂತಹ ನಿಷ್ಠುರಿ ಅಧಿಕಾರಿಗಳ ಸದ್ದಡಗಿಸಲು ಖುದ್ದಾಗಿ ಎದ್ದುಹೊರಟರು ಜನರಲ್ ಕೌಲ್. ನೆಹರೂ ಅವರ ಛೇಂಬರಿನಲ್ಲಿ ಸಭೆ ನಡೆದ ಕೆಲವೇ ದಿನಗಳಲ್ಲಿ ಅವರು ಅಸ್ಸಾಮದ ಗೌಹಾತಿಯಲ್ಲಿ ಸೈನ್ಯಾಧಿಕಾರಿಗಳ ಒಂದು ಸಭೆ ಕರೆದರು. "ಈ ಅಪ್ಪಣೆಯಿಂದ ಕೊಂಚ ಅನಾನುಕೂಲವಾಗಬಹುದು. ಆದರೆ 'ರಾಷ್ಟ್ರ'ದ ಹಿತದೃಷ್ಟಿಯಿಂದ ಇದನ್ನು ನಾವು ಒಪ್ಪಿಕೊಳ್ಳಲೇಬೇಕಾಗಿದೆ. ಮನಸ್ಸು ಮಾಡಿದರೆ ಯಾವುದೂ ಕಷ್ಟವಲ್ಲ. ತೆಪ್ಪಗೆ ಒಪ್ಪಿಕೊಳ್ಳಿ. ಕಷ್ಟದ ಕೆಲಸಗಳೇ ಹಾಗೆ. ಕೆಲವರು ಅವುಗಳನ್ನು ಸಾಧಿಸಿ ತೋರಿಸುತ್ತಾರೆ. ಮತ್ತೆ ಕೆಲವರು ನೆಪ ಹೇಳುತ್ತಾರೆ. ನನಗೆ ಕಾರ್ಯ ಸಾಧನೆ ಮಾಡಿ ತೋರಿಸುವುದು ಬೇಕು! ಅದಕ್ಕೆ ನೀವು ಸಿದ್ಧರಾಗಿ. ಫೋರ್ ಡಿವಿಷನ್ನಿನ ಕಮಾಂಡರ್ ತಮ್ಮ ಕೈಕೆಳಗಿನ ಒಬ್ಬ ಅಧಿಕಾರಿಯನ್ನು ಈ ಕೆಲಸಕ್ಕೆ ಮೀಸಲಿಡಲಿ. ಅಸ್ಸಾಂ ರೈಫಲ್ಸ್‌ನ (ಅದು ಭಾರತೀಯ ಸೇನೆಯ ಒಂದು ಭಾಗವಲ್ಲ. ಅದು ರಕ್ಷಣಾ ಸಚಿವಾಲಯದ ಹಿಡಿತದಲ್ಲಿದ್ದ ಗಡಿ ಕಾವಲು ಪಡೆಯಂತಹುದು) ಕೆಲವು ಯೋಧರ ಜೊತೆಯಲ್ಲಿ ಫೋರ್ ಡಿವಿಷನ್ ಸೈನಿಕ ಪಡೆಯ ಒಬ್ಬ ಅಧಿಕಾರಿ ಗಡಿ ಪ್ರದೇಶಕ್ಕೆ ಹೋಗಲಿ. ಭಾರತದ ಗಡಿಯುದ್ದಕ್ಕೂ ಫಾರ್ವರ್ಡ್ ಪೋಸ್ಟ್‌ಗಳನ್ನು ಸ್ಥಾಪಿಸಿ ಬರಲಿ. ಉಳಿದದ್ದು ನನಗೆ ಬಿಡಿ. ಇದು 'ಮೇಲಿಂದ' ಬಂದ ಆಜ್ಞೆ. ನೀವು ಧಿಕ್ಕರಿಸುವಂತಿಲ್ಲ" ಎಂಬ ಧಾಟಿಯಲ್ಲಿ ಮಾತನಾಡಿದರು ಜನರಲ್ ಕೌಲ್. ಸೈನ್ಯಾಧಿಕಾರಿಗಳ ಯಾವ ಪ್ರತಿಭಟನೆಯನ್ನೂ ಅವರು ಗೌರವಿಸಲಿಲ್ಲ. ಗೌಹಾತಿಯ ಸಭೆ ಮುಗಿಸಿ, ಎಲ್ಲವೂ ತೀರ್ಮಾನವಾದಂತಾಯಿತು ಎಂದು ಘೋಷಿಸಿ, ಹಿಮಾಲಯದ ಒಡಲಿಗೆ ಫಾರ್ವರ್ಡ್ ಪಾಲಿಸಿ ಎಂಬ ಬೆಂಕಿ ಸುರಿದು ದಿಲ್ಲಿಗೆ ಹೊರಟುಹೋದರು ಜನರಲ್ ಕೌಲ್.

ಇದಾದ ಕೆಲವೇ ದಿನಗಳಲ್ಲಿ ಫೋರ್ ಡಿವಿಷನ್ನಿನ ಸಿಖ್ ಬೆಟಾಲಿಯನ್ ಅಧಿಕಾರಿ ಕ್ಯಾಪ್ಟನ್ ಮಹಾಬೀರ್ ಪ್ರಸಾದ್ ತಮ್ಮೊಂದಿಗೆ ಅಸ್ಸಾಂ ರೈಫಲ್ಸ್ ತುಕಡಿಯೊಂದನ್ನು ಕರೆದೊಯ್ದರು. ತವಾಂಗ್‌ನಿಂದ ಮುಂದಕ್ಕೆ ನಡೆದು ಲುಂಪೋ ಗ್ರಾಮ ತಲುಪಿ, ಅಲ್ಲಿಂದ ಮಂಜುಗಾಡಿನಲ್ಲಿ ಮೂರು ದಿನಗಳ ಕಾಲ ನಡೆದು, ನಮ್ಕಾ ಚು ಎಂಬ ನದಿಯ ದಡದಲ್ಲಿ, ಧೋಲಾ ಪರ್ವತದ ತಪ್ಪಲಿನಲ್ಲಿ ಒಂದು ಫಾರ್ವರ್ಡ್ ಪೋಸ್ಟ್ ಸ್ಥಾಪಿಸಿದರು.

ಅದೇ ಇತಿಹಾಸ ಪ್ರಸಿದ್ಧ ಧೋಲಾ ಪೋಸ್ಟ್!

ಭಾರತದ ಕೀರ್ತಿಯನ್ನು ಮಣ್ಣುಪಾಲು ಮಾಡಿದ ಈ ನತದೃಷ್ಟ ಫಾರ್ವರ್ಡ್ ಪೋಸ್ಟನ್ನು ಎಲ್ಲ ಬಿಟ್ಟು ಧೋಲಾದಲ್ಲಿ ಸ್ಥಾಪಿಸಿದ್ದು ಯಾರು ಎಂಬ ಬಗ್ಗೆ ವ್ಯಾಪಕವಾಗಿ ಚರ್ಚೆಯಾಗಿದೆ. ಯಥಾಪ್ರಕಾರ ಈ ವಿಷಯದಲ್ಲೂ ತಮ್ಮ ತಪ್ಪಿಲ್ಲ ಎಂಬುದಾಗಿ ಜನರಲ್ ಕೌಲ್ ವಾದಿಸುತ್ತಾರೆ. ಧೋಲಾ ಪ್ರದೇಶವನ್ನು ಸೂಚಿಸಿದ್ದು ತವಾಂಗ್‌ನ ಸಿವಿಲ್ ಅಧಿಕಾರಿಗಳು ಎಂಬುದಾಗಿ

ನುಣುಚಿಕೊಳ್ಳಬಯಸುತ್ತಾರೆ. ಅಸಲಿಯತ್ತು ಏನೆಂದರೆ, ಗಡಿ ಪ್ರದೇಶದ ಒಂದು ನಕಾಶೆ (ಈ ನಕಾಶೆ ಎಂಥದೆಂಬುದರ ವಿವರಣೆ ಮುಂದೆ ಬರಲಿದೆ) ಎದುರಿಗಿಟ್ಟುಕೊಂಡು, ಧೋಲಾ ಎಂಬುದು ಎಲ್ಲಿದೆಯೆಂಬ ಪರಿವೆಯೇ ಇಲ್ಲದೆ, ನಮ್ಕಾ ಚು ಕೊಳ್ಳವೆಂಬ ಮೃತ್ಯು ಕಣಿವೆಯಲ್ಲಿ ಧೋಲಾ ಪೋಸ್ಟ್ ಸ್ಥಾಪಿಸಲು ಆದೇಶ ನೀಡಿದುದು ಮತ್ತ್ಯಾರೂ ಅಲ್ಲ.

ಸ್ವತಃ ಜನರಲ್ ಕೌಲ್!

ಭಾರತ-ಚೀನಾ-ಭೂತಾನ್ ಎಂಬ ಮೂರು ರಾಷ್ಟ್ರಗಳ ಗಡಿಗಳು ಬಂದು ಒಂದೆಡೆ ಸೇರುವ ಟ್ರೈ ಜಂಕ್ಷನ್‌ನ ಹೆಸರೇ ಧೋಲಾ. ಇಲ್ಲಿ ಹಸೀ ಹುಲ್ಲು ಹಾಕಿದರೂ ಉಭಯ ರಾಷ್ಟ್ರಗಳು ಭುಸುಗುಡುವ ವೇಗಕ್ಕೆ ಧಗ್ಗನೆ ಬೆಂಕಿ ಹತ್ತಿಕೊಳ್ಳುತ್ತದೆ. ಚೀನಿಗಳನ್ನು ಯುದ್ಧಕ್ಕೆ ಆಹ್ವಾನಿಸಲು ಧೋಲಾಗಿಂತ ಸೂಕ್ಷ್ಮವಾದ ಪ್ರದೇಶ ಮತ್ತೊಂದಿರಲಾರದು. ಅಂಥ ಪ್ರದೇಶದಲ್ಲಿ ಯುದ್ಧ ತಾಂತ್ರಿಕತೆ ಬಲ್ಲ ಯಾವ ಅಧಿಕಾರಿಯೂ ಒಂದು ಫಾರ್ವರ್ಡ್ ಪೋಸ್ಟ್ ಸ್ಥಾಪಿಸುವಂತೆ ಆದೇಶ ನೀಡಲಾರ. ರಾಜಕೀಯ ಕಾರಣಗಳಿಗಾಗಿ ಅದನ್ನು ಸ್ಥಾಪಿಸಿದನೆಂದೇ ಇಟ್ಟುಕೊಳ್ಳೋಣ. ಆದರೆ ಕಡೇಪಕ್ಷ ಯುದ್ಧದ ದೃಷ್ಟಿಯಿಂದ ಯಾವತ್ತಾದರೂ ನಾವು ಈ ಮೃತ್ಯು ಕಣಿವೆಯಲ್ಲಿರುವ ಧೋಲಾ ಪೋಸ್ಟನ್ನು ರಕ್ಷಿಸಿಕೊಳ್ಳಲು ಸಾಧ್ಯವೇ ಎಂಬುದರ ಬಗೆಗಾದರೂ ಯೋಚಿಸುತ್ತಿದ್ದ. ಆದರೆ ಆತ ಯೋಚಿಸಲಿಲ್ಲ.

ಏಕೆ ಯೋಚಿಸಲಿಲ್ಲವೆಂದರೆ, ಜನರಲ್ ಬಿ.ಎಂ. ಕೌಲ್‌ಗೆ ರಾಜಕಾರಣ ಗೊತ್ತಿತ್ತೇ ಹೊರತು ಪದಾತಿದಳ ಯುದ್ಧವೇನೆಂಬುದು ಗೊತ್ತೇ ಇರಲಿಲ್ಲ.

"ನಾವು ಆಯ್ಕೆ ಮಾಡಿರುವ ಜನರಲ್ ಬಿ.ಎಂ. ಕೌಲ್ ಭಾರತೀಯ ಸೈನ್ಯ ಕಂಡಿರುವ ಮಹಾನ್ ಯೋಧರಲ್ಲಿ ಒಬ್ಬರು. ಅವರು ತಮ್ಮ ಸೇವೆಯ 28 ವರ್ಷಗಳಲ್ಲಿ, ಪೂರ್ತಿ 25 ವರ್ಷಗಳನ್ನು ಪದಾತಿದಳದಲ್ಲೇ ಕಳೆದಿದ್ದಾರೆ. ಅವರು ನಿಜವಾದ ಯುದ್ಧ ನಿಪುಣ!" ಎಂದು ಸಂಸತ್ತಿನಲ್ಲಿ ನೆಹರೂ ಭಾಷಣ ಮಾಡಿದ್ದರು.

ಇಡೀ ಸೈನ್ಯ ಅದರ ಮೂರ್ಖತನಕ್ಕೆ ನಗುತ್ತಿತ್ತು. ಏಕೆಂದರೆ, ಸೇವೆಯ ಆರಂಭದ ದಿನಗಳಲ್ಲಿ (ಬ್ರಿಟಿಷರ ಅಧಿಪತ್ಯದಲ್ಲಿ) ಕೆಲವು ವರ್ಷಗಳನ್ನು ಪದಾತಿದಳದಲ್ಲಿ ಕಳೆದುದು ಬಿಟ್ಟರೆ ಜನರಲ್ ಕೌಲ್ ತಮ್ಮ ಸೇವಾವಧಿಯ ಬಹುದೊಡ್ಡ ಭಾಗವನ್ನು ರಾಜಕೀಯ ಮೊಗಸಾಲೆಗಳಲ್ಲೇ ಕಳೆದವರು. ಅವರು ಯಾವತ್ತೂ ಯುದ್ಧಭೂಮಿಗೆ ಬಂದವರಲ್ಲ. ಯುದ್ಧತಂತ್ರ ರೂಪಿಸಿದವರಲ್ಲ. ಕಾಶ್ಮೀರದಲ್ಲಿ ಕೂಡ ಅವರು ಕಾಶ್ಮೀರದ ಮುಖ್ಯಮಂತ್ರಿ ಷೇಕ್ ಅಬ್ದುಲ್ಲಾರ ಮೇಲೆ ನಿಗಾ ಇಡುವ, ಕಡೆಗೊಮ್ಮೆ ಆತನನ್ನು ಬಂಧಿಸುವಂತಹ ರಾಜಕೀಯ ಸಂಬಂಧ ಕಸುಬಿನಲ್ಲಿ ತೊಡಗಿದ್ದರೇ ಹೊರತು, ಪಾಕಿಸ್ತಾನದೊಂದಿಗಿನ ಯುದ್ಧದ ಕಡೆಗೆ ತಲೆಹಾಕಿರಲಿಲ್ಲ. ಅಂಥ ಅನನುಭವಿಯನ್ನು ನೆಹರೂ ಆಯ್ಕೆ ಮಾಡಿಕೊಂಡಿದ್ದಕ್ಕೆ ಇದ್ದ ಎರಡೇ ಕಾರಣಗಳೆಂದರೆ; ಜನರಲ್ ಕೌಲ್ ನೆಹರೂ ಅವರ ದೂರದ ಸಂಬಂಧಿ. ಮತ್ತು ಆತ ನೆಹರೂ ಅವರ ರಾಜಕೀಯ ಅವಸರಗಳಿಗೆ ಇಡೀ ಸೈನ್ಯವನ್ನೇ ಬಲಿ ಕೊಡಲು ಸಿದ್ಧರಿದ್ದರು! ಈ ವಿಷಯವನ್ನು 'ಆಫ್ಟರ್ ನೆಹರೂ; ಹೂ?' ಎಂಬ ಕೃತಿ ರಚಿಸಿದ ಲೇಖಕ ವೆಲ್ಲೆಸ್ ಹ್ಯಾಂಗೆನ್ ಬಯಲಿಗೆಳೆಯುತ್ತಾನೆ.

ಜನರಲ್ ಕೌಲ್ ಎಂಥ ರಾಜಕೀಯ ಮಹತ್ವಾಕಾಂಕ್ಷಿಯಾಗಿದ್ದರೆಂದರೆ, ಅವರಿಗೆ ರಕ್ಷಣಾ ಸಚಿವ ಸ್ಥಾನವಲ್ಲ; ಪ್ರಧಾನಿ ಸ್ಥಾನವನ್ನೇ ಆಕ್ರಮಿಸಿಕೊಳ್ಳುವ ಇರಾದೆಗಳಿದ್ದವು ಎಂದು ಆರೋಪಿಸುತ್ತಾನೆ.

ಭಾರತೀಯ ಸೈನ್ಯದಲ್ಲಿದ್ದ ಈ ಎಲ್ಲಾ ವಿದ್ಯಮಾನಗಳನ್ನು ಕಣ್ಣಾರೆ ನೋಡುತ್ತಲೇ 1960ರ ಅಕ್ಟೋಬರಿನಲ್ಲಿ ನಾನು ಬ್ರಿಗೇಡಿಯರ್ ಹುದ್ದೆಗೆ ಬಡ್ತಿ ಪಡೆದೆ. ನನ್ನನ್ನು ಲದಾಕ್ ಗಡಿಯ ನಿರ್ವಹಣೆಗಿದ್ದ XV ಕೋರ್ ಘಟಕಕ್ಕೆ ಆಡಳಿತಾಧಿಕಾರಿಯನ್ನಾಗಿ ಹಾಕಿದರು. ಆಗಷ್ಟೆ ಹವಿಲ್ದಾರ್ ಕರಮ್‌ಸಿಂಗ್ ಮೇಲೆ ಹಲ್ಲೆ ನಡೆದಿತ್ತು. ಸುಮಾರು ಎರಡು ವರ್ಷಗಳ ಕಾಲ ನಾನು ಲದಾಕ್‌ನಲ್ಲಿ ಕುಳಿತು ಚೀನಿ ಗಡಿ ಸಮಸ್ಯೆಯೊಂದಿಗೆ ಹೆಣಗಿದೆ.

ಮುಂದೆ 1961ರ ಡಿಸೆಂಬರಿನಲ್ಲಿ ನಾನು ವಾರ್ಷಿಕ ರಜೆಗಾಗಿ ದಿಲ್ಲಿಗೆ ಬಂದಿದ್ದೆ. ಉಲ್ಲಾಸಮಯವಾದ ರಜೆಯ ದಿನಗಳವು. ಫಿರೋಜ್ ಷಾ ಕೋಟ್ಲಾ ಮೈದಾನದಲ್ಲಿ ಒಂದು ಕ್ರಿಕೆಟ್ ಟೆಸ್ಟ್ ಮ್ಯಾಚ್ ನೋಡಿ ಈಚೆಗೆ ಬರುತ್ತಿದ್ದೆ. ಆಕಸ್ಮಿಕವಾಗಿ ಮಿಲಿಟರಿ ಸೆಕ್ರೆಟರಿಯಾಗಿದ್ದ ಮೇಜರ್ ಜನರಲ್ ಮೋತಿ ಸಾಗರ್ ಭೇಟಿಯಾದರು.

"ತವಾಂಗ್‌ನಲ್ಲಿ 7 ಇನ್‌ಫೆಂಟ್ರಿ ಬ್ರಿಗೇಡ್‌ನ ಬ್ರಿಗೇಡಿಯರ್‌ಗೆ ಇದ್ದಕ್ಕಿದ್ದಂತೆ ಅಸ್ತಮಾ ಉಲ್ಬಣಗೊಂಡು, ಅವರನ್ನು ಹೆಲಿಕಾಪ್ಟರ್‌ನಲ್ಲಿ ದಿಲ್ಲಿಗೆ ತರಬೇಕಾಯಿತಂತೆ. ಆ ಜಾಗಕ್ಕೆ ಕಳಿಸಿದರೆ ನೀವು ಹೋಗಲು ಸಿದ್ಧರಿದ್ದೀರಾ?" ಎಂದು ತುಂಬ ಸಹಜವಾಗಿ ಕೇಳಿದರು ಮೇಜರ್ ಜನರಲ್ ಮೋತಿ ಸಾಗರ್.

ಅವರ ಮಾತು ಸ್ವರ್ಗದಿಂದ ಕೇಳಿಸಿದಂತಾಯಿತು! ಸಾಮಾನ್ಯವಾಗಿ, ಒಂದು ಯುದ್ಧಭೂಮಿಯಿಂದ ಇನ್ನೊಂದು ಯುದ್ಧಭೂಮಿಗೆ ಒಂದರ ಹಿಂದೊಂದೆಂಬಂತೆ ಹೋಗಲು ಅಧಿಕಾರಿಗಳು ಒಪ್ಪಿಕೊಳ್ಳುವುದಿಲ್ಲ. ಮಧ್ಯೆ ಕೆಲಕಾಲ ದಿಲ್ಲಿ, ಲಖನೌದಂತಹ ನೆಮ್ಮದಿಯ ತಾಣಗಳಲ್ಲಿ ಇರಿಸಿ ಎಂದು ವಿನಂತಿಸುತ್ತಾರೆ. ಆದರೆ ಲದಾಕ್‌ನಿಂದ ತವಾಂಗ್‌ಗೆ ವರ್ಗಾ ಆಗಿ ಹೋಗಲು ನಾನು ಇನ್ನಿಲ್ಲದ ಹುರುಪಿನಿಂದ ಒಪ್ಪಿಕೊಂಡೆ.

ಅದು ನನ್ನ ಬದುಕಿನ ಅತಿದೊಡ್ಡ ತಪ್ಪಾಗಿತ್ತು.

ತವಾಂಗ್‌ನ ಕಡೆಗೆ

ಕೈಯಲ್ಲಿ ಕೇಂದ್ರ ಸೈನಿಕ ಕಛೇರಿಯಿಂದ ಕಳಿಸಲ್ಪಟ್ಟ ಆಜ್ಞೆಯಿತ್ತು. 1962ರ ಜನವರಿ ತಿಂಗಳು ಅದು. ಕೊಡ ಮಾಡಿದ ಆಜ್ಞೆಯನ್ನು ಸಂತೋಷದಿಂದಲೇ ಒಪ್ಪಿಕೊಂಡಿದ್ದೆ. ಫೋರ್ ಡಿವಿಷನ್‌ನ ಪ್ರತಿಷ್ಠಿತ ಬ್ರಿಗೇಡ್‌ಗಳಲ್ಲಿ ಒಂದಾದ 7 ಇನ್‌ಫೆಂಟ್ರಿ ಬ್ರಿಗೇಡ್‌ಗೆ ಕಮಾಂಡರನಾಗಿ ನನ್ನನ್ನು ನೇಮಕ ಮಾಡಲಾಗಿತ್ತು. ಭಾರತದ NEFA ಗಡಿಯ ಅತ್ಯಂತ ನಿರ್ಣಾಯಕ ಸೀಮೆಯೆನಿಸಿಕೊಂಡ ತವಾಂಗ್ ಸೆಕ್ಟರ್‌ನಲ್ಲಿ ನನ್ನ ಬದುಕು ಶುರುವಾಗಬೇಕು. ಒಂದು ಸಲ ತಲೆಯೆತ್ತಿ ಆಕಾಶ ನೋಡಿದೆ. ಜನವರಿ ತಿಂಗಳಲ್ಲೇ ದಟ್ಟ ಮೋಡಗಳಿದ್ದವು. ಯಾವುದರ ಮುನ್ಸೂಚನೆಯದು?

ತವಾಂಗ್ ಎಂಬ ಈ ಹಿಮದ ನಾಡಿಗೆ ಹೊರಡುವ ಮುನ್ನ ದಿಲ್ಲಿಗೆ ಹೋಗಿ ಮಿಲಿಟರಿ ಆಪರೇಶನ್ಸ್ ವಿಭಾಗದ ನಿರ್ದೇಶಕ ಬ್ರಿಗೇಡಿಯರ್ ಡಿ.ಕೆ. ಪಲಿತ್ ಅವರನ್ನು ಭೇಟಿ ಮಾಡಿದೆ. ಈ ಹಿಂದೆ 7 ಇನ್‌ಫೆಂಟ್ರಿ ಬ್ರಿಗೇಡ್‌ನ ಕಮಾಂಡರ್ ಆಗಿ ಸೇವೆ ಸಲ್ಲಿಸಿದವರು ಡಿ.ಕೆ. ಪಲಿತ್. ಅವರಿಗೆ ತವಾಂಗ್ ಪ್ರದೇಶದ ಪ್ರತಿ ಮೂಲೆಯೂ ಗೊತ್ತು. ಆತನಕ ನನಗೆ ಲದಾಕ್ ಸೆಕ್ಟರ್‌ನಲ್ಲಿ ಸೇವೆ ಸಲ್ಲಿಸಿ ಅನುಭವವಿತ್ತೇ ಹೊರತು; ಈಸ್ಟರ್ನ್ ಸೆಕ್ಟರ್‌ಗೆ ಸೇರಿದ್ದ ತವಾಂಗ್ ತೀರ ಹೊಸದು.

"ಸದ್ಯಕ್ಕೆ ಅಂಥ ಘನ ಘೋರ ಯುದ್ಧವಾದೀತು ಅಂತ ನಂಗೇನೂ ಅನ್ನಿಸೋದಿಲ್ಲ ಬ್ರಿಗೇಡಿಯರ್ ದಳವಿ. ಆದರೂ ಈ ದಟ್ಟ ಚಳಿಗಾಲದಲ್ಲಿ 7 ಇನ್‌ಫೆಂಟ್ರಿ ಬ್ರಿಗೇಡಿಗೆ ಸೇರಿದ ಪಂಜಾಬಿ ಸೈನಿಕರನ್ನು ಎಲ್ಲ ಬಿಟ್ಟು ತವಾಂಗ್‌ಗೆ ಯಾಕೆ ಕಳಿಸಿಕೊಟ್ಟಿದ್ದಾರೋ ನಂಗರ್ಥವಾಗ್ತಿಲ್ಲ. ಈ ಚಳಿಗಾಲದಲ್ಲಿ, ಅಲ್ಲಿ ವಿಮಾನ, ಹೆಲಿಕಾಪ್ಟರು ಇತ್ಯಾದಿಗಳು ಹಾರಾಡೋದೂ ತುಂಬ ಕಷ್ಟ. ನೋಡಿ, ನೀವೇ ಆಲೋಚನೆ ಮಾಡಿ: ತೀರ ಅನಿವಾರ್ಯ ಅನ್ನಿಸಿದರೆ ಮಾತ್ರ ಆ ಪಂಜಾಬಿಗಳನ್ನ ತವಾಂಗ್‌ನಲ್ಲಿ ಇಟ್ಟುಕೊಳ್ಳಿ. ಇಲ್ಲದಿದ್ರೆ ವಾಪಸು ಅಸ್ಸಾಮದ ಕಡೆಗೆ ಕಳಿಸಿಬಿಡಿ. ಪಂಜಾಬಿಗಳು ಚಳಿ ತಡೆಯಲಾರರು!" ಅಂದರು ಬ್ರಿಗೇಡಿಯರ್ ಪಲಿತ್.

"ನೈನ್ ಪಂಜಾಬ್ ಬಟಾಲಿಯನ್ ತವಾಂಗ್‌ಗೆ ಹೋಗಿದೆ ಅಂತ ನಾನೂ ಕೇಳಿಸಿಕೊಂಡೆ. ನೀವಂದದ್ದು ನಿಜ. ಕೆಟ್ಟ ಚಳಿಯ ದಿನಗಳು. ಆದರೆ ಅವರನ್ನ ಇಲ್ಲಿ ಇರಿಸಿಕೊಳ್ಳೋದು, ಬಿಡೋದು ನಾನು ನಿರ್ಧರಿಸುವಂತಿಲ್ಲ ವಲ್ಲ? ಒಂದು ಸಲ ಹಿರಿಯ ಅಧಿಕಾರಿಗಳ ಜೊತೆ ಈ

ಬಗ್ಗೆ ಮಾತಾಡ್ತೀನಿ" ಅಂದು ಮೇಲೆದ್ದೆ.

"ಬ್ರಿಗೇಡಿಯರ್ ದಳವಿ, ಭೂತಾನ್‌ನ ಗಡಿಯ ಮೇಲೊಂದು ಕಣ್ಣಿರಲಿ. ಏನೇ ತೊಂದರೆ ಬಂದರೂ ಅಲ್ಲಿಂದಲೇ ಬರಬೇಕು" ಅಂದರು ಪಲಿತ್. ಕುಲುಕಿದ ಕೈ ಬೆವೆತಂತಿತ್ತು.

ಫೆಬ್ರುವರಿ 27,1962ರಂದು ನಾನು ದಿಲ್ಲಿಯಿಂದ ಹಿಮಾಲಯದ ತಪ್ಪಲಿನ ಮಿಸಾಮಾರಿ ಸೈನಿಕ ನೆಲೆಗೆ ಪ್ರಯಾಣ ಮಾಡಿದೆ. ಮುಂದಿನ ಸಮಸ್ತ ಕಾರ್ಯಾಚರಣೆಗೆ ಮಿಸಾಮಾರಿಯೇ ನನ್ನ ಕೇಂದ್ರ ಕಾರ್ಯಸ್ಥಾನ. ಅದನ್ನು ಸೈನಿಕ ಭಾಷೆಯಲ್ಲಿ ರಿಯರ್ ಹೆಡ್‌ಕ್ವಾರ್ಟರ್ಸ್ ಅಂತಾರೆ. ಅಲ್ಲಿರುತ್ತಾರೆ, ನನ್ನ ಮುಖ್ಯ ಸೈನಿಕ ಘಟಕವಾದ ಇನ್‌ಫೆಂಟ್ರಿ ಡಿವಿಷನ್‌ನ ಜನರಲ್ ಆಫೀಸರ್ ಕಮ್ಯಾಂಡಿಂಗ್ (GOC) ಮೇಜರ್ ಜನರಲ್ ಅಮರಿಕ್ ಸಿಂಗ್! ಅವರ ಅಧೀನದಲ್ಲಿರುವ 4 ಇನ್‌ಫೆಂಟ್ರಿ ಡಿವಿಷನ್‌ನ ಒಂದು ಭಾಗವೇ 7 ಇನ್‌ಫೆಂಟ್ರಿ ಬ್ರಿಗೇಡ್. ನಾನು ಅದರ ಬ್ರಿಗೇಡಿಯರ್. ಮೇ.ಜ. ಅಮರಿಕ್ ಸಿಂಗ್‌ರವರನ್ನು ಭೇಟಿಯಾಗಿ, ವಂದನೆ, ಕುಶಲೋಪರಿಗಳೆಲ್ಲ ಆದ ಮೇಲೆ, "ಸರ್, ಪಂಜಾಬಿಗಳನ್ನ ತವಾಂಗ್‌ನಲ್ಲಿ ಇಟ್ಟುಕೊಳ್ಳೋದು ಸರಿಯೇ? ಹಾಗಂತ ದಿಲ್ಲಿಯಲ್ಲಿ ಬ್ರಿಗೇಡಿಯರ್ ಪಲಿತ್ ಕೇಳ್ತಾ ಇದ್ದರು..." ಅಂದೆ.

ಅಂದೆನೋ ಇಲ್ಲವೋ; ಅಮರಿಕ್ ಸಿಂಗ್‌ರ ಮುಖ ಇದ್ದಕ್ಕಿದ್ದಂತೆ ಬಿರುಗಾಯಿತು:

"ನೋಡಿ ಮಿಸ್ಟರ್ ದಳವಿ. ನಾನೇನು ಹೇಳ್ತೀನೋ, ಎಷ್ಟು ಹೇಳ್ತೀನೋ-ಅಷ್ಟು ಮಾಡಿ. ಪಂಜಾಬಿಗಳನ್ನು ಇಟ್ಟುಕೋಬೇಕೋ ಬೇಡವೋ ಅನ್ನೋದನ್ನ ತೀರ್ಮಾನ ಮಾಡಬೇಕಾದವನು ನಾನಲ್ಲ. ಅದು ಈಸ್ಟರ್ನ್ ಕಮಾಂಡ್‌ನ ಹೆಡ್‌ಕ್ವಾರ್ಟರ್ಸ್ ತೆಗೆದುಕೊಳ್ಳಬೇಕಾದ ತೀರ್ಮಾನ. ಇಷ್ಟು ಅರ್ಥ ಮಾಡಿಕೊಂಡರೆ ಸಾಕು. ನೀವಿನ್ನು ಹೊರಡಬಹುದು!" ಅಂದುಬಿಟ್ಟರು.

ಸುಮ್ಮನೆ ಅವರ ಕೊಠಡಿಯಿಂದ ಎದ್ದು ಬಂದೆ. ಮೇ.ಜ. ಅಮರಿಕ್ ಸಿಂಗ್ ನನಗೆ ಹೊಸಬರಲ್ಲ. ಅವರೊಂದಿಗೆ ಈ ಹಿಂದೆ ಕೆಲಸ ಮಾಡಿದ್ದೇನೆ. ಹೀಗೆ ಯಾವತ್ತೂ ಸಿಡಿಮಿಡಿಗುಟ್ಟಿ ಮಾತನಾಡಿದವರಲ್ಲ. ಇವತ್ತು ಹೀಗೆ ಮಾತಾಡುತ್ತಿದ್ದಾರೆ ಅಂದರೆ-

ತವಾಂಗ್‌ನ ಗಡಿಯಲ್ಲಿ, ಆ ಮಂಜಿನ ಕಾಡಿನಲ್ಲಿ ಎಂಥ ಜ್ವಾಲಾಮುಖಿ ಬಾಯ್ತೆರೆದುಕೊಳ್ಳುತ್ತಿದೆಯೆಂಬುದು ಮೊಟ್ಟ ಮೊದಲ ದಿನವೇ ನನಗೆ ಸ್ಪಷ್ಟವಾಗಿ ಹೋಯಿತು. ತೀರ ಎದ್ದು ಬರುವ ಮುನ್ನ "ಬ್ರಿಗೇಡಿಯರ್ ದಳವಿ, ನೀವು ತವಾಂಗ್‌ಗೆ ಹೊರಡೋಕೆ ಮುಂಚೆ ಜನರಲ್ ಸ್ಟಾಫ್ ಆಫೀಸರ್ ಲೆಫ್ಟಿನೆಂಟ್ ಕರ್ನಲ್ ಮನೋಹರ್ ಸಿಂಗ್ ಅವರನ್ನೊಮ್ಮೆ ಕಂಡು ಹೋಗಿ. ನಿಮ್ಮ ಜವಾಬ್ದಾರಿಗಳೇನು ಅನ್ನೋದನ್ನ ಅವರು ವಿವರಿಸುತ್ತಾರೆ" ಅಂದರು ಅಮರಿಕ್ ಸಿಂಗ್. 'ಅಸಲು ಸಂಗತಿ ಅಲ್ಲಿದೆ' ಅನ್ನಿಸಿತು. ಅಂದು ಮಧ್ಯಾಹ್ನ ಲೆ.ಕ. ಮನೋಹರ್ ಸಿಂಗ್ ಮಾತನಾಡುತ್ತಿದ್ದಂತೆಯೇ, ನನಗೆ ತವಾಂಗ್‌ನ ಪರ್ವತಗಳ ಅಷ್ಟೂ ಮಂಜು ಮುರಿದುಕೊಂಡು ಮೈಮೇಲೆ ಬಿದ್ದಂತಾಯಿತು.

"ಕೂತ್ಕೊಳ್ಳಿ ಮಿಸ್ಟರ್ ದಳವಿ. ಹೇಳೋದನ್ನ ನೆಮ್ಮದಿಯಾಗಿ ಕೇಳಿಸ್ಕೊಳ್ಳಿ. ನಮ್ಮ ಸರ್ಕಾರ ಮತ್ತು ಆರ್ಮಿ ಹೆಡ್‌ಕ್ವಾರ್ಟರ್ಸ್ ತೀರ್ಮಾನ ಮಾಡಿವೆ. ನಾವು 'ಫಾರ್ವರ್ಡ್ ಪಾಲಿಸಿ' ಜಾರಿಗೆ ತರ್‍ತಿದೀವಿ. ನಾಳೆ ಏಪ್ರಿಲ್‌ನಿಂದ ಅದು ಅನ್ವಯವಾಗುತ್ತೆ. ಅದಕ್ಕೆ 'ಆಪರೇಶನ್ ಓಂಕಾರ್'

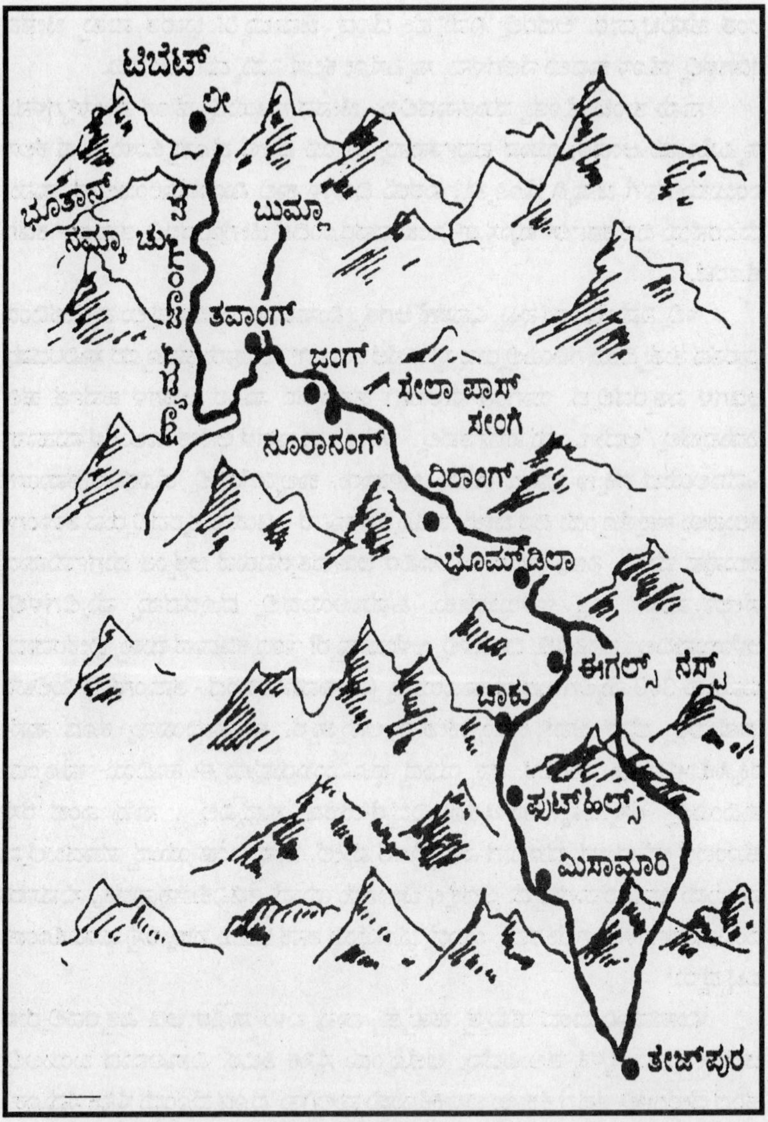

(ಇದು ನೇಫಾ ಗಡಿಯ ಹಿಮಾಲಯ ಪರ್ವತ ಶ್ರೇಣಿಯ ಚಿತ್ರ.. ತೇಜ್‌ಪುರ ಅಸ್ಸಾಮದ ಗಡಿ. ನಮ್ಮ ಸೈನ್ಯ ಅದನ್ನು ದಾಟಿ ಮಿಸಾಮಾರಿಯಿಂದ ಹಿಮಾಲಯದ ಬೆಟ್ಟ ಸಾಲುಗಳನ್ನು ಹತ್ತಿ ಕೊಂಡು ತವಾಂಗ್ ತಲುಪಿ ಅಲ್ಲಿಂದ ಮುಂದೆ ನಮ್ಕಾ ಚು ಕೊಳ್ಳದಲ್ಲಿ ಯುದ್ಧ ವನ್ನೆದುರಿಸಬೇಕಾಯಿತು)

ಅಂತ ಹೆಸರಿಟ್ಟಿದಾರೆ. ಅದರಲ್ಲಿ ನಿಮ್ಮದೇ ದೊಡ್ಡ ಜವಾಬ್ದಾರಿ! ಭಾರತ ಮತ್ತು ಚೀನದ ಗಡಿಗಳಲ್ಲಿ ಹೊಸ ಕಾವಲು ನೆಲೆಗಳನ್ನು ಸ್ಥಾಪಿಸೋ ಕೆಲಸ ನಿಮ್ಮದು!" ಅಂದರು.

ನಾನು ತುಂಬ ಹೊತ್ತು ಮಾತನಾಡಲಿಲ್ಲ. ಚೀನದ ಗಡಿಯಲ್ಲಿ ಹೊಸ ಪೋಸ್ಟ್‌ಗಳನ್ನು ಸ್ಥಾಪಿಸೋದು ಅಂದರೆ, ಯಾವ ಪರ್ವತವನ್ನು ನೆತ್ತಿಯ ಮೇಲೆ ಹೊತ್ತುಕೊಳ್ಳುವಂಥ ಕೆಲಸ ಎಂಬುದು ನನಗೆ ಚೆನ್ನಾಗಿ ಗೊತ್ತಿತ್ತು. ಎರಡು ದಿನಗಳ ಕಾಲ ಮಿಸಾಮಾರಿಯಲ್ಲಿದ್ದ ನಾನು, ಮೂರನೆಯ ದಿನ ಕರ್ನಲ್ ಮಾಸ್ಟರ್ ಎಂಬುವವರೊಂದಿಗೆ ಜೀಪೊಂದರಲ್ಲಿ ತವಾಂಗ್ ಕಡೆಗೆ ಹೊರಟೆ.

ಇಲ್ಲಿ ನಿಮಗೊಂದು ಪುಟ್ಟ ವಿವರಣೆ ಅಗತ್ಯ. ಮಿಸಾಮಾರಿ ಎಂಬ ತಪ್ಪಲು ಪ್ರದೇಶದಿಂದ ಭಾರತದ ತುತ್ತುದಿಯ ಗಡಿಯಲ್ಲಿರುವ ಸೈನಿಕ ನೆಲೆ ತವಾಂಗ್ ಸುಮಾರು ಹತ್ತೂವರೆ ಸಾವಿರದಷ್ಟು ಅಡಿಗಳ ಎತ್ತರದಲ್ಲಿದೆ. ಹಾಗಂತ ನೇರವಾಗಿ ಹತ್ತೂವರೆ ಸಾವಿರ ಅಡಿಗಳ ಪರ್ವತ ಹತ್ತಿ ಬಿಡುವುದಲ್ಲ. ಅದು ಒಂದು ಪರ್ವತವಲ್ಲ. ಅನೇಕ ಪರ್ವತಗಳ ಅನೇಕ ಸಾಲುಗಳ ಮಹಾನ್ ಹಿಮಾಲಯದ ದಕ್ಷಿಣ ಭಾಗದ ದೊಡ್ಡ ಇಳಿಜಾರು. ಕಾಲ್ನಡಿಗೆಯಲ್ಲಿ ಹೊರಟರೆ ತವಾಂಗ್ ತಲುಪಲು ಇಪ್ಪತ್ತೊಂದು ದಿನ ಬೇಕು. ಹತ್ತೂವರೆ ಸಾವಿರ ಅಡಿಯ ಎತ್ತರದಲ್ಲಿರುವ ತವಾಂಗ್ ತಲುಪುವ ಮುನ್ನ, ನೀವು ಹದಿನಾಲ್ಕು ಸಾವಿರ ಅಡಿ ಎತ್ತರವಿರುವ ಅತ್ಯಂತ ದುರ್ಗಮವಾದ 'ಸೇಲಾ ಪಾಸ್' ಹತ್ತಿ ಇಳಿಯಬೇಕು. ಹಿಮಾಲಯದಲ್ಲಿ ದೂರವನ್ನು ಮೈಲಿಗಳಲ್ಲಿ ಅಳೆಯುವುದಿಲ್ಲ: ನೆನಪಿರಲಿ, ದಿನಗಳಲ್ಲಿ ಅಳೆಯುತ್ತಾರೆ! ಇಂಥ ಕಡಿದಾದ ಮತ್ತು ಭೀಕರವಾದ, ಸುಮಾರು 300 ಮೈಲಿಗಳುದ್ದದ ಹಾದಿಯನ್ನು (ಮಿಸಾಮಾರಿಯಿಂದ - ತವಾಂಗ್‌ಗೆ) ಮಿಲಿಟರಿ ಭಾಷೆಯಲ್ಲಿ ಲೈನ್ ಆಫ್ ಕಮ್ಯುನಿಕೇಶನ್ ಅನ್ನುತ್ತಾರೆ. ಈ ಹಾದಿಯನ್ನು ಕೂಡ ನಾನೇ ರಕ್ಷಿಸಿಕೊಳ್ಳಬೇಕು. ಏಕೆಂದರೆ, ನನ್ನ ಯುದ್ಧ ಭೂಮಿಯಿರುವುದು ಈ ಹಾದಿಯ ಇನ್ನೊಂದು ತುದಿಯಲ್ಲಿ. ರಸ್ತೆಯನ್ನೇ ಉಳಿಸಿಕೊಳ್ಳದಿದ್ದರೆ-ಯುದ್ಧ ಸಾಧ್ಯವಿಲ್ಲ . ನಾವು ಎಂಥ ರಸ್ತೆ ಹೊಂದಿದ್ದೇವೆ ಯುದ್ಧ ಭೂಮಿಗೆ ಎನ್ನುವುದರ ಮೇಲೆ, ನಾವು ಎಂಥ ಯುದ್ಧ ಮಾಡಬಲ್ಲೆವು ಎಂಬುದು ನಿರ್ಧಾರವಾಗುತ್ತದೆ. ಅದಕ್ಕೇ, ಚೀನಿಗಳು ಯುದ್ಧ ತಡವಿಕೊಳ್ಳುವುದಕ್ಕೆ, ಸುಮಾರು ಎಂಟು ವರ್ಷಗಳಿದ್ದಾಗಲೇ ತಮ್ಮ ಯುದ್ಧ ಭೂಮಿಯ ತನಕ ಒಂದು ಪಕ್ಕಾ ರಸ್ತೆ ಮಾಡಿಕೊಂಡು ಬಿಟ್ಟಿದ್ದರು!

ಮಿಸಾಮಾರಿಯಿಂದ ಹತ್ತುತ್ತ ಹತ್ತುತ್ತಾ ನಾವು ಏಳು ಸಾವಿರ ಅಡಿ ಎತ್ತರದಲ್ಲಿರುವ ಚಾಕೋ ಎಂಬ ಸ್ಥಳಕ್ಕೆ ತಲುಪಿದೆವು. ಅಲ್ಲೊಂದು ಸೈನಿಕ ಶಿಬಿರ. ವಿಶಾಲವಾದ ಬಯಲಲ್ಲಿ ಹರಿದ ಡೇರೆಗಳಲ್ಲಿ ತೆಪ್ಪಗೆ ಕೈಕಾಲು ಬಿಸಾಕಿಕೊಂಡು ಮಲಗಿತ್ತು ದೊಡ್ಡದೊಂದು ಸೈನಿಕ ಸಮೂಹ. ಅವರು ಹಿಮಾಲಯದ ಕ್ಯಾಮೆಂಗ್ ಸೆಕ್ಟರ್‌ಗೆ ಬಂದು ಎರಡು ವರ್ಷಗಳಾದವಂತೆ. ಎರಡು ವರ್ಷಗಳ ನಂತರವೂ ಈ ಸ್ಥಿತಿಯಲ್ಲಿದ್ದಾರೆ. ಇನ್ನು ಈಗಷ್ಟೆ ತವಾಂಗ್ ತಲುಪಿರುವ ನನ್ನ ಪಂಜಾಬಿಗಳ ಸ್ಥಿತಿ ಹೇಗಿರಬಹುದು?

ಚಾಕೋ ಸೈನಿಕ ನೆಲೆಯಲ್ಲಿ ಸಿಪಾಯಿಗಳು ಮಾಡಿಕೊಟ್ಟ ಚಹ ಕುಡಿದು, ಐದೂವರೆ

(1994ರಲ್ಲಿ ನಾನು ಕ್ಯಾಪ್ಟನ್ ಮುರಳಿಯೊಂದಿಗೆ ಸೇಲಾಪಾಸ್ ದಾಟುತ್ತಿದ್ದಾಗ ತೆಗೆದ ಚಿತ್ರ. ನಾವು ಪ್ರಯಾಣಿಸುತ್ತಿದ್ದ ಜೀಪು ಮಂಜಿನಿಂದ ಆವೃತವಾದ ರಸ್ತೆಯಲ್ಲಿ ಹೂತು ನಿಂತಿರುವುದನ್ನು ಗಮನಿಸಬಹುದು -ರವೀ)

ಸಾವಿರ ಅಡಿ ಎತ್ತರದಲ್ಲಿರುವ ದಿರಾಂಗ್ ತಲುಪುವ ಹೊತ್ತಿಗೆ ದಟ್ಟ ರಾತ್ರಿ. ಅಲ್ಲಿ ನನ್ನ ಆರ್ಮಿ ಸ್ಟಾಫ್ ಕಾಲೇಜಿನ ಸಹಪಾಠಿ ಲೆಫ್ಟಿನೆಂಟ್ ಕರ್ನಲ್ ಬೈಜ್ ಮೆಹ್ತಾ ಸಿಕ್ಕಿದರು. ಅವರೊಂದಿಗೆ ಎರಡು ದಿನ ದಿರಾಂಗ್‌ನಲ್ಲೇ ಇದ್ದೆ. ಹೇಗೆ ನಾನು 7 ಇನ್‌ಫೆಂಟ್ರಿ ಬ್ರಿಗೇಡ್‌ನ ಕಮಾಂಡರ್ ಆಗಿ ನೇಮಕಗೊಂಡಿದ್ದೆನೋ, ಹಾಗೆಯೇ ಬೈಜ್ ಮೆಹ್ತಾ 2 ಇನ್‌ಫೆಂಟ್ರಿ ಬ್ರಿಗೇಡ್‌ನ ಉಸ್ತುವಾರಿಗೆ ನೇಮಕಗೊಂಡಿದ್ದರು. ಆದರೆ ಅವರ ತುಕಡಿಗಳು ನಾಗಲ್ಯಾಂಡ್‌ನಲ್ಲಿ ನಡೆಯುತ್ತಿದ್ದ ಗಲಭೆಗಳನ್ನು ಸದೆ ಬಡಿಯಲು ಹೋಗಿದ್ದವು. ಅವು ಹಿಂತಿರುಗುವ ತನಕ, ತವಾಂಗ್‌ನಲ್ಲೇನಾದರೂ ಸಮಸ್ಯೆಯಾದರೆ-ಉಹುಂ, ನನಗೆ ಬೈಜ್ ಮೆಹ್ತಾರಿಂದ ನೆರವು ದೊರೆಯುವುದಿಲ್ಲ.

ಮೂರನೆಯ ದಿನ ನಾನು ದಿರಾಂಗ್‌ನಿಂದ ಮುಂದಕ್ಕೆ ಪ್ರಯಾಣ ಪ್ರಾರಂಭಿಸಿದೆ. ರಸ್ತೆಯ ಮೇಲೆ ಜೀಪು ಕದಲುತ್ತಿದ್ದರೆ, ಯಾವತ್ತಾದರೊಂದು ದಿನ ಇದೇ ಜೀಪಿನಲ್ಲಿ ನಾವು ತವಾಂಗ್ ತಲುಪುತ್ತೀವಾ ಎಂಬ ಅನುಮಾನ ಉಂಟಾಗುತ್ತಿತ್ತು. ಅಂಥ ಭಯಾನಕವಾದ ಮಣ್ಣಿನ ರಸ್ತೆಯದು. ದಾರಿಯುದ್ದಕ್ಕೂ ರಸ್ತೆಯ ಪಕ್ಕದ ಬೆಟ್ಟಗಳು ಕುಸಿದು ಬಿದ್ದು ಒಂದೊಂದು ಕಡೆ ಜೀಪು ಮುಂದಕ್ಕೆ ಚಲಿಸುವುದೇ ದುಸ್ತರವಾಗಿ ಬಿಡುತ್ತಿತ್ತು. ಹಿಮಾಲಯದಲ್ಲಿ ಒಂದು ರಸ್ತೆ ಹಾಕಿದೆವೆಂದರೆ, ಅದು ಗಟ್ಟಿಗೊಂಡು ಬೆಟ್ಟಗಳ ಮೇಲೆ settle down ಆಗಲಿಕ್ಕೆ ಏನಿಲ್ಲವೆಂದರೂ

ಹನ್ನೆರಡು ವರ್ಷ ಹಿಡಿಯುತ್ತದೆ. ಆದರೆ ಭಾರತ ಸರ್ಕಾರ ಮತ್ತು ಅದರ ರಕ್ಷಣಾ ಮಂತ್ರಿ ಕೃಷ್ಣ ಮೆನನ್ ನಿರ್ಧರಿಸಿದ್ದರು: "ಎರಡು ವರ್ಷ ಸಾಕು. ರಸ್ತೆ ಮಾಡಿ ಮುಗಿಸಿ!"

ದಿರಾಂಗ್‌ನಿಂದ ಹೊರಟ ನಾನು ಸೇಂಗೆ ಎಂಬಲ್ಲಿ ತುಸು ಹೊತ್ತು ವಿಶ್ರಮಿಸಿಕೊಂಡೆ. ಅಲ್ಲಿಂದ ಮುಂದಿನದು-ಒಬ್ಬ ಮನುಷ್ಯ ತನ್ನ ಜೀವಮಾನದಲ್ಲೇ ಮಾಡಿರಬಹುದಾದ ಅತ್ಯಂತ ದುರ್ಭರವಾದ ಪ್ರಯಾಣದ ಹಾದಿ. ಹದಿಮೂರರಿಂದ ಹದಿನಾಲ್ಕು ಅಡಿ ಎತ್ತರದ ಸೇಲಾ ಪಾಸ್ ದಾಟಬೇಕಾಗಿ ಬರುವುದು ಆವಾಗಲೇ. ಹೋಗುತ್ತ ಹೋಗುತ್ತ ನಾನು ಕುಳಿತಿದ್ದ ಜೀಪು ಮಂಜಿನಲ್ಲಿ ಹೂತು ಹೋಗುತ್ತಿತ್ತು. ಕೆಲವೆಡೆ ಮಂಜು ಕರಗಿದ್ದರಿಂದಾಗಿ ಉಂಟಾದ ಭಯಾನಕ ಕೆಸರು. ಸೇಲಾದ ತುದಿ ತಲುಪುವ ಹೊತ್ತಿಗೆ ನಾನಿದ್ದ ಜೀಪು ಮೂರು ಸಲ ಕೆಟ್ಟು ನಿಂತಿತ್ತು. ಕೆಲವೆಡೆ ನಾನು ಜೀಪಿನಿಂದಿಳಿದು ನಡೆದೇ ಹೋಗಿಬಿಡುತ್ತಿದ್ದೆ. ದುರಂತವೆಂದರೆ, ಫೆಬ್ರುವರಿ ತಿಂಗಳ ತುದಿಯಲ್ಲಿ ಸೇಲಾ ಪಾಸ್ ಮೇಲೆ ಧಾರಾಕಾರವಾಗಿ ಮಂಜು ಸುರಿಯುತ್ತದೆ. ದಿನಗಟ್ಟಲೆ ಸುರಿಯುತ್ತದೆ. ರಸ್ತೆಯಲ್ಲಿ ನನಗೋಸ್ಕರ ಕಾಯುತ್ತಿದ್ದ ರಸ್ತೆ ನಿರ್ಮಾಣ ಘಟಕದ ಇಂಜಿನೀರ್‌ಗಳು ಹರಸಾಹಸ ಮಾಡಿದರೂ ಕೆಲವೆಡೆ ರಸ್ತೆಯ ಮೇಲಿನ ಮಂಜು ಸರಿಸಲು ಸಾಧ್ಯವೇ ಆಗುತ್ತಿರಲಿಲ್ಲ. ಹಾಗಂತ ಪ್ರಯಾಣ ನಿಲ್ಲಿಸಿ ಕೊಂಚ ಹೊತ್ತು ಕಾಯೋಣವೆಂದರೆ, ಸೇಲಾದ ನೆತ್ತಿಯ ಮೇಲೆ ಎಲ್ಲೆಲ್ಲೂ ತಲೆಮರೆಸಿಕೊಂಡು ನಿಲ್ಲಬಹುದಾದಂತಹ ತಾಣಗಳಿಲ್ಲ. ಇನ್ನು ಸ್ವಲ್ಪ ಹೊತ್ತಿಗೆ ಸೇಲಾದ ನೆತ್ತಿಯ ಮೇಲೆ ಮಂಜಿನ ಜೊತೆಗೆ ಕತ್ತಲೂ ಸುರಿಯತೊಡಗುತ್ತದೆ. ಆಮೇಲೆ ಬೀಸುವುದರ ಹೆಸರು ಬಿರುಗಾಳಿ. ನಿಲ್ಲಲು ತಾಣಗಳೂ ಇಲ್ಲದ ಸೇಲಾ ಶಿಖರದ ಮೇಲೆ, ಬಯಲಿನಲ್ಲಿ ಒಂದು ರಾತ್ರಿ ಕಳೆದುಬಿಡಲು ನಿಶ್ಚಯಿಸಿದರೆ, ಅದಕ್ಕಿಂತ ಅಪಾಯವಾದದ್ದು ಮತ್ತೊಂದಿಲ್ಲ! ದಾರಿಯಲ್ಲಿ ಕೆಟ್ಟು ನಿಂತ ಜೀಪನ್ನು ಅಲ್ಲೇ ಬಿಟ್ಟು ನಾನು ಸೇಲಾ ಶಿಖರದಿಂದ ಇಳಿಯತೊಡಗಿದೆ. ಸುಮಾರು ಹನ್ನೆರಡು ಸಾವಿರ ಅಡಿಗಳ ಎತ್ತರದಲ್ಲಿ, ದೇಹದೊಳಗಿನ ನೆತ್ತರನ್ನೇ ಹೆಪ್ಪುಗಟ್ಟಿಸುವಂತಹ ಕ್ರೂರ ಚಳಿಯಲ್ಲಿ - ಹಾಗೆ ನಡೆದದ್ದು ನನ್ನ ಜೀವಮಾನದಲ್ಲಿ ಅದೇ ಮೊದಲು. ನಾನು ಧರಿಸಿಕೊಂಡಿದ್ದ ಆರ್ಮಿ ಬೂಟು ಮಂಜಿನ ನೆಲದ ಮೇಲೆ ನಡೆದಾಡಲು ಹೇಳಿ ಮಾಡಿಸಿದಂತಹುದಲ್ಲ. ಬೇರೆ (snow shoe) ಬೂಟು ತಂದುಕೊಳ್ಳಬೇಕಿತ್ತು ಅಂದುಕೊಂಡೆ. ಹಾಗೆ ಸೇಲಾ ಶಿಖರದ ನೆತ್ತಿಯ ಮೇಲೆ ತೇಕುತ್ತಾ, ರೊಪ್ಪುತ್ತಾ, ಚಳಿಗೆ ಒಳಗೊಳಗೇ ಕೊರಡಾಗಿ ಹೋಗುತ್ತಾ - ಕೇವಲ ಸಂಕಲ್ಪದ ಬಲದಿಂದೆಂಬಂತೆ- ನಡೆದು ನೌರಾನಂಗ್ ಎಂಬ ಮಿಲಿಟರಿ ಶಿಬಿರ ತಲುಪಿಕೊಂಡೆ. ಇಡೀ NEFA ಗಡಿಯಲ್ಲೇ ನೌರಾನಂಗ್ ಅತ್ಯಂತ ತಣ್ಣಗಿನ ಪ್ರದೇಶ. ಕಾರಣವಿಷ್ಟೆ: ತುಂಬ ಕಿರಿದಾದ ಕಣಿವೆಯೊಂದರಲ್ಲಿರುವ ನೌರಾನಂಗ್-ತನ್ನ ಸುತ್ತಲೂ ಮುಗಿಲು ಮುಟ್ಟುವಂಥ ಮಂಜು ಪರ್ವತಗಳನ್ನು ಹೊಂದಿದೆ. ಇಲ್ಲಿ ಇಡೀ ದಿನಕ್ಕೆ ಎರಡು ಗಂಟೆಗಳ ಕಾಲ ಮಾತ್ರ ಸೂರ್ಯ ದರ್ಶನವಾಗುತ್ತದೆ.

ಅಲ್ಲಿ ಮಲಗಿದ್ದರು ಆ ಜನ!

ಅವರ ಬಗ್ಗೆ ಯಾವ ಇತಿಹಾಸಕಾರನೂ, ಯಾವ ಪತ್ರಕರ್ತನೂ ಈ ತನಕ ಪ್ರೀತಿಯಿಂದ ಬರೆದಿಲ್ಲ. ಅವರಿಗೆ ಸಲ್ಲಬೇಕಾದ ಗೌರವವನ್ನು ಯಾರೂ ಸಲ್ಲಿಸಿಲ್ಲ. ಸೈನಿಕ ಭಾಷೆಯಲ್ಲಿ

ಅವರನ್ನು "ಅನಿಮಲ್ ಟ್ರಾನ್ಸ್‌ಪೋರ್ಟ್ ಕಂಪೆನಿ ಮೆನ್" ಅನ್ನುತ್ತಾರೆ. ಅವರ ಏಕೈಕ ಸಂಗಾತಿಯೆಂದರೆ ಹೇಸರಗತ್ತೆ! ಹಿಮಾಲಯದ ಅತ್ಯಂತ ದುರ್ಗಮವಾದ ದಾರಿಗಳಲ್ಲಿ ಅವರು ತಮ್ಮ ಹೇಸರಗತ್ತೆಗಳೊಂದಿಗೆ, ಕೆಲಬಾರಿ ತಾವೇ ಹೇಸರಗತ್ತೆಯಾಗಿ ಒಂದೆಡೆಯಿಂದ ಇನ್ನೊಂದೆಡೆಗೆ, ನಮ್ಮ ಟಪಾಲುಗಳನ್ನು ಹೊತ್ತು ದಿನಗಟ್ಟಲೆ ಓಡುತ್ತಾರೆ. ಪ್ರಾಣ ಪಣಕ್ಕಿಟ್ಟಾದರೂ ನಮಗೆ ಬಂದ ಅಂಚೆ ತಲುಪಿಸುತ್ತಾರೆ. ಇಂಥ ಭೀಕರ ಹಿಮಪಾತದ ರಾತ್ರಿಗಳನ್ನು, ಕೇವಲ ಒಂದು ಟಾರ್ಪಾಲಿನ್ ಡೇರೆ ಕಟ್ಟಿಕೊಂಡು, ಅದರಲ್ಲಿ ಕೆಲಸಕ್ಕೆ ಬಾರದ ಪ್ಲಾಸ್ಟಿಕ್ ಷೀಟ್‌ಗಳನ್ನು ಹಾಸಿಕೊಂಡು ಮುದುರಿ ಮಲಗಿ ಕಳೆಯುತ್ತಾರೆ. ಅವರು ಗೊಣಗುವುದಿಲ್ಲ. ಸಿಡಿಮಿಡಿಗುಟ್ಟುವುದಿಲ್ಲ. ತವಾಂಗ್‌ನ ಮಂಜುಗಾಡಿನಲ್ಲಿರುವ ನಮ್ಮ ಧೀರ ಯೋಧರಿಗೆ ಅಂಚೆ ತಲುಪಿಸುತ್ತೀವಲ್ಲ ಎಂಬುದೇ ಅವರಿಗೆ ಹೆಮ್ಮೆ. ಇಂಥ ಚಳಿಯಲ್ಲಿ ದಿನಗಟ್ಟಲೆ ನಡೆದು ಬರುವ ಅವರು ಅಂಚೆ ಕೈಗಿರಿಸಿದ ಮೇಲೆ ನಮ್ಮಿಂದ ಬಯಸುವುದೆಂದರೆ ಎರಡು ಒಳ್ಳೆಯ ಮಾತು. ಒಂದು ಬಿಸಿಯಾದ ಊಟ. ಮತ್ತು ಇದ್ದುದರಲ್ಲೆ ಬೆಚ್ಚಗಿನ ಒಂದು ಹೊದಿಕೆ! ಅಕಸ್ಮಾತ್ ಯುದ್ಧ ಭೂಮಿಯಲ್ಲಿ ಅವರೇ ಇಲ್ಲದೆ ಹೋದರೆ, ನಾವು ನಮ್ಮ ಮನೆಗಳಿಂದ ಒಂದು ಹಾರೈಕೆಯನ್ನೂ ನಿರೀಕ್ಷಿಸುವ ಸ್ಥಿತಿಯಲ್ಲಿರುತ್ತಿರಲಿಲ್ಲ, ಅಲ್ಲವೆ? ನೌರಾನಂಗ್‌ನಲ್ಲಿ ಅಂಥದೊಂದು ಬುಡವಿಲ್ಲದ ಡೇರೆಯಲ್ಲಿ ಮುದುರಿ ಮಲಗಿದ್ದ ಆ ಕಷ್ಟ ಜೀವಿಗಳಿಗೆ ತುಸು ಹೊತ್ತು ಪ್ರೀತಿಯಿಂದ ನೋಡಿದೆ. ನನ್ನ ಮನಸ್ಸು ಅವರಿಗೆ ಗೌರವದ ಸೆಲ್ಯೂಟ್ ಸಲ್ಲಿಸುತ್ತಿತ್ತು.

ನೌರಾನಂಗ್‌ನಲ್ಲಿ ಕಳೆದ ರಾತ್ರಿ ಭಯಾನಕವಾದುದಾಗಿತ್ತು. ಆಕ್ಸಿಜನ್‌ನ ಕೊರತೆಯಿಂದಾಗಿ ಒದ್ದಾಡಿ ಹೋದೆ. ದಿನವಿಡೀ ಸೇಲಾ ಪಾಸ್ ಹತ್ತಿ ಬಂದ ನಾನು, ಮಾರನೆಯ ದಿನ ಇಳುಕಲಿನ ಹಾದಿಯಲ್ಲಿ 'ಜಂಗ್' ಎಂಬ ಊರಿನ ಮೇಲೆ ಹಾಸಿ, ಹತ್ತೂವರೆ ಸಾವಿರ ಅಡಿ ಎತ್ತರದಲ್ಲಿರುವ ತವಾಂಗ್‌ಗೆ ತಲುಪಿಕೊಳ್ಳಬೇಕಾಗಿತ್ತು. ಅದು ಮತ್ತಷ್ಟು ದುರ್ಗಮದ ಹಾದಿ. ಅಲ್ಲಿ ಹೆಚ್ಚಾಗಿ ಮಂಜು ಸುರಿಯುವುದಿಲ್ಲ. ಆದರೆ ಮಳೆಯಾಗುತ್ತದೆ. ಒಂದು ಜೀಪು ಕೂಡ ಸಲೀಸಾಗಿ ಹರಿದು ಬರಲಾಗದಂತಹ ಕೆಟ್ಟ ರಸ್ತೆ. ದಟ್ಟವಾದ ಅರಣ್ಯವಿದ್ದುದರಿಂದ ಎಲ್ಲಿ ಕಾಲಿಟ್ಟರೂ ರಕ್ತ ಹೀರುವ ಜಿಗಣೆಗಳ ಕಾಟ. ಆ ದಾರಿಯಲ್ಲಿ ನಾನು ಹಠಕ್ಕೆ ಬಿದ್ದವನಂತೆ ನಡೆಯತೊಡಗಿದೆ. ಇನ್ನೇನು ತವಾಂಗ್ ಐದು ಮೈಲಿಯಷ್ಟು ಅಂತರದಲ್ಲಿದೆ ಎನ್ನುವಾಗ, ನನ್ನ ಕೈಕೆಳಗಿನ ಅಧಿಕಾರಿಗಳು ತವಾಂಗ್‌ನಿಂದ ಒಂದು ಜೀಪ್ ಕಳಿಸಿಕೊಟ್ಟರು. ಆದರೆ ಉಪಯೋಗವೇನಾಗಲಿಲ್ಲ. ಅನತಿ ದೂರ ಹೋಗುವಷ್ಟರಲ್ಲೇ ಜೀಪು ರಸ್ತೆಯ ಕೆಸರಿನಲ್ಲಿ ಹೂತು ಹೋಯಿತು. ಆಗಲೇ ಕತ್ತಲು ಕತ್ತಲು. ಇನ್ನುಳಿದ ಹಾದಿಯನ್ನು ನಾನು ಯಥಾ ಪ್ರಕಾರ ಕಾಲೆಳೆಯುತ್ತಲೇ ನಡೆದು ಮುಗಿಸಿದೆ. ತವಾಂಗ್ ತಲುಪುವ ಹೊತ್ತಿಗೆ ಪೂರ್ತಿ ಕತ್ತಲು. ಆಗ ಸಾಯಂಕಾಲ ಆರೂವರೆ ಗಂಟೆ. ಸುಸ್ತಾಗಿದ್ದೆ. ಖಿನ್ನನಾಗಿದ್ದೆ. ಸೋತು ಹೋಗಿದ್ದೆ. ಮಾನಸಿಕವಾಗಿ ಹಿಡಿ ಮುದ್ದೆಯಂತಾಗಿ ಹೋಗಿದ್ದ ನಾನು ಯಾರೊಂದಿಗೂ ಒಂದೂ ಮಾತನಾಡದೆ ಸುಮ್ಮನೆ ಹೋಗಿ, ನನಗಾಗಿ ಕಾದಿರಿಸಿದ್ದ 'ಗುಡಿಸಲಿ'ನಲ್ಲಿ ಅಂಗಾತ ಬಿದ್ದುಕೊಂಡೆ.

ನನ್ನ ಮನಸ್ಸು ಮುದುಡಿ ಹೋದದ್ದು ಕೇವಲ ದೇಹಕ್ಕಾದ ಸುಸ್ತಿನಿಂದಾಗಿ ಅಲ್ಲ!

ಮಿಸಾಮಾರಿಯಿಂದ ತವಾಂಗ್‌ನ ತನಕ ಒಬ್ಬ ಬ್ರಿಗೇಡಿಯರನಾಗಿ, ಇಷ್ಟೊಂದು ಸವಲತ್ತುಗಳುಳ್ಳ ನಾನು, ನಾನಾ ಜೀಪುಗಳನ್ನು ಬದಲಿಸಿ, ಅಲ್ಲಲ್ಲಿ ತಂಗಿ, ವಿಶ್ರಾಂತಿ ಪಡೆದು ಪ್ರಯಾಣಿಸುವುದಕ್ಕೇನೇ ಈ ಪರಿ ಹೈರಾಣಾಗಿ ಹೋದೆನಲ್ಲ? ಲೈನ್ ಆಫ್ ಕಮ್ಯುನಿಕೇಶನ್ಸ್ ಎಂದು ಕರೆಯಲ್ಪಡುವ ಈ ಮುನ್ನೂರು ಮೈಲಿಗಳ ರಾಕ್ಷಸ ರಸ್ತೆಯಲ್ಲಿ ನಾಳೆ ನನ್ನ ಸೈನಿಕರು, ಯಾವುದೇ ಸವಲತ್ತುಗಳಿಲ್ಲದೆ ಹೇಗೆ ನಡೆದು ಬರುತ್ತಾರೆ? ಸೇಲಾ ಪಾಸ್ ಹೇಗೆ ಹತ್ತಿಳಿಯುತ್ತಾರೆ? ಎಂತೆಂಥ ಅನಾರೋಗ್ಯಗಳಿಗೆ ಗುರಿಯಾಗುತ್ತಾರೆ? ಸೇಲಾ ಪಾಸ್ ದಾಟುವ ಹೊತ್ತಿಗೆ ಅದೆಷ್ಟು ಜನಕ್ಕೆ ರಕ್ತ ವಾಂತಿಗಳಾಗುತ್ತವೆ? ಇಷ್ಟಾಗಿ, ಹೇಗೋ ಅದನ್ನೆಲ್ಲ ಸಹಿಸಿಕೊಂಡು ಹತ್ತಿ ಬಂದರೆನ್ನಿ.

ಆ ಸ್ಥಿತಿಯಲ್ಲಿ ಅವರು ಯುದ್ಧ ಮಾಡುತ್ತಾರಾ?

ಮಿಸಾಮಾರಿಯಿಂದ ತವಾಂಗ್ ತನಕ ಒಂದೇ ಏರಿಕೆಯ ಹಾದಿಯೂ ಅಲ್ಲ ಅದು. ಮೊದಲು ಈಗಲ್ಸ್ ನೆಸ್ಟ್ ಎಂಬ ತಾಣದ ತನಕ ಒಂದೇ ಉಸುರಿನಲ್ಲಿ ಒಂಬತ್ತು ಸಾವಿರ ಅಡಿಯ ಎತ್ತರಕ್ಕೆ ಹತ್ತಿ ಬರಬೇಕು. ಅಲ್ಲಿಂದ ಮತ್ತೆ ಒಂದು ಸಾವಿರ ಅಡಿ ಹತ್ತಿದರೆ ಬೊಮ್‌ಡೀಲಾ. ಅಲ್ಲಿಂದ ದಡದಡನೆ ಇಳಿದು ದಿರಾಂಗ್ ತಲುಪಬೇಕೆಂದರೆ ಅದು ಐದೂವರೆ ಸಾವಿರ ಅಡಿಗಳ ಇಳುಕಲು. ಮತ್ತೆ ದಿರಾಂಗ್‌ನಿಂದ ಬರೋಬ್ಬರಿ 13,500 ಅಡಿ ಎತ್ತರದ ಶಿಖರ ಹತ್ತಿದರೆ ಮಾತ್ರ ಸೇಲಾದ ನೆತ್ತಿ ತಲುಪಲು ಸಾಧ್ಯ. ಅಂಥ ಸೇಲಾದಿಂದ ಸರಸರನೆ ಐದು ಸಾವಿರ ಅಡಿ ಎತ್ತರದ 'ಜಂಗ್' ಎಂಬಲ್ಲಿಗೆ ಏಕವಾಗಿ ಇಳಿಯಬೇಕು. ಮತ್ತೆ ಅಂತಿಮವಾಗಿ ತವಾಂಗ್‌ನೆಡೆಗೆ ಹತ್ತು ಸಾವಿರ ಅಡಿ ಹತ್ತಿ ಬರಬೇಕು! ಯಾವುದೇ ಸಿದ್ಧತೆಯಿಲ್ಲದೆ ಒಬ್ಬ ಸೈನಿಕ ಕ್ರಮಿಸಿರಬಹುದಾದ ದಾರಿಯೇ ಇದು?

ಅಂಥ ದಣಿವಿನಲ್ಲೂ ಖಿನ್ನನಾಗಿ ಯೋಚಿಸುತ್ತ ಮಲಗಿದೆ. ಮಲಗಿದರೆ ಸಲೀಸಾಗಿ ನಿದ್ರೆ ಬರುವಷ್ಟೂ ಬೆಚ್ಚಗಿರಲಿಲ್ಲ ನನ್ನ ಕೋಣೆ. ಇಡೀ 7 ಇನ್‌ಫೆಂಟ್ರಿ ಬ್ರಿಗೇಡ್‌ನ ಕಾರ್ಯಾಚರಣೆಯನ್ನೂ, ಅರ್ಧದಷ್ಟು NEFA ಗಡಿಯ ರಕ್ಷಣೆಯ ತಂತ್ರಗಳನ್ನೂ ಒಬ್ಬ ಬ್ರಿಗೇಡಿಯರ್ ನೆಮ್ಮದಿಯಾಗಿ ಕುಳಿತು ರೂಪಿಸಬಲ್ಲಂತಹ ಜಾಗವಾ ಅದು? ಆದರೆ ನನ್ನ ಬ್ರಿಗೇಡ್‌ನ ಸೈನಿಕರು ಇದಕ್ಕಿಂತಲೂ ಹೀನಾಯವಾದ ಗುಡಿಸಲುಗಳಲ್ಲಿ ದಿನ ಕಳೆಯುತ್ತಿದ್ದರು. ನನ್ನ ಬ್ರಿಗೇಡ್‌ನ ಹೆಚ್ಚಿನ ಭಾಗ ಹಿಮಾಲಯದ ಬುಡದಲ್ಲಿರುವ ಮಿಸಾಮಾರಿಯಲ್ಲೇ ಇತ್ತು. ಅಲ್ಲಿಂದ ತವಾಂಗ್‌ನ ತನಕ ರಸ್ತೆಯ ರಕ್ಷಣೆಯನ್ನು ನನ್ನ ಸೈನಿಕರೇ ನೋಡಿಕೊಳ್ಳಬೇಕು. ಅವರಿಗೆ ಸರಿಯಾದ ವೈರ್‌ಲೆಸ್ ಸೆಟ್‌ಗಳೂ ಇರಲಿಲ್ಲ. ಮಿಸಾಮಾರಿ ಬಿಟ್ಟರೆ ತವಾಂಗ್‌ನ ತನಕ ಎಲ್ಲೆಲ್ಲೂ ಪೆಟ್ರೋಲ್ ಒದಗಿಸಬಲ್ಲ ತಾಣಗಳಿರಲಿಲ್ಲ. ಒಂದು ವಾಹನ ಇಂಥ ರಸ್ತೆಯಲ್ಲಿ ಎರಡು ಟ್ರಿಪ್ ಓಡಾಡಿ ಬಿಟ್ಟಿತೆಂದರೆ-ಅದನ್ನು ರಿಪೇರಿಗೆ ಕಳಿಸಲೇ ಬೇಕು! ಇದೇ ರಸ್ತೆಯಲ್ಲಿ ಕೆಲವೇ ತಿಂಗಳುಗಳ ಹಿಂದೆ ಭಾರತೀಯ ಸೈನ್ಯದ ಸಾರ್ವಭೌಮರಾದ ಜನರಲ್ ಥಾಪರ್ ಮತ್ತು ಜನರಲ್ ಕೌಲ್ ಓಡಾಡಿದ್ದರು. ಅವರಿಗೆ ಇಂಥ ರಸ್ತೆಯಲ್ಲಿ ಸಾಗಿಬಂದು ಯುದ್ಧ ನಿರ್ವಹಿಸುವ ಕಷ್ಟವೇನೆಂಬುದು ಚೆನ್ನಾಗಿ ಗೊತ್ತು. ಆದರೂ ಅವರು ಸಾವಿರಾರು ಸೈನಿಕರನ್ನು ಹಿಮಾಲಯದ ತುದಿ ಹತ್ತಿಸಲು ನಿರ್ಧರಿಸಿದ್ದರು. ಏಕೋ?

ಹಾಗೊಂದು ಯಾತನಾದಾಯಕ ರಾತ್ರಿ ಕಳೆದು ಬೆಳಗ್ಗೆ ಎದ್ದು ನನ್ನ ಗೂಡಿನಿಂದ ಹೊರಬಂದು ನೋಡಿದರೆ, ಗಂಧರ್ವ ನಗರಿಯಂತೆ ಫಳಫಳಿಸುತ್ತಿತ್ತು-ತವಾಂಗ್ ಎಂಬ ಸುಂದರ ಊರು. ತವಾಂಗ್ ಎಂದರೆ- ಗೋಮಾಳ ಎಂದರ್ಥ. ಹಿಮಪರ್ವತಗಳಲ್ಲಿದ್ದ ಎಂಟು ಪುಟ್ಟ ಗ್ರಾಮಗಳ ಪಾಲಿಗೆ ತವಾಂಗ್ ಗೋಮಾಳ. ಈಗ ಅಲ್ಲೇ ಊರು ಬೆಳೆದುಕೊಂಡಿದೆ. ಅದೇ ನಮ್ಮ ಸೈನಿಕ ನೆಲೆಯೂ ಆಗಿದೆ. ಮಂಗೋಲಾಯಿಡ್ ಮುಖಚರ್ಯೆಯವರಾದರೂ, ತವಾಂಗ್ ಸೀಮೆಯ ಜನ ತುಂಬ ಸದೃಢರು, ಸುಂದರರು ಮತ್ತು ಮಹಾನ್ ರಸಿಕರು. ಅವರು ಧರಿಸುವ ಬಟ್ಟೆಗಳ ಬಣ್ಣವೇ ಚೆಂದ. ಆ ಟೋಪಿಗಳೇ ವಿಚಿತ್ರ. ಅಂಥ ಕಡಿದಾದ ಪರ್ವತಗಳ ಮೇಲೂ ಕೇಜಿಗಟ್ಟಲೆ ತೂಕ ಹೊತ್ತು ಸಲೀಸಾಗಿ ನಡೆಯಬಲ್ಲ ಅವರನ್ನು 'ಮೊನ್‌ಪಾ'ಗಳೆನ್ನುತ್ತಾರೆ. ಅಂಥ ಬುದ್ಧಿವಂತರಲ್ಲ. ಆದರೆ ದಿನವಿಡೀ ಹೇಳಿಕೊಂಡರೂ ಮುಗಿಯದಷ್ಟು ಪೋಲಿ ಜೋಕುಗಳ ಒಡೆಯರು. ಚೀನದೊಂದಿಗಿನ ನಮ್ಮ ಯುದ್ಧದಲ್ಲಿ ಅವರಿಂದ ನಮಗೆ ಉಪಕಾರವೂ ಆಯಿತು. ಮರೆಯಲಾಗದಂತಹ ದ್ರೋಹಗಳನ್ನೂ ಅವರು ಮಾಡಿದರು!

ತವಾಂಗ್‌ನಲ್ಲಿ ಜಗತ್ಪ್ರಸಿದ್ಧವಾದ ಮತ್ತು ಅತ್ಯಂತ ಪುರಾತನವಾದ ಬೌದ್ಧ ದೇಗುಲವೊಂದಿದೆ. ಅಲ್ಲಿಗೆ ತಲುಪಿದ ಮಾರನೆಯ ದಿನವೇ ನಾನು ಹೋಗಿ 'ಮೊನ್‌ಪಾ'ಗಳ ಧರ್ಮಗುರುವನ್ನು ಭೇಟಿಯಾದೆ. ಆತನ ಆಶೀರ್ವಾದ ಪಡೆದೆ. "ನಿನ್ನ ಗ್ರಹಗತಿಗಳ ಮೇಲೆ ದುಷ್ಟ ಶಕ್ತಿಗಳ ನೆರಳಿದೆ! ಅವುಗಳನ್ನು ಪರಿಹರಿಸುವ ಪ್ರಯತ್ನ ಮಾಡುತ್ತೇನೆ" ಅಂದರು ಆತ. ಚೀನದ ಸೆರೆಮನೆಯಲ್ಲಿ ಕುಳಿತಾಗ, ಮೊನ್‌ಪಾಗಳ ಧರ್ಮಗುರು ಹೇಳಿದುದು ಎಷ್ಟು ಸತ್ಯವಲ್ಲವೆ ಅನಿಸಿತ್ತು!

ಆದರೆ, ಚಳಿಯೊಂದರ ಹೊರತಾಗಿ ತವಾಂಗ್ ಪಟ್ಟಣದ ಸೌಂದರ್ಯ ನನ್ನನ್ನು ತುಂಬ ಆಕರ್ಷಿಸಿತ್ತು. ದುರಂತ ನೋಡಿ; ಜಗತ್ತಿನಲ್ಲೇ ಅತ್ಯಂತ ಸುಂದರವಾದ ಈ ಜಾಗದಲ್ಲಿ ನನ್ನ ಜೀವನದ ಅತ್ಯಂತ ಹತಾಶದಾಯಕ ದಿನಗಳನ್ನು ನಾನು ಕಳೆಯಬೇಕಾಯಿತು. ಅವು ನನ್ನ ಪಾಲಿನ ಅತ್ಯಂತ ನೋವಿನ ಮತ್ತು ಒಬ್ಬಂಟಿತನದ ದಿನಗಳಾಗಿದ್ದವು. ನನ್ನ ಸೈನಿಕರನ್ನು ಸರ್ವನಾಶಕ್ಕೀಡು ಮಾಡಿದ ನನ್ನ ಮೇಲಧಿಕಾರಿಗಳ ಮತ್ತು ರಾಜಕಾರಣಿಗಳ ಅಷ್ಟೂ ಬೇಜವಾಬ್ದಾರಿತನವನ್ನು ನಾನು ತವಾಂಗ್‌ನಲ್ಲಿ ಕುಳಿತೇ ನೋಡಬೇಕಾಯಿತು. ಅನುಭವಿಸಬೇಕಾಯಿತು. ಅಲ್ಲಿ ನನಗೆ ಗೆಳೆಯರಿರಲಿಲ್ಲ. ಸಾಂಗತ್ಯವಿರಲಿಲ್ಲ. ಓದಲು ಪತ್ರಿಕೆಗಳಿರಲಿಲ್ಲ. ಪುಸ್ತಕಗಳಿರಲಿಲ್ಲ. ಅಕಸ್ಮಾತ್, ನಾನೊಬ್ಬ ಮಾಮೂಲಿ ಸೈನ್ಯಾಧಿಕಾರಿಯಾಗಿ ತವಾಂಗ್‌ಗೆ ಹೋಗಿದ್ದುದೇ ಆದರೆ, ಇಂಥ ಯಾತನೆಗೊಳಪಡಬೇಕಾಗಿರಲಿಲ್ಲ. ಆದರೆ ವರ್ಷಗಟ್ಟಲೆ ದಿಲ್ಲಿಯಲ್ಲಿ, ಲಖನೌದಲ್ಲಿ - ನಮ್ಮ ಸೈನ್ಯದ ಕೇಂದ್ರ ಕಛೇರಿಗಳಲ್ಲಿ ಕೆಲಸ ಮಾಡಿದ್ದೆನಾದ್ದರಿಂದ, ತವಾಂಗ್‌ನಂಥ ಸೀಮೆಯಲ್ಲಿ ಯುದ್ಧ ಶುರುವಾದದ್ದೇ ಆದರೆ ಎಂಥ ಕೊರತೆ, ಕಷ್ಟ, ಕಾರ್ಪಣ್ಯಗಳಿಗೆ ನನ್ನ ಸೇನೆ ತುತ್ತಾಗಬೇಕಾದೀತು ಎಂಬುದು ನನಗೆ ಗೊತ್ತಿತ್ತಾದ್ದರಿಂದ, ತವಾಂಗ್‌ನಲ್ಲಿ ನಾನು ಕಳೆದ ಯುದ್ಧದ ಮುಂಚಿನ ದಿನಗಳು ತುಂಬ ದೊಡ್ಡ ದಿಗಿಲನ್ನು ಉಂಟು ಮಾಡುವಂಥವಾಗಿದ್ದವು. ಎಷ್ಟೋ ಸಲ ವಿಷಯಗಳು ಗೊತ್ತಿರುವುದೇ ಒಂದು ಶಾಪವಲ್ಲವೆ? ತವಾಂಗ್ ನನ್ನ ಪಾಲಿನ ನಿಜವಾದ ಶಾಪವಾಗಿತ್ತು.

ದಿಲ್ಲಿಯ ಪರಿಸ್ಥಿತಿ ನೋಡಿ ಬಂದಿದ್ದೆ. ಮಿಸಾಮಾರಿಯಿಂದ ತವಾಂಗ್ ತನಕ ಹತ್ತಿ ಬಂದಿದ್ದೆ. ಅಲ್ಲಿಂದ ಇಲ್ಲಿಯ ತನಕ ಯಾವೊಬ್ಬ ಅಧಿಕಾರಿಗೂ, ರಾಜಕಾರಣಿಗೂ ನಡೆಯಲಿರುವ ಯುದ್ಧದ ಬಗ್ಗೆ ಒಂದಿಷ್ಟೂ ಸೀರಿಯಸ್‌ನೆಸ್ ಇರಲಿಲ್ಲ. ಎಲ್ಲರಲ್ಲೂ ಒಂದು ಸೋಮಾರಿತನ. ಏನೋ ನಿರಾತಂಕ ನಿಲುವು. ಅಕಸ್ಮಾತ್ ಈ ರೋಗ ನನ್ನ ಸೈನಿಕರಿಗೂ ತಗುಲಿಬಿಟ್ಟರೆ? ಆ ಭಾವನೆಯೇ ನನ್ನನ್ನು ಬೆದರಿಸುತ್ತಿತ್ತು. ಮುಖ್ಯವಾಗಿ ನನ್ನ ಬ್ರಿಗೇಡ್‌ನ ಜೂನಿಯರ್ ಕಮಿಷನ್ಡ್ ಆಫೀಸರ್(JCO)ಗಳು ಎರಡನೇ ಪ್ರಪಂಚ ಯುದ್ಧದಲ್ಲಿ ಪಳಗಿದವರಾಗಿದ್ದರು. ಅವರಿಗೆ ಯುದ್ಧದ ಸಿದ್ಧತೆಯೆಂದರೆ ಏನೆಂಬುದು ಚೆನ್ನಾಗಿ ಗೊತ್ತಿತ್ತು. ತವಾಂಗ್‌ನಲ್ಲಿ ಬೀಡುಬಿಟ್ಟಿದ್ದ ನನ್ನ ಸೇನೆಯ ಸ್ಥಿತಿ ನೋಡಿದ ಅವರಿಗೆ "ಇಂಥದೊಂದು ಸೈನ್ಯ ಕಟ್ಟಿಕೊಂಡು ಯುದ್ಧ ಮಾಡುವುದು ಸಾಧ್ಯವೇ ಇಲ್ಲ" ಅನಿಸುತ್ತಿತ್ತು. ಅವರ ಕಣ್ಣುಗಳಲ್ಲಿ ಪ್ರತಿ ನಿತ್ಯ ಅದೇ ದಿಗಿಲನ್ನು ನಾನು ಓದಿಕೊಳ್ಳಬೇಕಿತ್ತು.

ಹಾಗಂತ ನಾನು, ಒಬ್ಬ ಸೇನಾಪತಿಯಾದವನು ಕೈ ಚೆಲ್ಲಿ ಕೂಡುವಂತಿರಲಿಲ್ಲ. ತವಾಂಗ್ ತಲುಪಿದ ಮರುದಿನವೇ ನನ್ನ ಖಾಸಗಿ ಸಿಬ್ಬಂದಿ ಮತ್ತು ಬಟಾಲಿಯನ್‌ಗಳ ಕಮಾಂಡಿಂಗ್ ಆಫೀಸರ್ (C.O.)ಗಳನ್ನು ಕರೆಸಿಕೊಂಡೆ. ಮಿಲಿಟರಿ ಗೌರವಗಳ, ಒಣ ಮರ್ಯಾದೆಗಳ ಸಂಪ್ರದಾಯ ಪೂರ್ತಿ ಮುರಿದು ಹಾಕಿ, "ನನ್ನೊಂದಿಗೆ ಮುಕ್ತವಾಗಿ ಚರ್ಚಿಸಿ" ಅಂದೆ. ಅವರಿಗೆ ಒಪ್ಪಿಸಲಾದ ಕೆಲಸ ಮತ್ತು ಅದನ್ನು ನಿರ್ವಹಿಸಲು ಅವರಿಗಿದ್ದ ತಾಕತ್ತು- ಎರಡನ್ನೂ ವಿಮರ್ಶಿಸಿ ನೀವೇ ಹೇಳಿ ಅಂದೆ. ಭಾರತೀಯ ಸೇನೆಯ ಪದಾತಿ ದಳವಿದೆಯಲ್ಲ? ಅದರಲ್ಲಿ ಒಬ್ಬ ಕಮ್ಯಾಂಡಿಂಗ್ ಆಫೀಸರ್(C.O.)ನ ಪಾತ್ರ ಬಹಳ ಮುಖ್ಯವಾದುದು. ತನ್ನ ತುಕಡಿಯ ಅಸಲಿ ತಾಕತ್ತೇನೆಂಬುದನ್ನು ಅವನೊಬ್ಬನೇ ಬಲ್ಲ. ನಾಳೆ "ಎದ್ದು ನಿಂತು ಯುದ್ಧ ಮಾಡಿ" ಎಂಬ ಅಪ್ಪಣೆಯನ್ನು ಸ್ವೀಕರಿಸಲು ತನ್ನ ತುಕಡಿ ಸಿದ್ಧವಿದೆಯೋ ಇಲ್ಲವೋ ಎಂಬುದನ್ನು ಅವನೊಬ್ಬನೇ ಹೇಳಬಲ್ಲ. ತವಾಂಗ್ ಯುದ್ಧದ ಎಲ್ಲ ತಂತ್ರ, ತೀರ್ಮಾನ, ಸಿದ್ಧತೆಗಳಿಗೆ ಸಂಬಂಧಿಸಿದಂತೆ- ನಾನು ನನ್ನ C.O.ಗಳ ಸಲಹೆಗಳ ಮೇಲೆಯೇ ಆಧಾರ ಪಡಬೇಕಾಗಿತ್ತು.

"ಮಾತಾಡಿ!" ಅಂದೆ.

ಸೈನಿಕ ಜೀವನದ ಪುರಾತನ ನಿಯಮವೊಂದಿದೆ. "ಯಾವುದೇ ತುಕಡಿಯ ಒಬ್ಬ C.O. ತನ್ನ ತುಕಡಿ ಯುದ್ಧಕ್ಕೆ ಸಿದ್ಧವಿಲ್ಲವೆಂದು ಬಾಯಿ ಬಿಟ್ಟು ಹೇಳಲಾರ. ಅಕಸ್ಮಾತ್ ಅವನು ಹೇಳಿದ್ದೇ ಆದರೆ, ಅವನನ್ನು ಹೀಗಳೆಯಬೇಡ. ಅವನ ನೇರವಂತಿಕೆಯನ್ನು ಅರ್ಥ ಮಾಡಿಕೋ. ನಾಳೆ ನಿನ್ನ ಪ್ರಾಣ ಉಳಿಸುವುದೇ ಅವನ ತಾಕತ್ತು, ಅವನ ಸಿದ್ಧತೆ!"

1962ರ ಹೊತ್ತಿಗೆ ಭಾರತೀಯ ಸೈನ್ಯದಲ್ಲಿ ಮೇಲಧಿಕಾರಿಗಳು ಏನೇ ಹೇಳಿದರೂ ಅದಕ್ಕೆ "ಯೆಸ್ ಸರ್!" ಎಂದು ಸೆಲ್ಯೂಟು ಕುಕ್ಕುವ C.O.ಗಳೇ ತುಂಬಿ ಹೋಗಿದ್ದರು. ಆದರೆ ನನ್ನ ದೈವ ದೊಡ್ಡದಿತ್ತು. ಲೆಫ್ಟಿನೆಂಟ್ ಕರ್ನಲ್ ಬಿ.ಎಸ್. ಅಹ್ಲುವಾಲಿಯಾ ಮತ್ತು ಲೆಫ್ಟಿನೆಂಟ್ ಕರ್ನಲ್ ಮಾಸ್ಟರ್ ಎಂಬ ಅತ್ಯುತ್ತಮ ಅಧಿಕಾರಿಗಳು ನನಗೆ C.O.ಗಳಾಗಿ ದೊರೆತಿದ್ದರು. ಅದೇ ರೀತಿ, ನನಗಿಂತ ಮುಂಚೆ ತವಾಂಗ್‌ನ ಉಸ್ತುವಾರಿಯಲ್ಲಿದ್ದ ಬ್ರಿಗೇಡಿಯರುಗಳಾದ ಪಲಿತ್

ಮತ್ತು ರಣಬೀರ್‌ಸಿಂಗ್- ಇಬ್ಬರೂ ಸಮರ್ಥರೇ ಆಗಿದ್ದರು. ಇಲ್ಲಿನ ಸ್ಥಿತಿಗತಿಗಳ ಬಗ್ಗೆ ಅವರು ಬರೆದಿಟ್ಟು ಹೋದ ವರದಿಗಳು ನನಗೆ ತುಂಬ ಸಹಾಯಕವಾಗಿದ್ದವು.

ಮಾತಿಗೆ ಕುಳಿತ C.O.ಗಳಿಬ್ಬರೂ ತಂತಮ್ಮ ಬಟಾಲಿಯನ್‌ಗಳ ಕೊರತೆ, ಸಂಕಷ್ಟಗಳನ್ನು ಹೇಳಿಕೊಂಡರು.

"ಎಲ್ಲಿದೆ ಸಾರ್ ಸೈನಿಕರ ಬಟಾಲಿಯನ್ನು? ನಾಳೆ ಬಂದೂಕು-ಬಾಂಬು ಹಿಡಿದು ದುಷ್ಮನ್ ನುಗ್ಗಿ ಬಂದರೆ ಅವನನ್ನು ದೃಢವಾಗಿ ನಿಂತು ಎದುರಿಸಬೇಕಾದ ನಮ್ಮ ಸೈನಿಕರಿಗೆ ಈಗ ಕೊಡಲಾಗಿರುವ ಅದ್ಭುತ(!)ವಾದ ಕೆಲಸವೆಂದರೆ, ಮರ ಕಡಿಯುವುದು, ನೆಲ ಅಗೆಯುವುದು ಮತ್ತು ಗುಡಿಸಲು ಕಟ್ಟುವುದು! ಕಳೆದ ಮೂರು ತಿಂಗಳುಗಳಿಂದ ನಮ್ಮ ತುಕಡಿಯ 1200 ಸೈನಿಕರನ್ನು ಕೂಲಿಗಳಂತೆ ಬಳಸಿಕೊಂಡು ಒಂದು ಬೆಟ್ಟ ಕತ್ತರಿಸಿ, ಅದರ ಮೇಲೊಂದು ಹೆಲಿಪ್ಯಾಡ್ ನಿರ್ಮಿಸುತ್ತಿದ್ದಾರೆ. ಎರಡು ಬುಲ್‌ಡೋಜರುಗಳು ಮಾಡಿ ಮುಗಿಸಬಹುದಾದ ಕೆಲಸಕ್ಕೆ 1200 ಸೈನಿಕರ ನೆಣ ಇಳಿಸಲಾಗುತ್ತಿದೆ. ತವಾಂಗ್‌ನಲ್ಲೇ ಒಂದು ಸಿದ್ಧಗೊಂಡ ಹೆಲಿಪ್ಯಾಡ್ ಇದೆ. ಆದರೆ ಏರ್‌ಫೋರ್ಸ್‌ನ ಅಧಿಕಾರಿಗಳಿಗೆ ಏಳು ಸಾವಿರ ಅಡಿ ಎತ್ತರದ ಬೆಟ್ಟದ ಮೇಲೇ ಇನ್ನೊಂದು ಹೆಲಿಪ್ಯಾಡ್ ಬೇಕಂತೆ. ನಮ್ಮ ತುಕಡಿಯ ಒಬ್ಬ ಕಟ್ಟುಮಸ್ತಾದ ಸೈನಿಕ ಪ್ರತಿನಿತ್ಯ 2500 ಅಡಿ ಬೆಟ್ಟವಿಳಿಯಬೇಕು. ಅಲ್ಲಿ ದಿನವಿಡೀ ಕೂಲಿ ಕೆಲಸ ಮಾಡಬೇಕು. ಮತ್ತೆ 2500 ಅಡಿ ಹತ್ತಿ ಬರಬೇಕು. ಏನಾದರೂ ಅರ್ಥವಿದೆಯಾ ಸರ್? ಪಕ್ಕದಲ್ಲೇ 'ಗಡಿ ರಸ್ತೆ ನಿರ್ಮಾಣ ಘಟಕ' (Border Road Organisation)ದವರು ರಸ್ತೆ ಹಾಕುತ್ತಿದ್ದಾರೆ. ಅವರ ಬಳಿ ಬುಲ್‌ಡೋಜರುಗಳಿವೆ. ಕೊಡ್ರಯ್ಯಾ ಅಂದರೆ, ಸೈನ್ಯಕ್ಕೂ - ನಮಗೂ ಸಂಬಂಧವಿಲ್ಲ. ನಮ್ಮದು ಬೇರೆಯೇ ಶಾಖೆಯ ಆಡಳಿತಕ್ಕೆ ಒಳಪಟ್ಟ ಸಂಸ್ಥೆ. ನಿಮಗೆ ಕೈಗಡವಾಗಿ ಬುಲ್‌ಡೋಜರ್ ಕೊಟ್ಟರೆ, ನಾಳೆ ಆಡಿಟ್ ಅಬ್ಜೆಕ್ಷನ್ ಬರುತ್ತೆ ಅಂತಾರೆ. ಭಾರತದ ಸೈನ್ಯದಲ್ಲೇ ಅತ್ಯುತ್ತಮನೆನ್ನಿಸಿಕೊಂಡ ನಮ್ಮ ಸೈನಿಕ ಯುದ್ಧಕ್ಕೆ ತಯಾರಾಗುವ ಬದಲು, ತವಾಂಗ್‌ನ ಮಂಜಿನಲ್ಲಿ ಕೂಲಿ ಕೆಲಸಕ್ಕೆ ತೊಡಗಿಸಲ್ಪಟ್ಟಿದ್ದಾನೆ. ನಾಳೆ ಅವನಿಂದ ಎಂಥ ಯುದ್ಧ ಮಾಡಿಸುತ್ತೀರಿ?" ಲೆಫ್ಟಿನೆಂಟ್ ಕರ್ನಲ್ ಅಹ್ಲುವಾಲಿಯಾ ನೇರವಾಗಿ ಕಡ್ಡಿ ಮುರಿದಂತೆ ಮಾತನಾಡಿದರು. ಅದಾದ ನಂತರ ಲೆಫ್ಟಿನೆಂಟ್ ಕರ್ನಲ್ ಮಾಸ್ಟರ್ ಮಾತನಾಡಿದರು. ಅದು ಇನ್ನೂ ಭಯಾನಕವಾಗಿತ್ತು.

"ನನ್ನ ಒಂದು ತುಕಡಿಯನ್ನು ತವಾಂಗ್‌ನಿಂದ 1400 ಅಡಿ ಎತ್ತರದ ಶಿಖರವೊಂದಕ್ಕೆ ಕೇವಲ ಮರದ ದಿಮ್ಮಿಗಳನ್ನು ಕಡಿದು ತರೋಕೆ ಅಂತ ಕಳಿಸ್ತಾರೆ. ಅದಕ್ಕೊಂದು ದಿನಾಂಕ ಅಂತಲೂ ಫಿಕ್ಸ್ ಮಾಡಿದ್ದಾರೆ. ಅಷ್ಟರೊಳಗಾಗಿ ಕೆಲಸ ಮಾಡಿ ಮುಗಿಸಬೇಕಂತೆ. ಏಕೆಂದರೆ, ಮಾರ್ಚ್ 31ರೊಳಗಾಗಿ ಇದ್ದ ಬಜೆಟ್ ಖರ್ಚಾಗಬೇಕು. ಇಲ್ಲದಿದ್ದರೆ ಹಣ ಲ್ಯಾಪ್ಸ್ ಆಗುತ್ತಂತೆ. ಹೀಗಾಗಿ ಗೂರ್ಖಾ ರೆಜಿಮೆಂಟಿನ ಖಡ್ಗದಂತಹ ಸೈನಿಕರು ಅಲ್ಲಿ ಮರ ಕಡೀತಿದಾರೆ. ಬ್ರಿಗೇಡಿಯರ್ ಸರ್, 1960ರಲ್ಲಿ ತವಾಂಗ್‌ಗೆ ಬಂದೋರು ಈ ಗೂರ್ಖಾಗಳು. ಅವತ್ತಿನಿಂದ ಅವರು ಒಂದೇ ಒಂದು ಗುಂಡು ಹಾರಿಸಿಲ್ಲ. ಕವಾಯತು ಮಾಡಿಲ್ಲ. ಬಾಂಬ್ ಎಸೆಯುವ ತಂಡಗಳವರು ಶಾಸ್ತ್ರಕ್ಕೂ

ಒಂದು ಬಾಂಬ್ ಸ್ಫೋಟಿಸಿಲ್ಲ. ನನ್ನಲ್ಲಿದ್ದ ಅತ್ಯುತ್ತಮ ನಾನ್ ಕಮೀಶನ್ಡ್ ಆಫೀಸರುಗಳನ್ನ, ಜೂನಿಯರ್ ಕಮೀಷನ್ಡ್ ಆಫೀಸರುಗಳನ್ನು ದಿಕ್ಕಿಗೊಬ್ಬರಂತೆ ವರ್ಗಾಯಿಸಿದ್ದಾರೆ. ವರ್ಷಗಟ್ಟಲೆ ಕವಾಯತಿಲ್ಲದೆ, ಫೈರಿಂಗ್ ಪ್ರಾಕ್ಟೀಸಿಲ್ಲದೆ ನನ್ನ ತುಕಡಿಯ ಗೂರ್ಖಾ ಸೈನಿಕರು ಮರ ಕಡಿಯುವವರಾಗಿ ಬಿಟ್ಟಿದ್ದಾರೆ. ಯುದ್ಧಕ್ಕೆ ಅವರನ್ನು ಕರೆದೊಯ್ಯುವುದಾದರೂ ಹೇಗೆ ಸರ್?"

ಒಂದು ಕ್ಷಣಕ್ಕೆ ಅವರಿಬ್ಬರ ಮಾತು ಕೇಳಿ ದಿಕ್ಕು ತೋಚದಂತಾಗಿಬಿಟ್ಟಿತು. ನನಗೆ ಗೊತ್ತು; ಹಿಮಾಲಯದ ಯುದ್ಧವನ್ನು ನಾವು ಮಾಡಬೇಕಾಗಿದ್ದುದೇ ಸಿಖ್ಖರನ್ನು ಮತ್ತು ಗೂರ್ಖಾಗಳನ್ನು ನಂಬಿಕೊಂಡು. ಆ ಪೈಕಿ 'ಗೂರ್ಖಾ ರೈಫಲ್ಸ್' ತುಕಡಿಗೆ ದೊಡ್ಡ ಹೆಸರಿತ್ತು. 1943ರಲ್ಲಿ ಅದು ಇಟಲಿಯ ಕ್ಯಾಸಿನೋ ಯುದ್ಧದಲ್ಲಿ ಭಾಗವಹಿಸಿತ್ತು. 1948ರಲ್ಲಿ ಪೂಂಛ್ ಯುದ್ಧ ಗೆದ್ದಿತ್ತು. ಆದರೆ 1962ರ ಮಾರ್ಚ್ ಹೊತ್ತಿಗೆ ಅದನ್ನು ಮರ ಕಡಿಯುವವರ ಸಮೂಹವನ್ನಾಗಿ ನಾವು ಮಾರ್ಪಡಿಸಿದ್ದೆವು. ಅದಕ್ಕಿಂತಲೂ ದೊಡ್ಡ ಸಮಸ್ಯೆಯೆಂದರೆ, ಸತತವಾಗಿ ಎರಡು ವರ್ಷ ಹೀಗೆ ಮರ ಕಡಿದು, ಮಣ್ಣು ಅಗೆದು ಹೈರಾಣಾಗಿ ಹೋಗಿದ್ದ ಗೂರ್ಖಾಗಳು 1962ರ ಜೂನ್ ತಿಂಗಳಲ್ಲಿ ರಜೆ ಪಡೆದು ತಂತಮ್ಮ ಕುಟುಂಬಗಳಿದ್ದಲ್ಲಿಗೆ ತೆರಳಬೇಕಾಗಿತ್ತು. ದುಡಿದು, ದಣಿದು, ಹೆಂಡತಿ ಮಕ್ಕಳನ್ನು ನೋಡಲು ತವಕಿಸುತ್ತಿದ್ದ ಗೂರ್ಖಾಗಳು ನಾಳೆ NEFA ಗಡಿಯಲ್ಲಿ ಯುದ್ಧ ಶುರುವಾದರೆ ಕಾಲೂರಿ ನಿಂತು ಕಾದುತ್ತಾರೆಯೇ?

ಭಾರತೀಯ ಸೈನ್ಯದಲ್ಲಿ, ಅದರಲ್ಲೂ ಫೋರ್ ಡಿವಿಷನ್‌ನಲ್ಲಿ ಗೂರ್ಖಾಗಳಷ್ಟೇ ಸಮರ್ಥವಾಗಿದ್ದ ಮತ್ತೊಂದು ತುಕಡಿಯೆಂದರೆ ಸಿಖ್ಖರದು. ಅದನ್ನು 'ನೈನ್ ಪಂಜಾಬ್' ಎಂದೇ ಕರೆಯುತ್ತಿದ್ದೆವು. ಎಂಥ ಶತ್ರುವನ್ನೂ ಎದುರಿಸಿ ನಿಲ್ಲಬಲ್ಲ ತಾಕತ್ತು ಪಂಜಾಬಿಗಳದು. ಆದರೆ, ಸಮತಲ ಪ್ರದೇಶಗಳಲ್ಲಿದ್ದ ಅವರನ್ನು ಏಕಾಏಕಿ ಕಟಿ ಕಟಿ ಚಳಿಗಾಲದ ನಟ್ಟ ನಡುವಿನ ದಿನಗಳಲ್ಲಿ ತವಾಂಗ್‌ನಂತಹ ಮಂಜುಗಾಡಿಗೆ ತಂದು ನಿಲ್ಲಿಸುವ ದುರಂತಕರ ನಿರ್ಧಾರವನ್ನು ಕೈಗೊಳ್ಳಲಾಗಿತ್ತು. ಅವರಿಗೆ ತವಾಂಗ್‌ನಲ್ಲಿ ತಲೆಮರೆಸಿಕೊಂಡಿರಲು ಸರಿಯಾದ ಡೇರೆಗಳೂ ಇರಲಿಲ್ಲ. ವಿಚಿತ್ರವೆಂದರೆ, ಪಂಜಾಬಿಗಳಿಗೆ ತವಾಂಗ್ ತಲುಪುವಂತೆ ಆದೇಶ ನೀಡಿದ ಹಿರಿಯ ಅಧಿಕಾರಿ ಯಾರು ಎಂಬುದು ಇವತ್ತಿಗೂ ಗೊತ್ತಿಲ್ಲ. ನನ್ನ ಬ್ರಿಗೇಡ್‌ಗೇ ಸೇರಿದ ಮತ್ತೊಂದು ಬಟಾಲಿಯನ್ (ಒನ್ ಸಿಖ್) ದಿರಾಂಗ್ ಎಂಬ ಸ್ಥಳದಲ್ಲೇ ಬೀಡುಬಿಟ್ಟಿತ್ತು. ಅದನ್ನು ಕರೆಸಿಕೊಳ್ಳೋಣವೆಂದರೆ, ತವಾಂಗ್‌ನಲ್ಲಿ ಅವರಿಗೆ ಉಳಿದುಕೊಳ್ಳುವ ಯಾವುದೇ ವ್ಯವಸ್ಥೆಯಿರಲಿಲ್ಲ.

ಎದುರಿಗಿರುವುದು ಈ ಸ್ಥಿತಿಯಲ್ಲಿದ್ದ ಸೈನ್ಯ. ಆದರೆ 7 ಇನ್‌ಫೆಂಟ್ರಿ ಬ್ರಿಗೇಡ್‌ಗೆ ನೀಡಲಾದ ಕೆಲಸಗಳು ಮಾತ್ರ ಸಾಮಾನ್ಯವಾದವುಗಳಲ್ಲ.

* ಮುಖ್ಯವಾಗಿ ನಾವು ತವಾಂಗ್ ನಗರವನ್ನು ರಕ್ಷಿಸಬೇಕು.

* ಭಾರತ-ಚೀನಾ ಗಡಿಯಾದ ಮೆಕ್ ಮಹೊನ್ ಲೈನ್‌ನೊಳಕ್ಕೆ ಚೀನೀಯರು ಬರದಂತೆ ಕಾಯಬೇಕು.

* ಗಡಿಯಲ್ಲಿ ಅಸ್ಸಾಂ ರೈಫಲ್ಸ್‌ನವರು ಕಾವಲು ನೆಲೆ(ಪೋಸ್ಟ್)ಗಳನ್ನು ನೆಲೆಗೊಳಿಸುವಂತೆ ನೋಡಿಕೊಳ್ಳಬೇಕು.

* ಮತ್ತು ಆ ಪೋಸ್ಟ್‌ಗಳ ಸಂರಕ್ಷಣೆಯ ವಿಷಯದಲ್ಲಿ ಅಸ್ಸಾಂ ರೈಫಲ್ಸ್‌ಗೆ ನೆರವಾಗಬೇಕು.

ನಮಗೆ ನೀಡಲಾದ ಗಡಿ ಎಷ್ಟು ದೊಡ್ಡದಿತ್ತೆಂದರೆ, ಒಂದಿಡೀ ಬ್ರಿಗೇಡ್‌ನ ಸೈನಿಕರನ್ನು ಉದ್ದಕ್ಕೆ ನಿಲ್ಲಿಸಿದರೂ ಅದನ್ನು ಕಾಯಲು ಸಾಧ್ಯವಿರಲಿಲ್ಲ. ಅಲ್ಲದೆ 2400ಕ್ಕಿಂತ ಹೆಚ್ಚಿನ ಸೈನಿಕರನ್ನು ನಾನು ಕರೆಸಿಕೊಳ್ಳುವಂತೆಯೂ ಇರಲಿಲ್ಲ. ನನ್ನದೇ ಬ್ರಿಗೇಡ್‌ನ ಒಂದು ಭಾಗ ಮಿಸಾಮಾರಿಯಲ್ಲೇ ಉಳಿದು ಹೋಗಿತ್ತು. ಪೂರ್ತಿ 3500 ಸೈನಿಕರಿಲ್ಲದೆ ಹೋದರೆ, ಅದೊಂದು ಪರಿಪೂರ್ಣ ಬ್ರಿಗೇಡ್ ಅನ್ನಿಸಿಕೊಳ್ಳುವುದಿಲ್ಲ ಎಂಬುದು ಮೇಲಧಿಕಾರಿಗಳಿಗೆ ಚೆನ್ನಾಗಿ ಗೊತ್ತಿತ್ತು. ಆದರೆ, ತವಾಂಗ್‌ಗೆ ಭಾರತೀಯ ವಾಯುಪಡೆ ಎಷ್ಟರ ಮಟ್ಟಿಗೆ ಸರಕು, ಸರಂಜಾಮು ಒಯ್ದು ಹಾಕಬಲ್ಲುದೋ, ಅಷ್ಟಕ್ಕೆ ಅನುಗುಣವಾಗಿ ಸೈನಿಕರನ್ನು ಕರೆಸಿಕೊಳ್ಳಿ- ಎಂಬ ಆದೇಶ ನೀಡಿದ್ದರು. ಅವರ ದೃಷ್ಟಿಯಲ್ಲಿ ಯುದ್ಧಕ್ಕೆ ಎಷ್ಟು ಜನ ಸೈನಿಕರು ಬೇಕು ಎಂಬುದು ಮುಖ್ಯವಾಗಿರಲಿಲ್ಲ. ಎಷ್ಟು ಸೈನಿಕರನ್ನು ನಾವು ತವಾಂಗ್‌ನಲ್ಲಿ ಸಲಹಬಹುದೋ, ಅಷ್ಟೇ ಸೈನಿಕರನ್ನಿಟ್ಟುಕೊಂಡು ಯುದ್ಧ ಮಾಡಿ-ಎಂಬುದು ಅವರ ನಿಲುವು. ದಿಲ್ಲಿಯಲ್ಲಿ ಕುಳಿತ ದೊರೆಗಳಿಗೆ ತವಾಂಗ್‌ನಲ್ಲಿ ಕುಳಿತ ಬ್ರಿಗೇಡಿಯರ್ ಒಬ್ಬನ ಸಂಕಟ ಅರ್ಥವಾಗಲು ಸಾಧ್ಯವೇ ಇರಲಿಲ್ಲ.

"ಹೆಚ್ಚಿನ ಜನ ಬೇಕಾಗಬಹುದು. ತೀರ ಆಪತ್ಕಾಲದಲ್ಲಿ ಮಿಸಾಮಾರಿಯಲ್ಲಿರುವ ನನ್ನದೇ ಬ್ರಿಗೇಡ್‌ನ ಸೈನಿಕರನ್ನು ಬೆಟ್ಟ ಹತ್ತಿಸಿದರೆ, ಅವರಿಂದ ಏನೇನೂ ಉಪಯೋಗವಾಗುವುದಿಲ್ಲ. ಏಕ್‌ದಮ್, ಹತ್ತು ಸಾವಿರ ಅಡಿ ಮೇಲಕ್ಕೆ ತಂದುಬಿಟ್ಟರೆ, ಸೇಲಾ ಪಾಸ್ ಹತ್ತಿ ಇಳಿಯುವುದರೊಳಗಾಗಿ ರಕ್ತ ಕಾರಿಕೊಂಡು ಸಾಯುತ್ತಾರೆ. ಕನಿಷ್ಠ ಪಕ್ಷ, ಅವರನ್ನು ಆರು ವಾರಗಳಿಗೆ ಮುಂಚೆಯೇ ಪರ್ವತ ಹತ್ತಿಸಬೇಕು. ಪ್ರತಿ ಎರಡು ಮೂರು ಸಾವಿರ ಅಡಿಗಳಿಗೊಮ್ಮೆ ಅವರನ್ನು ಬೆಟ್ಟಸಾಲಿನಲ್ಲಿ ನಿಲ್ಲಿಸಿ, ಕವಾಯತು ಮಾಡಿಸಿ, ರೆಸ್ಟ್ ಕೊಟ್ಟು ಅಂತಿಮವಾಗಿ ಸೇಲಾ ಪಾಸ್ ಶಿಖರ ದಾಟಲು ಆದೇಶಿಸಬೇಕು. ಹೀಗೆ ಹಂತಹಂತವಾಗಿ ಶಿಖರದ ತುದಿ ತಲುಪಿಸುವುದನ್ನು ಸೈನಿಕ ಭಾಷೆಯಲ್ಲಿ ಅಕ್ಲಮಟೈಸೇಶನ್ ಅಂತಾರೆ. ಇದನ್ನು ಮಾಡಿಸದೆ ಒಂದೇ ಸಲಕ್ಕೆ ಬೆಟ್ಟದ ತುದಿ ತಲುಪಿಸಿಬಿಟ್ಟರೆ ಆ ಸೈನಿಕ ಯಾವುದಕ್ಕೂ ಕೆಲಸಕ್ಕೆ ಬಾರದೆ ಸತ್ತು ಹೋಗುತ್ತಾನೆ. ಅವನಿಗೆ ಅಕ್ಲಮಟೈಸ್ ಮಾಡಿಸಿ. ಅವನು ತವಾಂಗ್‌ಗೆ ತಲುಪುವ ಹೊತ್ತಿಗೆ, ಅವನಿಗಾಗುವಷ್ಟು ಕಾಳು, ಕಡಿ, ಬಟ್ಟೆ, ಮುಖ್ಯವಾಗಿ ಶಸ್ತ್ರ-ಮದ್ದುಗುಂಡು ಇತ್ಯಾದಿಗಳನ್ನು ತವಾಂಗ್‌ನಲ್ಲಿ ದಾಸ್ತಾನು ಮಾಡಿ!" ಹಾಗಂತ ನಾನು ಮೇಲಧಿಕಾರಿಗಳಿಗೆ ವಿನಂತಿ ಮಾಡಿಕೊಂಡೆ.

"ಬ್ರಿಗೇಡಿಯರ್ ದಳವಿ, ನೀವೊಬ್ಬ ಅನವಶ್ಯಕ ಕನಸುಗಾರರು ಕಣ್ರೀ. ನಾಳೆ ನಾಡಿದ್ದರಲ್ಲೇ ಯುದ್ಧವಾಗಿ ಬಿಡುತ್ತದೆ ಅಂತ ಸುಮ್ಮನೆ ಕುಳಿತಲ್ಲೇ ಊಹಿಸುತ್ತಿದ್ದೀರಿ. ಅಸಲಿಗೆ ಚೀನಾ ಯುದ್ಧ ಮಾಡುವುದೇ ಇಲ್ಲ. ಅಕಸ್ಮಾತ್, ದಂಡೆತ್ತಿ ಬಂದರೂ ಒಂದೇ ಒಂದು ರೆಜಿಮೆಂಟ್ ಯುದ್ಧಕ್ಕೆ ಬರುತ್ತೆ. ಅದನ್ನೆದುರಿಸಲು ನಿಮಗೆ ಈಗಿರುವ ಬ್ರಿಗೇಡೇ ಸಾಕು. ಸುಮ್ಮನೆ ಕಿರಿಕಿರಿ ಮಾಡಬೇಡಿ. ಇರುವುದರಲ್ಲಿ ಸಂಭಾಳಿಸಿಕೊಳ್ಳಿ!" ಎಂದು ನನ್ನನ್ನು ಗದರಿಸಲಾಯಿತು.

ದುರಂತ ಗೊತ್ತೆ? ಮುಂದೆ ಚೀನಾ, ನಮಗಿಂತ ನಾಲ್ಕು ಪಟ್ಟು ದೊಡ್ಡ ಸಂಖ್ಯೆಯಲ್ಲಿ, ಸುಮಾರು ಎರಡು ಡಿವಿಷನ್‌ಗಳಷ್ಟು ಸೈನಿಕರನ್ನು ಬಳಸಿತು. ನಮ್ಮ ನಿಸ್ಸಹಾಯಕ ತುಕಡಿಗಳನ್ನು

ಸರ್ವನಾಶಕ್ಕೀಡು ಮಾಡಿತು. ಅಂಥ ಚೀನಾ, ಯುದ್ಧಕ್ಕೆ ಬರುವಾಗ ಒಂದೇ ಒಂದು ರೆಜಿಮೆಂಟಿನೊಂದಿಗೆ ಯುದ್ಧಕ್ಕೆ ಬರುತ್ತದೆಂಬುದು ನಮ್ಮ ಹಿರಿಯ ಅಧಿಕಾರಿಗಳಿಗೆ ಹೇಳಿದ್ದಾದರೂ ಯಾರು?

ಯಾರೂ ಇಲ್ಲ.

ನಮಗಿದ್ದುದು ಕೇವಲ ಒಂದು ರೆಜಿಮೆಂಟನ್ನು ಎದುರಿಸುವ ತಾಕತ್ತು. ಹೀಗಾಗಿ, ಚೀನಿಗಳು ಒಂದೇ ರೆಜಿಮೆಂಟು ಕಳಿಸುತ್ತಾರೆ ಎಂದು ನಾವೇ ತೀರ್ಮಾನಿಸಿದ್ದೆವು!

ರಾತ್ರಿಗಳಲ್ಲಿ ಮಲಗಿದರೆ ತವಾಂಗ್‌ನಿಂದ ದಿನಗಟ್ಟಲೆ ನಡೆದು ತಲುಪಬೇಕಾದಷ್ಟು ದೂರದಲ್ಲಿ, ಹಿಮದ ಕಾಡಿನ ಆಳದಲ್ಲಿ ನಮ್ಮ ಹುಚ್ಚು ಅಧಿಕಾರಿಗಳು ಅಡ್ಡಾದಿಡ್ಡಿಯಾಗಿ ಸ್ಥಾಪಿಸಿ ಹೋದ ಪೋಸ್ಟ್‌ಗಳ ಪರಿಸ್ಥಿತಿ ನೆನಪಾಗಿಯೇ ನನ್ನ ನಿದ್ರೆ ಹಾರಿಹೋಗುತ್ತಿತ್ತು. ಭಗವಂತನೂ ರಕ್ಷಿಸಲಾಗದಂತಹ ಜಾಗಗಳಲ್ಲಿ ನಮ್ಮ ಪೋಸ್ಟ್‌ಗಳನ್ನು ನೆಲೆಗೊಳಿಸಿ ಹೋಗಿದ್ದರು ಜನರಲ್ ಬಿ.ಎಂ. ಕೌಲ್. ಹೋಗಲಿ, ಅವುಗಳನ್ನು ಕಾಯಲು ನಮಗಾದರೂ ಆದೇಶ ನೀಡಿದರಾ? ಅದೂ ಇಲ್ಲ. ಆ ಪೋಸ್ಟ್‌ಗಳಲ್ಲಿ ಸರಿಯಾದ ಶಸ್ತ್ರಾಸ್ತ್ರಗಳೂ ಇಲ್ಲದ, ಸಣ್ಣ ಸಂಖ್ಯೆಯ, ನಿಸ್ಸಹಾಯಕ ಅಸ್ಸಾಂ ರೈಫಲ್ಸ್‌ನ ಸಿಪಾಯಿಗಳನ್ನು ಕೂಡಿಸಿದ್ದರು. ಚೀನಿಗಳದೊಂದು ಚಿಕ್ಕ ತುಕಡಿ ಮೈಮೇಲೇರಿ ಬಂದರೂ, ಅದನ್ನು ಎದುರಿಸುವ ತಾಕತ್ತು ಅಸ್ಸಾಂ ರೈಫಲ್ಸ್‌ನವರಿಗಿರಲಿಲ್ಲ. ಆದರೆ "ಭಾರತದ ಗಡಿಗಳಲ್ಲಿರುವ ನಮ್ಮ ಪೋಸ್ಟ್‌ಗಳನ್ನು ಕಟ್ಟಕಡೆಯ ಉಸುರಿರುವ ತನಕ, ಕಟ್ಟಕಡೆಯ ಕಾಡತೂಸು ಇರುವ ತನಕ ಕಾಯಲೇಬೇಕು!" ಎಂಬ ಆದೇಶ ಹೊರಡಿಸಿದ್ದರು. ಹೊರಡಿಸಿದವರಾದರೂ ಯಾರು? NEFAದ ದುರ್ಗಮ ಗಡಿಗಳನ್ನು ಚಿತ್ರದಲ್ಲೂ ನೋಡಿರದ ದಿಲ್ಲಿಯ ದೊರೆಗಳು.

ಭಾರತೀಯ ಸೈನಿಕನ ಮನಸ್ಸು ಬಹಳ ಒಳ್ಳೆಯದು. ಅವನ ಶಿಸ್ತು ಮತ್ತು ನಿಷ್ಠೆ ಪ್ರಶ್ನಾತೀತ. ಅವನಿಗೆ ನೀವು ಅಪ್ಪಣೆ ಕೊಡಬೇಕಷ್ಟೆ: ಪ್ರಾಣ ಬೇಕಾದರೂ ಬಗೆದು ಬಯಲಿಗಿಟ್ಟು ಬಿಡುತ್ತಾನೆ. ಅವನೆಂದೂ ಇದಿರಾಡುವುದಿಲ್ಲ.

ಆದರೆ ಅಪ್ಪಣೆ ಕೊಡುವ ಮನುಷ್ಯನಿಗೆ, ತಾನು ಕೊಡುತ್ತಿರುವ ಅಪ್ಪಣೆಯ ಫಲಿತಾಂಶವೇನಾದೀತು ಎಂಬುದರ ಅಂದಾಜೇ ಇಲ್ಲದಿದ್ದರೆ? ಜನರಲ್ ಬಿ.ಎಂ. ಕೌಲ್ ಸ್ಥಾಪಿಸಿ ಹೋಗಿದ್ದ ಗಡಿಯ ಪೋಸ್ಟ್‌ಗಳು ಎಷ್ಟೊಂದು ಹೀನಾಯ ಸ್ಥಿತಿಯಲ್ಲಿದ್ದುವೆಂದರೆ-ಅವುಗಳಿಗೆ ಅತ್ಯಂತ ಹತ್ತಿರದಲ್ಲೇ ನಾವು ಸ್ಥಾಪಿಸಿಕೊಂಡ ನಮ್ಮ ಸೈನಿಕ ನೆಲೆಗಳಿಗೆ ಆಪತ್ಕಾಲದಲ್ಲಿ ಒಂದು ಸಂದೇಶ ಕಳಿಸುವುದಕ್ಕೂ ಅವರಿಂದ ಸಾಧ್ಯವಾಗುವಂತಿರಲಿಲ್ಲ. ಏಕೆಂದರೆ ಭಾರತೀಯ ಸೈನ್ಯದಲ್ಲಿ ಅತ್ಯಂತ ಸಾಧಾರಣವಾದ ವೈರ್‌ಲೆಸ್ ಸೆಟ್‌ಗಳಿಗೂ ಕೊರತೆಯಿತ್ತು!

ರಾತ್ರಿ ಮಲಗಿದರೆ ಸಾಕು ನನ್ನ ಕಣ್ಣೆದುರಿಗೆ, ನಾನು ಆತನಕ ನೋಡಿರದಿದ್ದ 'ಧೋಲಾ ಪೋಸ್ಟ್' ನ ಇಮ್ಯಾಜಿನರಿ ಚಿತ್ರವೊಂದು ಕದಲಿದಂತಾಗುತ್ತಿತ್ತು. ಇಂದಲ್ಲ ನಾಳೆ, ಬಿ.ಎಂ. ಕೌಲ್ ಸಾಹೇಬರು ಸ್ಥಾಪಿಸಿ ಹೋದ ಈ 'ಧೋಲಾ ಪೋಸ್ಟ್' ನಮ್ಮೆಲ್ಲರನ್ನೂ ನುಂಗಿ ನೀರು ಕುಡಿಯಲಿದೆಯೆಂದು ನನ್ನ ಒಳಮನಸ್ಸು ಪದೇ ಪದೇ ಹೇಳುತ್ತಿತ್ತು. ಭಾರತೀಯ ಸೈನ್ಯದ ಪಾಲಿನ

ಸಾವೇ ಆ 'ಧೋಲಾ ಪೋಸ್ಟ್'ನ ಅಂಗಳದಲ್ಲಿ ಕಾಲು ಮಡಚಿ ಕೂತಿದೆಯೆನಿಸುತ್ತಿತ್ತು. ಇಂದಲ್ಲ ನಾಳೆ, ಸಮಸ್ಯೆ ಉದ್ಭವವಾಗುವುದೇ ಧೋಲಾ ಪೋಸ್ಟ್‌ನ ಅಂಗಳದಲ್ಲಿ. ಕಡೆಯ ಪಕ್ಷ ಅದು ಇದೆಯಾದರೂ ಎಲ್ಲಿ? ನೋಡಿಕೊಂಡು ಬಂದು ಬಿಡೋಣ ಎಂದು ಅವಸರಿಸಿಕೊಂಡು ಹೊರಟೆ. ನಾನು ತವಾಂಗ್‌ಗೆ ಬಂದು ಸರಿಯಾಗಿ ಇಪ್ಪತ್ತು ದಿನಗಳೂ ಆಗಿರಲಿಲ್ಲ. ದೇಹವಿನ್ನೂ, ಅಕ್ಲಮಟೈಸೇಷನ್ನಿಗೆ ಒಳಗಾಗಿರಲಿಲ್ಲ. ಆದರೂ ಜನರಲ್ ಬಿ.ಎಂ. ಕೌಲ್ ಹೊತ್ತಿಸಿಹೋದ 'ಧೋಲಾ ಪೋಸ್ಟ್' ಎಂಬ ಡೈನಾಮೇಟು ನನ್ನನ್ನು ವಿಶ್ರಾಂತಿ ತೆಗೆದುಕೊಳ್ಳಲು ಬಿಡಲಿಲ್ಲ. ತವಾಂಗ್ ತಲುಪಿದ ಇಪ್ಪತ್ತೊಂದನೇ ದಿನ, ನಾನು ಮೆಕ್ ಮಹೊನ್ ಲೈನ್ ಹಾದು ಹೋಗುತ್ತಿದ್ದ ಥಗ್ಲಾ ರಿಡ್ಜ್ ಪ್ರದೇಶಕ್ಕೆ ಹೋಗಿ ಬರಲು ಸಿದ್ಧನಾದೆ. ಅದು ಮಾರ್ಚ್ ತಿಂಗಳ ಕೊನೆಯ ವಾರ!

ನಾಳೆ ಧೋಲಾ ಪೋಸ್ಟ್‌ನ ಮೇಲೆ ಚೀನಿಗಳು ಮುರಕೊಂಡು ಬಿದ್ದರೆ, ತವಾಂಗ್‌ನಿಂದ ಧೋಲಾದ ತನಕ ನಾನು ನನ್ನ ಸೇನೆಯನ್ನು ಸಾಗಿಸಬೇಕು. ಜೀಪು ತಲುಪುವ ಪ್ರಶ್ನೆಯೇ ಇಲ್ಲ. ಕಡೇ ಪಕ್ಷ ಕಾಲುದಾರಿಯಾದರೂ ಹೇಗಿದೆ? ದಾರಿಯಲ್ಲಿ ತೊರೆಗಳಿರುತ್ತವೆ. ಅವುಗಳಿಗೆ ಸರಿಯಾದ ಸೇತುವೆಗಳಾದರೂ ಇವೆಯಾ? ಯಾವ ಬೆಟ್ಟದ ಮೇಲೆ ನಿಂತರೆ ಚೀನೀ ಸೈನ್ಯ ಕಣ್ಣಿಗೆ ಬೀಳುತ್ತದೆ? ಎಲ್ಲಿಂದ ಗುರಿಯಿಟ್ಟರೆ ಅವನ ಹೆಣ ಕೆಡವಲು ಸಾಧ್ಯ? ಇದ್ದಕ್ಕಿದ್ದಂತೆ ನಾಳೆ ಯುದ್ಧ ಶುರುವಾಗಿಯೇ ಬಿಟ್ಟರೆ, ನಮ್ಮ ಸೈನಿಕರಿಗೆ ಬೇಕಾದ ಮದ್ದು, ಗುಂಡು, ದಿನಸಿ, ಬಟ್ಟೆ, ಇತ್ಯಾದಿಗಳನ್ನು ವಾಯು ಪಡೆಯ ವಿಮಾನಗಳೇ ತಂದು ಎತ್ತರದಿಂದ drop ಮಾಡಬೇಕು. ಸುಮ್ಮನೆ ಬಿಸುಟು ಹೋದರೆ ಸಾಲದು. ಹಾಗೆ drop ಮಾಡಿದ ಸಾಮಗ್ರಿ ನಮ್ಮ ಕೈಗೆ ಸಿಗುವಂತಿರಬೇಕು. ಅದಕ್ಕಾಗಿ, ನಾನು ಒಂದೆರಡು dropping zones (ವಿಮಾನದಿಂದ ಸಾಮಗ್ರಿ ಉದುರಿಸಬಲ್ಲ ತಾಣಗಳು) ಎಲ್ಲಿವೆಯೆಂಬುದನ್ನಾದರೂ ಹುಡುಕಿಡಬೇಕು. ಯುದ್ಧವನ್ನು ಮುನ್ನಡೆಸುವ ನನಗೇ ಇವೆಲ್ಲ ಗೊತ್ತಿಲ್ಲದಿದ್ದರೆ ಹೇಗೆ? ಅದರಲ್ಲೂ ಹಿಮಾಲಯದಂತಹ ಪರ್ವತಗಳಲ್ಲಿ ಸೇನಾಪತಿಯಾದವನಿಗೆ ನೆಲದ ಒಂದೊಂದು ಇಂಚೂ ಪರಿಚಯವಿರಬೇಕು. ದಿಲ್ಲಿಯ ದೊರೆಗಳಿಗೇನಂತೆ? ಟೇಬಲ್ಲಿನ ಮೇಲೆ ಹರಡಿಕೊಂಡ ಮ್ಯಾಪ್‌ಗಳಲ್ಲಿ ತವಾಂಗ್‌ನಿಂದ ಧೋಲಾ ಪೋಸ್ಟ್‌ಗೆ ಇಪ್ಪತ್ತೈದು ಮೈಲಿಯಷ್ಟೆ ದೂರ. "Make a move? ಇವತ್ತೇ ಹೊರಡಿ. ನಾಡಿದ್ದರ ಹೊತ್ತಿಗೆ ನೀವು ಅಲ್ಲಿರಬೇಕು" ಎಂದು ಆದೇಶ ನೀಡುತ್ತಾರೆ. ಕನಿಷ್ಠ ಪಕ್ಷ ಆರೆಂಟು ದಿನಗಳ ಹಾದಿಯದು ಎಂಬುದು ಅವರಿಗೆ ಗೊತ್ತೇ ಇರುವುದಿಲ್ಲ. ನಾಳೆ ನನ್ನ ಸೈನಿಕರಿಗೆ ನಾನೂ ಅಂಥ ಕುರುಡು ಆದೇಶಗಳನ್ನು ನೀಡಬಾರದಲ್ಲ?

ಗೂರ್ಖಾ ರೆಜಿಮೆಂಟ್‌ನ ಲೆಫ್ಟಿನೆಂಟ್ ಕರ್ನಲ್ ಅಹ್ಲುವಾಲಿಯಾರನ್ನು ಜೊತೆಗೆ ಕರೆದುಕೊಂಡೇ ಅದೊಂದು ಬೆಳಗಿನ ಜಾವ ತವಾಂಗ್‌ನಿಂದ ಹೊರಬಿದ್ದೆ. ಮೊದಲ ದಿನವೇ ಹತ್ತು ಮೈಲಿ ದೂರದ ಥಾಂಗ್‌ಲೆಂಗ್ ಎಂಬ ಗ್ರಾಮ ತಲುಪಿದೆ. ಮಾರನೆಯ ಸಂಜೆ ಹೊತ್ತಿಗೆ ಲುಮ್ಲಾ ಗ್ರಾಮದಲ್ಲಿದ್ದೆ. ದಾರಿಯುದ್ದಕ್ಕೂ ಹಳ್ಳಿಗರಾದ ಮೊನ್‌ಪಾಗಳು ಪ್ರೀತಿಯಿಂದ ಸ್ವಾಗತಿಸಿದರು. ಊಟಕ್ಕೆ ಕರೆದರು. ತಾವು ಕೈಯಾರೆ ತಯಾರಿಸಿದ ಮದ್ಯ ಕುಡಿಸಿದರು. ನಾಳೆ ಯುದ್ಧ ಶುರುವಾದದ್ದೇ ಆದರೆ, ಈ ಸ್ಥಳೀಯರ ನೆರವು ಬೇಕೇ ಬೇಕು. ಅವರೊಂದಿಗೆ ಗಂಟೆಗಟ್ಟಲೆ

ಮಾತನಾಡಿದೆ. ಅವರ ಸಣ್ಣಪುಟ್ಟ ಸಮಸ್ಯೆಗಳನ್ನು ಬಗೆಹರಿಸಿಕೊಟ್ಟೆ. ಲುಮ್ಲಾ ಗ್ರಾಮದಿಂದ ಜಿಮಿಥಾಂಗ್ ಎಂಬ ದೊಡ್ಡದೊಂದು ಹಳ್ಳಿ ತಲುಪಿಕೊಳ್ಳೋಣವೆಂದು ಲಗುಬಗೆಯಿಂದ ಹೊರಟವನು, ಇದ್ದಕ್ಕಿದ್ದಂತೆ ನನ್ನೊಂದಿಗಿದ್ದ ಅಧಿಕಾರಿಯ ಕೈ ಹಿಡಿದು, ನಡುದಾರಿಯಲ್ಲಿ ನಿಲ್ಲಿಸಿ-

"ಅಹ್ಲುವಾಲಿಯಾ. ಈ ಜಾಗದ ಹೆಸರೇನು? ನಿಮಗೆ ಗೊತ್ತೆ?" ಎಂದು ಕೇಳಿದೆ.

"ಇದರ ಹೆಸರು ಶಕ್ತಿ ಅಂತ. ಚಿಕ್ಕ ಗ್ರಾಮ. ಇಲ್ಲಿನ ಗ್ರಾಮಸ್ಥರು ತುಂಬ ಒಳ್ಳೆಯವರು ಸರ್..." ಅಹ್ಲುವಾಲಿಯಾ ವಿವರಣೆ ನೀಡತೊಡಗಿದರು.

"ಅದಲ್ಲ ಮೈ ಬಾಯ್! ನಾಳೆ ಯುದ್ಧದಲ್ಲಿ ನಾವು ಸೋತು, ಸದೆಬಡಿಯಲ್ಪಟ್ಟರೆ - ಹಿಂತಿರುಗುವ ಹಾದಿಯಲ್ಲಿ ಈ ಶಕ್ತಿ ಗ್ರಾಮ ಎಂಥ ಉಪಯುಕ್ತ ತಾಣವಾಗುವುದೋ ಆಲೋಚಿಸು....!" ಅಂದೆ. ಲೆಫ್ಟಿನೆಂಟ್ ಕರ್ನಲ್ ಅಹ್ಲುವಾಲಿಯಾ ನನ್ನ ಮುಖವನ್ನೇ ಆಶ್ಚರ್ಯದಿಂದ ನೋಡುತ್ತ ನಿಂತರು. ನನ್ನ ಮಾತುಗಳು ಕೆಲವೇ ದಿನಗಳಲ್ಲಿ ಸತ್ಯವಾಗಲಿದ್ದವು! ತವಾಂಗ್‌ನಿಂದ ಮುಂದಕ್ಕೆ, ನಡೆದೇ ಹೋಗಬೇಕಾದ ಹಾದಿಯಲ್ಲಿ ಹಿಮಾಲಯದ ಆ ಕಡಿದಾದ ಬೆಟ್ಟಗಳಲ್ಲಿ ಶಕ್ತಿ ಗ್ರಾಮ ಒಂದು ನೈಸರ್ಗಿಕವಾದ ಆಯಕಟ್ಟಿನ ಜಾಗದಲ್ಲಿದೆ ಎಂಬುದನ್ನು, ನನ್ನಂತೆಯೇ ಅನೇಕ ವರ್ಷಗಳ ಹಿಂದೆ ಬ್ರಿಗೇಡಿಯರ್ ಪಲಿತ್ ಗುರುತಿಸಿದ್ದರು! ಆ ವಿಷಯ ಮುಂದೊಂದು ದಿನ ನನ್ನ ಗಮನಕ್ಕೆ ಬಂದಿತ್ತು. ಯುದ್ಧವಾಗಲಿ-ಬಿಡಲಿ; ತಾನಿದ್ದ ಭೂಮಿಯನ್ನು ಪರಿಚಯಿಸಿಕೊಳ್ಳುವ ಸೇನಾಪತಿ, ಯುದ್ಧವನ್ನಷ್ಟೇ ಅಲ್ಲ-ತನ್ನ ಸೋಲನ್ನೂ ಗಮನದಲ್ಲಿಟ್ಟುಕೊಳ್ಳಬೇಕು. ನನ್ನ ಸಿದ್ಧಾಂತ ಸರಿಯಾದುದೇ ಆಗಿತ್ತು.

ಶಕ್ತಿ ಗ್ರಾಮದಿಂದ ಮುಂದಕ್ಕೆ ಜಿಮಿಥಾಂಗ್ ಎಂಬ ಹಳ್ಳಿ ತಲುಪಿಕೊಂಡೆ. ತವಾಂಗ್ ಬಿಟ್ಟರೆ ಆ ಸೀಮೆಯಲ್ಲೇ ಅದು ದೊಡ್ಡ ಹಳ್ಳಿ. ಕೊಂಚ ಕಡಿಮೆ ಎತ್ತರದಲ್ಲಿದ್ದುದರಿಂದ ಅಲ್ಲಿನ ಜನ ಚಳಿಗಾಲ ಕಳೆಯುವ ತನಕ ಜಿಮಿಥಾಂಗ್‌ನಲ್ಲೇ ಇದ್ದು, ಬೇಸಿಗೆ ಶುರುವಾಗುತ್ತಿದ್ದಂತೆಯೇ ಎತ್ತರದ ಸ್ಥಳವಾದ 'ಲುಂಪೋ' ಎಂಬಲ್ಲಿಗೆ ವಲಸೆ ಹೋಗುತ್ತಿದ್ದರು. ಒಂದು ರಾತ್ರಿಯ ಮಟ್ಟಿಗೆ ಜಿಮಿಥಾಂಗ್‌ನಲ್ಲೇ ಉಳಿದು, ಮಾರನೆಯ ದಿನ ನಾನು ಲುಂಪೋ ಮತ್ತು ಬೆನ್‌ಜಮೇನ್ ಎಂಬ ಸ್ಥಳಗಳಿಗೆ ಭೇಟಿ ನೀಡಿದೆ. ಲುಂಪೋದಲ್ಲಿ ನಿಂತರೆ, ಅಲ್ಲಿಂದ ಅತ್ಯಂತ ಸ್ಪಷ್ಟವಾಗಿ ಥಗ್ಲಾ ಪರ್ವತ ಸಾಲು ಕಾಣಿಸುತ್ತದೆ. ಥಗ್ಲಾ ಪರ್ವತ ತಲುಪಬೇಕೆಂದರೆ ಸಾಂಬಾ ಸೇತುವೆ ದಾಟಬೇಕು. ತುಂಬ ದೊಡ್ಡ ಸೇತುವೆಯೇನಲ್ಲ. ಅದರ ಮೂಲಕ ತಮ್ಮ ದನಕರು ಹಾಯಿಸಿಕೊಂಡು ಥಗ್ಲಾದ ಸುತ್ತ ಅಲ್ಲಲ್ಲಿ ಬೆಳೆಯುವ ಹುಲ್ಲು ಮೇಯಿಸಲು ಸ್ಥಳೀಯರು ಹೋಗಬಹುದಾದಂಥ ಸೇತುವೆ. ಆದರೆ ಇರುವುದೊಂದೇ ಸೇತುವೆ. ಅದನ್ನು ಮುರಿದು ಹಾಕಿದರೆ ಅಷ್ಟೇ! ಅತ್ತ ಚೀನದ ಕಡೆಯಿಂದ ಒಬ್ಬೇ ಒಬ್ಬ ಸೈನಿಕನೂ ಈ ಕಡೆಗೆ ಬರಲಾರ. ಸೇನಾಪತಿಯೊಬ್ಬನ ಕಣ್ಣು ತಕ್ಷಣ ಇಂಥ ಸೇತುವೆಗಳ ಮೇಲೆ ಬೀಳಬೇಕು. ದುರಂತವೆಂದರೆ, 1962ರ ನವೆಂಬರ್ 20ನೇ ತಾರೀಕು ಚೀನೀಯರಿಂದ ಹಿಮ್ಮೆಟ್ಟಿಸಿಕೊಂಡು ಬಂದ ಯಾವುದೇ ಅಧಿಕಾರಿಗೆ ಇದೊಂದು ಸೇತುವೆಯನ್ನು ಉಡಾಯಿಸಿಬಿಡಬೇಕು ಎಂಬುದು ತೋಚಲೇ ಇಲ್ಲ. ಬೆನ್ನತ್ತಿದ ಚೀನಿಗಳಿಂದ ತಪ್ಪಿಸಿಕೊಂಡರೆ ಸಾಕೆಂದು ಭಾರತೀಯ ಸೈನಿಕರು ದಡಬಡನೆ ಓಡಿ ಬಂದರು. ಈ ಸೇತುವೆ ದಾಟಿ ತವಾಂಗ್‌ನೆಡೆಗೆ

ಓಡಲೆತ್ನಿಸಿದರು. ರಭಸದಿಂದ ನುಗ್ಗಿದ ಚೀನಿಗಳು ಇದೇ ಸೇತುವೆಯ ಮೇಲೆ ನಡೆದು ಬಂದು, ಒಂದು ತವಾಂಗ್ ಪಟ್ಟಣವನ್ನೇ ಅಲ್ಲ-ಇಡೀ 160 ಮೈಲಿಗಳ ನಮ್ಮ ನೆಲವನ್ನು ಆಕ್ರಮಿಸಿಕೊಂಡು ಚೀನೀ ಬಾವುಟ ನೆಟ್ಟೇ ಬಿಟ್ಟಿದ್ದರು!

ಅಂಥ ಐತಿಹಾಸಿಕ ಸೇತುವೆ ದಾಟಿ ಬೆನ್‌ಜಮೇನ್‌ನ ತನಕ ನಡೆದು ಹೋದೆ. ಆ ಜಾಗದಲ್ಲಿ ಒಂದು ಪೋಸ್ಟ್ ಸ್ಥಾಪಿಸಿದ ಅಧಿಕಾರಿಗೆ ಸೈನಿಕ ನಿಯಮಗಳೇ ಗೊತ್ತಿರಲಾರವು ಅನ್ನಿಸಿತು. ಯುದ್ಧ ತಾಂತ್ರಿಕತೆಯ ದೃಷ್ಟಿಯಿಂದ ಬೆನ್‌ಜಮೇನ್ ಎಂಬಲ್ಲಿ ನೆಲೆಗೊಳಿಸಿದ ಪೋಸ್ಟ್‌ಗೆ ಯಾವುದೇ ಪ್ರಾಮುಖ್ಯತೆ ಇರಲಿಲ್ಲ. ಅದು ಥಗ್ಲಾ ಪರ್ವತ ಸಾಲಿನ ಮೇಲೆ ಯಾರೇ ನಿಂತರೂ ಸ್ಪಷ್ಟವಾಗಿ ಕಣ್ಣಿಗೆ ಕಾಣುವಂತಿತ್ತು. ಚೀನೀ ಸೈನಿಕ ಥಗ್ಲಾ ಪರ್ವತ ಸಾಲು ಹತ್ತಿ ನಿಂತರೆ ನಮ್ಮ ಗಡಿ ಕಾಯುವವರ ಕಥೆ ಮುಗಿದೇ ಹೋಯಿತು! ಮತ್ತು ಚೀನೀ ಸೈನಿಕ ಸದ್ಯದಲ್ಲೇ ಥಗ್ಲಾ ಪರ್ವತ ಸಾಲಿನ ಮೇಲೆ ಬಾವುಟ ಹೂಳಲಿದ್ದ.

ಇಷ್ಟು ದೂರ ನಡೆದು ಬಂದುದಕ್ಕೆ ನನಗಾದ ಒಂದೇ ಸಂತೋಷವೆಂದರೆ-ಲುಂಪೋ! ಅಕಸ್ಮಾತ್ ಧೋಲಾ ಪೋಸ್ಟ್‌ನ ಬಳಿ ಯುದ್ಧ ಸ್ಫೋಟಿಸಿದ್ದೇ ಆದರೆ, ಈ ಲುಂಪೋ ಎಂಬ ಎತ್ತರದ ಜಾಗ ನಮ್ಮ ವಾಯು ಪಡೆಯ ವಿಮಾನ ಅಥವಾ ಹೆಲಿಕಾಪ್ಟರುಗಳಿಗೆ ಅತ್ಯುತ್ತಮ dropping zone ಆಗುತ್ತದೆ. ಇಲ್ಲಿಂದ ಧೋಲಾದ ತನಕ ಸಾಮಾನುಗಳನ್ನು ಹೊರಬೇಕು. ಎಷ್ಟೇ ಬಿರಬಿರನೆ ನಡೆದರೂ, ಅದು ಮೂರು ದಿನದ ಹಾದಿ. ಮತ್ತು ಜಗತ್ತಿನಲ್ಲೇ ಅತ್ಯಂತ ಕ್ಲಿಷ್ಟಕರವಾದ ಹಾದಿ. ಯುದ್ಧ ಶುರುವಾಗುವ ಮೊದಲೇ ನಮ್ಮ ಸೈನಿಕ ಈ ಹಾದಿಯ ಏರಿಳಿತಗಳನ್ನು ಪರಿಚಯ ಮಾಡಿಕೊಳ್ಳದಿದ್ದರೆ-ಧೋಲಾ ಪೋಸ್ಟ್ ತಲುಪುವುದರೊಳಗಾಗಿ ಖಾಲಿಯಾಗಿರುತ್ತಾನೆ!

ಹೀಗೆ ದಾರಿಯುದ್ದಕ್ಕೂ ನಾನು ಪ್ರತಿಯೊಂದನ್ನೂ ಗಮನಿಸುತ್ತಲೇ ಓಡಾಡಿದೆ. ಅವಶ್ಯಕ ಟಿಪ್ಪಣಿ ಮಾಡಿಕೊಂಡೆ. ಅದರ ಮುಂದಿನ ವಾರ ಮತ್ತೆ ತವಾಂಗ್‌ನಿಂದ ಹೊರಟು ಬುಮ್ಲಾ ಎಂಬ ಹಳ್ಳಿಯತನಕ ಇದ್ದ ಮತ್ತೊಂದು ರಸ್ತೆಯಲ್ಲಿ ನಡೆದೆ. ಸರಾಸರಿ ಹದಿನಾಲ್ಕು ಸಾವಿರ ಅಡಿಗಳ ಎತ್ತರದಲ್ಲಿದ್ದ ಬುಮ್ಲಾ, ಆ ಏಪ್ರಿಲ್ ತಿಂಗಳಲ್ಲೂ ರಕ್ತ ಹೆಪ್ಪುಗಟ್ಟಿಸುವಂತಹ ಚಳಿಗೆ ಈಡಾಗಿತ್ತು. ಅಂಥ ಬುಮ್ಲಾದಿಂದ ಕೇವಲ ಹದಿನಾಲ್ಕು ಮೈಲಿ ನಡೆದರೆ-ಅಲ್ಲಿಗೆ ಭಾರತದ ಗಡಿ! ಅಂದರೆ ತವಾಂಗ್ ಪಟ್ಟಣ, ಸರಹದ್ದಿನಿಂದ ಕೇವಲ ಇಪ್ಪತ್ತು ಮೈಲಿಗಳ ಫಾಸಲೆಯಲ್ಲಿದೆ. ಚೀನೀ ಸೈನ್ಯ ನುಗ್ಗಿ ಬಂದರೆ, ಅಷ್ಟು ಬಲಹೀನವಾದ ತುಕಡಿಗಳನ್ನಿಟ್ಟುಕೊಂಡು ರಕ್ಷಿಸುವುದು ಹೇಗೆ?

ಮುಂದೆ ನೀವೇ ಓದುತ್ತೀರಿ. 1962ರ ಸೆಪ್ಟಂಬರಿನಲ್ಲಿ ನಾನು ಮಾಡಿದ ಅತಿ ದೊಡ್ಡ ತಪ್ಪೆಂದರೆ, ಇಂಥ ಪ್ರಮುಖ ಸೈನಿಕ ನೆಲೆ ಹಾಗೂ ಪಟ್ಟಣವಾಗಿದ್ದ ತವಾಂಗ್‌ನ್ನು ಯಾತಕ್ಕೂ ಕೆಲಸಕ್ಕೆ ಬಾರದ ಒಂದು ಪುಟ್ಟ ತುಕಡಿಯ ಸುಪರ್ದಿಯಲ್ಲಿ, ಅದರಲ್ಲೂ ಒಬ್ಬ ಟೆಂಪೊರರಿ ಕಮಾಂಡರ್‌ನ ನೇತೃತ್ವದಲ್ಲಿ ಬಿಟ್ಟು ಹೋದದ್ದು. ಅಂಥ ತಪ್ಪು ಮಾಡುವಂತೆ ನನಗೆ ನೇರವಾದ ಆದೇಶವನ್ನು ನೀಡಿದಾತ ಯುದ್ಧ ಭೂಮಿಯಲ್ಲಿ ಕುಳಿತಿರಲಿಲ್ಲ. ದಿಲ್ಲಿಯ ಪಾರ್ಲಿಮೆಂಟ್

ಭವನದ ಬೆಚ್ಚನೆಯ ಕೋಣೆಯಲ್ಲಿ ಕುಳಿತಿದ್ದ: ಭಾರತದ ಪ್ರಧಾನಿ ಪಂಡಿತ್ ಜವಾಹರಲಾಲ್ ನೆಹರೂ ಅವರ ಮುಂದೆ!

ಆತನ ಹೆಸರು ಜನರಲ್ ಬಿ.ಎಂ. ಕೌಲ್.

ಯುದ್ಧ ಶುರುವಾದ ಕೆಲವೇ ಗಂಟೆಗಳಲ್ಲಿ ದಿಕ್ಕಿಲ್ಲದ ದರವೇಶಿಯ ಮುರುಕು ಗುಡಿಸಲಿಗಿಂತ ಕಡೆಯಾಗಿ ಚೀನೀ ದಾಳಿಗೆ ಬಲಿಯಾಗಿತ್ತು ನನ್ನ ತವಾಂಗ್. ಅದಕ್ಕಿಂತ ದೊಡ್ಡ ದುರಂತವೆಂದರೆ, ತವಾಂಗ್‌ನಲ್ಲಿದ್ದಂತಹ ತುಕಡಿಗಿಂತ ಬಲಹೀನವಾಗಿದ್ದ, ಬರಿಗೈಯಲ್ಲಿದ್ದ ಮತ್ತು ಬರಿ ಮೈಯಲ್ಲಿದ್ದ ಇನ್ನೊಂದು ತುಕಡಿಯೊಂದಿಗೆ ಆ ದುರ್ಗಮವಾದ ಥಗ್ಲಾ ಪರ್ವತ ಸಾಲನ್ನು "ವಶಪಡಿಸಿ"ಕೊಳ್ಳಲು ನನ್ನನ್ನು ಕಳಿಸಲಾಗಿತ್ತು. ಆ ತುಕಡಿಯ ಯಾವ ಸೈನಿಕನೂ ಜೀವಂತವಾಗಿ ಹಿಂತಿರುಗಲಿಲ್ಲ.

ಇಂಥ ಸಾಧ್ಯತೆಗಳನ್ನೆಲ್ಲ ಊಹಿಸಿಯೇ, ತವಾಂಗ್ ತಲುಪಿದ ತಕ್ಷಣ ನಾನು ಆ ಇಡೀ ಸೀಮೆ ಓಡಾಡಿ ನನ್ನಿಂದ ಸಾಧ್ಯವಾಗಬಹುದಾದ ಎಲ್ಲ ಮುನ್ನೆಚ್ಚರಿಕೆಗಳನ್ನು ತೆಗೆದುಕೊಂಡೆ. ಪಂಜಾಬಿ ಸೈನಿಕರು ಹೊತ್ತಲ್ಲದ ಹೊತ್ತಿನಲ್ಲಿ ತವಾಂಗ್‌ಗೆ ಬಂದು ತಲುಪಿದ್ದರು. ಅವರನ್ನು ಚೆನ್ನಾಗಿ ಅಕ್ಲಮಟೈಸ್ ಮಾಡಿಸಿದೆ. ಒಂದಿಷ್ಟೂ ಪುರುಸೊತ್ತು ಕೊಡದೆ ದಿನನಿತ್ಯ ಆ ಪರ್ವತಗಳಲ್ಲಿ, ಕಣಿವೆಗಳಲ್ಲಿ ಓಡಾಡಿಸಿ ಶುರುವಾಗಲಿರುವ ಕದನದ ಭೂಮಿಯ ಪರಿಚಯ ಮಾಡಿಸಿದೆ. ಕೇವಲ ಸೈನಿಕರನ್ನಷ್ಟೆ ಅಲ್ಲದೆ ಪ್ಲಟೂನ್ ಕಮಾಂಡರುಗಳನ್ನು ಕೂಡ ಎಲ್ಲೆಡೆಗೂ ಕಳಿಸಿ, ಆ ನೆಲದ ಪೂರ್ತಿ ಅವಗಾಹನೆ ದೊರಕುವಂತೆ ಮಾಡಿದೆ. ಇದ್ದುದರಲ್ಲೇ ಆಯಕಟ್ಟಿನ ಜಾಗೆಗಳನ್ನು ಹುಡುಕಿ ಎಲ್ಲೆಲ್ಲಿ ಫಿರಂಗಿಗಳನ್ನು ನಿಲ್ಲಿಸಬಹುದೆಂಬುದನ್ನು ನಿರ್ಧರಿಸಿದೆ. ಅಲ್ಲಿ ಸಾಕಷ್ಟು ಮದ್ದುಗುಂಡಿನ ಶೇಖರಣೆಯನ್ನು ಮಾಡಿದೆ. ತವಾಂಗ್‌ನ ಸುತ್ತ ಸಾಧ್ಯವಾದಷ್ಟೂ ಒಂದು ಬಲವಾದ ರಕ್ಷಣಾ ವ್ಯವಸ್ಥೆಯನ್ನೇ ಮಾಡಿದೆ. ನನ್ನ ಸೈನಿಕರು ಪ್ರತಿಯೊಂದನ್ನು ಪರಿಚಯಿಸಿಕೊಂಡಿದ್ದರು.

ಆದರೆ ಅತ್ತ ಥಗ್ಲಾ ಪರ್ವತದ ಮೇಲೆ ಚೀನೀಯರ ಲಗ್ಗೆಯಾಗುತ್ತಿದ್ದಂತೆಯೇ ದಿಲ್ಲೀ ದೊರೆ ಜನರಲ್ ಬಿ.ಎಂ. ಕೌಲ್, ತವಾಂಗ್‌ನ ರಕ್ಷಣೆಗೆ ನಿಂತಿದ್ದವರನ್ನೆಲ್ಲ ಇನ್ನೊಂದೆಡೆಗೆ ಕಳುಹಿಸಿ, ಹೊಸಬರನ್ನು ತಂದು ನಿಲ್ಲಿಸಿಬಿಟ್ಟ.

ಸರಿಯಾದುದೊಂದು ಪ್ರತಿರೋಧವನ್ನೂ ಒಡ್ಡದೆ ನೆಲಕ್ಕೆ ಬಿತ್ತು ತವಾಂಗ್!

ಸನ್ನದ್ಧವಾಗಿತ್ತು ಚೀನಾ

ಇಲ್ಲಿ ನಾವು ಒಂದು ಬೆಚ್ಚನೆಯ ಬೂಟಿಗೆ, ಒಂದು ವೈರ್‌ಲೆಸ್ ಸೆಟ್ಟಿಗೆ, ಕಡೆಗೆ ಒಂದು ಮಜಬೂತಾದ ಹೇಸರಗತ್ತೆಗಾಗಿ ಪರದಾಡುತ್ತಿದ್ದರೆ, ಅತ್ತ ಚೀನ ಸಮಸ್ತವನ್ನೂ ಸಿದ್ಧಪಡಿಸಿಕೊಂಡು ಜ್ವಾಲಾಮುಖಿಯ ಮುಚ್ಚಳ ತೆಗೆಯಲು ಅನುವಾಗಿ ಕುಳಿತಿತ್ತು. ಕೆಲವೇ ವರ್ಷಗಳಿಗೆ ಮುಂಚೆ ಅದು ತೈವಾನದ ವಿರುದ್ಧ ಯುದ್ಧಕ್ಕೆ ಅಣಿಯಾಗಿತ್ತಾದ್ದರಿಂದ, ಅದರ ಸೇನೆ ಕಟ್ಟುದಿಟ್ಟಾಗಿತ್ತು. ಶತ್ರುವಿನ ಮೇಲೆ ಮುಗಿಬೀಳಬಲ್ಲ formನಲ್ಲಿತ್ತು. ಅದರ ಬಳಿ ಅತ್ಯುತ್ತಮವಾದ ನೂತನ ಶಸ್ತ್ರಾಸ್ತ್ರಗಳಿದ್ದವು. ಒಂದಿಷ್ಟೂ ಆತಂಕವಿಲ್ಲದೆ ಚೀನಾ, ತನ್ನ ಗಡಿಯುದ್ದಕ್ಕೂ 30 ಹೊಸ ಪೋಸ್ಟ್‌ಗಳನ್ನು ಸ್ಥಾಪಿಸಿತ್ತು. ಲದಾಕ್ ಪ್ರಾಂತ್ಯವೊಂದರಲ್ಲೇ, ಏನಿಲ್ಲವೆಂದರೂ 14,000 ಚದರ ಮೈಲಿ ಭೂಮಿಯನ್ನು ಸದ್ದಿಲ್ಲದೆ ಕಬಳಿಸಿ ಹಾಕಿತ್ತು.

ಇದೆಲ್ಲಕ್ಕಿಂತ ಹೆಚ್ಚಾಗಿ, ಎಲ್ಲಿ ಮತ್ತು ಯಾವಾಗ ಭಾರತದೊಂದಿಗೆ ಯುದ್ಧ ಆರಂಭಿಸಬಹುದು ಎಂಬುದರ ತೀರ್ಮಾನ ತೆಗೆದುಕೊಳ್ಳುವ ಸ್ಥಿತಿಯಲ್ಲಿ ಚೀನಾ ಕುಳಿತಿದ್ದರೆ; ಅದು ಮೈಮೇಲೆ ಬಿದ್ದಾಗ ನಮ್ಮನ್ನು ನಾವು ಕಾಪಾಡಿಕೊಳ್ಳುವುದು ಹೇಗೆ ಎಂಬ ಧಾವಂತದಲ್ಲಿ ಭಾರತ ಕಂಪಿಸುತ್ತಿತ್ತು. ಚೀನದ ಸೈನ್ಯ ಏನೇನೂ ಕಷ್ಟಪಡಬೇಕಾಗಿರಲಿಲ್ಲ. ಅದು ಜಮೆಗೊಂಡು ಕುಳಿತಿದ್ದ ಟಿಬೆಟ್‌ನ ಎತ್ತರದ ಸೈನಿಕ ನೆಲೆಯಲ್ಲಿ ಚಳಿಯಿತ್ತಾದರೂ, ಈ ಪರಿ ಹಿಮ ಬೀಳುತ್ತಿರಲಿಲ್ಲ. ತನಗೆ ಸೂಕ್ತವೆನಿಸಿದ ಸಮಯದಲ್ಲಿ, ತನಗೆ ಸೂಕ್ತವೆನಿಸಿದ ಸ್ಥಳದಿಂದ ದಡದಡನೆ ಇಳಿದು ಬಂದು ನಮ್ಮನ್ನು ತಬ್ಬಿಬ್ಬುಗೊಳಿಸುವ ಅವಕಾಶ ಚೀನೀ ಸೈನಿಕರಿಗಿತ್ತು. ಆದರೆ ನಾವು, ಎಲ್ಲಿಂದ ಶತ್ರು ಇಳಿದು ಬರುತ್ತಾನೋ ಎಂದು ಕಾದಿದ್ದು, ಅದರ ಸುಳಿವು ಸಿಕ್ಕ ಕೂಡಲೆ ಹಿಮಾಲಯದ ಆ ತುದಿಯ ತನಕ ಹತ್ತಿ ಹೋಗಿ ಅವನನ್ನು ಎದುರಿಸಬೇಕಿತ್ತು! ಹೀಗಾಗಿ ಆರಂಭದ ದಿನಗಳಲ್ಲಿ ಚೀನೀ ಸೈನ್ಯ ನಮ್ಮೊಂದಿಗೆ ಬೆಕ್ಕಿನಂತೆ ಚಿನ್ನಾಟವಾಡಿ ಬಿಟ್ಟಿತು. ಮುಂದೆ ನಾನು ಥಗ್ಲಾ ಯುದ್ಧದಲ್ಲಿ ಬಂಧಿತನಾಗಿ ಚೀನೀಯರ ಅಧೀನದಲ್ಲಿರಬೇಕಾಗಿ ಬಂದಾಗ, ಇದೊಂದು ಯುದ್ಧಕ್ಕಾಗಿ ಚೀನೀಯರು ಮಾಡಿಕೊಂಡಿದ್ದ ಸಿದ್ಧತೆಗಳನ್ನು ಕಂಡು ಬೆಕ್ಕಸ ಬೆರಗಾಗಿದ್ದೆ.

ಅವರ ಸಿದ್ಧತೆಗಳೇನಿದ್ದವು ಗೊತ್ತೆ?

* 1962ರ ಮೇ ತಿಂಗಳ ಹೊತ್ತಿಗಾಗಲೇ ಅವರ ಎಲ್ಲ ಸಿದ್ಧತೆಗಳು ಮುಗಿದಿದ್ದವು. ಆದರೆ ನಾವಿನ್ನೂ NEFAದ ಗಡಿಗಳಲ್ಲಿ ಕಚ್ಚಾ ರಸ್ತೆಗಳನ್ನು ಹಾಕಿಕೊಳ್ಳುವ ಹೆಣಗಾಟದಲ್ಲಿದ್ದೆವು. ನಮಗೆ ಗೊತ್ತೇ ಆಗಲಿಲ್ಲ: ಗಡಿಯಲ್ಲಿ ರಸ್ತೆ ಹಾಕಲು ಬಂದ ನೂರಾರು ಟಿಬೇಟನ್ ಕೂಲಿಕಾರರಲ್ಲಿ ಚೀನೀಯರು ಕಳಿಸಿದ ಗುಪ್ತಚಾರರಿದ್ದರು. ಅವರಿಗೆ ನಾವು ಕೂಲಿ ಕೊಡುತ್ತಿದ್ದೆವು. ಅವರು ನಮ್ಮ ರಸ್ತೆಗಳ ಪ್ರತಿ ತಿರುವು, ಪ್ರತಿ ಬಂಕರು, ಪ್ರತಿ ತಾತ್ಕಾಲಿಕ ಸೈನಿಕ ನೆಲೆಯ ಬಗ್ಗೆಯೂ ಚೀನೀ ಕಮ್ಯಾಂಡರುಗಳಿಗೆ ಮಾಹಿತಿ ನೀಡುತ್ತಿದ್ದರು. ಹೀಗಾಗಿ ಚೀನಿಗಳಿಗೆ ನಮ್ಮ ಎಲ್ಲ ಚಲನ ವಲನಗಳು ಗೊತ್ತಾಗುತ್ತಿದ್ದವು.

* ಕೊರಿಯಾ ಯುದ್ಧದಲ್ಲಿ ಮಹತ್ತರ ವಿಜಯಗಳನ್ನು ಸಾಧಿಸಿದ್ದ ವಿಖ್ಯಾತ ಜನರಲ್ ಒಬ್ಬನನ್ನು ಚೀನಾ ಸರ್ಕಾರ ಈ ಯುದ್ಧದ ನೇತೃತ್ವ ವಹಿಸಲು ನೇಮಿಸಿತ್ತು. ನಮ್ಮ ಸೈನ್ಯಕ್ಕೆ ದೊರಕಿದ್ದು ನೆಹರೂ ಅವರ ದುರದೃಷ್ಟಕರ ಆಯ್ಕೆಯಾದ ಬಿ.ಎಂ. ಕೌಲ್.

* 1962ರ ಮೇ ತಿಂಗಳ ಹೊತ್ತಿಗೆ, ಭಾರತದ ಎಲ್ಲ ಭಾಷೆಗಳನ್ನೂ ಮಾತಾಡಬಲ್ಲ ಮತ್ತು ತರ್ಜುಮೆ ಮಾಡಬಲ್ಲ ಅನೇಕರನ್ನು ಆಯ್ಕೆ ಮಾಡಿ ಅವರನ್ನು ಟಿಬೆಟ್‌ನ ಲಾಸಾ ನಗರದಲ್ಲಿ ತಂದು ಕೂಡಿಸಿತ್ತು ಚೀನಾ. ಯುದ್ಧ ಶುರುವಾದ ಮೇಲೆ ಯಾವುದೇ ಭಾಷೆಯಲ್ಲಿ ನಾವು ವೈರ್‌ಲೆಸ್ ಮೆಸೇಜ್ ನೀಡಿದರೂ, ಅದನ್ನು ಇಂಟರ್‌ಸೆಪ್ಟ್ ಮಾಡಿ, ಕೇಳಿಸಿಕೊಂಡು ತರ್ಜುಮೆ ಮಾಡಲು ಅವರಿಗೆ ಜನ ಇದ್ದರು. ಅದಕ್ಕಿಂತ ಹೆಚ್ಚಾಗಿ, ಯುದ್ಧ ಕೈದಿಗಳಾಗಿ ಸಿಕ್ಕಿಕೊಂಡ ನಮ್ಮ ಕಡೆಯವರನ್ನು ಬಾಯಿ ಬಿಡಿಸುವ ಜವಾಬ್ದಾರಿಯೂ ಅವರದೇ ಆಗಿತ್ತು. ಈ ವಿಷಯದಲ್ಲಿ ಚೀನಾದ ಗುಪ್ತದಳ ವ್ಯವಸ್ಥೆ ನಿಜಕ್ಕೂ ಅಮೋಘವಾಗಿತ್ತು.

* ಯುದ್ಧ ಆರಂಭಗೊಳ್ಳುತ್ತಿದ್ದಂತೆಯೇ (ಕೆಲವೆಡೆ ಅದಕ್ಕೆ ಮುಂಚೆಯೇ) ಫೊಟೋಗ್ರಾಫರುಗಳನ್ನು ಭಾರತದ ಗಡಿಯೊಳಕ್ಕೆ ಕರೆತಂದ ಚೀನಾ ಸೈನ್ಯ, ಭಾರತೀಯ ಸೈನ್ಯ ತನ್ನ ಮೇಲೆ ದಾಳಿ ನಡೆಸಲು ಅಣಿಯಾಗಿತ್ತು ಎಂಬುದನ್ನು ಸಾಬೀತು ಪಡಿಸುವ ರೀತಿಯಲ್ಲಿ ಸಾವಿರಾರು ಫೊಟೋಗಳನ್ನು ತೆಗೆಸಿಟ್ಟುಕೊಂಡಿತ್ತು.

* 1952ರಿಂದಲೇ (ಹತ್ತು ವರ್ಷಕ್ಕೆ ಮುಂಚಿನಿಂದಲೇ) ಅವರು ಅತ್ಯಂತ ಬಲಶಾಲಿಯಾದ ಹೇಸರಗತ್ತೆಗಳನ್ನು ತಮ್ಮ ಬ್ರಿಡಿಂಗ್ ಫಾರ್ಮ್‌ಗಳಲ್ಲಿ ಪೋಷಿಸಿದ್ದರು. ಯುದ್ಧ ಕೈದಿಯಾದ ನಂತರ ನಾನೇ ಅಂತಹ ಸುಮಾರು 1500 ಹೇಸರಗತ್ತೆಗಳನ್ನು ಗಮನಿಸಿದೆ. ಅವೆಲ್ಲವೂ ತರಬೇತಿ ಪಡೆದಂಥವಾಗಿದ್ದವು.

* ಭಾರತೀಯ ಸೈನಿಕರ ಪೋಷಾಕು ಅರೆಬರೆಯಾಗಿ ಧರಿಸಿದ ಸುಮಾರು ಒಂದು ಸಾವಿರ ಕೂಲಿಗಳು ಪ್ರತಿ ನಿತ್ಯ ಭಾರತ-ಚೀನ ಗಡಿಯನ್ನು ಹಾಯ್ದು ಇಲ್ಲಿಂದಲ್ಲಿಗೆ ಓಡಾಡುತ್ತಿದ್ದರು. ಅವರು ಚೀನೀ ಸೈನಿಕರ ಪಾಲಿನ ಕೂಲಿಗಳೂ ಹೌದು; ಗಡಿ ದಾಟಿ ಬರುವ ಗುಪ್ತಚಾರರೂ ಹೌದು.

* ಅವರ ಯುದ್ಧ ನೆಲೆಗಳಾದ ಲೀ, ಮಾರ್‌ಮಂಗ್ ಮತ್ತು ಸೋನಾ ಡಿ ಜಾಂಗ್‌ಗಳು

ಎಷ್ಟು ಎತ್ತರನೆಯ ಸ್ಥಳಗಳಲ್ಲಿದ್ದವೆಂದರೆ, ಅವುಗಳ ಮೇಲೆ ನಾವು ದಾಳಿ ಮಾಡುವ ಸಾಧ್ಯತೆಗಳೇ ಇರಲಿಲ್ಲ. ಆದರೆ ಭಾರತದ ಕಡೆ, ನಾವು ಮಿಸಾಮಾರಿಯಿಂದ ಹಿಡಿದು ತವಾಂಗ್‌ನ ತನಕ ಪ್ರತಿಯೊಂದು ಸೈನಿಕ ನೆಲೆಯನ್ನೂ ರಕ್ಷಿಸಿಕೊಳ್ಳಲೇ ಬೇಕಿತ್ತು. ಮತ್ತು ನಮ್ಮಿಂದ ಅದು ಸಾಧ್ಯವಾಗಲಿಲ್ಲ.

* ಇವೆಲ್ಲಕ್ಕಿಂತ ನನಗೆ ಆಶ್ಚರ್ಯವೆನಿಸಿದ್ದೆಂದರೆ-ಮಲಗಲು ಹಾಸಿಗೆ, ಹೊದಿಕೆ, ಬಟ್ಟೆ, ಇತರೆ ಸವಲತ್ತು-ಇತ್ಯಾದಿಗಳೆಲ್ಲವೂ ಇದ್ದ ಅವರ ಯುದ್ಧ ಕೈದಿಗಳ ಶಿಬಿರದಲ್ಲಿ -ಏನೇನೂ ತೊಂದರೆಯಿಲ್ಲದೆ ನಮ್ಮ ಕಡೆಯ 3,000 ಸೈನಿಕರನ್ನು (ಅಧಿಕಾರಿಗಳನ್ನ) ಅವರು ತಿಂಗಳುಗಟ್ಟಲೆ ಬಂಧಿಸಿಡಬಲ್ಲಂತಹ ವ್ಯವಸ್ಥೆ ಮಾಡಿಕೊಂಡಿದ್ದರು. ಅದರರ್ಥ; ಚೀನಿಗಳು ಒಂದು ಬೃಹತ್ ಪ್ರಮಾಣದ ಯುದ್ಧಕ್ಕೆ ಸಿದ್ಧರಾಗಿದ್ದರು. ತಮಾಷೆಯೆಂದರೆ- ನಮ್ಮ ಕಡೆ ಪೂರ್ತಿ 3,000 ಸೈನಿಕರೇ ಯುದ್ಧಕ್ಕೆ ಅಣಿಯಾಗಿರಲಿಲ್ಲ.

ಒಂದೇ ಮಾತಿನಲ್ಲಿ ಹೇಳುವುದಾದರೆ ಚೀನೀಗಳ ಪಾಲಿಗೆ ಯುದ್ಧವೆಂಬುದು ಆಕಸ್ಮಿಕವಾಗಿರಲಿಲ್ಲ. ಅವರದು ಕೊನೆಯ ಘಳಿಗೆಯ ನಿರ್ಣಯವೂ ಆಗಿರಲಿಲ್ಲ. 8 ಸೆಪ್ಟಂಬರ್ 1962ರಂದು ಬೆಳಗಿನ ಜಾವ ಚೀನೀ ಸೈನ್ಯದ ಒಂದು ಬಲಿಷ್ಠ ತುಕಡಿ ಭಾರತದ ಗಡಿಯೊಳಕ್ಕೆ ಅನಾಯಾಸವಾಗಿ ನುಗ್ಗಿ ಬಂದು, ಥಗ್ಲಾ ಪರ್ವತದ ಮೇಲೆ ತನ್ನ ಬಾವುಟ ಹಾರಿಸಿ, ನಮ್ಮ ಧೋಲಾ ಪೋಸ್ಟ್‌ನತ್ತ ಬಂದೂಕು ತಿರುಗಿಸಿದಾಗ-

ರಜೆಯಲ್ಲಿತ್ತು ದಿಲ್ಲಿ!

ರಜೆಯಲ್ಲಿತ್ತು ಸೇನೆ!

ಇಡೀ ಭಾರತ ದೇಶವೇ ಆಳುವವರು ಗತಿಯಿಲ್ಲದೆ ನಿಸ್ಸಹಾಯಕವಾಗಿ ನಿಂತಿತ್ತು.

ಒಂದು ದಿನಕ್ಕೆ ಮುಂಚೆ

ಸೆಪ್ಟಂಬರ್ 7,1962:

"ಬಿಡಿ; ನಮ್ಮ ನೆಹರೂಜಿ ಅವರು ಬದುಕಿರುವ ತನಕ ಚೀನಾದೊಂದಿಗೆ ಯುದ್ಧ ಆಗೋದಿಲ್ಲ" ಎಂಬ ಮಾತು ಇಡೀ ದೇಶದವರ ನಾಲಗೆಯಲ್ಲಿ ನೆನೆಯುತ್ತಿತ್ತು. ಎಲ್ಲೋ ಒಂದೆರಡು ಸಣ್ಣಪುಟ್ಟ ಗಡಿಗಳಲ್ಲಿ ಗುಂಡಿನ ಚಕಮಕಿಗಳಾದರೆ, ಅದಕ್ಕೆಷ್ಟು ಬೇಕೋ ಅಷ್ಟು ಮಾತ್ರದ ಸೈನಿಕ ಸಿದ್ಧತೆಯಿತ್ತು. "ಇಷ್ಟಾಗಿ, ತೀರಾ ಚೀನಾ ಸೈನ್ಯ ಮೈಮೇಲೇರಿ ಬಂದರೆ ಮೊದಲು ನಮ್ಮ ಸೈನಿಕರು ಗಡಿಗಳಿಗೆ ಹೋಗಿ ನಿಲ್ಲಲಿ. ಆಮೇಲೆ ಎಲ್ಲಿಂದಲಾದರೂ ಇನ್ನೊಂದಿಷ್ಟು ಸೈನ್ಯ, ಒಂದಿಷ್ಟು ಮದ್ದುಗುಂಡು ಒದಗಿಸಿ ಕಳಿಸಿದರಾಯ್ತು. ನಮ್ಮ ದೇಶದ ಧೀರ ಸೈನಿಕರೆಂದರೇನು ಸುಮ್ಮನೇನಾ? ನಾವು ಒಂದೇ ಒಂದಿಂಚಿನಷ್ಟೂ ನೆಲವನ್ನು ಬಿಟ್ಟುಕೊಡುವುದಿಲ್ಲ!" ಎಂಬಂತಹ ಬೇಜವಾಬ್ದಾರಿ ನಿಲುವು ಪ್ರಧಾನಿಯಿಂದ ಹಿಡಿದು ಸೈನ್ಯಾಧಿಕಾರಿಗಳ ತನಕ ಎಲ್ಲರದೂ ಆಗಿತ್ತು. ಆ ಘಟ್ಟದಲ್ಲಿ ನಮಗೆ ಸೈನಿಕ ನೆರವು ನೀಡಬಲ್ಲ ಮಿತ್ರ ರಾಷ್ಟ್ರಗಳೂ ಇರಲಿಲ್ಲ. ಏಕೆಂದರೆ, ನೆಹರೂ 'ಅಲಿಪ್ತ ನೀತಿ' ಅಪ್ಪಿಕೊಂಡು ಕುಳಿತುಬಿಟ್ಟಿದ್ದರು. ಹೀಗಾಗಿ ಚೀನಾ ಎಲ್ಲ ರೀತಿಯಿಂದಲೂ ಪಾಠ ಕಲಿಸಲು ಸಿದ್ಧವಾಗಿತ್ತು. ನಾವು ಪ್ರತಿಭಟಿಸಲಿಕ್ಕೂ ಸಿದ್ಧರಿರಲಿಲ್ಲ. NEFA ಗಡಿಯಲ್ಲೇನಾದರೂ ಯುದ್ಧದ ಕಿಡಿ ಹೊತ್ತಿಕೊಂಡಿತೆಂದರೆ, ತಕ್ಷಣಕ್ಕೆ ಕರೆಸಲು ನಮ್ಮ ಯಾವುದೇ ತುಕಡಿಯೂ ಹತ್ತಿರದಲ್ಲಿರಲಿಲ್ಲ. ಪಶ್ಚಿಮದ ಗಡಿ ಪಂಜಾಬದಿಂದ ಮಾತ್ರ ಒಂದಷ್ಟು ಸೈನ್ಯ ಬರುವ ಸಾಧ್ಯತೆಗಳಿದ್ದವು. ಅವು ಬಂದು ತಲುಪುವ ಹೊತ್ತಿಗೆ ಚೀನಿಗಳು ಇಡೀ ಹಿಮಾಲಯವನ್ನೇ ಕರಗಿಸಿ ಹಾಕಬಹುದಿತ್ತು. ಅಕಸ್ಮಾತ್ ಬಂಧಿಸುವುದು ಸಾಧ್ಯವಾದರೂ, ಒಬ್ಬೇ ಒಬ್ಬ ಚೀನೀ ಸೈನಿಕನನ್ನು ಯುದ್ಧ ಕೈದಿಯನ್ನಾಗಿ ಇಟ್ಟುಕೊಳ್ಳುವ ವ್ಯವಸ್ಥೆ ನಮ್ಮಲ್ಲಿರಲಿಲ್ಲ. ಅವನನ್ನು ಬಾಯಿ ಬಿಡಿಸಲು ನಮ್ಮ ಯಾವ ಅಧಿಕಾರಿಗೂ ಚೀನೀ ಭಾಷೆ ಬರುತ್ತಿರಲಿಲ್ಲ. ಆರ್ಮಿ ಹೆಡ್ ಕ್ವಾರ್ಟರ್ಸ್ ಅಕ್ಷರಶಃ ತೂಕಡಿಕೆಯಲ್ಲಿತ್ತು.

ಅದಕ್ಕಿಂತ ಗಾಬರಿಯಾಗುವಂತಹ ಸಂಗತಿಯೆಂದರೆ; ಚೀನದೊಂದಿಗೆ ಒಂದು ಘನಘೋರ ಕದನವನ್ನು ನಿರ್ವಹಿಸಬೇಕಾದ ಪ್ರಮುಖ ವ್ಯಕ್ತಿಗಳ್ಯಾರೂ ಕಣ್ಣೆದುರಿಗಿರಲಿಲ್ಲ. ಪ್ರಧಾನಿ

ಜವಾಹರಲಾಲ್ ನೆಹರೂ ಲಂಡನ್ನಿನಲ್ಲಿ ಕಾಮನ್‌ವೆಲ್ತ್ ದೇಶಗಳ ಪ್ರಧಾನ ಮಂತ್ರಿಗಳ ಸಮಾವೇಶದಲ್ಲಿ ಭಾಗವಹಿಸಲು ಹೋಗಿದ್ದರು. ಅಲ್ಲಿ ಅವರು ಭಾಷಣಕ್ಕೆ ಅಣಿಯಾಗುತ್ತಿದ್ದ ಹೊತ್ತಿನಲ್ಲಿ, ಇಲ್ಲಿ ಥಗ್ಲಾ ಪರ್ವತ ಹತ್ತಿ ನಿಂತ ಚೀನಿ ಶತ್ರು, ಧೋಲಾ ಪೋಸ್ಟ್‌ನೆಡೆಗೆ ಫಿರಂಗಿ ತಿರುಗಿಸಿದ್ದ. ಸೆಪ್ಟಂಬರ್ 8ರಂದು ಚೀನಿ ಸೈನ್ಯ ಭಾರತದ ಗಡಿಯೊಳಕ್ಕೆ ನುಗ್ಗಿ ಕುಳಿತಿತು ಎಂದು ಗೊತ್ತಾದ ಮೇಲೂ ಜವಾಹರಲಾಲ್ ನೆಹರೂ ಅವರಿಗೆ, ತಕ್ಷಣ ಹಿಂತಿರುಗಿ ಬಂದು ತಮ್ಮ ಸಂಪುಟದ ರಕ್ಷಣಾ ಸಮಿತಿಯ ನೇತೃತ್ವ ವಹಿಸಿ ಈ ಯುದ್ಧವನ್ನು ನಿರ್ವಹಿಸಬೇಕೆಂದು ಅನ್ನಿಸಲೇ ಇಲ್ಲ. ಬಹುಶಃ ನೆಹರೂ ಅವರಿಗೆ ಥಗ್ಲಾ ಆಕ್ರಮಣದ ಗಂಭೀರತೆಯನ್ನು ನಮ್ಮ ದೇಶದ ಬೇಹುಗಾರರ ಪಡೆಯ ಅಧಿಕಾರಿಗಳು ವಿವರಿಸಿ ಹೇಳಲಿಲ್ಲ. ಕಡೇ ಪಕ್ಷ, ರಕ್ಷಣಾ ಮಂತ್ರಿ ಮೆನನ್ ಅವರಾದರೂ ಪ್ರಧಾನ ಮಂತ್ರಿಗೆ ಸಂದೇಶ ಕಳುಹಿಸಿ, ತಮ್ಮ ವಿದೇಶ ಯಾತ್ರೆಯನ್ನು ಮೊಟಕುಗೊಳಿಸಿ ಹಿಂತಿರುಗುವಂತೆ ಸೂಚಿಸಬಹುದಿತ್ತು. ಅವರೂ ಆ ಕೆಲಸ ಮಾಡಲಿಲ್ಲ. ಥಗ್ಲಾ ಸಮಸ್ಯೆಯನ್ನು ತಾವೊಬ್ಬರೇ ನಿಭಾಯಿಸಿ ತಮ್ಮ ನೆತ್ತಿಗೊಂದು ಚಿನ್ನದ ಗರಿ ಸಿಕ್ಕಿಸಿಕೊಳ್ಳುವ ನಿರ್ಧಾರ ಮಾಡಿದ್ದರು ಮೆನನ್. ಖುದ್ದು ಪ್ರಧಾನಿಯೇ ಇಂಥ ಸಂದರ್ಭಗಳಲ್ಲಿ ಗೈರುಹಾಜರಾದಾಗ ಯುದ್ಧ ತಂತ್ರಗಳನ್ನು ನಿರ್ದೇಶಿಸುವ ಸರ್ವೋಚ್ಚ ಅಂಗ ಗಲಿಬಿಲಿಗೊಳಪಟ್ಟುಬಿಡುತ್ತದೆ. ಸೆಪ್ಟಂಬರ್ 8ರಂದು ಚೀನಾ ಸೈನ್ಯ ಅತಿಕ್ರಮ ಪ್ರವೇಶ ಮಾಡಿತೆಂದು ಗೊತ್ತಾದ ಮೇಲೂ ಪ್ರಧಾನಿ ನೆಹರೂ ಲಂಡನ್‌ನಿಂದ ನೈಜೀರಿಯಾದ ಲಾಗೋಸ್ ನಗರಕ್ಕೆ ಹೋದರು. ಅವರು ಹಿಂತಿರುಗಿದ್ದು ಅಕ್ಟೋಬರ್ 2ರಂದೇ!

ಅಷ್ಟು ಹೊತ್ತಿಗಾಗಲೇ ಚೀನೀ ಸೈನಿಕರನ್ನು ಭಾರತದ ಸರಹದ್ದಿನಿಂದ "ಹೊರಕ್ಕೆಸೆಯುವ" ನಿರ್ಧಾರವನ್ನು ಕೈಗೊಂಡಾಗಿತ್ತು. ಈ ಬಗ್ಗೆ ವೀರಾವೇಶದ ಹೇಳಿಕೆಗಳು ಜಾರಿಯಾಗಿದ್ದವು. ವಿಪರೀತವಾದ ದೇಶಭಕ್ತಿಯ ಭಾವೋನ್ಮಾದ ಪ್ರಜೆಗಳಲ್ಲಿ ತುಂಬಿಕೊಂಡು ಬಿಟ್ಟಿತ್ತು. ತಡವಾಗಿ ಬಂದ ನೆಹರೂ ಯಾವುದನ್ನೂ ಬದಲಿಸುವ ಸ್ಥಿತಿಯಲ್ಲಿರಲಿಲ್ಲ. ಲಾಗೋಸ್‌ನಿಂದ ಹಿಂತಿರುಗಿದ ನೆಹರೂ ತಮ್ಮ ಜೀವಮಾನದಲ್ಲೇ ಮಾಡಲು ಅಸಾಧ್ಯವಾದಂತಹ ತಪ್ಪೊಂದನ್ನು ಮಾಡಿದರು. ಜನರಲ್ ಬಿ.ಎಂ. ಕೌಲ್ ಎಂಬ ಅತ್ಯಂತ ಅಸಮರ್ಥ ಮನುಷ್ಯನನ್ನು ಅಸ್ತಿತ್ವದಲ್ಲೇ ಇಲ್ಲದ 'ವಿಶೇಷ ಪಡೆ'ಯೊಂದರ ಮುಖ್ಯಸ್ಥರಾಗಿ ನೇಮಿಸಿದರು. ಮತ್ತು ಥಗ್ಲಾ ಸಮಸ್ಯೆಯ ಕಡೆಗೆ ತಿರುಗಿ ಕೂಡ ನೋಡದೆ ಅಕ್ಟೋಬರ್ 12ರಂದು ಸಿಲೋನ್(ಈಗಿನ ಶ್ರೀಲಂಕಾ)ನ ರಾಜಧಾನಿ ಕೊಲಂಬೋಗೆ ಹೊರಟು ಹೋದರು. ಶತ್ರು ಸೈನ್ಯ ನಮ್ಮ ಗಡಿಯೊಳಕ್ಕೆ ನುಗ್ಗಿದೆಯೆಂಬುದು ಗೊತ್ತಾದ ಮೇಲೂ ಒಬ್ಬ ಪ್ರಧಾನಿ ವಿದೇಶ ಯಾತ್ರೆಗೆ ಎರಡನೇ ಸಲ ಹೊರಡುತ್ತಾರೆಂದರೆ, ನೆಹರೂ ಎಂಥ ಅಜ್ಞಾನಿಯಾಗಿದ್ದರು ಮತ್ತು ಚೀನೀಗಳನ್ನು ಎದುರಿಸುವ ವಿಷಯದಲ್ಲಿ ಎಷ್ಟು ಬೇಜವಾಬ್ದಾರಿಯಿಂದ ವರ್ತಿಸುತ್ತಿದ್ದರು ಎಂಬುದು ಸ್ಪಷ್ಟವಾಗುತ್ತದೆ.

"ನಮ್ಮ ಗಡಿಯೊಳಕ್ಕೆ ಅತಿಕ್ರಮಣ ಮಾಡಿರುವ ಚೀನೀ ಸೈನಿಕರನ್ನು ಹೊರಗಟ್ಟುವಂತೆ ನಾನು ನಮ್ಮ ಸೈನ್ಯಕ್ಕೆ ಆದೇಶ ನೀಡಿದ್ದೇನೆ" ಎಂದು ಪತ್ರಿಕಾಗೋಷ್ಠಿಯಲ್ಲಿ ಅದೇ ವೀರಾವೇಶದ ಮಾತನಾಡಿ ಹೊರಟು ಹೋದ ನೆಹರೂ, ಅಂತಾರಾಷ್ಟ್ರೀಯ ಮಟ್ಟದಲ್ಲಿ ತಮ್ಮ ವ್ಯಕ್ತಿತ್ವ

ಬೆಳೆಸಿಕೊಳ್ಳುವ ಹುಚ್ಚು ಹವಣಿಕೆಯಲ್ಲಿದ್ದರೇ ಹೊರತು, ಸ್ವಂತ ದೇಶದ ಹಿತ್ತಲಿಗೆ ಬಿದ್ದ ಬೆಂಕಿಯ ಅರಿವು ಅವರಿಗಿರಲಿಲ್ಲ.

ಸೆಪ್ಟಂಬರ್ ಮಧ್ಯದ ಹೊತ್ತಿಗೆ ಸಂಯುಕ್ತ ರಾಷ್ಟ್ರ ಸಂಸ್ಥೆಯ ವಾರ್ಷಿಕ ಸಭೆ ನಡೆಯುವುದಿತ್ತು. ರಕ್ಷಣಾ ಮಂತ್ರಿ ಮೆನನ್ ಅದರಲ್ಲಿ ತಾವು ಮಾಡಬೇಕಿದ್ದ ಅಮೋಘ ಭಾಷಣಕ್ಕೆ ಅಣಿಯಾಗುತ್ತಿದ್ದರು. ಅವರ ದೃಷ್ಟಿಯಲ್ಲಿ ಥಗ್ಲಾ ಅತಿಕ್ರಮಣವೆಂಬುದು - ಕೆಲಸಕ್ಕೆ ಬಾರದ ಚಿಕ್ಕ ಗಡಿ ರಗಳೆಯಾಗಿತ್ತು! ಅಕಸ್ಮಾತ್ ಥಗ್ಲಾ ಅತಿಕ್ರಮಣವನ್ನು ನಿಜಕ್ಕೂ ದೇಶಕ್ಕೊದಗಿದ ಗಂಡಾಂತರ ಎಂಬುದಾಗಿ ಒಪ್ಪಿಕೊಂಡು ಬಿಟ್ಟರೆ, ಪ್ರಧಾನಿ ಕೂಡ ದೇಶದಲ್ಲಿಲ್ಲದ ಈ ಸ್ಥಿತಿಯಲ್ಲಿ ತಮ್ಮ ವಿದೇಶ ಪ್ರವಾಸವೆಲ್ಲಿ ರದ್ದಾಗಿ ದಿಲ್ಲಿಯಲ್ಲೇ ಉಳಿಯಬೇಕಾಗುತ್ತದೋ ಎಂಬ ಕಾರಣಕ್ಕಾಗಿ, ಅದೊಂದು ಸಮಸ್ಯೆಯೇ ಅಲ್ಲ ಎಂಬಂತೆ ವರ್ತಿಸಿಬಿಟ್ಟರು ಮೆನನ್. ಬ್ರಿಟಿಷರ ಗುಲಾಮಗಿರಿಯಿಂದ ಆಗಷ್ಟೆ ಹೊರಬಿದ್ದಿದ್ದ ಈ ನಾಯಕರಿಗೆ ವಿದೇಶದ ಮೋಜು ನೆತ್ತಿಗೇರಿತ್ತು.

ಅಂತೆಯೇ ನಮ್ಮ ದೇಶದ ಹಣಕಾಸು ಸಚಿವ ಮೊರಾರ್ಜಿ ದೇಸಾಯಿ ಕೂಡ ನೆಹರೂ ಅವರೊಂದಿಗೆ ಲಂಡನ್ನಿಗೆ ಹೋದವರು, ಯುದ್ಧದ ಸಂಗತಿ ಕಿವಿಗೆ ಬಿದ್ದ ನಂತರವೂ ವಾಷಿಂಗ್ಟನ್‌ನಲ್ಲಿ ನಡೆಯಲಿದ್ದ ವಿಶ್ವ ಬ್ಯಾಂಕ್ ಮೀಟಿಂಗ್‌ಗೆ ಹಾಜರಾಗಲು ಹೊರಟು ಹೋದರು.

ಎಲ್ಲಕ್ಕಿಂತ ಆಘಾತಕಾರಿಯಾದ ಸಂಗತಿಯೆಂದರೆ, ರಾಜಕಾರಣಿಗಳಂತೆಯೇ ಹಿರಿಯ ಸೈನ್ಯಾಧಿಕಾರಿಗಳು ಕೂಡ ತಂತಮ್ಮ ಸ್ಥಾನಗಳಿಂದ ಗೈರು ಹಾಜರಾಗಿದ್ದರು. ಛೀಫ್ ಆಫ್ ದಿ ಜನರಲ್ ಸ್ಟಾಫ್ ಎಂಬ ದೊಡ್ಡ ಹುದ್ದೆಯಲ್ಲಿದ್ದ ಮತ್ತು ನೇರವಾಗಿ ಧೋಲಾ ಪೋಸ್ಟ್‌ನ ದುರಂತಕ್ಕೆ ಕಾರಣರಾಗಿದ್ದ ಜನರಲ್ ಬಿ.ಎಂ. ಕೌಲ್ ಸೆಪ್ಟಂಬರ್ 8,1962ರಂದು ಕಾಶ್ಮೀರದ ಶ್ರೀನಗರ್‌ನಲ್ಲಿ ತಮ್ಮ ಕುಟುಂಬದವರೊಂದಿಗೆ ಮೋಜಿನ ರಜೆ ಅನುಭವಿಸುತ್ತಿದ್ದರು. ಅವರಿದ್ದ ಸ್ಥಾನ ಅಂತಿಂತಹುದಲ್ಲ. ಗಡಿ ಪ್ರದೇಶದ ಸಮಸ್ತ ಬೇಹುಗಾರಿಕಾ ಪಡೆಯೇ ಅವರ ನಿಯಂತ್ರಣದಲ್ಲಿತ್ತು. ಸೆಪ್ಟಂಬರ್ 8ರಂದು ಥಗ್ಲಾ ಪರ್ವತದ ಮೇಲೆ ಚೀನೀ ಬಾವುಟ ಹಾರಿದ ಸಂಗತಿ ಅವರಿಗೆ ತಕ್ಷಣ ಗೊತ್ತಾಗಿತ್ತು. ಆದರೆ ಜನರಲ್ ಬಿ.ಎಂ. ಕೌಲ್, ಸೆಪ್ಟಂಬರ್ 8ರಿಂದ ಅಕ್ಟೋಬರ್ 2ರವರೆಗೆ (ಅಂದರೆ, ನೆಹರೂ ಭಾರತಕ್ಕೆ ಹಿಂತಿರುಗುವವರೆಗೆ) ತಮ್ಮ ರಜೆ ರದ್ದುಪಡಿಸಿಕೊಳ್ಳಲೇ ಇಲ್ಲ. ಖುದ್ದು ಪ್ರಧಾನಿ ನೆಹರೂ ಹೇಳಿಕಳಿಸಿದ ಮೇಲೆಯೇ ಅವರು ಸೇವೆಗೆ ವಾಪಸಾದದ್ದು.

ಇನ್ನು ನಮ್ಮ ಸ್ಥಿತಿ.

ನನ್ನ ಕೇಂದ್ರ ಕಚೇರಿಯಾದ 4 ಇನ್‌ಫೆಂಟ್ರಿ ಡಿವಿಷನ್‌ನ ಹೆಡ್‌ಕ್ವಾರ್ಟರ್ಸಿನಲ್ಲಿ ಹಬ್ಬದ ಸಂಭ್ರಮ. ಪ್ರತೀ ವರ್ಷದ ಸೆಪ್ಟಂಬರಿನಲ್ಲಿ ನಮ್ಮ ಡಿವಿಷನ್ ಹಿಂದೆ ಯಾವತ್ತೋ ಗೆದ್ದಿದ್ದ 'ಸಿದ್ದಿ ಬರನಿ' ಯುದ್ಧದ ವಿಜಯೋತ್ಸವವನ್ನು ಆಚರಿಸುತ್ತದೆ. ಆ ಸಂಬಂಧದಲ್ಲಿ ನಮ್ಮೆಲ್ಲ ಯೂನಿಟ್‌ಗಳಲ್ಲಿ ಆಟೋಟಗಳ ಸ್ಪರ್ಧೆ ನಡೆದಿತ್ತು. ಅನೇಕ ಅಧಿಕಾರಿಗಳು, ಸೈನಿಕರು ರಜೆಯಲ್ಲಿದ್ದರು. ಎಲ್ಲೆಲ್ಲೂ ಯುದ್ಧ ಸಿದ್ಧತೆಯ ವಾತಾವರಣವೇ ಇರಲಿಲ್ಲ.

ಈ ದೌರ್ಭಾಗ್ಯವನ್ನು ಹೇಗೆ ವಿವರಿಸುವುದೋ ಗೊತ್ತಾಗುತ್ತಿಲ್ಲ. 7 ಇನ್‌ಫೆಂಟ್ರಿ ಬ್ರಿಗೇಡ್‌ನ ಕಮಾಂಡರನಾಗಿ, ಇಡೀ ಕಾಮೆಂಗ್ ಪ್ರಾಂತ್ಯದ ಯುದ್ಧ ಭೂಮಿಯ ಹಿರಿಯ ಅಧಿಕಾರಿಯಾಗಿ- ನಾನೇ ಅವತ್ತು ರಜೆಯಲ್ಲಿದ್ದೆ! ಸೆಪ್ಟಂಬರ್ 8,1962ರಿಂದ ಎರಡು ತಿಂಗಳ ಕಾಲ ನನಗೆ ವಾರ್ಷಿಕ ರಜೆ ಮಂಜೂರು ಮಾಡಲಾಗಿತ್ತು. ತವಾಂಗ್ ಮತ್ತು ತುತ್ತುದಿಯ ಗಡಿಗಳ ರಕ್ಷಣೆಗಾಗಿ ಏನೇನು ಮಾಡಲು ಸಾಧ್ಯವಿತ್ತೋ, ಅದನ್ನೆಲ್ಲ ಮಾಡಿ ಅವತ್ತೇ ನಾನು ಹತ್ತೂವರೆ ಸಾವಿರ ಅಡಿ ಎತ್ತರದ ತವಾಂಗ್‌ನಿಂದ ಇಳಿದು ಬಂದಿದ್ದೆ.

ಯಾವುದೇ ಬ್ರಿಗೇಡಿಯರ್ ರಜೆ ಹಾಕಬೇಕಾದರೆ, ನೇರವಾಗಿ ತನ್ನ ಹೆಡ್‌ಕ್ವಾರ್ಟರ್ಸಿಗೆ ಅರ್ಜಿ ಹಾಕಿ, ಅಲ್ಲಿಂದಲೇ ಅನುಮೋದನೆ ಪಡೆಯಬೇಕು. ವೈಯಕ್ತಿಕವಾಗಿ ನನ್ನ ಆರ್ಮಿ ಕಮಾಂಡರ್ ನನಗೆ ರಜೆ ಮಂಜೂರು ಮಾಡಬೇಕು. ಮತ್ತು ಆತ ಎರಡು ತಿಂಗಳ ರಜೆ ಮಂಜೂರು ಮಾಡಿದ್ದ! ಅದರರ್ಥ, 1962ರ ಸೆಪ್ಟಂಬರ್ 8ನೇ ತಾರೀಕಿನ ಹೊತ್ತಿಗೂ ಕೂಡ ಚೀನದೊಂದಿಗೆ ಭಾರತ ಯುದ್ಧ ಮಾಡಬೇಕಾಗಿ ಬರಬಹುದು ಎಂಬುದು ಸ್ವತಃ ನಮ್ಮ ಡಿವಿಷನ್‌ನ ಮುಖ್ಯಸ್ಥರಿಗೇ ಗೊತ್ತಿರಲಿಲ್ಲ ಎಂದಾಯಿತಲ್ಲ?

ನನಗೆ ರಜೆ ಕೊಡುವುದಕ್ಕೆ ಮುಂಚೆ, ನನಗಿಂತ ಹಿರಿಯ ಅಧಿಕಾರಿ ಮನೋಹರ ಸಿಂಗ್ ಅವರನ್ನು ಹಿರಿಯ ಅಧಿಕಾರಿಗಳ ತರಬೇತಿಗೆಂದು ಇನ್‌ಫೆಂಟ್ರಿ ಸ್ಕೂಲ್‌ಗೆ ಕಳಿಸಲಾಗಿತ್ತು. ಒಟ್ಟಿನಲ್ಲಿ ಯಾರೆಂದರೆ ಯಾರೂ ಈ ಅನಾಹುತಕ್ಕೆ ಸಿದ್ಧರಾಗಿರಲಿಲ್ಲ. ಮತ್ತು ಸರಿಯಾಗಿ ಅದೇ ಘಳಿಗೆಯನ್ನು ಆಯ್ಕೆ ಮಾಡಿಕೊಂಡಿತ್ತು ಚೀನ.

ಸೆಪ್ಟಂಬರ್ 8 1962ರಂದು ಹಿಮಕಾಡಿನಲ್ಲಿ ಜ್ವಾಲಾಮುಖಿ ಬಾಯ್ತೆರೆದಿತ್ತು.

ಅವತ್ತೇನಾಯಿತು?

ಸೆಪ್ಟಂಬರ್ 8,1962:

ಅವತ್ತು ಅದೃಷ್ಟವಶಾತ್ ನಾನಿನ್ನೂ ತೇಜಪುರದಲ್ಲಿದ್ದೆ. ಫೋರ್ ಡಿವಿಷನ್‌ನ ಜನರಲ್ ಆಫೀಸರ್ ಕಮ್ಯಾಂಡಿಂಗ್ ನಿರಂಜನ್ ಪ್ರಸಾದ್‌ರವರೊಂದಿಗೆ ಮುಂಜಾನೆಯ ತಿಂಡಿ ತಿಂದೆ. ತುಸು ಹೊತ್ತು ಮಿಸಾಮಾರಿಯಲ್ಲಿ ನಮ್ಮ ಗೂರ್ಖಾ ರೆಜಿಮೆಂಟ್ (1/9 ಗೂರ್ಖಾಸ್)ನ ಸೈನಿಕರೊಂದಿಗೆ ನಾವಿಬ್ಬರೂ ಕಾಲ ಕಳೆದೆವು. NEFA ಗಡಿಯಲ್ಲಿ ಅತಿ ಕಷ್ಟದ ವರ್ಷಗಳನ್ನು ಕಳೆದು ಮಾನಸಿಕವಾಗಿ, ದೈಹಿಕವಾಗಿ ಹೈರಾಣಾಗಿ ಹೋಗಿದ್ದ ಗೂರ್ಖಾಗಳನ್ನು ಒಂದಿಷ್ಟು ನೆಮ್ಮದಿಯಾಗಿ ಕಾಲ ಕಳೆಯಲೆಂಬ ಕಾರಣಕ್ಕಾಗಿಯೇ ಪಂಜಾಬದ ಸಮತಲ ಪ್ರದೇಶಗಳಿಗೆ ವರ್ಗಾ ಮಾಡಲಾಗಿತ್ತು. ಶ್ರಮ ಜೀವಿಗಳಾದ ಗೂರ್ಖಾಗಳು ತವಾಂಗ್‌ನಲ್ಲಿ ಮಿಲಿಟರಿ ನೆಲೆ ಏರ್ಪಡಿಸುವುದರಲ್ಲಿ ವಹಿಸಿದ ಆಸಕ್ತಿ, ಶ್ರದ್ಧೆ, ಕಷ್ಟ ಸಹಿಷ್ಣುತೆ ಮುಂತಾದವುಗಳನ್ನು ಅವತ್ತು ಜನರಲ್ ಪ್ರಸಾದ್ ಮನಸಾರೆ ಹೊಗಳಿದರು. ನಿರಂತರವಾಗಿ ಮೂರು ವರ್ಷ ಹಿಮದ ಬಂಡೆಗಳಲ್ಲಿ ಬದುಕಿ ಬೇಸತ್ತಿದ್ದ ಗೂರ್ಖಾಗಳು ಮೊದಲ ಬಾರಿಗೆ ತಮ್ಮ ಕುಟುಂಬಗಳನ್ನು ಕಾಣಲು ಹೊರಟಿದ್ದರು. ಅವರ ಮುಖಗಳಲ್ಲಿ, ಸದ್ಯದಲ್ಲೇ ಆಚರಿಸಬಹುದಾದ ದಸರೆಯ ನಿರೀಕ್ಷೆಯಿತ್ತು. ಅದರ ಸಂತಸವಿತ್ತು. ಗೂರ್ಖಾಗಳಿಗೆ ದಸರೆಯೆಂಬುದು ದೊಡ್ಡ ಹಬ್ಬ. ಈ ಬಾರಿ ಪಂಜಾಬದಲ್ಲಿ ನೀವು ದಸರೆ ಆಚರಿಸುವಾಗ, ನಾನು ಖುದ್ದಾಗಿ ಅಲ್ಲಿಗೆ ಬಂದು ನಿಮ್ಮೊಂದಿಗೆ ಊಟ ಮಾಡುತ್ತೇನೆ ಎಂಬುದಾಗಿ ಜನರಲ್ ಪ್ರಸಾದ್ ಸೈನಿಕರಿಗೆ ಭರವಸೆ ನೀಡುತ್ತಿದ್ದರು.

ತವಾಂಗ್‌ನಿಂದ ಆ ರಾಕ್ಷಸ ರಸ್ತೆಯಲ್ಲಿ ದಿನಗಟ್ಟಲೆ ಇಳಿದು ಬಂದಿದ್ದ ನಾನು ವಿಪರೀತ ದಣಿದಿದ್ದೆ. ಗೂರ್ಖಾ ಸೈನಿಕರೊಂದಿಗೆ ಅವತ್ತು ಮಧ್ಯಾಹ್ನದ ಊಟ ಮುಗಿಸಿ, ಅವರ ಕೈಕುಲುಕಿ ನನ್ನ ವಿಶ್ರಾಂತಿ ಕೋಣೆಯತ್ತ ಹೊರಟವನು ಯಾಕೋ ಸುಮ್ಮನೆ ಆ ಸೈನಿಕರೆಡೆಗೆ ತಿರುಗಿ ನೋಡಿದೆ.

ಅವರನ್ನು ಸದ್ಯದಲ್ಲೇ ಒಂದು ಪರಮ ದಾರುಣ ಸ್ಥಿತಿಯಲ್ಲಿ, ಮತ್ತದೇ ತವಾಂಗ್‌ನಲ್ಲಿ, ಅದರಾಚೆಗಿನ ಭೀಕರ ರಣರಂಗದಲ್ಲಿ- ಇನ್ನು ಕೆಲವೇ ದಿನಗಳಲ್ಲಿ ನೋಡುತ್ತೇನೆ ಅಂತ ಖಂಡಿತ ಅನ್ನಿಸಿರಲಿಲ್ಲ. ಗೂರ್ಖಾಗಳು ನನ್ನೆಡೆಗೆ ನಗುನಗುತ್ತ ಕೈ ಬೀಸಿದರು.

ಕೊಂಚ ಹೊತ್ತಿನ ವಿಶ್ರಾಂತಿಯ ನಂತರ ನಾನು ಜನರಲ್ ಪ್ರಸಾದ್‌ರೊಂದಿಗೆ ತೇಜಪುರದ

ಮೈದಾನದಲ್ಲಿ ಗೋಲ್ಫ್ ಆಡಿದೆ. ರಾತ್ರಿ ಇಲ್ಲೆಲ್ಲೋ ಒಂದು ಸಿನೆಮಾ ಪ್ರದರ್ಶನವಿದೆ. ನೋಡಲು ಬರುತ್ತೀಯಾ? ಅಂದರು ಜನರಲ್ ಪ್ರಸಾದ್. ನನಗೆ ಉತ್ಸಾಹವಿರಲಿಲ್ಲ. ಬೆಳಗಿನ ಜಾವದ ಹೊತ್ತಿಗೆ ತೇಜಪುರದಿಂದ ಹೊರಡುವ ವಿಮಾನದಲ್ಲಿ ನಾನು ದಿಲ್ಲಿಗೆ ಪ್ರಯಾಣಿಸಬೇಕಿತ್ತು. ನನ್ನ ಎರಡು ತಿಂಗಳ ರಜೆ ಆರಂಭವಾಗಲಿದ್ದ ದಿನವದು. ಜನರಲ್ ಪ್ರಸಾದ್‌ರಿಗೆ ವಂದಿಸಿ, ತೇಜಪುರದ ವಿಮಾನ ನೆಲೆಯ ಪಕ್ಕದಲ್ಲಿ ಇರುವ ಮಷಿನ್‌ಗನ್ ಯೂನಿಟ್ ತಲುಪಿಕೊಂಡೆ. ಅಲ್ಲಿ ನನ್ನ ವಿಶ್ರಾಂತಿ ಕೋಣೆಯಿತ್ತು. ಸಂಜೆ ಆರು ಗಂಟೆಯಾಗುತ್ತಿದ್ದಂತೆಯೇ ಮೆಸ್‌ನಲ್ಲಿ ಸ್ನಾನ ಮುಗಿಸಿ ತಲೆಯೊರೆಸಿಕೊಳ್ಳುತ್ತ ಈಚೆಗೆ ಬಂದೆ.

ಆಗ ಬಡಿದುಕೊಳ್ಳತೊಡಗಿತು ಟೆಲಿಫೋನ್!

ನನಗೆ ಮೊದಲಿಂದಲೂ ಟೆಲಿಫೋನ್‌ಗಳೆಂದರೆ ಕಿರಿಕಿರಿ. ನಿರಂತರವಾಗಿ ಬಡಿದುಕೊಳ್ಳುತ್ತಿದ್ದ ಅದನ್ನು ಹಾಗೇ ಬಿಟ್ಟುಬಿಡಲೇ ಎಂದು ಯೋಚಿಸಿದೆ. ಆದರೆ ಯಾವುದೋ ಪ್ರೇರಣೆ ನನ್ನನ್ನು ಟೆಲಿಫೋನಿನೆಡೆಗೆ ನಡೆಯುವಂತೆ ಮಾಡಿತು. ಪ್ರೇರಣೆಗಿಂತ ಹೆಚ್ಚಾಗಿ, ಹೀಗೆ ನಾನು ತೇಜಪುರದ ಇಂಥದೇ ವಿಶ್ರಾಂತಿ ಗೃಹದಲ್ಲಿದ್ದೇನೆ ಎಂಬ ಸಂಗತಿ ಗೊತ್ತಿರುವವರೇ ಬೆರಳೆಣಿಕೆಯಷ್ಟು ಜನ. ಅವರಾದರೂ ಆಯಕಟ್ಟಿನ ಜಾಗೆಗಳಲ್ಲಿರುವವರೇ. ಸುಮ್ಮಸುಮ್ಮನೆ ಟೆಲಿಫೋನ್ ಮಾಡುವವರಲ್ಲ. ಏನಾದರೂ ಗಂಭೀರವಾದ ಕಾರಣವೇ ಇರಬಹುದು ಅನ್ನಿಸಿ, ಸರಸರನೆ ಹೋಗಿ ರಿಸೀವರ್ ಎತ್ತಿಕೊಂಡು "ಹಲೋ?" ಅಂದೆ.

ಅಷ್ಟೆ! ಮುಗಿಲು ಕಳಚಿಕೊಂಡು ನೆಲಕ್ಕೆ ಬಿದ್ದಂತಾಗಿತ್ತು.

ನನ್ನ ಸಹಾಯಕ ಮೇಜರ್ ಬೆರ್ಟಿ ಪೆರೀರಾ ರೇಡಿಯೋ ಟೆಲಿಫೋನಿ ಸಂಪರ್ಕದ ಮೂಲಕ ಮಾತನಾಡುತ್ತಿದ್ದ.

"ಥೋಲಾ ಪೋಸ್ಟ್‌ನ ಉಸ್ತುವಾರಿಯಲ್ಲಿರುವ ಕಮಾಂಡರ್ ಒಂದೇ ಸಮನೆ ಕಂಗಾಲಾಗಿ ವೈರ್‌ಲೆಸ್ ಸಂದೇಶಗಳನ್ನು ಕಳಿಸುತ್ತಿದ್ದಾನೆ. ಬೆಳಗ್ಗೆ ಎಂಟು ಗಂಟೆ ಹೊತ್ತಿಗೆ ಸುಮಾರು ಆರುನೂರು ಜನ ಚೀನಿ ಸೈನಿಕರು ಥಗ್ಲಾ ಪರ್ವತ ಸಾಲಿನಿಂದ ಇಳಿದು ನೇರವಾಗಿ ಥೋಲಾ ಪೋಸ್ಟ್ ಬಳಿಗೆ ಬಂದುಬಿಟ್ಟಿದ್ದಾರೆ. ಇಡೀ ಪ್ರದೇಶವನ್ನು ಸುತ್ತುವರೆದಿದ್ದಾರೆ. ನಮ್ಮ ಕಡೆಯಿಂದ ಥೋಲಾ ಪೋಸ್ಟ್ ತಲುಪಲಿಕ್ಕೆ ಇದ್ದ ಒಂದೇ ಒಂದು ಸೇತುವೆ; ಅದನ್ನು ಚೀನಿಗಳು ಕತ್ತರಿಸಿ ಹಾಕಿದ್ದಾರೆ. ಅಲ್ಲಿಗೆ ನಾವು ಥೋಲಾ ಪೋಸ್ಟ್‌ನೊಳಗಿರುವ ನಮ್ಮ ಅಸ್ಸಾಂ ರೈಫಲ್ಸ್‌ನ ಸಿಬ್ಬಂದಿಯವರಿಗೆ ಒಂದು ಹುಲ್ಲುಕಡ್ಡಿಯನ್ನೂ ತಲುಪಿಸುವಂತಿಲ್ಲ. ಚೀನಿಗಳು ನೀರಿನ ಸರಬರಾಜೂ ಆಗದಂತೆ ತಡೆದುಬಿಟ್ಟರೆ ಮುಗಿದೇ ಹೋಯಿತು. ಥೋಲಾ ಪೋಸ್ಟ್‌ನಲ್ಲಿರುವ ಅಸ್ಸಾಂ ರೈಫಲ್ಸ್‌ನ ಕಮಾಂಡರ್ ತುಂಬ ಗಾಬರಿಯಾಗಿದ್ದಾನೆ. ತಕ್ಷಣ ಅವನಿಗೆ ನೆರವು ಒದಗಿಸಬೇಕಾಗಿದೆ. ಏನು ಮಾಡಲಿ ಬ್ರಿಗೇಡಿಯರ್ ಸಾಬ್?"

ಒಂದು ಕ್ಷಣ ಮೇಜರ್ ಬೆರ್ಟಿ ಪೆರೀರಾಗೆ ಏನುತ್ತರ ಹೇಳಬೇಕೋ ತೋಚದಂತಾಗಿ ನಿಂತುಬಿಟ್ಟೆ. ಯಾವ ಅಪಾಯದ ಘಳಿಗೆಯ ಬಗ್ಗೆ ನಾನು ತಿಂಗಳುಗಟ್ಟಲೆ ಧಾವಂತಗೊಂಡಿದ್ದೆನೋ ಆ ಘಳಿಗೆ ಬಂದೇ ಬಿಟ್ಟಿತ್ತು. ಬೆಳಗ್ಗೆ ಎಂಟು ಗಂಟೆಗೆ ಥೋಲಾ ಪೋಸ್ಟ್‌ನ ವೈರ್‌ಲೆಸ್ ಸೆಟ್‌ನಲ್ಲಿ

ಅಲ್ಲಿದ್ದ ಕಮಾಂಡರ್ ಮಾಡಿದ ಚೀತ್ಕಾರ ನೇರವಾಗಿ ತವಾಂಗ್‌ಗೆ ತಲುಪಿರಲಿಲ್ಲ. ನಮ್ಮ ಪದ್ಧತಿಯ ವಿಚಿತ್ರ ವ್ಯವಸ್ಥೆಯಿದು. NEFA ಗಡಿಯ ತುತ್ತುದಿಯಲ್ಲಿರುವ ಧೋಲಾ ಪೋಸ್ಟ್‌ನ ವೈರ್‌ಲೆಸ್ ನೇರವಾಗಿ ಸಂಪರ್ಕ ಹೊಂದಿರುವುದು, ತನ್ನ (ಅಸ್ಸಾಂ ರೈಫಲ್ಸ್‌ನ) ಹೆಡ್ ಕ್ವಾರ್ಟರ್ಸಿನೊಂದಿಗೆ! ಅಲ್ಲಿಂದ ಆ ಕಮಾಂಡರ್ ಕಿರುಚಿಕೊಂಡದ್ದು, ಅವನ ಹೆಡ್‌ಕ್ವಾರ್ಟರ್ಸ್ ತಲುಪಿ, ಮುಂದೆ ಅದು ನೂರಾರು ಮೈಲಿ ದೂರದ ಷಿಲ್ಲಾಂಗ್‌ನಲ್ಲಿರುವ ಅಸ್ಸಾಂ ರೈಫಲ್ಸ್‌ನ ಕೇಂದ್ರ ಕಚೇರಿ ತಲುಪಿ ಮತ್ತೆ ಅಲ್ಲಿಂದ ತೇಜಪುರಕ್ಕೆ ಸಂದೇಶ ಬಂದು, ಅದೇನೋ ಧೋಲಾ ಪೋಸ್ಟ್‌ನಲ್ಲಿ ತೊಂದರೆಯಿದೆಯಂತೆ ನೋಡಿ!" ಎಂಬ ಬೇಜವಾಬ್ದಾರಿ ಸಂದೇಶವೊಂದು ತವಾಂಗ್‌ನಲ್ಲಿರುವ (ಧೋಲಾ ಪೋಸ್ಟ್‌ಗೆ ಇವೆಲ್ಲವುಗಳಿಗಿಂತ ಹತ್ತಿರದಲ್ಲಿರುವ) ನನ್ನ ಹೆಡ್‌ಕ್ವಾರ್ಟರ್ಸ್‌ಗೆ ತಲುಪಲು ಪೂರ್ತಿ ಆರು ಗಂಟೆಗಳ ಅವಧಿ ಬೇಕಾಗಿತ್ತು.

"ಮತ್ತೇನಾದರೂ ವಿವರಗಳಿವೆಯಾ?" ಮೇಜರ್ ಪೆರೀರಾನನ್ನು ಕೇಳಿದೆ.

"ಇಷ್ಟೇ ವಿಷಯ ಸಾಹಿಬ್" ಅಂದರು ಆತ. ಅಷ್ಟು ಹೊತ್ತಿಗಾಗಲೇ ಪೆರೀರಾಗೆ ಏನೇನು ಆದೇಶ ನೀಡಬೇಕು ಎಂಬುದು ನನ್ನ ಮನಸ್ಸಿನಲ್ಲಿ ಕರಾರುವಾಕ್ಕಾಗಿ ಕದಲತೊಡಗಿತು.

"ಮೇಜರ್ ಪೆರೀರಾ, ಮೊದಲು ನೀವು ಲುಮ್ಲಾಗೆ ಹೋಗಿ. ಅಲ್ಲಿ ಅಸ್ಸಾಂ ರೈಫಲ್ಸ್‌ನದೊಂದು ತುಕಡಿಯಿದೆ. ಆನಂತರ ಲುಂಪೋಗೆ ಸಂದೇಶ ಕೊಡಿ. ಅಲ್ಲೂ ಒಂದು ಅಸ್ಸಾಂ ರೈಫಲ್ಸ್‌ನವರ ತುಕಡಿ ಇದೆ.

"ಧೋಲಾ ಪೋಸ್ಟ್ ಇರೋ ಜಾಗಕ್ಕೆ ತಕ್ಷಣ ತಲುಪಬಲ್ಲ ಅವಕಾಶವಿರೋದು ಅವೇ ಎರಡು ತುಕಡಿಗಳಿಗೆ. ಏನೇ ಅವಸರದಿಂದ ನಡೆಯೋಕೆ ಶುರುವಿಟ್ಟರೂ ಲುಂಪೋದಿಂದ ಧೋಲಾ ತಲುಪೋದಕ್ಕೆ ಅವರು ಎರಡು ದಿನ ತಗೊಳ್ತಾರೆ. ನಾನು ನಾಳೆ ಬೆಳಗ್ಗೆ ಸೂರ್ಯನ ಕಿರಣ ನೆಲಕ್ಕೆ ಬಿದ್ದ ತಕ್ಷಣ ಇಲ್ಲಿಂದ ಹೊರಟು ತವಾಂಗ್‌ಗೆ ಬರುತ್ತೇನೆ. ಅಲ್ಲಿಯತನಕ ಕೋಟೆ ಸಂಭಾಳಿಸಿ" ಎಂದು ಆದೇಶ ನೀಡಿದೆ.

ನೆಹರೂ ಎಂಬ ಬೇಜವಾಬ್ದಾರಿ ಪ್ರಧಾನಮಂತ್ರಿ, ಮೆನನ್ ಎಂಬ ಅಧಿಕ ಪ್ರಸಂಗಿ ರಕ್ಷಣಾ ಮಂತ್ರಿ ಹಾಗೂ ಬಿ.ಎಂ. ಕೌಲ್ ಎಂಬ ವಿವೇಕವಂತನಲ್ಲದ ಮನುಷ್ಯ-ಒಟ್ಟಿಗೆ ಕುಳಿತುಕೊಂಡು ಜಾರಿಗೆ ತಂದ "ಫಾರ್ವರ್ಡ್ ಪಾಲಿಸಿ" ಎಂಬ ಅನಾಹುತಕಾರಿ ನೀತಿ, ಸೆಪ್ಟಂಬರ್ 8ನೇ ತಾರೀಕಿನ ಮುಂಜಾನೆಯ ಹೊತ್ತಿಗೆ ಭಾರತದ ಪಕ್ಕೆಯಿಂದ ನೆತ್ತರು ಬಸಿಯಲು ಪ್ರಾರಂಭಿಸಿಬಿಟ್ಟಿತು. ಅವರು ಮಾಡಿದ ಅಕ್ಷಮ್ಯ ಅಪರಾಧಕ್ಕೆ ನಾವೀಗ ಕಂದಾಯ ಕಟ್ಟಲೇಬೇಕು. ಕೇವಲ ಭಾರತೀಯ ಸೈನ್ಯವಲ್ಲ; ಇಡೀ ದೇಶವೇ ದಂಡ ತೆರಬೇಕು. ಅಂಥ ದಿನಗಳು ಆರಂಭವಾಗಿ ಹೋಗಿದ್ದವು. ಥಗ್ಲಾ ಪರ್ವತ ಸಾಲಿನಿಂದ ಇಳಿದು ಬರುವ ಅಥವಾ ಥಗ್ಲಾದ ನೆತ್ತಿಯ ಮೇಲೆ ಫಿರಂಗಿ ಹಿಡಿದು ಕೂಡುವ ಆರುನೂರು ಚೀನಿ ಸೈನಿಕರನ್ನು ಎದುರಿಸುವುದಿದೆಯಲ್ಲ? ಉಹುಂ, ಅದು ನನ್ನ ಸುಪರ್ದಿಯಲ್ಲಿರುವ ಒಂದು ಬ್ರಿಗೇಡ್‌ನಿಂದ ಸಾಧ್ಯವಾಗುವ ಮಾತಲ್ಲ. ನನಗದು ಚೆನ್ನಾಗಿ ಗೊತ್ತಿತ್ತು.

ಬೆಳಗಿನ ಜಾವಕ್ಕೆ ನಾನು ಹೊರಡಬೇಕು.

ತಕ್ಷಣ ನನ್ನ ಕೊನೆಯ ಹಂತದ ಪ್ರಯತ್ನಗಳನ್ನು ಪ್ರಾರಂಭಿಸಿದೆ. ನನ್ನ ಮೇಲಧಿಕಾರಿ ಮನೋಹರ ಸಿಂಗ್ ತರಬೇತಿಗೆಂದು ಹೋಗಿದ್ದರು. ಅವರ ಸ್ಥಾನದ ಉಸ್ತುವಾರಿಯಲ್ಲಿದ್ದ ಎರಡನೇ GSOರವರ ಬಳಿಯಲ್ಲೇ ತವಾಂಗ್-ಲುಂಪೋ-ಥೋಲಾ ಪೋಸ್ಟ್ ಇತ್ಯಾದಿಗಳನ್ನು ವಿವರಿಸಬಲ್ಲ ಮ್ಯಾಪ್‌ಗಳಿವೆ. ಅವುಗಳನ್ನು ಆತ ಅಲಮಾರಿನಲ್ಲಿಟ್ಟು ಭದ್ರವಾಗಿ ಬೀಗ ಹಾಕಿಕೊಂಡು ಹೋಗಿದ್ದಾನೆ. ಹೋಗಿರುವುದು 35 ಮೈಲಿ ದೂರದ ಕ್ಲಬ್‌ಗೆ. ಆತನನ್ನು ಕರೆಸಬೇಕು. ಆತ ಬರುವ ಹೊತ್ತಿಗೆ ರಾತ್ರಿ ಒಂಬತ್ತು ಗಂಟೆ. ಅಷ್ಟೇ ತುರ್ತಾಗಿ, ನಾಳೆ ಬೆಳಗಿನ ಜಾವದಲ್ಲಿ ಹೊರಡಲಿಕ್ಕೆ ನನಗೊಂದು ಹೆಲಿಕಾಪ್ಟರ್ ಬೇಕು. ಮತ್ತೆ ಆ ರಾಕ್ಷಸ ಹಾದಿಯಲ್ಲಿ ಜೀಪಿನಲ್ಲಿ, ಕಾಲ್ನಡಿಗೆಯಲ್ಲಿ ಹೊರಟಿದ್ದೇ ಆದರೆ-ನಾನು ತವಾಂಗ್ ತಲುಪುವ ಹೊತ್ತಿಗೆ ಅದು ಚೀನಿಗಳ ಕೈವಶವಾಗಿರುತ್ತದೆ. ತಕ್ಷಣ ವಾಯುಪಡೆಯ ಅಧಿಕಾರಿಯನ್ನು ಹುಡುಕಲು ಕಳಿಸಿದೆ. ಆತ ಬಂದ ಸ್ಥಿತಿ ಎಂತಹುದಿತ್ತೆಂದು ಇವತ್ತು ವಿವರಿಸಲಾರೆ.

ಆ ಸ್ಥಿತಿಯಲ್ಲೇ ಇಡೀ ಭಾರತ ದೇಶವಿತ್ತು.

ಅದೊಂದು ಶನಿವಾರದ ಉನ್ಮತ್ತ ರಾತ್ರಿ.

ಯಾರೂ ಅವರವರು ಇರಬೇಕಾದ ಸ್ಥಳದಲ್ಲಿರಲಿಲ್ಲ. ಮತ್ತು ಇರಬೇಕಾದ ಸ್ಥಿತಿಯಲ್ಲಿರಲಿಲ್ಲ. ಶನಿವಾರದ ರಾತ್ರಿಗಳೇ ಹಾಗೆ. ಮತ್ತು ಚೀನ ಕರೆಕ್ಟಾಗಿ ಅಂಥದೇ ಒಂದು ಶನಿವಾರವನ್ನು ತನ್ನ ಯುದ್ಧ ಘೋಷಣೆಗೆ ಆಯ್ಕೆ ಮಾಡಿಕೊಂಡಿತ್ತು. ನಾನಿದ್ದ ಮಷಿನ್‌ಗನ್ ಯೂನಿಟ್‌ನ ವಿಶ್ರಾಂತಿ ಗೃಹದ ಕೋಣೆಯ ಬಾಗಿಲಲ್ಲಿ ನಿಂತು ಆಲೋಚಿಸತೊಡಗಿದೆ.

ಎಲ್ಲಿದೆ ಥೋಲಾ ಪೋಸ್ಟ್?

ಅದು ಭಾರತದ ಒಂದು ತುದಿ. ಅಲ್ಲಿಂದ, ನನ್ನ ಹೆಡ್‌ಕ್ವಾರ್ಟರ್ಸ್ ತವಾಂಗ್‌ಗೆ ಬರಬೇಕೆಂದರೆ, ಐದು ದಿನಗಳ ಪ್ರಯಾಣ. ತವಾಂಗ್‌ನಿಂದ ನನ್ನ ತೇಜಪುರದ ಡಿವಿಷನಲ್ ಹೆಡ್‌ಕ್ವಾರ್ಟರ್ಸ್‌ಗೆ ತಲುಪಬೇಕೆಂದರೆ, ಅದು 200 ಮೈಲಿಗಳ ಭಯಾನಕ ಯಾತ್ರೆ. ತೇಜಪುರದಿಂದ ಮತ್ತೊಂದು ಕೇಂದ್ರ ಸ್ಥಾನ ಷಿಲ್ಲಾಂಗ್‌ಗೆ ತಲುಪಲು ಮತ್ತೆ 200 ಮೈಲಿ ಪ್ರಯಾಣಿಸಬೇಕು. ಇನ್ನು ಕಮಾಂಡ್ ಹೆಡ್‌ಕ್ವಾರ್ಟರ್ಸ್, ಇಲ್ಲಿಂದ 600 ಮೈಲಿ ದೂರದ ಲಖನೌದಲ್ಲಿದೆ. ಇವೆಲ್ಲವುಗಳ ಕೇಂದ್ರ ಸ್ಥಾನವಾದ ದಿಲ್ಲಿ! ಅದರ ದೂರವನ್ನು ಅಳೆಯದಿರುವುದೇ ಕ್ಷೇಮ! ಯುದ್ಧ ಆರಂಭಗೊಂಡಿರುವುದೆಲ್ಲಿ? ಅದಕ್ಕೆ ನಿರ್ದೇಶನ ದೊರಕಬೇಕಾಗಿರುವುದು ಎಲ್ಲಿಂದ?

ಇಲ್ಲಿ ಥೋಲಾ, ತವಾಂಗ್ ಮತ್ತು ತೇಜಪುರ ಬಿಟ್ಟರೆ -ಉಳಿದೆಲ್ಲವೂ ನೆಮ್ಮದಿಯ ತಾಣಗಳೆ. ಸೈನಿಕ ಭಾಷೆಯಲ್ಲಿ ಅವುಗಳನ್ನು 'ಪೀಸ್ ಹೆಡ್‌ಕ್ವಾರ್ಟರ್ಸ್' ಅನ್ನುತ್ತಾರೆ. ಷಿಲ್ಲಾಂಗ್, ಲಖನೌ, ದಿಲ್ಲಿ ಮುಂತಾದ ನೆಮ್ಮದಿಯ ಸೈನಿಕ ತಾಣಗಳಲ್ಲಿ ಕೆಲಸ ಮಾಡುವ ಅಧಿಕಾರಿಗಳು ಹಿರಿಯರು. ವಯಸ್ಸಾದವರು. ಒಂದು ದಿವ್ಯ ನಿವೃತ್ತಿಗೆ ಅಣಿಯಾಗುತ್ತಿರುವವರು. ತಂತಮ್ಮ ಕುಟುಂಬಗಳೊಂದಿಗೆ ನೆಮ್ಮದಿಯಾಗಿರುವಂಥವರು. ಅವರ ಕುಟುಂಬ, ಅವರ ಹಾಬಿಗಳು, ಅವರ ಮನರಂಜನೆ, ವಿಶ್ರಾಂತಿ, ಆರೋಗ್ಯದ ಸಮಸ್ಯೆ-ಇತ್ಯಾದಿಗಳೆಲ್ಲದರ ಮಧ್ಯೆ ಅವರು ಸೈನಿಕ

ಕೇಂದ್ರಗಳಿಗೆ ಬರಬೇಕು. ಬೆಳಗ್ಗೆ ಹತ್ತರಿಂದ ಸಂಜೆ ಆರರ ತನಕ ಕೆಲಸ ಮಾಡಿ ಹಿಂತಿರುಗಬೇಕು.

ಇಂಥ ಸೈನಿಕ ಕೇಂದ್ರಗಳಿಂದ ಯಾವ ನಿರ್ದೇಶನ ನಿರೀಕ್ಷಿಸಲು ಸಾಧ್ಯ? ನೆಮ್ಮದಿಯ ತಾಣಗಳಲ್ಲಿ ಕುಳಿತವರು ಯುದ್ಧಗಳನ್ನು ಸಂಭಾಳಿಸಲಾರರು.

ನನ್ನಲ್ಲಾಗಲೇ ದುಗುಡ ಮನೆ ಮಾಡತೊಡಗಿತ್ತು. ರಾತ್ರಿ ಒಂಬತ್ತು ಗಂಟೆಯ ಹೊತ್ತಿಗೆ ಅಧಿಕಾರಿಗಳೆಲ್ಲ ಒಂದು ಕಡೆ ಸೇರಿದೆವು. ಜನರಲ್ ಆಫೀಸರ್ ಕಮ್ಯಾಂಡಿಂಗ್ ಪ್ರಸಾದ್‌ರವರು ತಕ್ಷಣ ಈ ಆಪತ್ತನ್ನು ಎದುರಿಸಲು ಏನು ಮಾಡಬೇಕು ಎಂಬುದನ್ನು ಚರ್ಚಿಸಲು ಒಂದು ಸಭೆ ನಡೆಸಿದರು. ಥೋಲಾ ಪೋಸ್ಟ್‌ಗೆ ಒದಗಿರುವ ಆಪತ್ತೇನೆಂಬುದು ಜನರಲ್ ಪ್ರಸಾದ್‌ರಿಗೆ ಚೆನ್ನಾಗಿ ಮನವರಿಕೆಯಾಗಿತ್ತು. ತಕ್ಷಣ ಅವರು XXXIII ಕೋರ್ ಹೆಡ್‌ಕ್ವಾರ್ಟರ್ಸ್‌ಗೆ ಸಂದೇಶ ಮುಟ್ಟಿಸಿ ಬ್ರಿಗೇಡ್ ಜನರಲ್ ಸ್ಟಾಫ್ ಎಂದು ಕರೆಯಿಸಿಕೊಳ್ಳುವ ಹಿರಿಯ ಅಧಿಕಾರಿಯನ್ನು ಕೇಳಿದರು,

"ಸರ್, ಥೋಲಾ ಪೋಸ್ಟ್‌ಗೆ ಸಂಬಂಧಿಸಿದಂತೆ ನಾವೇನು ಮಾಡಬೇಕು?"

"ಯಾವ ಕಾರಣಕ್ಕೂ ಥೋಲಾ ಪೋಸ್ಟ್ ನಮ್ಮ ಕೈಬಿಟ್ಟು ಹೋಗಕೂಡದು. Hold it!" ಅಲ್ಲಿಂದ ಸಲೀಸಾಗಿ ಪುಟಿದು ಬಂತು ಆದೇಶ. ಜನರಲ್ ಪ್ರಸಾದ್ ನನ್ನ ಮುಖವನ್ನೇ ನೋಡಿದರು. ಒಂದು ಅಸಹನೀಯವಾದ ಹಿಂಸೆ ನನ್ನ ಮಿದುಳಿನ ಪ್ರತಿ ಮೂಲೆಯನ್ನೂ ಆಕ್ರಮಿಸಿಕೊಂಡಿತ್ತು. ಮೊಟ್ಟ ಮೊದಲಬಾರಿಗೆ ಬೆನ್ನಮೂಳೆಯಲ್ಲಿ ನಡುಕವೊಂದು ಸರಿದಾಡಿದಂತಾಯಿತು.

"ಬೇರೆ ದಾರಿಯಿಲ್ಲ ಬ್ರಿಗೇಡಿಯರ್ ದಳವಿ. ನಿಮಗೆ ನಾನು ಅಪ್ಪಣೆ ಕೊಡುತ್ತಿದ್ದೇನೆ. ಯಾವುದೇ ಸ್ಥಿತಿಯಲ್ಲೂ ನಾವು ಥೋಲಾ ಪೋಸ್ಟ್ ಕೈ ಬಿಡುವಂತಿಲ್ಲ. ಥೋಲಾದಲ್ಲಿರುವ ಕಮಾಂಡರ್ ಅಲ್ಲೇ ಇರತಕ್ಕದ್ದು. ಸಾಧ್ಯವಾದಷ್ಟು ಬೇಗ ಆ ತಂಡದ ನೆರವಿಗೆ ನಾವು ಧಾವಿಸಬೇಕು. ಥೋಲಾ ಆಗಲೀ, ಮತ್ಯಾವುದೇ ಪೋಸ್ಟ್ ಆಗಲಿ-ಇದ್ದ ಜಾಗದಿಂದ ಕದಲುವಂತಿಲ್ಲ. ಸರಹದ್ದಿನ ರೇಖೆ ಬಿಟ್ಟು ಹಿಂದಕ್ಕೆ ಬರುವಂತಿಲ್ಲ. ಎಂಥ ಸ್ಥಿತಿಯಲ್ಲೂ ನಾವು ಲುಂಪೋದಿಂದ ಥೋಲಾದ ತನಕ ನಡೆದು ಹೋಗುವುದು ನಮ್ಮಿಂದ ಸಾಧ್ಯವಾಗಬೇಕು. ಆ ದಾರಿಯನ್ನು ಖುಲ್ಲಾ ಇಟ್ಟಿರಿ. ನಿಮ್ಮ ಸುಪರ್ದಿಯಲ್ಲಿರುವ ಪಂಜಾಬಿ ಡಿಟ್ಯಾಚ್‌ಮೆಂಟ್‌ಗಳ ಸೈನಿಕರಿಗೆ ಈ ತಕ್ಷಣ 'ಶಕ್ತಿ'ಯಿಂದ ಮತ್ತು ಲುಂಪೋದಿಂದ ಥೋಲಾದ ಕಡೆಗೆ ತೆರಳಲು ಆದೇಶ ಕೊಡಿ. ಇನ್ನೊಂದಿಷ್ಟು ಸೈನ್ಯ ತವಾಂಗ್‌ನಲ್ಲಿದೆಯಲ್ಲವೆ? ಅದನ್ನೂ ಲುಂಪೋಗೆ ಹೊರಡಲು ಸಿದ್ಧವಿರುವಂತೆ ತಿಳಿಸಿ. ಒಟ್ಟಿನಲ್ಲಿ ನಮ್ಮ ಸೈನ್ಯ ಥೋಲಾ ಪೋಸ್ಟ್‌ಗೆ ಹತ್ತಿರವಾಗೇ ಇರಬೇಕು. ಮೊದಲು ನೀವು ತವಾಂಗ್‌ಗೆ ಹಿಂತಿರುಗಿ. ಥಗ್ಲಾ ಬೆಟ್ಟ ಸಾಲುಗಳಲ್ಲಿ ಯುದ್ಧ ಶುರುವಾಗುವುದೇ ಆದರೆ ಕಾರ್ಯಾಚರಣೆ ಹೇಗೆ ನಡೆಯಬೇಕು ಎಂಬುದರ ಬಗ್ಗೆ ಒಂದು ವರದಿ ಸಿದ್ಧಪಡಿಸಿ. ಚಿಂತೆ ಬೇಡ; ಸದ್ಯದಲ್ಲೇ ನಾನು ತವಾಂಗ್‌ಗೆ ಬರ್ತೇನೆ. ಇಬ್ಬರೂ ಕೂತು ಏನೇನು ಮಾಡಬೇಕು ಎಂಬುದನ್ನು ಚರ್ಚಿಸೋಣ. ಯುದ್ಧ ನಿರ್ವಹಿಸಲು ನಿಮಗೆ ಏನೇನು ಬೇಕು ಎಂಬುದರ ಪಟ್ಟಿ ಸಿದ್ಧವಾಗಿಡಿ. ಅದನ್ನು ನಾನು ಕೋರ್ ಕಮಾಂಡರ್ ಸಾಹೇಬರಿಗೆ ತಲುಪಿಸಿ ಶಿಫಾರಸು ಮಾಡುತ್ತೇನೆ. ಗೊತ್ತಾಯಿತಲ್ಲ ಬ್ರಿಗೇಡಿಯರ್? ಅಂದ್ಹಾಗೆ, ಈಗಾಗಲೇ ರಜೆಯ ಮೇಲೆ ಹೋಗಿರುವ ಸೈನಿಕರನ್ನಾಗಲೀ,

ಅಧಿಕಾರಿಗಳನ್ನಾಗಲೀ ವಾಪಸು ಕರೆಸಿಕೋಬೇಡಿ. ಆದರೆ ಮಿಸಾಮಾರಿಯಲ್ಲಿ ರೈಲಿಗೆ ಕಾಯುತ್ತಿರುವ ಸೈನಿಕರಿದ್ದಾರಲ್ಲ? ಅವರನ್ನು ಸದ್ಯಕ್ಕೆ ಹೋಗಲು ಬಿಡಬೇಡಿ. ನಿಮ್ಮ ಅವಶ್ಯಕತೆಗಳು ಏನೇ ಇರಲಿ; ಎಲ್ಲನನ್ನೂ ಪೂರೈಸುವಂತೆ ನಾನು ಕೋರ್ ಕಮಾಂಡರ್ ಅವರನ್ನು ವಿನಂತಿಸುತ್ತೇನೆ. ನೀವಿನ್ನು ಹೊರಡಿ! ಒಳ್ಳೆಯದಾಗಲಿ" ಅಂದರು ಜನರಲ್ ಪ್ರಸಾದ್.

ಅವತ್ತು ರಾತ್ರಿ ನಾನು ನಿದ್ರೆ ಮಾಡುವ ಸ್ಥಿತಿಯಲ್ಲಿರಲೇ ಇಲ್ಲ. ನನ್ನ ಕಣ್ಣೆದುರಿಗೆ ಕೋರ್ ಕಮಾಂಡರ್ ಉಮ್ರಾವ್ ಸಿಂಗ್ ಅವರ ಚಿತ್ರ ಕದಲುತ್ತಿತ್ತು. ಲೆಫ್ಟಿನೆಂಟ್ ಜನರಲ್ ಉಮ್ರಾವ್ ಸಿಂಗ್ ಮಹಾ ಸ್ಫುರದ್ರೂಪಿ. ಶುದ್ಧ ಹಸ್ತದ, ಶಿಸ್ತಿನ ಮನಸ್ಸಿನ, ನೇರವಂತಿಕೆಯಿರುವ ಅಧಿಕಾರಿ. ಅವರು ರಾಜಕಾರಣಿಗಳ ಇರಾದೆಗಳಿಗೆ ಮಣಿಯುವವರಲ್ಲ. ಪ್ರಲೋಭನೆಗಳಿಂದ ದೂರವಿರುವ ಮನುಷ್ಯ. ಅಂಥ ಅಧಿಕಾರಿ ಖಂಡಿತವಾಗ್ಯೂ ಥೋಲಾ ಪೋಸ್ಟ್ ಎಂಬ 'ರಾಜಕೀಯ ಹುಚ್ಚಾಟ'ವನ್ನು ರಕ್ಷಿಸಲು ಅನಿವಾರ್ಯವಾಗಿ ನಿಂತ ನನ್ನಂತಹ ಬ್ರಿಗೇಡಿಯರ್ ಒಬ್ಬನ ಸಂಕಟಗಳನ್ನು ಅರ್ಥ ಮಾಡಿಕೊಳ್ಳುತ್ತಾರೆ ಎಂಬ ಭರವಸೆಯೊಂದಿಗೇ ನಾನು ತೇಜಪುರದಿಂದ ಹೆಲಿಕಾಪ್ಟರಿನಲ್ಲಿ ತವಾಂಗ್‌ನತ್ತ ಹೊರಟೆ.

ಹೊರಡುವ ಮುನ್ನ ಜನರಲ್ ಪ್ರಸಾದ್‌ರಿಗೆ ನನ್ನ ಅಸಲಿ ಸಂಕಟಗಳೇನು ಎಂಬುದನ್ನು ಮನದಟ್ಟಾಗುವಂತೆ ವಿವರಿಸಿದ್ದೆ.

"ಪ್ರಸಾದ್ ಸಾಹಿಬ್, ತವಾಂಗ್ ಅನ್ನೋದು ಸರಳವಾದ ಸೈನಿಕ ನೆಲೆಯಲ್ಲ. ಅದು ಇಡೀ ಭಾರತದ ಹೊಸ್ತಿಲಿನಂತಹುದು. ಅದನ್ನು ರಕ್ಷಿಸಿಕೊಳ್ಳುವ ಹೊಣೆ ಅತಿ ದೊಡ್ಡದು. ಅದು ಬಿಟ್ಟು ತವಾಂಗ್‌ನಿಂದ ಆಚೆಗೆ ಥೋಲಾದಂತಹ ಒಂದು ಕಾವಲು ಶಿಬಿರ ರಕ್ಷಿಸಿಕೊಳ್ಳುವ ನೆಪದಲ್ಲಿ, ತವಾಂಗ್ ಬಿಟ್ಟು ನಾವು ಹೊರಟುಬಿಟ್ಟರೆ ಸರ್ವನಾಶಕ್ಕೀಡಾಗಿ ಬಿಡುತ್ತೇವೆ. ತವಾಂಗ್‌ನಂಥ ಮಹಾದ್ವಾರ ಚೀನಿಗಳ ಕೈವಶವಾಗಿ ಬಿಡುತ್ತದೆ. ಹೀಗಾಗಿ, ನನಗೇನೂರೆಂಟು ಜವಾಬ್ದಾರಿ ಕೊಡಬೇಡಿ. ತುಂಬ ಖಚಿತವಾಗಿ, ನನ್ನ ಜವಾಬ್ದಾರಿಗಳೇನಿವೆ ಅನ್ನೋದನ್ನ ನಿಗದಿ ಮಾಡಿ ಹೇಳಿ. ಸೇಲಾಪಾಸ್‌ನ ಪೂರ್ವಕ್ಕಿರುವ ಭಾಗವನ್ನು ಇಷ್ಟು ಕಡಿಮೆ ಜನ ಸೈನಿಕರನ್ನಿಟ್ಟುಕೊಂಡು ರಕ್ಷಿಸುವುದೆಂದರೆ ಆಗದ ಮಾತು. ದಯವಿಟ್ಟು ಕೋರ್ ಕಮಾಂಡರ್ ಉಮ್ರಾವ್ ಸಿಂಗ್‌ರವರಿಗೆ ಈ ಥಗ್ಲಾ ಅತಿಕ್ರಮಣವೆಂಬುದು ಯಾವುದೋ ಸಣ್ಣಗಾತ್ರದ ಗುಂಡಿನ ಚಕಮಕಿಯಂತಹ ಘಟನೆಯಲ್ಲ ಎಂಬುದನ್ನು ವಿವರಿಸಿ. ಈ ಕ್ಷಣದಲ್ಲೂ ಥೋಲಾ ಪೋಸ್ಟ್‌ನ್ನ ರಕ್ಷಿಸಿಕೊಳ್ಳುತ್ತೇವಾ? ಮತ್ತು ರಕ್ಷಿಸಿಕೊಳ್ಳಲೇ ಬೇಕಾ? ಎಂಬುದರ ಬಗ್ಗೆ ನನ್ನಲ್ಲಿ ಅನುಮಾನಗಳಿವೆ. ಅಂಥ ದುರ್ಗಮವಾಗಿರುವ ಥೋಲಾ ಪ್ರದೇಶದಲ್ಲಿ ನಾವು ಪೋಸ್ಟ್ ಸ್ಥಾಪಿಸಿದ್ದೇ ತಪ್ಪು. ಸುಮ್ಮನಿದ್ದ ಚೀನಿಗಳನ್ನು, ಅವಕಾಶಕ್ಕಾಗಿ ಕಾಯುತ್ತಿದ್ದ ಅವರ ಸೇನೆಯನ್ನು ನಾವೇ ತಡವಿಕೊಂಡಂತಾಗಿದೆ. ನಿಮಗೆ ಗೊತ್ತಿಲ್ಲದ್ದೇನೂ ಇಲ್ಲ. ದಯವಿಟ್ಟು ಕೋರ್ ಕಮಾಂಡರ್ ಉಮ್ರಾವ್ ಸಿಂಗ್ ಅವರಿಗೆ ಇದೆಲ್ಲವನ್ನೂ ವಿವರಿಸಿ...." ಹಾಗಂತ ತುಂಬ ಸ್ಪಷ್ಟವಾಗಿ ವಿನಂತಿಸಿಕೊಂಡಿದ್ದೆ. ಪ್ರಸಾದ್ ಎಲ್ಲದಕ್ಕೂ ತಲೆದೂಗಿದ್ದರು.

ಹೆಲಿಕಾಪ್ಟರಿನಲ್ಲಿ ಕುಳಿತ ಮರುಕ್ಷಣ, ನಾನೊಂದು ಸರ್ವನಾಶದ ಕೊಳ್ಳದೊಳಕ್ಕೆ

ಧುಮುಕಲು ಹೊರಟಿದ್ದೇನೆಂದೇ ಅನ್ನಿಸತೊಡಗಿತು. ರಾತ್ರಿಯಿಡೀ ನಿದ್ರೆಯಾಗಿರಲಿಲ್ಲ. ಸುಮ್ಮನೆ ಎಲ್ಲೋ ಇದ್ದವನು ಈ 7 ಇನ್‌ಫೆಂಟ್ರಿ ಬ್ರಿಗೇಡ್‌ನ ಉಸ್ತುವಾರಿ ಹೊತ್ತುಕೊಂಡು ಬಂದುಬಿಟ್ಟದ್ದಾಯಿತೇನೋ ಅನಿಸುತ್ತಿತ್ತು. ಯಾವ ಕಾರ್ಯ ಒಂದು ಬ್ರಿಗೇಡ್‌ನಿಂದ ನಿರ್ವಹಿಸಲು ಸಾಧ್ಯವಿರಲಿಲ್ಲವೋ, ಅಂಥದೊಂದು ಕಾರ್ಯವನ್ನು ರಾಷ್ಟ್ರೀಯ ಗೌರವದ ಕೆಲಸವೇನೋ ಎಂಬಂತೆ ನಮ್ಮ ಮೇಲೆ ರಾಜಕಾರಣಿಗಳು ಹೇರುತ್ತಿದ್ದಾರೆ. ಇನ್ನು ಅವರೆಲ್ಲರ ಬಾಯಲ್ಲೂ ಹೊರಳುವುದು ಒಂದೇ ಮಂತ್ರ:

"ಧೋಲಾ ಪೋಸ್ಟ್ ಬಿಟ್ಟುಕೊಡಬೇಡಿ!"

ಆದರೆ ಈ ಧೋಲಾ ಪೋಸ್ಟ್ ಎಲ್ಲಿದೆ ಎಂಬುದನ್ನು ಕೂಡ ಸರಿಯಾಗಿ ನೋಡದಿದ್ದ ಹಿರಿಯ ಅಧಿಕಾರಿಗಳಿಗೆ ಮತ್ತು ರಾಜಕಾರಣಿಗಳಿಗೆ, ಧೋಲಾ ಪೋಸ್ಟ್‌ನ್ನು ರಕ್ಷಿಸುವುದೆಂದರೆ ಮೃತ್ಯು ಸದೃಶವಾದ ಥಗ್ಲಾ ಪರ್ವತಕ್ಕೆ ಡಿಕ್ಕಿ ಹೊಡೆದಂತೆಯೇ ಎಂಬುದು ಖಂಡಿತ ಗೊತ್ತಿರಲಿಲ್ಲ.

ನನ್ನ ಹೆಲಿಕಾಪ್ಟರ್ ತವಾಂಗ್‌ನ ಹೆಲಿಪ್ಯಾಡ್‌ನಲ್ಲಿ ಇಳಿಯುವ ಹೊತ್ತಿಗೆ ಬ್ರಿಗೇಡ್ ಮೇಜರ್ ಪೆರೇರಾ ಮತ್ತು ಇಂಟೆಲಿಜೆನ್ಸ್ ವಿಭಾಗದ ಕ್ಯಾಪ್ಟನ್ ವಿ.ಕೆ. ಗುಪ್ತಾ ನನಗಾಗಿ ಕಾಯುತ್ತ ನಿಂತಿದ್ದರು. ಅವರು ಯುದ್ಧರಂಗದಲ್ಲಿ ನನಗೆ ನೀಡಿದ ಸಹಕಾರವನ್ನು ನಾನೆಂದೂ ಮರೆಯಲಾರೆ. ಅದೇ ದಿನ ನಾನು ಸಿಖ್ ತುಕಡಿಯ C.O.(ಕಮ್ಯಾಂಡಿಂಗ್ ಆಫೀಸರ್) ಲೆಫ್ಟಿನೆಂಟ್ ಕರ್ನಲ್ ಬಿ.ಎನ್. ಮೆಹತಾ ಮತ್ತು ಪಂಜಾಬಿ ತುಕಡಿಯ ಲೆಫ್ಟಿನೆಂಟ್ ಕರ್ನಲ್ ಆರ್.ಎನ್. ಮಿಶ್ರಾ ಅವರನ್ನೂ ಕರೆಸಿಕೊಂಡೆ. ಅಷ್ಟು ಹೊತ್ತಿಗಾಗಲೇ ಲೆಫ್ಟಿನೆಂಟ್ ಕರ್ನಲ್ ಮಾಸ್ಟರ್ ರಜೆಯ ಮೇಲೆ ಹೋಗಿಯಾಗಿತ್ತು. ಅವರ ಜಾಗಕ್ಕೆ ಬಂದಿದ್ದ ಆರ್.ಎನ್. ಮಿಶ್ರಾ ಎಂಥ ಚಟುವಟಿಕೆಯ ಮನುಷ್ಯರೆಂದರೆ, ಲುಂಪೋದಿಂದ ಮುಂದಕ್ಕೆ ಥಗ್ಲಾ ಪರ್ವತ ಶ್ರೇಣಿಯ ತನಕ ಹೋಗಿ, ಧೋಲಾ ಪೋಸ್ಟ್‌ನ್ನು ಕೂಡ ಆತ ನೋಡಿಕೊಂಡು ಬಂದಿದ್ದರು. ಆ ದಾರಿ, ಸೇತುವೆಗಳು, ಚಲಿಸಬಹುದಾದ ವೇಗ, ತಲುಪಬಹುದಾದ ಸಮಯ-ಎಲ್ಲವೂ ಮಿಶ್ರಾ ಅವರಿಗೆ ಗೊತ್ತಿದ್ದವು. ಈಗ ಕಾರ್ಯಾಚರಣೆ ಅವರ ಸಲಹೆಯ ಮೇಲೇ ಆಧಾರಪಟ್ಟಿತ್ತು.

ಏನೇ ಬಿರುಸಾಗಿ ನಡೆದರೂ ಲುಂಪೋದಿಂದ ಧೋಲಾ ಪೋಸ್ಟ್‌ಗೆ ತಲುಪೋದಕ್ಕೆ ಮೂರು ದಿನ ಬೇಕೇ ಬೇಕು ಸರ್. ವಿಪರೀತ ಮಳೆಯಾಗುತ್ತಿದೆ. ಮಹಾ ಕೆಸರಿನ ಹಾದಿ. ವಾಹನಗಳನ್ನು ಕೊಂಡೊಯ್ಯುವ ಪ್ರಶ್ನೆಯೇ ಇಲ್ಲ. ಕಾಲ್ನಡಿಗೆಯಲ್ಲೇ ಹೋಗಬೇಕು. ಲುಂಪೋದಿಂದ ಹೊರಟವರು, ಮೊದಲು ಹತುಂಗ್ಲಾ ಪರ್ವತ ಹತ್ತುತ್ತೇವೆ. ಸುಮಾರು 13400 ಅಡಿ ಎತ್ತರದ ಪರ್ವತ ಅದು. ಅಲ್ಲಿಂದ ದಡದಡನೆ ಇಳಿದರೆ ನಮ್ಕಾ ಚು ಎಂಬ ನದಿಯ ದಡಕ್ಕೆ ತಲುಪುತ್ತೇವೆ. ಅಲ್ಲಿದೆ ಧೋಲಾ. ತವಾಂಗ್‌ನಿಂದ ಸರಿಸುಮಾರು ಅರವತ್ತು ಮೈಲಿಯಾಗುತ್ತೆ. ಅದು ಬಿಟ್ಟರೆ ಲುಂಪೋದಿಂದಲೇ ಇನ್ನೊಂದು ರೂಟ್ ಇದೆ. ಕರ್ಪೋಲಾ ಪರ್ವತ ಹತ್ತಿ ಇಳಿಯಬೇಕು. 16500 ಅಡಿ ಎತ್ತರದಲ್ಲಿದೆ ಕರ್ಪೋಲಾ. ಹತ್ತಿ ಇಳಿಯುವ ಹೊತ್ತಿಗೆ ಸೈನಿಕನ ರಕ್ತ ಬಸಿದು ಹೋಗಿರುತ್ತೆ. ಒಂದೇ ಅನುಕೂಲವೆಂದರೆ, ಕರ್ಪೋಲಾ ಪರ್ವತದ ರೂಟಿನಲ್ಲಿ ಹೋದರೆ ಚೀನಿಗಳ ಗುಂಡಿಗೆ ಗುರಿಯಾಗುವ ಭಯವಿಲ್ಲ. ಆದರೆ ಹತುಂಗ್ಲಾ ರೂಟಿನುದ್ದಕ್ಕೂ ಚೀನಿಗಳು ಜಮಾಯಿಸಿ

ಕುಳಿತುಬಿಟ್ಟಿದ್ದಾರೆ....." ತುಂಬ ಶ್ರದ್ಧೆಯಿಂದ ಲೆಫ್ಟಿನೆಂಟ್ ಕರ್ನಲ್ ಆರ್.ಎನ್. ಮಿಶ್ರಾ ವಿವರಿಸುತ್ತಿದ್ದರು.

ಈ ಧೋಲಾ ಪೋಸ್ಟ್ ಎಂಬ ಅನಿಷ್ಟವನ್ನು ಅದ್ಯಾವ ಅಧಿಕಾರಿ ಸ್ಥಾಪಿಸುವಂತೆ ಆದೇಶ ನೀಡಿದ್ದನೋ, ಗೊತ್ತಿಲ್ಲ. ಅದೊಂದು ಪರಮ ಇರುಕಟ್ಟಾದ ಕಣಿವೆಯಲ್ಲಿತ್ತು. ಥಗ್ಲಾದ ಪರ್ವತ ಸಾಲಿನ ಮೇಲೆ ಕುಳಿತ ಚೀನಿ ಸೈನಿಕರ ಕಣ್ಣಿಗೆ ಅತ್ಯಂತ ಸ್ಪಷ್ಟವಾಗಿ ಕಾಣುವಂತಿತ್ತು. ಅದನ್ನು ರಕ್ಷಿಸಲೇಬೇಕು ಅಂದರೆ, ಥಗ್ಲಾಗಿಂತ ಎತ್ತರದಲ್ಲಿರುವ ಟಿಸಾಂಗ್‌ಧರ್ ಮತ್ತು ಹತುಂಗ್ಲಾ ಎಂಬೆರಡು ಬೆಟ್ಟಗಳನ್ನು ನಾವು ಆಕ್ರಮಿಸಿಕೊಳ್ಳಬೇಕು. ಸುಮ್ಮನೆ, ಇರುವ ತಾಕತ್ತನ್ನೆಲ್ಲ ಖರ್ಚು ಮಾಡಿ, ಕೆಲಸಕ್ಕೆ ಬಾರದ ಧೋಲಾ ಪೋಸ್ಟ್ ರಕ್ಷಿಸುವ ಬದಲು, ಆಯಕಟ್ಟಿನ ಸ್ಥಳಗಳಾದ ಲುಂಪೊ ಮತ್ತು ಶಕ್ತಿ ಗ್ರಾಮಗಳನ್ನು ನಾವು ರಕ್ಷಿಸಿಕೊಳ್ಳಲು ಹೆಣಗೋಣ. ಥಗ್ಲಾದ ಮೇಲೆ ಕಾಲೂರಿರುವ ಚೀನಿಗಳು ಅವೆಲ್ಲ ಪರ್ವತಗಳನ್ನು ಹತ್ತಿಳಿದು ಲುಂಪೋ ತನಕ ಬಂದೇ ಬರುತ್ತಾರೆ. ಅಲ್ಲಿ ಕಾಯ್ದು ಅವರನ್ನು ಬಡಿದರಾಯಿತು. ಮುಖ್ಯವಾಗಿ ತವಾಂಗ್‌ನ ತನಕ ಬಾರದಂತೆ ಅವರನ್ನು ತಡೆಯಬೇಕು!

ತವಾಂಗ್‌ನ ನನ್ನ ಅಸ್ತವ್ಯಸ್ತ ಕಚೇರಿಯಲ್ಲಿ ಕುಳಿತು ನಾನು, ನನ್ನ ಯುದ್ಧ ತಂತ್ರಗಳನ್ನು ಚರ್ಚಿಸುತ್ತಿದ್ದೆ. ಅಂಥದೊಂದು ದೃಶ್ಯವನ್ನು ನೀವು ನೋಡಲೇ ಬೇಕು. ಯುದ್ಧದ ದಿಗಿಲು ಧಾವಂತಗಳು ಏನೇ ಇರಲಿ; ಅವಸರಕ್ಕೆ ಬಿದ್ದು ಯುದ್ಧದ ತಂತ್ರ ರೂಪಿಸುವಂತಿಲ್ಲ. ಅದೊಂದು ತಣ್ಣಗಿನ, ವ್ಯವಸ್ಥಿತ ಲೆಕ್ಕಾಚಾರದ ಕೆಲಸ. ಭಾರತದ ಗಡಿಯೊಳಕ್ಕೆ ಚೀನಿ ಸೈನ್ಯ ನುಗ್ಗಿಬಿಟ್ಟಿದೆ ಅಂತ ಗೊತ್ತಾದ ಕೂಡಲೇ ಇಡೀ ದೇಶ ಗಾಬರಿಯಿಂದ, ಆಕ್ರೋಶದಿಂದ ಒರಲತೊಡಗುತ್ತದೆ. ಜನರ ಒತ್ತಡಕ್ಕೆ ಉತ್ತರ ನೀಡಲಾಗದ ರಾಜಕಾರಣಿಗಳು ಸೈನ್ಯದ ಮೇಲೆ ಕಲ್ಲೆತ್ತಿ ಹಾಕಲು ಶುರು ಮಾಡುತ್ತಾರೆ. ತಕ್ಷಣ ಹೊರಡಿ! ಶತ್ರುವನ್ನು ಹೊಡೆದೋಡಿಸಿ! ಎಂಬ ಆದೇಶಗಳನ್ನು ನೀಡತೊಡಗುತ್ತಾರೆ. ಅವರ ಧಾವಂತಕ್ಕೆ, ಅವಸರಕ್ಕೆ ನಮ್ಮ ಯುದ್ಧ ನೀತಿ ರೂಪುಗೊಳ್ಳಕೂಡದು. ನೆಮ್ಮದಿಯ ದನಿಯಲ್ಲಿ ನಾನು ಮಾತನಾಡತೊಡಗಿದೆ.

"ಇಷ್ಟಕ್ಕೂ ಧೋಲಾ ಪೋಸ್ಟ್‌ನ ಸುತ್ತುವರೆದಿರುವ ಚೀನೀ ಸೈನಿಕರ ಸಂಖ್ಯೆ ಎಷ್ಟು? ಅದೇ ನಮಗೆ ಖಚಿತವಾಗಿ ಗೊತ್ತಿಲ್ಲ. ಅಲ್ಲಿರುವ ಅಸ್ಸಾಂ ರೈಫಲ್ಸ್‌ನ ಕಮಾಂಡರ್ -ಆರುನೂರು ಜನ ನುಗ್ಗಿದ್ದಾರೆ ಅನ್ನುತ್ತಿದ್ದಾನೆ. ಅದು ಉತ್ಪ್ರೇಕ್ಷೆಯೂ ಇರಬಹುದು. ದೊಡ್ಡ ಸಂಖ್ಯೆಯಲ್ಲಿ ಶತ್ರು ನುಗ್ಗಿದ್ದಾನೆ ಅಂತ ಕೂಗಿಕೊಂಡರೆ, ಬೇಗನೆ ಸಹಾಯಕ್ಕೆ ಬರುತ್ತಾರೆ ಅನ್ನೋ ಆಸೆ ಅವನದಾಗಿರಬಹುದು. ಕರಾರುವಾಕ್ಕಾಗಿ ಇಷ್ಟೇ ಜನ ನುಗ್ಗಿದ್ದಾರೆ ಅಂತ ಯಾರಿಗೂ ಗೊತ್ತಿಲ್ಲ. ಧೋಲಾ ಪೋಸ್ಟ್‌ನ ಎದುರಿಗಿರುವ ಥಗ್ಲಾ ಪರ್ವತ ಸಾಲಿನ ಮೇಲೆ ಇನ್ನೆಷ್ಟು ಚೀನಿ ತುಕಡಿಗಳಿವೆಯೋ? ಚೆನ್ನಾಗಿ ನೆನಪಿಟ್ಟುಕೊಳ್ಳಿ; ನಾವು ಏನನ್ನೇ ಮಾಡಲು ಹೋದರೂ, ಅದನ್ನು ನಮಗಿಂತ ಚೆನ್ನಾಗಿ ಮಾಡುವ ಸ್ಥಿತಿಯಲ್ಲಿದ್ದಾನೆ ಚೀನೀ ಸೈನಿಕ. ಅವನು ಧೋಲಾ ಪೋಸ್ಟ್ ತನಕ ಬರಿಗೈಲಿ ಬಂದಿಲ್ಲ. ಅತ್ಯಂತ ಶಕ್ತಿಯುತವಾದ ಆಯುಧಗಳನ್ನು ಹೊತ್ತುಕೊಂಡು ಬರುವ ಅನುಕೂಲ ಅವನಿಗಿದೆ. ನಮ್ಮ ಪರಿಸ್ಥಿತಿ ಹಾಗಿಲ್ಲ. ತವಾಂಗ್‌ನಿಂದ ಒಂದಷ್ಟು ಮೌಂಟನ್

ಗನ್ಸ್ ಒಯ್ಯಬಹುದಷ್ಟೆ. ದೊಡ್ಡ ಫಿರಂಗಿ ಹೊತ್ತುಕೊಂಡು ಥೋಲಾದ ತನಕ ಹೋಗುವುದು ಇಂಪಾಸಿಬಲ್. ಆ ಜಾಗಕ್ಕೆ ಮನುಷ್ಯ ನಡೆದು ಹೋಗುವುದೇ ಕಷ್ಟ. ಹೇಸರಗತ್ತೆಯ ಮೇಲೆ ಮದ್ದುಗುಂಡು ಹೊತ್ತುಕೊಂಡು ಹೋಗೋಕಾಗಲ್ಲ. ಸೈನಿಕರ ಸರಂಜಾಮು ಹೊರೋದಕ್ಕೆ ನಮಗೆ ಇಲ್ಲಿ ಕೂಲಿಗಳೂ ಸಿಗೋದಿಲ್ಲ. ಹೊಸ ಸೈನಿಕರನ್ನು ಕರೆಸೋಣವೆಂದರೆ, ಅವರು ಮಿಸಾಮಾರಿಯಿಂದ ಬರುವುದಕ್ಕೆ ದಿನಗಳೇ ಬೇಕು. ಅವರ್ಯಾರೂ ಅಕ್ಲಮಟೈಜ್ ಆಗಿಲ್ಲ. ಅವರನ್ನು ಹಾಗೇ ಕರೆಸಿಬಿಟ್ಟರೆ, ಸೇಲಾ ಪಾಸ್ ಹತ್ತಿ ಇಳಿಯುವುದರೊಳಗಾಗಿ ರಕ್ತ ಕಾರಿಕೊಂಡು ಸಾಯುತ್ತಾರೆ. ಅವರಲ್ಲೇ ಒಂದಿಷ್ಟು ಗಟ್ಟಿಗರು ಬದುಕಿ ಬಂದರು ಅಂತ ಇಟ್ಟುಕೊಳ್ಳಿ. ಅವರಿಗೆ ಊಟ ಹಾಕುವುದಕ್ಕೆ ನಮ್ಮಲ್ಲಿ ರೇಷನ್ನಿಲ್ಲ. ಒದಗಿಸೋಕೆ ಬೆಚ್ಚನೆಯ ಬಟ್ಟೆಗಳಿಲ್ಲ. ಮಂಜಿನ ಬೂಟುಗಳಿಲ್ಲ. ಹಿಮಾಲಯದ ಉದ್ದಗಲಕ್ಕೂ ಭಯಾನಕವಾದ ಮಳೆ ಸುರೀತಿದೆ. ಪರ್ವತಗಳ ಮೇಲೆ ಮಂಜು ಸುರೀತಿದೆ. ಇಂಥ ವಾತಾವರಣದಲ್ಲಿ ವಾಯು ಪಡೆಯ ವಿಮಾನಗಳು ರೆಕ್ಕೆ ಬಿಚ್ಚೋದಕ್ಕೂ ಸಾಧ್ಯವಿಲ್ಲ. ವಿಮಾನದಿಂದ ಬಂದೂಕು, ಮದ್ದುಗುಂಡು, ಕನ್ನಡಕ, ಚಳಿಯಂಗಿ, ಔಷಧಿ, ಆಹಾರ-ಇವೆಲ್ಲ ಸರಬರಾಜಾಗದಿದ್ದರೆ-ಥೋಲಾ ಪೋಸ್ಟಿನ ಮುಂದೆ ಬರಿಗೈಲಿ ಹೋಗಿ ನಿಲ್ಲುವ ನಮ್ಮ ಸೈನಿಕರನ್ನ ಚೀನೀ ಸೈನ್ಯ ನರಮೇಧಕ್ಕೆ ಈಡುಮಾಡಿ ಬಿಡುತ್ತದೆ.....

"ಮೊದಲು ಅದೆಲ್ಲ ಸಿದ್ಧತೆ ಮಾಡಿಕೊಳ್ಳೋಣ. ತಕ್ಷಣ ವಾಯುಪಡೆಯವರಿಗೆ ಸಂದೇಶ ಕಳಿಸಿ. ಉಳಿದಿದ್ದೇನಲ್ಲದಿದ್ದರೂ ಒಂದಿಷ್ಟು ಮದ್ದುಗುಂಡು, ಚಳಿ ಅಂಗಿ, ಕಾಳು ಕಡಿ, ವೈರ್‌ಲೆಸ್ ಸೆಟ್ಟುಗಳನ್ನಾದರೂ ತಂದು ಲುಂಪೋದಲ್ಲಿ ಸುರಿಯಲಿ. ಥೋಲಾ ಪೋಸ್ಟ್ ಕಡೆಗೆ ಹೊರಟಿರೋ ನಮ್ಮ ಸೈನಿಕರು ಆತುರಪಡೋದು ಬೇಡ. ಅಲ್ಲಿ ನಿಧಾನವಾಗಿ ನಡೆಯಬೇಕು. ಒಂದು ಹೆಜ್ಜೆ ತಪ್ಪಿ ಇಟ್ಟರೆ ಪ್ರಪಾತಕ್ಕೆ ಬಿದ್ದು ಹೋಗುತ್ತಾರೆ. ಅಲ್ಲಿ ಪ್ರತಿ ಕಲ್ಲೂ ಜಾರುತ್ತೆ. ಸ್ವಲ್ಪ ಜಾರಿದರೂ ಸಾವು ಗ್ಯಾರಂಟಿ. ದಾರಿಯಲ್ಲೆಲ್ಲೂ ಅವರಿಗೆ ತಲೆಮರೆಸಿಕೊಳ್ಳೋದಕ್ಕೆ ತಾಣಗಳಿಲ್ಲ. ಚಳಿಗೆ-ಮಳೆಗೆ ತೊಯ್ಯಲೇಬೇಕು. ಏನೇನು ಅನಾರೋಗ್ಯಕ್ಕೆ ಈಡಾಗುತ್ತಾರೋ ಗೊತ್ತಿಲ್ಲ. ಅಲ್ಲಿ ಖಾಯಿಲೆ ಬಿದ್ದರೆ, ಅವರನ್ನು ಉಪಚರಿಸೋದಕ್ಕೆ ಒಬ್ಬೇ ಒಬ್ಬ ವೈದ್ಯನಿಲ್ಲ. ಹೊತ್ತುಕೊಂಡು ಬಂದು ಚಿಕಿತ್ಸೆ ಕೊಡೋಣ ಅಂದ್ರೆ ಥೋಲಾ ಪೋಸ್ಟ್ ಇರೋ ಪಾತಾಳ ಪ್ರದೇಶದಿಂದ ಒಬ್ಬ ಮನುಷ್ಯನನ್ನು ಹೊತ್ತುಕೊಂಡು ಬರೋದಿಕ್ಕೆ ಎಂಟು ಜನ ಬೇಕು. ನಮ್ಮಲ್ಲಿ ಸೈನಿಕರದೇ ಕೊರತೆ. ಗಾಯಗೊಂಡವರನ್ನು ಹೊರೋದಿಕ್ಕೆ ಎಲ್ಲಿಂದ ಜನರನ್ನು ತರೋಣ? ಅವಕಾಶವಾದ ಕಡೆಯಲ್ಲೆಲ್ಲ ಅವರಿಗೆ ಚಿಕ್ಕಚಿಕ್ಕ ಟೆಂಟುಗಳ ವ್ಯವಸ್ಥೆ ಮಾಡಿ. ಯುದ್ಧ ಶುರುವಾಗೋದಕ್ಕೆ ಮುಂಚೆಯೇ ನಮ್ಮ ಹುಡುಗರು ಸತ್ತು ಹೋಗೋದು ಬೇಡ.

ಬಾಯ್ಸ್, ನಿಮಗೊಂದು ಮಾತು ಹೇಳಲಾ? ಯುದ್ಧದಲ್ಲಿ ಯಾರು ಮೊದಲು ಶತ್ರುವಿಗೆ ಒಂದು ಸರ್‌ಪ್ರೈಸ್ ಕೊಡ್ತಾರೋ, ಯಾರು ಮೊದಲು ಅವನನ್ನ ಬೆಚ್ಚಿಬೀಳುವಂತೆ ಮಾಡ್ತಾರೋ -ಅವರೇ ಯುದ್ಧ ಗೆಲ್ತಾರೆ. ಆದರೆ ಈ ಹಂತದಲ್ಲಿ ಚೀನಿಗಳಿಗೆ ಸರ್‌ಪ್ರೈಸ್ ಕೊಡೋ ಸ್ಥಿತಿಯಲ್ಲಿ ನಾವಿಲ್ಲ. ಅವರೀಗಾಗಲೇ ಅದನ್ನ ನಮಗೆ ಕೊಟ್ಟಾಗಿದೆ!" ಅಂದೆ.

ಎದುರಿಗೆ ಕುಳಿತ ಕಮ್ಯಾಂಡಿಂಗ್ ಆಫೀಸರುಗಳು ನನ್ನೆಲ್ಲ ಮಾತುಗಳಿಗೂ ಸಮ್ಮತಿಸಿದ್ದರು.

ಮೃತ್ಯು ಕಣಿವೆಯ ಕಡೆಗೆ...

ಪ್ರಿಯ ಓದುಗರೇ,

ಈ ತನಕ ನಿಮಗೆ ನಾನು ವಿವರಿಸುತ್ತ ಬಂದದ್ದು 1962ರ NEFA ಗಡಿ ಯುದ್ಧದ ಹಿನ್ನೆಲೆಯನ್ನು ಮಾತ್ರ. ಥಗ್ಲಾ ಪರ್ವತ ಸಾಲಿನ ಮೇಲೆ ಚೀನಿಗಳು ಕಾಣಿಸಿಕೊಂಡರು-ಎಂಬುದರೊಂದಿಗೆ NEFA ಯುದ್ಧ ತನ್ನ ಮೊದಲ ಹಂತದ ಕ್ಲೈಮ್ಯಾಕ್ಸ್ ತಲುಪಿದಂತಾಗಿತ್ತು. ಆ ನಂತರ ಸಂಭವಿಸಿದ ತವಾಂಗ್, ಸೇಲಾ ಹಾಗೂ ಬೊಮ್‌ಡೀಲಾಗಳ ಪತನವಿದೆಯಲ್ಲ? ಅದು ಈ ದುರಂತಮಯ ಕಥಾನಕದ ಆ್ಯಂಟಿ ಕ್ಲೈಮ್ಯಾಕ್ಸ್‌ನಂತಹುದು. ಸೆಪ್ಟಂಬರ್ 8ರಂದು ಮುಂಜಾನೆ ತೀರ ಅನಿರೀಕ್ಷಿತವಾಗಿ, ಸಣ್ಣಮಟ್ಟದಲ್ಲಿ ಮತ್ತು ಚಿಕ್ಕದೊಂದು ಘಟನೆ(?)ಯೇನೋ ಎಂಬಂತೆ ಪ್ರಾರಂಭವಾದ ಭಾರತ-ಚೀನಾ ಯುದ್ಧವು ಕಡೆಗೆ ಅಕ್ಟೋಬರ್ 20ರಂದು ಮುಂಜಾನೆಯ ಹೊತ್ತಿಗೆ ಪೂರ್ಣ ಪ್ರಮಾಣದ ಭೀಕರ ಯುದ್ಧವಾಗಿ ಬಾಯ್ತೆರೆದುಕೊಂಡಿತ್ತು.

ಜನರಲ್ ನಿರಂಜನ್ ಪ್ರಸಾದ್‌ರನ್ನು ಹಾಗೆ 10ನೇ ಸೆಪ್ಟಂಬರಿನಂದು ಹೆಲಿಕಾಪ್ಟರು ಹತ್ತಿಸಿ ಕಳಿಸಿದ ಮೇಲೆ, ತವಾಂಗ್‌ನಿಂದ ಲುಂಪೋಗೆ ಹಾಗೂ ಲುಂಪೋದಿಂದ ಧೋಲಾ ಪೋಸ್ಟ್ ಕಡೆಗೆ ನಾನು ಕಳಿಸಿದ್ದ ಎರಡು ತುಕಡಿಗಳ ಚಲನ ವಲನದ ಬಗ್ಗೆ ನಿಗಾ ವಹಿಸತೊಡಗಿದೆ. ತವಾಂಗ್‌ನಿಂದ ಹೊರಟ ತುಕಡಿ ಸಲೀಸಾಗಿ, ನಾನಂದುಕೊಂಡಿದ್ದಕ್ಕಿಂತ ವೇಗವಾಗಿ ಲುಂಪೋ ತಲುಪಿತ್ತು. ತಲುಪಿದ ಮರುಕ್ಷಣದಿಂದಲೇ ಪಂಜಾಬಿಗಳು ಲುಂಪೋದ ರಕ್ಷಣೆಗೆ ಕಾಲೂರಿ ನಿಂತುಬಿಟ್ಟಿದ್ದರು. ಮುಖ್ಯವಾಗಿ, ವಾಯು ಪಡೆಯ ವಿಮಾನಗಳು ತಂದು ಹಾಕಬಹುದಾದ ಸಾಮಗ್ರಿಗಳನ್ನು ಸಂಗ್ರಹಿಸಿಟ್ಟುಕೊಳ್ಳಲು ಅಲ್ಲೊಂದು ವ್ಯವಸ್ಥೆ ಮಾಡಬೇಕಿತ್ತು. ಅದಕ್ಕಿಂತ ಮುಖ್ಯವಾಗಿ ವಿಮಾನಗಳು ಸಾಮಗ್ರಿಗಳನ್ನು ತಂದು ಕೆಡವಲು ಅವಶ್ಯಕವಾದ dropping zoneಗಳನ್ನು ಅತ್ಯಂತ ಎಚ್ಚರಿಕೆಯಿಂದ ಕಾಯುವ ವ್ಯವಸ್ಥೆಯನ್ನು ಅವರು ಮಾಡಿಕೊಳ್ಳಬೇಕಿತ್ತು.

ಆದರೆ ಲುಂಪೋದಿಂದ ಹತುಂಗ್ಲಾ ಪರ್ವತದ ಮೇಲೆ ಹಾಯ್ದು ಧೋಲಾ ಪೋಸ್ಟ್ ತಲುಪಬೇಕಾಗಿದ್ದ ಇನ್ನೊಂದು ಪಂಜಾಬಿ ತುಕಡಿ ಮಧ್ಯದಲ್ಲೆಲ್ಲೋ ದಾರಿ ಕಳೆದುಕೊಂಡು ಬಿಟ್ಟಿತ್ತು. ಅವರನ್ನು ಸಂಪರ್ಕಿಸುವ ನನ್ನ ಎಲ್ಲ ಪ್ರಯತ್ನಗಳೂ ವಿಫಲವಾಗತೊಡಗಿದ್ದವು. ಇವೆರಡೇ ಅಲ್ಲದೆ, ಅಸ್ಸಾಂ ರೈಫಲ್ಸ್‌ನ ಇನ್ನೊಂದು ತುಕಡಿಯನ್ನು ನಾನು ನಮ್ಮ ರೆಗ್ಯುಲರ್

ಸೈನ್ಯದ ಅಧಿಕಾರಿಯೊಬ್ಬರ ನೇತೃತ್ವದಲ್ಲಿ ಕರ್ಪೋಲಾ ಪರ್ವತದ ಮೂಲಕ ಅದೇ ಥೋಲಾ ಪೋಸ್ಟ್‌ಗೆ ಕಳಿಸಿಕೊಟ್ಟಿದ್ದೆ. ಅವರಿಂದಲೂ ಸಮಾಧಾನಕರವಾದ ಸಂಪರ್ಕ ಏರ್ಪಡಿಸಿಕೊಳ್ಳಲಾಗುತ್ತಿರಲಿಲ್ಲ.

ಹಿಮಾಲಯದಂತಹ ರಾಕ್ಷಸ ಪರ್ವತ ಶ್ರೇಣಿಯಲ್ಲಿ ನಮ್ಮ ಪಡೆಗಳು ಹೊತ್ತೊಯ್ಯುವ ವೈರ್‌ಲೆಸ್ ಸೆಟ್‌ಗಳು ನಿರೀಕ್ಷಿಸಿದಷ್ಟು ಚೆನ್ನಾಗಿ ಕೆಲಸ ಮಾಡುವುದಿಲ್ಲ. ಒಂದು ಸಂದೇಶ ಕಳಿಸಬೇಕೆಂದರೆ; ಆ ಸೈನಿಕರು ತಮ್ಮ ನಡಿಗೆಯನ್ನು ನಿಲ್ಲಿಸಿ ಎತ್ತರದ ಪರ್ವತವೊಂದನ್ನು ಹತ್ತಿ ಅಲ್ಲಿ ವೈರ್‌ಲೆಸ್ ಸೆಟ್‌ನ ಏರಿಯಲ್‌ಗಳನ್ನು ಹೂಳುತ್ತಾ ಕೂಡಬೇಕು. ಅದಾದರೂ ಖಚಿತವಾಗಿ ಸಂಪರ್ಕ ದೊರಕಿಸಿಕೊಡುತ್ತದೆಂಬ ಗ್ಯಾರಂಟಿಯಿರುವುದಿಲ್ಲ. ಎಲ್ಲ ಸೇರಿ, ನಮಗಿದ್ದ ವೈರ್‌ಲೆಸ್ ಉಪಕರಣಗಳ ತಾಕತ್ತೆಂದರೆ, ಇಪ್ಪತ್ತೆರಡು ಮೈಲಿಗಳ ವ್ಯಾಪ್ತಿಯಲ್ಲಿ ಮಾತ್ರ ಕೆಲಸ ಮಾಡಬಲ್ಲಂಥವಾಗಿದ್ದವು. ಅವುಗಳನ್ನಾದರೂ ಕೊಂಡು ಯಾವ ಕಾಲವಾಗಿತ್ತೋ? ನನ್ನ ತುಕಡಿಗಳನ್ನು ಸಂಪರ್ಕಿಸುವ ಪ್ರಯತ್ನಗಳೆಲ್ಲ ವಿಫಲವಾಗತೊಡಗಿದ್ದವು.

ಅಷ್ಟರಲ್ಲಿ ಶುರುವಾಗಿಯೇ ಹೋಯಿತಲ್ಲ ವರಾತ? ಸೆಪ್ಟಂಬರ್ 11ರಿಂದಲೇ ನನಗೆ ನಿಮಿಷಕ್ಕೊಂದು ಸಂದೇಶ ಕೆಳಗಿನ ತೇಜಪುರ-ಮಿಸಾಮಾರಿಗಳಿಂದ ಬರತೊಡಗಿತು. "ಇಷ್ಟು ಸಮಯವಾದರೂ ನಿಮ್ಮ ತುಕಡಿಗಳೇಕೆ ಥೋಲಾ ಪೋಸ್ಟ್ ತಲುಪಿಲ್ಲ?" ಎಂಬ ನಿರಂತರ ಪ್ರಶ್ನೆಗಳ ಸುರಿಮಳೆಯಾಗತೊಡಗಿತು. ನಿಮ್ಮ 7 ಬ್ರಿಗೇಡ್‌ನಲ್ಲಿರುವ ವೈರ್‌ಲೆಸ್ ವ್ಯವಸ್ಥೆಯೇ ಅಂತಹುದು ಎಂಬ ಛೀಮಾರಿ. ಅರೆ, ಅಂಥದೊಂದು ಸೆಟ್ ಕೊಟ್ಟವರೇ ನೀವು! ವರ್ಷಗಟ್ಟಲೆ ನಮ್ಮ ಸರ್ಕಾರಿ ಸ್ವಾಮ್ಯದ ಭಾರತ್ ಎಲೆಕ್ಟ್ರಾನಿಕ್ಸ್‌ನವರು ಹೊಸ ಸೆಟ್‌ಗಳನ್ನು ಮಾಡಿಕೊಡುತ್ತಿದ್ದಾರೆಂದು ಕಾದದ್ದಾಯಿತು. ಅವರು ಕೊಡಲಿಲ್ಲ. ಖಾಸಗಿಯವರಿಂದ ಕೊಳ್ಳಲು ನೀವು ತಯಾರಾಗಲಿಲ್ಲ. ನಿಮ್ಮ ಟೇಬಲ್ಲಿನ ಮೇಲಿರುವ ಮ್ಯಾಪಿನಲ್ಲಿ ಲುಂಪೋದಿಂದ ಥೋಲಾ ಕೇವಲ ಆರು ಮೈಲಿಗಳ ದೂರದಲ್ಲಿದೆ. ಆದರೆ ಈ ಆರು ಮೈಲು ನಡೆಯಲಿಕ್ಕೆ ಎಂಥ ಆರೋಗ್ಯವಂತನಿಗೂ ಮೂರು ದಿನ ಬೇಕು. ಸುಮ್ಮನೆ ದಿಲ್ಲಿಯಲ್ಲೋ, ತೇಜಪುರದಲ್ಲೋ ಕುಳಿತು "hurry up" ಎಂದು ಕಿರುಚಿದರಾಯಿತೇ?

"ಥೋಲಾ ತಲುಪುವ ಅವಸರದಲ್ಲಿರೋ ಸೈನಿಕ, ನಡೆಯೋದನ್ನು ಬಿಟ್ಟು ಬೆಟ್ಟ ಹತ್ತಿ ವೈರ್‌ಲೆಸ್ ಏರಿಯಲ್ ಹೂಳೋದಕ್ಕಿಂತ, ಅದೇ ಸಮಯದಲ್ಲಿ ಇನ್ನೊಂದಷ್ಟು ದೂರ ನಡೆದು ಬಿಡುವುದೇ ಸೂಕ್ತವೆಂದು ಭಾವಿಸಿದ್ದರೆ ಅದಕ್ಕೆ ಯಾರೇನು ಮಾಡೋಕಾಗುತ್ತೆ? No news is good news ಅಂತಾರೆ. ಸುದ್ದಿ ಬರುತ್ತಿಲ್ಲ ಅಂದರೆ, ಎಲ್ಲ ಸರಿಯಾಗಿದೆ ಅಂತಲೇ ಅರ್ಥ. ನೀವು ಸುಮ್ಮನಿರಿ!"

ನಾನು ತವಾಂಗ್‌ನ ಅಂಥ ಥಂಡಿಯಲ್ಲೂ ಬೆಂಕಿಯಂತಾಗಿ ಕೂಗಾಡತೊಡಗಿದೆ. ಮುಖ್ಯವಾಗಿ ಜನರಲ್ ನಿರಂಜನ್ ಪ್ರಸಾದ್‌ರಿಗೆ ಚುರುಕು ಮುಟ್ಟತೊಡಗಿತ್ತು.

ಅತ್ತ ಲಖನೌದ ಕಮಾಂಡ್ ಹೆಡ್‌ಕ್ವಾರ್ಟರ್ಸಿನಲ್ಲಿ ಮತ್ತು ದಿಲ್ಲಿಯಲ್ಲಿ ಸೆಪ್ಟಂಬರ್ 11ರಂದು ಮೇಲಿಂದ ಮೇಲೆ ಸಭೆಗಳು ನಡೆದವು. ರಕ್ಷಣಾ ಮಂತ್ರಿ ಮೆನನ್ ಅವರ ಛೇಂಬರಿನಲ್ಲಿ

ನಡೆದ ಹಿರಿಯ ಮಟ್ಟದ ಸಭೆಗೆ ಸೈನಿಕ ಮುಖ್ಯಸ್ಥ ಲೆಫ್ಟಿನೆಂಟ್ ಜನರಲ್ ಸೇನ್ ಹಾಜರಾದರು. "ಎಲ್ಲರಿಗೂ ತಿಳಿದಿರುವಂತೆ ಸೆಪ್ಟಂಬರ್ 8ರಂದು ಧೋಲಾ ಪೋಸ್ಟ್ ಮುಂದೆ 600 ಸೈನಿಕರು ಕಾಣಿಸಿಕೊಂಡಿದ್ದಾರೆ. ಅವರನ್ನು ಅಲ್ಲಿಂದ ಹಿಮ್ಮೆಟ್ಟಿಸಲಿಕ್ಕೆ(!) ನಮಗೆ ಒಂದು ಬ್ರಿಗೇಡ್‌ನಷ್ಟು ಸೈನ್ಯದ ಅವಶ್ಯಕತೆಯಿದೆ. ಈಗಾಗಲೇ 7 ಇನ್‌ಫೆಂಟ್ರಿ ಬ್ರಿಗೇಡನ್ನು ಆ ಕೆಲಸಕ್ಕೆ ನಿಯೋಜಿಸಿದ್ದೇನೆ. ಅಲ್ಲಿರುವ ಬ್ರಿಗೇಡಿಯರ್ ಧೋಲಾ ಪೋಸ್ಟ್‌ನ ಸುತ್ತ ತನ್ನ ಪಡೆಗಳನ್ನು ಕೇಂದ್ರೀಕರಿಸಲಿಕ್ಕೆ ಹತ್ತು ದಿನಗಳ ಕಾಲಾವಧಿ ಬೇಕು!" ಎಂಬ ಹೇಳಿಕೆ ನೀಡಿದ್ದರು.

ಇದು ಗೊತ್ತಾಗುತ್ತಿದ್ದಂತೆಯೇ ತವಾಂಗ್‌ನಲ್ಲಿ ಕುಳಿತ ನಾನು ಬೆಚ್ಚಿಬಿದ್ದೆ. ರಕ್ಷಣಾ ಮಂತ್ರಿಯೆದುರು ಹೇಳಿಕೆ ನೀಡುತ್ತಿರುವವನು ಯಾರೋ ಸಣ್ಣಗಾತ್ರದ ಅಧಿಕಾರಿಯಲ್ಲ. ಆತ ಆರ್ಮಿ ಮುಖ್ಯಸ್ಥ. ಇಂಥ ಬೇಜವಾಬ್ದಾರಿ ಹೇಳಿಕೆ ಅದ್ಹೇಗೆ ನೀಡಿದರು? ಅಸಲಿಗೆ ನುಗ್ಗಿ ಬಂದಿರುವವರು 600 ಜನ ಚೀನಿಗಳು ಎಂದು ಅವರಿಗೆ ಹೇಳಿದ್ದಾದರೂ ಯಾರು? ನನಗೆ ಒದಗಿಸಲಾಗಿದೆಯೆಂದು ಹೇಳಿದ ಬ್ರಿಗೇಡ್; ಅದೆಲ್ಲಿತ್ತು? ಇದ್ದುದು ಹರುಕು ಮುರುಕು ಬರಿಗೈ ತುಕಡಿಗಳಷ್ಟೆ. ಇಷ್ಟಕ್ಕೂ 10 ದಿನಗಳಲ್ಲಿ ಒಂದು ಬ್ರಿಗೇಡನ್ನು ಧೋಲಾದ ಅಂಗಳಕ್ಕೆ ಒಯ್ದು ನಿಲ್ಲಿಸುತ್ತೇನೆಂದು ಲೆ.ಜ. ಸೇನ್ ಅವರಿಗೆ ನಾನ್ಯಾವಾಗ ಹೇಳಿದ್ದೆ?

ಹೇಳಬಹುದಾದ ಸ್ಥಿತಿಯಲ್ಲಿದ್ದ ಏಕೈಕ ವ್ಯಕ್ತಿಯೆಂದರೆ ನಾನು. ಸರಿಯಾಗಿ ನನಗೇ ಇನ್ನೂ ಎಷ್ಟು ಜನ ಚೀನಿಗಳು ನುಗ್ಗಿ ಬಂದಿರಬಹುದೆಂಬುದು ಖಚಿತವಾಗಿರಲಿಲ್ಲ. ಏಕೆಂದರೆ ಧೋಲಾದ ಎದುರು ಮುಗಿಲೆತ್ತರದ ಬೆಟ್ಟವಿತ್ತು. ಅದರಾಚೆ ಎಷ್ಟು ಸಾವಿರ ಸಂಖ್ಯೆಯಲ್ಲಿ ಚೀನಿ ಸೈನಿಕರಿದ್ದಾರೋ?

ಇಂಥದೊಂದು ಹೇಳಿಕೆಯನ್ನು ಜನರಲ್ ಸೇನ್ ಕೊಟ್ಟಿರಲು ಸಾಧ್ಯವೇ ಇಲ್ಲ ಅನಿಸಿತ್ತು. ಈ ತನಕ ಒಬ್ಬೇ ಒಬ್ಬ ಹಿರಿಯ ಅಧಿಕಾರಿ ಕಣ್ಣಾರೆ ನೋಡಿರದಿದ್ದ ಧೋಲಾ ಪೋಸ್ಟ್‌ನ ಬಗ್ಗೆ ಲೆಫ್ಟಿನೆಂಟ್ ಜನರಲ್ ಸೇನ್ ಅಂಥ ಬೇಜವಾಬ್ದಾರಿ ಹೇಳಿಕೆ ನೀಡಿದರೆಂಬುದು ನನ್ನಂಥ ಅನೇಕರಿಗೆ ಆಘಾತವಾಗಿತ್ತು. ಇಷ್ಟಾದರೂ ರಕ್ಷಣಾ ಸಚಿವ ಕೃಷ್ಣ ಮೆನನ್ 'ಡಿಫೆನ್ಸ್ ಕ್ಯಾಬಿನೆಟ್ ಕಮಿಟಿ' ಎಂಬ ಜವಾಬ್ದಾರಿಯುತ ಅಂಗದ ಸಭೆ ಕರೆದು ಧೋಲಾದಲ್ಲಿ ನಡೆದಿರುವುದೇನು ಎಂಬುದನ್ನು ವಿವರಿಸಿರಲಿಲ್ಲ.

ಇತ್ತ, ನಾನು ಊಹಿಸಿದಂತೆಯೇ- ನಮ್ಮ ರೆಗ್ಯುಲರ್ ಸೈನ್ಯದ ಅಧಿಕಾರಿಯೊಬ್ಬರ ನೇತೃತ್ವದಲ್ಲಿ ಹೋಗಿದ್ದ ಅಸ್ಸಾಂ ರೈಫಲ್ಸ್‌ನ ತಂಡವು ಉಳಿದೆರಡು ತುಕಡಿಗಳಿಗಿಂತ ಮುಂಚಿತವಾಗಿ ಧೋಲಾ ಪೋಸ್ಟ್‌ನಲ್ಲಿ ಆರ್ತನಾದ ಮಾಡುತ್ತಿದ್ದ ಕಮ್ಯಾಂಡರನೊಂದಿಗೆ ಸಂಪರ್ಕ ಸಾಧಿಸಿತ್ತು. ಅದೇ ದೊಡ್ಡ ರಗಳೆಯಾಗಿ ಹೋಯಿತಲ್ಲ? ಅಸ್ಸಾಂ ರೈಫಲ್ಸ್‌ನವರು ತಲುಪಿದಷ್ಟು ವೇಗವಾಗಿ ನಿನ್ನ ತುಕಡಿಗಳೇಕೆ ತಲುಪಲಿಲ್ಲ ಎಂಬ ಕಿರಿಕಿರಿ ಶುರುವಿಟ್ಟುಕೊಂಡರು. ಅರೆ, ಅಸ್ಸಾಂ ರೈಫಲ್ಸ್‌ನ ನೇತೃತ್ವ ವಹಿಸಿದ್ದೇ ನನ್ನ ಅಧಿಕಾರಿಯಲ್ಲವೆ? ಎಂದು ಕೇಳಿದುದಕ್ಕೆ ಅದು ಸಮರ್ಥನೀಯ ಉತ್ತರವಲ್ಲ ಎಂದು ಕೂಗಾಡಲಾಯಿತು. ಇದೆಲ್ಲ ಕೂಗಾಟದ ಮಧ್ಯೆ ಅಸ್ಸಾಂ ರೈಫಲ್ಸ್ ಸಂಸ್ಥೆಯ ಇನ್ಸ್‌ಪೆಕ್ಟರ್ ಜನರಲ್ ಆಫ್ ಪೊಲೀಸ್ ಹುದ್ದೆಯ ಅಧಿಕಾರಿಯೊಬ್ಬ ಷಿಲಾಂಗ್‌ನಿಂದ ಬಂದು

ತೇಜಪುರದಲ್ಲಿ ಕುಳಿತು ಥೋಲಾ ಪೋಸ್ಟ್‌ನೊಂದಿಗೆ ಸ್ವತಂತ್ರವಾಗಿ ವೈರ್‌ಲೆಸ್‌ನಲ್ಲಿ ಮಾತನಾಡಿ ಆದೇಶಗಳನ್ನು ಜಾರಿ ಮಾಡತೊಡಗಿದ. ಒಂದು ಹಂತದಲ್ಲಿ ನಾನು ಎಷ್ಟು ಕ್ರುದ್ಧನಾಗಿ ಹೇಳಿದೆನೆಂದರೆ: "ಈ ಮನುಷ್ಯನೇನು NEFA ಗಡಿಗೆ ಬಂದು ತನ್ನದೇ ಆದ ಖಾಸಗಿ ಯುದ್ಧ ಮಾಡುತ್ತಿದ್ದಾನೆಯೇ? ದಯವಿಟ್ಟು ಆತನಿಗೆ ಸುಮ್ಮನಿರಲು ಹೇಳಿ!" ಎಂದುಬಿಟ್ಟೆ. ಅದಾದ ನಂತರ ಅಸ್ಸಾಂ ರೈಫಲ್ಸ್‌ನ ಶಂಖ ಮೊಳಗುವುದು ನಿಂತುಹೋಯಿತು. ಆದರೆ ಚೀನದ ವಿರುದ್ಧ ನಾವು ಮಾಡಬೇಕಾದ ಯುದ್ಧವೊಂದು ಇಂಥ ಕ್ಷುಲ್ಲಕ ಗೊಂದಲಗಳೊಂದಿಗೇ ಶುರುವಾಗಿತ್ತು. ಅತ್ತ ಸೆಪ್ಟಂಬರ್ 12ನೇ ತಾರೀಕು ಮತ್ತೊಂದು ಪ್ರಮುಖ ಸಭೆ ನಡೆದು, ಲೆ.ಜ. ಸೇನ್, ಜನರಲ್ ಉಮ್ರಾವ್ ಸಿಂಗ್ ಹಾಗೂ ಜನರಲ್ ನಿರಂಜನ್ ಪ್ರಸಾದ್ ಮುಂತಾದ ಹಿರಿಯರೆಲ್ಲ ಸೇರಿ ಕೆಲವು ಅತಿಮುಖ್ಯ ನಿರ್ಣಯಗಳನ್ನು ತೆಗೆದುಕೊಂಡಿದ್ದರು.

ಅದರ ಹಿಂದಿನ ದಿನದ ರಾತ್ರಿ ನಾನು ಸರಿಯಾಗಿ ನಿದ್ದೆ ಮಾಡಲಿಲ್ಲ. ಏನೋ ಧಾವಂತ. ಬೆಳಗ್ಗೆ ಐದೂವರೆಗೆ ತವಾಂಗ್‌ನ ಹೆಲಿಪ್ಯಾಡ್‌ಗೆ ಜನರಲ್ ಪ್ರಸಾದ್‌ರವರು ನನಗಾಗಿ ಕಳಿಸುತ್ತೇನೆಂದಿದ್ದ ಹೆಲಿಕಾಪ್ಟರ್ ಬರುವುದಿತ್ತು. ಜಾವಕ್ಕೇ ಎದ್ದು, ನಾನು ಹೆಲಿಪ್ಯಾಡ್‌ಗೆ ಹೋದರೆ- ನನಗೆ ಎರಡು ಅಚ್ಚರಿಗಳು ಕಾದಿದ್ದವು. ಮೊದಲನೆಯದಾಗಿ, ತೇಜಪುರದಿಂದ ಬಂದಿದ್ದ ಆ ಹೆಲಿಕಾಪ್ಟರಿನಿಂದ ಫೋರ್ ಡಿವಿಷನ್ನಿನ ಆರ್ಟಿಲರಿ ಕಮಾಂಡರ್ ಬ್ರಿಗೇಡಿಯರ್ ಕಲ್ಯಾಣಸಿಂಗ್ ಕೆಳಕ್ಕಿಳಿದರು. ಒಂದೇ ಒಂದು ಫಿರಂಗಿಯನ್ನೂ ನೆಡಲಿಕ್ಕಾಗದ ಈ ಹಿಮಾಲಯದ ಯುದ್ಧಭೂಮಿಗೆ ಈ ಆರ್ಟಿಲರಿ ಬ್ರಿಗೇಡಿಯರ್‌ನನ್ನು ಯಾಕಾದರೂ ಕಳಿಸಿದ್ದಾರು? ಅಂದುಕೊಂಡೆ. ಎರಡನೆಯದಾಗಿ, ನಾನಿನ್ನೇನು ಹೆಲಿಕಾಪ್ಟರ್ ಹತ್ತಬೇಕೆಂಬಷ್ಟರಲ್ಲಿ, ಸದರಿ ಹೆಲಿಕಾಪ್ಟರಿನ ಪ್ರೊಫೆಲರ್ ಕೆಟ್ಟು ಹೋಗಿದೆಯೆಂದೂ, ನನ್ನಂತ ವಿ.ಐ.ಪಿ. ಅಧಿಕಾರಿಯನ್ನು ಆ ಸ್ಥಿತಿಯಲ್ಲಿ ಕೊಂಡೊಯ್ಯುವ ರಿಸ್ಕ್ ತಾನು ತೆಗೆದುಕೊಳ್ಳುವುದಿಲ್ಲವೆಂದೂ ಅದರ ಪೈಲಟ್ ಹೇಳಿದ. ಇವನೊಬ್ಬನಾದರೂ ನನ್ನನ್ನು ವಿ.ಐ.ಪಿ. ಅನ್ನುತ್ತಿದ್ದಾನಲ್ಲ ಎಂದು ತಮಾಷೆ ಮಾಡಿಕೊಂಡು, ಮರುದಿನ ಬೆಳಗ್ಗೆ ಹೊತ್ತಿಗೆ ಸರಿಯಾದ ಹೆಲಿಕಾಪ್ಟರ್‌ನೊಂದಿಗೆ ಬಂದಿಳಿಯುವಂತೆ ಹೇಳಿ ವಾಪಸು ಬಂದೆ. ಹೀಗೆ ಹೆಲಿಕಾಪ್ಟರಿನ ದೋಷದಿಂದಾಗಿಯೇ ನಾನು ಇವತ್ತು ಲುಂಪೋಗೆ ತೆರಳಲು ಸಾಧ್ಯವಾಗುತ್ತಿಲ್ಲ ಎಂಬುದನ್ನು ನನ್ನ ತೇಜಪುರದ ಹೆಡ್‌ಕ್ವಾರ್ಟರ್ಸಿಗೆ ತಿಳಿಸಿಯೂ ಬಿಟ್ಟೆ.

ಆದರೆ ನಿಜವಾದ ಅಚ್ಚರಿ ಮತ್ತೊಂದಿತ್ತು. ಯಾವುದೇ ಮುನ್ಸೂಚನೆಯಿಲ್ಲದೆ, ಆರ್ಟಿಲರಿ ವಿಭಾಗದ ಬ್ರಿಗೇಡಿಯರ್ ಕಲ್ಯಾಣ್‌ರನ್ನು ತವಾಂಗ್ ಸೆಕ್ಟರ್‌ನ ನೇತೃತ್ವಕ್ಕೆಂದು ಕಳಿಸಲಾಗಿತ್ತು! ಅದು ನಾನು ನಿರ್ವಹಿಸುತ್ತಿದ್ದ ಹುದ್ದೆ! ಆದರೆ, ಪ್ರಸ್ತುತ ಯುದ್ಧದಲ್ಲಿ ಆರ್ಟಿಲರಿ ವಿಭಾಗದ ಬ್ರಿಗೇಡಿಯರ್‌ಗೆ ಬೇರೆ ಯಾವುದೇ ಪಾತ್ರವಿಲ್ಲವಾದ್ದರಿಂದ ಕಲ್ಯಾಣ್‌ರನ್ನು ತವಾಂಗ್ ಮತ್ತು ಅದರಾಚೆಯ ಭಾಗಗಳ ಆಡಳಿತಾತ್ಮಕ ವ್ಯವಸ್ಥೆ ನೋಡಿಕೊಳ್ಳುವ ಕೆಲಸಕ್ಕೆ ನೇಮಿಸಲಾಗಿತ್ತು.

"ಯಾವನದು ಈ ಕೆಲಸ?" ನನ್ನನ್ನು ನಾನೇ ಕೇಳಿಕೊಂಡೆ. ಯುದ್ಧ ಶುರುವಾಗುವ ತನಕ ಮೈಮರೆತು ಮಲಗಿದ್ದ ಹಿರಿಯ ಅಧಿಕಾರಿಯೊಬ್ಬ ಇದ್ದಕ್ಕಿದ್ದಂತೆ ದಡಬಡಿಸಿ ಎದ್ದು, ತನ್ನ ಲೋಪ ಮುಚ್ಚಿಕೊಳ್ಳುವುದಕ್ಕಾಗಿ 'ನೋಡಿ, ನಾನು ತವಾಂಗ್‌ನ ರಕ್ಷಣೆಗೆ ಮತ್ತೊಬ್ಬ ಬ್ರಿಗೇಡಿಯರ್‌ನನ್ನು

ಕಳಿಸಿ ಉಪಕರಿಸಿದ್ದೇನೆ' ಎಂದು ಹೇಳಿಕೊಳ್ಳಲು ಅಣಿಯಾಗುತ್ತಿದ್ದಾನೆ! ಆದರೆ ಹೆಲಿಕಾಪ್ಟರಿನಲ್ಲಿ ಬಂದಿಳಿದ ಬ್ರಿಗೇಡಿಯರ್ ಕಲ್ಯಾಣ್‌ಗೆ ಆ ತನಕ ತವಾಂಗ್‌ನಲ್ಲಿ ಆತ ಏನು ಮಾಡಬೇಕು?ಯಾವುದರ ವಿರುದ್ಧ ಮಾಡಬೇಕು? ಅಥವಾ ಯಾವುದರ ಸಹಯೋಗದೊಂದಿಗೆ ಮಾಡಬೇಕು? ಎಂಬುದನ್ನು ಯಾರ್‍ಯಾರೂ ಹೇಳಿರಲಿಲ್ಲ.

ಬ್ರಿಗೇಡಿಯರ್ ಕಲ್ಯಾಣ್ ಹೆಲಿಕಾಪ್ಟರಿನಿಂದ ಇಳಿದಾಗಲೇ ಇಂಥದೇನೋ ಸಂಚು ಪ್ರಾರಂಭವಾಗಿದೆ ಎಂದು ನನಗನ್ನಿಸತೊಡಗಿತ್ತು. ಈಗ ಅವರು ತಂದಿದ್ದ ಅಪ್ಪಣೆಯ ಪ್ರಕಾರ, ನಾನು ತವಾಂಗ್‌ನಲ್ಲಿದ್ದ ನನ್ನ ಸಿಬ್ಬಂದಿಯನ್ನು ಅವರ ಸಹಾಯಕ್ಕೆ ಬಿಟ್ಟುಕೊಟ್ಟು, ಏಕಾಂಗಿಯಾಗಿ ಚೀನದೊಂದಿಗೆ ಯುದ್ಧಕ್ಕೆ ಹೊರಡಬೇಕಾಗಿತ್ತು. ಯಾವ ನಿರಂಜನ್ ಪ್ರಸಾದ್‌ರನ್ನು ಕೂಡಿಸಿಕೊಂಡು, ಯಾವ ಕಾರಣಕ್ಕೂ ನನ್ನನ್ನು ತವಾಂಗ್‌ನಿಂದ ಹೊರಕ್ಕೆ ಹೋಗುವಂತೆ ಆದೇಶಿಸಬೇಡಿ; ಯುದ್ಧದ ರಂಗೋಲಿಯೇ ಕೆಟ್ಟುಹೋಗುತ್ತದೆ ಎಂದು ವಿನಂತಿಸಿದ್ದೆನೋ; ಅದೇ ರಂಗೋಲಿ ಕೆಡಿಸುವಂತಹ ಆದೇಶ ಬಂದುಬಿಟ್ಟಿತ್ತು.

ಅಂದೇ ಸಂಜೆ (ಸೆಪ್ಟಂಬರ್ 13) ಐದೂವರೆ ಹೊತ್ತಿಗೆ ನಾನು ಬ್ರಿಗೇಡಿಯರ್ ಕಲ್ಯಾಣ್‌ರೊಂದಿಗೆ ತವಾಂಗ್‌ನ ರಕ್ಷಣೆಯ ಕುರಿತು ಮಾತನಾಡುತ್ತಿದ್ದಾಗಲೇ ತೇಜಪುರದಿಂದ ನನ್ನ ಹಿರಿಯ ಅಧಿಕಾರಿ ಜನರಲ್ ನಿರಂಜನ ಪ್ರಸಾದ್ ಅವರು ವೈರ್‌ಲೆಸ್ ಕರೆ ನೀಡಿದ್ದರು. ನನ್ನ ಹಳೆಯ ಅಧಿಕಾರಿ. ಹಳೆಯ ಪರಿಚಯ. ಖಾಸಗಿ ಮಟ್ಟದಲ್ಲೂ ಮಿತ್ರರು. ಅಂಥ ನಿರಂಜನ ಪ್ರಸಾದ್, ವೈರ್‌ಲೆಸ್‌ನಲ್ಲಿ ನಾನು ಮಾತು ಪ್ರಾರಂಭಿಸುತ್ತಿದ್ದಂತೆಯೇ,

"ಏಳಿ ಮೇಲಕ್ಕೆ! ಯಾಕೆ ನೀವಿನ್ನೂ ಲುಂಪೋಗೆ ಹೋಗಿಲ್ಲ?" ಎಂದು ಆರ್ಭಟಿಸತೊಡಗಿದರು.

ಅವರಿಗೆ, ಹೆಲಿಕಾಪ್ಟರಿನ ತೊಂದರೆಯಿಂದಾಗಿಯೇ ನಾನು ಲುಂಪೋಗೆ ಹೋಗಿಲ್ಲವೆಂಬುದು ಚೆನ್ನಾಗಿ ಗೊತ್ತಿತ್ತು. ಅಲ್ಲದೆ ಬ್ರಿಗೇಡಿಯರನಾದ ನಾನು ಆ ತಕ್ಷಣ ನನ್ನ ಹೆಡ್‌ಕ್ವಾರ್ಟರ್ಸ್ ಬಿಡುವಂತಿರಲಿಲ್ಲ ಎಂಬುದು ಕೂಡ ಅರಿವಾಗಿತ್ತು. ಆದರೂ ಕೂಗಿದರು!

"ನೆವ ಹೇಳಬೇಡಿ ಬ್ರಿಗೇಡಿಯರ್ ದಳವಿ. ಮೊದಲು ತವಾಂಗ್‌ನಿಂದ ಹೊರಡಿ. ಇನ್ನೊಂದು ಕ್ಷಣ ನೀವು ಅಲ್ಲಿರ ಕೂಡದು..." ಜನರಲ್ ನಿರಂಜನ್ ಪ್ರಸಾದ್ ಅಬ್ಬರಿಸುತ್ತಿರುವಾಗಲೇ ನಾನು,

"ಹಲೋ ಹಲೋ ಹಲೋ ಕೇಳಿಸ್ತಾ ಇಲ್ಲ. ಹಲೋ ಹಲೋ. ಜನರಲ್ ಸಾಹೇಬರಿಗೆ ಇನ್ನೊಂದು ಸಲ ಲೈನ್ಸ್ ಕ್ಲಿಯರ್ ಆದ ಮೇಲೆ ಫೋನ್ ಮಾಡುವಂತೆ ಹೇಳಪ್ಪಾ..." ಎಂದು ವೈರ್‌ಲೆಸ್ ಆಪರೇಟರನಿಗೆ ಆದೇಶ ನೀಡಿ ರಿಸೀವರ್ ಕುಕ್ಕಿದೆ. ಜನರಲ್ ಪ್ರಸಾದ್ ಹೀಗೆ ಯಾವತ್ತೂ ವರ್ತಿಸಿದವರಲ್ಲ. ಅವರ ಹಿಂದೆ ಮತ್ಯಾವುದೋ ಕಾಣದ ಕೈ ಕೆಲಸ ಮಾಡುತ್ತಿದೆ ಎಂಬುದು ನನಗಷ್ಟೇ ಅಲ್ಲ: ಬ್ರಿಗೇಡಿಯರ್ ಕಲ್ಯಾಣ್ ಅವರಿಗೂ ಮನವರಿಕೆಯಾಯಿತು. ಅವರು ಯಾವತ್ತೂ ನನ್ನೊಂದಿಗೆ ಇಂಥ ಏರುದನಿಯಲ್ಲಿ ಮಾತಾಡಿರಲಿಲ್ಲ. ತುಸು ಹೊತ್ತಿನ ನಂತರ ಜನರಲ್ ಪ್ರಸಾದ್ ಮತ್ತೆ ನನ್ನನ್ನು ವೈರ್‌ಲೆಸ್‌ನಲ್ಲಿ ಸಂಪರ್ಕಿಸಿ ನೆಮ್ಮದಿಯ ದನಿಯಲ್ಲೇ

ಮಾತನಾಡಿದರು. ಆದರೆ ಅವರ ಆಜ್ಞೆ ಸ್ಪಷ್ಟವಾಗಿತ್ತು.

"ನೀನು ತವಾಂಗ್‌ನಿಂದ ನಾಳೆ ಬೆಳಗಿನ ಜಾವದ ಹೊತ್ತಿಗೆ ಹೊರಬೀಳಬೇಕು!"

ಯಾಕೆ ಹೀಗೆ ಒತ್ತಾಯ ಮಾಡುತ್ತಿದ್ದೇನೋ ಮುಂದೆ ಯಾವತ್ತಾದರೂ ಹೇಳುತ್ತೇನೆ. ಮೊದಲು ಹೊರಡಿ. ಅಂತೆಯೇ ನೀವು ತವಾಂಗ್‌ನಿಂದ ಕಳಿಸಿರುವ 9 ಪಂಜಾಬ್ ತುಕಡಿಯನ್ನು ಲುಂಪೋದಲ್ಲಿ ಇಟ್ಟುಕೊಳ್ಳಬೇಡಿ. ಅದನ್ನು ಅಲ್ಲಿಂದ ಥೋಲಾ ಪೋಸ್ಟ್‌ಗೆ ಹೊರಡಲಿಕ್ಕೆ ಹೇಳಿ. ಇದು ಕೇವಲ ನನ್ನ ಆದೇಶವಲ್ಲ ಬ್ರಿಗೇಡಿಯರ್ ದಳವೀ; ಖುದ್ದು ಆರ್ಮಿ ಕಮಾಂಡರ್ ಇದನ್ನು ಆದೇಶಿಸಿದ್ದಾರೆ. ಈ ಸದ್ಯಕ್ಕೆ ನಾನು ಹೇಳಿದಷ್ಟು ಮಾಡಿ-ಅಂದರು.

ನನಗೆ ಸಿಡಿಲು ಬಡಿದಂತಾಯಿತು. ಲುಂಪೋಗೆ ತೆರಳಲು ಹೆಲಿಕಾಪ್ಟರ್ ಇಲ್ಲ ಎಂದು ಹೇಳಲು ಹೋದರೆ "ತೆಪ್ಪಗೆ ನಡೆದುಕೊಂಡು ಹೋಗಿ. Move to Lumpo!" ಎಂಬ ಅಬ್ಬರ ಕೇಳಿ ಬಂತು.

ಅನುಮಾನವೇ ಇಲ್ಲ. ಇದು ದಿಲ್ಲಿಯ ಅಪ್ಪಣೆ. ಥೋಲಾ ಪೋಸ್ಟ್ ಎಂಬುದು ಎಲ್ಲಿದೆ ಮತ್ತು ಹೇಗಿದೆ ಎಂಬ ಪರಿಕಲ್ಪನೆಯೇ ಇಲ್ಲದ ಹಿರಿಯ ಅಧಿಕಾರಿಯೊಬ್ಬ ಹುಚ್ಚಾಪಟ್ಟೆ ಆಜ್ಞೆಗಳನ್ನು ಜಾರಿ ಮಾಡತೊಡಗಿದ್ದ. ಆತ ಮಾಡುತ್ತಿರುವ ಈ ಘನಘೋರ ಆಜ್ಞೆಗಳು ಅಂತಿಮವಾಗಿ ಚೀನಿ ಶತ್ರುವಿಗೆ ಲಾಭವಾಗಲಿದ್ದವು. ಹೀಗೆ ಆಜ್ಞೆ ನೀಡುತ್ತಿರುವಾತನಿಗೆ ಮಿಲಿಟರಿ ನಿಯಮಗಳೆಡೆಗೆ ಅತಿ ಚಿಕ್ಕ ಗೌರವವೂ ಇದ್ದಂತಿಲ್ಲ. ನನ್ನ ಸೈನಿಕರ ಗತಿ ಏನಾಗಿ ಹೋಗಲಿದೆ? ದಿಲ್ಲಿಯಿಂದ ಆಜ್ಞೆ ಹೊರಡಿಸುತ್ತಿರುವ ಮನುಷ್ಯ ಬಹುಶಃ ಥೋಲಾ ಪೋಸ್ಟ್‌ನ ಮುಂದೆ ಪಂಜಾಬಿ ಸೈನಿಕರು ಕಾಣಿಸಿಕೊಳ್ಳುತ್ತಿದ್ದಂತೆಯೇ ಚೀನಿ ಸೈನ್ಯ ಹೆದರಿ ಹಿಮ್ಮೆಟ್ಟಿ ಹೋಗಬಹುದು ಎಂದು ಭಾವಿಸಿರುವಂತಿದೆ. ಆತನಿಗೆ ಭವಿತವ್ಯದಲ್ಲಿ ಸಂಭವಿಸಬಹುದಾದ ದುರಂತದ ಕಲ್ಪನೆಯೇ ಇಲ್ಲ. ಚೀನಿಗಳನ್ನು ಹೇಗೆ ಎದುರಿಸಬೇಕೆಂಬುದೇ ಇನ್ನೂ ನಿಶ್ಚಯವಾಗಿಲ್ಲ. ಆತನಿಗೆ ಒಂದೇ ಅವಸರ:

ಥೋಲಾ ಪೋಸ್ಟ್‌ನಿಂದ ಚೀನೀಯರನ್ನು ಹಿಮ್ಮೆಟ್ಟಿಸಬೇಕು. ತನ್ಮೂಲಕ ರಾಜಕೀಯ ನಾಯಕರನ್ನು ಸಮಾಧಾನ ಪಡಿಸಬೇಕು!

ನನಗೇಕೋ ಇದು, ನನ್ನ ಸೈನಿಕರ ನಾಶಕ್ಕಾಗಿಯೇ ನಡೆಯುತ್ತಿರುವ ವಿದ್ಯಮಾನ ಅನ್ನಿಸತೊಡಗಿತು. ಇಷ್ಟಕ್ಕೂ, ಇದನ್ನೆಲ್ಲ ವಿವರಿಸುವುದಕ್ಕೆ, ಚರ್ಚಿಸುವುದಕ್ಕೆ ಜನರಲ್ ಪ್ರಸಾದ್ ಇನ್ನೊಮ್ಮೆ ತವಾಂಗ್‌ಗೆ ಬರುತ್ತಾರೆಂದುಕೊಂಡಿದ್ದೆ. ಈಗ ನೋಡಿದರೆ, ಲುಂಪೋ ತನಕ ನಡೆದು ಹೋಗೆನ್ನುತ್ತಿದ್ದಾರೆ. ಅದು ನಿರಂತರ ಮೂರು ದಿನಗಳ ಹಾದಿ. ಸುರಿಯುತ್ತಿರುವ ಧೋ ಮಳೆಯಲ್ಲಿ ನಡೆಯುವುದೆಂದರೆ ಸುಮ್ಮನೆ ಮಾತಲ್ಲ. ಅದರ ಬದಲು ನಾಳೆ ಹೆಲಿಕಾಪ್ಟರ್ ದೊರೆತರೆ ಕೇವಲ ಇಪ್ಪತ್ತು ನಿಮಿಷಗಳಲ್ಲಿ ಲುಂಪೋ ತಲುಪಿಬಿಡಬಲ್ಲೆ. ಇಷ್ಟಕ್ಕೂ ಲುಂಪೋದಿಂದ ಥೋಲಾ ಪೋಸ್ಟ್‌ಗೆ ತೆರಳುವ ನನ್ನ ಪಂಜಾಬಿಗಳು ಅಕಸ್ಮಾತ್ ಅಲ್ಲಿ ಚೀನಿ ಸೈನಿಕರೊಂದಿಗೆ ಕದನಕ್ಕೇ ಬಿದ್ದರೆಂದಿಟ್ಟುಕೊಳ್ಳಿ; ಅವರಿಗೆ ಆದೇಶ ನೀಡುವವರ್‍ಯಾರು? ಒಂದು ಸಲ ಥಗ್ಲಾ ಪರ್ವತ ಸಾಲು, ಥೋಲಾ ಪೋಸ್ಟ್ ಮತ್ತು ನಮ್ಕಾ ಚು ನದಿಯ ಸನಿಹಕ್ಕೆ ಹೋದ ಮೇಲೆ ಚೀನಿ ಸೈನ್ಯದೊಂದಿಗೆ ಮುಖಾಮುಖಿಯಾಗದೆ ಇರಲು ಸಾಧ್ಯವೇ ಇಲ್ಲ. ಇತ್ತ ನಾನೂ ತವಾಂಗ್‌ನಿಂದ ಕಾಲ್ನಡಿಗೆಯಲ್ಲಿ

ಲುಂಪೋಗೆ ಅಂತ ಹೊರಟು ಬಿಟ್ಟರೆ ನನ್ನ ಸೈನಿಕರು ವೈರ್‌ಲೆಸ್‌ನ ಮುಖಾಂತರವೂ ನನ್ನನ್ನು ಸಂಪರ್ಕಿಸಲಾರದಂತಾಗಿ ಬಿಡುತ್ತಾರೆ. ಅವರ ಗತಿಯೇನು?

ಅವತ್ತು ಜನರಲ್ ಪ್ರಸಾದ್‌ರ ಮೂಲಕ ದಿಲ್ಲಿಯ ದೊರೆಗಳು ನನಗೆ ಕೊಡಿಸಿದ ಎರಡು ಆಜ್ಞೆಗಳಿದ್ದುವಲ್ಲ? ಅದೇ ಮುಂದೆ, ಅಕ್ಟೋಬರ್ 20ರ ನರಮೇಧಕ್ಕೆ ಬುನಾದಿ ಒದಗಿಸಿದ್ದವು. ಈ ಎರಡೂ ಆಜ್ಞೆಗಳು ಲಿಖಿತ ರೂಪದಲ್ಲಿರಲಿಲ್ಲ. ಅವುಗಳನ್ನು ಜಾರಿ ಮಾಡಿದ ಅಧಿಕಾರಿ ಆವೇಶದಲ್ಲಿದ್ದರು. ಅವರು ನನ್ನನ್ನು ತವಾಂಗ್‌ನಿಂದ ಹಾಗೆ ರಾತ್ರೋರಾತ್ರಿ ಹೊರಕ್ಕೆ ತಳ್ಳಿದ ಫಲಿತಾಂಶವೇನಾಯಿತೆಂದರೆ; ನನ್ನ ಬ್ರಿಗೇಡ್‌ನ ತಲೆಯನ್ನೇ ಕತ್ತರಿಸಿ ಹಾಕಿದಂತಾಯಿತು. ಸೆಪ್ಟಂಬರ್ 13ರಿಂದ ಸೆಪ್ಟಂಬರ್ 25ರ ತನಕ ನಾನು- ನನ್ನ ಕಮ್ಯಾಂಡಿಂಗ್ ಆಫೀಸರುಗಳು, ನನ್ನ ಬ್ರಿಗೇಡ್ ಕಮಾಂಡರ್, ಕಡೆಗೆ ನನ್ನ ಮೇಲಧಿಕಾರಿ ಪ್ರಸಾದ್ ಕೂಡ ಒಬ್ಬರಿಗೊಬ್ಬರು ಮಾತನಾಡಿಕೊಳ್ಳಲು ಸಾಧ್ಯವಾಗಲಿಲ್ಲ. ಯಾರಿಗೂ ಸಮಗ್ರವಾದ ಮಾಹಿತಿ- ವರ್ತಮಾನಗಳು ದೊರೆಯುತ್ತಿರಲಿಲ್ಲ. ನಿರ್ದೇಶನ ಕೊಡಬೇಕಾದವನು ನಾನೇ ಲುಂಪೋದ ಹಾದಿಯಲ್ಲಿ ಪರದಾಡುತ್ತ ನಡೆಯುತ್ತಿದ್ದೆ. ನನ್ನ ಸುತ್ತ NEFAದ ಗಡಿಯುದ್ದಕ್ಕೂ ಏನಾಗುತ್ತಿದೆಯೆಂಬುದೇ ನನಗೆ ಗೊತ್ತಾಗುವಂತಿರಲಿಲ್ಲ. ಅಲ್ಲದೆ ನಾನು ಮತ್ತು ಜನರಲ್ ಪ್ರಸಾದ್ ಯುದ್ಧದಂತಹ ಆಪತ್ಕಾಲೀನ ಸಂದರ್ಭದಲ್ಲಿ ಹೀಗೆ ಶರಂಪರ ಕಿತ್ತಾಡಿಕೊಂಡು ಬಿಟ್ಟಿದ್ದೆವು. ಸರಿಯಾದುದೊಂದು ನೆಲೆ ಕೂಡ ಇಲ್ಲದ ರೀತಿಯಲ್ಲಿ ನನ್ನ ಪಂಜಾಬಿ ಸೈನಿಕರನ್ನು ಧೋಲಾದ ಬಳಿಯ ನಮ್ಕಾ ಚು ನದಿ ದಂಡೆಗೆ ಅಂಟಿಕೊಂಡು ಕೂಡುವಂತೆ ಆದೇಶಿಸಲಾಗಿತ್ತು. ಅವರೀಗ ಚೀನಿ ಸೈನಿಕರೊಂದಿಗೆ ಕಣ್ಣಲ್ಲಿ ಕಣ್ಣಿಟ್ಟು ನೋಡಬಹುದಾದಷ್ಟು ನೇರ ಮುಖಾಮುಖಿಗೆ ಬಂದುಬಿಟ್ಟಿದ್ದರಾದ್ದರಿಂದ, ಅವರನ್ನು ಅಲ್ಲಿಂದ ಎಬ್ಬಿಸುವಂತಿರಲಿಲ್ಲ. ಬೇರೆ ಕೆಲಸಗಳಿಗೆ, ಮುಖ್ಯವಾಗಿ ಇನ್ನೊಂದ್ಯಾವುದಾದರೂ ಭಾಗದಲ್ಲಿ ಚೀನೀಯರ ಪ್ರವೇಶವನ್ನು ತಡೆಯಲಿಕ್ಕೆ ಬಳಸುವಂತೆಯೇ ಇರಲಿಲ್ಲ. NEFAದ ಇನ್ನೂರು ಮೈಲಿಗಳ ಗಡಿಯುದ್ದಕ್ಕೂ ಹುಡುಕಿದರೆ, ಈ ಪಂಜಾಬಿಗಳನ್ನು ಬಿಟ್ಟು ಮತ್ತೊಂದು ತುಕಡಿ ಇಷ್ಟೊಂದು ಸಮರ್ಥವಾದುದು ದೊರಕುತ್ತಿರಲಿಲ್ಲ. ಸಾವಿರಾರು ಅಡಿಗಳ ಎತ್ತರದಲ್ಲೂ ಯುದ್ಧ ಮಾಡಬಲ್ಲಂತೆ ಅವರನ್ನು ಅತಿ ಪ್ರಯಾಸದಿಂದ ಅಕ್ಲಮಟೈಜ್ ಮಾಡಿಸಲಾಗಿತ್ತು. ಅಂಥ ಒಂದು ಅಪರೂಪದ ತುಕಡಿಯನ್ನು ಯಾವುದಕ್ಕೂ ಕೆಲಸಕ್ಕೆ ಬಾರದ ನಮ್ಕಾ ಚು ನದಿಯ ದಡ ಕಾಯಲು ಅದುಮಿ ಕೂಡಿಸಿಬಿಟ್ಟಂತಾಗಿತ್ತು.

ಜನರಲ್ ನಿರಂಜನ ಪ್ರಸಾದ್‌ರ ದನಿಯಲ್ಲಿದ್ದ ಆದೇಶವನ್ನು ನಾನು ಅರ್ಥ ಮಾಡಿಕೊಂಡಿದ್ದೆ. ನನಗೆ ಏನೇ ಅಸಮಾಧಾನವಾಗಿದ್ದರೂ, ಹಿರಿಯ ಅಧಿಕಾರಿಯ ಅಪ್ಪಣೆಯನ್ನು ನಾನು ಧಿಕ್ಕರಿಸುವಂತಿರಲಿಲ್ಲ. 'ಈ ತಕ್ಷಣ ಹೊರಡು' ಎಂದು ಆದೇಶಿಸಿದ್ದರಾದರೂ, ಆ ಹೊತ್ತಿಗಾಗಲೇ ಸಂಜೆ ಐದೂವರೆ ಗಂಟೆಯಾಗಿತ್ತು. ತವಾಂಗ್‌ನಲ್ಲಿ ಮಧ್ಯಾಹ್ನ ಎರಡೂವರೆ ಹೊತ್ತಿಗೇ ಸೂರ್ಯ ಮುಳುಗುತ್ತಾನೆ. ಅಂಥದರಲ್ಲಿ ಐದೂವರೆ ಹೊತ್ತಿನಲ್ಲಿ ಹೊರಬೀಳುವುದರಲ್ಲಿ ಅರ್ಥವಿರಲಿಲ್ಲ. ಅಲ್ಲದೆ ಬ್ರಿಗೇಡಿಯರ್ ಒಬ್ಬ ಕಾಲ್ನಡಿಗೆಯಲ್ಲಿ ಹೊರಟನೆಂದರೆ, ಅವನ ಹಿಂದೆ 50 ಜನರದೊಂದು 'ಪಾರ್ಟಿ' ಕೂಡ ಹೊರಡಬೇಕಾಗುತ್ತದೆ.

ನನ್ನದೊಂದು ರೋವರ್ ವೈರ್‌ಲೆಸ್ ಸೆಟ್ ಹೊತ್ತುಕೊಂಡು ಬರುವುದಕ್ಕೇನೇ ಹದಿನಾಲ್ಕು ಜನ ಬೇಕಾಗಿತ್ತು. ಈ ಹೊತ್ತಿನಲ್ಲಿ ಕೂಲಿಗಳನ್ನು ಎಲ್ಲಿಂದ ತರಲಿ? ಇಷ್ಟಕ್ಕೂ ನಾನು ಲುಂಪೋಗೆ ಹೋಗಿ ಏನು ಮಾಡಲಿ? ಯುದ್ಧ ರಂಗದಲ್ಲಿ ಎಲ್ಲಿ ಕೂಡಬೇಕು. ಎಲ್ಲಿಂದ ನಿರ್ದೇಶನ ನೀಡಬೇಕು, ಎಲ್ಲಿ ಖುದ್ದಾಗಿ ಹೋಗಿ ಸೈನಿಕರನ್ನು ಹುರಿದುಂಬಿಸಬೇಕು ಅಥವಾ ಎಲ್ಲಿ ಅವರ ನೇತೃತ್ವ ವಹಿಸಿ ಕದನಕ್ಕಿಳಿಯಬೇಕು ಎಂಬುದನ್ನು ನಿರ್ಧರಿಸಬೇಕಾದವನು ನಾನು! ಈ ಸೆಕ್ಟರ್‌ನ ಸೇನಾಪತಿ. ಆದರೆ ನನ್ನನ್ನೇ ನನ್ನ ಕೋಟೆಯಿಂದ ಹೊರಕ್ಕಟ್ಟಿದ್ದರು ಜನರಲ್ ಪ್ರಸಾದ್. ನಾನು ತುಂಬ ಅವಮಾನಿತನಾಗಿದ್ದೆ.

ಅಷ್ಟು ದೊಡ್ಡ ಕಾಮೆಂಗ್ ಸೆಕ್ಟರ್‌ನ ಮುಖ್ಯಸ್ಥನಾಗಿದ್ದ ನನಗೆ ಕಡೇ ಪಕ್ಷ ಲುಂಪೋದ ತನಕ ತಲುಪಲು ಒಂದು ಹೆಲಿಕಾಪ್ಟರ್ ಒದಗಿಸುವ ಸೌಜನ್ಯವೂ ಇಲ್ಲದಾಗಿತ್ತು. ತವಾಂಗ್‌ನಿಂದ ಹೊರಬಿದ್ದ ಮೇಲೆ, ದಿನಗಟ್ಟಲೆ ಆ ಹಿಮಾಲಯದ ಭಯಾನಕ ಕೊರಕಲುಗಳಲ್ಲಿ, ಸಹಿಸಲಸಾಧ್ಯವಾದ ಮಳೆಯಲ್ಲಿ, ದಟ್ಟವಾದ ಇಬ್ಬನಿಯಲ್ಲಿ ನಾನು ಏಕಾಂಗಿಯಾಗಿ ಪರದೇಸಿಯಂತೆ ನಡೆಯಬೇಕಾಗಿತ್ತು. ಜೊತೆಯಲ್ಲಿ ಸೈನಿಕರಿದ್ದರು. ಕೂಲಿಗಳಿದ್ದರು. ಆದರೆ ಒಂದು ಸೆಕ್ಟರ್‌ನ ಮುಖ್ಯಸ್ಥನಾದ ಬ್ರಿಗೇಡಿಯರನಾಗಿ ನನಗೆ ನನ್ನ ವಿಚಾರಗಳನ್ನ, ಧಾವಂತಗಳನ್ನ, ಅನಿಸಿಕೆಗಳನ್ನ, ಮತ್ತು ಅನುಮಾನಗಳನ್ನ ಹೇಳಿಕೊಳ್ಳಲು ಒಬ್ಬೇ ಒಬ್ಬ ಸಂಗಾತಿ ಜೊತೆಗಿರಲಿಲ್ಲವೆಂದರೆ, ನನ್ನ ಮಾನಸಿಕ ಸ್ಥಿತಿ ಏನಾಗಿದ್ದಿರಬಹುದೋ ಊಹಿಸಿ? ತವಾಂಗ್‌ನ ನನ್ನ ಕೋಣೆಯಿಂದ ಸಾಮಾನು ಸರಂಜಾಮುಗಳೊಂದಿಗೆ ಈಚೆಗೆ ಬಂದೆ. ಮನಸ್ಸು ಖಿನ್ನಗೊಂಡಿತ್ತು. ಹೊರಗೆ ದೊಡ್ಡ ಮಳೆ. 'ಇದು ಗೆಲ್ಲುವ ಯುದ್ಧಕ್ಕೆಂದು ಒಬ್ಬ ಸೇನಾಪತಿ ಹೊರಡುವಂತಹ ಯಾತ್ರೆಯಂತಿಲ್ಲ' ಅಂತ ನನಗೇ ಅನ್ನಿಸಿಹೋಯಿತು.

ನನಗೆ ಗೊತ್ತಾಗದೆ ಹೋದ ಒಂದೇ ಒಂದು ಸಂಗತಿಯೆಂದರೆ; ನಾನು ಕೊನೆಯ ಬಾರಿಗೆ ತವಾಂಗ್‌ನಿಂದ ಹೊರಬಿದ್ದಿದ್ದೆ. ಜೀವಮಾನದಲ್ಲಿನ್ನೆಂದೂ ನಾನು ಆ ಜಾಗಕ್ಕೆ ಮರಳುವಂತಿರಲಿಲ್ಲ!

ಅಷ್ಟಾದರೂ ನಾನು ಲುಂಪೋದ ಕಡೆಗೆ ಲಗುಬಗೆಯಿಂದ ದಿನವಿಡೀ ನಡೆದೆ. ಕೆಟ್ಟ ಮಳೆ. ತುಂಬ ಹೊತ್ತು ಕಣ್‌ಬೆಳಕು ಆ ಪ್ರದೇಶಗಳಲ್ಲಿ ಇರುವುದಿಲ್ಲವಾದ್ದರಿಂದ ಆದಷ್ಟೂ ಬೇಗ ಹೆಜ್ಜೆ ಹಾಕಬೇಕು. ನನ್ನ ಧಾವಂತ ಯಾವ ಬಗೆಯದಾಗಿತ್ತೆಂದರೆ, ಕೆಲವೇ ಗಂಟೆಗಳಲ್ಲಿ ನಾನು ಇಪ್ಪತ್ತೆರಡು ಮೈಲಿಯ ಹಾದಿಯನ್ನು ಕ್ರಮಿಸಿಬಿಟ್ಟಿದ್ದೆ. ಅಷ್ಟು ಹೊತ್ತಿಗೆ ನನ್ನ ದೇಹ ಚೆನ್ನಾಗಿ ಅಕ್ಲಮಟೈಜ್ ಆಗಿತ್ತು. ಹೆಚ್ಚು ಆಯಾಸವೆನಿಸುತ್ತಿರಲಿಲ್ಲ. ಯುದ್ಧಕ್ಕೆ ಬಂದ ಸೈನಿಕನ ಶ್ವಾಸಕೋಶ ಮತ್ತು ರಕ್ತಚಲನಗಳು ಸರಿಯಾಗಿದ್ದರೆ ಮಾತ್ರ ಹಿಮಾಲಯದ ಶಿಖರಗಳಲ್ಲಿ ಬಡಿದಾಡಬಲ್ಲ. ಅದೃಷ್ಟವೆಂದರೆ, ನಾನು ಒಂದೇ ಒಂದು ದಿನಕ್ಕೂ ಖಾಯಿಲೆ ಬೀಳಲಿಲ್ಲ. ಎಲ್ಲ ಕಾರ್ಪಣ್ಯಗಳ ನಡುವೆಯೂ ನನ್ನ ದೇಹದ ಹಾಗೂ ಮನಸ್ಸಿನ ಆರೋಗ್ಯ ಕಾಯ್ದುಕೊಂಡೇ ಇದ್ದೆ. ಅಕ್ಲಮಟೈಸೇಷನ್‌ನ ನಿಯಮಗಳನ್ನು ಕರಾರುವಾಕ್ಕಾಗಿ ಪಾಲಿಸಿದವನಿಗೆ ಮಾತ್ರ ಇದು ಸಾಧ್ಯವಿತ್ತು.

ಸೆಪ್ಟಂಬರ್ 15ರಂದು ನಾನು ಮತ್ತೆ 18 ಮೈಲಿ ನಡೆದು ಶಕ್ತಿ ಗ್ರಾಮ ತಲುಪಿದೆ.

ಅಷ್ಟಾದರೂ ನನ್ನ ವೈರ್‌ಲೆಸ್ ಸೆಟ್‌ನಿಂದ ಯಾರನ್ನೂ ಸಂಪರ್ಕಿಸಲು ಸಾಧ್ಯವಾಗಿರಲಿಲ್ಲ. ಹೀಗೆ ದಿನಗಟ್ಟಲೆ, ಅದರಲ್ಲೂ ಯುದ್ಧ ಸಮಯದಲ್ಲಿ ತನ್ನ ಸಿಬ್ಬಂದಿಯೊಂದಿಗೆ ಸಂಪರ್ಕವಿಲ್ಲದೆ ಅಲೆಯುವುದಿದೆಯಲ್ಲ? ಒಬ್ಬ ಬ್ರಿಗೇಡಿಯರ್‌ಗೆ ಅದಕ್ಕಿಂತ ದೊಡ್ಡ ಶಿಕ್ಷೆ ಇನ್ನೊಂದಿಲ್ಲ.

ಕಡೆಗೆ ಸೆಪ್ಟಂಬರ್ 16ರಂದು ಮಧ್ಯಾಹ್ನ 3 ಗಂಟೆಯ ಹೊತ್ತಿಗೆ ನಾನು ಲುಂಪೋ ತಲುಪಿದೆ. ಧಾರಾಕಾರವಾದ ಮಳೆ, ಕಷ್ಟದ ಹಾದಿ, ಸಹಿಸಲಸಾಧ್ಯವಾದ ಕೆಸರು-ಅದರಲ್ಲೇ ನಡೆದು ಬಂದವನಿಗೆ ಜೀವನದಲ್ಲಿ ಯಾವತ್ತಾದರೂ ನನ್ನ ದೇಹ, ನನ್ನ ಬಟ್ಟೆ, ತಲೆಗೂದಲು ಇವೆಲ್ಲ ಒಣಗಿಯಾವೆಯೇ ಎನಿಸುವಂತಾಗಿಬಿಟ್ಟಿತ್ತು. ಅವತ್ತು ನಾನು ವಿಪರೀತ ದಣಿದಿದ್ದೆ. ಆ ಸ್ಥಿತಿಯಲ್ಲಿ ಲುಂಪೋ ತಲುಪಿದ ನನಗೆ ದಿಲ್ಲಿಯ ಕೆಲ ವಿದ್ಯಮಾನಗಳ ಮಾಹಿತಿ ದೊರೆಯತೊಡಗಿತು.

ಲುಂಪೋದ dropping zone ಸಂರಕ್ಷಣೆಗೆ ನಿಂತಿದ್ದ ನನ್ನ 9 ಪಂಜಾಬ್ ಬಟಾಲಿಯನ್‌ನನ್ನು ಅಲ್ಲಿಂದ ಧೋಲಾ ಪೋಸ್ಟ್ ಬಳಿಗೆ ಕಳಿಸುವ ನಿರ್ಧಾರವನ್ನು, ನಾನು ಊಹಿಸಿದಂತೆಯೇ ದಿಲ್ಲಿಯಲ್ಲಿ ತೀರ್ಮಾನಿಸಲಾಗಿತ್ತು. ಯಥಾ ಪ್ರಕಾರ, ಮೆನನ್ ಅಧ್ಯಕ್ಷತೆಯ ಸಭೆಗಳವು. ಸೆಪ್ಟಂಬರ್ 13ರಂದು ಅವರದೇ ಛೇಂಬರಿನಲ್ಲಿ ನಡೆದುವಂತೆ. ಆ ಸಭೆಯಲ್ಲಿ ಜನರಲ್ ಸೇನ್‌ಗೆ ಬದಲಾಗಿ, ಈ ಬಾರಿ ಜನರಲ್ ಪ್ರಾಣನಾಥ ಥಾಪರ್ ಮಾತನಾಡಿದ್ದರು.

"ನನಗೆ ಬಂದ ಮಾಹಿತಿಯ ಪ್ರಕಾರ ಧೋಲಾ ಪೋಸ್ಟ್‌ನ್ನು ಆಕ್ರಮಿಸಿಕೊಂಡಿರುವ ಚೀನಿ ಸೈನಿಕರ ಸಂಖ್ಯೆ 600 ಅಲ್ಲ. ಕೇವಲ ಅರವತ್ತು ಜನ ಇದ್ದಾರಂತೆ! ಹೀಗಾಗಿ ಇಡೀ ಬ್ರಿಗೇಡ್ ಕರೆಸಿಕೊಂಡು ಕಾರ್ಯಾಚರಣೆ ನಡೆಸಲು ಹತ್ತು ದಿನಗಳ ತನಕ ಕಾಯುವ ಬದಲು, ಲುಂಪೋದಲ್ಲಿದ್ದ 9 ಪಂಜಾಬ್ ಬಟಾಲಿಯನ್ ಒಂದನ್ನೇ ಧೋಲಾ ಪೋಸ್ಟ್ ಬಳಿಗೆ ಕಳಿಸಬೇಕೆಂದು ನಾನು ಜನರಲ್ ಸೇನ್ ಅವರಿಗೆ ಆಜ್ಞೆ ನೀಡಿದ್ದೇನೆ!" ಎಂದಿದ್ದರು. ಅದಕ್ಕೆ ಮೆನನ್ ಸಮ್ಮತಿಸಿ ಆನಂದಿತರಾಗಿದ್ದರು. ಪರಿಸ್ಥಿತಿಯ ಅರಿವೇ ಇಲ್ಲದ ಜನರಲ್ ಸೇನ್ ಅದೇ ಆಜ್ಞೆಯನ್ನು ನನ್ನ ಕೋರ್ ಕಮಾಂಡರ್ ಉಮ್ರಾವ್ ಸಿಂಗ್‌ರ ಮೇಲೆ ಹೇರಿದ್ದರು. ಯಾವತ್ತಿಗೂ ಇಂತಹ ಹುಚ್ಚಾಟದ ಆಜ್ಞೆಗಳನ್ನು ರಾಜಕೀಯ ಒತ್ತಡದ ಕಾರಣಗಳಿಗಾಗಿ ಸ್ವೀಕರಿಸದ ಉಮ್ರಾವ್ ಸಿಂಗ್ ಅದನ್ನು ಪ್ರತಿಭಟಿಸಿದ್ದರು. ಆ ಹಂತದಲ್ಲೇ ಉಮ್ರಾವ್ ಸಿಂಗ್ ಮತ್ತು ಜನರಲ್ ಸೇನ್‌ರ ನಡುವೆ ಬಿರುಸಾದ ವಾಗ್ವಾದವಾಗಿತ್ತು. ಇದರಿಂದಾಗಿ ನನ್ನ ಅಧಿಕಾರಿ ಜನರಲ್ ಪ್ರಸಾದ್‌ರ ಮೇಲೆ ಒತ್ತಡ ಬಿದ್ದಿತ್ತು. ಅಂತಿಮ ಪರಿಣಾಮವೆಂದರೆ, ಅತ್ಯಂತ ಸೂಕ್ಷ್ಮವಾದ ಸಂದರ್ಭದಲ್ಲಿ ತವಾಂಗ್‌ನ ಹೆಡ್‌ಕ್ವಾರ್ಟರ್ಸಿನಲ್ಲಿ ಇರಬೇಕಿದ್ದ ನಾನು ನಿಸ್ಸಹಾಯಕನಾಗಿ ಅಲ್ಲಿಂದ ಹೊರಬಿದ್ದಿದ್ದೆ. ಅದಕ್ಕಿಂತ ದುರಂತವೆಂದರೆ, ಲುಂಪೋದಲ್ಲಿದ್ದ ನನ್ನ 9 ಪಂಜಾಬ್ ಎಂಬ ಸಮರ್ಥ ಬಟಾಲಿಯನ್‌ನ ಅಷ್ಟೂ ಜನ ಸೈನಿಕರು ನಮ್ಕಾ ಚು ನದಿಯ ಕೊಳ್ಳವೆಂಬ ಮೃತ್ಯು ಕೂಪದೊಳಕ್ಕೆ ನೇರವಾಗಿ ಬಿದ್ದಿದ್ದರು.

ಹೇಳಿ: ಜನರಲ್ ಸೇನ್, ಜನರಲ್ ಥಾಪರ್ ಮತ್ತು ಮೆನನ್‌ರಂಥವರನ್ನು ಯಾವತ್ತಾದರೂ ಇತಿಹಾಸ ಕ್ಷಮಿಸಬಲ್ಲುದೇ?

ಧೋಲಾ ಪೋಸ್ಟ್‌ನ್ನು ಸುತ್ತುವರೆದಿರುವುದು ಕೇವಲ 60 ಜನ ಸೈನಿಕರು ಎಂದು ಜನರಲ್

ಥಾಪರ್ ಅವರಿಗೆ ಏಕನ್ನಿಸಿತೋ ಗೊತ್ತಿಲ್ಲ. ಸಾಮಾನ್ಯವಾಗಿ ದಿಲ್ಲಿಯ ಕೇಂದ್ರ ಕಚೇರಿಯಲ್ಲಿ ಬೆಚ್ಚಗೆ ಕುಳಿತವರಿಗೆ ಶತ್ರುವಿನ ಸೈನ್ಯ ತುಂಬ ಚಿಕ್ಕದೆಂದೇ ಅನಿಸುತ್ತಿರುತ್ತದೆ. ಅರವತ್ತಕ್ಕಿಂತ ಜಾಸ್ತಿ ಸೈನಿಕರನ್ನು ಚೀನಾ ಕಳಿಸಿರಲಿಕ್ಕಿಲ್ಲ ಎಂದು ಜನರಲ್ ಸೇನ್ ಮತ್ತು ಜನರಲ್ ಥಾಪರ್ ಭಾವಿಸಿದ್ದರು. ಆದರೆ ಥಗ್ಲಾ ಪರ್ವತ ಸಾಲಿನ ಆ ಘನಘೋರ ಕದನಕ್ಕೆ ಚೀನಾ ದೇಶ ಉಪಯೋಗಿಸಿದ ಒಟ್ಟು ಸೈನಿಕರ ಸಂಖ್ಯೆ ಇಪ್ಪತ್ತು ಸಾವಿರ! ಇಂಥ ಯುದ್ಧವನ್ನು ಮೊದಲಿನಿಂದಲೂ ನಮ್ಮ ಹಿರಿಯರು ಚಿಲ್ಲರೆ ರಗಳೆ ಎಂಬಂತೆಯೇ ನೋಡುತ್ತ ಬಂದರು. ಪರಿಣಾಮ ನಾವು ಅನುಭವಿಸಬೇಕಾಯಿತು.

ಇಂಥ ಆಜ್ಞೆಯನ್ನೇನೋ ಹೊರಡಿಸಿದರು ಜನರಲ್ ಥಾಪರ್. ಅದರ ಮರುದಿನವೇ, ಅಂದರೆ ಸೆಪ್ಟಂಬರ್ 14ರಂದು, ಅವರಿಗೆ ತಮ್ಮ ಅವಗಾಹನೆ ಸುಳ್ಳು ಎಂಬುದು ಗೊತ್ತಾಗಿತ್ತು. ತಕ್ಷಣ ರಕ್ಷಣಾ ಸಚಿವರನ್ನು ಭೇಟಿ ಮಾಡಿ, "ಪರಿಸ್ಥಿತಿ ನಾವಂದುಕೊಂಡಷ್ಟು ಸರಳವಾಗಿಲ್ಲ. ಥಗ್ಲಾ ಪರ್ವತದ ಮೇಲೆ ಬಂದು ಕುಳಿತಿರುವುದು ಸಣ್ಣ ಸಂಖ್ಯೆಯ ಸೈನ್ಯವಲ್ಲ. ಅಲ್ಲಿ ಯುದ್ಧ ನಿರ್ವಹಿಸುವುದೂ ಅಷ್ಟೇ ಕಷ್ಟ. ತೀರ ದೊಡ್ಡ ಸಂಖ್ಯೆಯಲ್ಲಿ ಚೀನಿಗಳು ಮುಗಿಬಿದ್ದರೆ, ನಾವು ಅವರೆದುರು ನಿಲ್ಲುವುದು ಕಷ್ಟವಾಗುತ್ತದೆ"ಅಂದರು.

"ಸಾಧ್ಯವೇ ಇಲ್ಲ. ಪರಿಣಾಮಗಳು ಏನೇ ಆಗಲಿ. ಚೀನಿ ಸೈನ್ಯವನ್ನು ಹಿಮ್ಮೆಟ್ಟಿಸಿರಿ. ಅವರು ಪದೇ ಪದೇ ಗಡಿ ತಂಟೆ ತೆಗೆಯುತ್ತಿದ್ದಾರೆ. ಈಗ ನಮಗೊಂದು ಅವಕಾಶ ಸಿಕ್ಕಂತಾಗಿದೆ. ಕಡೇ ಪಕ್ಷ ಅವರನ್ನು ಒಂದೇ ಒಂದು ಕಡೆಯಾದರೂ ಹಿಮ್ಮೆಟ್ಟಿಸಲೇಬೇಕು. Stop China!" ಎಂಬ ಆದೇಶ ನೀಡಿಬಿಟ್ಟರು ಮೆನನ್.

ಮೆನನ್ ಮಹಾಶಯರ ನಿರ್ಧಾರವೇನೋ ಧೈರ್ಯಶಾಲಿ ನಿರ್ಧಾರವೇ ಆಗಿತ್ತು. ಆದರೆ ಧೋಲಾ ಪೋಸ್ಟ್‌ನಲ್ಲಿ ಇಷ್ಟಕ್ಕೂ ಯಾವ ಸ್ಥಿತಿಯಿದೆ ಎಂಬುದು ಅವರ ಅರಿವಿಗೆ ಬಂದೇ ಇರಲಿಲ್ಲ. ವರ್ಷಗಟ್ಟಲೆ ಶಾಂತಿ ಮಂತ್ರ ಹೇಳಿಕೊಂಡು, ಅಹಿಂಸಾ ತತ್ವ ಬೋಧಿಸಿಕೊಂಡು ಓಡಾಡಿದ ಸರ್ಕಾರ ಹೀಗೆ ರಾತ್ರೋರಾತ್ರಿ ಚೀನಕ್ಕೆ ಬುದ್ಧಿ ಕಲಿಸಿ ಎಂಬ ಆದೇಶ ಹೊರಡಿಸಿಬಿಟ್ಟರೆ ಅದರ ಪರಿಣಾಮ ಏನಾಗಬಹುದೆಂದು ಮೆನನ್ ಯೋಚಿಸಲೇ ಇಲ್ಲ. 'ಚೀನವನ್ನು ಹಿಮ್ಮೆಟ್ಟಿಸಿ' ಎಂಬ ನಿರ್ಣಯವನ್ನು ಭಾರತದ ರಕ್ಷಣಾ ಸಚಿವ ಮೆನನ್‌ರ ಛೇಂಬರಿನಲ್ಲೇ ತೆಗೆದುಕೊಳ್ಳಲಾಯಿತು. ಆಗ ಆರ್ಮಿ ಛೀಫ್ ಜನರಲ್ ಥಾಪರ್ ಮತ್ತು ಆರ್ಮಿ ಕಮಾಂಡರ್ ಜನರಲ್ ಥಾಪರ್ ಹಾಗೂ ರಕ್ಷಣಾ ಸಚಿವಾಲಯದ ಇಬ್ಬರು ಅಧಿಕಾರಿಗಳು ಮಾತ್ರ ಇದ್ದರು. ನಮ್ಮ ಪ್ರಧಾನಿ ನೆಹರೂ ಹಾಗೂ ಹಣಕಾಸು ಸಚಿವ ಮೊರಾರ್ಜಿ ದೇಸಾಯಿ ವಿದೇಶ ಯಾತ್ರೆಯಲ್ಲಿದ್ದರು. ಇಂಥದೊಂದು ಮಹತ್ತರ ನಿರ್ಣಯ ಕೈಗೊಂಡು ಇಡೀ ದೇಶವನ್ನು ಚೀನದಂತಹ ಬಲಿಷ್ಠ ಶತ್ರುವಿನೊಂದಿಗೆ ಯುದ್ಧಕ್ಕೆ ಸಜ್ಜು ಮಾಡಿ ಬಿಟ್ಟರಲ್ಲ ಮೆನನ್? ಆ ನಿರ್ಣಯವನ್ನು ಕೈಗೊಳ್ಳುವ ಹಕ್ಕು ಅವರಿಗಿತ್ತೆ? ನೆಹರೂ ಸಂಪುಟದ ಡಿಫೆನ್ಸ್ ಕಮಿಟಿಯನ್ನು ನೆಪಕ್ಕಾದರೂ ಅವರು ಸಂಪರ್ಕಿಸಿದರೆ? ಅವರ ಸಲಹೆ ಪಡೆದರೆ? ಆ ದಿನಗಳಲ್ಲಿ ಗೃಹಮಂತ್ರಿಗಳಾಗಿದ್ದ ಲಾಲಬಹದ್ದೂರ್ ಶಾಸ್ತ್ರಿ ಅವರು ದಿಲ್ಲಿಯಲ್ಲೇ ಇದ್ದರು. ಅವರನ್ನಾದರೂ

ಒಂದು ಮಾತು ಕೇಳಬಹುದಾಗಿತ್ತಲ್ಲವೆ? ಇತಿಹಾಸ ಮೆನನ್‌ರನ್ನು ಎಂದಿಗೂ ಕ್ಷಮಿಸಕೂಡದು. ಸೆಪ್ಟಂಬರ್ 14ರಂದು ಅವರು ಅಂಥ ನಿರ್ಣಯ ಕೈಗೊಳ್ಳಬಾರದಿತ್ತು.

ಶ್ರೀನಗರ್‌ನಲ್ಲಿ ವಿಹಾರದ ಸಂಭ್ರಮದಲ್ಲಿದ್ದವರು ಛೀಫ್ ಆಫ್ ಜನರಲ್ ಸ್ಟಾಫ್ ಅನ್ನಿಸಿಕೊಂಡ ಜನರಲ್ ಬಿ.ಎಂ. ಕೌಲ್. ಆತ ಬೆಚ್ಚಿ ಕೂಡ ಬೀಳಲಿಲ್ಲ. ರಕ್ಷಣಾ ಸಚಿವರು ಇಂಥದೊಂದು ನಿರ್ಧಾರ ಕೈಗೊಳ್ಳುತ್ತಿದ್ದರೆ, ಅವರು ವಿಹಾರ ಯಾತ್ರೆಯನ್ನು ನಿರಾತಂಕವಾಗಿ ಮುಂದುವರೆಸಿದ್ದರು. ಭಾರತೀಯ ಸೈನ್ಯದಲ್ಲಿ ಆಗ ಜನರಲ್ ಬಿ.ಎಂ.ಕೌಲ್ ಅವರಿಗೆ ದೊಡ್ಡ ಖ್ಯಾತಿಯಿತ್ತು. ತುಂಬ ಚಟುವಟಿಕೆಯ ಮನುಷ್ಯ, ಧೈರ್ಯವಂತ ಎಂದೆಲ್ಲ ಹೊಗಳಲಾಗುತ್ತಿತ್ತು. ಅಲ್ಲದೆ ಸೆಪ್ಟಂಬರ್ 8ಕ್ಕೆ ಮುಂಚೆ ತವಾಂಗ್‌ನಿಂದಾಚೆಗೆ ಎಂಥ ಪರಿಸ್ಥಿತಿಯಿತ್ತೆಂಬುದು ಬಿ.ಎಂ.ಕೌಲ್‌ಗೆ ಉಳಿದೆಲ್ಲರಿಗಿಂತ ಚೆನ್ನಾಗಿ ಗೊತ್ತಿತ್ತು. ಅವರು ಖುದ್ದಾಗಿ ತವಾಂಗ್ ತನಕ ಬಂದು ಹೋಗಿದ್ದರು. ತಾವೇ ಧೋಲಾ ಪೋಸ್ಟ್ ಎಂಬ ಅನಿಷ್ಟದ ಸ್ಥಾಪನೆಗೆ ಕಾರಣರಾಗಿದ್ದರು. ಎಲ್ಲ ಗೊತ್ತಿದ್ದ ಅವರು ಅಕಸ್ಮಾತ್ ರಜೆಯಲ್ಲಿರದೆ ಹೋಗಿದ್ದಿದ್ದರೆ ಮೆನನ್‌ರ ಈ ಅಪಾಯಕಾರಿ ನಿರ್ಧಾರವನ್ನು ತಡೆಯಬಹುದಿತ್ತು. ಅವರ ಒಂದೇ ಒಂದು ರಜೆ ಈ ದೇಶದ ಭವಿಷ್ಯವನ್ನೇ ಬದಲಿಸಿಬಿಟ್ಟಿತು.

"NEFA ಗಡಿಯಲ್ಲಿ ಶತ್ರುವನ್ನು ಒಳಕ್ಕೆ ಬಾರದಂತೆ ತಡೆದು, ಹೊರಗಿಡುವುದಕ್ಕೆ ಬೇಕಾದ ಎಲ್ಲ ಕ್ರಮಗಳನ್ನೂ ಕೈಗೊಳ್ಳಲಾಗಿದೆ" ಎಂದು ಸೆಪ್ಟಂಬರ್ 14ರಂದು ಭಾರತ ಸರ್ಕಾರ ಘೋಷಿಸಿತು. ವಿಪರ್ಯಾಸವೆಂದರೆ, ಶತ್ರುವು ಆ ಹೊತ್ತಿಗಾಗಲೇ ಒಳಕ್ಕೆ ಬಂದು ಕುಳಿತಿದ್ದ! ಮತ್ತು ನನ್ನ ನತದೃಷ್ಟ 9 ಪಂಜಾಬ್ ಬಟಾಲಿಯನ್‌ನ ಸೈನಿಕರನ್ನು ನಮ್ಕಾ ಚು ನದಿಯ ಒಂದು ದಡದ ಮೇಲೆ, ಸುಮಾರು ಏಳು ಮೈಲಿಗಳಷ್ಟು ಉದ್ದಕ್ಕೆ ಚೀನಿ ಸೈನಿಕರಿಗೆ ಮುಖಾಮುಖಿಯಾಗಿ ಕೂಡಿಸಲಾಗಿತ್ತು.

ಇಂತಹ ಸುಳ್ಳು ಹೇಳಿಕೆಗಳನ್ನು ನೀಡಿ ನೀಡಿಯೇ ನಮ್ಮ ಸರ್ಕಾರ ಭಾರತದ ಜನಸಾಮಾನ್ಯರ ಆವೇಶವನ್ನು ಉಲ್ಬಣಗೊಳಿಸಿತ್ತು. ಥಗ್ಲಾ ದಾಳಿಯ ವಿಷಯದಲ್ಲಿ ಅದು ಅಕ್ಷಮ್ಯ ಅಪರಾಧವೆಸಗಿತ್ತು.

ಲುಂಪೋದ ಪುಟ್ಟ ಸೈನಿಕ ಶಿಬಿರವೊಂದರಲ್ಲಿ ಅಂಗಾತ ಮಲಗಿಕೊಂಡು ಇದೆಲ್ಲವನ್ನೂ ಕೇಳಿಸಿಕೊಂಡೆ. ಈ ಹಂತದಲ್ಲಿ ಯುದ್ಧ ಭೂಮಿಗೆ ಕೆಲವೇ ಮೈಲಿಗಳ ದೂರದಲ್ಲಿರುವ ನಾನು ಮಾಡಬಹುದಾದ್ದು ಏನೂ ಇಲ್ಲ ಅನ್ನಿಸಿತು. ನಿರಂತರವಾಗಿ ಮಳೆಯಲ್ಲಿ ನಡೆದುಬಂದ ನನಗೆ ಕಡೇಪಕ್ಷ ಒಂದು ದಿನದ ವಿಶ್ರಾಂತಿ ಬೇಕಾಗಿತ್ತು. ಹಿರಿಯ ಅಧಿಕಾರಿಗಳ ಅಪ್ಪಣೆಗಳೇನೇ ಇರಲಿ; ಕಣ್ಣೆದುರಿಗೆ ಯುದ್ಧವಿಟ್ಟುಕೊಂಡು ಖಾಯಿಲೆ ಬೀಳಬಾರದು. ಹಾಗೇನಾದರೂ ಆದರೆ ಈ ಹಿಮಪರ್ವತಗಳ ಮಧ್ಯೆ ನನ್ನ ಸೈನಿಕರಿಗೆ ತಕ್ಷಣಕ್ಕೆ ಮತ್ತೊಬ್ಬ ಬ್ರಿಗೇಡಿಯರ್ ಸಿಕ್ಕಲಾರ. ಹೇಗಿದ್ದರೂ ನನ್ನ ದೇಹ ಅಕ್ಲಮಟೈಜ್ ಆಗಿದೆ. ಅದನ್ನು ಮಾಡಿಕೊಳ್ಳದೆ ದಡಬಡಿಸಿಕೊಂಡು ಧೋಲಾದ ತನಕ ಓಡಿ ಬಂದ ಅನೇಕ ಅಧಿಕಾರಿಗಳು ಖಾಯಿಲೆ ಬಿದ್ದಿದ್ದಾರೆ. ಆ ಕೆಲಸವಾಗಬಾರದು ಅಂದುಕೊಂಡು ಮೈಚೆಲ್ಲಿ ಮಲಗಿದೆ.

ಲುಂಪೋದಲ್ಲಿದ್ದಾಗಲೇ ನನಗೆ ಇನ್ನೆರಡು ಬಟಾಲಿಯನ್‌ಗಳನ್ನು ಕಳಿಸಿಕೊಡುತ್ತಿರುವುದಾಗಿ ತಿಳಿಸಲಾಯಿತು. "ಸರಿ, ನೀವಿನ್ನು ಲುಂಪೋದಿಂದ ಥೋಲಾಕ್ಕೆ ಕಾಲ್ನಡಿಗೆಯಲ್ಲೇ ಹೊರಡಿ. ನಾನು ಹೆಲಿಕಾಪ್ಟರಿನಲ್ಲಿ ಬಂದು ನಿಮ್ಮನ್ನು ಥೋಲಾದಲ್ಲಿ ಭೇಟಿಯಾಗುತ್ತೇನೆ!" ಮತ್ತೆ ಗುಡುಗತೊಡಗಿದರು ಜನರಲ್ ಪ್ರಸಾದ್.

"ದಯವಿಟ್ಟು ಬರಬೇಡಿ. ಬರುವ ದಿನಾಂಕ ಮುಂದಕ್ಕೆ ಹಾಕಿ. ಕಡೇಪಕ್ಷ ನಾನು ಥೋಲಾ ಪೋಸ್ಟ್ ತನಕ ಹೋಗಿ, ನನ್ನ 9 ಪಂಜಾಬ್ ಸೈನಿಕರ ಸ್ಥಿತಿಗತಿಗಳೇನಾಗಿವೆ ಎಂಬುದರ ಪರಿಶೀಲನೆಯನ್ನಾದರೂ ಮಾಡುತ್ತೇನೆ. ಆಮೇಲೆ ಬನ್ನಿ. ಆ ಜಾಗ ಹೇಗಿದೆಯೆಂಬುದನ್ನೇ ನೋಡದೆ ಸುಮ್ಮನೆ ಯುದ್ಧ ತಂತ್ರ ರೂಪಿಸುವುದು ಬೇಡ" ಎಂದು ವೈರ್‌ಲೆಸ್‌ನ ಮೇಲೇ ಜನರಲ್ ಪ್ರಸಾದ್‌ರನ್ನು ವಿನಂತಿಸಿಕೊಂಡೆ. ಆತ ಒಪ್ಪಿಕೊಂಡಿದ್ದರು.

ಮಾರನೆಯ ದಿನ ಸೆಪ್ಟಂಬರ್ 18ರಂದು ಶುರುವಾಯಿತು ನನ್ನ ನಮ್ಕಾ ಚು ಪ್ರಯಾಣ. ಅದರ ವಿವರಣೆಗಳು ನಿಜಕ್ಕೂ ದಾರುಣ. ಆ ಮಳೆಯನ್ನು ನೋಡಿಯೇ ಹುಚ್ಚು ಹಿಡಿಯುವಂತಾಗುತ್ತಿತ್ತು. ಲುಂಪೋದಿಂದ ಥಗ್ಲಾ ಪರ್ವತ ಸಾಲಿನ ತನಕದ ಹದಿನೈದು ಮೈಲಿ ವಿಸ್ತಾರದಲ್ಲಿ ಒಂದೇ ಒಂದೂ ಗ್ರಾಮವಿಲ್ಲ. ಎಲ್ಲಿಂದ ಎಲ್ಲಿಯವರೆಗೆ ನೋಡಿದರೂ ತೊಯ್ದು, ತಲೆಬಾಗಿ ನಿಂತು, ಕೆಲವೆಡೆ ಮುಳುಗಿಯೇ ಹೋದ ಹುಲ್ಲುಗಾವಲುಗಳು. ಇದ್ದ ಕಾಲು ದಾರಿಗಳು ಕೂಡ ಆ ರಾಕ್ಷಸ ಮಳೆಯಿಂದಾಗಿ ಕೊಚ್ಚಿಕೊಂಡು ಹೋಗಿದ್ದವು. ದಿಕ್ಕು ಅಂತ ಕಾಣಿಸಿದ ಕಡೆಗೆ, ಮೊಳಕಾಲ ತನಕ ಹೂತು ಹೋಗುತ್ತಿದ್ದ ಅಸಹ್ಯಕರ ಕೆಸರಿನಲ್ಲಿ, ತಲೆಗಳ ಮೇಲೆ ಭಾರದ ಮೂಟೆಗಳನ್ನು ಹೊತ್ತು ನಡೆಯಬೇಕು. ಹತ್ತು ಸಾವಿರ ಅಡಿ ಎತ್ತರದ ಪ್ರದೇಶದಲ್ಲಿ ಸುಮ್ಮನೆ ಕೈ ಬೀಸಿಕೊಂಡು ನಡೆಯುವುದೇ ಕಷ್ಟ. ಅಂಥದರಲ್ಲಿ, ನನ್ನೊಂದಿಗಿದ್ದ ಕೂಲಿಗಳು, ಒಂದಿಷ್ಟು ಸೈನಿಕರು ನೆತ್ತಿಗಳ ಮೇಲೆ ಹೆಣ ಭಾರ ಹೊತ್ತು ನಡೆಯುತ್ತಿದ್ದರು. ಹದಿನೆಂಟನೇ ತಾರೀಕು ರಾತ್ರಿ ನಾವು ಸೆರ್‌ಬಿಮ್ ಎಂಬಲ್ಲಿ ಉಳಿದೆವು. ಅಸಲಿಗೆ ಅದು ಹಳ್ಳಿಯೇನಲ್ಲ. ಎರಡು ದನಗಾಹಿಗಳ ತಾತ್ಕಾಲಿಕ ತಾಣಗಳಿದ್ದವು. ಅವುಗಳಲ್ಲೇ ರಾತ್ರಿ ತಲೆಮರೆಸಿಕೊಂಡಿದ್ದೆ. ಮರುದಿನ, 19ನೇ ತಾರೀಕು ಬೆಳಗಿನ ಜಾವಕ್ಕೇ ಎದ್ದು ಲಗುಬಗೆಯಿಂದ ನಡೆದು ಎರಡು ಸೇತುವೆಗಳನ್ನು ದಾಟಿದೆ. ಅಲ್ಲಿಂದ ಶುರುವಾಯಿತು ಹತುಂಗ್ಲಾ ಪರ್ವತಾರೋಹಣ. ಹೆಚ್ಚು ಕಡಿಮೆ ಸೇಲಾದಷ್ಟೇ ಎತ್ತರವಿರುವ ಹತುಂಗ್ಲಾ(13400 ಅಡಿ) ಪರ್ವತ, ಮನುಷ್ಯ ಮಾತ್ರರಿಗೆ ಪಳಗಬಲ್ಲ ಆಕಾರದಲ್ಲಿಲ್ಲ. ಅದರ ಕಡಿದಾದ ದಿನ್ನೆಗಳು ಹೆಜ್ಜೆ ಹೆಜ್ಜೆಗೂ ಸೋಲಿಸುತ್ತವೆ. ಸಾಲದೆಂಬಂತೆ ಉದ್ದಗಲಕ್ಕೂ ರಣ ಕೆಸರು. ಬುಡದಿಂದ ಹತುಂಗ್ಲಾದ ತುದಿ ತಲುಪುವುದಕ್ಕೆ ನನಗೆ ಎರಡೂವರೆ ತಾಸು ಹಿಡಿಯಿತು. ಶ್ವಾಸಕೋಶಗಳು ಹಿಂಡಿ ಮುದ್ದೆಯಾಗಿ ಬಿಟ್ಟಿವೆಯೇನೋ ಅನಿಸುತ್ತಿತ್ತು. ಆ ಸ್ಥಿತಿಯಲ್ಲಿ ಹತುಂಗ್ಲಾ ಪರ್ವತದ ತುದಿಯಲ್ಲಿ ನಿಂತು ಅದರ ಇಳುಕಲಿನತ್ತ ನೋಡಿದೆ.

ಅದು ಇನ್ನೂ ಭಯಾನಕ!

ಹತುಂಗ್ಲಾದ ಇಳಿಜಾರಿನಲ್ಲಿ ಹೆಜ್ಜೆ ಹೆಜ್ಜೆಗೂ ಮೋಸ, ಪ್ರತಿ ತಿರುವಿನಲ್ಲೂ ಅಪಾಯ. ಅದೆಂಥ ಪರಿ ಉಸಿರು ಬಿಗಿ ಹಿಡಿದು ಎಚ್ಚರಿಕೆಯಿಂದ ಪರ್ವತವನ್ನಿಳಿಯಬೇಕೆಂದರೆ-ನಾಲ್ಕು

ಹೆಜ್ಜೆಗೊಮ್ಮೆ ಕಾಲು ಉಳುಕುತ್ತಿದ್ದವು. ದಣಿವಿಗೊಳಗಾದ ಮೊಳಕಾಲು ಮಡಚಿಕೊಂಡರೆ ಚಾಚಲಾಗದಷ್ಟು ಅಶಕ್ತವಾಗಿ ಬಿಡುತ್ತಿತ್ತು. ಹತುಂಗ್ಲಾದ ಬಂಡೆಗಳು ನಿರಂತರ ಮಳೆಯಿಂದಾಗಿ ಪಾಚಿಗಟ್ಟಿಹೋಗಿದ್ದವು. ಅವುಗಳ ಮೇಲೆ ಎಲ್ಲಿ ಕಾಲು ಜಾರಿದರೂ ಪ್ರಪಾತವೇ! ಇಳಿಯುವ ಮನುಷ್ಯನ ದೇಹಕ್ಕೊಂದು ಬ್ಯಾಲೆನ್ಸ್ ಸಿಗುತ್ತಿರಲಿಲ್ಲ. ಕೊಂಚ ದೂರ ಇಳಿಯುತ್ತಿದ್ದಂತೆಯೇ 11,000 ಅಡಿಗಳಿಂದ ಕೆಳಕ್ಕೆ ಬಿದಿರು ಮೆಳೆಗಳಿಂದ ತುಂಬಿ ಹೋದ ದಟ್ಟ ಕಾಡು. ಅಂಥ ದುರ್ಗಮ ಹತುಂಗ್ಲಾ ದಾಟಿಕೊಂಡು, ಆ ದಿನಗಳಲ್ಲಿ ಜಗತ್ಪ್ರಸಿದ್ಧವಾಗಿ ಹೋದ 'ನಮ್ಕಾ ಚು' ಎಂಬ ನದಿಯ ಮೊದಲ ಸೇತುವೆ (1st Bridge) ತಲುಪುವ ಹೊತ್ತಿಗೆ ನಾನು ನಾನಾಗಿ ಉಳಿದಿರಲಿಲ್ಲ. ದೈಹಿಕ ಶ್ರಮದ ಮಾತು ಹಾಗಿರಲಿ; ಮಾನಸಿಕವಾಗಿಯೂ ಖಿನ್ನನಾಗಿ ಹೋಗಿದ್ದೆ. ಮೊಟ್ಟ ಮೊದಲ ಬಾರಿಗೆ ನಾನು ಲುಂಪೋದಿಂದ ನಮ್ಕಾ ಚುವರೆಗಿನ ರಸ್ತೆ ಹೇಗಿದೆ ಎಂಬುದನ್ನು ಕಣ್ಣಾರೆ ನೋಡಿದ್ದೆ. ಟೇಬಲ್ಲಿನ ಮೇಲೆ ಹರಡಿಕೊಂಡ ಮ್ಯಾಪಿನಲ್ಲಿ ಲುಂಪೋದಿಂದ ನಮ್ಕಾ ಚು ನದಿಗೆ ಒಂದೇ ನೆಗೆತದ ದೂರ. ಆದರೆ ನಡೆಯಲು ಹೊರಟವನು ಅನುಭವಿಸುವ ಕಷ್ಟಗಳು ವರ್ಣನೆಗೆ ಮೀರಿದಂಥವು.

ಇಂಥ ಪ್ರಯಾಣ 'ಸುಖ' ಅನುಭವಿಸಿಯೇ ನಮ್ಮ ಕೂಲಿಗಳು ಮತ್ತು ಸೈನ್ಯದ ಪಯೋನೀರ್ಸ್ ತಂಡದ ಸೇವಕ ಸಿಬ್ಬಂದಿಯವರು ತಲೆಯ ಮೇಲೆ ಕೇಜಿಗಟ್ಟಲೆ ತೂಕ ಹೊತ್ತುಕೊಂಡು ಬಂದು ನಮ್ಕಾ ಚು ತೀರದಲ್ಲಿ ಬಂದೂಕು ಹಿಡಿದು ಕುಳಿತಿದ್ದ ಪಂಜಾಬಿಗಳಿಗೆ ದಿನನಿತ್ಯದ ರೇಷನ್ ತಲುಪಿಸಬೇಕು. ಲುಂಪೋದಿಂದ ಹೊರಟ ಪಯೋನೀರ್ಸ್‌ಗೆ ಅದು ಏನಿಲ್ಲವೆಂದರೂ ನಾಲ್ಕು ದಿನದ ಹಾದಿ. ಸೈನಿಕರಿಗೆ ರೇಷನ್ ಹೊತ್ತು ತರುವುದಲ್ಲದೆ ಆ ಸಿಬ್ಬಂದಿಯವರು ತಮಗೂ ಆಹಾರ ಮತ್ತು ಬೆಚ್ಚನೆಯ ಬಟ್ಟೆ ತಂದುಕೊಳ್ಳಬೇಕು. ಎಷ್ಟೋ ಸಲ ಈ ಹೊಟ್ಟೆಬಾಕರು, ಸೈನಿಕರಿಗಾಗಿ ಕಳಿಸಿದುದನ್ನು ದಾರಿಯಲ್ಲಿ ತಾವೇ ಬೇಯಿಸಿಕೊಂಡು ತಿಂದು ಹಾಕಿ ಬಿಡುತ್ತಿದ್ದರು. ಭಾರ ಹೊರುವುದು ಬೇಸರವೆನ್ನಿಸಿದರೆ ಪಂಜಾಬಿಗಳಿಗೆ ಕಳಿಸಿದ ರೇಷನ್‌ನ್ನು ದಾರಿಯಲ್ಲೇ ಎಲ್ಲಾದರೂ ಬಿಸಾಕಿ ಬಿಡುತ್ತಿದ್ದರು. ಬಲಿಷ್ಠ ದೇಹದ, ದೊಡ್ಡ ಹಸಿವಿನ, ಯಾವ ಕ್ಷಣದಲ್ಲಾದರೂ ಬಡಿದಾಡಲು ಸಿದ್ಧನಾದ ನನ್ನ ಪಂಜಾಬಿ ಸೈನಿಕ ನಮ್ಕಾ ಚು ನದೀ ತೀರದಲ್ಲಿ ಕರುಳು ಹಿಂಡುವಂತಹ ಹಸಿವಿನಿಂದ ನರಳುತ್ತ ಕುಳಿತಿದ್ದರೆ, ಅವನ ತನಕ ತಲುಪುತ್ತಿದ್ದುದು ಕೆಲವೇ ಕೆಲವು ಪೌಂಡುಗಳ ರೇಷನ್! ಅದೃಷ್ಟ ಕೆಟ್ಟಿತ್ತೆಂದರೆ ಅವತ್ತಿಗೆ ಅದೂ ಇಲ್ಲ.

ನಮ್ಕಾ ಚು ನದಿಯ ಸೇತುವೆಗಳ ಬಳಿ ಅವರು ಹರಡಿಕೊಂಡಿದ್ದ ಸ್ಥಿತಿ ನೋಡಿಯೇ ನನ್ನ ಮನಸ್ಸು ಮಗುಚಿ ಬಿದ್ದಂತಾಗಿತ್ತು. ಅದು ಇಡೀ ಭಾರತೀಯ ಸೇನೆಯಲ್ಲೇ ಅತ್ಯಂತ ಬಲಿಷ್ಠ ಮತ್ತು ವೀರಾವೇಶದ ತುಕಡಿ. ಈಗ ನೋಡಿದರೆ, ಲುಂಪೋದಿಂದ ರಾತ್ರೋರಾತ್ರಿ ಗುಳೇ ಎಬ್ಬಿಸಲ್ಪಟ್ಟು, ಕೇವಲ ಕೆಲವೇ ಕೆಲವು ಕಾಡತೂಸುಗಳನ್ನು ಜೇಬಿನಲ್ಲಿ ತುಂಬಿಕೊಂಡು, ಹೆಗಲಿಗೊಂದು ಖಾಲಿ ಬಂದೂಕು ಹೊತ್ತುಕೊಂಡು ಬಂದುಬಿಟ್ಟಿದೆ. ಅವರಿಗೆ ಈ ತಕ್ಷಣ ದೊಡ್ಡ ತಾಕತ್ತಿನ ಆಯುಧಗಳು ಬೇಕು. ಮಾರ್ಟರ್‌ಗಳು ಬೇಕು. ಇದ್ದಲ್ಲೊಂದು ಡೇರೆಯಾದರೂ ಹಾಕಿಕೊಳ್ಳುವುದಕ್ಕೆ, ಅವರಿಗೆ ಅಗೆಯುವ ಸಾಮಗ್ರಿ ಬೇಕು. ಆಲಿವ್ ಗ್ರೀನ್ ಬಣ್ಣದ ಬೇಸಿಗೆಯ

ದಿರಿಸು ಹಾಕಿಕೊಂಡು ಬಂದುಬಿಟ್ಟಿದ್ದಾರೆ. ಅವರಿಗೆ ಬೆಚ್ಚನೆಯ snow clothing ಒದಗಿಸಬೇಕು. ಒಬ್ಬಿಬ್ಬರಲ್ಲ; ಐದು ನೂರು ಜನರಿದ್ದಾರೆ. ಅವರಿಗೆ ಪ್ರತಿನಿತ್ಯದ ರೇಶನ್ ಸರಬರಾಜಾಗಬೇಕು.

ಅವರ ಜವಾಬ್ದಾರಿಗಳೇನೂ ಕಡಿಮೆಯವಲ್ಲ. ಲುಂಪೋದಲ್ಲಿ ನಾವು ನೆಲೆಗೊಳಿಸಿದ್ದ ವಾಯು ಪಡೆಗೆ ಬೇಕಾದ dropping zoneಗಳ ಕಾವಲಿಗೆ ನಿಲ್ಲಬೇಕು. ಗಡಿಯುದ್ದಕ್ಕೂ ಗಸ್ತು ತಿರುಗಬೇಕು. ಅಲ್ಲಲ್ಲೆ ಅಲ್ಲಲ್ಲೆ ಅಡಗಿ ಕೂಡಬೇಕು. ಚೀನಿ ಸೈನ್ಯ ಎಲ್ಲಿ ಕಾಣಿಸಿದರೂ ತಕ್ಷಣ ಅವರನ್ನು ಎದುರಿಸಲು ಸಿದ್ಧರಾಗಬೇಕು. ಇಷ್ಟು ಕೆಲಸ ಮಾಡಬೇಕಾದ ಸೈನಿಕರಿಗೆ, ನಿಮ್ಮ ಮದ್ದುಗುಂಡು, ಆಹಾರ, ಬಂದೂಕು, ಗುದ್ದಲಿ- ಸಲಿಕೆಗಳನ್ನೆಲ್ಲ ನೀವೇ ಹೊತ್ತುಕೊಂಡು ಬನ್ನಿ ಎಂದು ಹೇಳುವುದು ಸಾಧ್ಯವಿಲ್ಲದ ಮಾತು. ಇದೆಲ್ಲ ಕಷ್ಟಗಳನ್ನು ಅರ್ಥ ಮಾಡಿಕೊಳ್ಳುವ ಸ್ಥಿತಿಯಲ್ಲಿತ್ತೇ 1962ರ ನೆಹರೂ ಸರ್ಕಾರ?

ಕರ್ನಲ್ ಮಿಶ್ರಾ ನನ್ನನ್ನು ಮೊದಲ ಸೇತುವೆಯ ಬಳಿಯಲ್ಲೇ ಎದುರುಗೊಂಡರು. ಎಂಥ ಉತ್ಸಾಹಿ ತರುಣ! ಅಷ್ಟು ಶೀಘ್ರವಾಗಿ ಮತ್ತು ಅಂಥ ದಿವಿನಾದ ಸ್ಥಿತಿಯಲ್ಲಿ ನಮ್ಕಾ ಚು ತನಕ ಬಂದು ತಲುಪಿದುದಕ್ಕಾಗಿ ಅವರನ್ನು ಕಂಗ್ರಾಚ್ಯುಲೇಟ್ ಮಾಡಿದೆ. ಇಬ್ಬರೂ ಅಲ್ಲೇ ಮೊದಲನೇ ಸೇತುವೆಯ ಬಳಿಯಲ್ಲೇ ಕಾಲು ಚಾಚಿ ಕುಳಿತೆವು. ಇನ್ನು ದಣಿವಿನ ಮಾತೇ ಇಲ್ಲ. ಯುದ್ಧ ಭೂಮಿಗೆ ಬಂದಾಗಿತ್ತು. ಅತ್ಯಂತ ತುರ್ತಾಗಿ ನಾನು,ಇಡೀ ಥಗ್ಲಾ ಪ್ರಾಂತ್ಯದ ನಕಾಶೆಯನ್ನು ಅಧ್ಯಯನ ಮಾಡಬೇಕಿತ್ತು. ಅಸಲಿಗೆ ನಮ್ಮಲ್ಲಿ ಕರಾರುವಾಕ್ಕಾದ ಸರ್ವೆ ಮ್ಯಾಪ್‌ಗಳೇ ಇರಲಿಲ್ಲ. 1913ರಲ್ಲಿ ಬ್ರಿಟಿಷ್ ಅಧಿಕಾರಿಯೊಬ್ಬ ಇದೇ ನಮ್ಕಾ ಚು ನದಿಯುದ್ದಕ್ಕೂ ನಡೆದುಹೋಗಿ, ಅನತಿ ದೂರದ ನಂತರ ಭೂತಾನ್‌ನೊಳಕ್ಕೆ ಪ್ರವೇಶಿಸಿದ್ದ. ಯಡಬಟ್ಟಾದದ್ದೇ ಅಲ್ಲಿ! ಆತ ಭೂತಾನಿ ಸುಂದರಿಯೊಬ್ಬಳೊಂದಿಗೆ ಪ್ರೇಮದಲ್ಲಿ ಬಿದ್ದಿದ್ದ. ಆ ಗಡಿಬಿಡಿಯಲ್ಲಿ, ಮಾಡುತ್ತಿದ್ದ ಸರ್ವೇ ವಿಷಯದಲ್ಲೇ ಗೊಂದಲ ಮಾಡಿಕೊಂಡು, ನಮ್ಕಾ ಚು ನದಿ ಉತ್ತರ ದಿಕ್ಕಿನಿಂದ ದಕ್ಷಿಣ ದಿಕ್ಕಿಗೆ ಹರಿಯುತ್ತದೆ ಎಂದು ಮ್ಯಾಪ್‌ನಲ್ಲಿ ನಮೂದಿಸಿ ಕೈ ತೊಳೆದುಕೊಂಡಿದ್ದ.

ನಮ್ಮ ದಿಲ್ಲಿಯ ದೊರೆಗಳು ಅದನ್ನೇ ತೋರಿಸಿ ನಮ್ಕಾ ಚು ಹರಿಯುತ್ತಿರುವುದು ದಕ್ಷಿಣಕ್ಕೆ ಎಂದು ತೀರ್ಮಾನಿಸಿ, ಅದರ ಆಧಾರದ ಮೇಲೆ ಯುದ್ಧ ತಂತ್ರಗಳನ್ನು ಮಾಡುತ್ತಿದ್ದರು. ಸತ್ಯ ಸಂಗತಿಯೆಂದರೆ ನಮ್ಕಾ ಚು ನದಿ ಪಶ್ಚಿಮದಿಂದ ಪೂರ್ವದೆಡೆಗೆ ಹರಿಯುತ್ತಿತ್ತು!

ಹೀಗಾಗಿ ಅಸ್ಸಾಮ್ ರೈಫಲ್ಸ್‌ನ ಲ್ಯಾನ್ಸ್ ನಾಯಕ್ ಒಬ್ಬ ತನಗೆ ತಿಳಿದ ರೀತಿಯಲ್ಲಿ, ತನಗಿದ್ದ ಅನುಕೂಲಗಳಲ್ಲೇ ಒಂದು ಫೂಲ್ ಸ್ಕೇಪ್ ಹಾಳೆಯಲ್ಲಿ ತಾತ್ಕಾಲಿಕವಾದುದೊಂದು ಫೀಲ್ಡ್ ಸ್ಕೆಚ್ ಬರೆದಿಟ್ಟುಬಿಟ್ಟಿದ್ದ. ಅದರ ಮೇಲೆ ನಮ್ಕಾ ಚು ನದಿಯಿತ್ತು. ಅದರ ಸೇತುವೆಗಳ ಚಿತ್ರಗಳಿದ್ದವು. ಮತ್ತು ಒಂದರಿಂದ ಇನ್ನೊಂದು ಸೇತುವೆಗೆ ಇದ್ದಿರಬಹುದಾದ ಅಂದಾಜು ದೂರದ ವಿವರಣೆಯಿತ್ತು. ಅದು ಬಿಟ್ಟರೆ ನಮಗೆ ಬೇರೆ ನಕಾಶೆ ಗತಿಯಿರಲಿಲ್ಲ. ಆದರೆ, ಅದನ್ನು ನಂಬಿಕೊಂಡು-ನಾವು ಪಡಬಾರದ ಕಷ್ಟ ಪಡಬೇಕಾಯಿತು. ನಕಾಶೆ ತಯಾರಿಸಿದ ಲ್ಯಾನ್ಸ್ ನಾಯಕ್ ಬಿಸಾಂಗ್ಲೆ ಎಂಬ ಜಾಗವೊಂದನ್ನು ಧೋಲಾ ಪೋಸ್ಟ್‌ನಿಂದ ಕೇವಲ ಎರಡು ಮೈಲಿ ದೂರದಲ್ಲಿದೆ ಎಂಬಂತೆ ತೋರಿಸಿದ್ದ. ಅದು ನೋಡಿದರೆ, ಎರಡು ದಿನ ನಡೆದರೂ ಮುಗಿಯದ ಹಾದಿ!

ಯಾಕಯ್ಯಾ ಹೀಗೆ ಮಾಡಿದೆ ಎಂದು ಕೇಳಿದುದಕ್ಕೆ ಅವನು ನೀಡಿದ ಉತ್ತರವೇನು ಗೊತ್ತೆ?

"ಏನು ಮಾಡೋದು ಸಾಹಿಬ್? ನನ್ನಲ್ಲಿ ಒಂದೇ ಒಂದು ಫುಲ್ ಸ್ಕೇಪ್ ಹಾಳೆಯಿತ್ತು. ನಕಾಶೆ ಬರೆಯುತ್ತಾ ಹೋದೆ. ಹಾಳೆ ಮುಗಿದು ಹೋಯಿತು. ಅಲ್ಲೇ ಮೂಲೆಯಲ್ಲಿ ಎರಡೂ ಸ್ಥಳಗಳ ಚಿತ್ರ ಬರೆದು 'ಆಯ್ತು' ಅನ್ನಿಸಿದೆ!"

ಇಲ್ಲಿ ಅವನದಾದರೂ ಏನು ತಪ್ಪಿತ್ತು?

ಆದರೆ ದಿಲ್ಲಿಯ ಕೇಂದ್ರ ಕಚೇರಿಯಲ್ಲಿ ಯುದ್ಧದ ನಿರ್ದೇಶನಗಳನ್ನು ನೀಡುತ್ತಿದ್ದವರು ಇದೇ ಲ್ಯಾನ್ಸ್ ನಾಯಕ್‌ನ ಹಾಳೆ ಎದುರಿಗಿಟ್ಟುಕೊಂಡೇ ನಮಗೆ ನಿರ್ದೇಶನಗಳನ್ನು ಜಾರಿ ಮಾಡುತ್ತಿದ್ದರು.

1962ರಲ್ಲಿ ನಮ್ಕಾ ಚು ನದಿ ಮತ್ತು ಅದರ ಐದು ಸೇತುವೆಗಳು ಜಗತ್ಪ್ರಸಿದ್ಧವಾಗಿ ಹೋಗಿದ್ದವು ಅಂತ ಹೇಳಿದೆನಲ್ಲವೆ? ಅಸಲಿಗೆ ಅವ್ಯಾವೂ ಸೇತುವೆಗಳೇ ಆಗಿರಲಿಲ್ಲ. ಎರಡು ಮೂರು ಮರದ ದಿಮ್ಮಿಗಳನ್ನು ಬಿಗಿದು ನದಿಯೊಳಕ್ಕೆ ತೇಲಿ ಬಿಡಲಾಗಿರುತ್ತಿತ್ತು. ಮುಖ್ಯವಾಗಿ, ಮೊನ್‌ಪಾ ಬುಡಕಟ್ಟಿನವರು ಈ ಮರದ ದಿಮ್ಮಿಗಳ ಮೇಲೆ ತಮ್ಮ ದನಕರು ನಡೆಸಿಕೊಂಡು ಹೋಗಿ, ಹುಲ್ಲುಗಾವಲುಗಳಲ್ಲಿ ಮೇಯಿಸಿಕೊಂಡು ಬರುವುದಕ್ಕೆ ಮಾತ್ರ ಇವುಗಳ ಬಳಕೆಯಾಗುತ್ತಿತ್ತು. ಆದರೆ ನಮ್ಮ ಸೈನ್ಯಾಧಿಕಾರಿಗಳು, "ಅತಿ ಮುಖ್ಯವಾದ ಈ ಸೇತುವೆಗಳನ್ನು ಪ್ರಾಣದ ಹಂಗು ತೊರೆದಾದರೂ ರಕ್ಷಿಸಿ!" ಎಂದು ಆಜ್ಞೆ ಜಾರಿ ಮಾಡಿದ್ದರು. ರಾಜಕಾರಣದ ದೃಷ್ಟಿಯಿಂದ, ದೇಶ ಗೌರವದ ದೃಷ್ಟಿಯಿಂದ, ಕಡೇ ಪಕ್ಷ ಯುದ್ಧ ತಂತ್ರದ ದೃಷ್ಟಿಯಿಂದ ಕೂಡ ಈ ಸೇತುವೆಗಳು ಮುಖ್ಯವಾದವುಗಳಾಗಿರಲಿಲ್ಲ. ಅಸಲಿಗೆ ನಮ್ಕಾ ಚು ಎಂಬುದು ಪೂರ್ಣ ಪ್ರಮಾಣದ ನದಿಯೇ ಅಲ್ಲ! ಅದೊಂದು ಉಪನದಿ. 14,000 ಅಡಿ ಎತ್ತರದಲ್ಲಿದ್ದ ಕೆಲವು ಸರೋವರಗಳು ತುಂಬಿ ತುಳುಕಿದಾಗ ಅಥವಾ ಪರ್ವತಗಳ ಮೇಲಿನ ದೈತ್ಯ ಮಂಜು ಕರಗಿದಾಗ, ಒಂದು ಧಾರೆ ಬೆಟ್ಟಗಳಿಂದಿಳಿದು ಪ್ರವಹಿಸತೊಡಗುತ್ತಿತ್ತು. ಅದೊಂದು ಬೆಟ್ಟದ ಝರಿ. ಸುಮಾರು ಎಂಟ್ಹತ್ತು ಸಾವಿರ ಅಡಿಗಳ ಎತ್ತರದಿಂದ ಧುಮುಕುತ್ತಿತ್ತಾದ್ದರಿಂದ, ದೊಡ್ಡ ರಭಸ ಮಾತ್ರ ಇತ್ತು. ಕೆಲವೆಡೆ ತೀರ 24 ಅಡಿಯಷ್ಟೇ ಅಗಲದಲ್ಲಿ ಹರಿಯುತ್ತಿದ್ದ ನಮ್ಕಾ ಚು ಮತ್ತೆ ಕೆಲವೆಡೆ 120 ಅಡಿಯಷ್ಟು ವಿಶಾಲವಾಗಿ ಬಿಡುತ್ತಿತ್ತು. ಕೆಲವು ಋತುಗಳ ಹೊರತಾಗಿ, ಉಳಿದೆಲ್ಲ ದಿನಗಳಲ್ಲೂ ಈ ನದಿಯನ್ನು ದಾಟುವುದೊಂದು ಕಷ್ಟದ ಸಂಗತಿಯಾಗಿಯೇ ಇರಲಿಲ್ಲ. ಸೈನಿಕರಿಗಂತೂ ಅದೊಂದು ಲೆಕ್ಕವೇ ಅಲ್ಲ. ಆದರೆ ಅದರ ಮೇಲೆ ನೇತಾಡುತ್ತಿದ್ದ ಮರದ ದಿಮ್ಮಿಗಳು ದಿಲ್ಲಿ ದೊರೆಗಳಿಗೆ ದೊಡ್ಡ ಸೇತುವೆಗಳಂತೆ ಕಂಡು ಬಿಟ್ಟಿದ್ದವಲ್ಲ? ಅವುಗಳಿಗಾಗಿಯೇ ನನ್ನ ಸೈನಿಕರು ಪ್ರಾಣ ತೆರಬೇಕಾಗಿ ಬಂತು.

ಕರ್ನಲ್ ಮಿಶ್ರಾ ಅನೇಕ ಸಂಗತಿಗಳನ್ನು ವಿವರಿಸುವುದಿತ್ತು. ಅಸಲಿಗೆ ನಾವು ಒಬ್ಬರನ್ನೊಬ್ಬರು ಭೇಟಿಯಾಗಿಯೇ ಹತ್ತು ದಿನಗಳು ಕಳೆದುಹೋಗಿದ್ದವು.

"ಸರ್, ನಮ್ಮ 9 ಪಂಜಾಬ್‌ನ ಸೈನಿಕರು ಎರಡನೇ ಸೇತುವೆಯ ಬಳಿಗೆ ಸೆಪ್ಟೆಂಬರ್ 15ರ ಬೆಳಗ್ಗೆ ಎಂಟೂವರೆ ಹೊತ್ತಿಗೆ ಬಂದಿದ್ದಾರೆ. ಲುಂಪೋದಿಂದ ನಡೆದೇ ಬಂದಿದ್ದಾರೆ. ಅದೇ

ಎರಡನೇ ಸೇತುವೆಯ ಮೇಲೆ ನಿಂತು ನೋಡಿದರೆ ನಮ್ಕಾ ಚು ನದಿಯ ದಡಗಳ ಮೇಲೆ ಒಂದು ಚೀನೀ ಸೈನಿಕರ ತುಕಡಿ ಕುಳಿತಿರೋದು ಕಾಣಿಸಿದೆ. ಅವರ ಜೊತೆಯಲ್ಲೊಬ್ಬ ಚೀನೀ ಸಿವಿಲಿಯನ್ (ಸರ್ಕಾರಿ ನೌಕರ) ಅಧಿಕಾರಿಯೂ ಇದ್ದನಂತೆ. ನಮ್ಮ ಪಂಜಾಬಿಗಳು ಕಾಣಿಸಿದ ಕೂಡಲೆ, "ನೀವು ಇಲ್ಲಿಂದ ವಾಪಸು ಹೋಗತಕ್ಕದ್ದು. ಇದು ನಮ್ಮ ದೇಶದ ಸರಹದ್ದಿಗೆ ಸೇರಿದ ನದಿ. ಸುಮ್ಮನೆ ಹೊರಟುಹೋಗಿ. ಚೀನಕ್ಕೂ -ಭಾರತಕ್ಕೂ ಒಳ್ಳೇ ಸಂಬಂಧಗಳಿವೆ. ಅಂಥದರಲ್ಲಿ, ಈ ಸಣ್ಣ ಪುಟ್ಟ ಗಡಿ ತಂಟೆಗಳಿಂದಾಗಿ ನಾವು ಶತ್ರುಗಳಾಗೋದು ಬೇಡ. ಇಷ್ಟಕ್ಕೂ ನಾವು ಚೀನಾದ ರೆಗ್ಯುಲರ್ ಸೇನೆಯ ಸೈನಿಕರಲ್ಲ. ಗಡಿ ಕಾಯುವ ಯೋಧರು. ನಾವಿಲ್ಲಿರೋದು ಸಹಜ. ಆದರೆ ನೀವ್ಯಾಕೆ ಬಂದ್ರಿ, ಭಾರತದ ರೆಗ್ಯುಲರ್ ಸೈನ್ಯದವರು? ಇಲ್ಲಿ ನಿಮಗೇನು ಕೆಲಸ? ಸುಮ್ಮನೆ ನಿಮ್ಮ ಸರ್ಕಾರದ ಅಧಿಕಾರಿಗಳನ್ನ ಕಳಿಸಿಕೊಡಿ. ಯಾಕೆ ರಕ್ತಪಾತ?" ಅಂತ ಸ್ಪಷ್ಟವಾದ ಹಿಂದಿಯಲ್ಲಿ ಕೂಗಿ ಹೇಳಿದರಂತೆ. ಈ ಹಿಂದೆ 1959ರಲ್ಲಿ ಅವರು ಗಡಿ ತಂಟೆಗಳನ್ನು ಪ್ರಾರಂಭಿಸುವಾಗಲೂ ಹೀಗೇ "ಹಿಂದಿ ಚೀನೀ ಭಾಯಿ ಭಾಯಿ" ಎಂದು ಘೋಷಣೆ ಕೂಗುತ್ತ ಗುಂಡು ಹಾರಿಸಿದ್ದರು. ಇದೆಲ್ಲ ಮಾತುಕತೆಯಾಗುತ್ತಿದ್ದಾಗಲೇ ನಾನು ಬಂದೆ. ತೀರ ಆಪತ್ತು ಒದಗಿ ಬಂದರೆ ಮಾತ್ರ, ಆತ್ಮರಕ್ಷಣೆಗೋಸ್ಕರ ಗುಂಡು ಹಾರಿಸಬೇಕು ಅಂತ ನಮಗೆ ಅಪ್ಪಣೆಯಾಗಿತ್ತಲ್ಲ? ಅದೇ ರೀತಿ, ಚೀನಿಗಳು ನಮ್ಮ ಸರಹದ್ದಿನಿಂದ ಎದ್ದು ಹೋಗದಿದ್ದರೆ, ಅವರು ಎಲ್ಲೆಲ್ಲಿ ಕುಳಿತಿದ್ದಾರೋ ಅವರೆದುರಿಗೇ ನಾವೂ ಸೈನಿಕರನ್ನು ಕೂಡಿಸಬೇಕು ಅಂತಲೂ ಆಜ್ಞೆಯಿತ್ತಲ್ಲ? ಅದೇ ರೀತಿ ಮೊದಲನೇ ಮತ್ತು ಎರಡನೇ ಸೇತುವೆಗಳ ಹತ್ತಿರ ಒಂದು ಬಟಾಲಿಯನ್‌ನಷ್ಟು ಸೈನಿಕರನ್ನು ಚೀನಿಗಳಿಗೆ ಮುಖಾಮುಖಿಯಾಗಿ ಕೂಡಿಸಿದೆ. ಮೂರನೇ ಸೇತುವೆಗೆ ಹೋಗೋಣವೆಂದರೆ, ಚೀನಿಗಳು ರಸ್ತೆಯಲ್ಲಿ ಅಡ್ಡಲಾಗಿ ಕುಳಿತಿದ್ದರು. ನಾನು ಆ ದಾರಿ ಬಿಟ್ಟು, ಬಿದಿರಿನ ಮೆಳೆಗಳ ಮೂಲಕ ಹಾಯ್ದು ಮೂರನೇ ಮತ್ತು ನಾಲ್ಕನೇ ಸೇತುವೆ ತಲುಪಿದೆ. ಅಲ್ಲಿ ಇನ್ನೊಂದು ಬಟಾಲಿಯನ್ ಸೈನಿಕರನ್ನು ಕೂಡಿಸಿದೆ.

"ಇಷ್ಟೆಲ್ಲ ರಾಮಾಯಣಕ್ಕೆ ಕಾರಣವಾಗಿರೋ ಧೋಲಾ ಪೋಸ್ಟ್, ಅದೇ ಮೂರನೇ ಸೇತುವೆಗೆ ಹತ್ತಿರವಾಗಿದೆ. ಮಧ್ಯಾಹ್ನದ ಹೊತ್ತಿಗೆ ನಾನು ಧೋಲಾ ಪೋಸ್ಟ್ ತಲುಪೋದಕ್ಕೆ ಸಾಧ್ಯವಾಗಿತ್ತು. ಚೀನಿಗಳು ಮುರಿದು ಹಾಕಿದ್ದ ನಮ್ಮ ಮೂರನೇ ಸೇತುವೆಯನ್ನು ಪುನಃ ನಾನು ಸರಿ ಮಾಡಿದೆ. ಧೋಲಾ ಪೋಸ್ಟ್‌ನಲ್ಲಿ ಇರೋ ನಮ್ಮ ಅಸ್ಸಾಮ್ ರೈಫಲ್ಸ್‌ನವರೊಂದಿಗೆ ಸಂಪರ್ಕ ಏರ್ಪಡಿಸಿಕೊಂಡೆ. ಧೋಲಾ ಪೋಸ್ಟ್‌ನ ಸುತ್ತ ಸುಮಾರು 50 ಸೈನಿಕರು ಕುಳಿತಿದ್ದರು. ಅವರೆದುರಿಗೂ ಒಂದಷ್ಟು ಪಂಜಾಬಿಗಳನ್ನು ಕೂಡಿಸಿದೆ. ಆಮೇಲೆ ಧೋಲಾ ಪೋಸ್ಟ್ ಸ್ಪಷ್ಟವಾಗಿ ಕಣ್ಣಿಗೆ ಕಾಣುವಂಥಾ ಎತ್ತರದಲ್ಲಿರೋ ಟಿಸಾಂಗ್‌ಧರ್ ಪರ್ವತಕ್ಕೆ ಒಂದು ತುಕಡಿ ಕಳಿಸಿ, ಅವರಿಗೆ ಅಲ್ಲೇ ಪೊಸಿಷನ್ ತಗೊಳ್ಳೋಕೆ ಹೇಳಿದೆ. ಅಲ್ಲಿಗೆ ಜನರಲ್ ಪ್ರಸಾದ್ ಅವರು ಹೇಳಿದ ಕೆಲಸಗಳನ್ನೆಲ್ಲ ಮಾಡಿದ ಹಾಗಾಯ್ತು ಸಾರ್!" ವಿವರಿಸಿದರು ಕರ್ನಲ್ ಮಿಶ್ರಾ.

ಅವರನ್ನೇ ನಾನು ಮೆಚ್ಚುಗೆಯಿಂದ ನೋಡಿದೆ. ತನ್ನ ವ್ಯಾಪ್ತಿಯಲ್ಲಿ ಮತ್ತು ತಾಕತ್ತಿನಲ್ಲಿ ಮಾಡಬಹುದಾಗಿದ್ದ ಎಲ್ಲವನ್ನೂ ಆತ ಅತ್ಯಂತ ಶ್ರದ್ಧೆಯಿಂದ ಮಾಡಿದ್ದರು. ಇದ್ದಕ್ಕಿದ್ದಂತೆ

ನಮ್ಕಾ ಚು ಎಂಬ ನದಿಯಲ್ಲದ ನದಿಯ ನಾಲ್ಕು ಸೇತುವೆಗಳು ಭಾರತ - ಚೀನಾ ದೇಶಗಳ ನಡುವಿನ "ಸೈನಿಕ ಸರಹದ್ದು"ಗಳಾಗಿ ಬಿಟ್ಟಿದ್ದವು. ನಮ್ಮ ಭೂ ಭಾಗದಲ್ಲಿದ್ದ ಥಗ್ಲಾ ಪರ್ವತ ಸಾಲು, ಈಗ ಪೂರ್ತಿಯಾಗಿ ಚೀನಿಗಳ ಹಿಡಿತದಲ್ಲಿತ್ತು. ನದಿಯ ದಡದ ಮೇಲೆ ಸುಮಾರು ಏಳರಿಂದ ಒಂಬತ್ತು ಮೈಲಿಗಳ ವಿಸ್ತೀರ್ಣದಲ್ಲಿ ನನ್ನ ಪಂಜಾಬಿ ಸೈನಿಕರನ್ನು ಚಿಕ್ಕ ಗುಂಪುಗಳಲ್ಲಿ ಅಲ್ಲಲ್ಲಿ ಹರಡಿದಂತೆ ಕೂಡಿಸಲಾಗಿತ್ತು. ಅವರಿಗೆ ಕದಲುವ ಅವಕಾಶವೇ ಇರಲಿಲ್ಲ. ಒಂದು ಗುಂಪಿಗೂ ಮತ್ತೊಂದು ಗುಂಪಿಗೂ ಸಂಪರ್ಕಗಳಿರಲಿಲ್ಲ. ಎಲ್ಲಾದರೂ ಅಡಗಿ ಕುಳಿತು ಫೈರ್ ಮಾಡಬಹುದಾದಂತಹ ಅವಕಾಶವೇ ಇರಲಿಲ್ಲ. ಒಂದು ಕಡೆಯಿಂದ ಮತ್ತೊಂದು ಕಡೆಗೆ ಅವರನ್ನು ಬದಲಾಯಿಸುವಂತಹ, ಇನ್ನೊಂದು ನೆಲೆಯಿಂದ ಯುದ್ಧ ಮಾಡಿಸಬಹುದಾದಂತಹ ಸಾಧ್ಯತೆಗಳಿರಲಿಲ್ಲ. ಅಂಥ ಸಶಕ್ತ ಪಂಜಾಬಿ ಸೈನಿಕರ ಜೇಬುಗಳಲ್ಲಿದ್ದುದು ಕೆಲವೇ ಕೆಲವು ಕಾಡತೂಸು. ಹೆಚ್ಚೆಂದರೆ ಎರಡಿಂಚಿನ ಮತ್ತು ಮೂರಿಂಚಿನ ಮಾರ್ಟರುಗಳು.

ಅವರ ಕಣ್ಣೆದುರಿನಲ್ಲಿ, ನೇರಕ್ಕೆ ಕುಳಿತಿದ್ದ ಚೀನೀ ದುಷ್ಮನ್!

ಏನಾದರೂ ಆಗಿ ಹೋದರೆ ನನ್ನ ಸೈನಿಕರನ್ನು ರಕ್ಷಿಸಲು ಅಲ್ಲಿಗೆ ಭಗವಂತನೂ ಬರುವ ಸಾಧ್ಯತೆ ಇರಲಿಲ್ಲ! ಕರ್ನಲ್ ಮಿಶ್ರಾ ನೀಡಿದ ವಿವರಣೆಯಿಂದಲೇ, ಮುಂದೆ ನಡೆಯಬಹುದಾದ ಅನಾಹುತಗಳದೊಂದು ಚಿತ್ರ ನನ್ನ ಕಣ್ಣುಗಳಲ್ಲಿ ಸ್ಥಾಪಿತವಾಗುತ್ತಿತ್ತು.

ಸಟ್ಟನೆ ಎದ್ದು,

"ಚೀನಿಗಳದೊಂದು ಪೋಸ್ಟ್ ನೋಡಿಕೊಂಡು ಬರುತ್ತೇನೆ" ಅಂತ ಹೊರಟುಬಿಟ್ಟೆ. ಆತಂಕದಿಂದಲೇ ನನ್ನ ಹಿಂದೆ ನಡೆದು ಬಂದರು ಕರ್ನಲ್ ಮಿಶ್ರಾ. ಅನತಿ ದೂರದಿಂದಲೇ ನನ್ನ ಕಣ್ಣುಗಳಿಗೆ ಚೀನಿಗಳ ಪೋಸ್ಟ್ ಒಂದು ಸ್ಪಷ್ಟವಾಗಿ ಕಾಣಿಸುತ್ತಿತ್ತು. ಅವರು ಗಡಿ ದಾಟಿ ಬಂದು, ಭಾರತದ ವ್ಯಾಪ್ತಿಯಲ್ಲಿದ್ದ ನಮ್ಕಾ ಚು ನದಿಯ ದಡದ ಮೇಲೆ ತಮ್ಮ ಪೋಸ್ಟ್ ನಿರ್ಮಿಸಿ, ಅದರ ಮೇಲೆ ಚೀನಿ ಬಾವುಟ ಹಾರಿಸಿದ್ದರು. ಸಾಕಷ್ಟು ಹತ್ತಿರದಲ್ಲೇ ನಿಂತು ತುಂಬ ಹೊತ್ತು ಗಮನಿಸಿದೆ. ಚೀನಿಗಳ ಪೋಸ್ಟ್ ನನ್ನ ತಲೆ ಕೆಡಿಸಲಿಲ್ಲ. ಚೀನಿ ಬಾವುಟ ನನ್ನಲ್ಲಿ ದುಗುಡವುಂಟು ಮಾಡಲಿಲ್ಲ. ಅವರು ಎರಡನೇ ಸೇತುವೆಯ ಮರದ ದಿಮ್ಮಿಗಳನ್ನು ಅತ್ಯಂತ ವ್ಯವಸ್ಥಿತವಾಗಿ ಕಟ್ಟಿ, ಪಕ್ಕಾ ಸೇತುವೆಯನ್ನಾಗಿ ಪರಿವರ್ತಿಸಿಕೊಂಡದ್ದು ಕೂಡ ನನ್ನನ್ನು ದಿಗಿಲುಗೊಳಿಸಲಿಲ್ಲ. ಆದರೆ ನನ್ನ ಕಣ್ಣೆದುರಿಗೆ ಕಾಣಿಸುತ್ತಿದ್ದ ಆ ಅತಿ ಸಾಮಾನ್ಯ ದೃಶ್ಯವೇ ನನ್ನಲ್ಲಿ ನೂರೆಂಟು ಕಳವಳಗಳನ್ನು ಉಂಟು ಮಾಡಿತ್ತು.

ಅಲ್ಲಿಬ್ಬರು ಚೀನಿ ಸೈನಿಕರು ಕುಳಿತಿದ್ದರು!

ಮೊಟ್ಟ ಮೊದಲ ಬಾರಿಗೆ ಥಗ್ಲಾ ಯುದ್ಧಭೂಮಿಯಲ್ಲಿ ನಾನು ಮಂಗೋಲಿಯನ್ ಮುಖದ, ಕುಳ್ಳನೆಯ ಆದರೆ ಸದೃಢ ದೇಹದ ಇಬ್ಬರು ಚೀನಿ ಸೈನಿಕರನ್ನು ಕಣ್ಣಾರೆ ನೋಡುತ್ತಿದ್ದೆ. ಅವರೆಡೆಗೆ ನಡೆಯತೊಡಗಿದೆ. ಅದನ್ನು ಅನತಿ ದೂರದಿಂದಲೇ ಗಮನಿಸಿದ ಅವರು ತಕ್ಷಣ ಎಚ್ಚೆತ್ತುಕೊಂಡರು. ಕೈಗೆ ತಂತಮ್ಮ ರೈಫಲ್ಲುಗಳನ್ನೆತ್ತಿಕೊಂಡರು. ಆದರೆ ಮುಖಗಳಲ್ಲಿ ಗಾಬರಿ ಇರಲಿಲ್ಲ. ಅವರ ಬೆನ್ನ ಹಿಂದೆ ನದೀ ತೀರದಲ್ಲಿ, ಅವರಷ್ಟೇ ದಿಟ್ಟವಾಗಿ ಕುಳಿತ ಒಂದು ದೊಡ್ಡ

ಗುಂಪಿನ ಚೀನಿ ಸೈನಿಕರು ನನ್ನ ಚಲನ ವಲನಗಳನ್ನು ತುಂಬ ಸೂಕ್ಷ್ಮವಾಗಿ ಗಮನಿಸುತ್ತಿದ್ದರು. ನನ್ನನ್ನು ಕಳವಳಕ್ಕೆ ಈಡು ಮಾಡಿದ್ದು, ಅದಲ್ಲ!

ಆ ಚೀನಿ ಸೈನಿಕರಿಬ್ಬರೂ ಚಿಕ್ಕ ವಯಸ್ಸಿನವರು. ಅವರ ಮುಖಗಳಲ್ಲಿ ಆರೋಗ್ಯ ತುಳುಕುತ್ತಿತ್ತು. ಅವರು ಧರಿಸಿದ್ದ ಯುದ್ಧ ದಿರಿಸು ಹೊಚ್ಚ ಹೊಸದಾಗಿತ್ತು. ಬೆಚ್ಚಗಿತ್ತು. ಕೈಯಲ್ಲಿ ಹಿಡಿದ ರೈಫಲ್ ನೂತನಾತಿ ನೂತನ ಆಯುಧಗಳಲ್ಲೊಂದಾಗಿತ್ತು. "ಈ ಸದ್ಯಕ್ಕೆ ಟಿಬೆಟ್‌ನಲ್ಲಿ ಬಂದು ಜಮೆಗೊಂಡಿರುವ, ಭಾರತದ ಮೇಲಕ್ಕೆ ದಂಡೆತ್ತಿ ಬರಲಿರುವ ಚೀನೀ ಸೈನಿಕರಿಗೆ ಹೊಟ್ಟೆಗೆ ಅನ್ನವಿಲ್ಲವಂತೆ. ಧರಿಸಲು ಸರಿಯಾದ ಬಟ್ಟೆಗಳಿಲ್ಲವಂತೆ. ಅವರೇನು ಯುದ್ಧ ಮಾಡುತ್ತಾರೆ?" ಎಂದು ನಮ್ಮ ಹಿರಿಯ ಅಧಿಕಾರಿಗಳನೇಕರು ಮಾತನಾಡಿಕೊಳ್ಳುವುದನ್ನು ನಾನೇ ಕೇಳಿಸಿಕೊಂಡಿದ್ದೆ. ಮೂಲತಃ ಇಂಥದೊಂದು ವದಂತಿಯನ್ನು 1962ರಲ್ಲಿ ಹರಡಿದ್ದೇ ಜನರಲ್ ಬಿ.ಎಂ. ಕೌಲ್.

ನನಗೆ ಕೆಲವೇ ಅಡಿಗಳ ದೂರದಲ್ಲಿ ಕುಳಿತಿದ್ದ ಆ ಚೀನಿ ಸೈನಿಕರು, ನಾನು ಧರಿಸಿದುದಕ್ಕಿಂತ ಸೊಗಸಾದ ದಿರಿಸು ಧರಿಸಿದ್ದರು. ಅವರ ಕೈಗಳಲ್ಲಿದ್ದಂತಹ ಆಟೋಮ್ಯಾಟಿಕ್ ರೈಫಲ್‌ಗಳು, ಹುಡುಕಿದರೂ ಆ ತರಹದ ಶಸ್ತ್ರಗಳು ನಮ್ಮ ಸೇನೆಯ ಯಾವುದೇ ಅಧಿಕಾರಿಯ ಕೈಯಲ್ಲೂ ನೋಡಲು ಸಿಗುತ್ತಿರಲಿಲ್ಲ.

ಆ ಸೈನಿಕರಿಬ್ಬರನ್ನು ನಾನು ಹಿಂದಿಯಲ್ಲಿ ಕೂಗಿ ಮಾತನಾಡಿಸಿದೆ. ನೀವು ಕುಳಿತಿರುವ ಜಾಗ ಭಾರತಕ್ಕೆ ಸೇರಿದ್ದು-ಅಂದೆ. ಆ ಹುಡುಗರಿಬ್ಬರೂ, ತಮಗದಕ್ಕೆ ಸಂಬಂಧವೇ ಇಲ್ಲವೇನೋ ಎಂಬಂತೆ ಚೈನೀಸ್ ಭಾಷೆಯಲ್ಲಿ ಗೊಣಗಿಕೊಂಡರು. ನಾನು ಮತ್ತೇನೋ ಹೇಳಲು ಹೋದೆ; ಅವರಲ್ಲೊಬ್ಬ ತನ್ನ ಕೈಲಿರುವ ರೈಫಲ್ಲಿನಿಂದ 'ಸುಮ್ಮನೆ ಹೋಗಿ ಆಚೆಗೆ' ಎಂಬಂತೆ ಸಂಜ್ಞೆ ಮಾಡಿ ಮುಖ ತಿರುಗಿಸಿಕೊಂಡ.

"ನೀವು ಸೆಪ್ಟಂಬರ್ 19ನೇ ತಾರೀಕಿಗೆ ಸರಿಯಾಗಿ ನಮ್ಕಾ ಚು ನದೀ ತೀರಕ್ಕೆ ಬರುತ್ತೀರಿ ಅಂತ ನಮಗೆ ಗೊತ್ತಿತ್ತು ಮಿಸ್ಟರ್ ದಳವಿ! ದೊಡ್ಡ ಡಿವಿಷನ್ನೊಂದರ ಕಮಾಂಡರ್ ನೀವು. ಇಂಥದೊಂದು ಸಣ್ಣ ಗಡಿ ರಗಳೆಗೆ ನಿಮ್ಮಂಥ ಹಿರಿಯ ಅಧಿಕಾರಿ ಖುದ್ದಾಗಿ ನಡೆದು ಬಂದಾಗಲೇ ನಮಗೆ ಗೊತ್ತಾಗಿ ಹೋಯಿತು; ಚೀನದ ಮೇಲೆ ದಾಳಿ ಮಾಡುವುದಕ್ಕೆ ಭಾರತ ಸಿದ್ಧವಾಗಿದೆ ಅಂತ. ಒಂದು ಚಿಕ್ಕ ಗುಂಡಿನ ಚಕಮಕಿಯನ್ನ, ಸಣ್ಣ ಅತಿಕ್ರಮ ಪ್ರವೇಶವನ್ನ ನೀವಾಗಿಯೇ ಒಂದು ದೊಡ್ಡ-ಪೂರ್ಣ ಪ್ರಮಾಣದ ಯುದ್ಧವನ್ನಾಗಿ ಮಾಡಿಬಿಟ್ಟಿರಿ. ನೀವು ನಮ್ಕಾ ಚು ತೀರಕ್ಕೆ ನಡೆದು ಬಂದದ್ದು ಒಳ್ಳೆಯ ನಿರ್ಧಾರವಾಗಿರಲಿಲ್ಲ!" ಮುಂದೊಂದು ದಿನ ಚೀನಿಗಳ ಕೈಗೆ ಯುದ್ಧ ಕೈದಿಯಾಗಿ ನಾನು ಸೆರೆ ಸಿಕ್ಕ ಸಂದರ್ಭದಲ್ಲಿ ಒಬ್ಬ ಚೀನಿ ಅಧಿಕಾರಿ ನನ್ನೊಂದಿಗೆ ಹೀಗೆ ಹೇಳಿದ್ದ.

ನಮ್ಕಾ ಚು ತೀರಕ್ಕೆ ಬ್ರಿಗೇಡಿಯರ್ ಮಟ್ಟದ ಅಧಿಕಾರಿಯಾದ ನಾನೇ ಬರಬೇಕು ಎಂಬ ನಿರ್ಧಾರವನ್ನು ಕೈಗೊಂಡದ್ದು ನಾನಲ್ಲ; ದಿಲ್ಲಿ! ಹಾಗಂತ ಅವನಿಗೆ ಹೇಳುವುದು ಹೇಗೆ? ಸುಮ್ಮನಾಗಿದ್ದೆ. ಆದರೆ ಅಷ್ಟು ಖಚಿತವಾಗಿ, ನಾನು ಸೆಪ್ಟಂಬರ್ 19ರಂದೇ ನಮ್ಕಾ ಚು ದಂಡೆಗೆ ಬರುತ್ತೇನೆ ಎಂಬ ವರ್ತಮಾನ ಚೀನಿಗಳಿಗೆ ದೊರೆತದ್ದಾದರೂ ಹೇಗೆ? ಸುಮ್ಮನೆ 'ಗೆಸ್' ಮಾಡಿ(ಊಹಿಸಿ) ಮಾತಾಡುತ್ತಿದ್ದಾನಾ? ಅಥವಾ ಯುದ್ಧದಲ್ಲಿ ನನಗಿಂತ ಮುಂಚಿತವಾಗಿ ಸೆರೆಸಿಕ್ಕ

ಇನ್ಯಾವನಾದರೂ ಭಾರತೀಯ ಯೋಧ ಈ ಬಗ್ಗೆ ಬಾಯಿ ಬಿಟ್ಟಿದ್ದನಾ?

ಅಥವಾ ಚೀನಿಗಳು ನನ್ನಂತಹ ಅಧಿಕಾರಿಯ ಬೆನ್ನ ಹಿಂದೆಯೂ ತಮ್ಮ ಏಜೆಂಟರನ್ನು ಬಿಟ್ಟಿದ್ದರಾ? ಹಾಗಂತ ಚೀನದ ಯುದ್ಧ ಕೈದಿಗಳ ಶಿಬಿರದಲ್ಲಿ ಕುಳಿತು ಮುಂದೆಂದೋ ತೀವ್ರವಾಗಿ ಯೋಚಿಸಿದ್ದೆ. ತವಾಂಗ್‌ನಿಂದ ಲುಂಪೋಗೆ, ಲುಂಪೋದಿಂದ ನಮ್ಕಾ ಚು ನದೀ ತೀರಕ್ಕೆ ನಡೆದು ಬರುವಾಗ ನನಗೆ ರಸ್ತೆ ತೋರಿಸುವುದಕ್ಕೆಂದು ಸ್ಥಳೀಯ ಮೊನ್‌ಪಾ ಬುಡಕಟ್ಟಿನ ವ್ಯಕ್ತಿಯೊಬ್ಬನನ್ನು 'ಗೈಡ್' ಆಗಿ ನನ್ನೊಂದಿಗೆ ಕಳಿಸಲಾಗಿತ್ತು. ಸಾಮಾನ್ಯವಾಗಿ ಮೊನ್‌ಪಾಗಳು ಅಷ್ಟು ಬುದ್ಧಿವಂತರಲ್ಲ. ಆದರೆ ನನ್ನೊಂದಿಗೆ ಬಂದಿದ್ದ ಮೊನ್‌ಪಾ ವಿಪರೀತ ಚಾಲೂಕಾಗಿದ್ದ. ಮಾರ್ಗ ಮಧ್ಯದಲ್ಲಿ ಅವನು ಥಗ್ಲಾ ಪರ್ವತ ಸಾಲಿನಲ್ಲಿ ವಿನಾಕಾರಣ ಅಲ್ಲಲ್ಲಿ ಕಾಣೆಯಾಗುತ್ತಿದ್ದ. ಅವತ್ತೇ ನನಗೆ ಅನುಮಾನ ಬಂದು, "ಇವನು ಮಧ್ಯ ಮಧ್ಯೆ ಎಲ್ಲಿಗೆ ಹೋಗುತ್ತಾನೆ?" ಎಂದು ನಮ್ಮವರನ್ನು ವಿಚಾರಿಸಿದ್ದೆ. ಥಗ್ಲಾ ಪರ್ವತಗಳ ಇನ್ನೊಂದು ಇಳಿಜಾರಿನಲ್ಲಿ ಅವನ ದನಕರುಗಳು ಮೇಯುತ್ತಿವೆ. ಆ ಭಾಗಗಳನ್ನು ಚೀನಿಗಳು ಆಕ್ರಮಿಸಿಕೊಂಡಿದ್ದಾರೆ. ಇವನು ದನಕರುಗಳನ್ನು ನೋಡಿಬರೋ ನೆಪದಲ್ಲಿ ಆ ಕಡೆಗೆ ಹೋಗುತ್ತಾನೆ. ಅಲ್ಲಿಂದ ಒಂದಷ್ಟು ವರ್ತಮಾನ ತರುತ್ತಾನೆ. ನಮಗಷ್ಟೇ ಸಾಕು" ಎಂದು ನನ್ನೊಂದಿಗಿದ್ದ ಸೈನಿಕ ಅಧಿಕಾರಿಯೊಬ್ಬ ಉತ್ತರಿಸಿದ್ದ.

ಖದೀಮ ಮೊನ್‌ಪಾ ಎರಡೂ ಕಡೆಯಿಂದ ಹಣ ಪಡೆಯುತ್ತಿದ್ದನಾ? ಹಾಗಂತ ಚೀನದ ಸೆರೆವಾಸದಲ್ಲಿ ಕುಳಿತು ಕೇಳಿಕೊಂಡಿದ್ದೆ. ಏನು ಪ್ರಯೋಜನ?

ಹಾಗೆ ಚೀನಿಗಳ ಪೋಸ್ಟ್ ತನಕ ಹೋಗಿ, ಅವರನ್ನು ಮಾತನಾಡಿಸುವ ವಿಫಲ ಪ್ರಯತ್ನ ಮಾಡಿ ನಾನು ನಮ್ಮ ಕಮ್ಯಾಂಡಿಂಗ್ ಆಫೀಸರನ ಕಮಾಂಡ್ ಪೋಸ್ಟ್ ಬಳಿಗೆ ಬಂದೆ.

ಅಲ್ಲಿ ಕಾದಿತ್ತು ನನಗೆ ಅತಿ ದೊಡ್ಡ ಆಶ್ಚರ್ಯ.

"ತಕ್ಷಣವೇ ಭಾರತದ ಸೇನೆಯ 9 ಪಂಜಾಬ್ ಬಟಾಲಿಯನ್ ಥಗ್ಲಾ ಪರ್ವತ ಸಾಲನ್ನು ಪುನರಾಕ್ರಮಣ ಮಾಡಿ ವಶಪಡಿಸಿಕೊಳ್ಳಬೇಕು. ಹಾಗೆಯೇ ಯುಮ್ಸೋಲಾ ಮತ್ತು ಕಾರ್ಪೋಲಾ ಪರ್ವತಗಳನ್ನೂ ಆಕ್ರಮಿಸಿಕೊಳ್ಳಬೇಕು. ಇದಿಷ್ಟು ಕೆಲಸ ಸೆಪ್ಟಂಬರ್ 19ರ ಹೊತ್ತಿಗೆ ಮುಗಿದು ಹೋಗತಕ್ಕದ್ದು!" ಎಂಬ ಆಜ್ಞೆಯೊಂದನ್ನು ನನ್ನ ಕೈಗೆ ತಲುಪಿಸಲಾಯಿತು. ಸುಮ್ಮನೆ ನಿಬ್ಬೆರಗಾಗಿ ನಿಂತುಬಿಟ್ಟೆ. ಇಂಥದೊಂದು ಅವಿವೇಕದ ಆಜ್ಞೆಯನ್ನು ಕಳಿಸಿದವರಾದರೂ ಯಾರು ಎಂದು ಪರಿಶೀಲಿಸಿದೆ.

ಆಜ್ಞೆ ದಿಲ್ಲಿಯಿಂದ ಬಂದಿತ್ತು!

ಸೈನಿಕ ನಿಯಮಗಳ ಪ್ರಕಾರ, ಕೇಂದ್ರ ಕಚೇರಿಯಲ್ಲಿ ಕುಳಿತ ಯಾವುದೇ ಅಧಿಕಾರಿ ಹೀಗೆ ಯುದ್ಧರಂಗದಲ್ಲಿ ನಿಂತಿರುವ ಬ್ರಿಗೇಡಿಯರ್ ಒಬ್ಬನಿಗೆ ನೇರವಾದ ಆಜ್ಞೆ ಕಳಿಸುವಂತಿರಲಿಲ್ಲ. ಅದು ಜನರಲ್ ಥಾಪರ್ ಅವರಿಗೆ ಗೊತ್ತಿರದ ಸಂಗತಿಯಾಗಿರಲಿಲ್ಲ. ಅಂದ ಮೇಲೆ, ದಿಲ್ಲಿಯಲ್ಲಿ ರಾಜಕೀಯ ಒತ್ತಡಗಳು ಅಳತೆ ಮೀರಿ ಬೆಳೆಯುತ್ತಿವೆ ಎಂದಾಯಿತಲ್ಲ? ರಾಜಕೀಯ ಒತ್ತಡಗಳೇನೇ ಇರಲಿ; ಸೈನಿಕ ವಿಭಾಗದ ಮುಖ್ಯಸ್ಥ ಜನರಲ್ ಪ್ರಾಣನಾಥ ಥಾಪರ್ ಎಲ್ಲ ಯುದ್ಧ ನಿಯಮಗಳನ್ನು ಮೀರಿ ಇಂಥದ್ದೊಂದು ಅಸಾಧ್ಯವಾದ ಆಜ್ಞೆ ಹೊರಡಿಸಬಾರದಾಗಿತ್ತು.

ಅವತ್ತಿನ ತನಕ, ಥಗ್ಲಾ ಮೇಲ್ಲಿನ ದಾಳಿಯೊಂದು ಅತ್ಯಂತ ಮಾಮೂಲಿ ಘಟನೆಯೆಂದೂ, ಚೀನಿಗಳನ್ನು ಸಲೀಸಾಗಿ ಹೊರಕ್ಕೆ ಹಾಕಬಹುದೆಂದೂ ಸರ್ಕಾರಕ್ಕೆ ತಪ್ಪು ಮಾಹಿತಿ ನೀಡುತ್ತ ಬಂದಿದ್ದ ಜನರಲ್ ಥಾಪರ್, ಈಗ ಪರಿಸ್ಥಿತಿ ಕೈ ಮೀರತೊಡಗಿದಾಗ ರಾಜಕೀಯ ಒತ್ತಡಕ್ಕೆ ಮಣಿದು ದುಸ್ಸಾಧ್ಯವಾದ ಆಜ್ಞೆ ಹೊರಡಿಸಿಬಿಟ್ಟಿದ್ದರು. ಮುಂದೊಂದು ದಿನ ಅವರು ಈ ವಿಷಯದಲ್ಲಿ ದೇಶಕ್ಕೆ ಉತ್ತರ ಕೊಡಲೇ ಬೇಕಾಗಿತ್ತು. ನಿಜವಾಗಿಯೂ ಜನರಲ್ ಥಾಪರ್ ಪ್ರಾಮಾಣಿಕರಾಗಿದ್ದಿದ್ದರೆ ಇಂಥದೊಂದು ಆಜ್ಞೆ ಹೊರಡಿಸುವಂತೆ ರಾಜಕಾರಣಿಗಳು ಒತ್ತಡ ಹೇರಿದಾಗ, ಅದನ್ನು ಪ್ರತಿಭಟಿಸಬಹುದಿತ್ತು. ರಾಜಿನಾಮೆ ನೀಡುವುದಾಗಿ ಸರ್ಕಾರವನ್ನು ಬೆದರಿಸಬಹುದಿತ್ತು. ಆತ ಅದ್ಯಾವುದನ್ನೂ ಮಾಡಿರಲಿಲ್ಲ.

ಈಗ ನಾನೇನು ಮಾಡಬೇಕು?

ಕಮಾಂಡ್ ಪೋಸ್ಟ್‌ನ ಅಂಗಳದಲ್ಲಿ ನಿಂತು ಗಂಭೀರವಾಗಿ ಯೋಚಿಸಿದೆ. ಪರ್ವತ ಸಾಲಿನುದ್ದಕ್ಕೂ ಬೀಡುಬಿಟ್ಟಿರುವ ಚೀನಿಗಳನ್ನು ಸೋಲಿಸಿ ಥಗ್ಲಾದ ಮೇಲೆ ಭಾರತದ ಬಾವುಟ ಹಾರಿಸುವ ಸ್ಥಿತಿಯಲ್ಲಿ ನನ್ನ ಪಂಜಾಬಿ ಸೈನಿಕ ಖಂಡಿತ ಇರಲಿಲ್ಲ. ಚೀನಿಗಳ ಮೇಲೆ ಮುಗಿಬೀಳಬೇಕೆಂದರೆ, ನಮ್ಕಾ ಚು ದಂಡೆಯುದ್ದಕ್ಕೂ ಬೀಡುಬಿಟ್ಟ ಪಂಜಾಬಿಗಳನ್ನೆಲ್ಲ ಎಬ್ಬಿಸಿಕೊಂಡು ಬರಬೇಕು. ಅದು ಸಾಧ್ಯವಿಲ್ಲ. ಎಬ್ಬಿಸಿಕೊಂಡು ಬಂದದ್ದೇ ಆದರೆ ನಮ್ಕಾ ಚು ನದಿಯೆಂಬ ಸೈನಿಕ ಸರಹದ್ದನ್ನು ಕಾಯುವುದು ಸಾಧ್ಯವಿರಲಿಲ್ಲ. ಥಗ್ಲಾದ ಮುಂಭಾಗದಲ್ಲಿ ಚೀನಿಗಳ ಎರಡು ಸಮರ್ಥ ಕಂಪೆನಿಗಳು ಹರಡಿ ನಿಂತಿವೆ. ಅವುಗಳ ಬೆನ್ನ ಹಿಂದೆ ಇಡೀ ಒಂದು ಬಟಾಲಿಯನ್ನೇ ಇದೆ. ಅವರಿಗೆ ನಮ್ಮ ಪಂಜಾಬಿಗಳು ಸದ್ಯದ ಸ್ಥಿತಿಯಲ್ಲಿ ಸಮನಾಗಲಾರರು. ವಿಶೇಷವಾಗಿ ಒಂದು ಮತ್ತು ನಾಲ್ಕನೇ ಸೇತುವೆಗಳ ಮಧ್ಯದ ಭಾಗದಲ್ಲಿ ಕಾಲೂರಿ ನಿಂತು ಯುದ್ಧ ಮಾಡುವುದು ಅತ್ಯಂತ ಅಪಾಯಕಾರಿಯಾದೀತು. ಚೀನಿ ದುಷ್ಮನ್ ಎತ್ತರದ ಪ್ರದೇಶದಲ್ಲಿದ್ದಾನೆ. ಕೆಲಸಕ್ಕೆ ಬಾರದ ಕೋವಿ ಮತ್ತು ಬೆರಳೆಣಿಕೆಯಷ್ಟು ಕಾಡತೂಸು ಇಟ್ಟುಕೊಂಡ ನಮ್ಮ ಪಂಜಾಬಿ ಆ ಎತ್ತರದ ಪ್ರದೇಶವನ್ನೇನಾದರೂ ಹತ್ತಲು ಪ್ರಯತ್ನಿಸಿದರೆ, ಮೇಲಿನಿಂದ ಆಟೋಮ್ಯಾಟಿಕ್ ರೈಫಲ್ಲುಗಳು ಗುಂಡಿನ ಸುರಿಮಳೆಯನ್ನೇ ಸುರಿಸಿಬಿಡುತ್ತವೆ. ಹುಳಹುಪ್ಪಡಿಗಳಂತೆ ಸತ್ತು ಹೋಗುತ್ತಾನೆ ಪಂಜಾಬಿ. ಎಲ್ಲಕ್ಕಿಂತ ಮುಖ್ಯವಾಗಿ, ನಮ್ಕಾ ಚು ನದಿ ದಾಟಿಕೊಂಡೇ ನಮ್ಮ ಪಡೆಗಳು ಪರ್ವತದೆಡೆಗೆ ಸಾಗಬೇಕು. ನದಿಯ ಇನ್ನೊಂದು ದಡದಲ್ಲಿ ಮಟ್ಟಸವಾಗಿ ತೆಗ್ಗು ತೋಡಿಕೊಂಡು ಕುಳಿತಿರುವ ಚೀನಿ ಸೈನಿಕ, ಪಂಜಾಬಿಗಳನ್ನು ನಿಂತ ನಿಲುವಿನಲ್ಲೇ ಕೊಂದು ಹಾಕಿಬಿಡುತ್ತಾನೆ.

"ಇವರಿಗೇನಾದರೂ ವಿವೇಚನೆ ಇದೆಯೆ ಕರ್ನಲ್ ಮಿಶ್ರಾ? ಥಗ್ಲಾ ಪರ್ವತಕ್ಕೆ ಮುತ್ತಿಗೆ ಹಾಕಿ ಅಂತಿದ್ದಾರೆ. ಹಲವಾರು ಯುದ್ಧಗಳಲ್ಲಿ ಪಳಗಿದ ನಮ್ಮ ಪಂಜಾಬಿಗೆ, ಇದೊಂದು ಪರ್ವತ ದೊಡ್ಡ ಕಷ್ಟದ್ದೇನಲ್ಲ. ಆದರೆ ಅವನಿಗೆ ನಾವು ಹೊಟ್ಟೆಗಾಗುವಷ್ಟು ರೇಷನ್ ಕೊಟ್ಟಿಲ್ಲ. ಬಡಿದಾಡಿ ಸಾಯೋಣವೆಂದರೆ, ಕಾಡತೂಸು ಕೊಟ್ಟಿಲ್ಲ. ಮೊನ್ನೆಯಷ್ಟೆ ಹದಿಮೂರೂವರೆ ಸಾವಿರ ಅಡಿ ಎತ್ತರದ ಪರ್ವತ ಹತ್ತಿ ಇಳಿದು ಬಂದಿದ್ದಾನೆ. ಹೆಣ ಭಾರದ ಮೂಟೆ ಹೊತ್ತಿದ್ದಾನೆ. ಅವನಿಗೊಂದು

ಸಣ್ಣ ವಿಶ್ರಾಂತಿಯನ್ನೂ ನಾವು ಕೊಟ್ಟಿಲ್ಲ. ಹೋಗಲಿ, ಮುಂದೆ ಮುಂದೆ ಅವನು ನುಗ್ಗುತ್ತಿದ್ದರೆ, ಬೆನ್ನ ಹಿಂದಿನಿಂದ ನಮ್ಮ ಫಿರಂಗಿ ದಳ ಬೆಂಬಲ ಕೊಡುವ ಸಾಧ್ಯತೆಗಳಾದರೂ ಇವೆಯೊ? ಹಿಮಾಲಯದ ನೆತ್ತಿಗೆ ಒಂದೇ ಒಂದು ಫಿರಂಗಿಯನ್ನು ನಾವು ತಂದಿಲ್ಲ. ನಮ್ಮಲ್ಲಿ ಯಾವ್ಯಾವುದರ ಕೊರತೆ ಇದೆಯೋ, ಅದೆಲ್ಲವೂ ಚೀನಿಗಳ ಬಳಿ ಸಮೃದ್ಧವಾಗಿವೆ. ಇಷ್ಟಾಗಿ, ಒಂದು ವೇಳೆ ನಾವು ದಡಬಡಿಸಿ ನುಗ್ಗಿ ಥಗ್ಲಾದ ಒಂದು ಭಾಗವನ್ನು ಆಕ್ರಮಿಸಿಕೊಂಡೇ ಬಿಡುತ್ತೇವೆನ್ನಿ. ಅಲ್ಲಿಗೆ ಚೀನಿಗಳು ಸುಮ್ಮನಿದ್ದು ಬಿಡುತ್ತಾರಾ? ಬೆನ್ನ ಹಿಂದೆಯೇ ದೊಡ್ಡ ಸೇನೆ ಎದ್ದು ಬರುತ್ತದೆ. ಹಾಗೆ ನುಗ್ಗಿ ಬರುವಾಗ ಅವರನ್ನು ದಾರಿಯಲ್ಲೇ ಉಡಾಯಿಸೋಣವೆಂದರೆ, ನಮ್ಮಲ್ಲಿ ನೆಲದಲ್ಲಿ ಹುಗಿದಿಡಬಹುದಾದ ಸ್ಫೋಟಕಗಳೂ ಇಲ್ಲ. ಅಸಲಿಗೆ ಒಂದು ಮೊಳದಷ್ಟೂ ವೈರ್(wire) ನಮ್ಮಲ್ಲಿಲ್ಲ. ಏನಾದರೂ ಅನಾಹುತವಾಗಿ, ಇನ್ನೊಂದಿಷ್ಟು ಸೈನ್ಯ ಕರೆಸಿಕೊಳ್ಳೋಣವೆಂದರೆ - ಎಲ್ಲಿಂದ ಹೊರಟರೂ ನಮ್ಮ ತುಕಡಿಗಳು ಈ ಧೋಲಾ ಪೋಸ್ಟ್ ಎಂಬ ಪಾತಾಳ ಸದೃಶ ಪ್ರದೇಶಕ್ಕೆ ಬಂದು ತಲುಪುವುದಕ್ಕೆ ಕನಿಷ್ಠ ಹದಿನೈದು ದಿನಗಳು ಬೇಕು. ನಾವೇನಾದರೂ ಅವಸರ ಮಾಡಿಕೊಂಡು ಥಗ್ಲಾದೆಡೆಗೆ ನುಗ್ಗಿದರೆ ಚೀನಿ ಸೈನ್ಯ ನಮ್ಮ ಮೇಲೆ ಮುರಕೊಂಡು ಬೀಳುತ್ತದೆ. ಆಗ ಹಿಂದಕ್ಕೆ ತಿರುಗಿ ಓಡಲೇ ಬೇಕು. ಎಲ್ಲಿಯ ತನಕ ಓಡುತ್ತೀರಿ ಕರ್ನಲ್ ಮಿಶ್ರಾ? ಸಿಡಿಲಿನಂತೆ ಬೆನ್ನತ್ತಿಬಿಡುತ್ತದೆ ಚೀನಿ ಸೈನ್ಯ. ನೋಡ ನೋಡುತ್ತಲೇ ಹತುಂಗ್ಲಾ ಪರ್ವತ ಆಕ್ರಮಿಸಿಕೊಂಡು ಲುಂಪೋದ ತನಕ ಬಂದುಬಿಡುತ್ತಾರೆ. ಆಮೇಲೆ ತವಾಂಗ್ ಎಷ್ಟು ದೂರ? ನುಗ್ಗಿ ಬಂದು ಎಲ್ಲರನ್ನೂ ತರಿದು ಹಾಕಿಬಿಡುತ್ತಾರೆ....." ಅಂದೆ.

ಕರ್ನಲ್ ಮಿಶ್ರಾ ನನ್ನಷ್ಟೇ ದಿಗ್ಭ್ರಾಂತರಾಗಿ ನಿಂತಿದ್ದರು.

"ಆಜ್ಞೆ ದಿಲ್ಲಿಯಿಂದ ಬಂದಿದೆಯಲ್ಲ ಸರ್....." ಅಂದರು.

ಅದೇನನ್ನಿಸಿತೋ ಕಾಣೆ; ತುಂಬ ದೃಢವಾದ ನಿರ್ಧಾರ ಕೈಗೊಂಡು, ಜನರಲ್ ನಿರಂಜನ್ ಪ್ರಸಾದ್‌ರಿಗೆ ಈ ಕೆಳಗಿನಂತೆ ಸಂದೇಶ ಕೊಟ್ಟೆ:

"ದಿಲ್ಲಿಯಿಂದ ನೇರವಾಗಿ ಬಂದ ಆದೇಶವನ್ನು ನಾನು ಧಿಕ್ಕರಿಸುತ್ತಿದ್ದೇನೆ. ಈ ವಿಷಯದಲ್ಲಿ ನೀವು ಕೋರ್ ಕಮಾಂಡರ್ ಉಮ್ರಾವ್ ಸಿಂಗ್ ಅವರೊಂದಿಗೆ ಮಾತನಾಡಿ. ದಿಲ್ಲಿಯ ಅಧಿಕಾರಿಗಳ ವಿರುದ್ಧ ಪ್ರತಿಭಟಿಸಲು ಹೇಳಿ. ಇಡೀ ಥಗ್ಲಾ ಅತಿಕ್ರಮ ಪ್ರವೇಶದ ಕುರಿತು ಅಧ್ಯಯನ ಮಾಡಿ ನಮ್ಮದೇ ಒಂದು ಅವಗಾಹನೆ ತಂದುಕೊಳ್ಳುವ ತನಕ ನಾನು ಯಾವ ಆಜ್ಞೆಯನ್ನೂ ಪಾಲಿಸುವುದಿಲ್ಲ!"

ಹಾಗೆಂದು ಸಂದೇಶ ಕಳಿಸಿದವನೇ ಕರ್ನಲ್ ಮಿಶ್ರಾರಿಗೆ ಸ್ಪಷ್ಟವಾಗಿ ಹೇಳಿದೆ;

"ದಿಲ್ಲಿಯ ಯಾವುದೇ ಅಪ್ಪಣೆಯನ್ನು ನೀವು ಜಾರಿಗೆ ತರಬೇಕಾಗಿಲ್ಲ. ಫೀಲ್ಡ್ ಕಮ್ಯಾಂಡರನಾದ ನನ್ನ ಆಜ್ಞೆಯೇ ಅಂತಿಮ. ಥಗ್ಲಾ ಮೇಲೆ ಹಲ್ಲೆ ನಡೆಸುವ ಸಂಗತಿ ಸದ್ಯಕ್ಕೆ ಮರೆತುಬಿಡಿ!"

ಇದ್ದಕ್ಕಿದ್ದಂತೆ ನಮ್ಮಾಕ ಚು ಕಣಿವೆಯಲ್ಲಿ ಒಂದು ನೆಮ್ಮದಿಯ ಛಾಯೆ ಹರಡಿದಂತಾಯಿತು. ಕರ್ನಲ್ ಮಿಶ್ರಾ ನನ್ನನ್ನು ಊಟಕ್ಕೆಬ್ಬಿಸಿದರು.

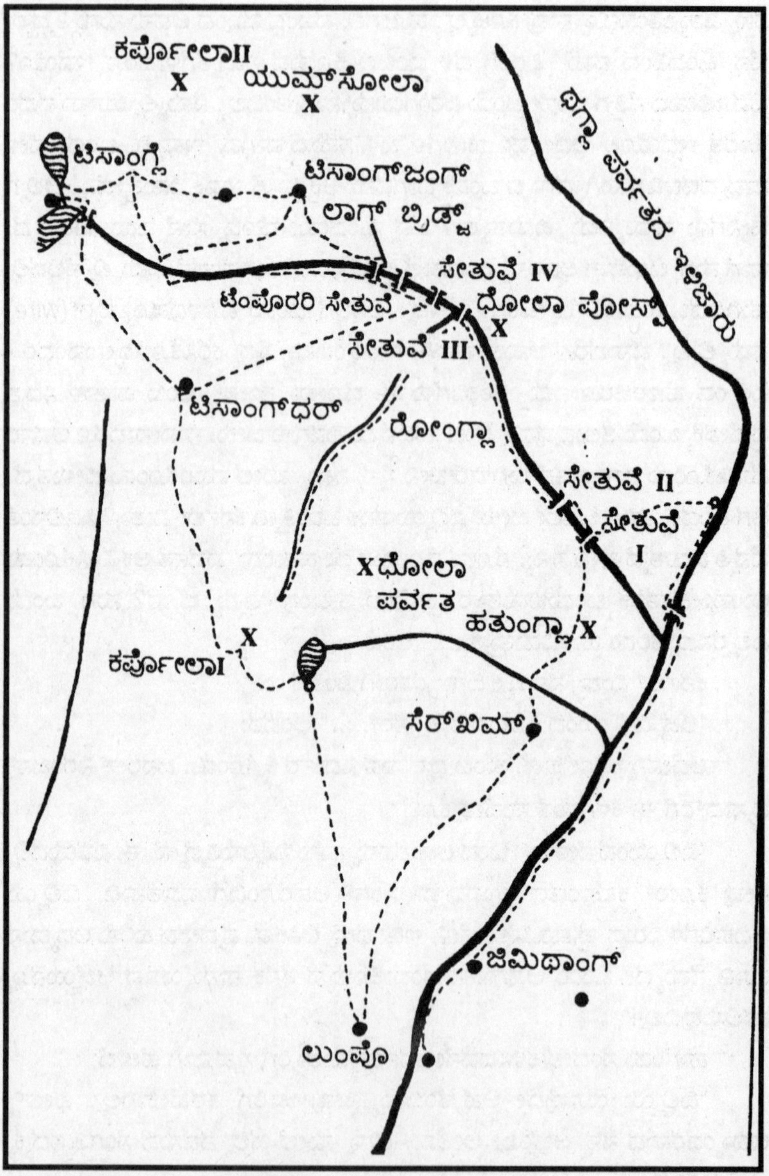

ಥಗ್ಲಾ ಯುದ್ಧಭೂಮಿಯ ನಕಾಶೆ

ಥೋಲಾ ಪೋಸ್ಟ್‌ನ ಅಂಗಳದಲ್ಲಿ

ಊಟವಾದ ನಂತರ ಮೂರನೆಯ ಸೇತುವೆಯ ಕಡೆಗೆ ಹೊರಟ ನಾನು ದಾರಿಯಲ್ಲಿ ಪಂಜಾಬಿಗಳದೊಂದು ತುಕಡಿಯನ್ನು ಮಾತನಾಡಿಸಿದೆ. ಅವರ ಪ್ಲಟೂನಿನ ಲಂಗರ್(ಅಡುಗೆಯ ಸ್ಥಳ)ಗೆ ಹೋಗಿ ನೋಡಿದೆ. ಅದು ಸಿಖ್ ಮತ್ತು ಡೋಗ್ರಾ ಯೋಧರಿದ್ದ ಪ್ಲಟೂನು. ಇಬ್ಬರೂ ಅಷ್ಟೆ: ರೊಟ್ಟಿ ಕಂಡರೆ ಪ್ರಾಣ ಬಿಡುವ ಜನ. ಅವರಿಗೆ ಅನ್ನ- ಸಾರು ತಿನ್ನುವುದೆಂದರೆ ಅದೇ ದೊಡ್ಡ ಶಿಕ್ಷೆ. ಅಂಥದರಲ್ಲಿ ಅನ್ನ ಬೇಯಿಸಿಕೊಳ್ಳುತ್ತ ಕುಳಿತಿದ್ದರು. "ಇದ್ಯಾಕೆ ಹೀಗೆ?" ಅಂದೆ. ಲಂಗರ್‌ನ ಮುಖ್ಯಸ್ಥ ಸೆಟೆದು ನಿಂತು ಹೇಳಿದ.

"ಇಷ್ಟು ದೊಡ್ಡ ಲಂಗರ್‌ಗೆ ಕಬ್ಬಿಣದ ತವೆಯೆಂದರೆ ಎಷ್ಟು ದೊಡ್ಡದಿರುತ್ತದೋ ನಿಮಗೆ ಗೊತ್ತಲ್ವ ಸಾಹಿಬ್? ಹೊತ್ತುಕೊಂಡು ಬರಲು ಎಂಟು ಜನ ಬೇಕು. ಅದರ ಬದಲು ಎಂಟೂ ಜನ ಸೇರಿ ಮದ್ದುಗುಂಡಿನ ಡಬ್ಬಿಗಳನ್ನು ತಂದಿದ್ದೇವೆ. ರೊಟ್ಟಿಯಿಲ್ಲದೆ ಸತ್ತರೆ ಅವಮಾನವಿಲ್ಲ ಸಾಹಿಬ್; ಸೈನಿಕರು ಕಾಡತೂಸಿಲ್ಲದೆ ಸಾಯಬಾರದು!"

ನನ್ನ ಕಣ್ಣುಗಳಲ್ಲಿ ಹೆಮ್ಮೆಯ ನೀರು ಕದಲಿದವು.

ಹಾಗೆ ಪಡಬಾರದ ಪಡಿಪಾಟಲು ಪಡುತ್ತಾ ನನ್ನ ಪಂಜಾಬಿಗಳ, ಡೋಗ್ರಾಗಳ ಪ್ಲಟೂನ್ ಕುಳಿತಿದ್ದರೆ, ಅವರೆದುರಿಗಿನ ನದಿಯಾಚೆಗೆ ಚೀನಿ ಸೈನಿಕರ ಪಡೆಯೊಂದು ತನ್ನ ಡೇರೆಗಳಲ್ಲಿ ಊಟ ಮಾಡುತ್ತಿತ್ತು! ಇಬ್ಬರ ಕಣ್ಣಿಗೆ ಇಬ್ಬರೂ ಕಾಣುತ್ತಿದ್ದರು. ಎಲ್ಲಿ ಚೀನಿ ಸೈನ್ಯ ಕಾಣಿಸಿದರೂ ಅವರೆದುರಿಗೇ ನೀವು ಠಿಕಾಣಿ ಹೂಡಿ ಕುಳಿತುಬಿಡಿ ಎಂದು ಜನರಲ್ ಕೌಲ್ ನೀಡಿದ ಆದೇಶದ ಪರಿಣಾಮವದು. ಎರಡು ಸುವಿಶಾಲ ದೇಶಗಳ ಸೈನ್ಯಗಳು ಪುಟ್ಟದೊಂದು ನದಿಯ ಸಮ್ಮುಖದಲ್ಲಿ ಇದಿರುಬದಿರಾಗಿ ಕುಳಿತಿದ್ದವು. ಜ್ವಾಲಾಮುಖಿ ಯಾವಾಗ ಬೇಕಾದರೂ ಸ್ಫೋಟಗೊಳ್ಳಬಹುದಿತ್ತು.

ಎರಡನೇ ಸೇತುವೆಯಿಂದ ಸಾಕಷ್ಟು ದೂರದಲ್ಲಿದ್ದ (ಮ್ಯಾಪ್ ನೋಡಿ) ಮೂರನೇ ಮತ್ತು ನಾಲ್ಕನೆಯ ಸೇತುವೆಗಳ ಬಳಿಗೆ ನಾನು ನೇರವಾಗಿ ಹೋಗುವಂತಿರಲಿಲ್ಲ. ದಾರಿಯಲ್ಲಿ ಚೀನಿ ಪಡೆಗಳು ಅಡ್ಡವಾಗಿದ್ದವು. ನಾನು ಬಳಸು ಮಾರ್ಗವಾಗಿ, ಆ ಭಯಾನಕವಾದ ಕೆಸರಿನಲ್ಲಿ ಇನ್ನಿಲ್ಲದ ಕಷ್ಟಪಟ್ಟುಕೊಂಡು ಒಂದಿಡೀ ದಿನ ನಡೆದು ಮೂರನೆಯ ಸೇತುವೆ ತಲುಪಿದೆ. ಅಲ್ಲಿಗೆ, ನಾನು

ಲುಂಪೋದಿಂದ ಹೊರಟು ಪೂರ್ತಿ ಮೂರು ದಿನಗಳಾಗಿದ್ದವು. ಇಂಥ ದುರ್ಗಮ ಮತ್ತು ದುಸ್ಸಾಧ್ಯವೆನಿಸುವಂತಹ ಸ್ಥಳಕ್ಕೆ ಮದ್ದುಗುಂಡಿನ ಸಮೇತ ನನ್ನ ಯೋಧ ನಡೆದು ಬರುವುದಾದರೂ ಹೇಗೆ? ಪ್ರತಿ ಹೆಜ್ಜೆಗೂ ಆ ಪ್ರಶ್ನೆ ಕೇಳಿಕೊಂಡೆ. ಮೂರನೆಯ ಸೇತುವೆಯನ್ನು ಸಮೀಪಿಸುತ್ತಿದ್ದಂತೆಯೇ ನನ್ನೊಂದಿಗಿದ್ದ ಕರ್ನಲ್ ಮಿಶ್ರಾ ಕೈ ಮಾಡಿ ತೋರಿಸಿ 'ಅಲ್ನೋಡಿ' ಅಂದರು.

ಅಲ್ಲಿತ್ತು ಪಾಪಿ ಧೋಲಾ ಪೋಸ್ಟ್!

ಒಂದು ಸಲ ಅದರೆಡೆಗೆ ದಿಟ್ಟಿಸಿ ನೋಡಿದೆ. ಸುತ್ತಲಿನ ಪರಿಸರ ನೋಡಿದೆ. ಯುದ್ಧ ಶುರುವಾದದ್ದೇ ಆದಲ್ಲಿ ಈ ನತದೃಷ್ಟ ಧೋಲಾ ಪೋಸ್ಟ್‌ನ್ನ ಭಗವಂತನೂ ರಕ್ಷಿಸಲಾರ ಎಂಬುದು ಖಾತರಿಯಾಯಿತು. ಅದರ ಸುತ್ತಲೂ ಎತ್ತರದ ಪರ್ವತಗಳಿದ್ದವು. ಎಲ್ಲ ಪರ್ವತಗಳ ಮೇಲೂ ಚೀನಿಗಳಿದ್ದರು. ಅಸಲಿಗೆ ಧೋಲಾ ಪೋಸ್ಟ್ ತನಕ ತಲುಪುವುದೇ ನಮ್ಮ ಸೈನಿಕರಿಗೆ ದೊಡ್ಡ ಪ್ರಯಾಸದ ಕೆಲಸವಾಗಲಿತ್ತು. ಇಲ್ಲಿಗೆ ಬಂದು ತಲುಪಲು ನಮಗಿದ್ದ ಎರಡೇ ರಸ್ತೆಗಳೆಂದರೆ ಲುಂಪೋದಿಂದ ಹೊರಟು ಹತುಂಗ್ಲಾ ಪರ್ವತ ಹತ್ತಿಳಿದು ಧೋಲಾಗೆ ಬರಬೇಕು. ಅದು ಬಿಟ್ಟರೆ ಕರ್ಪೋಲಾದ ಮೂಲಕ ಬರಬೇಕು. ಆ ಎರಡೂ ರಸ್ತೆಗಳನ್ನು ಚೀನಿ ಸೈನ್ಯ ಆಕ್ರಮಿಸಿಕೊಂಡು ಬಿಟ್ಟರೆ ಮುಗಿದೇ ಹೋಯಿತು. ಆ ಎರಡೂ ರಸ್ತೆಗಳ ಕಾವಲಿಗೆ ನಾವು ನಿಲ್ಲಿಸಿರುವುದು ಒಂದು ತುಕಡಿಯಷ್ಟು ಸೈನಿಕರನ್ನು ಮಾತ್ರ! ಇಡೀ ಒಂದು ಬ್ರಿಗೇಡನ್ನೇ ತಂದು ನಿಲ್ಲಿಸಿದ್ದಿದ್ದರೂ ಹತುಂಗ್ಲಾದ ರಸ್ತೆಯನ್ನು ರಕ್ಷಿಸುವುದು ದುಸ್ಸಾಧ್ಯ ಎನ್ನುವಂತಹ ಪರಿಸ್ಥಿತಿ.

ಇಂಥ ದುರ್ಗಮ ಮತ್ತು ಅವೈಜ್ಞಾನಿಕ ಪ್ರದೇಶದಲ್ಲಿ ಧೋಲಾ ಎಂಬ ನತದೃಷ್ಟ ಪೋಸ್ಟ್ ಒಂದನ್ನು ಎಬ್ಬಿಸಿ ನಿಲ್ಲಿಸಿ, ಅದನ್ನು ಇಡೀ ದೇಶದ ಗೌರವದ, ಅಸ್ತಿತ್ವದ, ಭಾರತೀಯರ ಆತ್ಮಾಭಿಮಾನದ ಪ್ರಶ್ನೆಯನ್ನಾಗಿ ಮಾಡಿಬಿಟ್ಟಿದ್ದರು. ಅದನ್ನೀಗ ನಾವು ರಕ್ಷಿಸಬೇಕಿತ್ತು. 'ಮೇಲಿನವರು' ತಮ್ಮ ಸಂತೋಷಕ್ಕಾಗಿ ಫಾರ್ವರ್ಡ್ ಪಾಲಸಿ ಘೋಷಿಸಿಬಿಟ್ಟಿದ್ದರು.

ಧೋಲಾ ಪೋಸ್ಟ್‌ನ ಅಂಗಳದಲ್ಲಿ ನಿಂತು ಎದುರಿಗಿನ ಥಗ್ಲಾ ಪರ್ವತಗಳ ಇಳಿಜಾರಿನ ಮೇಲೆ ಬೀಡುಬಿಟ್ಟಿದ್ದ ಚೀನೀ ಸೈನಿಕರನ್ನು ನೋಡಿದೆ. ಪರ್ವತ ಸಾಲುಗಳ ಮೈತುಂಬ ಹರಡಿಕೊಂಡಿದ್ದ ಶತ್ರು. ಆರಂಭದಲ್ಲಿ ಸಣ್ಣ ಸಂಖ್ಯೆಯಲ್ಲಿ ಕಾಣಿಸಿಕೊಂಡಿದ್ದವನು ಈಗ ಮೂರು ಹಂತಗಳಲ್ಲಿ ತನ್ನ ತುಕಡಿಗಳನ್ನು ನೆಲೆಗೊಳಿಸಿಕೊಂಡಿದ್ದ. ಮೊದಲನೆಯದು ನಮ್ಮೆದುರಿನ ನಮ್ಕಾ ಚು ನದಿಯ ದಡದಲ್ಲೇ ಇತ್ತು. ಎರಡನೆಯ ತುಕಡಿ ಥಗ್ಲಾದ ಇಳಿಜಾರಿನ ಮೇಲೆ, ಯಾವ ಕ್ಷಣದಲ್ಲಾದರೂ ಇಳಿದುಬರಲು ಸಿದ್ಧವಾಗಿ ಕುಳಿತಿತ್ತು. ಮೂರನೆಯ ಬಹುದೊಡ್ಡ ತುಕಡಿ ಪರ್ವತದ ನೆತ್ತಿಯ ಮೇಲೆ ಬೀಡುಬಿಟ್ಟಿತ್ತು. ಆ ಇಳಿಜಾರುಗಳಲ್ಲಿ ಕಾಡೂ ಇರಲಿಲ್ಲ. ಸದ್ದಿಲ್ಲದೆ ತೆವಳಿಹೋಗಿ ಶತ್ರುವಿನ ಮೇಲೆ ಬೀಳುವ ಅವಕಾಶವೂ ನಮಗಿರಲಿಲ್ಲ. ಬೆಟ್ಟ ಏರಲು ನಿರ್ಧರಿಸಿದ ಮರುಕ್ಷಣ ಅವನು ನಮ್ಮನ್ನು ನಿಂತಲ್ಲೇ ಕೊಂದು ಹಾಕಬಲ್ಲಷ್ಟು ಆಯಕಟ್ಟಿನ ಸ್ಥಳದಲ್ಲಿ ನಿಂತಿದ್ದ!

ಕೊಂಚ ಮುಂದಕ್ಕೆ ಹೋಗಿ ಧೋಲಾ ಪೋಸ್ಟ್‌ನ ದಕ್ಷಿಣ ದಿಕ್ಕಿಗಿದ್ದ ಟಿಸಾಂಗಧರ್ ಎಂಬ ಮತ್ತೊಂದು ಪರ್ವತವನ್ನು ನೋಡಿದೆ. ಇದ್ದುದರಲ್ಲೇ ಉತ್ತಮ ಜಾಗ ಅನ್ನಿಸಿತು. ಅದು ಥಗ್ಲಾ

ಪರ್ವತ ಸಾಲಿನಿಂದ ಸುಮಾರು 4,000 ಅಡಿ ದೂರದಲ್ಲಿತ್ತು. ಅದರ ಮೇಲೆ ನಾವು ನಿಂತರೆ ನಮ್ಕಾ ಚು ನದಿಯ ಎರಡೂ ದಡಗಳು ಸ್ಪಷ್ಟವಾಗಿ ಕಾಣುವಂತಿದ್ದವು. ಟಿಸಾಂಗಧರ್‌ನ ನೆತ್ತಿಯ ಮೇಲೆ ಸಮತಲವಾದ ನೆಲವಿತ್ತು. ಅಲ್ಲಿ ಫಿರಂಗಿ ನಿಲ್ಲಿಸಲು ಅಡ್ಡಿಯಿಲ್ಲವೆನ್ನಿಸಿತು. ಯುದ್ಧ ಶುರುವಾದದ್ದೇ ಆದಲ್ಲಿ, ವಾಯು ಪಡೆಯವರ ಒಂದು ಡಕೋಟಾ ಏರ್‌ಕ್ರಾಫ್ಟ್ ಬೇಕಾದರೂ ಅದರ ಮೇಲೆ ಬಂದಿಳಿಯಬಹುದಾದಂಥ ಅವಕಾಶವಿದೆಯೆಂದು ಕರ್ನಲ್ ಮಿಶ್ರಾ ಹೇಳಿದರು. ತೀರ ಲುಂಪೋದಿಂದ ಸರಕು ಹೊತ್ತು ನಡೆದುಬರುವ ಬದಲು ಟಿಸಾಂಗಧರ್ ಮೇಲೆಯೇ ಸರಕು ಸಂಗ್ರಹಿಸಿಕೊಂಡು ಬರಬಹುದಿತ್ತು.

ಧೋಲಾದಿಂದ ನಾನು ಅವತ್ತೇ ಮೊದಲನೇ ಸೇತುವೆಯ ಬಳಿಯಿದ್ದ ಸೈನಿಕ ಶಿಬಿರಕ್ಕೆ ಹಿಂತಿರುಗಿದೆ. ರಾತ್ರಿಯ ಊಟವನ್ನು ಸೈನಿಕರೊಂದಿಗೆ ಮಾಡಿದೆ. ಕರ್ನಲ್ ಮಿಶ್ರಾ ಅವತ್ತಿನ ನಮ್ಮ ಚಟುವಟಿಕೆಗಳ ಟಿಪ್ಪಣಿ ಮಾಡಿಟ್ಟರು. ನಾವಿನ್ನೇನು ಮಲಗಬೇಕು; ಅಷ್ಟರಲ್ಲಿ ರಾತ್ರಿ 10.30 ನಿಮಿಷಕ್ಕೆ ಇದ್ದಕ್ಕಿದ್ದಂತೆ ಯಾವುದೇ ಪೂರ್ವ ಸೂಚನೆಯಿಲ್ಲದೆ ಎರಡನೇ ಸೇತುವೆಯ ಬಳಿ ಚೀನಿ ಸೈನಿಕನೊಬ್ಬ ನದಿಯ ಆಚೆಗೆ ನಿಂತು ನಮ್ಮ ಸೆಂಟ್ರಿ ಪೋಸ್ಟ್ (ಕಾವಲು ಕೇಂದ್ರ)ನ ಮೇಲಕ್ಕೆ ಒಂದು ಶಕ್ತಿಯುತ ಗ್ರೆನೇಡ್ ಎಸೆದುಬಿಟ್ಟ. ತಕ್ಷಣ ನಮ್ಮ ಸೈನಿಕರು ಗುಂಡು ಹಾರಿಸತೊಡಗಿದರು. ಆ ಕತ್ತಲಲ್ಲೂ ಗುರಿ ಸಾಧಿಸಿ ಇಬ್ಬರು ಚೀನಿಗಳನ್ನು ಕೊಂದು ಹಾಕಿದರು. ಒಬ್ಬನನ್ನು ತೀವ್ರವಾಗಿ ಗಾಯಗೊಳಿಸಿದರು. ತುಸುಮಟ್ಟಿಗೆ ಗುಂಡು ಆ ಕಡೆಯಿಂದಲೂ ಹಾರಿಸಲ್ಪಟ್ಟವು. ನಮ್ಮ ಕಡೆಯ ಐವರು ಸೈನಿಕರು ಗಾಯಗೊಂಡರು.

ಅಲ್ಲಿಗೆ ಥಗ್ಲಾ ಯುದ್ಧದ ಮೊದಲ ಹಂತ ಮುಕ್ತಾಯವಾದಂತಾಗಿತ್ತು.

ಅದರ ಮರುದಿನ, ಸೆಪ್ಟಂಬರ್ 21ರಂದು ನಾನು ಮೊದಲನೇ ಸೇತುವೆಯಿಂದ ಹೊರಟು ವಾಪಸು ಲುಂಪೋಗೆ ಬಂದೆ. ದಾರಿಯಲ್ಲಿ ಪಂಜಾಬಿಗಳ ಮತ್ತೊಂದು ತುಕಡಿ ಇದಿರಾಯಿತು. ಅವರು ಮಿಸಾಮಾರಿಯಿಂದ ಹೊರಟು, ತವಾಂಗ್ ದಾಟಿ ನಮ್ಕಾ ಚು ಕಣಿವೆಯ ತನಕ ಅವಿಷ್ಟೂ ಹಾದಿಯನ್ನು ನಡೆದುಕೊಂಡೇ ಕ್ರಮಿಸಿದ್ದರು. ಮುಖಗಳಲ್ಲಿ ದಣಿವಿತ್ತು. ಕಾಲಲ್ಲಿದ್ದ ಕ್ಯಾನ್ವಾಸ್ ಬೂಟು ಹರಿದಿದ್ದವು. ಹೆಬ್ಬೆರಳು ಕಾಣಿಸುತ್ತಿದ್ದವು. ಆದರೂ ಅವರು ಮುಗುಳ್ನಗುತ್ತಿದ್ದರು.

ಹಾಗೆ ನಾನು ಧೋಲಾದಿಂದ ಹಿಂತಿರುಗುವುದರೊಳಗಾಗಿ ಇಡೀ ಥಗ್ಲಾ ಯುದ್ಧದ ಎರಡನೇ ಹಂತ ಆರಂಭಗೊಂಡಂತಾಗಿತ್ತು. ಧೋಲಾ ಪೋಸ್ಟ್‌ನ್ನು ಮುತ್ತಿಗೆ ಹಾಕುವುದರ ಮೂಲಕ ಯುದ್ಧಕ್ಕೆ ನೇರ ಆಹ್ವಾನ ನೀಡಿದ್ದ ಚೀನಿಗಳು ಇನ್ನೊಂದೆಡೆ ನಮ್ಮ ಸೈನ್ಯವನ್ನು ನೈತಿಕವಾಗಿ ಸದೆಬಡಿಯಲು ತಂತ್ರಗಳನ್ನು ಹುಡುಕಿದ್ದರು. ನಮ್ಕಾ ಚು ನದಿಯ ಇನ್ನೊಂದು ದಡದಲ್ಲಿದ್ದ ಚೀನಿ ಸೈನಿಕರು ಇದ್ದಕ್ಕಿದ್ದಂತೆ ಲೌಡ್ ಸ್ಪೀಕರುಗಳನ್ನೆತ್ತಿಕೊಂಡು "ಭಾರತ-ಚೀನಾ ಸರ್ಕಾರಗಳು ಗಡಿಯ ಕುರಿತು ಮಾತುಕತೆ ನಡೆಸುತ್ತಿವೆ!" ಎಂದು ಘೋಷಿಸತೊಡಗಿದರು. ಇದರಿಂದಾಗಿ ಭಾರತೀಯ ಸಿಪಾಯಿ ದೊಡ್ಡ ಗೊಂದಲಕ್ಕೆ ಬೀಳತೊಡಗಿದ. ಶುರುವಾಗಿರುವುದು ಯುದ್ಧವೋ, ಸಂಧಾನವೋ? ಅವನಿಗೆ ಅರ್ಥವಾಗದಾಯಿತು. ಶತ್ರು ಸೈನ್ಯ ಕಣ್ಣೆದುರಿಗೇ ಇರುವಾಗ ಇಂಥ ವಾರ್ತೆಗಳು ಸೈನಿಕನ ಸಿದ್ಧತೆ, ಏಕಾಗ್ರತೆ ಮತ್ತು ನೈತಿಕತೆಗಳನ್ನು ಕದಲಿಸಿ ಹಾಕುತ್ತವೆ. ಪಡೆಗಳ

ಕಮ್ಯಾಂಡರುಗಳಿಗೆ ಏನುತ್ತರಿಸಬೇಕೋ ತಿಳಿಯದೆ ಇರುಸುಮುರುಸಾಗುತ್ತದೆ. ಹಾಗೆ ಸೆಪ್ಟಂಬರ್ 20ರಂದು ರಾತ್ರಿ ನಾವು ಚೀನಿಗಳ ಮೇಲೆ ಪ್ರತಿ ದಾಳಿ ಮಾಡಿ ಇಬ್ಬರನ್ನು ಕೊಂದು ಹಾಕಿದೆವಷ್ಟೆ? ನಮ್ಮವರೂ ಐದು ಜನ ಗಾಯಗೊಂಡಿದ್ದರಲ್ಲವೆ? ಅದಾದ ಹತ್ತೇ ದಿನಕ್ಕೆ ಅಕ್ಟೋಬರ್ 1ರಂದು ಭಾರತೀಯ ರಾಯಭಾರಿಗಳು ಚೀನದ ಪೆಕಿಂಗ್‌ನಲ್ಲಿ ನಡೆದ ಅವರ ರಾಷ್ಟ್ರೀಯ ದಿನಾಚರಣೆಗೆ ಅತಿಥಿಯಾಗಿ ಹೋಗಿದ್ದರು. ಒಂದೆಡೆ ಯುದ್ಧ. ಮತ್ತೊಂದೆಡೆ ಹಬ್ಬ! ಯಾವುದನ್ನು ನಂಬಬೇಕು ಸೈನಿಕ?

ಹಾಗೆ ಲೌಡ್ ಸ್ಪೀಕರುಗಳಲ್ಲಿ ಚೀನಿಗಳು ಎರಡು ರಾಷ್ಟ್ರಗಳ ಸ್ನೇಹದ ಬಗ್ಗೆ ಮಾತನಾಡುತ್ತಿದ್ದರೆ ಭಾರತೀಯ ಸೇನೆಯಲ್ಲಿ ದೊಡ್ಡ ಗೊಂದಲ ಶುರುವಾಯಿತು. ಅದಕ್ಕೆ ಪರ್ಯಾಯವಾಗಿ ನಮ್ಮ ಸರ್ಕಾರ ಅಥವಾ ಸೇನಾ ಮುಖ್ಯಸ್ಥರು ಯಾವುದೇ ಘೋಷಣೆ ನೀಡಲಿಲ್ಲ. ನಲವತ್ತು ಅಡಿ ದೂರದಲ್ಲಿ ಮುಖಾಮುಖಿಯಾಗಿ ಕುಳಿತು ಒಮ್ಮೆ ಕಾಡತೂಸುಗಳನ್ನೂ, ಮತ್ತೊಮ್ಮೆ ಈ ತೆರನಾದ ವದಂತಿಗಳನ್ನೂ ಹಂಚಿಕೊಳ್ಳುವಂಥ ವಿಚಿತ್ರ ಸನ್ನಿವೇಶವದು. ನಮ್ಮ ಸೈನಿಕರಲ್ಲಿ ಯುದ್ಧದ ಬಿರುಸು, ಗಾಂಭೀರ್ಯಗಳನ್ನು ಕಾಯ್ದಿಡುವುದು ಹೇಗೆ?

ಇದೆಲ್ಲ ಶ್ರುತಿ ಮೀರುವ ಹಂತಕ್ಕೆ ಬರುತ್ತಿದ್ದಂತೆಯೇ ನನ್ನ ಈಸ್ಟರ್ನ್ ಕಮಾಂಡ್‌ನ ಹಿರಿಯರಾದ ಜನರಲ್ ಉಮ್ರಾವ್ ಸಿಂಗ್ ಶತಪ್ರಯತ್ನಪಟ್ಟು ಗೂರ್ಖಾ ಹಾಗೂ ರಜಪೂತ್ ಬಟಾಲಿಯನ್‌ಗಳನ್ನು ಎಲ್ಲೆಲ್ಲಿಂದಲೋ ಆಯ್ದು ತರಿಸಿ, ಹಿಮಾಲಯದ ತುದಿಗೆ ಹತ್ತಿಸಿದ್ದರು. ಹಾಗೆ ಪರ್ವತ ಹತ್ತಿ ಬಂದ ಸೈನಿಕರು ದಣಿದಿದ್ದರಷ್ಟೇ ಅಲ್ಲ; ಅವರು ಶಸ್ತ್ರಾಸ್ತ್ರಗಳೇ ಇಲ್ಲದೆ ಬರಿಗೈಲಿ ಬಂದಿದ್ದರು. ನೀವು ಹೋಗಿ ನಮ್ಕಾ ಚು ತಲುಪಿಕೊಳ್ಳಿ. ಶಸ್ತ್ರಾಸ್ತ್ರಗಳನ್ನು ವಿಮಾನಗಳಲ್ಲಿ ತಂದು ಹಾಕಲಾಗುವುದು ಎಂಬ ಭರವಸೆ ನೀಡಿ ಅವರನ್ನು ಕಳಿಸಲಾಗಿತ್ತು. ಒಟ್ಟಿನಲ್ಲಿ ಸೇನಾ ಮುಖ್ಯಸ್ಥರಾದ ಜನರಲ್ ಥಾಪರ್ ಅವರಿಗೆ ಭಾರತದ ಗಡಿಯಲ್ಲಿ ಇಡೀ 7 ಇನ್‌ಫೆಂಟ್ರಿ ಬ್ರಿಗೇಡನ್ನು ಒಯ್ದು ನಿಲ್ಲಿಸಲಾಗಿದೆ ಅಂತ ಹೇಳಿಕೊಳ್ಳಬೇಕಾಗಿತ್ತು. ಆದರೆ ನನ್ನೆದುರಿಗೆ ತಂದು ನಿಲ್ಲಿಸಿದ ತುಕಡಿಗಳು ಒಂದಕ್ಕೊಂದು ಪರಿಚಯವಿದ್ದ, ಜೊತೆಯಲ್ಲಿ ನಿಂತು ಹೋರಾಡಿದ, ಒಟ್ಟಿಗೇ ತರಬೇತಿ ಪಡೆದ ತುಕಡಿಗಳಾಗಿರಲಿಲ್ಲ. ಪರಸ್ಪರರ ಪರಿಚಯಕ್ಕೇ ಸಮಯವಿರಲಿಲ್ಲ.

ಗೂರ್ಖಾ ಹಾಗೂ ರಜಪೂತ ಪಡೆಗಳು ಯಥಾಪ್ರಕಾರ ಮಿಸಾಮಾರಿಯಿಂದ ಕಾಲ್ನಡಿಗೆಯಲ್ಲಿ ಹೊರಟು ಸೆಪ್ಟಂಬರ್ 26ರಂದು ಲುಂಪೋ ತಲುಪಿದ್ದವು. ರಜಪೂತ ಪಡೆಗಳ ನಾಯಕ ಲೆಫ್ಟಿನೆಂಟ್ ಕರ್ನಲ್ ರೀಖ್ ಎಂಬ ಸ್ಪುರದ್ರೂಪಿ ತರುಣ ಬಂದು ನನ್ನೆದುರು ನಿಂತು ಸೆಲ್ಯೂಟ್ ಮಾಡಿದ್ದ. ಆತನ ಕಣ್ಣುಗಳಲ್ಲೇ ಒಂದು ಆತ್ಮೀಯತೆಯಿತ್ತು. ಬಿಸುಪಿತ್ತು. ಕೆಲವೇ ನಿಮಿಷಗಳಲ್ಲಿ ಮಿಲಿಟರಿ ನಿಯಮಗಳನ್ನೆಲ್ಲ ಮೀರಿ ಆತ ನನಗೆ ಆತ್ಮೀಯನಾಗಿ ಬಿಟ್ಟ. ಅಸ್ಸಾಮದಲ್ಲಿದ್ದ ಆತನ ಪಡೆಗಳಿಗೆ ಯಾವುದೇ ಪೂರ್ವ ಸೂಚನೆ ನೀಡದೆ ಸೆಪ್ಟಂಬರ್ 9ರಂದು ಹಿಮಾಲಯದ ಬೆಟ್ಟ ಹತ್ತಲು ಆದೇಶ ನೀಡಲಾಗಿತ್ತು. ಸುಮಾರು 550 ಜನರಿದ್ದ ಆತನ ಪಡೆಗಳನ್ನು ಹಿಮಾಲಯದಲ್ಲಿ ಅಕ್ಲಮಟೈಜ್ ಮಾಡಿಸಿರಲಿಲ್ಲ. ಅಷ್ಟು ದೂರದಿಂದ ನಡೆಯುತ್ತ

ಬಂದ ರಜಪೂತ ಪಡೆ ಸೇಲಾ ಪಾಸ್ ದಾಟುತ್ತಿದ್ದಾಗ ಅನೇಕ ಯೋಧರಿಗೆ ರಕ್ತವಾಂತಿಗಳಾಗಿದ್ದವು. ವಿಪರೀತ ಜ್ವರಕ್ಕೆ ತುತ್ತಾಗಿದ್ದರು. ಶ್ವಾಸಕೋಶದ ತೊಂದರೆಗಳಂತೂ ಹೇರಳ. ಅವರೆಲ್ಲರೂ ಆಲಿವ್ ಗ್ರೀನ್ ಬಣ್ಣದ ತೆಳ್ಳಗಿನ ಕಾಟನ್ ಷರಟುಗಳನ್ನು ಧರಿಸಿದ್ದರು. ರಾತ್ರಿಗಳಲ್ಲಿ ಬಟಾ ಬಯಲಿನಲ್ಲಿ ಮಲಗಿ ಹಿಮಪಾತಕ್ಕೆ ಸಿಕ್ಕಿದ್ದರು. ಕೆಲವೆಡೆ ಭೀಕರವಾಗಿ ಮಳೆಯಾಗಿತ್ತು. ಹದಿನೈದು ದಿನಗಳ ರಾಕ್ಷಸ ನಡಿಗೆಯ ನಂತರ ಅವರಿಗೆ ತವಾಂಗ್‌ನಲ್ಲಿ ದೊರೆತದ್ದು ಕೇವಲ ಎರಡು ದಿನಗಳ ವಿಶ್ರಾಂತಿ. ಆಮೇಲೆ ಮತ್ತೆ ಲುಂಪೋಗೆ ಕಳಿಸಲಾಗಿತ್ತು. ಇಷ್ಟಾದರೂ ಲೆಫ್ಟಿನೆಂಟ್ ಕರ್ನಲ್ ರೀಖ್ ಮತ್ತು ರಜಪೂತರ ಒಬ್ಬ ಸುಬೇದಾರ ನನ್ನೆದುರಿಗೆ ನಿಂತು, "ಒಂದು ದಿನದ ಮಟ್ಟಿಗೆ ಅವಕಾಶ ಕೊಡಿ ಸಾಹಿಬ್. ಬೆಳಗ್ಗೆ ಹೊತ್ತಿಗೆ ಪ್ಲಟೂನ್ ಸಿದ್ಧವಾಗಿ ಬಿಟ್ಟಿರುತ್ತದೆ!" ಅಂದರು.

ಇವರ ನಂತರ ಲುಂಪೋಗೆ ಬಂದು ತಲುಪಿದ ಗೂರ್ಖಾಗಳು ಇದಕ್ಕಿಂತ ಹೈರಾಣಾದ ಸ್ಥಿತಿಯಲ್ಲಿದ್ದರು. "ದೇವರೇ, ಇವರು ಯುದ್ಧಕ್ಕೆ ನಿಂತಾಗ ಶತ್ರುಗಳನ್ನು ಹೆದರಿಸುತ್ತಾರೋ ಇಲ್ಲವೋ ಗೊತ್ತಿಲ್ಲ; ನನಗಂತೂ ಹೆದರಿಕೆಯಾಗುತ್ತಿದೆ" ಎಂಬುದಾಗಿ ಡ್ಯೂಕ್ ಆಫ್ ವೆಲ್ಲಿಂಗ್ಟನ್ ಹಿಂದೊಮ್ಮೆ ಉದ್ಗರಿಸಿದುದು ನೆನಪಾಗುತ್ತಿತ್ತು.

ಅದೊಂದು ಬೆಳಗ್ಗೆ ರಜಪೂತರು ಶಸ್ತ್ರಾಭ್ಯಾಸ (weapon training) ಮಾಡುತ್ತಿದ್ದುದನ್ನು ನೋಡಿದೆ. "ಇದೆಂಥದು, ಯುದ್ಧಕಾಲದ ಶಸ್ತ್ರಾಭ್ಯಾಸ?" ಎಂದು ಕೇಳಿದೆ. ದುರಂತವೆಂದರೆ, ಅವರ್‍ಯಾರಿಗೂ ತಮ್ಮ ರೆಜಿಮೆಂಟಿನ ತರಬೇತಿ ಕಾಲದಲ್ಲಿ ಗ್ರೆನೇಡ್ ಎಸೆಯುವುದು ಹೇಗೆಂಬುದು ತರಬೇತಿಯೇ ಆಗಿರಲಿಲ್ಲ. ಏಕೆಂದರೆ ಅನಾದಿ ಕಾಲದಿಂದಲೂ ಭಾರತೀಯ ಸೇನೆಯಲ್ಲಿ ಗ್ರೆನೇಡ್‌ಗಳ ಕೊರತೆಯಿತ್ತು. ಬಹುಶಃ ಗ್ರೆನೇಡ್‌ನಂತಹ ಒಂದು ಅತ್ಯವಶ್ಯಕ ಆಯುಧವೇ ಇಲ್ಲದೆ ಯುದ್ಧಕ್ಕೆ ಹೊರಟ ಏಕೈಕ ಪದಾತಿದಳ ಭಾರತದ್ದಾಗಿತ್ತು.

ಆದರೆ ಶತಪ್ರಯತ್ನಗಳನ್ನು ಮಾಡಿ ನಮ್ಕಾ ಚು ಕೊಳ್ಳದಲ್ಲಿ ಮೊದಲ ಮತ್ತು ಎರಡನೇ ಸೇತುವೆ ಬಳಿಯಿದ್ದ ಪಂಜಾಬಿ ಪಡೆಗಳಿಗೆ ಅಗತ್ಯವಾದ ದಿನಸಿ, ಒಂದಿಷ್ಟು ಬೆಚ್ಚಗಿನ ಬಟ್ಟೆ, ಇದ್ದುದರಲ್ಲೇ ಒಳ್ಳೆಯ ಬೂಟುಗಳು ಇತ್ಯಾದಿಗಳನ್ನು ಕಳಿಸಿಕೊಟ್ಟೆ. ನನ್ನ ಅದೃಷ್ಟಕ್ಕೆ, ಮಿಸಾಮಾರಿಯಿಂದ ಮೇಲಿಂದ ಮೇಲೆ ಹೆಲಿಕಾಪ್ಟರುಗಳು ಬರತೊಡಗಿದವು. ಅವಶ್ಯಕವಾದ ಮದ್ದುಗುಂಡು ತಲುಪದಿದ್ದರೂ, ನಮ್ಕಾ ಚುವಿನಲ್ಲಿ ನನ್ನ ಸೈನಿಕ ಇನ್ನು ಹದಿನೈದಿಪ್ಪತ್ತು ದಿನದಲ್ಲಿ ಉಪವಾಸ ಸಾಯಲಾರ ಎಂಬ ಮಟ್ಟಿಗೆ ಪರಿಸ್ಥಿತಿಯನ್ನು ಸುಧಾರಿಸಿದೆ. ಲುಂಪೋದಲ್ಲಿ ಬಂದು ಬೀಳುತ್ತಿದ್ದ ಸರಂಜಾಮುಗಳನ್ನು ನಮ್ಕಾ ಚು ತನಕ ತಲುಪಿಸಲು ಕೂಲಿಗಳ ಕೊರತೆ. ಹೀಗಾಗಿ ನಮ್ಮ ಸೈನಿಕರನ್ನೇ ಆ ಕೆಲಸಕ್ಕೆ ತೊಡಗಿಸಬೇಕಾಯಿತು. ಇಬ್ಬರು ಬಲಿಷ್ಠ ಸಿಖ್ ಯೋಧರು ಒಂದು ಕುರಿಯನ್ನೋ, ಮೇಕೆಯನ್ನೋ ಹೊತ್ತುಕೊಂಡು ಓಡುವ ದೃಶ್ಯ ನಾಚಿಕೆಗೇಡಿನದೆನಿಸುತ್ತಿತ್ತು. ಆದರೆ ವಿಧಿಯಿರಲಿಲ್ಲ.

ಯುದ್ಧದ ದಿನಗಳಿನ್ನು ದೂರವಿರಲಿಲ್ಲ. ನಮ್ಕಾ ಚುವಿನಲ್ಲಿ ನಾವು ಎಷ್ಟು ಬಲಹೀನರಾಗಿದ್ದೇವೆ ಎಂಬ ವರದಿ ದಿಲ್ಲಿಗೆ ತಲುಪಿ ದಿನಗಳೇ ಆಗಿದ್ದವು. ಅಂಥ ಸ್ಥಿತಿಯಲ್ಲಿ "ಥಗ್ಲಾ ಪರ್ವತದಿಂದ ಚೀನಿಗಳನ್ನು ಒದ್ದೋಡಿಸಿ" ಎಂಬ ಆಜ್ಞೆಯನ್ನು ಯಾವ ಸರ್ಕಾರವೂ

ನೀಡುವಂತಿರಲಿಲ್ಲ. ಆದರೆ ಸೆಪ್ಟಂಬರ್ 22ರಂದು ಅಂಥದೊಂದು ಆಜ್ಞೆ ಜಾರಿಯಾಯಿತು. ಅದನ್ನು ಜಾರಿ ಮಾಡಿದ್ದು ಪ್ರಧಾನಿ ನೆಹರೂ ಅಲ್ಲ. ರಕ್ಷಣಾ ಸಚಿವ ಮೆನನ್ ಅಲ್ಲ. ಸಂಪುಟದ ಡಿಫೆನ್ಸ್ ಕಮಿಟಿಯೂ ಅಲ್ಲ.

ರಕ್ಷಣಾ ಖಾತೆಯ ಉಸ್ತುವಾರಿಯಲ್ಲಿದ್ದ ರಾಜ್ಯ ಸಚಿವ ಡಿ.ಎಂ. ರಘುರಾಮಯ್ಯ!

ಅವರು ವಿದೇಶದಲ್ಲಿದ್ದ ಕೃಷ್ಣ ಮೆನನ್‌ರೊಂದಿಗೆ ದೂರವಾಣಿಯಲ್ಲಿ ಮಾತನಾಡಿ ಇಲ್ಲಿನ ಪರಿಸ್ಥಿತಿ ವಿವರಿಸಿದರು. ಅಂತಾರಾಷ್ಟ್ರೀಯ ಸಮಾವೇಶದಿಂದ ಭಾಷಣಕ್ಕೆ ಅಣಿಯಾಗಿ ಹೊರಟಿದ್ದ ಮೆನನ್ ಟೆಲಿಫೋನ್‌ನಲ್ಲೇ ಆಜ್ಞೆ ನೀಡಿದರು. ಅದನ್ನು ರಘುರಾಮಯ್ಯ ದಿಲ್ಲಿಯಲ್ಲಿ ಪುನರುಚ್ಚರಿಸಿದರು. ಮೊಟ್ಟಮೊದಲ ಬಾರಿಗೆ, ಇದೆಂಥ ಅನಾಹುತಕ್ಕೆ ಎಡೆಮಾಡಿಕೊಡಲಿದೆ ಎಂಬುದು ಸೇನಾ ಮುಖ್ಯಸ್ಥ ಜನರಲ್ ಥಾಪರ್ ಅವರಿಗೆ ಮನವರಿಕೆಯಾಗಿತ್ತು. ಆ ಕ್ಷಣದಲ್ಲಾದರೂ ಅವರು ಸರ್ಕಾರಿ ಅಪ್ಪಣೆಯನ್ನು ಪ್ರತಿಭಟಿಸಿ ರಾಜಿನಾಮೆ ನೀಡಿದ್ದಿದ್ದರೆ ದೇಶ ಅವರನ್ನು ಸ್ಮರಿಸುತ್ತಿತ್ತೇನೋ? ಜನರಲ್ ಥಾಪರ್ ರಾಜಿನಾಮೆ ನೀಡುವ ಬದಲು, "ಚೀನಿಗಳನ್ನು ಹೊರಕ್ಕೆ ಹಾಕಿ ಎಂದು ಮೌಖಿಕವಾಗಿ ಹೇಳಿದರೆ ಸಾಲದು. ಹಾಗಂತ ನನಗೆ ಲಿಖಿತ ಆಜ್ಞೆ ಕೊಡಿ" ಎಂದು ಕೇಳಿದ್ದರು. ಒಬ್ಬ ಸೇನಾಧಿಪತಿ ಕೇವಲ ತನ್ನ ಮಾನ ಉಳಿಸಿಕೊಳ್ಳುವುದಕ್ಕಾಗಿ ಸರ್ಕಾರದೆದುರು ನಿಂತು ಇಂಥದೊಂದು ಅನಾಹುತಕಾರಿ ಆಜ್ಞೆಯನ್ನು ಬರಹದಲ್ಲಿ ಕೊಡಿ ಎಂದು ಕೇಳಿದ್ದ. ಅದಕ್ಕೆ ಮೆನನ್ ವಿದೇಶದಿಂದಲೇ ಅನುಮತಿ ನೀಡಿದ್ದರು. ಡಿ.ಎಂ. ರಘುರಾಮಯ್ಯ ಆಜ್ಞೆಗೆ ಸಹಿ ಹಾಕಿದರು. ಅದೇ ಆಜ್ಞೆಗೆ ಇನ್ನೊಂದು ಸಹಿ ಹಾಕಿ ಜನರಲ್ ಸೇನ್ ಅವರಿಗೆ ಸಾಗಹಾಕಿದರು ಜನರಲ್ ಥಾಪರ್. ತಮಗೆ ಬಂದ ಆಜ್ಞೆಗೆ ಮೂರನೆಯ ಸಹಿ ಹಾಕಿ ಡಿವಿಷನಲ್ ಕಮಾಂಡರ್ ಅವರಿಗೆ ತಲುಪಿಸಿದ್ದರು ಜನರಲ್ ಸೇನ್. ಅಲ್ಲಿಂದ ಅದು ಕೋರ್ ಕಮಾಂಡರ್‌ರ ಕಚೇರಿಗೆ ಬಂದು, ಮತ್ತೊಂದು ಸಹಿ ಹಾಕಿಸಿಕೊಂಡು ಅಂತಿಮವಾಗಿ ಲುಂಪೋದಲ್ಲಿದ್ದ ನನ್ನ ಕೈಗೆ ತಲುಪಿತು. ನಾನೂ ಅದಕ್ಕೆ ಸಹಿ ಹಾಕಿದೆ.

ಆದರೆ ಅದನ್ನು ಇನ್ಯಾರಿಗೆ ತಲುಪಿಸಲಿ?

ದಣಿದು ಥಕ್ಕಾಗಿ ಹೋಗಿದ್ದ ನಿಶ್ಶಸ್ತ್ರ, ನಿಸ್ಸಹಾಯಕ ಪಡೆಗಳನ್ನಿಟ್ಟುಕೊಂಡು 7 ಇನ್‌ಫೆಂಟ್ರಿ ಬ್ರಿಗೇಡ್‌ನ ಮುಖ್ಯಸ್ಥನಾದ ನಾನು ಚೀನಿಗಳನ್ನು 'ಹೊರಕ್ಕೆ ಹಾಕುವ' ಸಾಹಸಕ್ಕೆ ರೂಪುರೇಷೆಗಳನ್ನು ಸಿದ್ಧಪಡಿಸಬೇಕಾಗಿತ್ತು!

ಅದೇ ಹೊತ್ತಿಗೆ ತವಾಂಗ್‌ನಿಂದ ಬಂದಿದ್ದ ಮೇಜರ್ ಖರಬಂಡಾ, ನನ್ನ ಟೈಪ್‌ರೈಟರ್ ಹೊತ್ತು ತಂದಿದ್ದರು. ಖುದ್ದಾಗಿ ನಾನೇ ಕುಳಿತು, ಥಗ್ಲಾ ಪರ್ವತದಿಂದ ಚೀನಿಗಳನ್ನು ಹೊರಹಾಕುವುದು ಹೇಗೆ ಅಕ್ಷರಶಃ ಸಾಧ್ಯವಿಲ್ಲ ಎಂಬುದನ್ನು ವಿವರಿಸಿ ಒಂದು ಖಾರವಾದ ವರದಿ ಸಿದ್ಧಪಡಿಸಿದೆ. ಅದಕ್ಕಿನ್ನೇನು ನಾನು ಸಹಿ ಹಾಕಬೇಕು. ನನ್ನ ಸೈನಿಕರು ದಡಬಡಿಸಿ ಎದ್ದು ನಿಂತರು. ನಾನು ಚಕಿತಗೊಂಡು ತಲೆಯೆತ್ತಿದೆ. ಅಲ್ಲಿ ಕಂಡ ದೃಶ್ಯ ನಿಜಕ್ಕೂ ಕರುಣಾಜನಕವಾಗಿತ್ತು.

ನನ್ನನ್ನು ತವಾಂಗ್‌ನಿಂದ 'ಏಳು ಮೇಲೆ!' ಎಂದು ಗದರಿಸಿ ಲುಂಪೋಗೆ ಕಳಿಸಿದ ನನ್ನ ಹಿರಿಯ ಅಧಿಕಾರಿ ಜನರಲ್ ನಿರಂಜನ ಪ್ರಸಾದ್ ಕಾಲೆಳೆಯುತ್ತ ಬರುತ್ತಿದ್ದರು. ಅವರನ್ನು

ಕೂಡ ಅಷ್ಟೇ ನಿರ್ದಯವಾಗಿ ಗದರಿಸಿ, ಹೆಲಿಕಾಪ್ಟರಿಗೂ ಕಾಯದೆ ಲುಂಪೋಗೆ ನಡೆದುಕೊಂಡೇ ಹೋಗಿ ಎಂದು ಅಪ್ಪಣೆ ಕೊಟ್ಟು ಕಳಿಸಲಾಗಿತ್ತು. ಜನರಲ್ ಪ್ರಸಾದ್ ಅತ್ಯಂತ ಹೀನಾಯ ಸ್ಥಿತಿಯಲ್ಲಿ ಕಾಲೆಳೆಯುತ್ತ ಲುಂಪೋ ತಲುಪಿದ್ದರು. ಎರಡನೇ ಪ್ರಪಂಚ ಯುದ್ಧದಲ್ಲಿ ಸೇವೆ ಸಲ್ಲಿಸಿದ ಹಿರಿಯ ಯೋಧ. ಮೇಲಾಗಿ ವಯಸ್ಸಾಗಿತ್ತು. ಹಿಂದೊಮ್ಮೆ ಶ್ವಾಸಕೋಶದ ತೊಂದರೆಗೆ ಒಳಗಾಗಿದ್ದರು. ಎಲ್ಲಕ್ಕಿಂತ ಹೆಚ್ಚಾಗಿ ಅವರೊಬ್ಬ ಜನರಲ್! ಅಂಥವರನ್ನು ಹಿಮಾಲಯದ ಆ ರಾಕ್ಷಸ ಹಾದಿಯಲ್ಲಿ ದಿನಗಟ್ಟಲೆ ನಡೆಯುವಂತೆ ಅಪ್ಪಣೆ ಕೊಟ್ಟು, ಭರಿಸಲು ಅಸಾಧ್ಯವಾದ ಅವಮಾನಕ್ಕೆ ಈಡು ಮಾಡಿದ್ದರು.

ಉಸಿರಾಡುವುದಕ್ಕೂ ಕಷ್ಟಪಡುತ್ತಿದ್ದ ಜನರಲ್ ಪ್ರಸಾದ್‌ರನ್ನು ಸುಧಾರಿಸಿಕೊಳ್ಳಲು ಬಿಟ್ಟು, ಇದ್ದುದರಲ್ಲೇ ಅವರಿಗೊಂದಿಷ್ಟು ಉಪಚಾರ ಮಾಡಿದೆ. ದಣಿವು ತೀರಿದ ನಂತರ ಅವರೇ ನಿಧಾನವಾಗಿ ಮಾತಿಗಿಳಿದರು.

"ಸರ್ಕಾರ ನಮ್ಮ ಮನವಿ, ಅಭಿಪ್ರಾಯ, ವರದಿ ಇವ್ಯಾವುದನ್ನೂ ಕೇಳಿಸಿಕೊಳ್ಳುತ್ತಿಲ್ಲ ಬ್ರಿಗೇಡಿಯರ್ ದಳವಿ. ದಿಲ್ಲಿಯ ಹಿರಿಯರು ಹಠಕ್ಕೆ ಬಿದ್ದುಬಿಟ್ಟಿದ್ದಾರೆ. ಈ ತಕ್ಷಣ ನಾವು ಚೀನಿ ಪಡೆಗಳನ್ನು ನಮ್ಕಾ ಚು ನದೀ ತೀರದಿಂದ ಹೊರಕ್ಕೆ ಹಾಕಬೇಕಂತೆ. ಥಗ್ಲಾ ಪರ್ವತದಿಂದ ಅವರನ್ನು ಓಡಿಸಿ ಅದನ್ನು ವಶಪಡಿಸಿಕೊಳ್ಳಬೇಕಂತೆ. ಈಗ ಹೊಸದಾಗಿ ನೀಡಿರುವ ಆಜ್ಞೆಯೆಂದರೆ- ಎಲ್ಲ ಸೇತುವೆಗಳೂ ಮುಗಿದ ಮೇಲೆ ತುತ್ತುದಿಯಲ್ಲಿ ಟಿಸಾಂಗ್ಲೆ ಎಂಬ ಚಿಕ್ಕ ಪರ್ವತವಿದೆಯಲ್ಲ? ಅಲ್ಲಿಯತನಕ ನಮ್ಮ ಗಸ್ತು ಪಡೆಗಳನ್ನು ಕಳಿಸಬೇಕಂತೆ. ನನಗೆ ಏನೂ ತೋಚುತ್ತಿಲ್ಲ. ಈ ತಕ್ಷಣ ನಾನೊಂದು ವರದಿ ತಯಾರಿಸಿ ಸರ್ಕಾರಕ್ಕೆ ಕಳಿಸಬೇಕು. ಅದಕ್ಕೆ ನೀವೇ ಸಹಾಯ ಮಾಡಬೇಕು" ಅಂದರು.

ನಾನು ಜನರಲ್ ಪ್ರಸಾದ್‌ರನ್ನೇ ದಿಟ್ಟಿಸಿ ನೋಡಿದೆ. ಎಂಥ ಹೇಡಿ ಮನುಷ್ಯ? ಮನುಷ್ಯ ಮಾತ್ರರಿಂದ ಸಾಧ್ಯವಾಗದಂತಹ ಕೆಲಸ ಕೊಟ್ಟು ಸಾಧಿಸು ಅನ್ನುತ್ತಿದೆ ಸರ್ಕಾರ. ಈತ ಅದನ್ನು ಪ್ರತಿಭಟಿಸಿ ರಾಜಿನಾಮೆ ಕೊಡಲಾಗದ, ಕಡೇಪಕ್ಷ ಆಜ್ಞೆಯನ್ನು ಧಿಕ್ಕರಿಸಲೂ ಆಗದ ಹೇಡಿ. ತವಾಂಗ್‌ನ ನೆಲೆಯಿಂದ ನನ್ನನ್ನು ಅತ್ಯಂತ ಅವಮಾನಕರ ರೀತಿಯಲ್ಲಿ ಎಬ್ಬಿಸಿ ಕಳಿಸಿದ. ಈಗ ತಾನೂ ಅದೇ ರೀತಿ ಅವಮಾನಕ್ಕೊಳಗಾಗಿ ಲುಂಪೋ ತನಕ ನಡೆದು ಬಂದಿದ್ದಾನೆ. ವರದಿ ತಯಾರಿಸಲು ನನ್ನ ನೆರವು ಕೇಳುತ್ತಿದ್ದಾನೆ.

"ಜನರಲ್ ನಿರಂಜನ ಪ್ರಸಾದ್; ನೀವೊಬ್ಬ ರಣ ಹೇಡಿ!" ಅಂದೆ.

ಆತ ಕೋಪದಿಂದ ಅದುರತೊಡಗಿದರು. ಕೊಂಚ ಹೊತ್ತು ನಮ್ಮಿಬ್ಬರ ಮಧ್ಯೆ ತೀವ್ರವಾದ ವಾಗ್ವಾದವಾಯಿತು. ಕಡೆಗೆ ಇಬ್ಬರೂ ಸುಮ್ಮನಾದೆವು. ಒಬ್ಬ ಬ್ರಿಗೇಡಿಯರನಾಗಿ ಯಾವುದನ್ನೂ ಪ್ರತಿಭಟಿಸುವ, ಮೇಲಧಿಕಾರಿಗಳು ನೀಡಿದ ಅಪ್ಪಣೆಯನ್ನು ತಿರಸ್ಕರಿಸುವ ಹಕ್ಕು ನನಗಿರಲಿಲ್ಲ. ಮೇಲಾಗಿ ಜನರಲ್ ಪ್ರಸಾದ್ ನಿಜಕ್ಕೂ ನಿಸ್ಸಹಾಯಕರಾಗಿದ್ದರು. ಅವರ ಸ್ಥಿತಿ ಕರುಣಾಜನಕವಾಗಿತ್ತು. ಆ ನಂತರ ನಾನೇ ಕುಳಿತು ಒಂದು ವರದಿ ಸಿದ್ಧಪಡಿಸಿಕೊಟ್ಟೆ. ಅದರಲ್ಲಿ ನಮ್ಕಾ ಚು ಕಣಿವೆಯಲ್ಲಿ ನಾವಿದ್ದ ಸ್ಥಿತಿ ವಿವರಿಸಿ, ಕನಿಷ್ಠ ಪಕ್ಷ ಹತ್ತು ತಿಂಗಳ ಕಾಲಾವಕಾಶ,

ನಾವು ಕೇಳಿದಷ್ಟು ಸೈನ್ಯ, ಮದ್ದುಗುಂಡು ಮತ್ತು ಇತರೆ ಸವಲತ್ತುಗಳನ್ನು ಒದಗಿಸಿದರೆ ಮುಂದಿನ ಆಗಸ್ಟ್ 1963ರ ನಂತರ ಚೀನಿಗಳನ್ನು ಥಗ್ಲಾದಿಂದ ಹೊರಹಾಕಬಹುದು. ಅಲ್ಲಿಯತನಕ ಯಾವ ಪ್ರಯತ್ನವೂ ಫಲಿಸಲಾರದು ಎಂದು ಬರೆದುಕೊಟ್ಟೆ. ಇದ್ದುದರಲ್ಲೇ ಕೊಂಚ ದುಗುಡ ಕಳೆದಂತಾಗಿ ಅಂದು ರಾತ್ರಿ ಮಲಗಿ ನಿದ್ದೆ ಹೋದರು ಜನರಲ್ ಪ್ರಸಾದ್.

ಅದಾದ ಮರುದಿನವೇ, ಸೆಪ್ಟಂಬರ್ 26ರಂದು ಜನರಲ್ ಉಮ್ರಾವ್ ಸಿಂಗ್ ಲುಂಪೋಗೆ ಹೆಲಿಕಾಪ್ಟರಿನಲ್ಲಿ ಬಂದಿಳಿದರು. ಅವರ ನೇರವಂತಿಕೆ ಎಂಥವರಲ್ಲೂ ಗೌರವ ಹುಟ್ಟಿಸುವಂತಿತ್ತು. ಸಮಾಧಾನಚಿತ್ತದಿಂದ ಕುಳಿತು ನಮ್ಮೆಲ್ಲರೊಡನೆ ಮಾತಾಡಿದರು. ನಾನು ತಯಾರಿಸಿಕೊಟ್ಟ ವರದಿ ಓದಿದರು.

"ನಿಮ್ಮ ಕಷ್ಟ ನಾನು ಅರ್ಥ ಮಾಡಿಕೊಳ್ಳಬಲ್ಲೆ ಬ್ರಿಗೇಡಿಯರ್ ದಳವಿ. ಆದರೆ ತೀರ ಒದಗಿಸಲಿಕ್ಕಾಗದ ಸವಲತ್ತು ಕೇಳಬೇಡಿ. 1963ರ ಆಗಸ್ಟ್‌ನಲ್ಲಿ ಯುದ್ಧ ಮಾಡುತ್ತೇವೆ ಅಂತ ದಿನಾಂಕ ನಿಗದಿ ಮಾಡಬೇಡಿ. ನಮ್ಮ ಕಷ್ಟಗಳೇನೇ ಇರಬಹುದು. ಆದರೆ ದೇಶ ಹೊತ್ತಿ ಉರಿಯುತ್ತಿದೆ. ಎಲ್ಲರೂ ಸೇನೆಯನ್ನೇ ನಂಬಿಕೊಂಡಿದ್ದಾರೆ. ಹೀಗಿರುವಾಗ, ನೀವು ಇನ್ನಷ್ಟು ಶಸ್ತ್ರಾಸ್ತ್ರ ಕೇಳಿ. ಸವಲತ್ತು, ಉಪಕರಣ, ಇತರೆ ಅನುಕೂಲಗಳು ಇತ್ಯಾದಿಗಳನ್ನೆಲ್ಲ ಕೇಳಿ ಬರೆಯಿರಿ. ಇದೇ ಸೆಪ್ಟಂಬರ್ 30ನೇ ತಾರೀಕು ಜನರಲ್ ಸೇನ್‌ರೊಂದಿಗೆ ನಾನು ಮಾತಾಡಲಿದ್ದೇನೆ. ಚೀನಿಗಳ ಮೇಲೆ ಯುದ್ಧ ಆರಂಭಿಸುವುದಕ್ಕೆ ಮುನ್ನ ನಿಮ್ಮ ಬ್ರಿಗೇಡ್‌ಗೆ ಏನೆಲ್ಲ ಒದಗಿಸಬೇಕೋ ಅದನ್ನು ಒದಗಿಸಲೇ ಬೇಕು ಎಂದು ಒತ್ತಾಯ ಹಾಕುತ್ತೇನೆ. ಅದನ್ನೆಲ್ಲ ನೀಡದೆ ಚೀನಿಗಳನ್ನು ಹೊರಹಾಕುವುದು ಸಾಧ್ಯವೇ ಇಲ್ಲ ಎಂದು ಹಿರಿಯ ಅಧಿಕಾರಿಗಳಿಗೆ ಸ್ಪಷ್ಟಪಡಿಸುತ್ತೇನೆ. ಇವತ್ತೇ ನನಗೆ ಇನ್ನೊಂದು ವರದಿ ಬರೆದು ಕೊಡಿ. ಅಂತಿಮವಾಗಿ ನಾವು ಯೋಧರು. ಯುದ್ಧ ತಪ್ಪಿಸಿಕೊಳ್ಳಲು ಸಾಧ್ಯವೇ ಇಲ್ಲ. ನಾನು ಮಾಡಬಹುದಾದ ಎಲ್ಲ ಪ್ರಯತ್ನ ಮಾಡುತ್ತೇನೆ. ಹಾಗಂತ, ನನ್ನಿಂದ ತುಂಬ ಹೆಚ್ಚಿನದನ್ನು ನಿರೀಕ್ಷಿಸಬೇಡಿ. ಇಡೀ ದೇಶ ರೊಚ್ಚಿಗೆದ್ದಿದೆ. ನಮ್ಮ ನಾಯಕರು ಯುದ್ಧದಾಹಿಗಳಾಗಿ ಬಿಟ್ಟಿದ್ದಾರೆ. ಆದರೂ ನನ್ನ ಪ್ರಯತ್ನ ನಾನು ಮಾಡುತ್ತೇನೆ" ಅಂದರು ಜನರಲ್ ಉಮ್ರಾವ್ ಸಿಂಗ್.

ತಕ್ಷಣ ಕುಳಿತು ನಾನು ಮತ್ತೊಂದು ವರದಿ, ಅವರು ಹೇಳಿದ ಧಾಟಿಯಲ್ಲೇ ಬರೆದು ಕೊಟ್ಟೆ. ತೀರ ಹೋಗುವ ಮುನ್ನ, "ನಿನ್ನ ಎಲ್ಲ ಪಡೆಗಳೂ ಇಲ್ಲಿ ಲುಂಪೋದಲ್ಲೇ ಇರಲಿ. ಟಿಸಾಂಗ್‌ಧರ್‌ನ ಮೇಲೆ ಅವಶ್ಯಕವಾದ ಸರಕು, ಸಾಮಗ್ರಿ, ಮದ್ದುಗುಂಡು ಇತ್ಯಾದಿಗಳೆಲ್ಲ ಬಂದುಬೀಳುವ ತನಕ ಇವರ್‍ಯಾರನ್ನೂ ಲುಂಪೋದಿಂದ ಕದಲಿಸಬೇಡ. ಈ ನಿಸ್ಸಹಾಯಕ ಸ್ಥಿತಿಯಲ್ಲಿ ನಿನ್ನನ್ನು ಬಿಟ್ಟು ಹೋಗುತ್ತಿರುವುದಕ್ಕೆ ನನಗೆ ಖೇದವಿದೆ ಮೈ ಬಾಯ್. ಅವಕಾಶ ಸಿಕ್ಕ ತಕ್ಷಣ ಉಳಿದೆಲ್ಲ ಕೆಲಸ ಬಿಟ್ಟು ಇಲ್ಲಿಗೆ ಓಡಿಬರುತ್ತೇನೆ. ಯುದ್ಧ ಭೂಮಿಗಿಂತ ಪ್ರಿಯವಾದದ್ದು ಸೈನಿಕನಿಗೆ ಮತ್ತೊಂದೇನಿರುತ್ತದೆ?" ಎಂದು ನನ್ನ ಕಣ್ಣುಗಳನ್ನೇ ನೋಡುತ್ತ ದೃಢವಾದ ದನಿಯಲ್ಲಿ ಮಾತನಾಡಿದರು ಜನರಲ್ ಉಮ್ರಾವ್ ಸಿಂಗ್.

ಈ ಮನುಷ್ಯ ಖಂಡಿತವಾಗಿಯೂ ಸರ್ವನಾಶದಿಂದ ನಮ್ಮನ್ನು ರಕ್ಷಿಸುತ್ತಾರೆ. ಯುದ್ಧ

ತಡೆಯುವುದರಲ್ಲಿ ಸಫಲರಾಗುತ್ತಾರೆ ಅನ್ನಿಸಿತು. ಅವರನ್ನು ಸಂತೋಷದಿಂದಲೇ ಬೀಳ್ಕೊಟ್ಟೆ.

ಮುಂದೆ ಸೆಪ್ಟಂಬರ್ 30ರಂದು ಲಖನೌ ಹೆಡ್‌ಕ್ವಾರ್ಟರ್ಸಿನಲ್ಲಿ ಅವರ ಮತ್ತು ಜನರಲ್ ಸೇನ್ ಅವರ ಸಭೆ ಜರುಗಿತು. ಸಭೆಯ ವಿವರಗಳೇನೆಂಬುದು ನನಗೆ ಗೊತ್ತಾಗಲಿಲ್ಲ. ಆದರೆ ಜನರಲ್ ಉಮ್ರಾವ್ ಸಿಂಗ್ ಅವರು ಒಂದು ಮರೆಯಲಾಗದಂತಹ ವಾಕ್ಯವನ್ನು ತಮ್ಮ ಪ್ರತಿಭಟನಾ ಪತ್ರದಲ್ಲಿ ಬರೆದು, ಜನರಲ್ ಸೇನ್ ಅವರಿಗೆ ಸಲ್ಲಿಸಿದ್ದರು.

"ವಿಧೇಯತೆಯಲ್ಲಿ ನಾಯಿಯಂತಿರು. ಯುದ್ಧಭೂಮಿಯಲ್ಲಿ ಸಿಂಹದಂತಿರು ಎಂಬ ನಿಮ್ಮ ನಿಲುವನ್ನು ನಾನು ಧಿಕ್ಕರಿಸುತ್ತೇನೆ. ಥಗ್ಲಾದಲ್ಲಿ ಹೊಕ್ಕು ಕುಳಿತ ಚೀನಿ ಸೈನಿಕರನ್ನು ಹೊರಹಾಕುವುದಕ್ಕಾಗಿ ನಿಮ್ಮ ಸೈನ್ಯಾಧಿಕಾರ ಮತ್ತು ಸರ್ಕಾರ ಅಳವಡಿಸಿಕೊಳ್ಳುತ್ತಿರುವ ವಿಧಾನದ ಬಗ್ಗೆ ನನಗೆ ತೀವ್ರವಾದ ಅಸಮಾಧಾನವಿದೆ. ಇದು ಸೈನಿಕ ನಿಯಮದ ಉಲ್ಲಂಘನೆ. ನಾನು ಅದನ್ನು ಪ್ರತಿಭಟಿಸುತ್ತೇನೆ. ನನ್ನ ಪ್ರತಿಭಟನೆ ಕೇವಲ ಮೌಖಿಕವಾದುದಲ್ಲ. ಅದನ್ನು ಲಿಖಿತವಾಗಿ ದಾಖಲಿಸಿಕೊಳ್ಳಬೇಕೆಂದು ನಿಮ್ಮನ್ನು ಒತ್ತಾಯಿಸುತ್ತೇನೆ!"

ಇದು ಜನರಲ್ ಉಮ್ರಾವ್ ಸಿಂಗ್ ಅವರ ವ್ಯಕ್ತಿತ್ವ. ಅವರು ತಮ್ಮ ಹಿರಿಯರನ್ನು ಶತಾಯಗತಾಯ ಯುದ್ಧ ಕೈಬಿಡುವಂತೆ ಒಪ್ಪಿಸಲು ಪ್ರಯತ್ನಪಟ್ಟರು. ಅದು ಸಾಧ್ಯವಾಗಲಿಲ್ಲ. ತಮ್ಮ ಪ್ರತಿಭಟನೆಯನ್ನು ಶಾಶ್ವತವಾಗಿ ಸರ್ಕಾರದೆದುರು ದಾಖಲು ಮಾಡಿ ಲಖನೌದಿಂದ ಎದ್ದು ಬಂದಿದ್ದರು.

ಅಲ್ಲಿಗೆ ಸೆಪ್ಟಂಬರ್ ಅಂತ್ಯದ ಹೊತ್ತಿಗೆ ದಿಲ್ಲಿಯ ರಾಜಕೀಯ ಪ್ರಭುಗಳಿಗೂ ಯುದ್ಧ ಭೂಮಿಯಲ್ಲಿದ್ದ ಫೀಲ್ಡ್ ಕಮ್ಯಾಂಡರುಗಳಿಗೂ ಮಧ್ಯೆ ಒಂದು ಶಾಶ್ವತ ಬಿರುಕು ಉಂಟಾದಂತಾಯಿತು. ಜನರಲ್ ಉಮ್ರಾವ್ ಸಿಂಗ್‌ರ ಮೇಲೆ ಯಾವುದೇ ಒತ್ತಡ ಹೇರುವುದು ಸಾಧ್ಯವಿಲ್ಲ ಎಂಬುದು ಸರ್ಕಾರಕ್ಕೆ ಮನವರಿಕೆಯಾಗಿ ಹೋಗಿತ್ತು. ಸರ್ಕಾರಕ್ಕೆ ಈಗಿದ್ದ ಏಕೈಕ ಮಾರ್ಗವೆಂದರೆ, ತಿರುಗಿಬಿದ್ದ ಹಿರಿಯ ಕಮಾಂಡರ್ ಉಮ್ರಾವ್ ಸಿಂಗರನ್ನು ಪಕ್ಕಕ್ಕೆ ತೊಲಗಿಸಿ, ಆ ಜಾಗಕ್ಕೆ ತಮ್ಮ ತಾಳಕ್ಕೆ ತಕ್ಕಂತೆ ಕುಣಿಯಬಲ್ಲ ಮತ್ತೊಬ್ಬ ಅಧಿಕಾರಿಯನ್ನು ತರಬೇಕು.

ಕರೆದ ತಕ್ಷಣ ಆತ ಬರಲು ಸಿದ್ಧನಿದ್ದ. ತಾನು ಹಚ್ಚಿಟ್ಟುಹೋದ ಧೋಲಾ ಪೋಸ್ಟ್ ಎಂಬ ಬೆಂಕಿ ಅಗ್ನಿಗುಂಡವಾಗಿ ಧಗಧಗಿಸುತ್ತಿದೆ ಎಂಬುದು ಗೊತ್ತಿದ್ದೂ ಆತ ಶ್ರೀನಗರದಲ್ಲಿ ಹೆಂಡತಿ ಮಕ್ಕಳೊಂದಿಗೆ ವಿಹಾರದಲ್ಲಿದ್ದ. ಸೆಪ್ಟಂಬರ್ 8ರಂದು ಯುದ್ಧದ ಮೊದಲ ಬಿರುಗಾಳಿ ಬೀಸುತ್ತಿದ್ದಂತೆಯೇ ಆತನನ್ನು ಭಾರತ ಸರ್ಕಾರ ರಜೆಯಿಂದ ವಾಪಸು ಕರೆಸಿಕೊಳ್ಳಬಹುದಿತ್ತು. ಅಥವಾ ಜವಾಬ್ದಾರಿಯುತ ಸ್ಥಾನದಲ್ಲಿದ್ದ ಆತನೇ ರಜೆ ರದ್ದು ಮಾಡಿಕೊಂಡು ಬಂದುಬಿಡಬಹುದಿತ್ತು. ಆದರೆ ಆತ ಬಂದಿರಲಿಲ್ಲ. ಏಕೆಂದರೆ ಪಂಡಿತ್ ನೆಹರೂ ಆಗ ದೇಶದಲ್ಲಿರಲಿಲ್ಲ. ಮತ್ತು ನೆಹರೂಜಿ ಹಿಂತಿರುಗಿದ ತಕ್ಷಣ ಆತನನ್ನು ವಾಪಸು ಕರೆಸಿಕೊಳ್ಳಲಾಯಿತು.

ಆತನ ಹೆಸರು ಜನರಲ್ ಬಿ.ಎಂ. ಕೌಲ್.

ಮರಣದಂಡನೆ ಜಾರಿಯಾಯಿತು

ಜನರಲ್ ಸೇನ್ ವಿರುದ್ಧ ಜನರಲ್ ಉಮ್ರಾವ್ ಸಿಂಗ್ ಪ್ರತಿಭಟನೆ ಸಲ್ಲಿಸಿದ ದಿನವೇ ರಕ್ಷಣಾ ಸಚಿವ ಮೆನನ್ ಭಾರತಕ್ಕೆ ಹಿಂತಿರುಗಿದರು. ಅವರ ಬೆನ್ನ ಹಿಂದೆಯೇ ಪ್ರಧಾನಿ ನೆಹರೂ ನೈಜೀರಿಯಾದಿಂದ ಹಿಂತಿರುಗಿದರು. ಇಡೀ ಸೈನ್ಯ ಒಂದು ನಿಟ್ಟುಸಿರು ಬಿಟ್ಟಿತು. ಕಡೇಪಕ್ಷ ಈ ಹಂತದಲ್ಲಾದರೂ ರಾಷ್ಟ್ರದ ಹಿರಿಯರು ಯುದ್ಧಕ್ಕೆ ಸಂಬಂಧಿಸಿದಂತೆ ನೇರವಾಗಿ ನಿರ್ಣಯಗಳನ್ನು ಕೈಗೊಳ್ಳುವುದಕ್ಕಾಗಿ ಬಂದು ಕುಳಿತರಲ್ಲ ಅನ್ನಿಸಿತು.ಹಾಗೆ ಮೆನನ್ ಮತ್ತು ನೆಹರೂ ಆಗಮಿಸಿದ್ದು ಭಾರತದ ಮಟ್ಟಿಗೆ ಅಂತಿಮ ಸುತ್ತಿನ ದುರಾದೃಷ್ಟವಾಗಿ ಪರಿಣಮಿಸಲಿದೆ ಎಂಬುದು ಆ ಕ್ಷಣದಲ್ಲಿ ಯಾರಿಗೂ ಊಹಿಸಲು ಸಾಧ್ಯವಾಗಿರಲಿಲ್ಲ!

ದೇಶ ವಿದೇಶ ಸುತ್ತಿಕೊಂಡು ಬಂದ ನೆಹರೂ ವಿರುದ್ಧ ಬೆಂಕಿ ಉಗುಳಲು ಅವರ ರಾಜಕೀಯ ವಿರೋಧಿಗಳು ತುದಿಗಾಲಲ್ಲಿದ್ದರು. ಚೀನಿಗಳಿಗೊಂದು ಪಾಠ ಕಲಿಸಲೇ ಬೇಕು ಎಂದು ಭಾರತದ ಪ್ರಜೆ ಭಾವುಕನಾಗಿ ಗರ್ಜಿಸುತ್ತಿದ್ದ. ಮೆನನ್ ಶಿಷ್ಯರೆಲ್ಲ ಸೇರಿ, ಸರಿಯಾಗಿ ಪ್ರಯತ್ನಿಸಿದರೆ ಈ ಯುದ್ಧ ಗೆದ್ದೇ ಬಿಡುತ್ತೇವೆ ಎಂಬುದಾಗಿ ನೆಹರೂನಲ್ಲಿ ಆಸೆ ಮೂಡಿಸಿದರು. ಇದನ್ನು ಹಿರಿಯ ಸೈನ್ಯಾಧಿಕಾರಿಗಳು ಪ್ರತಿಭಟಿಸಿದರಾದರೂ, ರಾಜಕೀಯ ಮರ್ಜಿಗಳಿಂದಾಗಿ ಬಡ್ತಿ ಪಡೆದಿದ್ದ ಸೇನಾ ಮುಖ್ಯಸ್ಥ ಜನರಲ್ ಥಾಪರ್‌ಗೆ ನೆಹರೂರಂಥ ನೇತಾರನನ್ನು ತಿದ್ದುವ, ಸರಿದಾರಿಗೆ ತರುವ ಅಥವಾ ಪ್ರತಿಭಟಿಸುವ ಒಂದು ವ್ಯಕ್ತಿತ್ವವೇ ಇರಲಿಲ್ಲ. ನೈತಿಕ ಶಕ್ತಿಯಿರಲಿಲ್ಲ.

ನೆಹರೂ ವಿದೇಶದಿಂದ ಹಿಂತಿರುಗಿದ ತಕ್ಷಣ ಜನರಲ್ ಬಿ.ಎಂ. ಕೌಲ್‌ರನ್ನು ರಜೆಯಿಂದ ವಾಪಸು ಕರೆಸಿಕೊಳ್ಳಲಾಯಿತು. 1962ರ ಆ ದಿನಗಳಲ್ಲಿ ನೆಹರೂ ಅವರ ಮೇಲೆ ಪ್ರಭಾವ ಬೀರಬಹುದಾಗಿದ್ದ ಮತ್ತು ಅವರಿಗೆ ಸಲಹೆ ಸೂಚನೆ ನೀಡಬಹುದಾಗಿದ್ದ ಏಕೈಕ ವ್ಯಕ್ತಿಯೆಂದರೆ ಬಿ.ಎಂ. ಕೌಲ್!

ಈಗ ಭಾರತದ ಭವಿಷ್ಯ ಆತನ ಕೈಲಿತ್ತು.

ಜನರಲ್ ಉಮ್ರಾವ್ ಸಿಂಗ್ ಪ್ರತಿಭಟನೆ ಸಲ್ಲಿಸಿದಾಗ ಅದನ್ನು ತಮ್ಮ ಪಾಲಿನ ದಿಗ್ವಿಜಯವೆಂದೇ ಭಾವಿಸಿದ್ದರು ಜನರಲ್ ಸೇನ್ ಮತ್ತು ಜನರಲ್ ಥಾಪರ್. ಆದರೆ ಕೆಲವೇ ಗಂಟೆಗಳಲ್ಲಿ ಅವರಲ್ಲೊಂದು ಅಳುಕು ಶುರುವಾಯಿತು. ಉಮ್ರಾವ್ ಸಿಂಗ್ ಹೇಳಿದ್ದುದ್ಯಾವುದೂ

ಸುಳ್ಳಿರಲಿಲ್ಲ. ಥಗ್ಲಾದಲ್ಲಿ ಪರಿಸ್ಥಿತಿ ಗಂಭೀರವಾಗಿತ್ತು. ನೆಹರೂ ಅವರನ್ನು ಓಲೈಸಲು ಹೋಗಿ ಯುದ್ಧದಲ್ಲಿ ಅನಾಹುತಗಳೇ ಆಗಿಬಿಟ್ಟರೆ ಗತಿಯೇನು ಎಂಬ ಭಯ ಅವರಿಬ್ಬರನ್ನೂ ಕಾಡತೊಡಗಿತು. ಉಮ್ರಾವ್ ಸಿಂಗ್‌ರಂತೆ ಖಡಾಖಂಡಿತವಾಗಿ ಮಾತನಾಡಿ ನೆಹರೂರನ್ನು ಪ್ರತಿಭಟಿಸಿ ಬರುವಂಥ ನೈತಿಕ ಶಕ್ತಿ ಅವರಿಬ್ಬರಲ್ಲೂ ಇರಲಿಲ್ಲ. ಅಳುಕುತ್ತಲೇ ನೆಹರೂ ಎದುರು ಉಮ್ರಾವ್ ಸಿಂಗ್ ಬರೆದುಕೊಟ್ಟ ಅಂಶಗಳನ್ನೇ ಗಿಳಿಪಾಠ ಒಪ್ಪಿಸಿದರು. ಅವರ್‍ಯಾರಿಗೂ ನಮ್ಕಾ ಚು ಕಣಿವೆ ಎಲ್ಲಿದೆಯೆಂಬುದೇ ಗೊತ್ತಿರಲಿಲ್ಲ.

"Don't be silly. ಚೀನ ಅಂಥದ್ದೇನನ್ನೂ ಮಾಡುವುದಿಲ್ಲ. ಜಗತ್ತಿನ ದೃಷ್ಟಿಯಲ್ಲಿ ಭಾರತವೆಂಬುದು ಶಾಂತಿಯ ಹರಿಕಾರ. ನಮ್ಮ ಮೇಲೆ ಯುದ್ಧಕ್ಕೆ ಬರುವುದುಂಟೆ? ಸುಮ್ಮನೆ ನಾನು ಹೇಳಿದಷ್ಟನ್ನು ಮಾಡಿ. ಸೈನಿಕರನ್ನು ನಮ್ಕಾ ಚು ಕಣಿವೆಗೆ ನುಗ್ಗಿಸಿ. ಚೀನಿಗಳು ಬೆದರಿ ಹೊರಟುಹೋಗುತ್ತಾರೆ. ಅದೆಲ್ಲಕ್ಕಿಂತ ಮುಖ್ಯವಾಗಿ, ಮೊದಲು ಜನರಲ್ ಬಿ.ಎಂ. ಕೌಲ್‌ರನ್ನು ಕರೆಸಿ. ಆತನಿಗೆ ನಿಮಗಿಂತ ಚೆನ್ನಾಗಿ ಇಂಥ ವಿಷಯಗಳು ಅರ್ಥವಾಗುತ್ತವೆ. Move!" ಎಂದು ಆದೇಶಿಸಿದರು ನೆಹರೂ. ಯುದ್ಧಭೂಮಿಯಿಂದ ನಾನು ಬರೆದು ಕಳಿಸಿದ, ಜನರಲ್ ಪ್ರಸಾದ್ ಸಮ್ಮತಿ ನೀಡಿದ, ಜನರಲ್ ಉಮ್ರಾವ್ ಸಿಂಗ್ ಖುದ್ದಾಗಿ ಅಂಕಿತ ಹಾಕಿದ ಮತ್ತು ಅಂತಿಮವಾಗಿ ಜನರಲ್ ಸೇನ್ ಮತ್ತು ಜನರಲ್ ಥಾಪರ್ ಅವರೇ ಒಪ್ಪಿಕೊಳ್ಳತೊಡಗಿದ್ದ ಯುದ್ಧಭೂಮಿಯ ವರದಿಯನ್ನು ಪ್ರಧಾನಿ ನೆಹರೂ ಕಸದಬುಟ್ಟಿಗೆ ಎಸೆದುಬಿಟ್ಟರು. ರಾಜಕೀಯವಾಗಿ ಮಹಾನ್ ಆಶಾವಾದಿಯಾಗಿದ್ದ ನೆಹರೂಗೆ ಮಿಲಿಟರಿ ಸಂಕಟಗಳಾಗಲೀ, ಸೈನಿಕನ ವಾಸ್ತವಿಕತೆಯಾಗಲೀ ಅರ್ಥವೇ ಆಗುವಂತಿರಲಿಲ್ಲ.

"ಜನರಲ್ ಉಮ್ರಾವ್ ಸಿಂಗ್ ಎಂಬ ಕೋರ್ ಕಮಾಂಡರ್ ಸರ್ಕಾರದ ಆಜ್ಞೆಯನ್ನು ಧಿಕ್ಕರಿಸುತ್ತಾನೆಂದರೆ, ಆತನನ್ನು ಕೈ ಬಿಡಿ. ಯುದ್ಧದ ಜವಾಬ್ದಾರಿಯನ್ನೇ ಆತನಿಂದ ಕಿತ್ತುಕೊಳ್ಳಿ. ಹೊಸದೊಂದು ಕೋರ್ ಕಮಾಂಡ್ ಸೃಷ್ಟಿ ಮಾಡಿ! ಅದಕ್ಕೆ ಜನರಲ್ ಕೌಲ್‌ರನ್ನು ಕೋರ್ ಕಮಾಂಡರ್ ಆಗಿ ನೇಮಿಸಿ. ಆತನಿಗೆ ಬಡ್ತಿ ಕೊಡಿ. ನನಗೆ ಗೊತ್ತು, ಯುದ್ಧ ಗೆದ್ದು ಬರುತ್ತಾರೆ ಜನರಲ್ ಕೌಲ್!" ವಾಸ್ತವತೆಯನ್ನು ತಿಳಿದುಕೊಳ್ಳುವ ಪ್ರಯತ್ನವನ್ನೇ ಮಾಡದೆ ಉನ್ಮಾದಿಯಂತೆ ಆಜ್ಞೆಗಳನ್ನು ಜಾರಿ ಮಾಡುತ್ತ ಹೋದರು ನೆಹರೂ. ಫೋರ್ ಡಿವಿಷನ್‌ನ ಈಸ್ಟರ್ನ್ ಕಮಾಂಡ್ ಮುಖ್ಯಸ್ಥ ಉಮ್ರಾವ್ ಸಿಂಗ್ ಒಂದೇ ರಾತ್ರಿಯಲ್ಲಿ ಅನಾಮಧೇಯರಾಗಿ ಹೋದರು. ಆರು ಜನ ಹಿರಿಯ ಜನರಲ್‌ಗಳ ಸೇವಾ ಹಿರಿತನ (ಸೀನಿಯಾರಿಟಿ)ವನ್ನು ಧಿಕ್ಕರಿಸಿ ಜನರಲ್ ಕೌಲ್‌ರನ್ನು IV ಕೋರ್‌ನ ಕಮಾಂಡರ್‌ನನ್ನಾಗಿ ನೇಮಿಸಿಯೇ ಬಿಟ್ಟರು. ನೆಹರೂರನ್ನು ನಂಬಿಕೊಂಡ ಭಾರತದ ಪತ್ರಿಕೆಗಳು ಜನರಲ್ ಕೌಲ್‌ಗೆ ಮುಗಿಲೆತ್ತರದ ಪ್ರಚಾರ ನೀಡಿದವು.

"ನನಗೆ ಗೊತ್ತು ಚೀನಿ ಸೈನ್ಯ ಯುದ್ಧಕ್ಕಿಳಿಯುವುದಿಲ್ಲ. ನಮ್ಮ ಸೈನ್ಯ ಅಲ್ಲಿಗೆ ಹೋದಕೂಡಲೆ ಅವರು ಹೆದರಿ ಹಿಂತೆಗೆದುಬಿಡುತ್ತಾರೆ. ಹಾಗೊಂದು ವೇಳೆ ವಾಪಸು ಹೋಗದಿದ್ದರೆ ನಾವು ಉಗ್ರ ಹೋರಾಟ ಮಾಡಿ ಅವರನ್ನು ಹಿಮ್ಮೆಟ್ಟಿಸೋಣ. ಕಡೇಪಕ್ಷ ಅಂಥದೊಂದು ಪ್ರಯತ್ನ ಮಾಡೋಣ. ಇಲ್ಲದೆ ಹೋದರೆ ಭಾರತದ ಜನತೆಗೆ ಸರ್ಕಾರದ ಮೇಲಿನ

ವಿಶ್ವಾಸ ಹೊರಟುಹೋಗುತ್ತದೆ. ನೀವು ಈ ಯುದ್ಧವನ್ನು ನಿಭಾಯಿಸಲೇ ಬೇಕು. ಇದು ಪ್ರತಿಷ್ಠೆಯ ಪ್ರಶ್ನೆ" ಎಂದು ಅಕ್ಟೋಬರ್ 3ರಂದು ಜನರಲ್ ಕೌಲ್‌ಗೆ ಆದೇಶ ನೀಡಿದರು ನೆಹರೂ.

ಪರಿಶೀಲಿಸಿ ನೋಡಿದರೆ ಪ್ರತಿಷ್ಠೆ ಪ್ರಶ್ನಿಸಲ್ಪಟ್ಟಿದ್ದು ಸರ್ಕಾರದ್ದಲ್ಲ; ಖುದ್ದು ನೆಹರೂ ಅವರದು! ತಮ್ಮ ಸ್ವಪ್ರತಿಷ್ಠೆಗಾಗಿ ಸಾವಿರಾರು ಸೈನಿಕರನ್ನು ಬಲಿ ಕೊಡಲು ಅವರು ಸಿದ್ಧರಾಗಿ ಬಿಟ್ಟಿದ್ದರು. ಅವರ ನಡವಳಿಕೆ ಎಷ್ಟು ನಿರ್ಲಜ್ಜವಾದುದಾಗಿತ್ತೆಂದರೆ, ಆ ನಂತರ ಯಾವತ್ತೂ ನಾನು ಅವರನ್ನು ಗೌರವ ಭಾವದಿಂದ ಕಾಣಲು ಸಾಧ್ಯವಾಗಲೇ ಇಲ್ಲ.

ನೆಹರೂ ಕೊಡ ಮಾಡಿದ 'ಮರಣ ದಂಡನೆ'ಯ ಆಜ್ಞೆಯನ್ನು ಕೈಯಲ್ಲಿ ಹಿಡಿದುಕೊಂಡೇ ಅಕ್ಟೋಬರ್ 4ರಂದು ತೇಜಪುರಕ್ಕೆ ಬಂದಿಳಿದರು ಜನರಲ್ ಕೌಲ್. ಮೊಟ್ಟಮೊದಲ ಬಾರಿಗೆ ಭಾರತ ಸೇನೆಯ ಇತಿಹಾಸದಲ್ಲಿ ಒಬ್ಬ ಕಿರಿಯ ಅಧಿಕಾರಿಯನ್ನು ಬರಮಾಡಿಕೊಳ್ಳಲು ಒಬ್ಬ ಹಿರಿಯ ಅಧಿಕಾರಿ ವಿಮಾನ ನಿಲ್ದಾಣದಲ್ಲಿ ಕೈಕಟ್ಟಿಕೊಂಡು ನಿಂತಿದ್ದರು. ಅವರ ಹೆಸರು ಜನರಲ್ ಸೇನ್. ನೆಹರೂ ಆಶೀರ್ವಾದದಿಂದಾಗಿಯೇ ಸರ್ವಶಕ್ತರಂತಾಗಿ ಹೋಗಿದ್ದ ಜನರಲ್ ಕೌಲ್, 7 ಇನ್‌ಫೆಂಟ್ರಿ ಬ್ರಿಗೇಡ್‌ನ ಸಂಪೂರ್ಣ ನೇತೃತ್ವ ಮತ್ತು ಮಾರ್ಗದರ್ಶನದ ಹೊಣೆಯನ್ನು ತಾವೇ ನಿಭಾಯಿಸುವುದಾಗಿ ಅಲ್ಲಿ ಘೋಷಿಸಿದರು.

ಹಾಗೆ ಜನರಲ್ ಕೌಲ್ ತೇಜಪುರದಲ್ಲಿ ಉಗ್ರ ಪ್ರತಾಪದ ಭಾಷಣದಲ್ಲಿ ತೊಡಗಿದ್ದರೆ, ನಾನು ಲುಂಪೋದ ಚಳಿಯಲ್ಲಿ ಯಾವುದಾದರೊಂದು ಆಶಾದಾಯಕ ಆಜ್ಞೆ ಬಂದು, ಯುದ್ಧ ರದ್ದಾದೀತೇ ಎಂದು ಕಾಯುತ್ತ ಕುಳಿತಿದ್ದೆ. ಅದು 4 ಅಕ್ಟೋಬರ್, 1962ರ ಮುಂಜಾವು. ಜನರಲ್ ಪ್ರಸಾದ್ ಬೆಳಗ್ಗೆ 9 ಗಂಟೆಗೆ ಹೆಲಿಕಾಪ್ಟರಿನಲ್ಲಿ ಬಂದಿಳಿದರು. ಅವರನ್ನು ಬರಮಾಡಿಕೊಂಡ ನಾನು ಕಕ್ಕುಲತಿಯ ದನಿಯಲ್ಲಿ ಕೇಳಿದೆ; "ಯುದ್ಧ ರದ್ದಾಯಿತೆ?"

"ನೋಡು ಬ್ರಿಗೇಡಿಯರ್ ದಳವಿ, ನಿನ್ನ ವರದಿ, ನಿನ್ನ ಕಷ್ಟ, ನಿನ್ನ ಸೈನಿಕರ ಕಷ್ಟಗಳ ಬಗ್ಗೆ ಈ ದೇಶದಲ್ಲಿ ಯಾರಿಗೂ ಕಾಳಜಿಯಿಲ್ಲ. ಅವರಿಗೆ ಈ ತಕ್ಷಣ ಚೀನಿಗಳನ್ನು ಹೊರಹಾಕಬೇಕಿದೆ. ನಾವು ಕಳಿಸಿದ ವರದಿ ಜನರಲ್ ಉಮ್ರಾವ್ ಸಿಂಗ್‌ರ ಸಮೇತ ಕಸದಬುಟ್ಟಿ ಸೇರಿದೆ. ಈಗ ಜನರಲ್ ಕೌಲ್ ನಮ್ಮ ನೇತೃತ್ವ ವಹಿಸಿರುವ ಕೋರ್ ಕಮಾಂಡರ್! ಅದನ್ನಲ್ಲ ನಾನು ಹೇಳಲು ಬಂದಿರೋದು. ಮೊದಲು ನೀನು ಇಲ್ಲಿಂದ ಮೇಲೇಳು. ನಮ್ಕಾ ಚು ಕಣಿವೆಗೆ ಹೊರಡು. ಅಕಸ್ಮಾತ್ ಜನರಲ್ ಕೌಲ್ ಬಂದು ನೀನಿನ್ನೂ ಲುಂಪೋದಲ್ಲೇ ಇದ್ದೀಯೆಂಬುದು ಗೊತ್ತಾದರೆ ಕೆಂಡಾಮಂಡಲವಾಗಿ ಬಿಡುತ್ತಾರೆ. ಮೊದಲು ಹೊರಡು!" ಅಂದರು.

ಜೀವನದಲ್ಲಿ ಮೊಟ್ಟಮೊದಲ ಬಾರಿಗೆ, ನಾನು ಭಾರತೀಯ ಸೇನೆಗೆ ಸೇರಿ ತಪ್ಪು ಮಾಡಿದೆ ಅನ್ನಿಸಿಬಿಟ್ಟಿತು. ಒಂದು ಸಲ ತವಾಂಗ್‌ನಿಂದ ನನ್ನನ್ನು ಹೊರಹಾಕಿದ್ದರು. ಈಗ ಲುಂಪೋದಿಂದ ಹೊರಹಾಕುತ್ತಿದ್ದಾರೆ. ಜನರಲ್ ಕೌಲ್ ಬಂದರೆ ಕೆಂಡಾಮಂಡಲವಾಗುತ್ತಾರಂತೆ. ಇಷ್ಟಕ್ಕೂ ನಾನು ಹೆದರಬೇಕಾಗಿದ್ದುದು ಚೀನಿ ಶತ್ರು ಪಡೆಗಳಿಗೋ ಅಥವಾ ನನ್ನದೇ ಪಡೆಯ ಮುಖ್ಯಸ್ಥನಿಗೋ? ನಾನೊಬ್ಬ ಜವಾಬ್ದಾರಿಯುತ ಬ್ರಿಗೇಡಿಯರ್. ನನ್ನನ್ನು ಹೀಗೆ ಪದೇಪದೇ ಅವಮಾನಿಸಿ ಗುಳೇ ಎಬ್ಬಿಸುವಂತಿಲ್ಲ.

ಜನರಲ್ ಪ್ರಸಾದ್‌ರ ಮುಖಕ್ಕೆ ರಾಚುವಂತೆ ಮಾತನಾಡಿದೆ. ಆತನೆಡೆಗೆ ನನ್ನಲ್ಲೊಂದು ತೀವ್ರ ತಿರಸ್ಕಾರ ಹುಟ್ಟಿಬಿಟ್ಟಿತ್ತು. ಆದರೆ ಜನರಲ್ ಪ್ರಸಾದ್ ನನ್ನೆದುರು ತಪ್ಪಿತಸ್ಥನಂತೆ ನಿಂತು ಗೋಗರೆಯತೊಡಗಿದರು. ಮೊದಲು ಲುಂಪೋದಿಂದ ಹೊರಡು. ನಮ್ಕಾ ಚುವಿಗೆ ಹೋಗದಿದ್ದರೂ ಅಡ್ಡಿಯಿಲ್ಲ. ಇದೊಂದು ರಾತ್ರಿ ಯಾವುದಾದರೂ ದನದ ಕೊಟ್ಟಿಗೆಯಲ್ಲಿ ಮಲಗಿದ್ದು ಬೆಳಗ್ಗೆ ನಮ್ಕಾ ಚು ಕಡೆಗೆ ನಡೆಯಲು ಪ್ರಾರಂಭಿಸು. ಜನರಲ್ ಕೌಲ್ ಬರುವ ಹೊತ್ತಿಗೆ ನೀನಿಲ್ಲಿ ಇರದಿದ್ದರಾಯಿತು. ನನ್ನ ಸ್ಥಿತಿ ಅರ್ಥ ಮಾಡಿಕೋ ಎಂದು ಅಂಗಲಾಚತೊಡಗಿದರು.

ಭಾರತದ ಸೇನೆಯ ಮೇಲೆ ದರಿದ್ರ ರಾಜಕಾರಣದ ಛಾಯೆ ಎಷ್ಟು ದಟ್ಟವಾಗಿ ಆವರಿಸಿಕೊಂಡಿದೆಯೆಂಬುದು ಪ್ರಸಾದ್‌ರ ಮುಖ ನೋಡಿದ ಕೂಡಲೆ ಅರ್ಥವಾಗುವಂತಿತ್ತು. ಆತನಿಗೊಂದು ವಂದನೆಯನ್ನೂ ಸಲ್ಲಿಸದೆ, ನಾನು ಮಧ್ಯಾಹ್ನ 11.30 ನಿಮಿಷಕ್ಕೆ ಅನಾಥನಂತೆ, ದಿಕ್ಕಿಲ್ಲದವನಂತೆ, ಪರದೇಸಿಯಂತೆ ಆ ಹಿಮಪಾತದಲ್ಲೇ ಕಾಲೆಳೆಯುತ್ತ ನಮ್ಕಾ ಚುವಿನೆಡೆಗೆ ನಡೆಯತೊಡಗಿದೆ. ಅದೇಕೋ ಮತ್ತೊಮ್ಮೆ ನಾನು ಲುಂಪೋ ಗ್ರಾಮಕ್ಕೆ ಹಿಂತಿರುಗಲಾರೆ ಅನ್ನಿಸತೊಡಗಿತ್ತು. ಅವತ್ತಿನ ರಾತ್ರಿಯನ್ನು ನಾನು ಲುಂಪೋದಿಂದ ಎರಡು ಮೈಲಿ ದೂರವಿದ್ದ ಒಂದು ದನದ ಕೊಟ್ಟಿಗೆಯಲ್ಲಿ ಹೊದೆಯಲಿಕ್ಕೊಂದು ಚಾದರವೂ ಇಲ್ಲದಂತೆ ಕಳೆದೆ.

ಆದರೆ ನಿಜವಾದ ದೌರ್ಭಾಗ್ಯ ಮಾರನೆಯ ದಿನ ಮುಗಿಬೀಳಲಿತ್ತು. ನಮ್ಕಾ ಚು ಕಣಿವೆಯಲ್ಲಿ ಪಂಜಾಬಿಗಳನ್ನು ನೆಲೆಗೊಳಿಸಿದ್ದ ನಾನು ರಜಪೂತ್ ಹಾಗೂ ಗೂರ್ಖಾಗಳನ್ನು ಲುಂಪೋದಲ್ಲೇ ಉಳಿಸಿಕೊಂಡಿದ್ದೆ. ಇದ್ದುದರಲ್ಲೇ ಕೆಲವು ಸವಲತ್ತುಗಳಿದ್ದುದರಿಂದ ಆ ಪಡೆಗಳ ಸೈನಿಕರು ಚೇತರಿಸಿಕೊಂಡಿದ್ದರು. ಮುಖ್ಯವಾಗಿ ಲುಂಪೋದ ಪರಿಚಯ ಅವರಿಗಾಗಿತ್ತು. ನಾಳೆ ನಮ್ಕಾ ಚುವಿನಲ್ಲಿ ನಮ್ಮ ಪಂಜಾಬಿಗಳು ಸೋಲಿಸಲ್ಪಟ್ಟರೂ, ಕಣಿವೆಯಿಂದ ಎದ್ದು ಬರುವ ಚೀನಿಗಳನ್ನು ಲುಂಪೋಗೆ ನುಗ್ಗದಂತೆ ತಡೆಯುವ, ಆ ಮೂಲಕ ತವಾಂಗ್‌ನ್ನೂ ರಕ್ಷಿಸುವ ಸ್ಥಿತಿಯಲ್ಲಿ ನನ್ನ ರಜಪೂತರು, ಗೂರ್ಖಾಗಳೂ ಇದ್ದರು. ಅವರು ಅಲ್ಲೇ ಇದ್ದಿದ್ದರೆ ಯುದ್ಧದ ಪರಿಣಾಮವೇ ಬೇರೆಯಾಗುತ್ತಿತ್ತೇನೋ?

ಆದರೆ ಅಕ್ಟೋಬರ್ 5ರಂದು ಚಂಡಮಾರುತದಂತೆ ಲುಂಪೋಗೆ ಬಂದಿಳಿದ ಜನರಲ್ ಕೌಲ್ ನನಗೊಂದು ಮಾತೂ ಹೇಳದೆ, ಜನರಲ್ ಪ್ರಸಾದ್‌ರನ್ನು ಸಂಪರ್ಕಿಸದೆ ರಜಪೂತ ಹಾಗೂ ಗೂರ್ಖಾ ಪಡೆಗಳು ಈ ತಕ್ಷಣ ನಮ್ಕಾ ಚು ಕಣಿವೆಯೊಳಕ್ಕೆ ಇಳಿಯಲಿ ಎಂದು ಆದೇಶ ನೀಡಿಬಿಟ್ಟ! ಬ್ರಿಗೇಡಿಯರ್ ಮೂಲಕ ಆಜ್ಞೆ ಬರಬೇಕೇ ಹೊರತು ತಾವು ನೇರವಾಗಿ ಆಜ್ಞೆ ನೀಡುವಂತಿಲ್ಲ ಎಂದು ಮೇಜರ್ ಖರಬಂಡಾ ತಕರಾರು ತೆಗೆದರು. ನಿಂತ ನಿಲುವಿನಲ್ಲೇ ನಿನ್ನನ್ನು ನೌಕರಿಯಿಂದ ತೆಗೆದು ಹಾಕುತ್ತೇನೆ ಎಂದು ಬೆದರಿಸಿದರು ಜನರಲ್ ಕೌಲ್. ಸೈನಿಕರ ಎದುರಿನಲ್ಲೇ ಅವರ ಅಧಿಕಾರಿಯನ್ನು ದೂಷಿಸಿದರು. ಅವಹೇಳನ ಮಾಡಿದರು. ಕಡೆಗೆ ರಜಪೂತ ಮತ್ತು ಗೂರ್ಖಾ ಪಡೆಗಳು ಲುಂಪೋ ಬಿಟ್ಟು, ನಮ್ಕಾ ಚು ಕಣಿವೆಯೆಡೆಗೆ ದರವೇಶಿಗಳಂತೆ ನಡೆದುಹೋಗುವ ಹಾಗೆ ಮಾಡಿದರು.

ನನಗಾದ ಅವಮಾನವೇ ನನ್ನ ಎರಡು ಜಗತ್ಪ್ರಸಿದ್ಧ ಪಡೆಗಳಿಗೂ ಆಗಿತ್ತು. ಲುಂಪೋದಿಂದ ಹೊರಟ ನಾವ್ಯಾರೂ ಮತ್ತೆ ಆ ಗ್ರಾಮದ ಹೊಸ್ತಿಲು ತುಳಿಯಲಿಲ್ಲ. ಒಂದೇ ವ್ಯತ್ಯಾಸವೆಂದರೆ, ನಾನು ಕಡೇಪಕ್ಷ ನಮ್ಕಾ ಚುವಿನಿಂದ ಬದುಕಿ ಹೊರಬಿದ್ದೆ. ನನ್ನ ಆ ಎರಡು ತುಕಡಿಗಳ ಪೈಕಿ ಒಬ್ಬೇ ಒಬ್ಬ ಸೈನಿಕನಿಗೂ ಆ ಅದೃಷ್ಟವಿರಲಿಲ್ಲ!

ಜನರಲ್ ಕೌಲ್‌ರ ಅರ್ಥಹೀನ ಆಜ್ಞೆ ಒಂದೇ ಸಲಕ್ಕೆ 1200 ಸೈನಿಕರನ್ನು ಆಹುತಿ ತೆಗೆದುಕೊಂಡು ಬಿಟ್ಟಿತು.

ನನ್ನ ತುಕಡಿಗಳಿಗಿಂತ ಮುಂಚೆಯೇ ಹೊರಟಿದ್ದೆನಾದ್ದರಿಂದ ಜನರಲ್ ಕೌಲ್‌ರ ನಿರ್ಣಯದ ಬಗ್ಗೆ ಮೂರು ದಿನಗಳ ತನಕ ನಮಗೆ ಮಾಹಿತಿಯೇ ಇರಲಿಲ್ಲ. ಮೊದಲಿನಂತೆ ನಾನು ಹತುಂಗ್ಲಾ ಪರ್ವತದ ಮೂಲಕ ಹೋಗದೆ, ಕರ್ಪೊಲಾ ಪರ್ವತ ಮಾರ್ಗವಾಗಿ ಹೊರಟಿದ್ದೆ. ಇದು ಹತುಂಗ್ಲಾದ ಹಾದಿಗಿಂತ ಭಯಾನಕವಾಗಿತ್ತು. ಹದಿನಾರು ಸಾವಿರ ಅಡಿ ಎತ್ತರದ ಕರ್ಪೊಲಾ ಪರ್ವತ ದಾಟುತ್ತಿದ್ದರೆ ಉಸಿರಾಟವೇ ಕಷ್ಟವಾಗಿ ಶ್ವಾಸಕೋಶ ಬಾಯಿಗೆ ಬಂದಂತಾಗಿ ಬಿಡುತ್ತಿತ್ತು. ನಿರಂತರವಾಗಿ ಮೂರು ದಿನಗಳು ನಡೆದು ನಾನು ಟಿಸಾಂಗಧರ್ ತಲುಪಿದೆ. ಅಲ್ಲಿ ಗೊತ್ತಾಯಿತು; ನನ್ನ ಪಡೆಗಳನ್ನು ನಮ್ಕಾ ಚು ಕಣಿವೆಗೆ ಇಳಿಸಲಾಗಿದೆಯೆಂಬ ಸುದ್ದಿ! ನನ್ನೊಂದಿಗಿದ್ದ ಕಮಾಂಡಿಂಗ್ ಆಫೀಸರುಗಳು ನನಗಿಂತ ತೀವ್ರವಾಗಿ ಗಾಬರಿಗೊಂಡಿದ್ದರು. ಅದೇ ಕರ್ಪೊಲಾ ಪರ್ವತ ದಾಟಿ ಬರಲಿರುವ ಗೂರ್ಖಾ ಮತ್ತು ರಜಪೂತ ಪಡೆಗಳಿಗೆ ಧರಿಸಲು ಬೆಚ್ಚನೆಯ ಬಟ್ಟೆಯಿರಲಿಲ್ಲ. ಅವರಿಗೆ ಅಕ್ಲಮಟೈಸೇಷನ್ ಮಾಡಿಸಿರಲಿಲ್ಲ. ಯಾರ ಬಳಿಯೂ ಒಂದು ಚಿಕ್ಕ ಮಾತ್ರೆಯಿರಲಿಲ್ಲ. ಟಿಸಾಂಗಧರ್ ತಲುಪುವ ಹೊತ್ತಿಗೆ ಅವರು ಏನೇನಾಗಿರುತ್ತಾರೆ ಅಂದುಕೊಂಡೆನೋ ಅವೆಲ್ಲವೂ ಆಗಿದ್ದವು. ಕರ್ಪೊಲಾ ದಾಟುತ್ತಿರುವಾಗ ಅನೇಕ ಸೈನಿಕರು ರಕ್ತ ಕಾರಿಕೊಂಡು ಸತ್ತಿದ್ದರು. ಕೆಲವರಿಗೆ ಶ್ವಾಸಕೋಶದ ಖಾಯಿಲೆಯಾಗಿ, ಅವರು ಉಸಿರು ಚೆಲ್ಲಿದ್ದರು. ಅನೇಕರ ಕಾಲುಗಳಿಗೆ ಫ್ರಾಸ್ಟ್ ಬೈಟ್ ಎಂಬ ಭಯಾನಕ ಖಾಯಿಲೆಯಾಗಿ ಬೆರಳಿಗೆ ಬೆರಳೇ ಕೊಳೆತುಹೋಗಿದ್ದವು. ಮಂಜು ಅವರನ್ನು ಬೆಂಕಿಗಿಂತ ತೀವ್ರವಾಗಿ ಸುಟ್ಟು ಹಾಕಿತ್ತು.

ಅದೊಂದು ಯಾತನಾದಾಯಕ ರಾತ್ರಿಯನ್ನು ಟಿಸಾಂಗಧರ್‌ನಲ್ಲೇ ಕಳೆದು ಮರುದಿನ ನಾನು ಧೋಲಾ ಪೋಸ್ಟ್ ತಲುಪುವ ಹೊತ್ತಿಗಾಗಲೇ ಜನರಲ್ ಕೌಲ್ ಮತ್ತು ಜನರಲ್ ಪ್ರಸಾದ್ ಅಲ್ಲಿಗೆ ತಲುಪಿದ್ದರು. ಅಕ್ಟೋಬರ್ 7ರಂದು ಮಧ್ಯಾಹ್ನ 2.30 ನಿಮಿಷಕ್ಕೆ ನಾನು ಅವರನ್ನು ಮೊದಲನೇ ಸೇತುವೆಯ ಬಳಿ ಭೇಟಿಯಾದೆ. ಜನರಲ್ ಕೌಲ್‌ರನ್ನು ನಾನು ನೋಡುತ್ತಿದ್ದುದು ಅದೇ ಮೊದಲು. ಆತನ ಕಣ್ಣುಗಳಲ್ಲಿ ಒಂದು ಉತ್ಸಾಹವಿತ್ತು. ಧಾರ್ಷ್ಟ್ಯವಿತ್ತು ಮತ್ತು ಈ ತಕ್ಷಣಕ್ಕೊಂದೇನನ್ನೋ ಸಾಧಿಸಿ ತೋರಿಸುತ್ತೇನೆಂಬ ಉತ್ಸಾಹವಿತ್ತು. "ಬ್ರಿಗೇಡಿಯರ್ ದಳವಿ, ಈ ಥಗ್ಲಾ ಪರ್ವತ ಎಷ್ಟು ಎತ್ತರದಲ್ಲಿದೆ?" ಎಂದು ಕೇಳಿದರು.

"ಹನ್ನೆರಡು ಸಾವಿರ ಅಡಿ" ಅಂದೆ.

"ಸಾಧ್ಯವೇ ಇಲ್ಲ. ಐದು ಸಾವಿರ ಅಡಿ ಕಡಿಮೆ ಮಾಡಿ. ಏಳೇ ಸಾವಿರ! ಅದೇನು ಮೌಂಟ್ ಎವರೆಸ್ಟ್ ಶಿಖರವಾ? ಸರ್ಕಾರ ನನ್ನನ್ನು ಕಳಿಸಿರೋದು ಆ ಪರ್ವತವನ್ನು ವಶಪಡಿಸಿಕೊಳ್ಳೋದಕ್ಕೆ.

ನಾವದನ್ನು ಸಾಧಿಸಲೇ ಬೇಕು!" ಎಂದು ಸ್ವೇಚ್ಛಾ ಪ್ರವಾಹದಂತೆ ಮಾತನಾಡುತ್ತ ಹೋದರು ಜನರಲ್ ಕೌಲ್. ಆಮೇಲೆ ಕ್ರಮೇಣ ವಾಸ್ತವಕ್ಕೆ ಬಂದರು. ನಮ್ಮ ಸೈನಿಕರಿಗೆ ಬಟ್ಟೆಯಿಲ್ಲ, ಬೂಟಿಲ್ಲ, ಮದ್ದುಗುಂಡು ಇಲ್ಲ, ನಾವು ಕುಳಿತಿರುವ ಜಾಗ ಆಯಕಟ್ಟಿನದಲ್ಲ ಮುಂತಾದ ವಾಸ್ತವತೆಗಳೆಲ್ಲ ಅವರಿಗೆ ಮನವರಿಕೆಯಾದವು. "ನಿಜ ನಿಜ. ಈ ಥೋಲಾ ಪೋಸ್ಟ್ ಸರಿಯಾದ ಜಾಗದಲ್ಲಿಲ್ಲ. ಯಾರು ಆಯ್ಕೆ ಮಾಡಿದ್ದು ಇದನ್ನ?" ಎಂದು ಮಾತನಾಡಿ ತಮ್ಮ ತಪ್ಪು ಮುಚ್ಚಿಹಾಕಲು ಪ್ರಯತ್ನಿಸಿದರು. ಆಮೇಲೆ ಇದ್ದಕ್ಕಿದ್ದಂತೆ, ಥೋಲಾದ ಎದುರಿಗಿರುವ ಪರ್ವತಗಳಲ್ಲಿ ಚೀನಿ ಸೈನಿಕರು ಆಕ್ರಮಿಸಿಕೊಳ್ಳದೆ ಇರುವ ಜಾಗೆಗಳೇನಾದರೂ ಇವೆಯಾ? ಎಂದು ಕೇಳಲು ಶುರುವಿಟ್ಟರು. ಜನರಲ್ ಕೌಲ್‌ರ ಉದ್ದೇಶಗಳ ಬಗ್ಗೆ ನನ್ನಲ್ಲಿ ಅನುಮಾನಗಳು ಮೂಡಿದ್ದೇ ಆವಾಗ. ಈ ಮನುಷ್ಯ ಲುಂಪೋದಿಂದ ಹೊರಟ ನನ್ನ ರಜಪೂತ್ ಮತ್ತು ಗೂರ್ಖಾ ಪಡೆಗಳಿಗಾಗಿ ಕಾಯುತ್ತಿದ್ದಾನೆ. ಅವು ಬಂದು ತಲುಪಿದ ಕೂಡಲೆ ಯಾವುದೋ ಅನಾಹುತಕ್ಕೆ ಕೈ ಹಾಕುತ್ತಾನೆ ಅನ್ನಿಸತೊಡಗಿತ್ತು.

ಮತ್ತು ಅದು ನಾನೂಹಿಸಿದಂತೆಯೇ ಆಗಿಹೋಯಿತು!

"ನಾನು ಮೂರು ದಿನಗಳಲ್ಲಿ ಎಲ್ಲವನ್ನೂ ಅಭ್ಯಾಸ ಮಾಡಿದ್ದೇನೆ. ಕೆಲವು ತೀರ್ಮಾನಗಳಿಗೆ ಬಂದಿದ್ದೇನೆ. ಥಗ್ಲಾದ ಮೇಲೆ ಕುಳಿತಿರುವ ಚೀನಿಗಳನ್ನು ಹೊಡೆದೋಡಿಸಲು ಸಾಧ್ಯವಿಲ್ಲ ಅಂತ ನನಗೂ ಮನವರಿಕೆಯಾಗಿದೆ. ಆದರೆ ನಾವು ಕೈಕಟ್ಟಿ ಕೂಡುವಂತಿಲ್ಲ. ದೇಶದ ಗೌರವದ ಪ್ರಶ್ನೆ. ಆದ್ದರಿಂದ ಥಗ್ಲಾದ ಪಕ್ಕದಲ್ಲಿರುವ ಯುಮ್‌ಸೋಲಾ ಕಡೆಗೆ ನುಗ್ಗೋಣ. ಆ ಪರ್ವತ ಖಾಲಿಯಿದೆ. ಅದನ್ನು ನಾವು ಆಕ್ರಮಿಸಿಕೊಂಡು ಬಿಡೋಣ. ಅಲ್ಲಿಗೆ ಅವರೊಂದು ಆಕ್ರಮಣ ಮಾಡಿದರೆ, ನಾವೊಂದು ಆಕ್ರಮಣ ಮಾಡಿದಂತಾಗುತ್ತದೆ. ಮರ್ಯಾದೆ ಉಳಿಯುತ್ತದೆ. ಯುಮ್‌ಸೋಲಾ ಕಡೆಗೆ ನಾಳೆಯೇ ರಜಪೂತ್ ಬಟಾಲಿಯನ್ ಹೊರಟು ಲಗ್ಗೆ ಹಾಕಲಿ!" ಅಂದುಬಿಟ್ಟ.

ನಾನು ರಜಪೂತ್ ಬಟಾಲಿಯನ್ ಕಡೆಗೆ ನೋಡಿದೆ. ಅದಿನ್ನೂ ಕರ್ಪೋಲಾದ ಯಾತನೆಯಿಂದ ಪೂರ್ತಿ ಚೇತರಿಸಿಕೊಂಡಿರಲಿಲ್ಲ. ನನ್ನ ಸುತ್ತಲೂ ಇದ್ದ ಅಧಿಕಾರಿಗಳಾದ ಜನರಲ್ ಪ್ರಸಾದ್, ಲೆಫ್ಟಿನೆಂಟ್ ಕರ್ನಲ್ ರೀಖ್, ಕರ್ನಲ್ ಮಿಶ್ರಾ, ಮೇಜರ್ ಚೌಧುರಿ- ಎಲ್ಲರೂ ಅವಾಕ್ಕಾಗಿ ಹೋಗಿದ್ದರು. ಜನರಲ್ ಕೌಲ್‌ರ ಅಪ್ಪಣೆ ಪಾಲಿಸುವುದೆಂದರೆ ಇಡೀ ರಜಪೂತ ಬಟಾಲಿಯನ್‌ನ ಸರ್ವನಾಶವೇ ಎಂಬುದು ಎಲ್ಲರಿಗೂ ಗೊತ್ತಿತ್ತು.

"ಸರ್, ಯುಮ್‌ಸೋಲಾ ಎಲ್ಲೋ ದೂರದಲ್ಲಿಲ್ಲ. ಥಗ್ಲಾ ಪಕ್ಕದಲ್ಲೇ ಇದೆ. ಆ ಕಡೆಗೆ ಹೋಗಬೇಕೆಂದರೆ ನಮ್ಮಾ ಚು ನದಿ ದಾಟಲೇಬೇಕು. ನಮ್ಮ ಪಡೆಗಳು ಮುಂದಕ್ಕೆ ಕಾಲಿಡುತ್ತಿದ್ದಂತೆಯೇ ಚೀನಿಗಳು ನಮ್ಮವರನ್ನು ಕೊಚ್ಚಿ ಹಾಕುತ್ತಾರೆ. ಇಷ್ಟರಮೇಲೆ ಯುಮ್‌ಸೋಲಾದ ಕಡೆಗೆ ಹೋಗುವುದನ್ನು ಚೀನಿಗಳು ನೋಡಿಕೊಂಡೂ ಸುಮ್ಮನಿದ್ದರೆನ್ನಿ. ಅಲ್ಲಿಗೆ ತಲುಪಿದ ನಂತರ ಯುದ್ಧವೇ ಬೇಡ; ನಮ್ಮ ಸೈನಿಕರನ್ನು ಚಳಿಯೇ ಕೊಂದು ಹಾಕಿ ಬಿಡುತ್ತದೆ" ಅಂದರು ಕರ್ನಲ್ ಮಿಶ್ರಾ.

"ನನ್ನ ಅಪ್ಪಣೆಯ ವಿರುದ್ಧ ಮಾತನಾಡಿದರೆ ನೌಕರಿ ಕಳೆದುಕೊಳ್ಳಬೇಕಾಗುತ್ತದೆ" ಎಂದು ಗರ್ಜಿಸಿದರು ಜನರಲ್ ಕೌಲ್.

ನನ್ನ ಪಕ್ಕದಲ್ಲಿ ನಿಂತಿದ್ದ ಲೆಫ್ಟಿನೆಂಟ್ ಕರ್ನಲ್ ರೀಖ್ ಕುದ್ದು ಹೋಗುತ್ತಿದ್ದರು. ಮಹಾನ್ ಆವೇಶದ ತರುಣ ಆತ. ನನ್ನ ಕಣ್ಣೆದುರಿಗೇ ನನ್ನ ತುಕಡಿಗಳು ಸರ್ವನಾಶವಾಗುವುದನ್ನು ನಾನು ಸಹಿಸಲಾರೆ ಎಂದು ನನ್ನನ್ನು ಪ್ರತ್ಯೇಕವಾಗಿ ಕರೆದು ತನ್ನ ಸಂಕಟ ತೋಡಿಕೊಂಡ. ನಾನು ಮೊಟ್ಟಮೊದಲ ಬಾರಿಗೆ ಇಂಥದೊಂದು ಅಸಹಾಯಕ ಸ್ಥಿತಿಯಲ್ಲಿದ್ದೆ.

"ಯುಮ್‌ಸೋಲಾ ಕಡೆಗೆ ಹೊರಟರೆ ನಮ್ಮ ತುಕಡಿಗಳಿಗೆ ಹಿಂದಿನಿಂದ ಫೈರ್ ಸಪೋರ್ಟ್ ನೀಡಲು ನಮಗೆ ಫಿರಂಗಿಗಳು ಕೂಡ ಇಲ್ಲವಲ್ಲ ಸರ್?" ಅಂದೆ.

"ಇಲ್ಲದ್ದನ್ನು ಮರೆತು ಬಿಡಿ. ನಿಜವಾದ ಪದಾತಿದಳಕ್ಕೆ ಯಾವ ಸಪೋರ್ಟೂ ಬೇಡ. ಕೊರತೆಗಳನ್ನೇ ಹೇಳುತ್ತ ಕೂಡಬೇಡಿ. ಕೊರತೆಗಳನ್ನ ಮರೆಯಿರಿ. ಅವೇ ಇಲ್ಲವಾಗುತ್ತವೆ. ನಾನು ಅಪ್ಪಣೆ ಮಾಡಿಬಿಟ್ಟಿದ್ದೇನೆ. ಈಗಿಂದೀಗ್ಗೆ ರಜಪೂತ ತುಕಡಿ ಹೊರಡಲಿ!" ಎಂಬ ಅರ್ಥಹೀನ ಉತ್ತರ ನೀಡಿದರು ಜನರಲ್ ಕೌಲ್. ಕಡೆಗೆ, ಇಡೀ ತುಕಡಿಯನ್ನು ಯುಮ್‌ಸೋಲಾಕ್ಕೆ ಕಳಿಸಿ ನರಮೇಧಕ್ಕೆ ಕಾರಣರಾಗುವ ಬದಲು, ಒಂದು ಗಸ್ತು ದಳ (ಪಟ್ರೋಲ್ ಪಾರ್ಟಿ)ವನ್ನು ಮೊದಲು ಕಳಿಸೋಣ. ಚೀನೀಯರ ಪ್ರತಿಕ್ರಿಯೆ ನೋಡಿ ಮುಂದಿನ ವ್ಯೂಹ ರಚಿಸೋಣ ಅಂದೆ. ಯಾರ ಪುಣ್ಯವೋ ಗೊತ್ತಿಲ್ಲ, ಜನರಲ್ ಕೌಲ್ ಅದಕ್ಕೆ ಸಮ್ಮತಿ ನೀಡಿದರು.

ತಕ್ಷಣ ಮೇಜರ್ ಚೌಧುರಿಯ ನೇತೃತ್ವದಲ್ಲಿ ಒಂದು ಪ್ಲಟೂನ್‌ನಷ್ಟು ಪಂಜಾಬಿಗಳನ್ನು ನದಿ ದಾಟಿಸಿ ಯುಮ್‌ಸೋಲಾ ಕಡೆಗೆ ಕಳಿಸುವುದು ಎಂದಾಯಿತು. ಅಕ್ಟೋಬರ್ 10, 1962 ಎಂಬ ನತದೃಷ್ಟ ದಿನದಂದು ಮುಂಜಾನೆ ಮೇಜರ್ ಚೌಧುರಿ ತಮ್ಮೊಂದಿಗೆ ಐವತ್ತು ಜನ ಪಂಜಾಬಿಗಳನ್ನು ಕರೆದುಕೊಂಡು ಟಿಸಾಂಗ್ ಜಂಗ್ ಎಂಬಲ್ಲಿಂದ ನದಿ ದಾಟಿ ಯುಮ್‌ಸೋಲಾದ ಕಡೆಗೆ ಹೊರಟರು. ಜನರಲ್ ಕೌಲ್ ನನ್ನ ಪಕ್ಕದಲ್ಲೇ ನಿಂತು ತಮ್ಮ ಮೊಟ್ಟಮೊದಲ ಯುದ್ಧ ವ್ಯೂಹ ಹೇಗೆ ಯಶಸ್ವಿಯಾಗಲಿದೆಯೋ ಎಂದು ಉತ್ಸಾಹದಿಂದ ನೋಡುತ್ತಿದ್ದರು. ಮೇಜರ್ ಚೌಧುರಿಯೂ ಸೇರಿದಂತೆ ಯುಮ್‌ಸೋಲಾ ಕಡೆಗೆ ಹೊರಟದ್ದು ಕೇವಲ ಐವತ್ತೊಂದು ಜನ. ಅವರು ಒಂದೇ ಒಂದು ಹೆಜ್ಜೆ ಎತ್ತಿಟ್ಟರೋ ಇಲ್ಲವೋ;

ಆಕಾಶ ಕಳಚಿಕೊಂಡು ನೆಲಕ್ಕೆ ಬಿದ್ದಂತಾಯಿತು!

ಸುಮಾರು ಎಂಟುನೂರು ಚೀನಿ ಸೈನಿಕರು ನಮ್ಕಾ ಚು ನದಿಯ ಆ ದಡದಿಂದ, ಥಗ್ಲಾದ ತುದಿಯಿಂದ ಒಂದೇ ಸಮನೆ ಗುಂಡಿನ ಸುರಿಮಳೆ ಸುರಿಸತೊಡಗಿದರು. ಮೊದಲ ಸುತ್ತಿನಲ್ಲೇ ಮೇಜರ್ ಚೌಧುರಿಯ ಕಾಲಿಗೆ ಗುಂಡು ಬಡಿಯಿತು. ಆದರೂ ನನ್ನ ಧೀರ ಪಂಜಾಬಿ ಸೈನಿಕರು ದೊರೆತ ಚಿಕ್ಕ ಬಂಡೆಗಳ ಮರೆಯಲ್ಲೇ ಅಡಗಿಕೊಂಡು ಚೀನಿಗಳ ಮೇಲೆ ಯಾವ ಪರಿ ಗುಂಡು ಹಾರಿಸಿದರೆಂದರೆ, ನೂರಾರು ಚೀನಿಗಳು ಗಾಯಗೊಂಡು ನೆಲಕ್ಕುರುಳಿದರು. ನಮ್ಮ ಕಡೆಯ ಆರು ಜನ ಸೈನಿಕರು ಸತ್ತುಹೋದರು. ಅಷ್ಟಾದರೂ ಜನರಲ್ ಕೌಲ್‌ರ ಉತ್ಸಾಹ ಕುಂದಲಿಲ್ಲ. ನಮ್ಮ ಸೈನ್ಯ ಯುಮ್‌ಸೋಲಾದ ತನಕ ಮುಂದುವರೆಯುತ್ತದೇನೋ ಎಂದು ತುದಿಗಾಲಲ್ಲಿ

ನಿಂತು ನೋಡುತ್ತಲೇ ಇದ್ದರು.

ಚೀನಿಗಳ ಮೊದಲ ಸುತ್ತಿನ ದಾಳಿಯನ್ನು ಸಮರ್ಥವಾಗಿ ಹಿಮ್ಮೆಟ್ಟಿಸಿದ ಪಂಜಾಬಿಗಳು ಮತ್ತೆ ಮುನ್ನುಗ್ಗಲು ಎದ್ದು ನಿಂತರು ನೋಡಿ? ಆಗ ನುಗ್ಗಿ ಬಂತು ಚೀನಿಗಳ ಮತ್ತೊಂದು ದೊಡ್ಡ ಪಡೆ. ಮೇಜರ್ ಚೌಧುರಿ ತಮ್ಮ ಸೈನಿಕರ ಪ್ರಾಣ ಉಳಿಸಿ ಎಂದು ಕೂಗತೊಡಗಿದರು. ಯಾವುದೇ ಕಾರಣಕ್ಕೂ ಕದನಕ್ಕಿಳಿದ ಮೇಲೆ ಹಿಂದಕ್ಕೋಡಿ ಬಾರದ ಧೀರ ಪಂಜಾಬಿ ಸೈನಿಕ ನಮ್ಮೆಡೆಗೆ ಆತಂಕದಿಂದ ನೋಡುತ್ತಿದ್ದ. ಅವನ ಸಂಕಟವೇನೆಂಬುದು ಜನರಲ್ ಕೌಲ್‌ರಿಗೂ ಚೆನ್ನಾಗಿ ಅರ್ಥವಾಗಿತ್ತು.

ಪಂಜಾಬಿಗಳ ಕಿಸೆಯಲ್ಲಿದ್ದ ಕಾಡತೂಸು ಮುಗಿದುಹೋಗಿದ್ದವು!

"ಮೈ ಗಾಡ್! ನೀವಂದದ್ದು ನಿಜ. ಚೀನಿಗಳು ದೊಡ್ಡ ಯುದ್ಧಕ್ಕೇ ಅಣಿಯಾಗಿಬಿಟ್ಟಿದ್ದಾರೆ. ನಿಜ ನಿಜ. ಇದು ದೊಡ್ಡ ಯುದ್ಧ. ಇನ್ನು ನೀನುಂಟು, ನಿನ್ನ ಬ್ರಿಗೇಡ್ ಉಂಟು. ಇದು ನನ್ನ ನಿಲುಕಿನ ಮಾತೇ ಅಲ್ಲ. ಇದು ಬ್ರಿಗೇಡಿಯರ್ ಮಾತ್ರ ಸಂಭಾಳಿಸಬಲ್ಲ ಯುದ್ಧ!" ಅಂದವರೇ ಜನರಲ್ ಕೌಲ್ ಹಿಂದಕ್ಕೆ ತಿರುಗಿ ಒಂದನೇ ಸೇತುವೆಯ ಕಡೆಗೆ ನಡೆಯತೊಡಗಿದ್ದರೆ, ಇಲ್ಲಿ ನಮ್ಕಾ ಚು ತೀರದಲ್ಲಿ ನನ್ನ ಧೀರ ಪಂಜಾಬಿಗಳನ್ನು ಚೀನಿಗಳು ಒಬ್ಬೇ ಒಬ್ಬನನ್ನೂ ಉಳಿಸದೆ ಕೊಂದು ಹಾಕುತ್ತಿದ್ದರು. ನನ್ನ ಬಳಿ ಫಿರಂಗಿ ದಳವಿತ್ತಾದರೂ, ಅದನ್ನ ಮೇಜರ್ ಚೌಧುರಿಯ ರಕ್ಷಣೆಗೆ ಕಳಿಸುವಂತಿರಲಿಲ್ಲ. ಅಕಸ್ಮಾತ್ ಇನ್ನಷ್ಟು ಚೀನಿಗಳು ನುಗ್ಗಿ ಬಂದಿದ್ದರೆ ನನ್ನ ಬಳಿಯಿರುವ ಫಿರಂಗಿ ದಳವೂ ಕಾಡತೂಸಿಲ್ಲದೆ ಖಾಲಿಯಾಗಿ ನಿಂತು ಬಲಿಯಾಗಬೇಕಿತ್ತು. ಅದಕ್ಕಿಂತ ಮುಖ್ಯವಾಗಿ ಜನರಲ್ ಕೌಲ್ ಮತ್ತು ಜನರಲ್ ಪ್ರಸಾದ್ ಮೊದಲನೇ ಸೇತುವೆಯ ಕಡೆಗೆ ಧಾವಿಸುತ್ತಿದ್ದರು. ನಾನು ಫಿರಂಗಿ ಹಾರಿಸುವ ಮೂಲಕ ಪೂರ್ಣ ಪ್ರಮಾಣದ ಯುದ್ಧ ಪ್ರಾರಂಭಿಸಿಬಿಟ್ಟಿದ್ದಿದ್ದರೆ ದಾರಿಯಲ್ಲೇ ಇಬ್ಬರು ಜನರಲ್‌ರನ್ನು ಚೀನಿಗಳು ಕೊಂದು ಹಾಕುತ್ತಿದ್ದರು. ಆ ಎರಡು 'ಅಮೂಲ್ಯ' ಜೀವಗಳಿಗಾಗಿ ನಾನು ಮೇಜರ್ ಚೌಧುರಿಯೂ ಸೇರಿದಂತೆ ಇಡೀ ಐವತ್ತು ಜನ ಪಂಜಾಬಿಗಳ ನರಮೇಧವಾಗಿ ಹೋಗುವುದನ್ನು ಕಣ್ಣಾರೆ ನೋಡಬೇಕಾಯಿತು.

"ಸರ್, ಈಗಲಾದರೂ ನನ್ನ ಸ್ಥಿತಿ ಅರ್ಥ ಮಾಡಿಕೊಳ್ಳಿ. ನಮ್ಕಾ ಚು ಕಣಿವೆಯಿಂದ ನಮ್ಮೆಲ್ಲ ಪಡೆಗಳನ್ನೂ ವಾಪಸು ಕರೆಸಿಕೊಳ್ಳಿ. ಕೊಂಚ ಎತ್ತರದಲ್ಲಿರುವ ಲುಂಪೋಕ್ಕೆ ಹಿಂತಿರುಗೋಣ. ಅಲ್ಲಿ ನಿಂತು ಶತಾಯಗತಾಯ ಯುದ್ಧ ಮಾಡುತ್ತೇವೆ. ಈ ಮೃತ್ಯು ಕಣಿವೆಯಲ್ಲಿ ವಿನಾಕಾರಣ ಸಾಯುವುದು ಬೇಡ. ಈಗಾಗಲೇ ನನ್ನಲ್ಲಿ ರೇಷನ್ ಮುಗಿಯುತ್ತ ಬಂದಿದೆ. ಉಳಿದಿರುವುದು ನಾಲ್ಕೇ ದಿನದ ದಿನಸಿ. ಈಗ ಸತ್ತ ಐವತ್ತು ಸೈನಿಕರ ಪಾಲಿನದನ್ನು ತಿಂದು ಮುಗಿಸಿದರೂ, ಹೆಚ್ಚೆಂದರೆ ಐದು ದಿನ ಈ ಕಣಿವೆಯಲ್ಲಿ ಬದುಕುಳಿಯಬಹುದು. ಸೈನಿಕರ ಜೀವ ಅಮೂಲ್ಯವಾದುದು. ದಯವಿಟ್ಟು ಲುಂಪೋದ ತನಕ ಹಿಂದೆಗೆಯುವ ಅವಕಾಶ ಕೊಡಿ" ಎಂದು ತೀರ ಹೊರಡುವ ಮುನ್ನ ಜನರಲ್ ಪ್ರಸಾದ್ ಹಾಗೂ ಜನರಲ್ ಕೌಲ್- ಇಬ್ಬರನ್ನೂ ವಿನಂತಿಸಿದೆ.

"ನೆಹರೂ ಅವರ ಅನುಮತಿಯಿಲ್ಲದೆ ನಮ್ಕಾ ಚುವಿನಿಂದ ಸೈನ್ಯವನ್ನು ಹಿಂತೆಗೆದುಕೊಳ್ಳಲಾರೆ!" ಅಂದುಬಿಟ್ಟರು ಜನರಲ್ ಕೌಲ್. ನೆಹರೂರನ್ನೇ ಕೇಳಿ ಲುಂಪೋದಲ್ಲಿದ್ದ ನನ್ನ ರಜಪೂತರನ್ನೂ, ಗೂರ್ಖಾಗಳನ್ನೂ ಕಣಿವೆಗಿಳಿಸಿದಿರಾ ಎಂದು ಕೇಳುವ ಹಂಬಲವಾಯಿತು. ಆದರೆ ಸೈನಿಕ ಮನಸ್ಸಿನ ಶಿಸ್ತು ನನ್ನನ್ನು ಸುಮ್ಮನಾಗಿಸಿತು.

"ಸದ್ಯಕ್ಕೆ ನಮ್ಮ ಪಡೆಗಳು ಎಲ್ಲೆಲ್ಲಿವೆಯೋ ಅಲ್ಲಲ್ಲೇ ಇರಲಿ. ಮುಖ್ಯವಾಗಿ ಈ ಐದು ಸೇತುವೆಗಳನ್ನು ರಕ್ಷಿಸಿ. ನಾನು ದಿಲ್ಲಿಯಲ್ಲಿ ಪ್ರಧಾನಿಯೊಂದಿಗೆ ಚರ್ಚಿಸಿ ನಿಮಗೆ ಸಂದೇಶ ಕಳಿಸುತ್ತೇನೆ" ಅಂದವರೇ ಗುಂಡಿನ ಸದ್ದು ಕೇಳಿಸಿಕೊಳ್ಳುವುದೇ ಅಸಹನೀಯವೆಂಬಂತೆ ಅಲ್ಲಿಂದ ಹೊರಟುಹೋದರು ಜನರಲ್ ಕೌಲ್. ಅವರಿಬ್ಬರೇ ಹೋಗುವುದು ಅಪಾಯಕಾರಿಯಾಗಿದ್ದುದರಿಂದ ನಾನು ಹತ್ತಿರದಲ್ಲೇ ಇದ್ದ ಗೂರ್ಖಾ ಕಂಪೆನಿಯೊಂದನ್ನು ಮೇಜರ್ ಪವಾರ್‌ರ ನೇತೃತ್ವದಲ್ಲಿ ಜನರಲ್‌ಗಳಿಬ್ಬರ ರಕ್ಷಣೆಗಾಗಿ ಕಳಿಸಿಕೊಟ್ಟೆ. ಯಾವುದೇ ತೊಂದರೆಯಿಲ್ಲದೆ ಜನರಲ್ ಕೌಲ್ ದಿಲ್ಲಿಗೆ ತಲುಪುವುದು ನನಗೆ ಅತಿ ಮುಖ್ಯವಾಗಿತ್ತು. ಏಕೆಂದರೆ, ಅವತ್ತಿನ ಸ್ಥಿತಿಯಲ್ಲಿ ಪ್ರಧಾನಿ ನೆಹರೂ ಅವರಿಗೆ ಬುದ್ಧಿ ಹೇಳಬಲ್ಲ ಏಕೈಕ ವ್ಯಕ್ತಿ ಅವರಾಗಿದ್ದರು. ಜನರಲ್ ಬಿ.ಎಂ. ಕೌಲ್‌ರ ಮೇಲೆ ನನ್ನ ಇಡೀ ಬ್ರಿಗೇಡ್‌ನ ಬದುಕು ಆಧಾರ ಪಟ್ಟಿತ್ತು.

ಅಲ್ಲ; ನಮ್ಮ ದೇಶದ ಗೌರವ ಆಧಾರ ಪಟ್ಟಿತ್ತು.

ದುರಂತವೆಂದರೆ, ಅಷ್ಟೊಂದು ದಾರುಣವಾದ ಸನ್ನಿವೇಶವನ್ನು ನೋಡಿಕೊಂಡೇ ನಮ್ಕಾ ಚು ತೀರದಿಂದ ಹೊರಟಿದ್ದ ಜನರಲ್ ಕೌಲ್ ದಿಲ್ಲಿಯಲ್ಲಿ ನೆಹರೂ ಅವರನ್ನು ಯುದ್ಧದಿಂದ ಹಿಂತೆಗೆಯುವಂತೆ ಒಲೈಸುವುದಿರಲಿ; ಅದಕ್ಕಿಂತಲೂ ಘನಘೋರವಾದ ಆಜ್ಞೆಯೊಂದು ದಿಲ್ಲಿಯಿಂದ ಹೊರಡುವಂತೆ ಮಾಡಿಬಿಟ್ಟಿದ್ದರು. "ಈಗ ಹಿಡಿತದಲ್ಲಿರುವ ಐದು ಸೇತುವೆ, ಧೋಲಾ ಪೋಸ್ಟ್ ಮತ್ತು ಟಿಸಾಂಗ್‌ಧರ್‌ಗಳನ್ನು ಬಿಟ್ಟು ನೀವು ನಮ್ಕಾ ಚು ತೀರದಿಂದ ಹೊರಡುವಂತಿಲ್ಲ. ಇವೆಲ್ಲವುಗಳ ರಕ್ಷಣೆಯ ಜೊತೆಗೆ ಐದನೇ ಸೇತುವೆಯ ಆಚೆಗಿರುವ ಟಿಸಾಂಗ್ಲೆ ಪರ್ವತವನ್ನು ಕೂಡ ನೀವು ರಕ್ಷಿಸಬೇಕು. ಈ ತಕ್ಷಣ ನದೀ ತೀರದಲ್ಲಿರುವ ಪಡೆಗಳ ಪೈಕಿ ಅರ್ಧದಷ್ಟನ್ನು ನೀವು ಟಿಸಾಂಗ್ಲೆಗೆ ಕಳಿಸಬೇಕು. ಹಾಗಂತ ಮೇಲ್ಮಟ್ಟದಿಂದ ಆಜ್ಞೆಯಾಗಿದೆ!" ಎಂಬ ಸಂದೇಶ ನನಗೆ ಕಳಿಸಿಕೊಟ್ಟರು.

ಅಲ್ಲಿಗೆ ನನ್ನ ಬ್ರಿಗೇಡ್ ಬದುಕುಳಿಯುವ ಕೊನೆಯ ಆಸೆಯೂ ಮಂಕಾಗಿ ಹೋಯಿತು. ಇನ್ನು ದಿಲ್ಲಿಯ ಕಡೆಗೆ ಆಸೆ ಹೊತ್ತು ಕೂಡುವುದರಲ್ಲಿ ಅರ್ಥವಿರಲಿಲ್ಲ. ಜರುಗಲಿರುವ ಅನಾಹುತಕ್ಕೆ ನಾನು ಅಣಿಯಾಗಲೇಬೇಕಿತ್ತು. ಈ ಮೃತ್ಯುಸದೃಶ ಕೊಳ್ಳದಿಂದ ನಾವ್ಯಾರೂ ಹೊರಬೀಳುವುದಿಲ್ಲ ಎಂಬುದು ಖಾತರಿಯಾಗಿತ್ತು. ಸರಿಯಾದುದೊಂದು ಮಚ್ಚೂ ಇಲ್ಲದೆ, ಮರ ಕಡಿಯಲಾಗದೆ, ಸಿಕ್ಕ ಸಾಮಗ್ರಿಗಳಲ್ಲೇ ಎಲ್ಲೆಂದರಲ್ಲಿ ಬಂಕರುಗಳನ್ನು ಕಟ್ಟಿಕೊಳ್ಳತೊಡಗಿದ ನನ್ನ ಸೈನಿಕ ಅನತಿ ದೂರದಲ್ಲೇ ನಿಂತ ಚೀನೀ ಸೈನ್ಯಕ್ಕೆ ಅಪಹಾಸ್ಯದ ವಸ್ತುವಂತೆ ಕಾಣುತ್ತಿದ್ದ. ಅದಕ್ಕಿಂತ ಮಿಗಿಲಾಗಿ, ಯುಮ್‌ಸೋಲಾಗೆ ಹೊರಟಿದ್ದ ನಮ್ಮ ಪಂಜಾಬಿಗಳು ಚೀನೀ ದಾಳಿಗೆ

ಸಿಕ್ಕು ಸತ್ತಿದ್ದರಲ್ಲ? ಅವರ ಶವಗಳನ್ನು ಚೀನೀ ಸೈನಿಕರು ನಮ್ಮೆಲ್ಲರ ಕಣ್ಣೆದುರೇ ಸಕಲ ಮಿಲಿಟರಿ ಮರ್ಯಾದೆಗಳೊಂದಿಗೆ ನದಿಯ ಆಚೆಗಿನ ದಡದಲ್ಲಿ ಸಂಸ್ಕಾರಕ್ಕೀಡು ಮಾಡಿದರು. ನೀವಾಗಿ ಮೈಮೇಲೆ ಬಿದ್ದಿದ್ದರಿಂದ ನಾವು ನಿಮ್ಮವರನ್ನು ಕೊಲ್ಲಬೇಕಾಯಿತು. ಅಷ್ಟೇ ಹೊರತು ನಾವಾಗಿ ಯುದ್ಧ ಹೂಡಲಿಲ್ಲ ಎಂಬುದನ್ನು ಆ ಮೂಲಕ ಸಾಧಿಸಲು ಚೀನಿಗಳು ಯತ್ನಿಸುತ್ತಿದ್ದರು. ಅದನ್ನೆಲ್ಲ ಕಣ್ಣಾರೆ ನೋಡುತ್ತಿದ್ದ ನಮ್ಮ ಸೈನಿಕ ದಿನೇದಿನೇ ನೈತಿಕವಾಗಿ ಕರಗತೊಡಗಿದ್ದ.

ಇಂಥ ಸ್ಥಿತಿಯಲ್ಲಿ ಅಕ್ಟೋಬರ್ 18ರ ರಾತ್ರಿ ಇದ್ದಕ್ಕಿದ್ದಂತೆ ಜನರಲ್ ನಿರಂಜನ್ ಪ್ರಸಾದ್ ನನ್ನನ್ನು ದೂರವಾಣಿಯಲ್ಲಿ ಸಂಪರ್ಕಿಸಿ,

"ಬ್ರಿಗೇಡಿಯರ್ ದಳವಿ, ನೀವು ಈ ತಕ್ಷಣ ಟಿಸಾಂಗ್ಲೆಗೆ ಇನ್ನಷ್ಟು ಪಡೆಗಳನ್ನು ಕಳಿಸಿಕೊಡಿ. ಅಂತೆಯೇ ನಿಮಗೆ ಏನೇನು ಬೇಕೋ ಪಟ್ಟಿ ಕೊಡಿ. ಎಲ್ಲವನ್ನೂ ಸರಬರಾಜು ಮಾಡಲಾಗುವುದು. ಟಿಸಾಂಗ್ಲೆ ಮತ್ತು ಟಿಸಾಂಗಧರ್ ಸೇರಿದಂತೆ ಈಗ ನಾವು ಕುಳಿತಿರುವ ಯಾವ ಪ್ರದೇಶವನ್ನೂ ಬಿಟ್ಟುಕೊಡುವಂತಿಲ್ಲ. ಇನ್ನೊಂದು ಮುಖ್ಯವಾದ ಸಂಗತಿಯೆಂದರೆ, ಜನರಲ್ ಬಿ.ಎಂ. ಕೌಲ್ ಅವರಿಗೆ ತೀವ್ರ ಅನಾರೋಗ್ಯವಾಗಿ ಅವರನ್ನು ತೇಜಪುರದಿಂದ ದಿಲ್ಲಿಗೆ ವಿಮಾನದಲ್ಲಿ ಒಯ್ಯಲಾಗಿದೆ. ತಾತ್ಕಾಲಿಕವಾಗಿ ಮತ್ತೊಬ್ಬರನ್ನು ಕಮಾಂಡರನ್ನಾಗಿ ನೇಮಿಸಲಾಗುವುದು. ಇದು ಹಾಗಿರಲಿ, ನಿಮಗೆ ತುರ್ತಾಗಿ ಏನೇನು ಬೇಕು ಎಂಬುದರ ಪಟ್ಟಿ ಕೊಡಿ..." ಅಂದರು.

ಅಲ್ಲಿಗೆ ನನ್ನ ಸಹನೆಯ ಕಟ್ಟೆಯೊಡೆದಿತ್ತು.

"ಜನರಲ್ ಪ್ರಸಾದ್, ನೀವೊಬ್ಬ ಷಂಡ. ವಂಚಕ. ನಿಮ್ಮ ನಾಯಕತ್ವದಲ್ಲಿ ನನಗೆ ನಂಬಿಕೆಯಿಲ್ಲ. ದ್ರೋಹಿ ನೀವು. ಒಬ್ಬ ಕೋರ್ ಕಮಾಂಡರ್ ಖಾಯಿಲೆ ಬಿದ್ದುದನ್ನು ನನ್ನಿಂದ ಬೇಕೆಂತಲೇ ಮುಚ್ಚಿಟ್ಟಿರಿ. ನನ್ನ ಇಡೀ ಬ್ರಿಗೇಡನ್ನು ಈ ಸಾವಿನ ಹುತ್ತದೊಳಕ್ಕೆ ತಂದಿಳಿಸಿ ನೀವು ಬಚಾವಾದಿರಿ. ನಿಮ್ಮ ಷಂಡತನಕ್ಕೆ ನನ್ನ ಧಿಕ್ಕಾರವಿದೆ" ಹಾಗಂತ ನಾನು ಅಬ್ಬರಿಸತೊಡಗಿದೆ. ಹೇರಳವಾಗಿ ಅವಾಚ್ಯ ಶಬ್ದಗಳನ್ನು ಬಳಸಿದೆ. ಇಲ್ಲಿ ಪ್ರಾಣವೇ ಹೋಗಲು ಅಣಿಯಾಗಿರುವಾಗ ಮಿಲಿಟರಿ ಮಾನ-ಮರ್ಯಾದೆಗಳ ಹಂಗೆಲ್ಲಿಯದು? ನಾನು ಅವರನ್ನು ನಿರಂತರವಾಗಿ ಮೂದಲಿಸುತ್ತಲೇ ಇದ್ದೆ.

ಕಡೆಗೆ ಕುಸಿದುಹೋದರು ಜನರಲ್ ಪ್ರಸಾದ್.

"ನನ್ನನ್ನು ಕ್ಷಮಿಸು ದಳವೀ. ನಾಡಿದ್ದು ಬೆಳಗ್ಗೆ ನಿನ್ನಲ್ಲಿಗೆ ಬರುತ್ತೇನೆ. ಮೇಲಿನ ಒತ್ತಡಗಳು ನನಗೂ ಸಾಕಾಗಿವೆ. ನಮ್ಕಾ ಚು ನದೀ ತೀರಕ್ಕೆ ಬಂದು ನಿನ್ನ ಬ್ರಿಗೇಡ್‌ನೊಂದಿಗೇ ಇರುತ್ತೇನೆ. ಅಲ್ಲೇ ಸಾಯುತ್ತೇನೆ. ಇದಕ್ಕಿಂತ ಹೆಚ್ಚಿನದು ನಾನೇನು ಮಾಡಲಿ?" ಎಂದು ಹಲುಬತೊಡಗಿದರು.

"ಒಂದು ನಿರ್ಣಯ ಕೈಗೊಳ್ಳಲಾಗದ ಷಂಡ ಇನ್ನೇನೂ ಮಾಡಲಾರ" ಎಂದು ಹೇಳಿ ರಪ್ಪನೆ ಫೋನು ಕುಕ್ಕಿದೆ.

ಈ ಸಂಭಾಷಣೆ ನಡೆಯುತ್ತಿದ್ದಾಗ ಅನಿರೀಕ್ಷಿತವಾಗಿ ನನ್ನ ಬ್ರಿಗೇಡ್ ಕಚೇರಿಯೊಳಕ್ಕೆ ಬಂದಿದ್ದ ಅಧಿಕಾರಿಗಳಾದ ಸಿಗ್ನಲ್ ವಿಭಾಗದ ಮುಖ್ಯಸ್ಥ ಕೆ.ಕೆ. ತಿವಾರಿ, ಮೇಜರ್ ತಲವಾರ್,

ಮೇಜರ್ ಖಿರಬಂಡಾ, ಮೇಜರ್ ನಿಜ್ಜರ್ ಮುಂತಾದವರೆಲ್ಲ ಇದ್ದರು. ತುಂಬ ಹೊತ್ತು ನನ್ನ ಸ್ಥಿಮಿತದಲ್ಲಿ ನಾನಿರಲಿಲ್ಲ.

ಮಾರನೆಯ ದಿನ ಕೆ.ಕೆ. ತಿವಾರಿಯವರು ಟಿಸಾಂಗಧರ್‌ಗೆ ಭೇಟಿ ನೀಡಿ ಅಲ್ಲಿನ ಯೋಧರನ್ನು ಮಾತನಾಡಿಸಿಕೊಂಡು ಬರಲೇ? ಎಂದು ಕೇಳಿದರು. ನಾನು ಹಿಂದುಮುಂದು ಯೋಚಿಸದೆ ಒಪ್ಪಿಗೆ ನೀಡಿಬಿಟ್ಟೆ. ಟಿಸಾಂಗಧರ್‌ಗೆ ಹೋದ ಅವರು ಯುದ್ಧಭೂಮಿಯಲ್ಲಿ ಸಿಕ್ಕುಹಾಕಿಕೊಂಡು ಬಿಟ್ಟರು. ಅವರನ್ನೂ ಚೀನೀಯರು ಯುದ್ಧ ಕೈದಿಯನ್ನಾಗಿ ಒಯ್ದಿದ್ದರು.

ನನ್ನ ಬಂಕರಿನಲ್ಲಿ ಒಬ್ಬಂಟಿಯಾಗಿ

ಅದು 1962ರ ಅಕ್ಟೋಬರ್ 19ರ ರಾತ್ರಿ.

ಕಣ್ಣೆದುರಿಗಿದ್ದುದು ಕೇವಲ ಕತ್ತಲು. ಏನೆಂದರೆ ಏನೂ ಕಾಣಿಸುತ್ತಿರಲಿಲ್ಲ. ನಾನು ನನ್ನ ಬಂಕರಿನಲ್ಲಿ ಅಂಗಾತ ಮಲಗಿ ಸುಮ್ಮನೆ ಯೋಚಿಸುತ್ತಿದ್ದೆ. ನಮ್ಕಾ ಚು ನದಿ ತೀರದ ಮೇಲೆ ಆವರಿಸಿಕೊಂಡಿರುವ ಮೌನವಿದೆಯಲ್ಲ? ಅದು ಪ್ರಳಯಕ್ಕೆ ಮುಂಚಿನ ದುಷ್ಟ ಮೌನ. ಎಂಥ ವೀರ ಯೋಧನಲ್ಲೂ ಆ ಮೌನ ಸಣ್ಣದೊಂದು ನಡುಕ ಉಂಟು ಮಾಡುತ್ತದೆ.

ನಮ್ಕಾ ಚು ದಂಡೆಯ ಮೇಲೆ ಬೀಡು ಬಿಟ್ಟಿರುವ ನಮ್ಮ ಸೈನಿಕನಿಗೆ ಸದ್ಯಕ್ಕೆ ಏನೇನೂ ಕಾಣಿಸುತ್ತಿಲ್ಲ. ಆದರೆ ಕೇವಲ ಕೆಲವು ಗಜಗಳ ದೂರದಲ್ಲಿ, ಥಗ್ಲಾ ಪರ್ವತ ಸಾಲಿನ ಇಳಿಜಾರಿನ ಮೇಲೆ ಚೀನಿ ಸೈನ್ಯದ ಸುಮಾರು ಇಪ್ಪತ್ತು ಸಾವಿರ ಸೈನಿಕರು ಎಲ್ಲೆಲ್ಲಿದ್ದಾರೆ? ಅವರ ಬಂಕರುಗಳೆಲ್ಲಿವೆ? ಫಿರಂಗಿ ಎಲ್ಲಿ ನಿಲ್ಲಿಸಿದ್ದಾರೆ? ಇಳಿದು ಬಂದದ್ದೇ ಆದರೆ ಯಾವ ವೇಗದಿಂದ ಇಳಿದು ಬರುತ್ತಾರೆ? ನಮ್ಮ ಬಲಹೀನ ಪಡೆಯನ್ನು ಎಲ್ಲಿ ಮೊದಲು ಹಣಿಯುತ್ತಾರೆ? ಅವರ ಕೈಗಳಲ್ಲಿ ಎಂಥ ಬಂದೂಕುಗಳಿವೆ? ಕಾಲಲ್ಲಿ ಎಂಥ ಬೂಟುಗಳಿವೆ? ಅವರೆಲ್ಲ ಎಂಥ ದಿರಿಸು ಧರಿಸಿದ್ದಾರೆ?

ಗೊತ್ತಿತ್ತು!

ನಮ್ಕಾ ಚು ತೀರದಲ್ಲಿ ಬೀಡು ಬಿಟ್ಟಿದ್ದ ಭಾರತದ ಒಂದು ಸಾವಿರ ಸೈನಿಕರಿಗೆ ಅದೆಲ್ಲವೂ ಗೊತ್ತಿತ್ತು. ಶತ್ರುವಿನ ಸಮಗ್ರ ಚಿತ್ರ ಕಣ್ಣಿಗೆ ಕಟ್ಟಿದಂತಿತ್ತು.

ನಮ್ಮ ಸುವಿಶಾಲ ದೇಶದ ಸೈನ್ಯದಲ್ಲಿ ನಾಲ್ಕು ಲಕ್ಷ ಸೈನಿಕರಿದ್ದಾರೆ. ಯುದ್ಧಕ್ಕೆ ಹೆದರುವವರು ಯಾರೂ ಇಲ್ಲ. ಆದರೆ ಚೀನದ ಇಪ್ಪತ್ತು ಸಾವಿರ ಬಲಿಷ್ಠ ಸೈನಿಕರೆದುರು ಬಟಾ ಬಯಲಿನಲ್ಲಿ ಮಾರಣ ಹೋಮದ ಕುರಿಗಳಂತೆ ಸಾವಿಗೆ ಸಿದ್ಧರಾಗಿ ನದೀ ತೀರದಲ್ಲಿ ನಿಂತಿರುವವರು, ನಾವೇ ಎರಡೂವರೆ ಸಾವಿರ ಮಂದಿ! ಥಗ್ಲಾ ಪರ್ವತದ ಮೇಲಿನ ಜ್ವಾಲಾಮುಖಿ ಸ್ಫೋಟಗೊಂಡು, ನಾವು ಸಹಾಯಕ್ಕಾಗಿ ಕೂಗಿಕೊಂಡರೆ, ಅದನ್ನು ಕೇಳಿಸಿಕೊಂಡು ನೆರವಿಗಾಗಿ ಧಾವಿಸಿ ಬರಬಹುದಾದ ನಮ್ಮ ಉಳಿದೆಲ್ಲ ಸೈನ್ಯವಿದ್ದುದು 1500 ಮೈಲಿಗಳ ದೂರದಲ್ಲಿ! ಅವರು ಹಿಮಾಲಯದ ಬೆಟ್ಟ ಹತ್ತಿ ಬರಲು ಕನಿಷ್ಠ ಒಂದು ತಿಂಗಳ ಅವಧಿ ಬೇಕು.

ಆ ತನಕ ಬದುಕಿರುತ್ತೀವಾ?

ಸುಮ್ಮನೆ ಮಲಗಿ ಯೋಚಿಸಿದೆ. ನನ್ನ ನೇತೃತ್ವದ 7 ಇನ್‌ಫೆಂಟ್ರಿ ಬ್ರಿಗೇಡ್, ತಪ್ಪಿಸಿಕೊಳ್ಳಲು ಒಂದು ಚಿಕ್ಕ ಅವಕಾಶವೂ ಇಲ್ಲದ ರೀತಿಯಲ್ಲಿ ನಮ್ಕಾ ಚು ಕೊಳ್ಳದಲ್ಲಿ ಟ್ರ್ಯಾಪ್ ಆಗಿ ಹೋಗಿದೆ. ಅದೇಕೋ ಥಟ್ಟನೆ ಭಾರತದ ಪ್ರಧಾನಿ ಜವಾಹರ ಲಾಲ್ ನೆಹರೂ ಅವರದೊಂದು ಚಿತ್ರ ಕಣ್ಣೆದುರಿಗೆ ಕದಲಿದಂತಾಯಿತು.

"ಇನ್ನು ನಿಮ್ಮ ಭವ್ಯ ಆಳ್ವಿಕೆಯ ಕಾಲ ಮುಗಿಯಿತು ನೆಹರೂಜಿ" ಅಂತ ಉದ್ಗರಿಸಿದೆ. ಬಂಕರಿನ ಗೋಡೆಗಳು ಮಾರ್ದನಿಸಿದಂತಾಯಿತು.

ನಿಜವಾದ ಘನಘೋರ ಯುದ್ಧ ಪ್ರಾರಂಭವಾಗಲು ಬಾಕಿಯಿದ್ದುದು ಕೆಲವೇ ಗಂಟೆಗಳು. ಅಂಥ ಸಂದರ್ಭದಲ್ಲಿ ನಮ್ಕಾ ಚು ರಣರಂಗದಲ್ಲಿ ನಮ್ಮ ಸೇನೆಯ ಪೊಸಿಷನ್ ಹೇಗಿತ್ತು ಎಂಬುದನ್ನು ಸೂಚ್ಯವಾಗಿ ಮತ್ತೊಮ್ಮೆ ಹೇಳಿಬಿಡುತ್ತೇನೆ. ಇದನ್ನು ಓದಿದ ಮೇಲೆ ಮತ್ತೊಂದು ಸಲ----------- ಪುಟದಲ್ಲಿ ಪ್ರಕಟವಾದ ಯುದ್ಧ ನಕ್ಷೆಯನ್ನು ಸಮಗ್ರವಾಗಿ ನೋಡಿಕೊಂಡು ಬಿಡಿ.

ನನ್ನ ನೇತೃತ್ವದ 7 ಇನ್‌ಫೆಂಟ್ರಿ ಬ್ರಿಗೇಡ್ ಒಂದೇ ಕಡೆ ಜಮೆಗೊಂಡಿರಲಿಲ್ಲ. ಅದು ಒಂದನೇ ಬ್ರಿಡ್ಜಿನಿಂದ ಟಿಸಾಂಗ್ಲೆ ತನಕ, ನಮ್ಕಾ ಚು ನದೀ ತೀರದುದ್ದಕ್ಕೂ ಹರಡಿಕೊಂಡಿತ್ತು. ಒಂದನೇ ಬ್ರಿಡ್ಜಿನಿಂದ ದಾಪುಗಾಲಿಕ್ಕಿಕೊಂಡು ಹೊರಟರೆ, ಟಿಸಾಂಗ್ಲೆ ತಲುಪುವುದಕ್ಕೆ ಪೂರ್ತಿ ಐದು ದಿನಗಳ ಅವಧಿ ಬೇಕು. ಅದು ಬರೋಬ್ಬರಿ ಹನ್ನೆರಡು ಮೈಲಿಗಳ ಗಡಿ. ಆ ಹನ್ನೆರಡೂ ಮೈಲಿಗಳನ್ನು ರಕ್ಷಿಸುವುದಕ್ಕೆ, ಪಹರೆ ಕಾಯುವುದಕ್ಕೆ, ನುಗ್ಗಿ ಬರುವ ಶತ್ರುವನ್ನು ತಡೆಗಟ್ಟಿ ಎದುರಿಸುವುದಕ್ಕೆ ನಮಗಿದ್ದುದು ಕೇವಲ ಒಂದು ಸಾವಿರ ಭಾರತ ಯೋಧರು. ನುಗ್ಗಿ ಬರಲಿದ್ದ ಚೀನೀ ಸೈನ್ಯ, ಸುಮಾರು ಇಪ್ಪತ್ತು ಸಾವಿರದಷ್ಟಿತ್ತು. ಅದು "1:20 ಹೋರಾಟ!"

ಹನ್ನೆರಡು ಮೈಲಿಗಳ ಗಡಿ ಕಾಯಲು ಒಂದು ಸಾವಿರ ಸೈನಿಕರಿಂದ ಯಾವತ್ತಿಗೂ ಸಾಧ್ಯವಿಲ್ಲ. ಸಣ್ಣ ಸಣ್ಣ ತುಕಡಿಗಳನ್ನಾಗಿ ಮಾಡಿ ಇಂತಿಷ್ಟು ದೂರಕ್ಕೆ ಇಂತಿಷ್ಟು ಜನ ಎಂಬಂತೆ ಗಡಿಯುದ್ದಕ್ಕೂ ನಿಲ್ಲಿಸಿದ್ದೆ. ಕೆಲವೆಡೆ ನಿಲ್ಲಲು ಜನರೇ ಇರಲಿಲ್ಲ. ಅಕ್ಟೋಬರ್ ತಿಂಗಳ ಮಂಜು ಆ ಹಿಮ ಪರ್ವತಗಳ ಮೇಲೆ ಅವ್ಯಾಹತವಾಗಿ ಸುರಿಯುತ್ತಲೇ ಇತ್ತು. ಅವಸರವಸರವಾಗಿ ನಮ್ಮ ಸೈನಿಕರು ನಿರ್ಮಿಸಿಕೊಂಡ ತಾತ್ಕಾಲಿಕ ಬಂಕರುಗಳಲ್ಲಿ ಮೂರು ಜನ, ನಾಲ್ಕು ಜನ, ಎಂಟು ಜನ- ಹೀಗೆ ಚಿಕ್ಕ ಚಿಕ್ಕ ಗುಂಪುಗಳ ಸೈನಿಕರು ಒಬ್ಬರನ್ನೊಬ್ಬರು ಅವಚಿಕೊಂಡು ಮಲಗಿದ್ದರು. ಕೆಲವು ಕಡೆಯಂತೂ ಅಕ್ಷರಶಃ ಒಬ್ಬನೇ ಯೋಧ ನಿಂತು ಗಡಿ ಕಾಯುತ್ತಿದ್ದ. ಪ್ರಳಯ ಸದೃಶವಾದ ಚೀನಿ ಸೈನ್ಯ ನುಗ್ಗಿ ಬಂದರೆ ಈ ಒಬ್ಬಂಟಿ ಯೋಧ ಎಷ್ಟು ಹೊತ್ತು ಕಾದಾಡಬಲ್ಲ? ಆದರೂ ಅವನು ಹಲ್ಲು ಕಚ್ಚಿಕೊಂಡು ನಿಂತೇ ಇದ್ದ!

ಗಡಿ ಪ್ರದೇಶಗಳಲ್ಲಿ ಇಂಥ ಬಲಹೀನ ಕಾವಲುಗಳು, ಕೆಲವೆಡೆ ಕಾವಲೇ ಇಲ್ಲದ ಸ್ಥಳಗಳು- ಇವುಗಳನ್ನು mortal gaps ಅನ್ನುತ್ತಾರೆ. ಇಂಥ gapಗಳು ನುಗ್ಗಿ ಬರುವ ಶತ್ರುವಿಗೆ ಅದೆಂಥ ಸುವರ್ಣಾವಕಾಶ ಒದಗಿಸಿ ಬಿಡುತ್ತವೆ ಎಂಬುದನ್ನು ಓದುಗರು ಅರ್ಥ ಮಾಡಿಕೊಳ್ಳಬೇಕು.

ನುಗ್ಗಿ ಬಂದ ಚೀನಿ ಸೈನ್ಯ ಒಂದು ಕಡೆ ಇಂಥ gap ಭೇದಿಸಿ ಒಳಬಂದು ಬಿಟ್ಟರೆ ಮುಗಿದೇ ಹೋಯಿತು: ಅವರ ಬಂದೂಕುಗಳು ಎರಡೂ ಕಡೆಯಿಂದ ನಮ್ಮ ಸೈನಿಕರನ್ನು ತೂತು ಮಾಡಿ ಹಾಕುತ್ತವೆ. ಕೆಲವೆಡೆ ಬಂದೂಕು ಬಳಸುವ ಪ್ರಶ್ನೆಯೇ ಬರುವುದಿಲ್ಲ. ಸುಮ್ಮನೆ ನಡೆದು ಬಂದು ಬೆನ್ನ ಹಿಂದಿನಿಂದ ಬಂದೂಕಿನ ಬಾನೆಟ್ ಚುಚ್ಚಿ ಕೊಂದುಬಿಡುತ್ತಾರೆ. ಅದಕ್ಕಿಂತ ಭಯಾನಕವಾದ ಸತ್ಯವೆಂದರೆ; ಚೀನೀಯರು ಅಷ್ಟೊಂದು ಕ್ರೂರಿಗಳಾಗಿ ನಮ್ಮನ್ನು ಕೊಲ್ಲದಿದ್ದರೂ ಹಿಮಾಲಯದ ನಿರ್ದಯಿ ಚಳಿ ಮತ್ತು ಕರುಣಾಹೀನ ಹಸಿವು ನಮ್ಮನ್ನು ಇನ್ನು ಕೆಲವೇ ದಿನಗಳಲ್ಲಿ ಕೊಂದು ಹಾಕಲಿದ್ದವು.

ಅದೇಕೋ ಇದ್ದಕ್ಕಿದ್ದ ಹಾಗೆ ನೆಹರೂ ಬೆನ್ನ ಹಿಂದೆಯೇ ಜನರಲ್ ಕೌಲ್ ನೆನಪಾದರು. ನಮ್ಕಾ ಚು ತೀರದಲ್ಲಿ ನನ್ನ ಏಕಾಂಗಿ ಸೈನಿಕ ಆ ಬಿರು ಚಳಿ ತಡೆಯಲಾಗದೆ ಕೈಲಿದ್ದ ಬಂದೂಕನ್ನೇ ತಬ್ಬಿಕೊಂಡು ನಿಂತಿರುವಾಗ, ಮಹಾ ಸೇನಾಧಿಪತಿ ಜನರಲ್ ಬಿ.ಎಂ. ಕೌಲ್ ದಿಲ್ಲಿಯ ಬೆಚ್ಚಗಿನ ಕೋಣೆಗಳಲ್ಲಿ ತಮ್ಮ ಆರೋಗ್ಯ ತಪಾಸಣೆ ಮಾಡಿಸಿಕೊಳ್ಳುತ್ತಿದ್ದರು.

ನಾನು ಬಂಕರಿನಲ್ಲಿ ಅಸಹನೆಯಿಂದ ಮಗ್ಗಲು ಬದಲಿಸಿದೆ.

ಇಡೀ ಹನ್ನೆರಡು ಮೈಲಿ ವಿಸ್ತಾರದ ಗಡಿಯ ರಕ್ಷಣೆಗೆ ನಿಂತಿದ್ದ ನನ್ನ ಒಂದು ಸಾವಿರ ಸೈನಿಕರ ಬೆಂಗಾವಲಿಗೆ ಇದ್ದ ಏಕೈಕ fire support ಅಂದರೆ- ಎರಡು ಪ್ಯಾರಾ ಫೀಲ್ಡ್ ಗನ್‌ಗಳು. ಅವಕ್ಕಿದ್ದುದು ಬರೀ 421 ಕಾಡತೂಸುಗಳು. ಅವುಗಳ ಪಕ್ಕದಲ್ಲಿದ್ದುದು ಕೇವಲ ನಾಲ್ಕು 4.2 ಇಂಚ್ ಮಾರ್ಟರ್‌ಗಳು. ಅವುಗಳಿಗಿದ್ದುದು ಬರೀ 450 ಕಾಡತೂಸು. ಹನ್ನೆರಡು ಮೈಲಿಯುದ್ದದ ರಣರಂಗವನ್ನು ಕಣ್ಣಲ್ಲಿ ಕಣ್ಣಿಟ್ಟು ಕಾಯುತ್ತಿದ್ದುದು ಎರಡೇ ಎರಡು ಫಿರಂಗಿ ದಳಗಳು. ಹೇಳಿ, ಅವು ನನ್ನ ಸೈನಿಕರಿಗೆ ಇನ್ನೆಂಥ fire support ಒದಗಿಸಬಲ್ಲವು?

ಎರಡು ಪದಾತಿದಳ ಸೈನಿಕ ತುಕಡಿಗಳು ಒಂದನ್ನೊಂದು ಎದುರಿಸಿ ಮುಖಾಮುಖಿಯಾಗಿ hand to hand fight ಮಾಡಲು ಹೊರಟಾಗ ನಮ್ಮ ತುಕಡಿಯ ಬೆನ್ನ ಹಿಂದೆ ಫಿರಂಗಿ ದಳ ಇರಬೇಕು. ಅದು ಎದುರಿಂದ ನುಗ್ಗಿ ಬರುವ ಶತ್ರುವಿನತ್ತ ತೋಪು ಹಾರಿಸುತ್ತಲೇ ಇರಬೇಕು. ಫಿರಂಗಿ ದಳ ಹೀಗೆ ತೋಪು ಹಾರಿಸುತ್ತಿದ್ದರೆ, ನಮ್ಮ ಸೈನಿಕ ತೆವಳಿಕೊಂಡು ಹೋಗಿ ಶತ್ರುವಿನ ಮೇಲೆ ಬಿದ್ದು ಹಲ್ಲೆ ಮಾಡುತ್ತಾನೆ. ಅಂಥ ಹಲ್ಲೆ ಶುರುವಾಗುವ ತನಕ ಈ ಫಿರಂಗಿ ದಳ ತೋಪು ಹಾರಿಸುತ್ತಲೇ ಇರಬೇಕು. ಎಲ್ಲಿದೆ ಅಂಥ ಸಾಮರ್ಥ್ಯ? 450ನೇ ರೌಂಡ್ ಮುಗಿದ ತಕ್ಷಣ ಫಿರಂಗಿ ದಳದ ಆಟ ಮುಗಿದು ಹೋಗುತ್ತದೆ. ಮುನ್ನುಗ್ಗಿ ಹೋಗುತ್ತಿರುವ ನಮ್ಮ ಯೋಧರು ಬಟಾಬಯಲಲ್ಲಿ ಗುಂಡಿಗೆ ಎದೆಯೊಡ್ಡಿ ಸಾಯುತ್ತಾರೆ. ಅಲ್ಲಿಗೆ ಮುಗಿಯಿತು. ಈ ಫಿರಂಗಿ ದಳದವರು ಕೂಡ ದಡಬಡಿಸಿ ವಾಪಸು ಓಡಿ ಪ್ರಾಣ ಉಳಿಸಿಕೊಳ್ಳುವಂತಿಲ್ಲ. ನಮ್ಮನ್ನು ಚೀನೀ ಸೈನಿಕ ನಾಲ್ಕೂ ಕಡೆಯಿಂದ ಮುತ್ತಿಕೊಂಡಿದ್ದಾನೆ. ಇಂಥದೊಂದು ಸಾವಿನ ಕಣಿವೆಗೆ, ಒಂದು death trapಗೆ ನಮ್ಮನ್ನು ತಂದುಕೂಡಿಸಿದಾತ ಮಹಾಸೇನಾಧಿಪತಿ, ಕೋರ್ ಕಮಾಂಡರ್ ಜನರಲ್ ಬಿ.ಎಂ. ಕೌಲ್!

ಬಲಿಷ್ಠ ಶತ್ರು ನಮ್ಮೆಡೆಗೆ ನುಗ್ಗಿ ಬರುವಾಗ ನಮ್ಮ ಸೈನ್ಯ ಕಾಲು ಹಿಂತೆಗೆಯಲೇ ಬೇಕು.

ಆದರೆ ಷಂಡರಂತೆ ಬೆನ್ನು ತಿರುಗಿಸಿ ಓಡಿ ಬರುವುದಲ್ಲ! ಶತ್ರು ನುಗ್ಗಿ ಬರುವ ಹೊತ್ತಿಗೆ ತಾನು ಆ ತನಕ ಕುಳಿತಿದ್ದ ಜಾಗದುದ್ದಗಲಕ್ಕೂ ನೆಲಬಾಂಬುಗಳನ್ನು ಹುಗಿದುಬಿಡಬೇಕು. ಕಾಲಿಡಲಿಕ್ಕೂ ಜಾಗವಿಲ್ಲದಂತೆ ಸ್ಫೋಟಕಗಳನ್ನು ಅಡಗಿಸಿಡಬೇಕು. ಗೆದ್ದ ಉತ್ಸಾಹದಲ್ಲಿ ಮೈಮರೆತು ನುಗ್ಗಿ ಬರುವ ದುಷ್ಮನ್ ಕಾಲಿಡುತ್ತಿದ್ದಂತೆಯೇ ಭೂಮಿ ಬಾಯಿ ಬಿಟ್ಟುಬಿಡಬೇಕು. ನಮ್ಮ ನೆಲಬಾಂಬುಗಳೇ ಅರ್ಧದಷ್ಟು ಚೀನೀ ಸೈನ್ಯವನ್ನು ನುಂಗಿ ಹಾಕಿಬಿಡಬಹುದು. ಆದರೆ, ಇಡೀ ಒಂದು ಸಾವಿರ ಜನ ಯೋಧರ ಅಷ್ಟೂ ಕಿಸೆಗಳನ್ನು ತಡಕಾಡಿದರೂ, ಒಂದೇ ಒಂದು ತುಂಡು ವೈರ್ (ತಂತಿ) ಸಿಗುವುದಿಲ್ಲ. ನೆಲಬಾಂಬುಗಳ ಮಾತು ದೂರ ಉಳಿಯಿತು.

ನಮ್ಮ ಧೀರೋದಾತ್ತ ರಜಪೂತರ ಬಳಿ ಕೇವಲ ನಾಲ್ಕು 3 ಇಂಚಿನ ಮಾರ್ಟರ್‌ಗಳಿವೆ. ಎಲ್ಲ ಸೇರಿಸಿದರೆ ಅರವತ್ತು ಬಾಂಬುಗಳಿವೆ. ಒಟ್ಟಾರೆ ಇರುವ ಲೈಟ್ ಮಷಿನ್‌ಗನ್‌ಗಳ ಸಂಖ್ಯೆ ಹದಿನೇಳು! ದುರಂತವೆಂದರೆ, ಯಾವತ್ತೂ ಸಾವಿಗೆ ಅಂಜದ ರಜಪೂತ್ ಸೈನಿಕನ ಬಳಿ (ಒಬ್ಬೊಬ್ಬನ ಬಳಿ) ಇರುವುದು ಕೇವಲ ಎರಡೇ ಗ್ರೆನೇಡು. ಅಕ್ಟೋಬರ್ 10ರಿಂದ 19ರ ತನಕ ದಿಲ್ಲಿ ದೊರೆಗಳು ಕೊಟ್ಟ ಭರವಸೆಯಂತೆ "ಹಗಲಿರುಳು" ಶ್ರಮಿಸಿ ಹೆಲಿಕಾಪ್ಟರುಗಳ ಮೂಲಕ ತಂದು ಸುರುವಿದ್ದು ಇಷ್ಟೇ ಮದ್ದುಗುಂಡು! ಆ ಪೈಕಿ ಒಂದು ದೊಡ್ಡ ಭಾಗವನ್ನು ಟಿಸಾಂಗ್ಲೆ ಎಂಬ ಅನವಶ್ಯಕ ಯುದ್ಧ ಕೇಂದ್ರಕ್ಕೆ ನಾನು ಕಳಿಸಿಕೊಡಬೇಕಾಯಿತು. ಇನ್ನು ಉಳಿದದ್ದೇನು?

ಅರೆ, ದುಷ್ಮನ್ ನುಗ್ಗಿ ಬಂದರೆ ವಾಪಸು ಹೊರಟು ನಮ್ಮ ಬಲಿಷ್ಠ ನೆಲೆ ತಲುಪಿಕೊಳ್ಳುವುದಕ್ಕೊಂದು ಎಸ್ಕೇಪ್ ರೂಟನ್ನಾದರೂ (ಪರಾರಿ ಮಾರ್ಗ) ನಿರ್ಧರಿಸೋಣ ಕಣ್ರಯ್ಯ ಅಂದರೆ, ಅದಕ್ಕೆ ಯಾವ ಹಿರಿಯ ಅಧಿಕಾರಿಯೂ ಒಪ್ಪಿರಲಿಲ್ಲ. "ಪರಾರಿ ಮಾರ್ಗದ ಪ್ರಶ್ನೆಯೇ ಇಲ್ಲ. ನೀವು ನಮ್ಕಾ ಚು ಕಣಿವೆಯಲ್ಲಿರಬೇಕು ಅಂತ ಅಪ್ಪಣೆಯಾಗಿದೆ. ಇರಬೇಕು: ಅಷ್ಟೆ" ಅಂದಿದ್ದರು. ಅವರು ಹಾಗೇಕಂದಿದ್ದರು ಅಂದರೆ:

"ಚೀನ ಯಾವ ಕಾರಣಕ್ಕೂ ದೊಡ್ಡ ಮಟ್ಟದ ಯುದ್ಧ ಮಾಡುವುದಿಲ್ಲ ಎಂಬುದಾಗಿ ಅವರು ಅಕ್ಟೋಬರ್ 19ರ ರಾತ್ರಿ ಕೂಡ ಭಾವಿಸಿದ್ದರು. ಅಕಸ್ಮಾತ್ ಯುದ್ಧವಾದದ್ದೇ ಆದರೆ, ಅದು ಚಿಕ್ಕಮಟ್ಟದ ಯುದ್ಧವಾಗಿರುತ್ತದೆ. ಆ ಮಟ್ಟದ ಯುದ್ಧಕ್ಕೆ ಇಷ್ಟರ ಮಟ್ಟಿಗಿನ ಮದ್ದುಗುಂಡು ಸಾಕು. "ಕೊನೆಯ ಕಾಡತೂಸು- ಕೊನೆಯ ಪ್ರಾಣ ಇರುವ ತನಕ ಬಡಿದಾಡಿ!" ಹಾಗಂತ ಅಪ್ಪಣೆ ಕೊಟ್ಟು ದಿಲ್ಲಿಯಲ್ಲಿ ಮಲಗಿದ್ದರು ಪರಮೋಚ್ಚ ಸೇನಾಪತಿ ಜನರಲ್ ಪ್ರಾಣನಾಥ ಥಾಪರ್. ಅವರಿಗೆ ನಮ್ಕಾ ಚು ನದಿ ಯಾವ ದಿಕ್ಕಿನಿಂದ ಯಾವ ದಿಕ್ಕಿಗೆ ಹರಿಯುತ್ತದೆಂಬುದೇ ಗೊತ್ತಿರಲಿಲ್ಲ. ಮತ್ತು ನಮ್ಕಾ ಚು ನದಿಯ ಮೊದಲ ಸೇತುವೆಯಿಂದ ಹೊರಟು ಇನ್ನೊಂದು ತುದಿಯ ಟಿಸಾಂಗ್ಲೆ ತನಕ ತಲುಪಬೇಕಾದರೆ ಐದು ದಿನಗಳ ಕಾಲ್ನಡಿಗೆ ಅನಿವಾರ್ಯ ಎಂಬುದು ಕೂಡ ಗೊತ್ತಿರಲಿಲ್ಲ. ಅವರಿಗೆ ಗೊತ್ತಿದ್ದುದು ಒಂದೇ ಸಂಗತಿ:

ಪ್ರಧಾನಿ ನೆಹರೂ ಅವರನ್ನು ಓಲೈಸಬೇಕು.

ಅದಕ್ಕೆ ಹರಕೆಯ ಕುರಿಯಾದದ್ದು ನನ್ನ ಧೀರೋದಾತ್ತ ಬ್ರಿಗೇಡ್!

ಈಗ ನಮ್ಮ ಇಡೀ ಬ್ರಿಗೇಡ್‌ನ ಜೀವಸೆಲೆಯಂತಿದ್ದುದು ಟಿಸಾಂಗ್‌ಧರ್. ಅದರ ತುದಿಯ

ಮೇಲೆಯೇ ನಮ್ಮ ವೈಮಾನಿಕ ಪಡೆಗಳು ಅಗತ್ಯ ವಸ್ತುಗಳನ್ನು air drop ಮಾಡುತ್ತಿದ್ದುದು. ಅದರ ಮೇಲೇ ನಮ್ಮ ಗಾಯಾಳುಗಳ ಚಿಕಿತ್ಸೆಗಾಗಿ ಡೇರೆಗಳಲ್ಲಿ ಡಾಕ್ಟರುಗಳು ಸಜ್ಜಾಗಿ ಕುಳಿತಿದ್ದರು. ಮುಖ್ಯವಾಗಿ ಟಿಸಾಂಗ್‌ಧರ್ ಪರ್ವತದ ಮೇಲೆ ನಾವು ನಿಲ್ಲಿಸಿದ ಫಿರಂಗಿಗಳೇ ಈ ನಮ್ಕಾ ಚು ತೀರದಲ್ಲಿ ಕಾವಲು ಕುಳಿತ ಸಾವಿರಾರು ಸೈನಿಕರನ್ನು ಶತ್ರು ದಾಳಿಯಿಂದ ರಕ್ಷಿಸ ಬೇಕಾಗಿದ್ದುದು. ಆದರೆ ಇಂಥ ಪ್ರಮುಖ ನೆಲೆಯಾದ ಟಿಸಾಂಗ್‌ಧರ್‌ನ ಕಾವಲಿಗಿದ್ದುದು ಒಂದು ಬಲಹೀನ ಕಾಲ್ದಳದ ತುಕಡಿ. ಏಕೈಕ ಹಾಗೂ ಉತ್ತಮ dropping zone ಎನಿಸಿಕೊಂಡಿದ್ದ ಲುಂಪೋದಲ್ಲಿ ಒಂದೇ ಒಂದು ಬಂದೂಕು ಇರಲಿಲ್ಲ. ಅಸಲಿಗೆ ಅಲ್ಲಿ ಸೈನಿಕರೇ ಇರಲಿಲ್ಲ. ಚೀನಿ ಸೈನ್ಯ ನಮ್ಮ ಮೇಲೆ ಯುದ್ಧ ಮಾಡುವ ಬದಲು ಟಿಸಾಂಗ್‌ಧರ್ ಮತ್ತು ಲುಂಪೋಗಳನ್ನು ಆಕ್ರಮಿಸಿಕೊಂಡು, ನಮ್ಮ ಸರಬರಾಜು ವ್ಯವಸ್ಥೆಯ ಕುತ್ತಿಗೆ ಹಿಸುಕಿಬಿಟ್ಟಿದ್ದಿದ್ದರೆ ಸಾಕಿತ್ತು; ಹಸಿವು ಮತ್ತು ಚಳಿ ನಮ್ಮನ್ನು ಕೊಂದು ಹಾಕಿ ಬಿಡುತ್ತಿದ್ದವು.

ಅಕ್ಟೋಬರ್ 19ರ ಆ ನೀರವ ರಾತ್ರಿಯಲ್ಲಿ ಸುಮ್ಮನೆ ಒಮ್ಮೆ ಬಂಕರಿನಿಂದ ಎದ್ದು ಈಚೆಗೆ ಬಂದೆ. ಹೊರಗೆ ಮರಗಟ್ಟುವಂತಹ ಚಳಿ. ನಿರಂತರವಾಗಿ ಹಿಮಗಾಳಿ ಬೀಸುತ್ತಲೇ ಇತ್ತು. ಆದರೆ ನನ್ನ ಧೀರ ಗೂರ್ಖಾ ಸೈನಿಕರು ಹಲ್ಲು ಕಚ್ಚಿಕೊಂಡು ಮರುದಿನ ಬೆಳಗ್ಗೆ ಸೂರ್ಯನ ಕಿರಣ ನೆಲಕ್ಕೆ ಬೀಳುತ್ತಿದ್ದಂತೆಯೇ ಟಿಸಾಂಗ್ಲೆ ಎಂಬ ರುದ್ರಭೂಮಿಗೆ ಹೊರಡಲು ಅನುವಾಗುತ್ತಿದ್ದರು. ಒಬ್ಬ ಸಣ್ಣ ವಯಸ್ಸಿನ ಗೂರ್ಖಾ ಸೈನಿಕ ನನ್ನನ್ನು ನೋಡುತ್ತಿದ್ದಂತೆಯೇ ಸೆಲ್ಯೂಟ್ ಮಾಡಿದ. ಅವನ ಕಣ್ಣುಗಳಲ್ಲಿ ನನ್ನೆಡೆಗೊಂದು ಅನಿರ್ವಚನೀಯವಾದ ಪ್ರೀತಿಯಿತ್ತು. ಗೌರವವಿತ್ತು. ತನ್ನ ಶಿಬಿರದ ಪಕ್ಕದಲ್ಲೇ ಉಳಿದು, ಬ್ರಿಗೇಡ್‌ನ ದುರದೃಷ್ಟವನ್ನೆಲ್ಲ ಹಂಚಿಕೊಳ್ಳಲು ತಯಾರಾದ ಒಬ್ಬ ಪ್ರಾಮಾಣಿಕ ಬ್ರಿಗೇಡಿಯರ್‌ನೆಡೆಗೆ ಖಚಿತವಾದ ಮೆಚ್ಚುಗೆಯಿತ್ತು. ನಾನು ಅವನ ಅಮಾಯಕ ಕಣ್ಣುಗಳನ್ನೇ ನೋಡಿದೆ. ಈ ಗೂರ್ಖಾ ಸೈನಿಕ ನಾಳೆ ಬೆಳಗ್ಗೆ ಜನರಲ್ ನಿರಂಜನ್ ಪ್ರಸಾದ್‌ರ ಅಪ್ಪಣೆಯ ಮೇರೆಗೆ ಟಿಸಾಂಗ್ಲೆ ಎಂಬ ಮೃತ್ಯು ಕೂಪದೆಡೆಗೆ ನಡೆಯುತ್ತಾನೆ. ಟಿಸಾಂಗ್ಲೆ ತಲುಪುವ ಮೊದಲೇ ಇವನ ಮೇಲೆ ದಾಳಿಯಾಗುತ್ತದೆ. ಇವನೂ ಸುಮ್ಮನಿರುವವನಲ್ಲ. ಗೂರ್ಖಾ ಸೈನಿಕ ಮಹಾ ಹಠಮಾರಿ. ಕಾಲೂರಿ ನಿಂತು ಬಡಿದಾಡುತ್ತಾನೆ. ಅವನಿಗೆ ಸಾವಿನ ಭಯವಿಲ್ಲ. ಆದರೆ, ಕಡೇಪಕ್ಷ ಧೀರೋದಾತ್ತವಾಗಿ ಬಡಿದಾಡಿ ಸಾಯುವ ಅವಕಾಶವನ್ನೂ ನಾವು ಅವನಿಗೆ ಕೊಟ್ಟಿಲ್ಲ. ಕೆಲವೇ ನಿಮಿಷಗಳಲ್ಲಿ ಈ ಗೂರ್ಖಾ ಸಿಪಾಯಿ ಮೈತುಂಬ ಗುಂಡು ತಿಂದು ನೆಲಕ್ಕೆ ಬೀಳುತ್ತಾನೆ. ಅವನಿಗಾಗಿ ಅಳುವವರೂ ಇರುವುದಿಲ್ಲ.

ಹೊರಡಲು ಅಣಿಯಾಗುತ್ತಿದ್ದ ಗೂರ್ಖಾಗಳನ್ನು ನೋಡಿ ಬಂದೆ. ಅವರ ಒಂದು ತುಕಡಿ ಆಗಲೇ ಟಿಸಾಂಗ್ಲೆ ತಲುಪಿತ್ತು. ಮತ್ತೊಂದು ತುಕಡಿ ಟಿಸಾಂಗ್‌ಧರ್‌ನಲ್ಲಿ ಇವರಿಗಾಗಿ ಕಾಯುತ್ತಿತ್ತು. ನಾಳೆ ಬೆಳಗ್ಗೆ ಈ ಗೂರ್ಖಾ ತುಕಡಿಯೊಂದಿಗೆ ಅದೂ ಟಿಸಾಂಗ್ಲೆಗೆ ಹೊರಡುತ್ತದೆ. ಅಲ್ಲಿಗೆ ಟಿಸಾಂಗ್‌ಧರ್ ಅನಾಥ!

ಅಂತೆಯೇ ರಜಪೂತ್ ಬಟಾಲಿಯನ್‌ನ ಸೈನಿಕರು ಮೂರನೇ ಸೇತುವೆಯಿಂದ ಕಟ್ಟಕಡೆಯ ಲಾಗ್‌ಬ್ರಿಡ್ಜ್ ತನಕ ಹರಡಿಕೊಂಡಿದ್ದರು.

ಪಂಜಾಬಿ ತುಕಡಿಗಳು ಎರಡನೇ ಸೇತುವೆಯ ಕಾವಲಿಗೆ ನಿಂತಿದ್ದರು. ಅವರ ಒಂದು ತುಕಡಿ ಟಿಸಾಂಗ್ಲೆ ತಲುಪಿಯಾಗಿತ್ತು.

ಮೊದಲ ಸೇತುವೆಯ ಬಳಿ ಫೋರ್ ಗ್ರೆನೇಡಿಯರ್ಸ್‌ನ ಎರಡು ಕಂಪೆನಿಗಳಿದ್ದವು. ಅವರ ಇನ್ನೆರಡು ಕಂಪೆನಿಗಳು ಹತುಂಗ್ಲಾ ಮತ್ತು ಸೆರ್‌ಬಿಮ್‌ಗಳಲ್ಲಿದ್ದವು. ಅವುಗಳ ಮೇಲೆ ನನ್ನ ಹಿಡಿತವೇ ಇರಲಿಲ್ಲ. ಒಂದೇ ಕಡೆ ನಮ್ಮ ಅಷ್ಟೂ ಸೈನ್ಯ ಜಮಾವಣೆಯಾಗಿದ್ದಿದ್ದರೆ, ಆಯಾ ಆಯಕಟ್ಟಿನ ಜಾಗದಲ್ಲೇ ಜಮಾವಣೆಯಾಗಿದ್ದಿದ್ದರೆ ಬರಿಗೈಯಲ್ಲಾದರೂ ಬಡಿದಾಡಿ ನಮ್ಮ ದೇಶವನ್ನು ನಾವು ರಕ್ಷಿಸಿಕೊಳ್ಳುತ್ತಿದ್ದೆವೇನೋ? ಆದರೆ ಇದ್ದ ಸಣ್ಣ ಸೈನ್ಯವನ್ನೂ ಹರಿದು ಹನ್ನೆರಡು ಮೈಲಿಯುದ್ದಕ್ಕೂ ಹಂಚಿಯಾಗಿತ್ತು. ನಿರ್ದೇಶನ ನೀಡೋಣವೆಂದರೆ ನನಗಾಗಲೀ, ನನ್ನ ಕಮ್ಯಾಂಡಿಂಗ್ ಆಫೀಸರು (c.o)ಗಳಿಗಾಗಲೀ ಸೈನಿಕರೊಂದಿಗೆ ನೇರ ಸಂಪರ್ಕವೇ ಇರಲಿಲ್ಲ. ಒಂದು ವ್ಯವಸ್ಥಿತ ಯುದ್ಧ ತಂತ್ರವೇ ಅಲ್ಲಿರಲಿಲ್ಲ. ಚೀನಿಗಳು ನುಗ್ಗಿ ಬಂದರೆ, ನಮ್ಮ ಸೈನಿಕರು ಅವರಿಗೆ ತಿಳಿದಂತೆ, ಅವರಿಗೆ ಆ ಕ್ಷಣದಲ್ಲಿ ತೋಚಿದ ಹಾಗೆ ಬಡಿದಾಡಬೇಕು. ಬದುಕುಳಿದರೆ ಅದೇ ಸೌಭಾಗ್ಯ. ಸತ್ತರೆ ನಮಗೆ ಸುದ್ದಿ ಕೂಡ ಸಿಗಲಾರದು. ಅಂಥ ಸ್ಥಿತಿ.

ಹಾಗಿದ್ದೂ, "ನಮ್ಮ ಸೈನಿಕರು ಧೀರೋದಾತ್ತವಾಗಿ ಕಡೆತನಕ ಬಡಿದಾಡುತ್ತಾರೆ. ಒಂದೇ ಒಂದು ಇಂಚನ್ನೂ ನಾವು ಚೀನಿಗಳಿಗೆ ಬಿಟ್ಟುಕೊಡುವುದಿಲ್ಲ. ಕೊನೆಯ ಗುಂಡು, ಕೊನೆಯ ಸೈನಿಕ ಇರುವ ತನಕ ಹೋರಾಡುತ್ತೇವೆ" ಎಂದು ಪಂಡಿತ್ ನೆಹರೂ ಭಾಷಣ ಮಾಡುತ್ತಿದ್ದರು.

ರಾಜಕೀಯ ಧೀರೋದಾತ್ತತೆಯ ದೃಷ್ಟಿಯಿಂದ ಅದೆಲ್ಲ ಸರಿಯಿರಬಹುದು. ಆದರೆ ಯುದ್ಧ ತಂತ್ರ ಮತ್ತು military planningನ ದೃಷ್ಟಿಯಿಂದ ಅದೊಂದು ಅಕ್ಷಮ್ಯ ಅಪರಾಧ.

ತೀರ ನನ್ನ ಬಂಕರಿನೊಳಕ್ಕೆ ಕಾಲಿಡುತ್ತಿದ್ದ ಕ್ಷಣದಲ್ಲಿ, ನಮ್ಮ ನಿಗಾವಣೆಯ ಕೇಂದ್ರದಿಂದ ಬಂದಿದ್ದ ಸೈನಿಕನೊಬ್ಬ ಬಂಕರಿನ ಬಾಗಿಲಲ್ಲಿ ನಿಂತು ನನಗೆ ಸೆಲ್ಯೂಟ್ ಮಾಡಿದ. ಅವನ ತೆಳ್ಳನೆಯ ಅಂಗಿ, ಕೊರಡುಗಟ್ಟಿಹೋದ ಅವನ ದೇಹಕ್ಕೆ ಅಂಟಿಕೊಂಡಿತ್ತು. ಹಲ್ಲುಗಳು ಒಂದಕ್ಕೊಂದು ಮೆತ್ತಿಕೊಂಡಂತಾಗಿದ್ದವು. ರಕ್ತ ಹೆಪ್ಪುಗಟ್ಟುವ ಚಳಿಯಲ್ಲೇ ಅವನು ಆ ಕತ್ತಲ ಹಾದಿಯಲ್ಲಿ ನಡೆದುಬಂದಿದ್ದ. ಅವನತ್ತ ಅಕ್ಕರೆಯಿಂದ ನೋಡಿ,

"ಏನು?" ಅಂದೆ.

"ಸಾಹಿಬ್, ಎದುರಿಗಿನ ಪರ್ವತದ ಇಳಿಜಾರಿನಲ್ಲಿ ದುಷ್ಮನ್‌ಗಳು ಕಟ್ಟಿಗೆ ಒಟ್ಟು ಮಾಡಿ ಬೆಂಕಿ ಹಾಕಿಕೊಳ್ಳುತ್ತಿದ್ದಾರೆ... ಚಳಿಗೆ!" ಅಂದ.

ರಪ್ಪನೆ ಒಂದು ಅವಮಾನ ನನ್ನ ಮುಖವನ್ನು ಅಪ್ಪಳಿಸಿದಂತಾಯಿತು. ಜಗತ್ತಿನ ಸಾವಿರಾರು ಯುದ್ಧಗಳಲ್ಲಿ ಇಂಥ ಘಟನೆಗಳು ನಡೆಯುವುದು ತೀರ ಅಪರೂಪ. ನಾಳೆ ಬೆಳಗ್ಗೆ ಯುದ್ಧ ಶುರುವಾಗಬೇಕು. ಯಾವ ಸೈನಿಕ ಪಡೆಯೂ ತನ್ನ ಪೊಸಿಷನ್, ತಾನಿರುವ ಸ್ಥಾನ ಮತ್ತು ತನ್ನ ಸ್ಥಿತಿಯನ್ನು ಶತ್ರುವಿಗೆ ಗೊತ್ತು ಮಾಡಿಕೊಡುವುದಿಲ್ಲ. ರಾತ್ರಿಗಳಲ್ಲಿ ಯುದ್ಧಭೂಮಿಯಲ್ಲಿ ಚಳಿ ಬೆಂಕಿ ಹಾಕಿಕೊಳ್ಳುವುದೆಂದರೆ, ಶತ್ರುವಿನ ದಾಳಿಗೆ ಆಹ್ವಾನ ನೀಡಿದಂತೆಯೇ! ಆದರೆ ಥಗ್ಲಾ ಪರ್ವತಗಳ ಇಳಿಜಾರುಗಳಲ್ಲಿ ಬೀಡುಬಿಟ್ಟ ಚೀನಿ ಸೈನಿಕ ತನ್ನ ತಾಕತ್ತಿನ ಬಗ್ಗೆ ಮತ್ತು ನಮ್ಮ

ಬಲಹೀನತೆಯ ಬಗ್ಗೆ ಎಷ್ಟು ಕರಾರುವಾಕ್ಕಾಗಿದ್ದನೆಂದರೆ: ನಮ್ಮ ಕಣ್ಣೆದುರೇ ಚಳಿ ಬೆಂಕಿ ಹಾಕಿಕೊಂಡು ಕೂತರೂ ನಾವು ಅವನನ್ನು ಏನೂ ಮಾಡಲಾರೆವು ಎಂಬುದು ಅವನಿಗೆ ಗೊತ್ತಾಗಿ ಹೋಗಿತ್ತು.

ಇದಕ್ಕಿಂತ ಅವಮಾನ ಮತ್ತೊಂದುಂಟೆ ಸೈನಿಕನಿಗೆ?

ನನಗೆ ಗೊತ್ತಿದ್ದಂತೆ, 1802ರಲ್ಲಿ ಕಟ್ಟಕಡೆಯ ಬಾರಿಗೆ ಆಸ್ಟರ್‌ಲಿಜ್ ಯುದ್ಧದಲ್ಲಿ ಫ್ರೆಂಚರು ಈ ಕೆಲಸ ಮಾಡಿದ್ದರಂತೆ. ರಷಿಯನ್ನರ ಪಡೆಗಳನ್ನು ಎದುರಿಗಿಟ್ಟುಕೊಂಡು, ಮಾರನೆಯ ದಿನ ಘೋರ ಯುದ್ಧ ಶುರುವಾಗಬೇಕೆಂಬ ಹಂತದಲ್ಲಿ ಇದೇ ರೀತಿ ಚಳಿಬೆಂಕಿ ಹಾಕಿಕೊಂಡು ಕುಳಿತಿದ್ದರಂತೆ. ಎಲ್ಲೋ ಓದಿದ್ದು ನೆನಪಾಯಿತು. ಬಂಕರಿನ ಬಾಗಿಲಲ್ಲಿ ನಿಂತ ಸೈನಿಕನ ಮುಖ ನೋಡಲು ಧೈರ್ಯ ಸಾಲಲಿಲ್ಲ. ಒಳಕ್ಕೆ ನಡೆದು ಹೋದೆ.

ಸರಿಯಾದ ಫಿರಂಗಿ, ಮದ್ದುಗುಂಡು, ಒಂದಷ್ಟು ಚಳಿಯಂಗಿ ಮತ್ತು ತಿನ್ನಲು ಆಹಾರ ಕೊಟ್ಟಿದ್ದಿದ್ದರೆ ನನ್ನ ಬಲಿಷ್ಠ ಸೈನಿಕನೆದುರು ಈ ಚೀನಿಗಳು ಹೀಗೆ ಚಳಿ ಕಾಯಿಸಿಕೊಂಡು ಕೂಡುವ ಧೈರ್ಯ ಮಾಡುತ್ತಿದ್ದರೇ?

ಉಹುಂ, ಅವತ್ತು ರಾತ್ರಿ ನನಗೆ ನಿದ್ರೆ ಬರುವ ಸಾಧ್ಯತೆಗಳೇ ಇರಲಿಲ್ಲ. ಮಾಡಬೇಕಾದ ರಾತ್ರಿಯ ಊಟವನ್ನೂ ನಾನು ಮಾಡಿರಲಿಲ್ಲ. ಮಧ್ಯಾಹ್ನ ಯಾವಾಗಲೋ ಎರಡು ಚಪಾತಿ ತಿಂದಿದ್ದೆ. ಜೊತೆಗೊಂದಿಷ್ಟು ಮೊಳಕೆ ಕಾಳು; ಡಬ್ಬಿಯಲ್ಲಿದ್ದಂಥವು. ಹಸಿವಿನ ಸೂಚನೆಯೇ ಇರಲಿಲ್ಲ. ಬಹುಶಃ ಮುಂದಿನ ಎಪ್ಪತ್ತೆರಡು ಗಂಟೆಗಳ ತನಕ ನನಗೆ ತಿನ್ನಲು ಏನೇನೂ ಸಿಗಲಿಕ್ಕಿಲ್ಲ ಮತ್ತು ಮೂರನೇ ಸೇತುವೆ ಸಮೀಪದ ರೋಂಗ್ಲಾ ಬಂಕರಿನಲ್ಲಿ ನಾನು ಕಳೆಯುತ್ತಿರುವ ಕಟ್ಟಕಡೆಯ ರಾತ್ರಿಯಿದು ಎಂಬುದನ್ನು ನಾನವತ್ತು ಊಹಿಸಿರಲಿಲ್ಲ. ಸುಮ್ಮನೆ ಅಂಗಾತ ಮಲಗಿದೆ. ಒಂದಾದ ಮೇಲೊಂದು ಸಿಗರೇಟು ಉರಿದು ಬೀಳುತ್ತಿದ್ದವು.

ನನ್ನ ಸಾವಿರಾರು ಯೋಧರಿರುವ ಈ 7 ಇನ್‌ಫೆಂಟ್ರಿ ಬ್ರಿಗೇಡ್ ಇಂಥದೊಂದು ಮೃತ್ಯು ಕಣಿವೆಗೆ ಬಂದು ಬೀಳದಿರಲಿಕ್ಕೆ ನಾನೇನೂ ಪ್ರಯತ್ನ ಮಾಡಲೇ ಇಲ್ಲವಾ? ಅಸಲಿಗೆ ನಾನೇನಾದರೂ ಮಾಡಬಹುದಿತ್ತಾ? ಹೊರಳುತ್ತಲೇ ಯೋಚಿಸಿದೆ.

ಏನಿತ್ತು ಸಾಧ್ಯತೆ?

ಅಕ್ಟೋಬರ್ 10ನೇ ತಾರೀಕಿನ ತನಕ ಯಾವ್ಯಾವ ಹಿರಿಯ ಅಧಿಕಾರಿ ನಮ್ಕಾ ಚು ಕಣಿವೆಗೆ ಭೇಟಿ ನೀಡಿದನೋ, ಪ್ರತಿಯೊಬ್ಬನಿಗೂ ಇಲ್ಲಿನ ಪರಿಸ್ಥಿತಿ ಗೊತ್ತಾಗಿತ್ತು. ಖುದ್ದು ಜನರಲ್ ಬಿ.ಎಂ. ಕೌಲ್ ಎಲ್ಲವನ್ನೂ ಕಣ್ಣಾರೆ ನೋಡಿ ಹೋಗಿದ್ದರು. ತಕ್ಷಣ ಹೋಗಿ ನನ್ನ ಹಿರಿಯ ಅಧಿಕಾರಿಗೆ ಇಲ್ಲಿನ ಪರಿಸ್ಥಿತಿ ವಿವರಿಸಿ ಹೇಳುತ್ತೇನೆ. ಇಲ್ಲಿ ಯುದ್ಧ ಮಾಡಿದರೆ ಸರ್ವನಾಶ ತಪ್ಪದು ಅಂತ ವಿವರಿಸುತ್ತೇನೆ. ಸೈನ್ಯದ ಪರಮೋಚ್ಚ ಅಧಿಕಾರಿಗಳಿಗೆ ಮತ್ತು ನಮ್ಮ ರಾಜಕೀಯ ದೊರೆಗಳಿಗೆ ಸತ್ಯ ಸಂಗತಿಯೇನೆಂಬುದನ್ನು ತಿಳಿಸಿ, ಅವರ ಮಿದುಳಿನೊಳಕ್ಕಿಷ್ಟು sense ತುಂಬಲು ಯತ್ನಿಸುತ್ತೇನೆ. ನೀನು ಚಿಂತಿಸಬೇಡ. ನೀನು ಹೇಳಿದುದನ್ನೆಲ್ಲ ನಾನು ಒಪ್ಪಿಕೊಳ್ಳುತ್ತಿದ್ದೇನೆ. ಹಾಗಂತ ಜನರಲ್ ನಿರಂಜನ ಪ್ರಸಾದ್‌ರಿಂದ ಹಿಡಿದು ಜನರಲ್ ಬಿ.ಎಂ. ಕೌಲ್ ತನಕ

ಪ್ರತಿಯೊಬ್ಬರೂ ಹೇಳಿ ಹೋಗಿದ್ದರು. ಯುದ್ಧ ತಡೆಯುವ ಭರವಸೆ ನೀಡಿದ್ದರು. ಹೀಗಾಗಿ ನಾನು 10ನೇ ತಾರೀಕಿನ ತನಕ ರಾಜಿನಾಮೆ ಕೊಟ್ಟು ಹೊರಬೀಳುವ, ನನ್ನ ಜವಾಬ್ದಾರಿಯಿಂದ ವಿಮುಕ್ತನಾಗುವ, ನನ್ನ ಹಿರಿಯ ಅಧಿಕಾರಿಗಳನ್ನು ಪ್ರತಿಭಟಿಸುವ ಬಗ್ಗೆ ಯೋಚಿಸಿರಲಿಲ್ಲ.

ನನ್ನ ಕಳವಳಗಳೇನು ಎಂಬುದು ಕೇವಲ ಸೈನಿಕರಿಗೆ ಅರ್ಥವಾಗುತ್ತದೆ. ಶತ್ರುವಿನೊಂದಿಗೆ ಬಡಿದಾಡಿದುದಕ್ಕಿಂತ ತೀವ್ರವಾಗಿ ನನ್ನ ಹಿರಿಯ ಅಧಿಕಾರಿಗಳೊಂದಿಗೇ ಬಡಿದಾಡಿದ್ದೆ. ಖಚಿತವಾದುದೊಂದು ಅಧಿಕಾರವಿಲ್ಲದೆ, ಸ್ವಾತಂತ್ರ್ಯವಿಲ್ಲದೆ, ಸರಿಯಾದ ಉಪಕರಣಗಳೂ ಇಲ್ಲದೆ ನಾನು ಏನಂತ ಬಡಿದಾಡಲಿ? ದಿಲ್ಲಿಯ ರಾಜಕೀಯ ಮೊಗಸಾಲೆಯಿಂದ ಯುದ್ಧದ ನಿರ್ದೇಶನಗಳು ಹರಿದು ಬರುತ್ತಿದ್ದರೆ ಯುದ್ಧಭೂಮಿಯಲ್ಲಿರುವ ಒಬ್ಬ ಬ್ರಿಗೇಡಿಯರ್ ಹೇಗೆ ತಾನೆ ಒಂದು ಯುದ್ಧ ನಿರ್ವಹಿಸಬಲ್ಲ?

ಇಲ್ಲಿ ನಮ್ಕಾ ಚು ಕಣಿವೆಯಲ್ಲಿ ನಾನು ಅಕ್ಷರಶಃ ಒಬ್ಬಂಟಿ. ನನ್ನ ಜೀವನದಲ್ಲೇ ಮೊಟ್ಟ ಮೊದಲ ಬಾರಿಗೆ ಯುದ್ಧಭೂಮಿಯೊಳಗಿನ ಏಕಾಂಗಿತನ ಎಂತಹುದೆಂಬುದು ನನ್ನ ಅರಿವಿಗೆ ಬರುತ್ತಿತ್ತು. ಅಕ್ಟೋಬರ್ 10ರ ನಂತರ ಸೈನ್ಯಕ್ಕೆ ರಾಜಿನಾಮೆ ಕೊಡಬೇಕೆನ್ನುವ ಭಾವ ನನ್ನನ್ನು ಪದೇ ಪದೇ ಕಾಡಿತ್ತು. ಆದರೆ ನಾನಾಗಲೇ ಮೃತ್ಯು ಕಣಿವೆಯೊಳಕ್ಕೆ ಕಾಲಿಟ್ಟಾಗಿತ್ತು. ಸರಕ್ಕನೆ ಒಂದು ಜೀಪು ಹತ್ತಿ ಕುಳಿತು ನನ್ನ ಹಿರಿಯ ಅಧಿಕಾರಿಗಳೊಂದಿಗೆ ಜಗಳಕ್ಕೆ ಹೋಗಬಲ್ಲಂತಹ ಜಾಗವಲ್ಲ ಅದು. ತಾವಾಗೇ ಬಂದು ಯಾರಾದರೂ ನನ್ನನ್ನು ಮಾತನಾಡಿಸಿದರೆ ಉಂಟು; ಇಲ್ಲದಿದ್ದರೆ ಹಿರಿಯ ಅಧಿಕಾರಿಗಳೊಂದಿಗೆ ನನ್ನ ಸಂಪರ್ಕವೇ ಇರುವುದಿಲ್ಲ. ಒಂದು ಮಾತು ಮಾತ್ರ ನಿಜ. ಅಕ್ಟೋಬರ್ 13ರಂದು "ನಮ್ಕಾ ಚು ನದಿಯ ಎಲ್ಲ ಸೇತುವೆಗಳನ್ನೂ ರಕ್ಷಿಸಬೇಕು" ಎಂಬ ಆಜ್ಞೆ ಬಂದಾಗ, ಅವತ್ತೇ ನಾನು ಅದನ್ನು ತಿರಸ್ಕರಿಸಬೇಕಿತ್ತು. ಆದರೆ, ಅದಕ್ಕೊಂದು ಧೈರ್ಯ ಬೇಕಿತ್ತು. ಹಿರಿಯ ಅಧಿಕಾರಿಗಳನ್ನು ಧಿಕ್ಕರಿಸುವ ಧೈರ್ಯವಲ್ಲ. ರಣರಂಗದಲ್ಲಿ ಶತ್ರುವಿನ ಗುಂಡಿಗೆ ಎದೆಯೊಡ್ಡಿ ಸಾಯುವ ಧೈರ್ಯವೂ ಅಲ್ಲ. ರಣರಂಗದಿಂದ ಹೊರಬಿದ್ದು "ಹೇಡಿ" ಅನ್ನಿಸಿಕೊಳ್ಳುವ ಧೈರ್ಯ!

ಉಹುಂ, ನನ್ನಲ್ಲಿ ಆ ಧೈರ್ಯವಿರಲಿಲ್ಲ.

ಒಬ್ಬ ಸೈನಿಕನಿಗೆ ಸಾಯುವುದಕ್ಕಿಂತ ಕಷ್ಟಕರವಾದ ಕೆಲಸವೆಂದರೆ, ಹೇಡಿ ಅನ್ನಿಸಿಕೊಳ್ಳುವುದು. ನಾನದಕ್ಕೆ ಸಿದ್ಧನಿರಲಿಲ್ಲ. ಈ ಸಾವಿರಾರು ಜನ ಸೈನಿಕರು, ಕೇವಲ ನನ್ನನ್ನು ನಂಬಿಕೊಂಡು, ವಿಧೇಯತೆಯಿಂದ ನಮ್ಕಾ ಚು ಎಂಬ ಮೃತ್ಯು ಕಣಿವೆಗೆ ನಡೆದು ಬಂದಿದ್ದಾರೆ. ಅವರನ್ನು ಅವರ ದುರ್ವಿಧಿಯ ಪಾಲಿಗೆ ಬಿಟ್ಟುಕೊಟ್ಟು ಹೋಗಲಾರೆ. ನಾನು ಅವರ ಪಕ್ಕದಲ್ಲೇ ಇರುತ್ತೇನೆ. ಒಬ್ಬ ಬ್ರಿಗೇಡಿಯರ್‌ನ ಜಾಗವಿರುವುದೇ ಅವನ ವೀರಯೋಧರ ಪಕ್ಕದಲ್ಲಿ. ಇವತ್ತು ಇಂಥ ಹೀನಾಯ ಸ್ಥಿತಿಯಲ್ಲೂ ನನ್ನ ಸೈನಿಕರು ಅವಡುಗಚ್ಚಿ ನಿಂತು ಚೀನಿ ಸೈನಿಕನ ಕಣ್ಣೊಳಕ್ಕೆ ಕಣ್ಣಿಟ್ಟು ನೋಡುತ್ತಿದ್ದಾರೆಂದರೆ: I am sure! ಅವರ ಪಕ್ಕದಲ್ಲಿ ನಾನು ನಿಂತಿರುವುದೇ ಕಾರಣ. ಅವರನ್ನು ನಾನು ಬಿಟ್ಟು ಹೋಗಲಾ? ಈ ಹಂತದಲ್ಲಿ ನಾನು ರಾಜಿನಾಮೆ ನೀಡುವುದೆಂದರೆ- ಕೇವಲ ಒಬ್ಬ ಬ್ರಿಗೇಡಿಯರ್ ಬದಲಾಗಿ ಇನ್ನೊಬ್ಬ ಬ್ರಿಗೇಡಿಯರ್ ಬಂದು ಕೂಡುವಂತಹ

ಘಟನೆಯಾಗಿ ಅವರ ಕಣ್ಣಿಗೆ ಕಾಣುವುದಿಲ್ಲ.

ನನ್ನ ಸೈನಿಕ ತಬ್ಬಲಿಯಾಗಿಬಿಡುತ್ತಾನೆ.

ಮತ್ತೊಂದು ಅಂಶವೆಂದರೆ, ಅಕ್ಟೋಬರ್ 20ರ ತನಕ ಯುದ್ಧ ಶುರುವಾಗಿಯೇ ಇರಲಿಲ್ಲ. ಪ್ರಧಾನಿ ನೆಹರೂ ಅವರಿಂದ ಹಿಡಿದು ನನ್ನ ಅಧಿಕಾರಿ ನಿರಂಜನ್ ಪ್ರಸಾದ್‌ರ ತನಕ ಯಾರಿಗೂ ಯುದ್ಧ ಭಯವೇ ಇರಲಿಲ್ಲ. ಅಂಥ ಸ್ಥಿತಿಯಲ್ಲಿ ನಾನು ತಾಂತ್ರಿಕ ಕಾರಣ ಹೇಳಿ ರಾಜಿನಾಮೆ ಕೊಟ್ಟು ಹೋಗಿಬಿಟ್ಟರೆ, ಹಾಗೆ ನಾನು ಹೋದ ಮೇಲೆ ಚೀನ ಯುದ್ಧಕ್ಕಿಳಿಯದಿದ್ದರೆ- ನನ್ನನ್ನು ಜನ ಹೇಡಿಯೆಂದು ಬಿಡುತ್ತಾರೆ. ಅದೊಂದು ಮಾತು ಕೇಳಿಸಿಕೊಳ್ಳಲು ನಾನು ಸಿದ್ಧನಿರಲಿಲ್ಲ.

ಇಷ್ಟಾಗಿ 'ಹೇಡಿ' ಅನ್ನಿಸಿಕೊಳ್ಳದೇನೇ ಈ ಮೃತ್ಯು ಕಣಿವೆಯಿಂದ ಹೊರಬಿದ್ದೆನೆನ್ನಿ. ಏನು ಸಾಧಿಸಿದಂತಾಯಿತು? ವೈಯಕ್ತಿಕವಾಗಿ ನನ್ನದೊಂದು ಮರ್ಯಾದೆ ಉಳಿಯುತ್ತಿತ್ತೋ ಏನೋ? ಅದಕ್ಕಿಂತ ಹೆಚ್ಚಿನದೇನನ್ನೂ ಸಾಧಿಸಲಾಗುತ್ತಿರಲಿಲ್ಲ. ನಂಗೊತ್ತು; ಇಲ್ಲಿಂದ ನಾನು ಹಠಾತ್ತನೆ ರಾಜಿನಾಮೆ ಕೊಟ್ಟು ಎದ್ದು ಹೋಗಿದ್ದಿದ್ದರೆ, ನನ್ನ ಜಾಗಕ್ಕೆ ಇನ್ನೊಬ್ಬ ಬ್ರಿಗೇಡಿಯರ್ ಬಂದು ಕೂಡುತ್ತಿದ್ದ. ಆದರೆ ಅದು ಅಂದುಕೊಂಡಷ್ಟು ಸಲೀಸಾದ ಸಂಗತಿಯಲ್ಲ. ಆತ ಹೊಸಬ. ಹಿಮಾಲಯದ ಎತ್ತರಗಳಿಗೆ ಅಕ್ಲಮಟೈಜ್ ಆಗಬೇಕು. ನಮ್ಮ ಪಡೆಗಳು ಎಲ್ಲೆಲ್ಲಿವೆಯೆಂಬುದನ್ನು ಖುದ್ದಾಗಿ ನೋಡಿ ತಿಳಿದುಕೊಳ್ಳಬೇಕು. ಯುದ್ಧಭೂಮಿಯ ಪೂರ್ತಿ ಪರಿಚಯವಾಗಬೇಕು. ಇಷ್ಟಕ್ಕೂ ಚೀನೀ ಶತ್ರು ಇಷ್ಟಕ್ಕೆಲ್ಲ ಸಮಯ ಕೊಡುತ್ತಾನೆಯೇ? ಇಲ್ಲಿ ಪ್ರತಿಯೊಂದು ಗಂಟೆಯೂ ಪ್ರಾಣಕ್ಕಿಂತ ದುಬಾರಿ. ಇಂಥ ಸ್ಥಿತಿಯಲ್ಲಿ ಬ್ರಿಗೇಡಿಯರುಗಳ ಬದಲಾವಣೆ ಯಾವ ದೃಷ್ಟಿಯಿಂದಲೂ ತರವಲ್ಲ. ನನ್ನ ಸೈನಿಕರಿಗೆ ಅಂಥದೊಂದು ಹೀನಾಯವಾದ, ನಾಯಕನಿಲ್ಲದ ಗತಿ ಒದಗಬಾರದು.

ಇಲ್ಲ, ನಾನು ನಿರ್ಧರಿಸಿಯಾಗಿದೆ. ಇಲ್ಲೇ ಇರುತ್ತೇನೆ. ನನ್ನ ಸೈನಿಕರಿಗಾದದ್ದೇ ನನಗೂ ಆಗಲಿ. ಇಂಥ ಪರಿಸ್ಥಿತಿ ಮತ್ಯಾವಾಗ ಒದಗಿ ಬಂದರೂ, ನಿನ್ನ ನಿರ್ಧಾರವೇನು ಎಂದು ಯಾರಾದರೂ ಕೇಳಿದರೆ- ನನ್ನ ಸೈನಿಕರೊಂದಿಗೇ ಇದ್ದು ಬಡಿದಾಡುತ್ತೇನೆ ಎಂದೇ ಹೇಳುತ್ತೇನೆ. ನಾನಂದುಕೊಂಡದ್ದು ಸರಿ. ನನ್ನ ತೀರ್ಮಾನ ಶ್ರೇಷ್ಠವಾದದ್ದು: ಆದರೆ ದೇವರೇ, ಭಾರತೀಯ ಸೈನ್ಯದ ಯಾವ ಸೇನಾಪತಿಗೂ ಇಂತಹುದೊಂದು ನಿಸ್ಸಹಾಯಕ ಸಂದರ್ಭ ಬಂದೊದಗದಿರಲಿ! ಹಾಗಂತ ಬಂಕರಿನಲ್ಲೇ ಮಲಗಿಕೊಂಡು ಪ್ರಾರ್ಥಿಸಿದೆ.

ಅಂತಿಮ ಪ್ರಸ್ಥಾನ

ಸರಿಯಾಗಿ ಬೆಳಗಿನ ಜಾವ ಐದು ಗಂಟೆ. ಅವತ್ತು ತಾರೀಕು 20 ಅಕ್ಟೋಬರ್ 1962. ನಮ್ಕಾ ಚು ನದಿಯ ಮೂರನೆಯ ಸೇತುವೆಯ ಎದುರಿಗೆ ಜಮಾಯಿಸಿದ್ದ ಚೀನಿ ಸೈನಿಕರು ಮೊದಲು ಎರಡು ವೇರಿ ಲೈಟ್ (verey lights)ಗಳನ್ನು ಸಿಡಿಸಿದರು. ಸಾಮಾನ್ಯವಾಗಿ ಕತ್ತಲಲ್ಲಿ ದಾಳಿ ಪ್ರಾರಂಭಿಸುವ ಮುನ್ನ ಪಿಸ್ಟಲ್ ಒಂದಕ್ಕೆ ಈ ವಿಶೇಷ ಕಾಡತೂಸುಗಳನ್ನು ತುಂಬಿ ಶತ್ರು ಇರುವ ದಿಕ್ಕಿಗೆ ಗುಂಡು ಹಾರಿಸಲಾಗುತ್ತದೆ. ಎತ್ತರಕ್ಕೆ ಹಾರಿ ನೆಲಕ್ಕಿಳಿಯುವ ಈ ಸಿಡಿಮದ್ದು ವಿಶಾಲವಾಗಿ ಹರಡಿಕೊಳ್ಳುವಂತಹ ಪ್ರಖರವಾದ ಬೆಳಕೊಂದನ್ನು ಉಂಟು ಮಾಡುತ್ತದೆ. ಬಂಕರಿನಿಂದ ಹೊರಬಂದ ನಾನು ಮೊದಲು ನೋಡಿದ್ದೇ ಈ ಪ್ರಖರ ಬೆಳಕಿನ ವೇರಿ ಲೈಟ್‌ಗಳ ಉಡಾವಣೆಯನ್ನ.

ಅದು ಸರ್ವನಾಶದ ಆಗಮನದ ಸಂಕೇತ. ಪ್ರವಾಹಕ್ಕೆ ಮುನ್ನ ಫಳ್ಳೆನ್ನುವ ಕೋಲ್ಮಿಂಚು. ಚೀನಿಗಳಿಗೆ ಭಾರತೀಯ ಸೈನಿಕರು ಆ ಬೆಳಕಿನಲ್ಲಿ ಅತ್ಯಂತ ಸ್ಪಷ್ಟವಾಗಿ ಕಾಣಿಸಿರುತ್ತಾರೆ. ಅದರ ಜೊತೆಗೇ, ಯುದ್ಧ ಪ್ರಾರಂಭಿಸುವಂತೆ ಈ ಬೆಳಕು ಅವರಿಗೆ ಸಂಕೇತ ನೀಡುತ್ತಿದೆ.

"ಫೈರ್!" ಕಿರುಚಿಕೊಂಡೆ.

ಅಷ್ಟರಲ್ಲಿ ಮೂರನೇ ಸೇತುವೆ ಎದುರಿನಿಂದ ಏಕಕಾಲಕ್ಕೆ ಸುಮಾರು 150 ರೈಫಲ್‌ಗಳು ಮತ್ತು ಹೆವಿ ಮಾರ್ಟರ್ ಉಪಕರಣಗಳು ಬಾಯ್ತೆರೆಯುತ್ತವೆ. ಆ ಕ್ಷಣದ ತನಕ ಇದ್ದ ಪ್ರಳಯಕ್ಕೆ ಮುಂಚಿನ ಗಾಢ ಮೌನವೆಲ್ಲ ಇದ್ದಕ್ಕಿದ್ದಂತೆ ಮುಗಿದು ಹೋಗಿ, ಭಾರತ ಸೇನೆಯ ಕಾವಲಿನಲ್ಲಿದ್ದ ಮೂರನೇ ಮತ್ತು ನಾಲ್ಕನೆಯ ಸೇತುವೆ, ಅನತಿ ದೂರದಲ್ಲಿದ್ದ ಟಿಸಾಂಗ್‌ಧರ್, ಅದರಾಚೆಗಿದ್ದ ಲಾಗ್ ಬ್ರಿಡ್ಜ್ ಮತ್ತು ಟೆಂಪೊರರಿ ಬ್ರಿಡ್ಜ್‌ಗಳೆಲ್ಲ ಚೀನೀಯರ ನಿರಂತರ ಗುಂಡಿನ ದಾಳಿಗೆ ತುತ್ತಾದವು. ಖುದ್ದು ನಾನೇ ನಿಂತು ನೆಲೆಗೊಳಿಸಿಕೊಂಡಿದ್ದ ರೋಂಗ್ಲಾ ಪ್ರದೇಶದ ಬ್ರಿಗೇಡಿಯರ್ ಹೆಡ್ ಕ್ವಾರ್ಟರ್ಸ್ (ಅದೊಂದು ಚಿಕ್ಕ ಶಿಬಿರ) ಕೂಡ ಚೀನಿ ದಾಳಿಗೆ ತುತ್ತಾಯಿತು. ಅನುಮಾನವೇ ಇಲ್ಲ: ಚೀನಿಗಳು 76 mm ಗನ್‌ಗಳನ್ನು ಬಳಸುತ್ತಿದ್ದಾರೆ. ಅವುಗಳಿಗೆ ಪ್ರತೀಬಾರಿ ಕಾಡತೂಸು ತುಂಬುವ ಪ್ರಮೇಯವೇ ಇಲ್ಲ. ಆ ಬಂದೂಕುಗಳು ಸ್ವಯಂಚಾಲಿತ. ಅವರ ಬಳಿ 120 mm ಮಾರ್ಟರ್‌ಗಳಿವೆ. ಉಹುಂ; ನಮ್ಮ ಸೈನಿಕ ಅವುಗಳನ್ನು ತನ್ನ ಪುರಾತನ ಕೋವಿಗಳಿಂದ ಎದುರಿಸಲಾರ. ಸರ್ವನಾಶದ ಘಳಿಗೆ ಘೋಷಿತವಾಗಿ ಹೋಗಿತ್ತು.

ಮೊದಲ ಸುತ್ತಿನ ಭಯಾನಕ ಫೈರಿಂಗ್ ಮುಗಿಯುತ್ತಿದ್ದಂತೆಯೇ ನಮ್ಮ ಪಡೆಗಳಿದ್ದ ಪಾಳೆಯಗಳಲ್ಲಿ ದಾರುಣವಾದುದೊಂದು shock ಎಲ್ಲರನ್ನೂ ಆವರಿಸಿಕೊಂಡಿತ್ತು. ಆತನಕ ಹರಡಿಕೊಂಡಿದ್ದ ಭಯಾನಕ ಮೌನವನ್ನು ಭೇದಿಸಿದ ಈ ಗುಂಡಿನ ಮೊರೆತ ಮತ್ತಷ್ಟು ಭಯಾನಕವಾಗಿತ್ತು. ಚೀನಿ ಶತ್ರುವಿನ ಅಸಲಿ ವಂಚನೆಯ ಮುಖದರ್ಶನವಾಗಿತ್ತು. ವರ್ಷಾಂತರಗಳ ತಪ್ಪು ತಿಳುವಳಿಕೆ, ತಿಂಗಳುಗಟ್ಟಲೆ ಆವರಿಸಿಕೊಂಡಿದ್ದ ನಿಗೂಢತೆ, ದಿನಗಟ್ಟಲೆ ನಾವಿಟ್ಟುಕೊಂಡಿದ್ದ ಭರವಸೆ ಮತ್ತು ಸಿಂಹಸ್ವಪ್ನಗಳನ್ನೇ ರವಾನೆ ಮಾಡುತ್ತಿದ್ದ ಕೊನೆಯ ಕೆಲವು ಗಂಟೆಗಳ ಮೌನ ಎಲ್ಲವೂ ಮುಗಿದು ಹೋಗಿದ್ದವು. ಭಾರತವು ಯಾವತ್ತಿಗೂ ಮರೆಯಲಾಗದಂತಹ ಸಿಡಿಲೊಂದು ಅದರ ಮೈಮೇಲೆ ಮುರಿದುಕೊಂಡು ಬಿದ್ದಿತ್ತು. ಭಾರತೀಯ ಇತಿಹಾಸದ ಯಾವ ಪುಸ್ತಕವೂ ಈ ನತದೃಷ್ಟ ಅಧ್ಯಾಯದಿಂದ ತಪ್ಪಿಸಿಕೊಳ್ಳುವಂತಿರಲಿಲ್ಲ. ಭಾರತವನ್ನು ಯಾವತ್ತಿಗೂ ಮರೆಯಲಾಗದಂತೆ ಹಣಿದು ಹಾಕಿದ ಪಾಣಿಪತ್ ಕದನ ಮತ್ತು ಪ್ಲಾಸಿ ಕದನಗಳ ಸಾಲಿಗೆ ಈ ನತದೃಷ್ಟ ನಮ್ಕಾ ಚು ಯುದ್ಧವನ್ನೂ ಸೇರಿಸಬೇಕಾಗಿ ಬಂತು.

ಆ ಘಳಿಗೆ ಕಣ್ಣೆದುರಿಗೆ ಅವತರಿಸಿತ್ತು.

ಚೀನಿಗಳು ಮೊದಲು ತಮ್ಮ ಕಣ್ಣೆದುರಿಗೇ ಇದ್ದ ಮೊದಲ ಮತ್ತು ಎರಡನೇ ಸೇತುವೆಗಳ ಕಡೆಗೆ ಹೋಗಲಿಲ್ಲ. ಅಲ್ಲಿ ಕಾವಲಿಗಿದ್ದ ನಮ್ಮ ಪಂಜಾಬಿಗಳನ್ನಾಗಲೀ, ಗ್ರೆನೇಡಿಯರ್ ಪಡೆಗಳ ಮೇಲಾಗಲೀ ಅವರು ದಾಳಿ ಮಾಡಲಿಲ್ಲ. ನೇರವಾಗಿ ಮೂರು ಮತ್ತು ನಾಲ್ಕನೇ ಸೇತುವೆಗಳ ಕಡೆಗೆ ನುಗ್ಗಿದರು. ಅದರರ್ಥ?

ಥೋಲಾ ಮತ್ತು ಟಿಸಾಂಗ್‌ಧರ್‌ನ ಇರುಕಾದ ಕಣಿವೆಯ ಮೇಲೆ ಮೊದಲು ತಮ್ಮ ಹಿಡಿತ ಸಾಧಿಸಿಕೊಳ್ಳಲು ಆತ ನಿರ್ಧರಿಸಿದ್ದಾನೆ! ನಮ್ಕಾ ಚು ಕಣಿವೆಯಲ್ಲಿರುವವರನ್ನೆಲ್ಲ ಈಗಲೇ ಕೊಂದುಬಿಡುವ ಅವಸರ ಅವನಿಗಿಲ್ಲ. ಅದರ ಅವಶ್ಯಕತೆಯೂ ಇಲ್ಲ. ನಮ್ಮ ಹನ್ನೆರಡು ಮೈಲಿ ಉದ್ದದ ಗಡಿಯನ್ನು ತನಗೆ ಬೇಕಾದ ಕಡೆಯಿಂದ ಭೇದಿಸಿ ಒಳಕ್ಕೆಬರುತ್ತಾನೆ. "ಓ... ಇವನು ಲುಂಪೋದ ಕಡೆಗೆ ನುಗ್ಗುತ್ತಿದ್ದಾನೆ!" ಎಂದು ಬ್ರಿಗೇಡಿಯರ್ ದಳವಿ ಉದ್ಗರಿಸಿದರು. ಒಮ್ಮೆ ಅವನು ಲುಂಪೋ ತಲುಪಿಬಿಟ್ಟರೆ ಸಾಕು. ಇತ್ತ ನಮ್ಕಾ ಚು ಕಣಿವೆಯಿಂದ ಜೀವಂತ ಹೊರಬಿದ್ದು ವಾಪಸು ಹೋಗಲು ನಾವು ಪ್ರಯತ್ನಿಸಬೇಕಾಗುತ್ತದೆ. ಆಗ ಹತುಂಗ್ಲಾ ಕಣಿವೆಯ ಬಳಿ ನಮಗಾಗಿ ಕಾದಿದ್ದು ಮೈಮೇಲೆ ಬೀಳುತ್ತಾನೆ ಶತ್ರು. ಅದು ದೊಡ್ಡ ನರಮೇಧವಾಗಲಿದೆ ಅಂದುಕೊಂಡರು ಬ್ರಿಗೇಡಿಯರ್ ದಳವಿ. ಹತುಂಗ್ಲಾ ಕಣಿವೆ ಬಿಟ್ಟು ಬೇರೊಂದು ಮಾರ್ಗದಿಂದ ನಾವು ವಾಪಸು ಹೋಗುವಂತೆಯೇ ಇಲ್ಲ. ಚೀನಿಗಳಿಗದು ಚೆನ್ನಾಗಿ ಗೊತ್ತಿದೆ.

ಹಾಗೆ ಬೆಳಗಿನ ಜಾವ ಐದು ಗಂಟೆಗೆ ಬೊಂಬಾರ್ಡ್‌ಮೆಂಟ್ ಪ್ರಾರಂಭಿಸಿದ ಚೀನಿಗಳು ನಿರಂತರವಾಗಿ ಒಂದು ತಾಸು ಕೇವಲ ಫಿರಂಗಿಗಳನ್ನೇ ಬಳಸಿದರು. ಆಮೇಲೆ, ಆರುಗಂಟೆಯ ಹೊತ್ತಿಗೆ ಅವರ ಪದಾತಿದಳದ ಸೈನಿಕರು ಪ್ರವಾಹದಂತೆ ನಮ್ಕಾ ಚು ನದಿಯ ಕಡೆಗೆ ನುಗ್ಗಿ ಬರತೊಡಗಿದರು. ಯಾವುದೇನೇ ಇರಲಿ; ಪದಾತಿದಳದ ಸೈನಿಕರ ಸಂಖ್ಯೆ ಇದೆಯಲ್ಲ! ಅದು ಮಾತ್ರ ಯುದ್ಧದ ಹಣೆಬರಹವನ್ನು ನಿರ್ಧರಿಸಲು ಸಾಧ್ಯ.

ಈಗ ಸಮಸ್ತ ಭಾರತ ದೇಶದ ಭವಿಷ್ಯವು ನಮ್ಕಾ ಚುವಿನ ಮೂರು ಮತ್ತು ನಾಲ್ಕನೇ ಸೇತುವೆಗಳ ಕಾವಲಿಗಿದ್ದ ಮೂರು ಬಲಹೀನ ರಜಪೂತ ಕಂಪೆನಿಗಳು ಹಾಗೂ ಎರಡು ಗೂರ್ಖಾ ಕಂಪೆನಿಗಳ ಕೈಯಲ್ಲಿತ್ತು. ನಾಲ್ಕು ಲಕ್ಷ ಸೈನಿಕರಿದ್ದ ಭವ್ಯ ಭಾರತ ದೇಶ, ತನ್ನ ಗಡಿ ಕಾಯುವ ಬಹುದೊಡ್ಡ ಯುದ್ಧಕ್ಕೆ ಕೇವಲ 600 ಜನರನ್ನು ಕಳುಹಿಸಿಕೊಟ್ಟಿತ್ತು. ನಮ್ಮ ಸೈನಿಕರು ಒಡ್ಡಲಿದ್ದ ಪ್ರತಿರೋಧವನ್ನು ನಿರಾಯಾಸವಾಗಿ ತರಿದು ಹಾಕಿ ಭಾರತದ ಗಡಿಯೊಳಕ್ಕೆ ನುಗ್ಗಿ ಬಂದು ನಮ್ಮ ದೇಶಕ್ಕೊಂದು ಪಾಠ ಕಲಿಸುವುದಕ್ಕೆ ಇಪ್ಪತ್ತು ಸಾವಿರ ಸೈನಿಕರೊಂದಿಗೆ ಅಣಿಯಾಗಿ ಬಂದಿತ್ತು ಚೀನಾ.

ಚೀನದ ಗುಂಡಿನ ದಾಳಿ ಆರಂಭವಾದಾಗ, ನಿನ್ನೆ ರಾತ್ರಿಯಷ್ಟೆ ನಾನು ನೋಡಿ ಬಂದಿದ್ದ ಗೂರ್ಖಾ ಕಂಪೆನಿಯ ಸೈನಿಕರು ಬೆಳಗಿನ ಜಾವದಲ್ಲಿ ಟಿಸಾಂಗ್ಲೆಗೆ ಹೊರಡಲೆಂದು ಅಣಿಯಾಗುತ್ತಿದ್ದು, ತಮ್ಮ ಲಗೇಜಿಗೆ ಕೊನೆಯ ಗಂಟು ಹಾಕುತ್ತಿದ್ದರು. ಅವರಿಗೆ ಅಕ್ಟೋಬರ್ ತಿಂಗಳ ದಸರಾ ಹಬ್ಬದ ಮಹಾ ನವಮಿ ಯಾವತ್ತೋ ಮರೆತುಹೋದಂತಾಗಿತ್ತು. ಕಣ್ಣೆದುರಿಗಿದ್ದದ್ದು ಮರಣವೆಂಬ ಮಹಾನವಮಿ!

"ಛಾರ್ಜ್!" ಎಂಬುದಾಗಿ ಗೂರ್ಖಾ ಪಡೆಯ ಕಮ್ಯಾಂಡಿಂಗ್ ಆಫೀಸರ್ ಅರಚಿದ್ದು ಸ್ಪಷ್ಟವಾಗಿ ಕೇಳಿಸಿತು. ಗೂರ್ಖಾ ಸೈನಿಕನಿಗೆ ಮತ್ತೊಂದು ಕಡೆಗೆ ಕಿವಿಗೊಡುವ ಅಭ್ಯಾಸವೇ ಇಲ್ಲ. ಅವನು ಯಂತ್ರದಂತೆ ತನ್ನ ಕಮ್ಯಾಂಡರನ ಆದೇಶಗಳನ್ನು ಪಾಲಿಸುತ್ತಾನೆ. ಅಡಗಿಕೊಂಡಿದ್ದ ಬಂಕರುಗಳೊಳಗಿನಿಂದ, ಡೇರೆಗಳೊಳಗಿನಿಂದ, ತೋಡಿಕೊಂಡ ಕಂದರಗಳ ಕಡೆಗೆ ಕೈಯಲ್ಲಿ ಬಂದೂಕು ಹಿಡಿದವನೇ ಸಿಡಿಲ ತುಂಡುಗಳಂತೆ ಆ ಸೈನಿಕ ನುಗ್ಗತೊಡಗಿದ. ಅದೊಂದು ವೀರಾವೇಶದ ದೃಶ್ಯವಾಗಿತ್ತು.

ಬಂಕರುಗಳಿಂದ ಹೊರಬಿದ್ದ ಗೂರ್ಖಾ ಸೈನಿಕರ ಪೈಕಿ ಕೆಲವರು ಅಂಗಳದಲ್ಲೇ ಶತ್ರುವಿನ ಗುಂಡಿಗೆ ಬಲಿಯಾಗಿ ಕತ್ತರಿಸಿಕೊಂಡು ನೆಲಕ್ಕೆ ಬಿದ್ದರು. ಹಾಗೆ ನೆಲಕ್ಕೆ ಬಿದ್ದ ಸೈನಿಕರ ಜೇಬುಗಳಿಂದ ಕಾಡತೂಸುಗಳನ್ನೂ, ಗ್ರೆನೇಡುಗಳನ್ನೂ ತೆಗೆದುಕೊಂಡು, ಅದೇ ಅವಸರದಿಂದ ನುಗ್ಗಿ ಹೋಗಿ ಸೇತುವೆ ಪಕ್ಕದ ಕಂದರಗಳಲ್ಲಿ ಅಡಗಿಕೊಳ್ಳುತ್ತಿದ್ದ ಇತರೆ ಹಠಮಾರಿ ಗೂರ್ಖಾಗಳನ್ನು ಆ ಬೆಳಗಿನ ಜಾವದಂದು ಚೀನಿ ಶತ್ರು ಕೂಡ ಆಶ್ಚರ್ಯದಿಂದ, ಹೆಮ್ಮೆಯಿಂದ ಗಮನಿಸಿರಬೇಕು!

ಗೂರ್ಖಾ ಸೈನಿಕನ ಯುದ್ಧಾವೇಶವೇ ಅಂತಹುದು. ಅವನು ಕದನಕ್ಕೆ ನಿಂತರೆ ಪ್ರಳಯ ಭಯಂಕರ. ಅದರಲ್ಲೂ ನಮ್ಮ 1/9 ಗೂರ್ಖಾಗಳು (ಈಗ ನಮ್ಕಾ ಚು ಕಣಿವೆಯಲ್ಲಿದ್ದವರು) ಇಟಲಿಯ ಫೋರ್ ಡಿವಿಷನ್‌ನ ಒಂದು ಭಾಗವಾಗಿದ್ದವರು. 1944ರಲ್ಲಿ ಅವರು ಮೂರನೇ ಕ್ಯಾಸಿನೋ (Third Battle of Cassino) ಕದನದಲ್ಲಿ ಗಳಿಸಿದ್ದ ಕೀರ್ತಿ ಅಜರಾಮರವಾದದ್ದು. ಜರ್ಮನಿಯ ಅತ್ಯುತ್ತಮ ಸೇನೆಯ ಫಸ್ಟ್ ಜರ್ಮನ್ ಪ್ಯಾರಾಷೂಟ್ ಡಿವಿಷನ್ ಪಡೆಗಳನ್ನು ನಮ್ಮ ಗೂರ್ಖಾಗಳು ತಿಂಗಳುಗಟ್ಟಲೆ ಬಡಿದಾಡಿ ಸದೆಬಡಿದಿದ್ದರು. ಆಗ ಅವರಿಗೆ ಕ್ಯಾಸಿನೋ ಯುದ್ಧದಲ್ಲಿ ಹ್ಯಾಂಗ್‌ಮನ್ಸ್ ಹಿಲ್ ಎಂಬ ಪರ್ವತವನ್ನು ವಶಪಡಿಸಿಕೊಳ್ಳುವ ಜವಾಬ್ದಾರಿ ಒಪ್ಪಿಸಲಾಗಿತ್ತು. ಅವರನ್ನು ಮಜ್ದಲಿನಿ ಎಂಬ ಸೇನಾಪತಿ ಮುನ್ನಡೆಸಿದ್ದ. ನಮ್ಮ ಗೂರ್ಖಾಗಳು

ಎಂಥ ಧೀರೋದಾತ್ತ ಸೈನಿಕರೆಂಬುದನ್ನು ನೀವು ಆತನ ಬಾಯಲ್ಲೇ ಕೇಳಿ:

"ಎಂಟು ಹಗಲು ಮತ್ತು ಎಂಟು ರಾತ್ರಿಗಳ ಕಾಲ ನಿರಂತರವಾಗಿ ಈ 1/9 ಗೂರ್ಖಾಗಳು ಹ್ಯಾಂಗ್‌ಮನ್ಸ್ ಹಿಲ್‌ನ ತುದಿಯ ಮೇಲೆ, ಕೇವಲ 200 ಚದರ ಗಜಗಳ ವ್ಯಾಪ್ತಿಯಲ್ಲಿ ಒಬ್ಬರನ್ನೊಬ್ಬರು ತಬ್ಬಿಕೊಂಡು ಕುಳಿತಿದ್ದರು. ಶತ್ರುವಿನ ಫಿರಂಗಿಯಿಂದ ರಕ್ಷಿಸಿಕೊಳ್ಳಲು ಇವರಿಗಿದ್ದ ಏಕೈಕ ಮರೆಯೆಂದರೆ, ಒಂದು ಬಂಡೆ. ನಟ್ಟ ನಡು ಚಳಿಗಾಲದಲ್ಲಿ, ಆ ಉತ್ತುಂಗ ಶಿಖರದ ಮೇಲೆ ಬೀಸುವ ಹಿಮಗಾಳಿಯಿಂದ ರಕ್ಷಿಸಿಕೊಳ್ಳಲು ಸರಿಯಾದುದೊಂದು ಕೋಟೂ ಇಲ್ಲದೆ, ಈ ಹುಡುಗರು ಕದಲದೆ ಕುಳಿತಿದ್ದರು. ಅವರ ಹೋರಾಟ, ಶೌರ್ಯ ಮತ್ತು ಸ್ಥಿರತೆಗಳು ಅವಿಸ್ಮರಣೀಯ. ಇಂಥ ಹುಡುಗರು ನನ್ನ ಹ್ಯಾಂಗ್‌ಮನ್ಸ್ ಹಿಲ್ ಸಾಹಸದಲ್ಲಿ ನನ್ನೊಂದಿಗಿದ್ದು, ನಿಜವಾದ ಯುದ್ಧದ ಖದರೊಂದನ್ನು ನನಗೆ ತೋರಿಸಿಕೊಟ್ಟರು!" ಎಂಬುದಾಗಿ ಸೇನಾಪತಿ ಎಫ್. ಮಜ್ದಲಿನಿ ಮುಕ್ತ ಕಂಠದಿಂದ ಗೂರ್ಖಾಗಳನ್ನು ಹೊಗಳುತ್ತಾನೆ.

ಅಂಥ ಗೂರ್ಖಾಗಳಿಗೆ ಬೆಟ್ಟಗಾಡಿನ ಯುದ್ಧ ಹೊಸತೂ ಅಲ್ಲ. ಅವರಿಗೆ ತಾಕತ್ತಿನ ಕೊರತೆಯೂ ಇರಲಿಲ್ಲ. ಉತ್ಸಾಹ, ಒಂದು ಸಮುದ್ರಕ್ಕಾಗುವಷ್ಟು ಇತ್ತು. ಆದರೆ ನಮ್ಕಾ ಚು ಮೃತ್ಯು ಕಣಿವೆಗೆ ಅವರನ್ನು ತಂದು ಹಾಕಿದ ನಮ್ಮ ಮಿಲಿಟರಿ ಪ್ರಭುಗಳು ಧೀರ ಗೂರ್ಖಾಗಳಿಗೆ ಅಪ್ಪಟ ಸೈನಿಕರಂತೆ ಬಡಿದಾಡಿ ಸಾಯುವ ಅವಕಾಶವನ್ನೂ ಒದಗಿಸಲಿಲ್ಲ.

ನೆಲಕ್ಕೆ ಬಿದ್ದ ಜೊತೆಗಾರನವೇ ಕಾಡತೂಸುಗಳನ್ನು ಜೇಬಿನಿಂದ ಹಿರಿದುಕೊಂಡು, ಅವನ ಬಂದೂಕಿನ ಸಮೇತ ಓಡಿ ಹೋಗಿ ಬ್ರಿಡ್ಜುಗಳ ಪಕ್ಕದಲ್ಲಿದ್ದ ಕಂದರದಲ್ಲಿ ಅವಿತುಕೊಂಡ ಗೂರ್ಖಾ ಸೈನಿಕ ಕೆಲಕಾಲ ಚೀನಿಗಳ ಫಿರಂಗಿ ದಾಳಿ ಮುಗಿದು ಹೋಗಲಿ ಎಂಬಂತೆ ಕಾಯುತ್ತಲೇ ಕುಳಿತಿದ್ದ. ಸರಿಸುಮಾರು ಒಂದು ತಾಸಿನ ತನಕ ನಡೆದ ಫಿರಂಗಿ ದಾಳಿ, ಸೇತುವೆಯ ಆಸುಪಾಸಿನಲ್ಲಿದ್ದ ಸೈನಿಕ ನೆಲೆಗಳನ್ನೆಲ್ಲ ಧ್ವಂಸಮಾಡಿ ಹಾಕಿತ್ತು. ಅಬ್ಬರದ ಮಳೆಯಂತಹ ಆ ದಾಳಿ ಮುಗಿಯುತ್ತಿದ್ದಂತೆಯೇ, ಎದುರಿಗಿದ್ದ ದೈತ್ಯಾಕಾರದ ಥಗ್ಲಾ ಪರ್ವತಸಾಲಿನ ಇಳಿಜಾರುಗಳಿಂದ ಇರುವೆಗಳಂತೆ ಇಳಿದು ಬರತೊಡಗಿದರು ಚೀನಿ ಸೈನಿಕರು. ಅವರು ಬರುತ್ತಿದ್ದ ವೇಗ ಮತ್ತು ಆ ಸಂಖ್ಯೆ ಕಂಡೇ ಕಂದರದೊಳಗಿನ ನಮ್ಮ ಗೂರ್ಖಾ ಸೈನಿಕ ತತ್ತರಿಸಿ ಹೋಗಬೇಕಾಗಿತ್ತು. ನಿಜಕ್ಕೂ ಅದು ದಿಕ್ಕು ತೋಚದಂತಹ ಸ್ಥಿತಿ. ಮೇಲಾಗಿ, ಶತ್ರುವಿನೆಡೆಗೆ ಇಂಥದೇ ರೀತಿಯಲ್ಲಿ ಹಲ್ಲೆ ಮಾಡಬೇಕೆಂಬ ನಿರ್ದೇಶನ ನೀಡಲು ಅವನ ಹತ್ತಿರದಲ್ಲಿ ಯಾವ ಯುದ್ಧ ತಾಂತ್ರಿಕನೂ ಇಲ್ಲ.

ಬಹುಶಃ ಇರದಿದ್ದುದೇ ಒಳ್ಳೆಯದಾಯಿತೇನೋ?

ಒತ್ತಿಕೊಂಡು ಬರುತ್ತಿದ್ದ ಚೀನಿಗಳನ್ನು ಸೇತುವೆ ಹತ್ತಿರದ ಇರುಕಟ್ಟಾದ ಸ್ಥಳಕ್ಕೆ ತೀರ ಹತ್ತಿರಾಗುವ ತನಕ ಸುಮ್ಮನಿದ್ದ ನಮ್ಮ ಗೂರ್ಖಾ ಯೋಧ; ಶತ್ರುವು ತನ್ನ ಬಂದೂಕಿನ ತುದಿಗೆ ಹತ್ತಿರಾಗುತ್ತಿದ್ದಂತೆಯೇ ಅನಿರೀಕ್ಷಿತವಾದ ರೀತಿಯಲ್ಲಿ ಅವನ ಮೇಲೆರಗಿ ಗುಂಡು ಹಾರಿಸತೊಡಗಿದ. ದೊಡ್ಡ ಅವಸರದಿಂದ ಇಳಿದು ಬರುತ್ತಿದ್ದ ಚೀನಿ ಸೈನಿಕರು ಹುಳುಗಳಂತೆ ಸತ್ತುಬಿದ್ದರು. ಸೇತುವೆಯ ತುಂಬ ಚೀನಿ ಹೆಣಗಳೇ. ಮೊದಲ ಸುತ್ತಿನ ಪದಾತಿದಳದ ತುಕಡಿ ಸಾವಿಗೀಡಾಗಿತ್ತು. ಆದರೆ ಕಂದರದಲ್ಲಿ ಕುಳಿತಿದ್ದ ಗೂರ್ಖಾ ಸೈನಿಕ ವಿಜಯದ ನಗೆ

ನಗುವಂತಿರಲಿಲ್ಲ. ಏಕೆಂದರೆ, ಥಗ್ಲಾ ಪರ್ವತದಿಂದ ಈ ಬಾರಿ ಇಳಿದು ಬರುವುದು ಸಣ್ಣ ತುಕಡಿಯಲ್ಲ. ಮತ್ತು ಈ ಬಾರಿ ಚೀನಿ ಸೈನಿಕ ಮೊದಲಿನಷ್ಟು ಮೈಮರೆವಿನಿಂದ ಇಳಿದುಬರುವುದಿಲ್ಲ ಎಂಬುದು ಅವನಿಗೆ ಗೊತ್ತು. ಎರಡನೇ ಬಾರಿಯೂ ಅದೇ ತಂತ್ರ ಬಳಸಿ ಶತ್ರುವನ್ನು ಕೊಲ್ಲಬಹುದಿತ್ತೇನೋ...

ಆದರೆ ಕಂದಕದಲ್ಲಿ ಕುಳಿತವನ ಕಿಸೆಯಲ್ಲಿ ಕಾಡತೂಸಿಲ್ಲ!

ಕಡೆಗೆ ಸೇತುವೆಯ ಆ ತುದಿಯಲ್ಲಿ ಶವವಾಗಿ ಬಿದ್ದಿದ್ದ ಚೀನಿ ಯೋಧನದೇ ಬಂದೂಕು ಕಸಿದುಕೊಂಡು ಯುದ್ಧಕ್ಕೆ ನಿಂತು ಬಿಡೋಣವೆಂದೇ ನಿರ್ಧರಿಸಿದ ಕೆಲವು ಗೂರ್ಖಾಗಳು ಸೇತುವೆಯ ಕಡೆಗೆ ಓಡತೊಡಗಿದರು. ಆದರೆ ಅವರ್‍ಯಾರೂ ವಾಪಸು ಬರಲಿಲ್ಲ. ಇಳಿದು ಬಂದ ನೂರಾರು ಚೀನಿ ಸೈನಿಕರು ಥಗ್ಲಾದ ಇಳಿಜಾರುಗಳ ಮೇಲಿಂದಲೇ ಗುಂಡು ಹಾರಿಸಿ ಅವರನ್ನು ಕೊಂದುಹಾಕಿದರು. ಅವರೆಲ್ಲರ ಹೆಣಗಳನ್ನು ತುಳಿದುಕೊಂಡೇ ಮೂರು ಮತ್ತು ನಾಲ್ಕನೇ ಸೇತುವೆಗಳನ್ನು ದಾಟಿ ಬಂದ ಚೀನಿಗಳಿಗೆ ನಿರಾಯುಧರಾಗಿ, ನಿಸ್ಸಹಾಯಕರಾಗಿ ಕಂದಕಗಳಲ್ಲಿ ಅವಿತು ಕುಳಿತಿದ್ದ ನಮ್ಮ ಗೂರ್ಖಾ ಸಿಪಾಯಿಗಳು ಕಾಣಿಸಿದರು.

ತುಂಬ ಹೊತ್ತು ಪದಾತಿದಳದ ಬಂದೂಕುಗಳ ಸದ್ದು ಕೇಳಿಸುತ್ತಿತ್ತು.

ಆ ತುಕಡಿಯ ಒಬ್ಬೇ ಒಬ್ಬ ಗೂರ್ಖಾ ಬದುಕುಳಿಯಲಿಲ್ಲ. ಏಕೆಂದರೆ, ಪ್ರಾರಂಭಿಕ ಹಂತದಲ್ಲಿ ಚೀನಿಗಳು ಭಾರತೀಯ ಸೈನಿಕರನ್ನು ಯುದ್ಧ ಕೈದಿಗಳನ್ನಾಗಿ ಬಂಧಿಸಿ ಒಯ್ಯುವ ಪ್ರಯತ್ನ ಮಾಡಲೇ ಇಲ್ಲ.

"ನನ್ನ ಕಣ್ಣೆದುರಿನಲ್ಲೇ ಆ ಧೀರ ಗೂರ್ಖಾಗಳ ತುಕಡಿ ಹಾಗೆ ನಾಶವಾಗಿ ಹೋಯಿತು!" ಎಂದು ನಿಟ್ಟುಸಿರಾಗುತ್ತಾರೆ ಬ್ರಿಗೇಡಿಯರ್ ದಳವಿ.

"ಅತ್ತ ಚೀನಿಗಳೊಂದಿಗೆ ಗೂರ್ಖಾಗಳು ಬಂದೂಕೆತ್ತಿಕೊಂಡು ಯುದ್ಧಕ್ಕಿಳಿಯುತ್ತಿದ್ದಂತೆಯೇ ನಾನು ತಕ್ಷಣ ನನ್ನ ಹೆಡ್ ಕ್ವಾರ್ಟರ್ಸ್ ಅನ್ನಿಸಿಕೊಂಡ ಬಂಕರಿಗೆ ಹೋಗಿ ಜನರಲ್ ನಿರಂಜನ್ ಪ್ರಸಾದ್‌ರನ್ನು ಸಂಪರ್ಕಿಸಿದೆ. ಯುದ್ಧ ಶುರುವಾಗಿಹೋಗಿದೆ. ನಿಮ್ಮ ಆದೇಶದ ಮೇರೆಗೆ ಗೂರ್ಖಾಗಳ ತುಕಡಿಯನ್ನು ಟಿಸಾಂಗ್ಲೆಗೆ ಕಳಿಸುವ ಪ್ರಶ್ನೆಯೇ ಇಲ್ಲ. ಹಾಗೇನಾದರೂ ಮಾಡಿದ್ದೇ ಆದರೆ ಟಿಸಾಂಗ್ಲೆ ತಲುಪುವ ಮಾತು ಹಾಗಿರಲಿ, ಟಿಸಾಂಗ್‌ಧರ್‌ನ ಬುಡದಲ್ಲೇ ಚೀನಿಗಳು ಅವರನ್ನು ಕೊಚ್ಚಿ ಹಾಕುತ್ತಾರೆ. ಮೇಲಾಗಿ, ಈಗ ಮೂರು ಮತ್ತು ನಾಲ್ಕನೇ ಸೇತುವೆಯ ಬಳಿ ಘನಘೋರ ಯುದ್ಧ ನಡೆದಿದೆ. ಅಲ್ಲಿಂದ ಯಾರನ್ನೂ ಕದಲಿಸುವ ಹಾಗಿಲ್ಲ ಅಂತ ವಿವರಿಸಿದೆ. ಇಡೀ ನಮ್ಕಾ ಚು ಯುದ್ಧದ ಪರಿಪೂರ್ಣ ಅವಗಾಹನೆಯಿದ್ದ ಮನುಷ್ಯ ಜನರಲ್ ಪ್ರಸಾದ್ ಅವತ್ತು ಏನೆಂದರು ಗೊತ್ತೆ?

"ಆಯ್ತು ಬ್ರಿಗೇಡಿಯರ್; ಪೂರ್ತಿ ಬಟಾಲಿಯನ್ ಕಳಿಸಲಿಕ್ಕಾಗದಿದ್ದರೆ ಒಂದು ಪಟ್ರೋಲ್ ಪಾರ್ಟಿ(ಗಸ್ತು ದಳ)ಯನ್ನಾದರೂ ಟಿಸಾಂಗ್ಲೆಗೆ ಕಳಿಸಿಕೊಡಿ. ಗೂರ್ಖಾಗಳಲ್ಲಿ ಕೆಲವರಾದರೂ ಟಿಸಾಂಗ್ಲೆ ತಲುಪಲೇ ಬೇಕು. ಹಾಗಂತ ಮೇಲ್ಮಟ್ಟದಿಂದ ಆಜ್ಞೆ ಬಂದಿದೆ!"

ಹಾಗಂತ ನಿರಂಜನ್ ಪ್ರಸಾದ್‌ರು ಮಾತನಾಡುತ್ತಿದ್ದರೆ, ನನ್ನನ್ನು ನಾನೇ ನಂಬುವ

ಸ್ಥಿತಿಯಲ್ಲಿರಲಿಲ್ಲ. 'ಮೇಲ್ಮಟ್ಟದ ' ಒತ್ತಡಗಳು ಇಡೀ ಸೇನೆಯನ್ನು ಆವರಿಸಿಕೊಂಡು ಪ್ರಸಾದ್‌ರಂಥ ಜನರಲ್ಲರ ನೈತಿಕತೆಯನ್ನು ಕೂಡ ನಾಯಿ ನರಿ ಪಾಲು ಮಾಡಿ ಹಾಕಿದ್ದವೆಂಬುದಕ್ಕೆ ಇದೊಂದು ಕಟ್ಟಕಡೆಯ ಸಾಕ್ಷಿಯಾಗಿತ್ತು. ರಪ್ಪನೆ ಫೋನು ಕುಕ್ಕಿ ಬಂಕರಿನಿಂದ ಈಚೆಗೆ ಬಂದೆ.

"ಸಾಹಿಬ್, ಕಟ್ಟಕಡೆಯ ಗೂರ್ಖಾ ಸೈನಿಕ ಕೂಡ ದೇಶಕ್ಕಾಗಿ ಬಲಿದಾನವಾಗಿ ಹೋದ!" ಹಾಗಂತ ನನ್ನ ಬಂಕರಿನ ಬಳಿಗೆ ಬಂದ ಸೈನಿಕನೊಬ್ಬ ಕಂಪಿಸುವ ದನಿಯಲ್ಲಿ ಹೇಳಿದ. ಒಂದು ಆಕ್ರೋಶ, ವ್ಯಥೆ, ಅವಮಾನದ ಅಲೆ ನನ್ನನ್ನು ಅಪ್ಪಳಿಸಿ ಹಾಕಿತ್ತು.

ಅವತ್ತು ಒಬ್ಬೇ ಒಬ್ಬ ಗೂರ್ಖಾ ಕೂಡ ಟಿಸಾಂಗ್ಲೆಯತ್ತ ಹೊರಡಲಿಲ್ಲ.

ಇವತ್ತು, 1962ರ ಚೀನಾ-ಭಾರತ ಯುದ್ಧದಲ್ಲಿ ಚೀನಿಗಳು ಕರಾರುವಾಕ್ಕಾಗಿ ಎಷ್ಟು ಜನ ಸೈನಿಕರನ್ನು ಭಾರತದ ವಿರುದ್ಧ ಬಳಸಿದರು ಎಂಬುದು ಯಾರಿಗೂ ಖಚಿತವಾಗಿ ಗೊತ್ತಿಲ್ಲ. ಚೀನೀ ದಾಖಲೆಗಳನ್ನು ನೋಡಿ ಬಂದವರು ಯಾರೂ ಇಲ್ಲ. ಆದರೆ ಯುದ್ಧ ಭೂಮಿಯಲ್ಲೇ ನಾನು ಇದ್ದೆನಾದ್ದರಿಂದ, ಇದ್ದುದರಲ್ಲೇ ಖಚಿತವಾದ ದನಿಯಲ್ಲಿ ಹೇಳಬಲ್ಲೆ.

ಅವರು ಏನಿಲ್ಲವೆಂದರೂ ಎರಡು ಡಿವಿಷನ್‌ನಷ್ಟು ಸೇನೆ ಉಪಯೋಗಿಸಿದ್ದರು. ಮೂರನೆಯದು ಬೆನ್ನ ಹಿಂದೆ ಸನ್ನದ್ಧವಾಗಿ ನಿಂತಿತ್ತು. ಎಲ್ಲ ಸೇರಿದರೆ ಇಪ್ಪತ್ತು ಸಾವಿರ ಸೈನಿಕರು. ಅಂಥ ಕಟ್ಟುದಿಟ್ಟಾದ ಸೇನೆ ಧೋಲಾ ಸೆಕ್ಟರ್‌ನಲ್ಲಿ ನಮ್ಮ ರಜಪೂತರ ಮೇಲೆ ಮತ್ತು ಗೂರ್ಖಾ ತುಕಡಿಗಳ ಮೇಲೆ ಒಂದೇ ಸಲಕ್ಕೆ ಎರಡು ಕಡೆಗಳಿಂದ ಮರಣಾಂತಿಕ ಹಲ್ಲೆ ನಡೆಸಿದ್ದರು. ಅವರದೊಂದು ಸಮರ್ಥ ಬ್ರಿಗೇಡ್ ಟಿಸಾಂಗ್‌ಧರ್‌ನ ಮೇಲೆ ಮುಗಿಬಿದ್ದಿತ್ತು. ಮತ್ತೊಂದು ಜಿಮಿಥಾಂಗ್‌ನ ಕಡೆಗೆ ಹೊರಟಿತ್ತು.

ಚೀನಿಗಳು ನೂರಾರು ಸೈನಿಕರ ಕಾಲಮ್ಮುಗಳನ್ನೇ ಹತುಂಗ್ಲಾದ ರಸ್ತೆಯ ಇಕ್ಕೆಲಗಳಲ್ಲಿ ನಿಲ್ಲಿಸಿ ಬಿಟ್ಟಿದ್ದರು. ಅದು ನಮಗಿದ್ದ ಏಕೈಕ ಎಸ್ಕೇಪ್ ರೂಟ್ (ಪರಾರಿ ಮಾರ್ಗ). ಮೊದಲ ಮತ್ತು ಎರಡನೇ ಸೇತುವೆಗಳ ಕಾವಲಿಗಿದ್ದ ನಮ್ಮ ಸೈನಿಕರು ಪರಾರಿಯಾಗಿ ವಾಪಸು ಲುಂಪೋಗೆ ಅಥವಾ ತವಾಂಗ್‌ಗೆ ತಲುಪಬೇಕೆಂದರೆ, ಅವರಿಗಿದ್ದ ಒಂದೇ ರಸ್ತೆ ಹತುಂಗ್ಲಾ ಕಣಿವೆಯದು. ಅಲ್ಲಿ ಕಾದಿತ್ತು ಸಾವು!

ಹಾಗೆ 1962ರ ಅಕ್ಟೋಬರ್ 20ರಂದು ಬೆಳಗಿನ ಜಾವ ಐದು ಗಂಟೆಗೆ ಯುದ್ಧ ಶುರುವಾಗುತ್ತಿದ್ದಂತೆಯೇ 7 ಇನ್‌ಫೆಂಟ್ರಿ ಬ್ರಿಗೇಡ್ ಇದ್ದಕ್ಕಿದ್ದಂತೆ ತನ್ನ ಲಯ ಕಳೆದುಕೊಂಡಿತ್ತು. ನಮ್ಮ ಸೈನಿಕರಿಗೆ ಒಂದೇ ಒಂದು ಸಂದೇಶ ತಲುಪಿಸುವ ಸ್ಥಿತಿಯಲ್ಲಿ ನಾನಾಗಲೀ ನನ್ನ ಕಮ್ಯಾಂಡಿಂಗ್ ಆಫೀಸರುಗಳಾಗಲೀ ಇರಲಿಲ್ಲ. ಎಲ್ಲಿಂದಲಾದರೂ ನಮಗೆ ನೆರವು ಒದಗಿ ಬರಬಹುದು ಎಂಬ ಸಣ್ಣ ಆಸೆಯೂ ಇರಲಿಲ್ಲ. ಯುದ್ಧ ಶುರುವಿಡುತ್ತಿದ್ದಂತೆಯೇ ಎಲ್ಲ ಸಿಗ್ನಲ್ ತಂತಿಗಳನ್ನೂ ಚೀನಿಗಳು ಕಡಿದು ಹಾಕಿದರು. ದಾರಿಯುದ್ದಕ್ಕೂ ಚೀನಿ ಬಂದೂಕು- ಫಿರಂಗಿಗಳು ಬಾಯ್ತೆರೆದುಕೊಂಡು ನಿಂತಿರುವಾಗ ನಮಗೆ ಆಹಾರ, ಮದ್ದುಗುಂಡು ತರುವವರ್‍ಯಾರು? ಕಂಪೆನಿ ಕಮ್ಯಾಂಡರುಗಳಿಗೂ ಬಟಾಲಿಯನ್ ಕಮ್ಯಾಂಡರುಗಳಿಗೂ ಸಂಪರ್ಕ ಕಡಿದು ಹೋಗಿತ್ತು. ಎಲ್ಲಕ್ಕಿಂತ ದುರಂತವೆಂದರೆ, ನಮ್ಮ ಅನೇಕ ವೈರ್‌ಲೆಸ್ ಯೂನಿಟ್‌ಗಳ ಆಪರೇಟರುಗಳು

ಕೈಲಿದ್ದ ಸೆಟ್‌ಗಳನ್ನು ಎತ್ತಿಟ್ಟು ಇದ್ದಬದ್ದ ಬಂದೂಕುಗಳನ್ನು ಕೈಲಿ ಹಿಡಿದುಕೊಂಡು ತಂತಮ್ಮ ಬಂಕರುಗಳ ರಕ್ಷಣೆಗೆ ನಿಲ್ಲಲೇಬೇಕಾದಂಥ ಪರಿಸ್ಥಿತಿ ಬಂದೊದಗಿತ್ತು. ಹಾಗೆ ನೋಡಿದರೆ, ಅವರೂ ಯೋಧರೇ. ಆದರೆ ಸಿಗ್ನಲರ್‌ಗಳನ್ನು ಇಂಥದೊಂದು ಮುಖಾಮುಖಿ ಕದನಕ್ಕೆ ಅಣಿ ಮಾಡಿರುವುದಿಲ್ಲ. ಅವರದು, ಯುದ್ಧಭೂಮಿಯಿಂದ ಮೇಲಧಿಕಾರಿಗಳಿಗೆ, ಯುದ್ಧ ಭೂಮಿಯಲ್ಲೇ ತುಕಡಿಯಿಂದ ತುಕಡಿಗೆ ವರ್ತಮಾನ ರವಾನಿಸುವ ಜವಾಬ್ದಾರಿ.

ಆದರೆ ಈ ಸರ್ವನಾಶದ ವರ್ತಮಾನ ಯಾರಿಗೆ ತಲುಪಿಸಬೇಕಿತ್ತು? ತಲುಪಿಸಿ ಏನಾಗಬೇಕಿತ್ತು? ವೈರ್‌ಲೆಸ್ ಸೆಟ್‌ಗಳನ್ನು ಬಿಸಾಡಿ ಹೊರಕ್ಕೆದ್ದು ಬಂದ ಕೆಲವೇ ನಿಮಿಷಗಳಲ್ಲಿ ನಮ್ಮ ಆಪರೇಟರುಗಳು ಚೀನಿ ಸೈನಿಕರ ದಾಳಿಗೆ ಸಿಕ್ಕು ಧರಾಶಾಯಿಯಾಗಿ ಹೋದರು. ಅಲ್ಲಿಗೆ ದಿಲ್ಲಿಗೂ- ನಮ್ಕಾ ಚು ಕಣಿವೆಯ ಯುದ್ಧ ಭೂಮಿಗೂ ಸಂಪರ್ಕ ಶಾಶ್ವತವಾಗಿ ತಪ್ಪಿ ಹೋಯಿತು.

ಗೂರ್ಖಾಗಳೊಂದಿಗೆ ಕದನಕ್ಕಿಳಿದಿದ್ದಾಗಲೇ ಚೀನಿಗಳು ಮತ್ತೊಂದು ಕಡೆಯಿಂದ ನಮ್ಮ ಗಡಿಯೊಳಕ್ಕೆ (mortal gaps ಅಂದಿದ್ದೆನಲ್ಲ? ಅಲ್ಲಿಂದ.) ನುಗ್ಗಿ ನಮ್ಮ ರಜಪೂತ ಯೋಧರ ಬೆನ್ನ ಹಿಂದೆ ಜಮಾಯಿಸಿ ಬಿಟ್ಟಿದ್ದರು. ರಜಪೂತರಿಗೂ, ಸಿಖ್ಖರಿಗೂ ನಡುವೆ ಸಂಪರ್ಕವಿಲ್ಲದಂತೆ ಮಾಡಿ ಹಾಕಿದ್ದರು. ಅತ್ತ ಗೂರ್ಖಾ ತುಕಡಿಯ ಕೊನೆಯ ಸೈನಿಕ ಗತ ಪ್ರಾಣನಾಗುತ್ತಿದ್ದಂತೆಯೇ, ಇತ್ತ ರಜಪೂತರ ತುಕಡಿಯನ್ನು ಎರಡೂ ಕಡೆಗಳಿಂದ ಮುತ್ತಿಕೊಂಡು ಬಿಟ್ಟಿತು ಚೀನಿ ಸೈನ್ಯ.

"ಹಮ್ ಫಸ್ ಗಯೇ ಸಾಹಿಬ್!" ಹಾಗಂತ ಯೋಧನೊಬ್ಬ ಲೆಫ್ಟಿನೆಂಟ್ ಕರ್ನಲ್ ರೀಖ್ ಅವರಿಗೆ ನಾಲ್ಕನೇ ಸೇತುವೆಯ ಬಳಿ ಹೇಳಿದ. ತಮ್ಮ ರಜಪೂತ ತುಕಡಿಯಷ್ಟೇ ಅಲ್ಲ; ತಾವೂ ಚೀನಿಗಳಿಂದ ಮುತ್ತಲ್ಪಟ್ಟಿದ್ದಾರೆ ಎಂಬುದು ಲೆಫ್ಟಿನೆಂಟ್ ಕರ್ನಲ್ ರೀಖ್ ಅವರಿಗೆ ಖಚಿತವಾಗಿ ಹೋಗಿತ್ತು. ಆದರೆ ಲೆಫ್ಟಿನೆಂಟ್ ಕರ್ನಲ್ ರೀಖ್ ನಿಜವಾಗಿಯೂ ಮಹಾಯೋಧ. ಆತ ಬೆದರುವ ಜೀವಿಯೇ ಅಲ್ಲ. ತನ್ನ ಬಳಿಯಿರುವುದು ಒಂದೇ ಒಂದು ರೈಫಲ್ ಕಂಪೆನಿಯೆಂಬುದು ಆತನಿಗೆ ಚೆನ್ನಾಗಿ ಗೊತ್ತಿತ್ತು. ಜೊತೆಗೆ ಕ್ಯಾಪ್ಟನ್ ಮಂಗತ್ ಎಂಬೊಬ್ಬ ಧೀರ ಅಧಿಕಾರಿಯಿದ್ದ. ರೈಫಲ್ ಕಂಪನಿಯ ಯೋಧರಿಗೆ,

"ಮೂವ್!" ಎಂಬ ಆದೇಶ ನೀಡಿದವರೇ ಲೆಫ್ಟಿನೆಂಟ್ ಕರ್ನಲ್ ರೀಖ್, ಚೀನಿಗಳಿಂದ ಮುತ್ತಲ್ಪಟ್ಟಿದ್ದ ತಮ್ಮ ರಜಪೂತ ಸೈನಿಕರೆಡೆಗೆ ಓಡತೊಡಗಿದರು. ಸ್ವಭಾವತಃ ತುಂಬ ನೆಮ್ಮದಿಯ ಸ್ವಭಾವದವರು ರೀಖ್. ಆದರೆ ಯುದ್ಧಭೂಮಿಯಲ್ಲಿ ಸೆಟೆದು ನಿಂತರೆ, ಅವರೊಂದು ಮಹಾ ಶಕ್ತಿ. ತನ್ನ ಸೈನಿಕರಲ್ಲಿ ದೊಡ್ಡದೊಂದು ಉತ್ಸಾಹವನ್ನು ತುಂಬಬಲ್ಲ ನೈತಿಕ ಶಕ್ತಿಯುಳ್ಳ ಅಧಿಕಾರಿ. "ಚಿಂತೆ ಮಾಡಬೇಡಿ ಸರ್. ಚೀನಿಗಳು ಎಷ್ಟೇ ದೊಡ್ಡ ಸಂಖ್ಯೆಯಲ್ಲಿರಬಹುದು. ನಮಗಿಂತ ಒಳ್ಳೆಯ ತೋಪು, ಫಿರಂಗಿ ತಂದಿರಬಹುದು. ಆದರೆ ನನ್ನ ರಜಪೂತ ಬಟಾಲಿಯನ್‌ನ ಹುಡುಗರು ಯಾವತ್ತಿಗೂ ನಿಮ್ಮ ಹಾಗೂ ಭಾರತ ದೇಶದ ಗೌರವಕ್ಕೆ ಚ್ಯುತಿಯಾಗುವಂತೆ ವರ್ತಿಸುವುದಿಲ್ಲ. ಸುಮ್ಮನೆ ಬಡಿದಾಡುತ್ತಾರೆ. ಬಡಿದಾಡಲು ನಮಗಿನ್ನೇನೇನೂ ಇಲ್ಲ ಎಂಬ ಸ್ಥಿತಿ ತಲುಪುವ ತನಕ ಬಡಿದಾಡುತ್ತಾರೆ. ಯುದ್ಧದಲ್ಲಿ ನಾವು ಉಳಿಯುತ್ತೇವೋ ಇಲ್ಲವೋ ಗೊತ್ತಿಲ್ಲ. ಆದರೆ ಅಕಸ್ಮಾತ್ ನೀವೇನಾದರೂ ಬದುಕುಳಿದು ಹಿಂತಿರುಗಿದರೆ, ನಮ್ಮನ್ನು ಇಂಥ ದುರ್ಗತಿಗೆ ಈಡು

ಮಾಡಿದ ತಪ್ಪಿತಸ್ಥರಿಗೆ ಸರಿಯಾದ್ದೊಂದು ಶಿಕ್ಷೆಯಾಗುವಂತಾದರೂ ನೋಡಿಕೊಳ್ಳಿ ಸಾಹಿಬ್. ಅಲ್ಲಿಯ ತನಕ ಜೈಹಿಂದ್!" ಎಂದು ಹೇಳಿಯೇ ಆತ ಕದನಕ್ಕೆ ಹೋಗಿದ್ದರು.

ಆ ಮಾತು ಹೇಳಿ ಇನ್ನೂ ಇಪ್ಪತ್ನಾಲ್ಕು ಗಂಟೆಗಳಾಗಿರಲಿಲ್ಲ. ಲೆಫ್ಟಿನೆಂಟ್ ಕರ್ನಲ್ ರೀಖ್ ರಣರಂಗದ ನಟ್ಟ ನಡುವೆ ನಿಂತಿದ್ದರು. ತಮ್ಮ ತುಕಡಿಯನ್ನು ಮುತ್ತಿಗೆ ಹಾಕಿದ್ದ ಚೀನಿಗಳ ಮೇಲೆ ಒಂದೇ ಸಮನೆ ಗುಂಡಿನ ದಾಳಿ ಮಾಡಿದರು. ಅವರ ಬಿರುಸಿಗೆ, ಆ ಕದನ ಕ್ಷಾತ್ರಕ್ಕೆ ಕೆಲಕಾಲ ಚೀನಿ ಸೈನ್ಯ ಕಂಪಿಸಿ ಹೋಗಿತ್ತು. ಅವರ ಜೊತೆಗಿದ್ದ ಕ್ಯಾಪ್ಟನ್ ಮಂಗತ್ ಕೂಡಾ ವೀರಾವೇಶದಿಂದ ಹೋರಾಡಿದ್ದ. ಹೀಗೆ ಖುದ್ದು ಲೆಫ್ಟಿನೆಂಟ್ ಕರ್ನಲ್ ರೀಖ್ ಯುದ್ಧ ಭೂಮಿಗೆ ನುಗ್ಗಿ ಬಡಿದಾಡುತ್ತಿದ್ದುದು ಕಂಡ ರಜಪೂತ ಸೈನಿಕ ತನ್ನ ತಾಕತ್ತು ಮೀರಿದ ಆವೇಶದಿಂದ ಎದ್ದು ನಿಂತ. "ಜೈ ಭಜರಂಗ ಬಲೀ......." ಎಂಬ ರಣ ಘೋಷಣೆ ಮಾಡಿದವನೇ, ತನ್ನ ಮೇಲಕ್ಕೇರಿ ಬಂದ ಚೀನಿಗಳನ್ನು ನಿರ್ದಯವಾಗಿ ಹಣಿಯತೊಡಗಿದ. ಆ ಜಾಗದಲ್ಲಿ ರೀಖ್ ನಿಂತಿರುವ ತನಕ ರಜಪೂತರನ್ನು ಸದೆಬಡಿಯಲು ಸಾಧ್ಯವೇ ಇಲ್ಲ ಎಂಬುದು ಚೀನಿಗಳಿಗೆ ಅರ್ಥವಾಗಿ ಹೋಗಿತ್ತು. ಅವರು ತಕ್ಷಣ ತಮ್ಮ ತಂತ್ರ ಬದಲಿಸಿದರು.

ಬದಲಿಸಿದರು ಅಂತ ಗೊತ್ತಾಗುತ್ತಿದ್ದಂತೆಯೇ ಲೆಫ್ಟಿನೆಂಟ್ ಕರ್ನಲ್ ರೀಖ್ ಚೀತ್ಕರಿಸಿದರು: "ಕ್ಯಾಪ್ಟನ್ ಮಂಗತ್, ನೀವು ತಕ್ಷಣ ನಮ್ಮ ಸಿಗ್ನಲ್ಸ್ ಬಂಕರ್ ಕಡೆಗೆ ಓಡಿ. ಅಲ್ಲಿ ನಮ್ಮ ಸಿಗ್ನಲರ್‌ಗಳಿದ್ದಾರೆ. ಅವರಿಗೆ ರಕ್ಷಣೆಯಿಲ್ಲ. ನಮ್ಮೊಂದಿಗೆ ಬಡಿದಾಡಲಾಗದ ಚೀನಿ ದುಷ್ಮನ್ ಸಿಗ್ನಲ್ ಬಂಕರಿನೆಡೆಗೆ ನುಗ್ಗುತ್ತಿದ್ದಾನೆ. ನೀವು ಹೋಗಿ ಅವರ ರಕ್ಷಣೆಗೆ ನಿಲ್ಲಿ!" ಆದೇಶ ನೀಡಿದ್ದರು.

"ಸರ್, ಸಿಗ್ನಲರ್‌ಗಳಿಗಿಂತ ನನಗೆ ನಿಮ್ಮ ರಕ್ಷಣೆ ಮುಖ್ಯ. ನಾನು ನಿಮ್ಮೊಂದಿಗಿರುತ್ತೇನೆ!" ತೊದಲಿದ ಕ್ಯಾಪ್ಟನ್ ಮಂಗತ್. ಇನ್ನೂ ಚಿಕ್ಕ ವಯಸ್ಸಿನ ಹುಡುಗ. ದೊಡ್ಡ ಯುದ್ಧ ನೋಡಿದವನಲ್ಲ. ತನ್ನ ಮೇಲಧಿಕಾರಿಯ ಜೀವ ರಕ್ಷಣೆಯೇ ನಿಜವಾದ ಕರ್ತವ್ಯ ಅಂದುಕೊಂಡಿದ್ದಾನೆ.

"ಕೈಯಲ್ಲಿ ಬಂದೂಕು ಹಿಡಿದ ರಜಪೂತ ತುಕಡಿಯ ಪ್ರತಿ ಜೀವಿಗೂ ತನ್ನನ್ನು ತಾನು ರಕ್ಷಿಸಿಕೊಳ್ಳುವುದು ಹೇಗೆ ಅಂತ ಗೊತ್ತಿರುತ್ತದೆ ಕ್ಯಾಪ್ಟನ್. ನನ್ನ ಬಗ್ಗೆ ಯೋಚಿಸಬೇಡಿ. ಶಸ್ತ್ರವಿಲ್ಲದೆ ನಿಂತಿರುವವರು ಸಿಗ್ನಲರ್‌ಗಳು. Rush to them" ಅಂದವರೇ ಸೇತುವೆಯ ಕಡೆಗೆ ಓಡಿದರು ಲೆಫ್ಟಿನೆಂಟ್ ಕರ್ನಲ್ ರೀಖ್.

ಅವರ ಆದೇಶ ಅಂತಿಮವಾದುದು. ಅದನ್ನು ತಿರಸ್ಕರಿಸುವಂತಿಲ್ಲ. ತಕ್ಷಣ ಹೆಗಲಿಗೆ ರೈಫಲ್ ಹೊತ್ತುಕೊಂಡು ಕ್ಯಾಪ್ಟನ್ ಮಂಗತ್ ಒಂದು ಮೂಲೆಯಲ್ಲಿದ್ದ ಸಿಗ್ನಲ್ ಬಂಕರಿನತ್ತ ಓಡಿದರು. ಸ್ವಲ್ಪ ಹೊತ್ತು ಅತ್ತ ಕಡೆಯಿಂದ ಯಾವ ಸದ್ದೂ ಕೇಳಿಸಲಿಲ್ಲ. ಆದರೆ ಲೆಫ್ಟಿನೆಂಟ್ ಕರ್ನಲ್ ರೀಖ್ ಸೇತುವೆಯ ಸನಿಹಕ್ಕೆ ತಲುಪುತ್ತಿದ್ದಂತೆಯೇ ಅನತಿ ದೂರದಿಂದ ಒಂದು ದೊಡ್ಡ ಸದ್ದು ಕೇಳಿಸಿತು. ಚೀನಿ ಫಿರಂಗಿಯೊಂದು ಸಿಗ್ನಲ್ ಬಂಕರಿನ ಮೇಲೆ ಹಾಕಿದ ಷೆಲ್, ಇಡೀ ಬಂಕರನ್ನು ಅದರ ಸಿಗ್ನಲರುಗಳ ಸಮೇತ ನುಚ್ಚುನೂರು ಮಾಡಿ ಹಾಕಿತು. ಸಿಗ್ನಲರುಗಳ ಶವಗಳು ಗಾಳಿಯಲ್ಲಿ

ತಾರಾಡಿ ನೆಲಕ್ಕೆ ಬಿದ್ದವು. ದೂರದಿಂದಲೇ ಎಲ್ಲವನ್ನೂ ಸದ್ದಿಲ್ಲದೆ ನಿಂತು ನೋಡಿದರು ಲೆಫ್ಟಿನೆಂಟ್ ಕರ್ನಲ್ ರೀಖ್. ಅವರ ಆದೇಶವನ್ನು ಕ್ಯಾಪ್ಟನ್ ಮಂಗತ್ ಅಕ್ಷರಶಃ ಪಾಲಿಸಿದ್ದ.

ನೆಲಕ್ಕೆ ಬಿದ್ದವನ ಶವ ಬಂದೂಕು ತಬ್ಬಿಕೊಂಡೇ ಇತ್ತು.

"ಕೋಯಿ ಬಾತ್ ನಹೀ! ಮೊದಲ ದಾಳಿಯನ್ನು ನಾವು ಹಿಮ್ಮೆಟ್ಟಿಸಿಯಾಗಿದೆ. ನಿಜವಾದ ಎರಡನೇ ಸುತ್ತಿನ ಹೋರಾಟವಿರುವುದು ಈಗ. ನೀವು ಸಿದ್ಧರಾಗಿರಿ...." ಎಂದು ಪಕ್ಕದಲ್ಲಿದ್ದ ರಜಪೂತ್ ತುಕಡಿಯ ಸೈನಿಕರನ್ನು ಹುರಿದುಂಬಿಸಿದರು ಲೆಫ್ಟಿನೆಂಟ್ ಕರ್ನಲ್ ರೀಖ್. ತಮ್ಮ ಅಪ್ಪಣೆಯ ಮೇರೆಗೆ ಸಿಗ್ನಲ್ ಬಂಕರಿಗೆ ತೆರಳಿ ಪ್ರಾಣ ತೆತ್ತ ಧೀರ ಕ್ಯಾಪ್ಟನ್ ಮಂಗತ್‌ನ ಶವದ ಮುಂದೆ ನಿಂತು ಕಣ್ಣೀರಿಡುವ ಸಮಯ ಅದಲ್ಲ.

ಹಾಗೆ ಅವರು ನಾಲ್ಕನೇ ಸೇತುವೆಯ ಬಳಿ ಸನ್ನದ್ಧರಾಗಿ ನಿಂತಾಗಲೇ ಅವರ ಮೇಲಕ್ಕೆ ಎರಡನೆಯ ಚೀನಿ ತುಕಡಿ ನುಗ್ಗಿ ಬಂತು. ಬರುತ್ತಿದ್ದವರ ಬೆನ್ನ ಹಿಂದೆ ಫಿರಂಗಿಗಳ fire support. ಅಕಸ್ಮಾತ್ ಸೇತುವೆಯ ಬಳಿ ಲೆಫ್ಟಿನೆಂಟ್ ಕರ್ನಲ್ ರೀಖ್ ಇಲ್ಲದೆ ಹೋಗಿದ್ದಿದ್ದರೆ ಪರಿಸ್ಥಿತಿ ಏನಾಗುತ್ತಿತ್ತೋ ಗೊತ್ತಿಲ್ಲ. ಆತನ ಉಪಸ್ಥಿತಿಯೇ ಅಂತಹುದಿತ್ತು. ಪಕ್ಕದಲ್ಲಿ ನಿಂತ ಸೈನಿಕ ದೇಶಕ್ಕಾಗಿ ಪ್ರಾಣ ಕೊಡುತ್ತಿದ್ದೇನೆ ಎಂಬುದಕ್ಕಿಂತ, ತನ್ನನ್ನು ನಂಬಿದ ತಕ್ಷಣದ ಮೇಲಧಿಕಾರಿ ರೀಖ್‌ರಿಗಾಗಿ ಹೋರಾಡುತ್ತಿದ್ದೇನೆ. ಸಾಯುವುದಿದ್ದರೆ ಆತನಿಗಿಂತ ಮೊದಲು ನಾನು ಸಾಯಬೇಕು ಎಂಬ ಹುಮ್ಮಸ್ಸಿನಿಂದ ಕದನಕ್ಕಿಳಿಯುತ್ತಿದ್ದ. ನುಗ್ಗಿ ಬಂದ ಎರಡನೇ ತುಕಡಿಯನ್ನೂ ಲೆಫ್ಟಿನೆಂಟ್ ಕರ್ನಲ್ ರೀಖ್‌ರ ನೇತೃತ್ವದಲ್ಲಿದ್ದ 4ನೇ ಸೇತುವೆಯ ಗ್ಯಾರಿಸನ್ ಹಿಮ್ಮೆಟ್ಟಿಸಿತು. ನೋಡ ನೋಡುತ್ತಿದ್ದಂತೆಯೇ ಆ ಇರುಕಟ್ಟಾದ ಕೊಳ್ಳ ಚೀನಿ ಸೈನಿಕರ ಮತ್ತು ರಜಪೂತ ಸೈನಿಕರ ಶವಗಳಿಂದ ತುಂಬಿ ಹೋಯಿತು.

"ಅಬ್ ಆಪ್ ಕಮಾಂಡ್ ಬಂಕರ್ ಮೇ ಜಾಯಿಯೇ ಸಾಹಿಬ್!" (ಈಗ ನೀವಿನ್ನು ಕಮಾಂಡ್ ಬಂಕರ್‌ನೊಳಕ್ಕೆ ಹೋಗಿ ಕುಳಿತುಕೊಳ್ಳಿ ಸಾಹಿಬ್) ಅಂದಿದ್ದರು ಮೇಜರ್ ಗುರುದಯಾಳ್ ಸಿಂಗ್. ಅದು ವಿನಂತಿಯೇ ಆದರೂ, ಅದರಲ್ಲೊಂದು ಆತ್ಮೀಯ ಕಕ್ಕುಲತಿಯ ಅಪ್ಪಣೆಯಿತ್ತು. ಎರಡು ಹೊಡೆತಗಳನ್ನು ನೀವೇ ಖುದ್ದಾಗಿ ನಿಂತು ಹಿಮ್ಮೆಟ್ಟಿಸಿದ್ದೀರಿ. ನಿಮ್ಮ ಜೀವ ದೊಡ್ಡದು. ನೀವಿನ್ನು ಕಮಾಂಡ್ ಬಂಕರಿನಲ್ಲಿ ಕುಳಿತಿರಿ. ಕೈಲಿದ್ದ ಕಾಡತೂಸು ಮುಗಿಯುತ್ತ ಬಂದಿವೆ. ಎರಡು ಬಾರಿ ಹೊಡೆತ ತಿಂದುಹೋದ ಶತ್ರು ಮೂರನೆಯ ಬಾರಿ ಕಡಿಮೆ ಸಂಖ್ಯೆಯಲ್ಲಿ ಬರುವುದಿಲ್ಲ. ದೊಡ್ಡದೊಂದು ಬಟಾಲಿಯನ್ನೇ ಬಂದರೂ ಬಂದೀತು. ಕದನದ ಕೊನೆಯ ಗುಂಡು ಸಿಡಿಯುವ ತನಕವಾದರೂ ನೀವು ಸ್ವಸ್ಥರಾಗಿ ಬದುಕಿರಬೇಕು. ಬಂಕರಿನಲ್ಲಿ ಕುಳಿತೇ ನಮಗೆ ನಿರ್ದೇಶನ ಕೊಡಿ. ನಾವು ಬಡಿದಾಡುತ್ತೇವೆ. ನನ್ನ ಕೊನೆಯ ಉಸಿರಿರುವ ತನಕ ಕಾದುತ್ತೇನೆ ಸಾಹಿಬ್!" ಅಂದಿದ್ದರು ಮೇಜರ್ ಗುರುದಯಾಳ್ ಸಿಂಗ್. ದೊಡ್ಡ ಕ್ಷಾತ್ರದ ಮನುಷ್ಯ. ಆತ ಲೆಫ್ಟಿನೆಂಟ್ ಕರ್ನಲ್ ರೀಖ್‌ರ ನಂತರ ಆ ಬಟಾಲಿಯನ್ನಿಗೆ ಎರಡನೇ ನಾಯಕ. ಸೆಕೆಂಡ್ ಇನ್ ಕಮಾಂಡ್ ಅಂತಾರೆ. ಆತನ ಸಲಹೆಯನ್ನು ತಿರಸ್ಕರಿಸುವಂತಹ ಸಂದರ್ಭವಲ್ಲ. ಯುದ್ಧ ಶುರುವಾಗುತ್ತಿದ್ದಂತೆಯೇ ಅಗ್ರ ನಾಯಕ ಸಾಯಬಾರದು. ಮೇಜರ್ ಗುರುದಯಾಳ್ ಹೇಳಿದ್ದು

ಒಪ್ಪಿಕೊಂಡರಾದರೂ, ನೆಲಮಾಳಿಗೆಯಂಥ ಬಂಕರಿನಲ್ಲಿ ಕೂತೇ ಇರಲು ಒಪ್ಪಲಿಲ್ಲ ಲೆಫ್ಟಿನೆಂಟ್ ಕರ್ನಲ್ ರೀಖ್.

ಮೇಜರ್ ಗುರುದಯಾಳ್ ತಮ್ಮ ಮಾತು ಮುಗಿಸಿ ಹಿಂದಕ್ಕೆ ತಿರುಗುತ್ತಿದ್ದಂತೆಯೇ ಥಗ್ಲಾ ಪರ್ವತದ ಇಳಿಜಾರಿನಿಂದ ಒಂದು ಇಡೀ ಬಟಾಲಿಯನ್‌ಗಾಗುವಷ್ಟು ಚೀನಿ ಸೈನಿಕರು ರಣಕೇಕೆ ಹಾಕುತ್ತ ಇಳಿದು ಬರುತ್ತಿದ್ದುದು ಕಾಣಿಸಿತು.

"ಇದು ಕೊನೆಯ ಯುದ್ಧ ಅನಿಸುತ್ತೆ. ಯಾರೂ ಹಿಮ್ಮೆಟ್ಟಕೂಡದು. ನಮ್ಮದು ರಜಪೂತ ತುಕಡಿ ಅನ್ನೋದು ನೆನಪಿರಲಿ. ಚಲೋ..... ಶತ್ರುವನ್ನು ಎದುರಿಸಿ!" ಎಂದು ತನ್ನೊಂದಿಗಿದ್ದ ಚಿಕ್ಕ ತುಕಡಿಗೆ ಆದೇಶ ನೀಡಿದರು ಮೇಜರ್ ಗುರುದಯಾಳ್. ಮೂರನೆ ಹೆಜ್ಜೆ ಎತ್ತಿಡುವುದರೊಳಗಾಗಿ ಅವರಿಗೆ ತಮ್ಮ ಕಿಸೆಗಳಲ್ಲಿರುವ ಕಾಡತೂಸುಗಳ ಸಂಖ್ಯೆ ಹೆಚ್ಚೆಂದರೆ ಐದಾರು ಎಂಬುದು ನೆನಪಿಗೆ ಬಂತು.

"ಗೋಲಿ ಖತಮ್ ಹೋನೇಕೆ ಬಾದ್ ಬಾನೆಟ್ ಸೆ ಛಾರ್ಜ್ ಕರೋ!" ಅಬ್ಬರಿಸಿದರು ಮೇಜರ್. ಕಿಸೆಯಲ್ಲಿರುವ ಕಾಡತೂಸು ಮುಗಿಯುತ್ತಿದ್ದಂತೆಯೇ ಬಂದೂಕಿನ ತುದಿಯಿಂದ ಶತ್ರುವಿನ ಮೇಲೆ ಆಕ್ರಮಣ ಮಾಡಿ ಎಂಬ ಸಂದೇಶವದು. ನಾಲ್ಕು ಹೆಜ್ಜೆ ಇಡುವುದರೊಳಗಾಗಿ ಕಾಡತೂಸು ಮುಗಿಯುತ್ತವೆ ಎಂಬುದು ಅಲ್ಲಿದ್ದ ಪ್ರತಿ ರಜಪೂತನಿಗೂ ಗೊತ್ತಿತ್ತು. ಆದರೂ ಆತ ಧೃತಿಗೆಡಲಿಲ್ಲ.

ನುಗ್ಗಿ ಬರುತ್ತಿದ್ದ ಚೀನಿಗಳು ಹತ್ತಿರಕ್ಕೆ ಬಂದಂತೆಲ್ಲ ಗುಂಡು ಹಾರಿಸುತ್ತ ಹೋದ. ಇಡೀ ನಮ್ಕಾ ಚು ಕಣಿವೆ ಗುಂಡಿನ ಮೊರೆತದಿಂದ ಪ್ರತಿಧ್ವನಿಸುತ್ತಿತ್ತು. ಒಂದಷ್ಟು ಚೀನಿ ಸೈನಿಕರು ಸತ್ತು ಬಿದ್ದರು. ಆದರೆ ಅದೆಲ್ಲ ಕೆಲವೇ ನಿಮಿಷಗಳ ಆರ್ಭಟ.

"ಕ್ಲಿಕ್ ಕ್ಲಿಕ್!" ಎಂಬ ಶಬ್ದದೊಂದಿಗೆ ಮೇಜರ್ ಗುರುದಯಾಳ್‌ರ ಬಂದೂಕೂ ಸೇರಿದಂತೆ ರಜಪೂತ ತುಕಡಿಯ ಅಷ್ಟೂ ಸೈನಿಕರ ಬಂದೂಕುಗಳು ಖಾಲಿಯಾಗಿ ಹೋದವು. ಅಂಥದೊಂದು ದೃಶ್ಯವನ್ನು ಯುದ್ಧದಿಂದ ದೂರ ಕುಳಿತ ಯಾವ ಜೀವಿಯೂ ಊಹಿಸಿಕೊಳ್ಳಲಾರ. ಎದುರಿಗೆ ಬೆಟ್ಟದ ಇಳಿಜಾರಿನಿಂದ ಸಮುದ್ರದೋಪಾದಿಯಲ್ಲಿ ಶಸ್ತ್ರ ಸಜ್ಜಿತ ಶತ್ರು ಇಳಿದು ಬರುತ್ತಿದ್ದಾನೆ. ಅವನತ್ತ ರಜಪೂತ ಸಿಪಾಯಿ ಮುನ್ನುಗ್ಗಲೇ ಬೇಕು. ಕೈಲಿರುವ ಬಂದೂಕಿನಲ್ಲಿ ಕಾಡತೂಸಿಲ್ಲ. ದೊಡ್ಡದನಿಯಲ್ಲಿ "ಭಜರಂಗ ಬಲೀ ಕೀ ಜೈ" ಎಂದು ಅರಚಿದವರೇ ರಜಪೂತ ಸೈನಿಕರು ಶತ್ರುವಿನೆಡೆಗೆ ಓಡತೊಡಗುತ್ತಾರೆ. ಅದೃಷ್ಟವಂತರಾರೋ ಎದುರಿಗೆ ಸಿಕ್ಕ ಶತ್ರುವಿನೆದೆಗೆ ಬಾನೆಟ್ ನುಗ್ಗಿಸುತ್ತಾರೆ. ಆದರೆ ಹಾಗೆ ನುಗ್ಗಿಸುವುದಕ್ಕೆ ಮುಂಚೆಯೇ ಅವರೆಲ್ಲ ಚೀನಿ ಗುಂಡುಗಳಿಂದ ಜರ್ಜರಿತರಾಗಿ ಸತ್ತು ಬಿದ್ದಿರುತ್ತಾರೆ.

ತಮ್ಮ ಸೈನಿಕರಷ್ಟೇ ವೀರಾವೇಶದಿಂದ ನುಗ್ಗುತ್ತಿದ್ದರು ಮೇಜರ್ ಗುರುದಯಾಳ್. ಇನ್ನೇನು ಅವರ ಕಡೆಗೊಂದು ಚೀನಿ ರೈಫಲ್ ತಿರುಗಬೇಕು. ಅಷ್ಟರಲ್ಲಿ ಚೀನಿ ಸೈನ್ಯದ ಮುಖಂಡನೊಬ್ಬ ಆ ಸೈನಿಕನನ್ನು ತಡೆದಿದ್ದ. ಗುರುದಯಾಳ್ ಸಿಂಗ್‌ರನ್ನು ಜೀವಂತವಾಗಿ ಹಿಡಿದು ತರುವಂತೆ ಆದೇಶಿಸಿದ್ದ. ಮೈಮೇಲಕ್ಕೆ ಮುಗಿಬಿದ್ದ ಚೀನಿ ಸೈನಿಕರೊಂದಿಗೂ ಗುರುದಯಾಳ್

ತುಸು ಹೊತ್ತು ಕಾದಿದರು. ಆದರೆ ಉಪಯೋಗವಾಗಲಿಲ್ಲ. ಬಹುಶಃ ಭಾರತ- ಚೀನ ಯುದ್ಧದಲ್ಲಿ ಮೊಟ್ಟ ಮೊದಲನೆಯ ಯುದ್ಧ ಕೈದಿಯಾಗಿ ಸಿಕ್ಕಿಕೊಂಡವರು ಅವರೇ. ಅವರೊಂದಿಗಿನ ಧೀರ ರಜಪೂತರೆಲ್ಲ ಧರಾಶಾಯಿಯಾಗಿ ಬಿದ್ದಿದ್ದರು. ಮುಂದೆ ಚೀನಿಗಳ ಯುದ್ಧ ಕೈದಿಯಾಗಿದ್ದ ಕಾಲದಲ್ಲೇ ಮೇಜರ್ ಗುರುದಯಾಳ್ ಸಿಂಗ್‌ರನ್ನು ಭಾರತ ಸರ್ಕಾರವು ಎರಡನೇ ಅತಿ ದೊಡ್ಡ ಗೌರವ ಪ್ರಶಸ್ತಿಯಾದ 'ಮಹಾವೀರ ಚಕ್ರ' ನೀಡಿ ಗೌರವಿಸಿತ್ತು.

ಮೇಜರ್ ಗುರುದಯಾಳ್ ಬಂಧಿತರಾದರು ಮತ್ತು ಅವರ ತುಕಡಿ ನಿರ್ನಾಮವಾಗಿ ಹೋಯಿತು ಎಂದು ಗೊತ್ತಾಗುತ್ತಿದ್ದಂತೆಯೇ ಲೆಫ್ಟಿನೆಂಟ್ ಕರ್ನಲ್ ರೀಖ್ ಬಂಕರಿನಿಂದ ಮುಂದಕ್ಕೆ ಸೇತುವೆಯತ್ತ ಬರುವ ಪ್ರಯತ್ನ ಮಾಡಿದರು. ಆದರೆ ಶತ್ರುಪಡೆಯ ಗುಂಡಿನ ಸುರಿಮಳೆ ಅವರನ್ನು ಮುಂದಕ್ಕೆ ಹೋಗಲು ಬಿಡಲಿಲ್ಲ.

ಅಷ್ಟರಲ್ಲಿ ಜಮೇದಾರ್ ಬಿಶ್ವಾಸ್ ಉದ್ಧೃತನಾಗಿ ಬಿಟ್ಟಿದ್ದ. ಅದೇ ನಾಲ್ಕನೆಯ ಸೇತುವೆ ಬಳಿಯಿದ್ದ ಪುಟ್ಟ ತುಕಡಿಯೊಂದರ ಜಮೇದಾರ ಅವನು. ಸೈನ್ಯದ ತುಕಡಿಗಳಲ್ಲಿ ಜಮೇದಾರರಿಗೆ ಅಕ್ಷರಶಃ ಒಬ್ಬ ತಂದೆಗಿರುವ ಸ್ಥಾನಮಾನವಿರುತ್ತದೆ. ಅವನು ಸಿಪಾಯಿಗಳೆಲ್ಲರ ಪಾಲಿನ ಹಿರಿಯ. ಅನೇಕ ಅಧಿಕಾರಿಗಳಿಗಿಂತ ಅನುಭವಸ್ಥ. ಇಪ್ಪತ್ತು-ಇಪ್ಪತ್ತೈದು ವರ್ಷದ ಸೇವೆ, ಸೈನಿಕ ಜೀವನ ಅವನನ್ನು ನಿಜವಾದ ಉಕ್ಕಿನ ಮನುಷ್ಯನನ್ನಾಗಿ ಮಾಡಿರುತ್ತದೆ. ಆಗಲೇ ಐವತ್ತರ ಹತ್ತಿರದ ವಯಸ್ಸಾದರೂ ಗುಂಡಿಗೆಗೆ ಸಿಂಹದ ಶೌರ್ಯವಿರುತ್ತದೆ. ಕಾಡತೂಸು ಪೂರ್ತಿ ಮುಗಿದು ಹೋಗಿದ್ದ ತನ್ನ ಪುಟ್ಟ ತುಕಡಿಗೇನೇ ಒಂದು ಅಬ್ಬರದ ಆದೇಶ ನೀಡಿ "ಭಜರಂಗ ಬಲೀ ಕೀ ಜೈ" ಎಂಬ ರಣ ಕೇಕೆಯೊಂದಿಗೆ ಶತ್ರುವಿನೆಡೆಗೆ ನುಗ್ಗಿಬಿಟ್ಟ ಜಮೇದಾರ್ ಬಿಶ್ವಾಸ್. ಸೇತುವೆ ಸಮೀಪಿಸುತ್ತಿದ್ದಂತೆಯೇ ಚೀನಿ ದುಷ್ಮನ್‌ಗಳ ಮೊದಲ ಕಾಡತೂಸು ಅವನ ಎದೆ ಸೀಳಿ ಹಾಕಿತು. ನೆಲಕ್ಕೆ ಬಿದ್ದವನ ಬಾಯಲ್ಲಿ ಸಣ್ಣದೊಂದು ಜೈಹಿಂದ್! ಆದರೆ ಅವನ ಕಣ್ಣುಗಳು ಮಾತ್ರ ತನ್ನ ತುಕಡಿಯ ಕೊನೆಯ ಯೋಧ ಸತ್ತು ಬೀಳುವ ತನಕ ಎಲ್ಲವನ್ನೂ ಗಮನಿಸುತ್ತಲೇ ಇದ್ದವು.

ಆ ಹಿರಿಯನಿಗಾಗಿ ಅಳುವವರಿರಲಿಲ್ಲ.

ಅಲ್ಲಿಗೆ ನಾಲ್ಕನೇ ಸೇತುವೆಯ ಬಳಿಯಿದ್ದ ರಜಪೂತರ ಪೂರ್ತಿ ಬಟಾಲಿಯನ್ ನಿರ್ನಾಮವಾದಂತಾಗಿತ್ತು. ಉಳಿದದ್ದು ಮತ್ತು ಆಗೊಮ್ಮೆ ಈಗೊಮ್ಮೆ ಗುಂಡು ಹಾರಿಸುತ್ತಿದ್ದುದು- ಅದೇ ಕಮಾಂಡ್ ಬಂಕರ್‌ನೊಳಗಿದ್ದ ಲೆಫ್ಟಿನೆಂಟ್ ಕರ್ನಲ್ ರೀಖ್‌ರ ತಂಡವೇ! ಅವರೊಂದಿಗೆ ಕೊನೆಯ ಗಳಿಗೆಯಲ್ಲಿ ಕ್ಯಾಪ್ಟನ್ ಭಾಟಿಯಾ ಸೇರಿಕೊಂಡಿದ್ದರು. ಅಂತೆಯೇ ರಜಪೂತ ತುಕಡಿಯ ಬೇಹುಗಾರಿಕಾ ಅಧಿಕಾರಿ ಲೆಫ್ಟಿನೆಂಟ್ ಭೂಪ್‌ಸಿಂಗ್, ಅವರನ್ನು ಬಿಟ್ಟು ಕದಲುವಂತಿರಲಿಲ್ಲ. ಎಲ್ಲ ಪ್ರತಿರೋಧವನ್ನೂ ಒರೆಸಿ ಹಾಕಿದ ಚೀನಿಗಳು ಕಮಾಂಡ್ ಬಂಕರಿನ ಸುತ್ತ ಜಮಾಯಿಸಿ ಬಿಟ್ಟರು. ಚೀನಿ ಯೋಧನೊಬ್ಬ ಅತ್ಯಂತ ಸ್ಫುಟವಾದ ಹಿಂದಿಯಲ್ಲಿ ಲೆಫ್ಟಿನೆಂಟ್ ಕರ್ನಲ್ ರೀಖ್ ಅವರನ್ನು ಶರಣಾಗುವಂತೆ ಒತ್ತಾಯಿಸುತ್ತಿದ್ದ. ಮರಣದ ಘಳಿಗೆ ಹತ್ತಿರಾಗುತ್ತಿದೆಯೆಂಬುದು ಲೆಫ್ಟಿನೆಂಟ್ ಕರ್ನಲ್ ರೀಖ್ ಅವರಿಗೆ ಖಚಿತವಾಗಿರಬೇಕು. ಇದ್ದ ಚೂರುಪಾರು ಮದ್ದುಗುಂಡಿನಿಂದಲೇ ಕೆಲ ಹೊತ್ತು ಬಂಕರಿನ ಕಿಂಡಿಗಳಿಂದ ಫೈರ್ ಮಾಡಿ ನಾಲ್ಕಾರು

ಚೀನಿಗಳನ್ನು ಕೊಂದು ಹಾಕಿದರು. ತೀರ ಈ ಮನುಷ್ಯ ಶರಣಾಗಲಾರ ಎಂಬುದು ಖಚಿತವಾದಾಗ ಚೀನಿ ಪಡೆಯ ಮುಖಂಡ ಆಜ್ಞೆ ನೀಡಿದ್ದ.

ಅಷ್ಟೆ!

ಕಮಾಂಡ್ ಬಂಕರಿನ ಗೋಡೆಗಳಿಗೆ ಕೆಸರು ಮೆತ್ತಿದಂತೆ ಮಷಿನ್‌ಗನ್‌ನ ಗುಂಡುಗಳನ್ನು ಮೆತ್ತಿಹಾಕಲಾಯಿತು. ಸುಮಾರು ಹದಿನೈದು ನಿಮಿಷಗಳ ಕಾಲ ಗೋಡೆಗಳಿಗೆ ಚೀನಿ ಪಡೆ ಫೈರ್ ಮಾಡುತ್ತಲೇ ಇತ್ತು. ಆಗಲೂ ಲೆಫ್ಟಿನೆಂಟ್ ಕರ್ನಲ್ ರೀಖ್ ಬಂಕರಿನಿಂದ ಹೊರಬಿದ್ದು ಶತ್ರುವಿಗೆ ಶರಣಾಗಲಿಲ್ಲ. ಒಂದು ಹಂತದಲ್ಲಿ ಫೈರಿಂಗ್ ನಿಂತು ಹೋಯಿತು. ಇದ್ದಕ್ಕಿದ್ದಂತೆ ಗಂವ್ವೆನ್ನುವ ಮೌನ. ಶರಣಾಗತಿಯನ್ನು ಸಾಧಿಸಲಾಗದ ಚೀನಿ ಪಡೆ, ಬಂಕರಿನೊಳಗಿದ್ದವರೆಲ್ಲ ಸತ್ತು ಹೋಗಿರಬಹುದೆಂದುಕೊಂಡು ಹೊರಟು ಹೋಯಿತೆ? ಕಿಂಡಿಯೊಳಗಿನಿಂದ ಒಂದೇ ಒಂದು ಸಲ ಇಣುಕಿ ನೋಡುತ್ತೇನೆಂದು ದಡಬಡಿಸಿ ಎದ್ದು ನಿಂತರು ಕ್ಯಾಪ್ಟನ್ ಭಾಟಿಯಾ. ಈ ತರಹದ ಮರಾಮೋಸದ ಯುದ್ಧಗಳಲ್ಲಿ ಬಂಕರಿನಿಂದ ಹೊರಕ್ಕಿಣುಕುವುದು ಎಂಥ ಅಪಾಯಕಾರಿಯಾಗಬಹುದು ಎಂಬುದು ಗೊತ್ತಿದ್ದ ಲೆಫ್ಟಿನೆಂಟ್ ಕರ್ನಲ್ ರೀಖ್, ಮೇಲಕ್ಕೆದ್ದ ಭಾಟಿಯಾರನ್ನು ತಡೆಯಲು ಮುಂದಾಗುತ್ತಿದ್ದಂತೆಯೇ ಆಗಬಾರದ್ದು ಆಗಿ ಹೋಗಿತ್ತು. ಭಾಟಿಯಾ ಬಂಕರಿನ ಕಿಂಡಿಗೆ ಸಮೀಪವಾಗಿಬಿಟ್ಟಿದ್ದರು. ನಿರಂತರ ಮಷಿನ್‌ಗನ್‌ಗಳ ಫೈರಿಂಗ್ ನಿಲ್ಲಿಸಿದ ಚೀನಿ ಪಡೆ ಸಣ್ಣದೊಂದು ಸದ್ದೂ ಆಗದಂತೆ ಬಂಕರಿನ ಸುತ್ತ ನಿಂತಿದ್ದರೆ, ಅವರ ಒಬ್ಬ ಸೈನಿಕ ಸದ್ದಿಲ್ಲದೆ ತೆವಳಿ ಬಂದು ಅದೇ ಕಿಂಡಿಯೊಳಗಿನಿಂದ ಒಂದು ಹ್ಯಾಂಡ್ ಗ್ರೆನೇಡ್ ಎಸೆದು ಬಿಟ್ಟಿದ್ದ. ಅದು ಸ್ಫೋಟಗೊಳ್ಳುತ್ತಿದ್ದಂತೆಯೇ ಕ್ಯಾಪ್ಟನ್ ಭಾಟಿಯಾ ಸ್ಥಳದಲ್ಲೇ ಮೃತರಾದರು. ಲೆಫ್ಟಿನೆಂಟ್ ಕರ್ನಲ್ ರೀಖ್‌ರ ದವಡೆ ಛಿದ್ರವಾಗಿ ಹೋಯಿತು. ಎಡ ಹೆಗಲು ಮುರಿದು ಬಿತ್ತು. ಎಡ ಮೊಳಕೈ ಮುರಿದು ಜೋತಾಡಿತು. ಅದೆಲ್ಲಕ್ಕಿಂತ ಮುಖ್ಯವಾಗಿ ಬಂಕರು ಬಾಯ್ತೆರೆದುಕೊಂಡು ಬಿಟ್ಟಿತು. ಒಳಕ್ಕೆ ನುಗ್ಗಿ ಬಂದವರೇ ರಜಪೂತ್ ಬಟಾಲಿಯನ್‌ನ ಕಮಾಂಡಿಂಗ್ ಆಫೀಸರ್ ಲೆಫ್ಟಿನೆಂಟ್ ಕರ್ನಲ್ ರೀಖ್‌ರನ್ನು ಕುಟುಕು ಜೀವವಿದ್ದಾಗಲೇ ಬಂಧಿಸಿದರು ಚೀನಿಗಳು. ಅವರಿಗಿಂತ ನಿಸ್ಸಹಾಯಕ ಸ್ಥಿತಿಯಲ್ಲಿದ್ದರು ಲೆಫ್ಟಿನೆಂಟ್ ಭೂಪ್‌ಸಿಂಗ್. ದುರಂತವೆಂದರೆ ಲೆಫ್ಟಿನೆಂಟ್ ಕರ್ನಲ್ ರೀಖ್ ಅಂಥ ಯಾತನಾದಾಯಕ ಸ್ಥಿತಿಯಲ್ಲೂ ಬದುಕುಳಿದರು. ಬಹುಕಾಲ ಚೀನದಲ್ಲಿ ಯುದ್ಧ ಬಂದಿಯಾಗಿದ್ದರು.

ಇಡೀ ಭಾರತ ದೇಶವನ್ನೇ ತುದಿಗಾಲಲ್ಲಿ ನಿಲ್ಲಿಸಿದ್ದ, ಈ ದೇಶದ ಹೆಮ್ಮೆಯ ಸಂಕೇತವೇನೋ ಎನಿಸಿದ್ದ ಥೋಲಾ ಪೋಸ್ಟ್, ಅಕ್ಟೋಬರ್ 20ರಂದು ಯುದ್ಧ ಆರಂಭವಾದ ಕೆಲವೇ ನಿಮಿಷಗಳಲ್ಲಿ ಧೂಳೀಪಟವಾಗಿ ಹೋಗಿತ್ತು. ಅದನ್ನು ಅವತ್ತಿನ ಸ್ಥಿತಿಯಲ್ಲಿ ಭಗವಂತನಿಂದಲೂ ರಕ್ಷಿಸಲು ಸಾಧ್ಯವಿರಲಿಲ್ಲ. ಥೋಲಾ ಪೋಸ್ಟ್‌ನ ಸ್ಥಾಪನೆಯ ಜಾಗವೇ ಯುದ್ಧ ತಾಂತ್ರಿಕತೆಯ ದೃಷ್ಟಿಯಿಂದ ಅತ್ಯಂತ ಯಡಬಟ್ಟಾದುದಾಗಿತ್ತು ಅಂತ ನಾನು ಮೊದಲ ದಿನವೇ ಜನರಲ್ ಬಿ.ಎಂ. ಕೌಲ್ ಅವರಿಗೆ ತಿಳಿಸಿದ್ದೆ. ಅದು ಸಾಲದೆಂಬಂತೆ, ಜನರಲ್ ಕೌಲ್ ನನಗೆ ಇನ್ನೂ ಆರು ನಿಷ್ಪ್ರಯೋಜಕ ಸೇತುವೆಗಳನ್ನು ರಕ್ಷಿಸುವ ಹೊಣೆ ಒಪ್ಪಿಸಿ ಹೋಗಿದ್ದರು.

ಅಸಲಿಗೆ ಅವು ಸೇತುವೆಗಳೇ ಆಗಿರಲಿಲ್ಲ ಎಂಬುದನ್ನು ನಾನು ಈಗಾಗಲೇ ಹೇಳಿದ್ದೇನೆ. ಕಟ್ಟಿ ಹಾಕಿದ ಮರದ ದಿಮ್ಮಿಗಳ ಬಗ್ಗೆಯೇ ಅವತ್ತು ಇಡೀ ಭಾರತ ದೇಶ, "ಸೇತುವೆಗಳ ರಕ್ಷಣೆ"ಯಂತೆ ಎಂದು ರೋಮಾಂಚನಗೊಂಡು ಮಾತಾಡಿಕೊಳ್ಳುತ್ತಿತ್ತು. ದುರಂತವೆಂದರೆ, ಅಕ್ಟೋಬರ್ 20 ಎಂಬ ನಟ್ಟ ನಡು ಚಳಿಗಾಲದಲ್ಲಾಗಲೇ ನಮ್ಕಾ ಚು ನದಿಯ ನೀರು ಕ್ಷೀಣಗೊಂಡು ನದಿಯ ಮೇಲೆ ಮಂಜು ಆವರಿಸಿಕೊಳ್ಳತೊಡಗಿತ್ತು. ಚೀನಿ ಸೈನಿಕ ಅದನ್ನು ಯಾವ ಸ್ಥಳದಲ್ಲಾದರೂ ಸಲೀಸಾಗಿ ದಾಟಿ ಬಂದು ಬಿಡಬಲ್ಲವನಾಗಿದ್ದ. ಅವನಿಗೆ ಸೇತುವೆಗಳ ಅವಶ್ಯಕತೆಯೇ ಇರಲಿಲ್ಲ. ನಿಜಕ್ಕೂ ನಾವು ಹಠಕ್ಕೆ ಬಿದ್ದು ಕಾಯಬೇಕಾಗಿದ್ದುದು ಸಾಂಬಾ ಸೇತುವೆ. ಆದರೆ ಚೀನಿ ಸಮೂಹ ಆ ಸೇತುವೆಯ ಬಳಿಗೆ ನುಗ್ಗಿ ಬರುವ ಹೊತ್ತಿಗೆ ನಮ್ಮ ಸೈನಿಕರಲ್ಲಿ ಅನೇಕರು ಬದುಕುಳಿದಿರಲಿಲ್ಲ. ಅಧಿಕಾರಿಗಳು ಸೆರೆ ಸಿಕ್ಕಾಗಿತ್ತು. ಇನ್ನುಳಿದವರಿಗೆ ಆ ಸೇತುವೆಯನ್ನು ಕತ್ತರಿಸಿಬಿಟ್ಟರೂ ಸಾಕು; ಭಾರತದ ಗೌರವ ಇನ್ನಷ್ಟು ದಿನ ಉಳಿದುಕೊಂಡೀತು ಎಂಬುದು ಹೊಳೆಯಲಿಲ್ಲ. ಆಮೇಲೇನಿದೆ? ಭಾರತದ ಹೆಬ್ಬಾಗಿಲೇ ತೆರೆದುಕೊಂಡು ಬಿಟ್ಟಿತು.

ರಜಪೂತ ತುಕಡಿಗಳ ಧೀರೋದಾತ್ತತೆಯ ಬಗ್ಗೆ ಎಷ್ಟು ಹೇಳಿದರೂ ಸಾಲದು. ನಾನು ನೋಡುತ್ತಿದ್ದಂತೆಯೇ ಚೀನಿ ಸೈನ್ಯ ಮೂರು ಮತ್ತು ನಾಲ್ಕನೆಯ ಸೇತುವೆಗಳನ್ನು ದಾಟಿಕೊಂಡು ಟೆಂಪೊರರಿ ಬ್ರಿಡ್ಜ್ ಬಳಿಗೆ ನುಗ್ಗತೊಡಗಿತು. ಅಲ್ಲಿ ರಜಪೂತ ತುಕಡಿಯ ನಾಯಕ ರೋಷನ್ ಸಿಂಗ್ ಕಾವಲಿಗಿದ್ದ. ತುಂಬ ಕಡಿಮೆ ಸಂಖ್ಯೆಯ ಸೈನಿಕರಿದ್ದ ತುಕಡಿಯದು. ಆದರೆ, ಈ ರಜಪೂತ ಧೀರರು ಮರದ ದಿಮ್ಮಿಗಳ ಆ ಸೇತುವೆಯನ್ನು ಯಾವ ಪರಿ ಕಚ್ಚಿಕೊಂಡು ಕುಳಿತಿದ್ದರು ಎಂದರೆ: ಅವರ ಕೈಲಿರುವ ಕಾಡತೂಸುಗಳೆಲ್ಲ ಮುಗಿದು ಹೋಗಿ ಬಂದೂಕುಗಳೂ ಬಿದ್ದು ಹೋಗಿ ಬರಿಗೈಲಿ ಬಡಿದಾಡುವಂಥ ಸ್ಥಿತಿ ತಲುಪಿದ ಮೇಲೂ ಅವರನ್ನು ಚೀನಿ ಸೈನಿಕರು ಇರಿದು ಇರಿದು ಕೊಲ್ಲಬೇಕಾಗಿ ಬಂತು. ತನ್ನ ಇಡೀ ತುಕಡಿ ನಿರ್ನಾಮವಾದುದನ್ನು ಖಚಿತ ಪಡಿಸಿಕೊಂಡೇ ನಾಯಕ್ ರೋಷನ್ ಸಿಂಗ್ ಪ್ರಾಣ ಬಿಟ್ಟ.

ಇನ್ನೊಂದೆಡೆ ಇಂತಹುದೊಂದು ಶತಾಯಗತಾಯ ಹೋರಾಟ ಮಾಡಿದವನು ಅದೇ ರಜಪೂತ ಬಟಾಲಿಯನ್‌ನ ಸುಬೇದಾರ್ ದಶರಥ್ ಸಿಂಗ್. ಅವನ ಇಡೀ ಪ್ಲಟೂನ್ ಕೊಚ್ಚಿ ಹಾಕಲ್ಪಟ್ಟು ಕೇವಲ ಏಳು ಜನರ ನತದೃಷ್ಟ ಗುಂಪು ಉಳಿದಿತ್ತು. ಆದರೆ ಇದ್ದ ಚೂರುಪಾರು ಮದ್ದು ಗುಂಡಿನ ಸಹಾಯದಿಂದಲೇ ಸುಬೇದಾರ್ ದಶರಥ್ ಸಿಂಗ್ ಮೂರು ಅನಾಹುತಕಾರಿ ಚೀನಿ ತುಕಡಿಗಳನ್ನು ಬಡಿದುಹಾಕಿದ್ದ. ನಾಲ್ಕನೆಯ ಬಾರಿಗೆ ಸಮುದ್ರದ ಅಲೆ ಬಂದಂತೆ ಬಂದಿತ್ತು ಚೀನಿ ಸೈನ್ಯ. "ಆನೇ ದೋ! ಸಾಲೇ ಕೋ ಹಮ್ ರಜಪೂತ್ ಕ್ಯಾ ಹೈ.... ದಿಖಾದೇಂಗೇ" (ಬರಲಿ, ಬಡ್ಡೀಮಕ್ಕಳಿಗೆ ನಾವು ರಜಪೂತರೆಂದರೆ ಏನೆಂಬುದನ್ನು ತೋರಿಸಿಬಿಡೋಣ) ಎಂದು ಅಬ್ಬರಿಸುತ್ತಿದ್ದ ದಶರಥ್ ಸಿಂಗ್. ತಿರುಗಿ ನೋಡಿದರೆ, ಅವನ ಪ್ಲಟೂನ್‌ನಲ್ಲಿ ಏಳು ಜನರ ಹೊರತಾಗಿ ಮತ್ತೊಂದು ಜೀವವಿರಲಿಲ್ಲ. ಆದರೂ, ಉಳಿದಿದ್ದ ಏಳೇ ಜನ ನಿಜವಾದ ಕ್ಷಾತ್ರದಿಂದ ಬಡಿದಾಡಿದರು. ಕೈಲಿರುವ ಬಂದೂಕು ಬರಿದಾಗುತ್ತಿದ್ದಂತೆಯೇ ಬಾನೆಟ್ಟುಗಳಿಂದ ಚುಚ್ಚಲು ಮುಂದಾದರು. ಈ ನಾಲ್ಕನೆಯ ಹರ ಸಾಹಸದಲ್ಲಿ ಮತ್ತೆ ನಾಲ್ಕು ಜನ ರಜಪೂತರು ಸತ್ತು

ಹೋದರು. ಭೀಕರವಾಗಿ ಗಾಯಗೊಂಡಿದ್ದ ಸುಬೇದಾರ್ ದಶರಥ್ ಸಿಂಗ್ ತನ್ನನ್ನು ಸೆರೆ ಹಿಡಿದ ಚೀನೀಯರಿಗೆ ಕೊಸರಿ ಹೇಳಿದನಂತೆ;

"ಒಬ್ಬ ರಜಪೂತ ಯೋಧ ಸೆರೆ ಸಿಕ್ಕಬಾರದು....ನನ್ನನ್ನು ಕೊಂದು ಬಿಡಿ!"

ಇವರೆಲ್ಲರಿಗಿಂತಲೂ ಬಹುದೊಡ್ಡ ಕ್ಷಾತ್ರವಂತ ರಜಪೂತ ಅಧಿಕಾರಿಯೆಂದರೆ, ಮೇಜರ್ ಬಿ.ಕೆ. ಪಂತ್. ಆತ ಯುದ್ಧ ಭೂಮಿಯಲ್ಲಿ ವರ್ತಿಸಿದ ರೀತಿ, ಭಾರತದ ಇತಿಹಾಸದಲ್ಲಿ ಶಾಶ್ವತ ದಾಖಲೆಯಾಗಬೇಕು. ನಮ್ಮ ನಂತರದ ಪೀಳಿಗೆಗಳಿಗೆ ಆದರ್ಶವಾಗಬೇಕು.

ಮೊಟ್ಟ ಮೊದಲ ಷೆಲ್ ಬೀಳುತ್ತಿದ್ದಂತೆಯೇ ಮೇಜರ್ ಬಿ.ಕೆ.ಪಂತ್ ತಾವಿದ್ದ ಬಂಕರಿನಿಂದ ಹೊರಕ್ಕೆ ಬಂದುಬಿಟ್ಟರು. ಮೊಟ್ಟ ಮೊದಲ ಷೆಲ್ ದಾಳಿಗೆ ಕೊಂಚ ತತ್ತರಿಸಿದವರಂತೆ, ಗೊಂದಲಗೊಂಡವರಂತೆ ಕುಳಿತಿದ್ದ ತನ್ನ ರಜಪೂತ್ ಸೈನಿಕರನ್ನು ಆತ "ಚಲೋ ಬಂದೂಕ್ ಉಠಾವ್!" (ಕೈಗೆ ಬಂದೂಕೆತ್ತಿಕೊಳ್ಳಿ!) ಎಂದು ಹುರಿದುಂಬಿಸತೊಡಗಿದರು. ನದೀ ತೀರದುದ್ದಕ್ಕೂ ಹರಡಿಕೊಂಡಿದ್ದ ರಜಪೂತ್ ಬಟಾಲಿಯನ್ನಿನ ಯೋಧರನ್ನು ತಮ್ಮ ದೊಡ್ಡ ದನಿಯಲ್ಲಿ ಪ್ರೇರೇಪಿಸತೊಡಗಿದರು. ಮೇಜರ್ ಬಿ.ಕೆ. ಪಂತ್‌ಗೆ ದೊಡ್ಡ ಕ್ಷಾತ್ರ, ದೊಡ್ಡ ಶರೀರ ಮಾತ್ರವಲ್ಲ; ದೊಡ್ಡ ದನಿಯೂ ಇತ್ತು. ಆತ ಸಿಂಹದಂತೆ ಗರ್ಜಿಸುತ್ತಲೇ ಓಡಾಡಿದರು.

"ಇವತ್ತು ನಾವು ನಮ್ಮ ರಜಪೂತ್ ಬಟಾಲಿಯನ್‌ನ ಇತಿಹಾಸದಲ್ಲೇ ಒಂದು ಹೊಸ ಅಧ್ಯಾಯ ಸೃಷ್ಟಿಸಬೇಕಾಗಿದೆ. ರಜಪೂತರೆಂದರೇನೇ ಪರಾಕ್ರಮಿಗಳು ಅನ್ನೋದನ್ನು ಈ ಚೀನಿ ಮುಷಡಿಗಳಿಗೆ ತೋರಿಸಬೇಕಾಗಿದೆ. ಇವತ್ತು ನಾವು ಮಾಡುತ್ತಿರುವುದು ಕೊನೆಯ ಹೋರಾಟವೇ ಆಗಿರಬಹುದು. ಆದರೆ ಹೇಡಿಗಳೆನ್ನಿಸಿಕೊಂಡು ಸಾಯುವುದು ಬೇಡ. ಕೊನೆಯ ಗುಂಡು, ಕೊನೆಯ ಜೀವ ಇರುವ ತನಕ ಬಡಿದಾಡಿ!" ಎಂದು ಸೈನಿಕರಿಗೆ ಕರೆ ನೀಡುತ್ತ ಓಡಾಡಿದರು.

"ಮೇಜರ್ ಸಾಹಿಬ್, ದುಷ್ಮನ್‌ನ ಷೆಲ್ಲಿಂಗ್ ತೀವ್ರವಾಗುತ್ತಿದೆ. ನೀವು ಬಯಲಿಗೆ ಬಿದ್ದು ಓಡಾಡದಿರುವುದು ಒಳ್ಳೆಯದು. ದಯವಿಟ್ಟು ನಿಮ್ಮ ಬಂಕರಿಗೆ ಹೋಗಿ" ಎಂದು ಸಿಪಾಯಿಯೊಬ್ಬ ವಿನಂತಿಸಿದ. ಮೇಜರ್ ಬಿ.ಕೆ.ಪಂತ್ ಅಂಥ ಎಚ್ಚರಿಕೆಗಳನ್ನು ಕೇಳಿಸಿಕೊಳ್ಳುವ ಸ್ಥಿತಿಯಲ್ಲೇ ಇರಲಿಲ್ಲ. ಈ ತನಕ ಯಾವತ್ತೂ ಷೆಲ್ ದಾಳಿಯನ್ನು ನೇರವಾಗಿ ಎದುರಿಸಿದ ಅನುಭವ ತನ್ನ ಪದಾತಿದಳದ ರಜಪೂತ ಸೈನಿಕರಿಗೆ ಇಲ್ಲ. ಅಕಸ್ಮಾತ್ ಷೆಲ್ ದಾಳಿಯ ಅಬ್ಬರಕ್ಕೆ ಬೆದರಿ ತನ್ನ ಸೈನಿಕರೇನಾದರೂ ನಿಷ್ಕ್ರಿಯರಾಗಿ ಬಿಟ್ಟರೆ? ಬಟಾಲಿಯನ್‌ಗೆ ಕೆಟ್ಟ ಹೆಸರು ಬಂದುಬಿಟ್ಟರೆ? ಅಂಥ ಹೇಡಿ ಬದುಕು ಬದುಕುವುದಕ್ಕಿಂತ ಬಡಿದಾಡಿ ಸಾಯುವುದೇ ಲೇಸು ಅನ್ನಿಸಿತ್ತು ಆತನಿಗೆ. ಎಲ್ಲಿಲ್ಲದ ಧೈರ್ಯ, ಉತ್ಸಾಹ ಮೈಗೂಡಿಸಿಕೊಂಡು ಮೇಜರ್ ಪಂತ್ ಓಡಾಡಿದರು. ಆ ಸೈನಿಕ ಎಚ್ಚರಿಸಿದ ಕೆಲವೇ ನಿಮಿಷಗಳೊಳಗಾಗಿ, ಸಿಡಿದ ಚೀನೀ ಷೆಲ್ ಒಂದು ಪಂತ್‌ರ ಕಾಲುಗಳನ್ನು ಗಾಯಗೊಳಿಸಿತು. ಆದರೂ ಹಠಮಾರಿ ರಜಪೂತ ಕಂಗಾಲಾಗಲಿಲ್ಲ. ನೆತ್ತರು ಸುರಿಯುತ್ತಿದ್ದ ಕಾಲುಗಳಲ್ಲೇ ರಣರಂಗದಲ್ಲಿ ತೆವಳುತ್ತಾ "ಆಖರೀ ಗೋಲಿ ತಕ್ ಲಢನಾ ಹೈ" (ಕೊನೆಯ ಗುಂಡಿರುವ ತನಕ ಬಡಿದಾಡಬೇಕು) ಎಂದು ಕೂಗುತ್ತಿದ್ದರು.

ಮೇಜರ್ ಬಿ.ಕೆ. ಪಂತ್‌ರ ಆ ಕ್ಷಾತ್ರ ಮತ್ತು ತಾಕತ್ತನ್ನು ಕಂಡ ರಜಪೂತ ಸೈನಿಕ ಎಷ್ಟು

ಆವೇಶಗೊಂಡಿದ್ದನೆಂದರೆ, ಮೂರು ಬಾರಿ ಚೀನಿ ಪಡೆಗಳನ್ನು ಅನಾಹುತಕಾರಿ ರೀತಿಯಲ್ಲಿ ಬಡಿದು ಕೆಡವಿದ. ಅವನ ರೌದ್ರಾವತಾರ ಕಂಡು ನಾಲ್ಕನೆಯ ದಾಳಿಗೆ ಚೀನಿಗಳು ಮುಂದಾಗಲೇ ಇಲ್ಲ. ನಾಲ್ಕನೆಯ ದಾಳಿ ಪ್ರಾರಂಭಿಸುವ ಮೊದಲು ನಿರಂತರವಾಗಿ ಆ ಜಾಗದ ಮೇಲೆ ಚೀನಿ ಫಿರಂಗಿ ದಳದಿಂದ ಷೆಲ್ಲಿಂಗ್ ಮಾಡಿಸಲಾಯಿತು. ಈ ಬಾರಿ ಮೇಜರ್ ಪಂತ್‌ರ ಎರಡೂ ಕಾಲುಗಳು ಕತ್ತರಿಸಿ ಹೋದವು. ಹೊಟ್ಟೆಗೊಂದು ಕಾಡತೂಸು ಹೊಕ್ಕಿತ್ತು. ಅಷ್ಟರಲ್ಲಿ ಚೀನಿಗಳ ನಾಲ್ಕನೇ ದಾಳಿ ಪ್ರಾರಂಭವಾಯಿತು. ಅಷ್ಟು ಹೊತ್ತಿಗಾಗಲೇ ಶಿಥಿಲಗೊಂಡಿತ್ತು ರಜಪೂತ ತುಕಡಿ. ನಾಲ್ಕನೆಯ ಯುದ್ಧವನ್ನು ಅಷ್ಟು ಕಡಿಮೆ ಅವಧಿಯಲ್ಲಿ, ಕೈಗೆತ್ತಿಕೊಳ್ಳುವ ಸ್ಥಿತಿಯಲ್ಲಿ ಸೈನಿಕರಿರಲಿಲ್ಲ. ಆದರೆ ಯಾವುದೇ ವೈದ್ಯಕೀಯ ನೆರವನ್ನು ಒಪ್ಪಿಕೊಳ್ಳದ ಮೇಜರ್ ಪಂತ್, ಅಂಥ ಗಾಯಗೊಂಡ ಸ್ಥಿತಿಯಲ್ಲೂ ಯಾವ ಉನ್ಮಾದದಿಂದ ಸೈನಿಕರಿಗೆ ಕರೆ ನೀಡುತ್ತಿದ್ದರೆಂದರೆ; ಆತನ ಕ್ಷಾತ್ರ ನೋಡಿದ ರಜಪೂತ ಸೈನಿಕ ದೈತ್ಯ ಧೈರ್ಯ ತುಂಬಿಕೊಂಡು ಹೋಗಿ ಶತ್ರುವಿನ ಮೇಲೆ ಬಿದ್ದು, ನಾಲ್ಕನೆಯ ದಾಳಿಯನ್ನೂ ಯಶಸ್ವಿಯಾಗಿ ಮುರಿದುಬಿಟ್ಟ.

ಅಷ್ಟು ಹೊತ್ತಿಗಾಗಲೇ ಪಂತ್‌ರ ದೇಹದಿಂದ ಬಹುಪಾಲು ನೆತ್ತರು ಹರಿದುಹೋಗಿತ್ತು. ಒಂದೇ ಒಂದು ನಿಸ್ಸಹಾಯಕ ಚೀತ್ಕಾರ ಮಾಡಲಿಲ್ಲ ಪಂತ್.

"ರಜಪೂತರು ಸಾಯೋದಿಲ್ಲ! ರಜಪೂತರು ಯಾವತ್ತೂ ಯುದ್ಧ ಬಿಟ್ಟುಕೊಡುವುದಿಲ್ಲ. ನಾವು ಹೇಡಿಗಳಲ್ಲ. ಇವತ್ತು ನಮ್ಮ ಭಾಗ್ಯದಲ್ಲಿದ್ದಂತಾಗಲಿ. ಇಡೀ ಭಾರತದ ಜನ ಯುದ್ಧ ಕ್ಷಾತ್ರ ಕಲಿತಿರುವುದೇ ನಮ್ಮಿಂದ. ನಮ್ಮ ರಕ್ತವೇ ಅಂಥದ್ದು. ನಾವು ಹುಟ್ಟಿರುವುದೇ ದೇಶಕ್ಕಾಗಿ ಸಾಯೋದಿಕ್ಕೆ. ದೇವರು ಇವತ್ತು ತೀರ್ಮಾನ ಮಾಡಿದ್ದಾನೆ. ಭಾರತದ ಗಡಿಯಲ್ಲಿರೋ ಈ ಪುಟ್ಟ ನದಿಗೋಸ್ಕರ ನೀವು ಸಾಯಬೇಕಾಗಿದೆ. ಎದ್ದು ನಿಂತು ನಿಜವಾದ ರಜಪೂತರಂತೆ ಹೋರಾಡಿ."

ಹಾಗೆ ಆತ ರಣರಂಗದ ನಟ್ಟನಡುವೆ ಪ್ರಳಯ ರುದ್ರನಂತೆ ಗರ್ಜಿಸುತ್ತಿದ್ದರೆ, ಭೀಕರವಾಗಿ ಹೊಡೆತ ತಿಂದು ಹಿಮ್ಮೆಟ್ಟಿಸಲ್ಪಟ್ಟಿದ್ದ ಚೀನಿಗಳಿಗೆ ಈ ರಜಪೂತರ ನಾಯಕ ಮೇಜರ್ ಪಂತ್ ಬದುಕಿರುವ ತನಕ ಇದೊಂದು ತುಕಡಿಯನ್ನು ಸೋಲಿಸಲು ಬಹುಶಃ ಸಾಧ್ಯವೇ ಆಗಲಿಕ್ಕಿಲ್ಲ ಎಂಬುದು ಮನವರಿಕೆಯಾಗಿಬಿಟ್ಟಿತು.

ಮೊದಲು ಅವರು ಆ ಕ್ಷಣಕ್ಕೊಂದು ಯೋಜನೆ ಹಾಕಿಕೊಂಡರು. ಮೇಜರ್ ಪಂತ್‌ರ ಆಸುಪಾಸಿನಲ್ಲಿದ್ದ ರಜಪೂತ್ ಸೈನಿಕರ ಗಮನವನ್ನು ಕೊಂಚ ಬೇರೆ ದಿಕ್ಕಿಗೆ ಸೆಳೆದರು. ಆ ತುದಿಯಲ್ಲಿ ಒಂದು ಚಿಕ್ಕ ತುಕಡಿ ಕಾಣಿಸಿಕೊಳ್ಳುವಂತೆ ಮಾಡಿದರು. ಐದನೆಯ ಬಾರಿಗೆ ದುಷ್ಮನ್ ಕಣ್ಣಿಗೆ ಬೀಳುತ್ತಿದ್ದಂತೆಯೇ ಆಕ್ರೋಶಗೊಂಡ ರಜಪೂತ್ ಸೈನಿಕರು ಅರೆ ಕ್ಷಣದ ಮಟ್ಟಿಗೆ ಪಂತ್‌ರನ್ನು ಮರೆತು ದಡಬಡಿಸಿ ಎದ್ದು ಚೀನಿಗಳು ಕಾಣಿಸಿದ ದಿಕ್ಕಿಗೆ ತುಪಾಕಿಗಳ ಸಮೇತ ಓಡಿದರು. ನಮ್ಕಾ ಚು ನದೀ ತೀರದ ಬಟಾ ಬಯಲಿನ ಮಂಜು ನೆಲದ ಮೇಲೆ ಮೇಜರ್ ಬಿ.ಕೆ. ಪಂತ್ ದೇಹದ ಅಷ್ಟೂ ರಕ್ತ ಕಳೆದುಕೊಂಡು ಅಂಗಾತ ಬಿದ್ದುಕೊಂಡಿದ್ದರು. ಅವರ ಬಳಿಗೆ ನಿಧಾನವಾಗಿ ಮೂರ್‍ನಾಲ್ಕು ಜನ ಚೀನಿಗಳದೊಂದು ಗುಂಪು ತೆವಳುತ್ತ ಬಂತು. ಸಮೀಪಿಸಿದ

ಶತ್ರುವನ್ನು ನೋಡುತ್ತಲೇ ಕನಲಿ ಮೇಲೆದ್ದ ಮೇಜರ್ ಪಂತ್,

"ಭಜರಂಗ್ ಬಲೀ ಕೀ ಜೈ!" ಎಂದು ಅಪ್ಪಟ ರಜಪೂತನಂತೆ ಯುದ್ಧ ಕೇಕೆ ಹಾಕಿದರು.

ಆ ಮೇಲೆ ತುಂಬ ಹೊತ್ತು ಚೀನಿಗಳ ಬಂದೂಕು ಮೊರೆಯುತ್ತಲೇ ಇದ್ದವು. ಧೀರ ಸೇನಾಪತಿ ಮೇಜರ್ ಪಂತ್ ಗತಪ್ರಾಣರಾದರು. ಅವರ ದೇಹದಿಂದ ತೆಗೆಯಲ್ಪಟ್ಟ ಕಾಡತೂಸುಗಳ ಸಂಖ್ಯೆ ಒಂದು ನೂರ ಹದಿನಾಲ್ಕು. ಸತ್ತು ಬಿದ್ದ ಆ ಯೋಧನ ಮುಖದಲ್ಲಿ ಮಾತ್ರ ಎಂಥದೋ ಹೆಮ್ಮೆಯಿತ್ತು.

ಮೇಜರ್ ಬಿ.ಕೆ. ಪಂತ್‌ರ ಸೈನ್ಯದಲ್ಲಿದ್ದ ಒಟ್ಟು 112 ಸೈನಿಕರ ಪೈಕಿ 82 ಜನ ಸತ್ತು ಹೋಗಿದ್ದರು. ಉಳಿದವರು ಭಯಾನಕವಾಗಿ ಗಾಯಗೊಂಡಿದ್ದರು. ಭಾರತ ಮಾತೆ ತನ್ನ ಮಕ್ಕಳಿಂದ ಇದಕ್ಕಿಂತ ಯಾವ ದೊಡ್ಡ ತ್ಯಾಗವನ್ನು ನಿರೀಕ್ಷಿಸಿಯಾಳು?

ಚೀನದ ಯುದ್ಧ ಕೈದಿಗಳ ಶಿಬಿರದಲ್ಲಿದ್ದಾಗ ನನ್ನ ಹಾಗೂ ಇತರೆ ಸೈನ್ಯಾಧಿಕಾರಿಗಳ ಮುಂದೆ ಚೀನೀಯರು ಹೇಳಿಕೊಂಡದ್ದೆಂದರೆ; "ಭಾರತದೊಂದಿಗಿನ NEFA ಯುದ್ಧದಲ್ಲಿ ನಾವು ಅತಿಹೆಚ್ಚು ಸಾವು ನೋವು ಅನುಭವಿಸಿದ್ದು ಮೊದಲ ದಿನದಂದೇ. ಮತ್ತು ಅತಿ ಹೆಚ್ಚಿನ ಸಾವು ನೋವುಗಳಿಗೆ ಕಾರಣರಾದವರು ನಿಮ್ಮ ರಜಪೂತರು!"

ಹಾಗಂತ ನಾನು ನಮ್ಮ ರಜಪೂತರ ರೆಜಿಮೆಂಟಿನ ಶೌರ್ಯ ಸಾಹಸಗಳನ್ನು ಇತರೆ ರೆಜಿಮೆಂಟ್‌ಗಳೊಂದಿಗೆ ತುಲನೆ ಮಾಡುತ್ತೇನೆಂದಲ್ಲ. ಅಕ್ಟೋಬರ್ 20ರ ಮೊದಲ ಯುದ್ಧದ ಅತಿ ಹೆಚ್ಚಿನ ಘಾತವನ್ನು ಅನುಭವಿಸಬೇಕಾಗಿ ಬಂದದ್ದೇ ರಜಪೂತರಿಗೆ. ಅವರೇ ಆ ನಾಲ್ಕು ನತದೃಷ್ಟ ಸೇತುವೆಗಳ ರಕ್ಷಣೆಗೆ ನಿಂತಿದ್ದರು. ಮತ್ತು ನಿರೀಕ್ಷಿಸಿದಂತೆಯೇ ಅವರು ಬಡಿದಾಡಿದರು. ಆ ಎಲ್ಲ ಧೀರ ಯೋಧರಿಗೆ ನಾನು ಶ್ರದ್ಧೆಯಿಂದ ನಮಸ್ಕರಿಸುತ್ತೇನೆ. ತನ್ನ ಪ್ರಾಣವನ್ನು ಕೊಡುವುದಕ್ಕಿಂತ ದೊಡ್ಡದೇನನ್ನೂ ಒಬ್ಬ ಯೋಧ ತನ್ನ ಮಾತೃಭೂಮಿಗಾಗಿ ಮಾಡಲಾರ. ಆ ಹುಡುಗರು ನಿಜವಾದ ಸೈನಿಕರಂತೆ ಕಾದಾಡಿ ಪ್ರಾಣಬಿಟ್ಟರು. ನಮ್ಕಾ ಚು ಕಣಿವೆಯಲ್ಲಿ ಅವರು ಮಾಡಬಹುದಾದ್ದು ಬೇರೇನೂ ಇರಲಿಲ್ಲ.

ಕೇವಲ ಮೂರು ತಾಸುಗಳೊಳಗಾಗಿ ನಮ್ಮ ಅತ್ಯಂತ ಶಕ್ತಿಯುತವಾದ ಎರಡು ಬಟಾಲಿಯನ್‌ಗಳನ್ನು ಚೀನೀ ದುಷ್ಮನ್ ಅತಿ ದಾರುಣವಾಗಿ ಸವರಿ ಹಾಕಿದ್ದ. ಬೆಳಗ್ಗೆ 7.45 ನಿಮಿಷದ ಹೊತ್ತಿಗೆ ಢೋಲಾ ಸೆಕ್ಟರ್‌ನ ಸಮಸ್ತ ನೆಲೆಗಳನ್ನೂ ಚೀನೀ ಸೈನ್ಯ ಆಕ್ರಮಿಸಿಕೊಂಡು ಬಿಡಲಿದೆಯೆಂಬುದು ನನಗೆ ಮನವರಿಕೆಯಾಗಿತ್ತು. ಮೂರು ಮತ್ತು ನಾಲ್ಕನೇ ಸೇತುವೆಗಳ ಬಳಿಯಿದ್ದ ಗೂರ್ಖಾ ಪಡೆಯಲ್ಲಿ ಹೆಚ್ಚಿನ ಭಾಗ ನಿರ್ನಾಮವಾಗಿತ್ತಾದ್ದರಿಂದ ಸೇತುವೆ ದಾಟಿ ಬಂದ ಚೀನಿಗಳು ರೋಂಗ್ಲಾ ಎಂಬ ಪ್ರದೇಶದಲ್ಲಿದ್ದ ನನ್ನ ಬ್ರಿಗೇಡ್ ಹೆಡ್ ಕ್ವಾರ್ಟರ್ಸ್‌ನ್ನ ಕೂಡಾ ಮುತ್ತಿಗೆ ಹಾಕಿಬಿಡಲಿದ್ದಾರೆ ಅನ್ನಿಸತೊಡಗಿತು. ನುಗ್ಗಿ ಬರಲು ಅವರಿಗೆ ಅಡೆತಡೆಗಳೇ ಇರಲಿಲ್ಲ. ರಜಪೂತರನ್ನು ಕೂಡ ಅವರು ತರಿದು ಹಾಕಿದ್ದರು. ಈಗ ವಿಶಾಲವಾದ ಗಡಿ ಪ್ರದೇಶ ಶತ್ರುವಿನ ಪ್ರವೇಶಕ್ಕೆ ತಲೆ ಬಾಗಿ ನಿಂತಿತ್ತು. ನಾನು ಕೊನೆಯ ಬಾರಿಗೆಂಬಂತೆ ಥಗ್ಲಾ ಪರ್ವತ ಶಿಖರಗಳನ್ನು ದಿಟ್ಟಿಸಿದೆ.

ಕೇವಲ ಮೂರು ತಾಸುಗಳಲ್ಲಿ ನಡೆದು ಹೋದುದನ್ನು ಮಾರಣ ಹೋಮವೆನ್ನಬೇಕೇ ಅಥವಾ ಅದಕ್ಕೆ ಥಗ್ಲಾ ಯುದ್ಧ (Battle of Thagla) ಎಂಬ ಗೌರವನೀಯವಾದ ಹೆಸರು ಕೊಡಬೇಕೆ? ನನ್ನನ್ನು ನಾನೇ ಕೇಳಿಕೊಂಡೆ. ಭಾರತವೆಂಬ ಸುವಿಶಾಲ ದೇಶಕ್ಕೆ, ಈ ಥಗ್ಲಾ ಯುದ್ಧದಲ್ಲಿ ಅಸಲಿಗೆ ಏನು ನಡೆಯಿತು ಎಂಬುದು ಗೊತ್ತೇ ಆಗುವುದಿಲ್ಲ. ಏಕೆಂದರೆ, ಇದರಲ್ಲಿ ಭಾಗವಹಿಸಿದವರಲ್ಲಿ ಹೆಚ್ಚಿನವರು ಸತ್ತು ಮಲಗಿದ್ದಾರೆ. ಬದುಕುಳಿದಿರುವ ಕೆಲವೇ ಜನರಲ್ಲಿ ಹೆಚ್ಚಿನವರಿಗೆ ಭಾರತೀಯ ಸೇನೆಯಲ್ಲಿ ಕೊನೆತನಕ ನೌಕರಿ ಮಾಡುವ ಅಭಿಲಾಷೆಗಳಿವೆ. ಅವರ್‍ಯಾರೂ ಸತ್ಯ ಸಂಗತಿಯನ್ನು ಬಯಲಿಗಿಡುವಂಥವರಲ್ಲ. ತಿನ್ನಲು ಅನ್ನವಿಲ್ಲದ, ಧರಿಸಲು ಬಟ್ಟೆಯಿಲ್ಲದ, ಬಡಿದಾಡಲು ಶಸ್ತ್ರಗಳೂ ಇಲ್ಲದ ಸ್ಥಿತಿಯಲ್ಲಿ ಆ ನನ್ನ ಯೋಧರು ಅದೆಂಥ ಧೀರೋದಾತ್ತ ಕದನ ಕಾದು ಸತ್ತರು ಎಂಬುದು ಇಡೀ ಭಾರತಕ್ಕಿರಲಿ; ನನ್ನದೇ ಸೈನ್ಯಾಧಿಕಾರಿಗಳಿಗೆ ಗೊತ್ತಾಗುವುದಿಲ್ಲ. ನನ್ನ ಗೂರ್ಖಾಗಳು, ರಜಪೂತರು, ಸಿಖ್ಖರು, ಡೋಗ್ರಾಗಳು, ಬಂಗಾಲಿಗಳು, ಮುಸಲ್ಮಾನರು, ಅಹಿರರು, ದಕ್ಷಿಣ ಭಾರತದ ಸಿಗ್ನಲರುಗಳು- ಎಲ್ಲರೂ ತಂತಮ್ಮ ರೆಜಿಮೆಂಟುಗಳ ಘನತೆಗೆ, ಸೈನಿಕ ಸಂಪ್ರದಾಯಕ್ಕೆ ತಕ್ಕಂತೆ ಬಡಿದಾಡಿ ಪ್ರಾಣತ್ಯಾಗ ಮಾಡಿದ್ದಾರೆ. ಅವರಿಗೆ ನಾನಾದರೂ ಒಂದು ಗೌರವಯುತ ಸಲಾಮು ಸಲ್ಲಿಸಬೇಕು ಅನ್ನಿಸಿತು. ನನ್ನ ಬ್ರಿಗೇಡ್ ಹೆಡ್ ಕ್ವಾರ್ಟರ್ಸಿನ ಅಂಗಳದಲ್ಲಿ ಕೊಂಚ ಹೊತ್ತು ಮೌನವಾಗಿ ನಿಂತಿದ್ದೆ.

ನಮ್ಕಾ ಚು ತೀರದಲ್ಲಿದ್ದ ರಜಪೂತ್ ತುಕಡಿಯಲ್ಲಿ ಅಧಿಕಾರಿಗಳನ್ನೂ ಸೇರಿಸಿ ಒಟ್ಟು ಇದ್ದ ಯೋಧರ ಸಂಖ್ಯೆ 543. ಅದರಲ್ಲಿ ನಾಲ್ವರು ಅಧಿಕಾರಿಗಳು ಹಾಗೂ ಆರು ಜನ ಜೆ.ಓ.ಸಿ.ಗಳು ಸೇರಿದಂತೆ 282 ಜನ ಹುತಾತ್ಮರಾದರು. ಉಳಿದವರಲ್ಲಿ 81 ಜನ ಗಾಯಗೊಂಡರು. ಬಂಧಿತರಾದರು. ಗಾಯಗೊಳ್ಳದೆ ಬಂಧಿತರಾದವರು 90 ಜನ. ಯಾವುದೇ ಘಾತವಿಲ್ಲದೆ ಅದೃಷ್ಟವಂತರಾಗಿ ಮನೆ ತಲುಪಿದವರು- ಕೇವಲ 60 ಜನ. ಅಂದರೆ ಇಡೀ 543 ಯೋಧರ ಪೈಕಿ ಕೇವಲ 9%ನಷ್ಟು ಜನ. ಇವರಾದರೂ ಟಿಸಾಂಗಧರ್, ಲುಂಪೋ ಮತ್ತು ತವಾಂಗ್‌ಗಳಲ್ಲಿದ್ದ ಆಡಳಿತ ಸಂಬಂಧಿ ಸಿಬ್ಬಂದಿಯವರೇ ಹೊರತು ನಮ್ಕಾ ಚು ಕಣಿವೆಯಲ್ಲಿದ್ದ ಯೋಧರಲ್ಲ.

ಒಂದು ತುಕಡಿ ಇದಕ್ಕಿಂತ ಪ್ರಾಮಾಣಿಕವಾಗಿ ಯುದ್ಧ ಮಾಡಲು ಸಾಧ್ಯವಿತ್ತೆ?

ನಮ್ಕಾ ಚು ನದಿಯ ಕೊಳ್ಳದಲ್ಲಿ ಇದೆಲ್ಲ ಅನಾಹುತವಾಗುತ್ತಿರುವಾಗಲೇ ಮೇಲೆ ಆಗಸದಲ್ಲಿ ಮತ್ತೊಂದು ಬರ್ಬರ ಕಾರ್ಯ ನಡೆದು ಹೋಯಿತು. ಬೆಳಗ್ಗೆ ಐದು ಗಂಟೆಯ ಹೊತ್ತಿಗೆ ನಮ್ಕಾ ಚುವಿನ ಸೇತುವೆಗಳೆಡೆಗೆ ದಾಳಿ ಆರಂಭಿಸಿದ ಚೀನಿಗಳು, ಅದೇ ಹೊತ್ತಿಗೆ ಥಗ್ಲಾ ಪರ್ವತದ ಇಳಿಜಾರಿನ ಮೇಲೆ ಫಿರಂಗಿಯಿರಿಸಿ ಟಿಸಾಂಗ್‌ಧರ್ ಬೆಟ್ಟದ ಮೇಲಕ್ಕೂ ಷೆಲ್ಲಿಂಗ್ ಪ್ರಾರಂಭಿಸಿದ್ದರು. ಸತತವಾಗಿ ನಾಲ್ಕು ಗಂಟೆಗಳ ಕಾಲ ಷೆಲ್ಲಿಂಗ್ ಮಾಡಿದ ಚೀನಿಗಳು ಬೆಳಗ್ಗೆ ಒಂಬತ್ತು ಗಂಟೆಗೆ ಸರಿಯಾಗಿ ಪದಾತಿದಳವನ್ನೇ ಟಿಸಾಂಗ್‌ಧರ್‌ನೆಡೆಗೆ ನುಗ್ಗಿಸತೊಡಗಿದರು. ಕಾವಲಿಗೆ ನಿಂತ ನಮ್ಮ ತುಕಡಿಗಳು ಕೆಲವೆಡೆ ಒರೆಸಿ ಹಾಕಲ್ಪಟ್ಟಿದ್ದವು. ಮತ್ತೆ ಕೆಲವೆಡೆ ಕಾವಲುಗಳೇ ಇರಲಿಲ್ಲ. ಹಾಗೆ ಟೆಂಪೊರರಿ ಬ್ರಿಡ್ಜ್ ಮತ್ತು 5ನೇ ಬ್ರಿಡ್ಜ್‌ಗಳ

ಮಧ್ಯಭಾಗದಿಂದ ನದಿ ದಾಟಿ ನಮ್ಮ ಗಡಿಯೊಳಕ್ಕೆ ನುಸುಳಿ ಬಂದ ಚೀನಿಗಳು ಕ್ರಮೇಣ ಟಿಸಾಂಗ್‌ಧರ್‌ನ ಕಡೆಗೆ ನಡೆಯತೊಡಗಿದರು. ಯುದ್ಧ ತಾಂತ್ರಿಕತೆಯ ದೃಷ್ಟಿಯಿಂದ ನಮ್ಮ ಪಾಲಿಗೆ ಟಿಸಾಂಗ್‌ಧರ್ ತುಂಬ ಪ್ರಮುಖವಾದ ತಾಣವಾಗಿತ್ತು. ಸೆಪ್ಟಂಬರ್ 10ನೇ ತಾರೀಕಿನಿಂದಲೇ ಈ ಪರ್ವತಕ್ಕೆ ಸೈನಿಕ ಮಹತ್ವ ಬಂದುಬಿಟ್ಟಿತ್ತು. ಲುಂಪೋದ ನೆಲೆಯ ನಂತರ ನಾವು ರಕ್ಷಿಸಿಕೊಳ್ಳಲೇಬೇಕಾಗಿದ್ದ ಪ್ರದೇಶವೇ ಟಿಸಾಂಗ್‌ಧರ್ ಆಗಿತ್ತು. ಆದರೆ ಅಕ್ಟೋಬರ್ 20ರ ಬೆಳಗ್ಗೆ 9 ಗಂಟೆಯ ಸಮಯದಲ್ಲಿ ಟಿಸಾಂಗ್‌ಧರ್‌ನ ರಕ್ಷಣೆಗೆ ಒಂದು ಬಲಹೀನ ಗೂರ್ಖಾ ತುಕಡಿ ಮತ್ತು ಎರಡು ತುಕಡಿಯಷ್ಟು ಗನ್ನರ್‌ಗಳನ್ನು ಬಿಟ್ಟರೆ ಬೇರೆ ಯಾರೂ ಇರಲಿಲ್ಲ. ಇದ್ದ ಗೂರ್ಖಾಗಳಿಗೆ ಕೂಡ ಬೆಳಗಾಗುತ್ತಿದ್ದಂತೆಯೇ ಟಿಸಾಂಗ್ಲೆ ಕಡೆಗೆ ಹೊರಡಬೇಕು ಎಂಬ ಅರ್ಥಹೀನ ಆದೇಶ ನೀಡಿದ್ದರು ಜನರಲ್ ನಿರಂಜನ ಪ್ರಸಾದ್.

ಅಕ್ಟೋಬರ್ 20ರ ಬೆಳಗ್ಗೆ ಎಂದಿನಂತೆ ಅಮಾಯಕವಾಗಿ, ನಮ್ಮ ಸೈನಿಕರಿಗೆ ಬೇಕಾದ ಸಲಕರಣೆಗಳನ್ನು air drop ಮಾಡಲು ಭಾರತೀಯ ವಾಯುಪಡೆಯ ಹೆಲಿಕಾಪ್ಟರೊಂದು ಟಿಸಾಂಗಧರ್ ಬಳಿಗೆ ಬಂತು. ಬಂದ ಕೆಲವೇ ಕ್ಷಣಗಳಲ್ಲಿ ಚೀನಿ ಫಿರಂಗಿಗಳು ಅದರೆಡೆಗೆ ಯಾವ ಬಿರುಸಿನಿಂದ ಗುಂಡು ಹಾರಿಸಿದವೆಂದರೆ, ಚಾಣಾಕ್ಷ ಪೈಲಟ್ ತಕ್ಷಣ ಹೆಲಿಕಾಪ್ಟರ್ ತಿರುಗಿಸಿಕೊಂಡು ಹೊರಟು ಹೋದ.

ಆದರೆ ಎರಡನೇ ಹೆಲಿಕಾಪ್ಟರ್‌ಗೆ ಈ ಅದೃಷ್ಟವಿರಲಿಲ್ಲ.

ನಿಮಗೀಗಾಗಲೇ ವಿವರಿಸಿದಂತೆ, ಯುದ್ಧ ಶುರುವಾಗುವ ಮುನ್ನಾದಿನ ನಮ್ಕಾ ಚು ಬಂಕರಿನಲ್ಲಿ ಕುಳಿತಿದ್ದ ನನಗೂ ಜನರಲ್ ನಿರಂಜನ ಪ್ರಸಾದ್‌ರಿಗೂ ಟೆಲಿಫೋನಿನ ಮೇಲೆ ಬಿರುಸಿನ ಮಾತುಗಳಾಗಿದ್ದವು. ಅವರನ್ನು ನಾನು ವಾಚಾಮಗೋಚರವಾಗಿ ಬೈದಿದ್ದೆ. ಕಡೆಗೆ ವಿಹ್ವಲರಾಗಿ, ಮುರಿದುಬಿದ್ದಂತಾದ ಜನರಲ್ ಪ್ರಸಾದ್ "ನಾಳೆ ನಾನೇ ಖುದ್ದಾಗಿ ಬಂದು ನಿನ್ನ ಬ್ರಿಗೇಡ್‌ನೊಂದಿಗೆ ನಮ್ಕಾ ಚು ಕಣಿವೆಯಲ್ಲಿರುತ್ತೇನೆ. ನಿಮ್ಮೆಲ್ಲರಿಗೆ ಏನಾಗುತ್ತದೋ ನನಗೂ ಅದೇ ಆಗಲಿ. ನನ್ನ ಸಾವು ನಮ್ಕಾ ಚು ಕಣಿವೆಯಲ್ಲಿ ಕಾಯುತ್ತಿರುವುದೇ ಆದರೆ, ನಾನು ಅಲ್ಲಿಗೆ ಬಂದು ಸಾಯಲು ಸಿದ್ಧ" ಅಂದಿದ್ದರು. ಅವು ಕೇವಲ ಜನರಲ್ ಪ್ರಸಾದ್‌ರ ಭಾವಾವೇಶದ ಮಾತುಗಳಾಗಿರಲಿಲ್ಲ. ನೈತಿಕವಾಗಿ ಜರ್ಜರಿತವಾಗಿ ಹೋಗಿದ್ದ ಭಾರತೀಯ ಸೈನ್ಯದ ಒಬ್ಬ ಪ್ರಮುಖ ಕೊಂಡಿಯಂತಹ ಅಧಿಕಾರಿಗೆ ನಮ್ಕಾ ಚು ಎಂಬ ಮೃತ್ಯು ಪೀಡಿತ ಕಣಿವೆಗೆ ಬಂದು ಸಾಯುವುದರ ಹೊರತು ಬೇರೆ ಮಾರ್ಗವೇ ಇರಲಿಲ್ಲ. ನನಗೆ ಕೊಟ್ಟ ಮಾತಿನಂತೆಯೇ ಮಾರನೆಯ ದಿನ (ಅಕ್ಟೋಬರ್ 20, 1962) ಬೆಳಗ್ಗೆ ಎದ್ದು ತಮ್ಮನ್ನು ಟಿಸಾಂಗ್‌ಧರ್‌ನ ಹೆಲಿಪ್ಯಾಡ್‌ಗೆ ಇಳಿಸಿ ಬರುವಂತೆ ಆದೇಶ ನೀಡಿದ್ದರು ಜನರಲ್ ನಿರಂಜನ್ ಪ್ರಸಾದ್.

ನಿಜ ಹೇಳಬೇಕೆಂದರೆ, ಅವರು ನಮ್ಕಾ ಚು ತೀರಕ್ಕೆ ಬಂದು ಮಾಡಬಹುದಾದ್ದು ಏನೆಂದರೆ ಏನೂ ಇರಲಿಲ್ಲ. ಆದರೆ ಜನರಲ್ ಪ್ರಸಾದ್‌ರಿಗೆ ಅಲ್ಲಿಗೆ ಬರಲೇಬೇಕೆಂಬ ಹಠ ಶುರುವಾಗಿತ್ತು. "ಬೆಳಗಿನ ಜಾವಕ್ಕಾಗಲೇ ಯುದ್ಧ ಆರಂಭಗೊಂಡು, ನಮ್ಕಾ ಚು ತೀರದ ಬಂಕರುಗಳಿಗೂ ಡಿವಿಷನಲ್ ಹೆಡ್ ಕ್ವಾರ್ಟರ್ಸಿಗೂ ಮಧ್ಯೆ ಟೆಲಿಫೋನ್ ಸಂಪರ್ಕ ಕಡಿದು ಹೋಗಿದೆ. ಸರಂಜಾಮು

ಇಳಿಸಿ ಬರಲು ಹೋದ ವಾಯುಪಡೆಯ ಹೆಲಿಕಾಪ್ಟರ್ ಕೂಡ ಟಿಸಾಂಗ್‌ಧರ್ ಹೆಲಿಪ್ಯಾಡ್ ಸಮೀಪಿಸಲಾಗದೆ ವಾಪಸು ಬಂದು ಬಿಟ್ಟಿದೆ. ಚೀನಿಗಳು ವಿಮಾನಗಳತ್ತಲೂ ಗುಂಡು ಹಾರಿಸುತ್ತಿದ್ದಾರೆ. ಈ ಸ್ಥಿತಿಯಲ್ಲಿ ನೀವು, ಅದರಲ್ಲೂ ಜನರಲ್ ಹುದ್ದೆಯಲ್ಲಿರುವವರು ಯುದ್ಧಭೂಮಿಗೆ ಹೋಗಲೇ ಕೂಡದು" ಎಂದು ಡಿವಿಷನಲ್ ಸಿಗ್ನಲ್ ರೆಜಿಮೆಂಟ್‌ನ ಎರಡನೇ ಉಪನಾಯಕ ಮೇಜರ್ ರಾಮ್‌ಸಿಂಗ್ ತಡೆಯೊಡ್ಡಿದ್ದಾರೆ. ಯಾವಾಗ ಟೆಲಿಫೋನ್ ತಂತಿಗಳು ಕತ್ತರಿಸಿ ಹಾಕಲ್ಪಟ್ಟಿವೆಯೆಂಬುದು ಅರಿವಿಗೆ ಬಂತೋ, ಆಗಲೇ ನಮ್ಕಾ ಚುವಿನಲ್ಲಿ ಅಂತಿಮ ಅಧ್ಯಾಯದ ಆರಂಭವಾಗಿದೆ ಎಂಬುದು ಮೇಜರ್ ರಾಮ್‌ಸಿಂಗ್‌ಗೆ ಮನವರಿಕೆಯಾಗಿದೆ. ಆ ಹೊತ್ತಿಗಾಗಲೇ ಆತನ ಮುಖ್ಯಸ್ಥ ಲೆಫ್ಟಿನೆಂಟ್ ಕರ್ನಲ್ ಕೆ.ಕೆ. ತಿವಾರಿ ವಿನಾಕಾರಣವಾಗಿ ಗೂರ್ಖಾ ಪಡೆಗಳ ಯೋಧರನ್ನು ಮಾತನಾಡಿಸಲು ಹೋಗಿ ಚೀನಿಗಳ ಕೈಗೆ ಸಿಕ್ಕು ಯುದ್ಧ ಬಂದಿಯಾಗಿಬಿಟ್ಟಿದ್ದರು. ಅದೇ ಪರಿಸ್ಥಿತಿ ಜನರಲ್ ಪ್ರಸಾದ್‌ರಂತಹ ಹಿರಿಯ ಅಧಿಕಾರಿಗೆ ಒದಗಬಾರದೆಂಬುದು ಮೇಜರ್ ರಾಮಸಿಂಗ್‌ರ ಇರಾದೆಯಾಗಿತ್ತು. ಆದರೆ ಜನರಲ್ ಪ್ರಸಾದ್ ಹಠ ಬಿಡಲಿಲ್ಲ.

"ಇವತ್ತು ಎಷ್ಟು ಹೊತ್ತಿದ್ದರೂ ನಾನು ನಮ್ಕಾ ಚು ತೀರಕ್ಕೆ ತಲುಪಲೇ ಬೇಕು" ಎಂದು ಪಟ್ಟು ಹಿಡಿದಿದ್ದಾರೆ.

"ಸರಿ, ತಾವು ಹೋಗಲೇಬೇಕು ಅನ್ನೋದಾದರೆ, ಮೊದಲು ಹೆಲಿಕಾಪ್ಟರಿನಲ್ಲಿ ನಾನು ಹೋಗಿ ಅಲ್ಲಿನ ಪರಿಸ್ಥಿತಿ ಏನೆಂಬುದನ್ನು ನೋಡಿಕೊಂಡು ಬರುತ್ತೇನೆ ಸರ್. ಅದಕ್ಕೆ ಅಪ್ಪಣೆ ಕೊಡಿ. ನಾನು ಹಿಂತಿರುಗಿದ ಮೇಲೆ ನೀವು ಹೋಗುವಿರಂತೆ" ಅಂದಿದ್ದಾರೆ ಮೇಜರ್ ರಾಮಸಿಂಗ್. ವಾಯುಪಡೆಯ ಫ್ಲೈಟ್ ಲೆಫ್ಟಿನೆಂಟ್ ಸೆಹಗಲ್ ನಡೆಸುತ್ತಿದ್ದ ಹೆಲಿಕಾಪ್ಟರ್‌ನಲ್ಲಿ ಟಿಸಾಂಗ್‌ಧರ್ ಹೆಲಿಪ್ಯಾಡ್‌ನ ತನಕ ಬಂದು ಆಕಾಶದಲ್ಲಿ ಸುತ್ತು ತಿರುಗುತ್ತಿದ್ದ ರಾಮಸಿಂಗ್ ಮತ್ತೆ ಜನರಲ್ ಪ್ರಸಾದ್ ಬಳಿಗೆ ಮರಳಲೇ ಇಲ್ಲ. ಅವರು ಕುಳಿತಿದ್ದ ಹೆಲಿಕಾಪ್ಟರನ್ನು ಟಿಸಾಂಗ್‌ಧರ್‌ನ ನೆತ್ತಿಯ ಮೇಲೆಯೇ ಚೀನಿ ಫಿರಂಗಿಗಳು ಹೊಡೆದು ಹಾಕಿದವು. ಇನ್ನೂ ಚಿಕ್ಕ ವಯಸ್ಸಿನ ಇಬ್ಬರು ಅಧಿಕಾರಿಗಳಾದ ಮೇಜರ್ ರಾಮಸಿಂಗ್ ಹಾಗೂ ಫ್ಲೈಟ್ ಲೆಫ್ಟಿನೆಂಟ್ ಸೆಹಗಲ್ ನಿಸ್ಸಹಾಯಕರಾಗಿ ಮರಣಿಸಿದರು. ಜನರಲ್ ಪ್ರಸಾದ್‌ರಿಗಾಗಿ ಆ ಎರಡು ಜೀವಗಳು ಬಲಿಯಾದವು. ಥಗ್ಲಾ ಯುದ್ಧದಲ್ಲಿ ಅವರ ನೆನಪಿಗೂ ವೀರಗಲ್ಲು ನೆಡುವುದು ಅಗತ್ಯ.

ಮೇಜರ್ ರಾಮಸಿಂಗ್‌ರ ಮರಣದೊಂದಿಗೆ ಇಡೀ ಡಿವಿಷನಲ್ ಸಿಗ್ನಲ್ ರೆಜಿಮೆಂಟು ಅನಾಥವಾಗಿ ಹೋಯಿತು.

ಬಂಕರಿನ ಮುಂದೆ ನಿಂತು ಗಡಿಯಾರ ನೋಡಿಕೊಂಡೆ.

ಬೆಳಗಿನ ಎಂಟು ಗಂಟೆ!

ಚೀನಿಗಳ ದಾಳಿ ಆರಂಭವಾಗಿ ಮೂರು ತಾಸುಗಳಾಗಿದ್ದವು. ಧೋಲಾ ಸೆಕ್ಟರ್‌ನಲ್ಲಿ ನಮ್ಮ ಅಧಿಪತ್ಯದ ಯಾವ ಕುರುಹುಗಳೂ ಇರಲಿಲ್ಲ. ನಾನು ಸದಾ ಅಭಿಮಾನದಿಂದ, ಅಕ್ಕರೆಯಿಂದ ಕಾಣುತ್ತಿದ್ದ ಭಾರತೀಯ ಸೈನ್ಯದ ಎರಡು ಅತಿಪ್ರಮುಖ ಬಟಾಲಿಯನ್ನುಗಳ ಶಿರಸ್ಸನ್ನೇ ಕತ್ತರಿಸಿ

ಹಾಕಲಾಗಿತ್ತು. ಇನ್ನು ಈ ನತದೃಷ್ಟ ನಮ್ಕಾ ಚು ಕಣಿವೆಯಲ್ಲಿದ್ದು ಮಾಡುವಂತಹುದೇನೂ ಇಲ್ಲ. ಸೇತುವೆಗಳು ಕೈಬಿಟ್ಟು ಹೋಗಿವೆ. ಅಳಿದುಳಿದ ರಜಪೂತರನ್ನು ಕೂಡ ಅವರಿಗಿದ್ದ ಏಕೈಕ ಎಸ್ಕೇಪ್ ರೂಟ್ (ಹತುಂಗ್ಲಾ ಕಣಿವೆ)ನಲ್ಲಿ ನರಮೇಧಕ್ಕೆ ಈಡು ಮಾಡಲಾಗುತ್ತದೆ.

ಹಾಗಾದರೆ ನಾನು ಈ ರೋಂಗ್ಲಾ ಬ್ರಿಗೇಡ್ ಹೆಡ್‌ಕ್ವಾರ್ಟರ್ಸಿನಲ್ಲಿ ಇದ್ದು ಪ್ರಯೋಜನವೇನು? ಇನ್ನು ಕೆಲವೇ ನಿಮಿಷಗಳಲ್ಲಿ ಚೀನಿಗಳು ಇದನ್ನು ಮುತ್ತಿಕೊಂಡುಬಿಡುತ್ತಾರೆ. ಹೆದರಿಕೆ ಸಾವಿನದಲ್ಲ. ಏನನ್ನೂ ಸಾಧಿಸದೇನೇ ಸಾಯುವುದು! ಕಡೇ ಪಕ್ಷ ಟಿಸಾಂಗಧರ್ ಕಡೆಗೆ ಹೋದರೆ, ಅಲ್ಲಿ ಅಳಿದುಳಿದ ಗೂರ್ಖಾ ಪಡೆಗಳಿವೆ. ಅವರನ್ನು ಕಟ್ಟಿಕೊಂಡಾದರೂ ಒಂದಿಷ್ಟು ಕಾದಾಟ ಮಾಡಬಹುದು. ಹಾಗಂತ ಮನಸ್ಸಿಗೆ ಬಂದ ಕೂಡಲೇ ನನ್ನ ಬ್ರಿಗೇಡ್ ಪಾರ್ಟಿಯೊಂದಿಗೆ ಟಿಸಾಂಗ್‌ಧರ್ ಕಡೆಗೆ ಹೊರಡಲು ನಿರ್ಧರಿಸಿದೆ. ಮುಂದೊಂದು ದಿನ ನಮ್ಕಾ ಚುವಿನ ಮೇಲೆ ದಾಳಿಯಾಗಿ, ನಾವು ಪ್ರತಿರೋಧ ಒಡ್ಡಲು ಸಾಧ್ಯವಾಗದೆ ಇದ್ದಾಗ ನಾನು ಅನಿವಾರ್ಯವಾಗಿ ಟಿಸಾಂಗಧರ್‌ಗೆ ಹೊರಡಬೇಕಾದೀತು ಎಂದು ಜನರಲ್ ಪ್ರಸಾದ್‌ಗೆ ಹಿಂದೆಯೇ ತಿಳಿಸಿದ್ದೆ. ಅದಕ್ಕೆ ಅವರೂ ಒಪ್ಪಿಕೊಂಡಿದ್ದರು. ಯುದ್ಧ ಭೂಮಿಯಲ್ಲಿ ಪ್ರತಿ ಚಲನೆಗೂ ಹಿರಿಯ ಅಧಿಕಾರಿಗಳ ಅಪ್ಪಣೆ ಬೇಕು. ಅದು ಸೈನಿಕ ನಿಯಮ. ಆದರೆ 'ಸಾವು' ಎಲ್ಲ ನಿಯಮಗಳನ್ನೂ ಮೀರಿದಂತಹುದು. ಜನರಲ್ ಪ್ರಸಾದ್‌ರ ಅಪ್ಪಣೆಗಿಂತ, ನುಗ್ಗಿ ಬರುವ ಚೀನಿ ಸೈನ್ಯದ ಒತ್ತಡಗಳೇ ಹೆಚ್ಚು ಅಧಿಕೃತ. ನಾನವುಗಳನ್ನು ಪಾಲಿಸಲೇಬೇಕು! ಟಿಸಾಂಗಧರ್‌ಗೆ ಹೊರಡಬೇಕು ಮತ್ತು ಆ ತನಕ ಅಸ್ತಿತ್ವದಲ್ಲಿದ್ದ ನನ್ನ ಬ್ರಿಗೇಡ್ ಹೆಡ್‌ಕ್ವಾರ್ಟರ್ಸ್‌ನ್ನು ತ್ಯಜಿಸಬೇಕು ಎಂಬೆರಡು ನಿರ್ಧಾರಗಳನ್ನು ಕೈಗೊಂಡ ಕ್ಷಣದಲ್ಲಿ ನನಗೆ ಒಂದೇ ಒಂದು ಸಲಕ್ಕೂ ದಿಲ್ಲಿ ನೆನಪಾಗಲಿಲ್ಲ. ಪ್ರಧಾನಿ ನೆಹರೂ ನೆನಪಾಗಲಿಲ್ಲ. ಮುಖ್ಯವಾಗಿ- ಜನರಲ್ ಬಿ.ಎಂ. ಕೌಲ್ ನೆನಪಾಗಲೇ ಇಲ್ಲ.

"ನಾವಿನ್ನು ಟಿಸಾಂಗ್‌ಧರ್‌ಗೆ ಹೊರಡಬೇಕು!" ಹಾಗಂತ ನನ್ನ ಬ್ರಿಗೇಡ್ ಮೇಜರ್ ಖರಬಂಡಾ ಅವರಿಗೆ ಆಜ್ಞೆ ನೀಡಿದೆ.

"ಸರ್" ಎಂಬ ಸ್ವೀಕೃತಿಯೊಂದಿಗೆ ನನ್ನ ಮುಖ ನೋಡಿದರು ಮೇಜರ್ ಖರಬಂಡಾ. ಪಕ್ಕದಲ್ಲೇ ಮೇಜರ್ ಪೆರೀರಾ ನಿಂತಿದ್ದರು. ಇಬ್ಬರ ಮುಖಗಳಲ್ಲೂ ಗೊಂದಲವಿರಲಿಲ್ಲ. ಆತಂಕಗಳಿರಲಿಲ್ಲ.

"ಸರಿಯಾಗಿ 8.15 ನಿಮಿಷಕ್ಕೆ ಇಲ್ಲಿಂದ ಕಮಾಂಡರ್ಸ್ ಪಾರ್ಟಿ ಹೊರಡುತ್ತದೆ. ನಂತರ 8.30 ನಿಮಿಷಕ್ಕೆ main body ಹೊರಡುತ್ತದೆ!" ಮತ್ತೊಂದು ಆಜ್ಞೆ ನೀಡಿದೆ.

"ಸರ್" ಮೇಜರ್ ಖರಬಂಡಾ ಮತ್ತೊಂದು ಸಮ್ಮತಿಯ ಉದ್ಗಾರ ಹೊರಡಿಸಿದರು. ಮಿಲಿಟರಿಯ ಭಾಷೆಯಲ್ಲಿ ವಿನಾಕಾರಣದ ವಿವರಣೆಗಳು ಬೇಕಾಗಿರುವುದಿಲ್ಲ. ಯುದ್ಧಭೂಮಿಯಲ್ಲಿ ನೆಲೆಗೊಂಡ ಒಂದು ಬ್ರಿಗೇಡ್ ಹೆಡ್‌ಕ್ವಾರ್ಟರ್ಸ್‌ನ್ನು ರದ್ದು ಮಾಡಿ, ತ್ಯಜಿಸಿ, ಅಲ್ಲಿಂದ ಇಡೀ ಬ್ರಿಗೇಡ್ ಪಾರ್ಟಿ ಗುಳೇ ಎದ್ದು ಹೊರಡುತ್ತದೆಂದರೆ, ಅದು ಅವಮಾನಕರವಲ್ಲ. ಒಂದಿಷ್ಟು ಯಾತನಾದಾಯಕ ಕ್ರಿಯೆಯಂತೆ ಕಾಣಬಹುದು. ಆದರೆ ಯುದ್ಧಭೂಮಿಯ ಅನಿವಾರ್ಯತೆಗಳಿಗೆ ನಮ್ಮ ಭಾವುಕತೆಯ ಹಂಗಿರುವುದಿಲ್ಲ. ಅಲ್ಲಿ ಮನುಷ್ಯ,

ಅಗತ್ಯಗಳನ್ನರಿತು ಯಂತ್ರದಂತೆ ಕೆಲಸ ಮಾಡಬೇಕು.

ಮೇಜರ್ ಖರಬಂಡಾಗೆ ನಾನು ನೀಡಿದ ಆಜ್ಞೆ ಸಂಪೂರ್ಣವಾಗಿ ಅರ್ಥವಾಗಿತ್ತು. ಬೆಳಗ್ಗೆ 8.15ರಿಂದ 8.30ರ ತನಕ ಅವರಿಗೆ ಕೊಟ್ಟ ಹದಿನೈದು ನಿಮಿಷಗಳ ಅವಧಿ ಯಾತಕ್ಕಾಗಿ ನೀಡಲಾಗಿದೆ ಎಂಬುದನ್ನು ಆ ಯೋಧನಿಗೆ ವಿವರಿಸಿ ಹೇಳಬೇಕಾಗಿರಲಿಲ್ಲ. ನಾನು ಹೊರಡುವುದಕ್ಕೆ ಮುಂಚೆಯೇ ಮೇಜರ್ ಖರಬಂಡಾ ಬ್ರಿಗೇಡ್ ಹೆಡ್ ಕ್ವಾರ್ಟರ್ಸಿನ ಎಲ್ಲ ರಹಸ್ಯ ದಾಖಲೆಗಳನ್ನು ಬೆಂಕಿ ಹಚ್ಚಿ ಸುಡತೊಡಗಿದರು. ನುಗ್ಗಿ ಬರುವ ಚೀನಿಗಳಿಗೆ ನಮ್ಮ ಕುರಿತಂತೆ ಯಾವ ಚಿಕ್ಕ ಸುಳಿವೂ ಬಿಟ್ಟು ಹೋಗಕೂಡದು. ಅದನ್ನು ಮೇಜರ್ ಖರಬಂಡಾ ಅತ್ಯಂತ ಶ್ರದ್ಧೆಯಿಂದ ಮಾಡಿ ಮುಗಿಸಿದರು. ಕರಾರುವಾಕ್ಕಾಗಿ ನಮ್ಮ ಯಾತ್ರೆ ಟಿಸಾಂಗ್‌ಧರ್ ಕಡೆಗೆ 8.15 ನಿಮಿಷಕ್ಕೆ ಆರಂಭವಾಯಿತು. ಸುಮಾರು ನಲವತ್ತು ನಿಮಿಷಗಳ ನಂತರ ದೊಡ್ಡದೊಂದು ಸ್ಫೋಟದ ಸದ್ದು ಕೇಳಿಸಿತು. ಅಲ್ಲಿಗೆ ರೋಂಗ್ಲಾ ಎಂಬ ಪ್ರದೇಶದಲ್ಲಿ ನಾನು ನೆಲೆಗೊಳಿಸಿಕೊಂಡಿದ್ದ ಬ್ರಿಗೇಡ್ ಹೆಡ್‌ಕ್ವಾರ್ಟರ್ಸ್‌ನ ಕೊನೆಯ ಕುರುಹೂ ನಾಶವಾದಂತಾಯಿತು. ನಾನು ನಿಟ್ಟುಸಿರಾದೆ.

ನಾನು ರೋಂಗ್ಲಾದಿಂದ ಬ್ರಿಗೇಡ್ ಹೆಡ್ ಕ್ವಾರ್ಟರ್ಸ್ ತ್ಯಜಿಸಿ ಹೊರಬೀಳುವುದರೊಂದಿಗೆ ನಮ್ಕಾ ಚು ಮತ್ತು ಥಗ್ಲಾ ಪರ್ವತ ಸಾಲುಗಳ ನತದೃಷ್ಟ ಯುದ್ಧ ಮುಗಿದಂತಾಯಿತು. "ಚೀನಿ ಸೈನಿಕರನ್ನು ಭಾರತದ ಗಡಿಗಳಿಂದ ಹೊಡೆದೋಡಿಸಿ" ಎಂಬುದಾಗಿ ಭಾರತದ ಪ್ರಧಾನಿ ಜವಾಹರಲಾಲ್ ನೆಹರೂ ಅವರು ನೀಡಿದ ಅರ್ಥಹೀನ ಹೇಳಿಕೆಗೆ ಒಂದು ವಾರ ತುಂಬುವುದರೊಳಗಾಗಿ ಬೃಹತ್ ಚೀನಿ ಸೈನ್ಯ ಭಾರತದ ಗಡಿಯೊಳಕ್ಕೆ ನುಗ್ಗಿ ಬಂದು ನಮ್ಮ ಸೇನೆಗಳ ಮಾರಣಹೋಮ ಮಾಡಿ ಮುಗಿಸಿತ್ತು. ಹಠಕ್ಕೆ ಬಿದ್ದ ನೆಹರೂ, "ಚೀನಕ್ಕೆ ಒಂದೇ ಒಂದು ಇಂಚು ಭೂಮಿ ಬಿಟ್ಟು ಕೊಡುವುದಿಲ್ಲ" ಅಂದಿದ್ದರು. ಈಗ ಸಾವಿರಾರು ಚದರ ಮೈಲಿ ಕಳೆದುಕೊಳ್ಳಬೇಕಾಗಿತ್ತು. ಅನೇಕ ವರ್ಷಗಳ ಅಸಡ್ಡೆ, ವಿನಾಕಾರಣದ ಗೊಡ್ಡು ನಂಬಿಕೆ, ಅಶ್ರದ್ಧೆ ಮತ್ತು ಬೇಜವಾಬ್ದಾರಿತನಗಳಿಗೆ ಭಾರತ ಸರ್ಕಾರ ಕಂದಾಯ ಸಲ್ಲಿಸಿಯಾಗಿತ್ತು.

ಸಾವಿರಾರು ಕಾಡತೂಸುಗಳ ಹೊಡೆತ ತಿಂದ 7 ಇನ್‌ಫೆಂಟ್ರಿ ಬ್ರಿಗೇಡ್ ಅಕ್ಟೋಬರ್ 20, 1962ರಂದು ಹಾಗೆ ಹತಭಾಗ್ಯ ಸಾವು ಸತ್ತಿತ್ತು.

ಆದರೆ ಭಾರತ ಮುಂಬರುವ ಅನೇಕ ವರ್ಷಗಳ ತನಕ ನೆತ್ತರು ಹರಿಸುತ್ತಲೇ ಇರಬೇಕಾಯಿತು!

ಹಾಗಂದ ಮಾತ್ರಕ್ಕೆ, ಚೀನಿ ಸೈನಿಕ ಅತಿಮಾನುಷವಾದ ರೀತಿಯಲ್ಲಿ ಶಕ್ತಿವಂತನಾಗಿದ್ದನಾ? ಅವನಲ್ಲಿ ಉಳಿದವರ್‍ಯಾರಿಗೂ ಇಲ್ಲದ ದೈತ್ಯ ಶಕ್ತಿ ಇತ್ತಾ? ಚೀನಾ-ಭಾರತ ಯುದ್ಧ ಮುಗಿದ ಮೇಲೆ ಚೀನಿಗಳ ತಾಕತ್ತಿನ ಬಗ್ಗೆ ಅನೇಕ ಅಮಾಯಕ ಅಭಿಪ್ರಾಯಗಳು ಹೊರಬಿದ್ದವು. ಅವನೊಬ್ಬ ಧೀರೋದಾತ್ತ ಸೈನಿಕನೆಂಬುದಾಗಿ ನಮ್ಮವರೇ ಅನೇಕರು ಚೀನಿ ಸೈನಿಕನ ಕುರಿತು ವರ್ಣಿಸಿ ಬರೆದರು. ಚೀನಿಗಳ ಯುದ್ಧ ತಂತ್ರದ ಬಗ್ಗೆ ನಾನೂ ತುಂಬ ಜನ ಅಧಿಕಾರಿಗಳೊಂದಿಗೆ

ಚರ್ಚಿಸಿದ್ದೇನೆ.

ಚೀನಿಗಳು ಉಳಿದೆಲ್ಲ ಸೈನಿಕರಂತೆಯೇ ಕಾಲಾಂತರದಿಂದ ರೂಢಿಯಲ್ಲಿರುವ ಯುದ್ಧ ವಿಧಾನಗಳನ್ನೇ ಬಳಸಿದರು. ಅದೇ ಶಸ್ತ್ರ. ಅದೇ ಚಲನವಲನ. ಅವರ ನಿರ್ಧಾರಗಳು ದೃಢವಾಗಿದ್ದವು. ಗುರಿ ಮುಟ್ಟುವ ಬಗ್ಗೆ ಅವರಿಗೆ ಆತಂಕ, ಕಳವಳಗಳಿರಲಿಲ್ಲ. ಅಷ್ಟೇ ಹೊರತು ಅತಿಮಾನುಷವಾದದ್ದು ಅವರಲ್ಲೇನೂ ಇರಲಿಲ್ಲ. ಯುದ್ಧ ತಂತ್ರದ ದೃಷ್ಟಿಯಿಂದಲೂ ಅವರು ಅಂಥ ಬುದ್ಧಿವಂತರಾಗಿರಲಿಲ್ಲ. ಆದರೆ, ಒಬ್ಬ ಬ್ರಿಗೇಡಿಯರ್‌ನಾಗಿ ಒಪ್ಪಿಕೊಳ್ಳಬೇಕಾದ ಒಂದು ಬಹುದೊಡ್ಡ ಸತ್ಯವೆಂದರೆ;

ಅವರು ನಮಗಿಂತ ಒಳ್ಳೆಯ ಬಂದೂಕು ಹಿಡಿದಿದ್ದರು.

ನಮಗಿಂತ ಬೆಚ್ಚಗೆ ಬಟ್ಟೆ ಹಾಕಿಕೊಂಡಿದ್ದರು!

ನನಗೆ ಅವರಲ್ಲಿ ತುಂಬ ಮೆಚ್ಚುಗೆಯಾದ ಕೆಲವು ಅಂಶಗಳಿದ್ದವು. ಮುಖ್ಯವಾಗಿ, ಭಾರತದ ಕಡೆಯಿಂದ ಆರಂಭದ ದಿನಗಳಲ್ಲಿ ಯಾವುದೇ ಸದ್ದು, ಪ್ರತಿರೋಧ, ಗುಂಡು ಹಾರಿಸುವಿಕೆ ಇತ್ಯಾದಿಗಳಿಲ್ಲದಿದ್ದರೂ -ಚೀನಿಗಳು ಅಕ್ಟೋಬರ್ 20ರ ಹೊತ್ತಿಗೆ ನಮ್ಮ ಪ್ರತಿಯೊಂದು ಸೈನಿಕ ನೆಲೆಯನ್ನೂ ಕರಾರುವಾಕ್ಕಾಗಿ ಗುರುತಿಸಿದ್ದರು. ಅದಕ್ಕಿಂತ ಕರಾರುವಾಕ್ಕಾಗಿ ನಮ್ಮ ಮೇಲೆ ಷೆಲ್ ದಾಳಿ ಮಾಡಿದ್ದರು. ಅವರ fire support ಅತ್ಯುತ್ತಮವಾಗಿತ್ತು. ಅವರ ಸೇನಾಧಿಪತಿಗಳಿಗಿದ್ದ ಸ್ವಾತಂತ್ರ್ಯ ಅದ್ಭುತವಾಗಿ ಕೆಲಸ ಮಾಡಿತ್ತು. ರಷಿಯನ್ನರು ಕಲಿಸಿದ ಫಿರಂಗಿ ಯುದ್ಧ ವಿದ್ಯೆಯನ್ನು ಚೀನಿಗಳು ಅತ್ಯುತ್ತಮ ರೀತಿಯಲ್ಲಿ ಕಲಿತಿದ್ದರೆಂಬುದಕ್ಕೆ, ಅವರ ಮೊದಲ ದಿನದ ಯುದ್ಧವೇ ಸಾಕ್ಷಿಯಾಗಿತ್ತು. ಒಂದೇ ಮಾತಿನಲ್ಲಿ ಹೇಳುವುದಾದರೆ, ಟಿಬೆಟ್‌ನಿಂದ ಇಳಿದು ಬಂದ ಚೀನಿ ಸೈನಿಕನಿಗೆ ಉತ್ತಮ ತರಬೇತಿ, ಉತ್ತಮ ಶಸ್ತ್ರ, ಬೆಚ್ಚನೆಯ ಬಟ್ಟೆ ದೊರೆತಿದ್ದವು. ಮುಖ್ಯವಾದ ವ್ಯತ್ಯಾಸವೆಂದರೆ, ಅವನಿಗೆ ರಾತ್ರಿಗಳಲ್ಲಿ ಯುದ್ಧ ಮಾಡುವುದರ ಬಗ್ಗೆ ನಮ್ಮ ಸೈನಿಕನಿಗಿಂತ ಹೆಚ್ಚಿನ ತರಬೇತಿ ದೊರೆತಿತ್ತು.

ಇಷ್ಟು ಸವಿಸ್ತಾರವಾಗಿ ನಾನೇಕೆ ಈ ನಮ್ಕಾ ಚು ಯುದ್ಧದ ವಿಷಾದಗಾಥೆಯನ್ನು ಹೇಳಬೇಕಾಗಿ ಬಂತೆಂದರೆ, ನಮ್ಮ ಸೈನಿಕರ ವೀರಾವೇಶದ, ತ್ಯಾಗ, ಬಲಿದಾನಗಳ ಕಥೆ ಭಾರತದ ಪ್ರಜೆಗಳಿಗೆ ಗೊತ್ತಾಗಲೇ ಬೇಕು. ತಾವು ಮಾಡಿದ ತಪ್ಪುಗಳನ್ನು ಮುಚ್ಚಿ ಹಾಕಿಕೊಳ್ಳುವ ಭರದಲ್ಲಿ ನಮ್ಮ ರಾಜಕಾರಣಿಗಳು, ಹಿರಿಯ ಸೈನ್ಯಾಧಿಕಾರಿಗಳು "7 ಇನ್‌ಫೆಂಟ್ರಿ ಬ್ರಿಗೇಡ್‌ನ ಸೈನಿಕ ಯುದ್ಧವನ್ನೇ ಮಾಡದೆ ಹಿಂತಿರುಗಿ ಬಂದ ಹೇಡಿ" ಎಂಬರ್ಥದ ಹೇಳಿಕೆಗಳನ್ನು ನೀಡುತ್ತಿದ್ದಾರೆ. ನನ್ನ ಸೈನಿಕನ ಧೀರೋದಾತ್ತತೆಯ ಮತ್ತು ಬಲಿದಾನದ ಮುಖಕ್ಕೆ ಮಸಿ ಬಳಿಯಲು ನಾನು ಬಿಡಲಾರೆ.

ಅವತ್ತು ಚೀನಿಗಳು ದಂಡೆತ್ತಿ ಬರುವ ಮುನ್ನ ಲುಂಪೋದ ಆಸುಪಾಸಿನ ನೀರವ ಮಂಜು ಪರ್ವತಗಳ ತುದಿಯಲ್ಲಿ ಒಬ್ಬಂಟಿಯಾಗಿ ಕುಳಿತಿದ್ದ ನನ್ನ ಭಾರತೀಯ ಸೈನಿಕ ಯಾವುದಕ್ಕಾಗಿ ಪರದಾಡುತ್ತಿದ್ದ ಎಂಬುದು ಈ ಬೆಚ್ಚಗಿನ ಜಗತ್ತಿಗೆ ಅರ್ಥವಾಗುವುದೇ ಇಲ್ಲ. ಅಲ್ಲಿ ಅಕ್ಟೋಬರ್ ಕೊನೆಯ ವಾರದ ಚಳಿಯೆಂಬುದು ಆಕಾಶದಿಂದಲ್ಲ; ಮನುಷ್ಯನ ಬೆನ್ನುಮೂಳೆಯ ಆಳದಿಂದ

ಉದ್ಭವವಾಗುತ್ತದೆ. ಹನ್ನೆರಡು ಸವಿಸ್ತಾರ ಮೈಲಿಗಳ ಒಂದು ಸರಹದ್ದನ್ನು ಕಾಯಲು ಸಾವಿರಾರು ಜನ ಬೇಕು. ಅಂಥ ಜಾಗದಲ್ಲಿ, ಮಂಜು ಪರ್ವತದ ತುದಿಯಲ್ಲೊಂದು ಬಂಕರು ತೋಡಿ ಕೊಟ್ಟು, ಅದರೊಳಕ್ಕೆ ಒಬ್ಬಂಟಿ ಸೈನಿಕನನ್ನು ಇಳಿಸಿ ಬಂದುಬಿಡುತ್ತದೆ ಸೈನ್ಯ. ಒರಟು ಕಲ್ಲಿನ ಗೋಡೆಗಳ ಆ ಪುಟ್ಟ ಬಂಕರ್‌ನಲ್ಲಿ ಒಂದು ಇಡೀ ಚಳಿಗಾಲದ ಮಟ್ಟಿಗೆ ನನ್ನ ಸೈನಿಕ ಬಂದಿ. ಕಣ್ಣು ಬಿಟ್ಟರೆ, ಅದೇ ಒರಟು ಕಲ್ಲಿನ ಗೋಡೆ, ಅದೇ ಬಂದೂಕು, ಒಂದು ಬೊಗಸೆಯಷ್ಟು ಕಾಡತೂಸು, ಬಿಸಿಲುಗಾಲದಲ್ಲಿ ಧರಿಸಬಹುದಾದ ತೆಳ್ಳನೆಯ ಕಾಟನ್ ಷರಟು. ನನ್ನ ಸೈನಿಕನಿಗೆ ಹೊಚ್ಚ ಹೊಸ ಬೂಟು ಸರಬರಾಜು ಮಾಡಲಾಗಿದೆ. ಅದಕ್ಕೆ ಮಂಜಿನ ಮೇಲೆ ನಡೆಯಲು ಅವಶ್ಯಕವಾಗಿ ಬೇಕಾದ gripಗಳಿಲ್ಲ. ಹೆಗಲ ಮೇಲೆ ಬಂದೂಕು ಹೊತ್ತು, ನರಮಾನ್ನವರಿಲ್ಲದ ಮಂಜುಗಾಡಿನಲ್ಲಿ ಏಕಾಂಗಿಯಾಗಿ ಬೆಟ್ಟ ಹತ್ತಿಳಿದು ಬಂಡೆಗಳ ಮೇಲೆ ಕಟ್ಟಿದ ಕಾಲಾಂತರದ ಮಂಜಿನ ಮೇಲೆ ಕಾಲಿಡುವಾಗ gripಗಳಿಲ್ಲದ ಬೂಟು ಸರಕ್ಕನೆ ಜಾರಿತೆಂದರೆ-

ಅವನ ಕಟ್ಟಕಡೆಯ ಆರ್ತನಾದ ಈ ನಾಗರಿಕ ಜಗತ್ತಿಗೆ ಕೇಳಿಸುವುದೇ ಇಲ್ಲ.

ಒಂದೇ ಒಂದು ಸಲ ಒಂದು ತುಣುಕು ಬಣ್ಣ ನೋಡಲು ಆ ಸೈನಿಕನ ಕಣ್ಣುಗಳು ಚಡಪಡಿಸಿ ಹೋಗುತ್ತವೆ. ಎಷ್ಟು ದೂರಕ್ಕೆ ಕಣ್ಣರಳಿಸಿ ನೋಡಿದರೂ ಮರಣ ಸದೃಶವಾದ ಬೆಳ್ಳಗಿನ ಮಂಜೇ ಮಂಜು! ಅಪರೂಪಕ್ಕೊಮ್ಮೆ ಫಳಫಳಿಸುವ ಸೂರ್ಯ ಮಂಜಿನ ಮೇಲೆ ತನ್ನ ಕಿರಣ ಚೆಲ್ಲಿದನೆಂದರೆ ಮುಗಿದೇ ಹೋಯಿತು: ಸೈನಿಕನ ಕಣ್ಣು ಕುರುಡಾಗಿ ಹೋಗುತ್ತದೆ. ಅನೇಕರು 1962ರ ಆ ಯುದ್ಧದ ಅವಧಿಯಲ್ಲಿ ಮಂಜಿನ ಪ್ರತಿಫಲನದ ತೀಕ್ಷ್ಣತೆಯನ್ನು ತಡೆಯುವಂತಹ snow glasses ಇಲ್ಲದೆ ಕುರುಡೆದ್ದು ಹೋಗಿ ಶತ್ರುವಿನ ಕೈಗೆ ಸಿಕ್ಕು ಹತರಾದರು. ಎಲ್ಲಾದರೂ ಹಸಿರು ಕಾಣುತ್ತದಾ? ಒಂದಷ್ಟು ಬೇರೆ ಬಣ್ಣ ಕಾಣುತ್ತದಾ? ಮನುಷ್ಯರು ಕಾಣಿಸುತ್ತಾರಾ? ಕಡೇ ಪಕ್ಷ ಶತ್ರುಗಳಾದರೂ ಕಾಣಿಸುತ್ತಾರಾ? ಎಂದು ತವಕಿಸುವ ಆ ಸೈನಿಕನ ಮನಃಸ್ಥಿತಿಯನ್ನು ಯಾರೂ ಊಹಿಸಲಾರರು.

ಲುಂಪೋಗೆ ಸಮೀಪದ ಇಂಥದೇ ಒಂದು ಸುವಿಶಾಲ ಮಂಜುಗಾಡಿನಲ್ಲಿ ಆ ಏಕಾಂಗಿ ಸೈನಿಕ ಬಂಕರಿನಿಂದ ಹೊರಬಿದ್ದು ಗಡಿ ಕಾಯುತ್ತಿದ್ದ. ನೀರವವಾದ, ಮನುಷ್ಯರೇ ಇಲ್ಲದ ಸರಹದ್ದಿನ ಉದ್ದಗಲಕ್ಕೂ ಏಕಾಂಗಿಯಾಗಿ ಓಡಾಡಿ ಬರುತ್ತಿದ್ದ. ಬೆಳ್ಳನೆಯ ಫಳಫಳಿಸುವ ಮಂಜಿನಿಂದ ತನ್ನ ಕಣ್ಣುಗಳನ್ನು ರಕ್ಷಿಸಿಕೊಳ್ಳಲು ತನ್ನದೇ ಕೈ ಕಾಲು, ತನ್ನವೇ ಹರಿದು ಹೋದ ಬೂಟು, ಕಿತ್ತು ಹೋದ ಪ್ಯಾಂಟು, ಬಂಕರಿನ ಗೋಡೆ ಇತ್ಯಾದಿಗಳನ್ನೇ ದಿಟ್ಟಿಸಿ ನೋಡುತ್ತಿದ್ದ. ಅವನ ಕಣ್ಣುಗಳಿಗಾಗಲೇ ಸಣ್ಣದಾಗಿ ಅಂಧತ್ವ ಆವರಿಸಿಕೊಳ್ಳತೊಡಗಿತ್ತು. ಅವನಿಗೆ ತುರ್ತಾಗಿ snow glasses ಎಂದು ಕರೆಯಲ್ಪಡುವ ಕನ್ನಡಕ ಬೇಕು. ಅದನ್ನು ದಿಲ್ಲಿ ದೊರೆಗಳು ಸರಬರಾಜು ಮಾಡಿಲ್ಲ. ಅವರಿಗೆ ದಿಲ್ಲಿಯ ಬಿಸಿಲಿನಲ್ಲಿ ಹಾಕಿಕೊಂಡು ಓಡಾಡಲು ತಂಪು ಕನ್ನಡಕ ಸಾಕು. ಅವರಿಗೆ ಚೀನದ ಗಡಿಯ ಪ್ರಖರ ಮಂಜು ಸೈನಿಕರ ಕಣ್ಣು ತಿಂದುಬಿಡುತ್ತದೆಂಬ ಸಂಗತಿ ಗೊತ್ತಿಲ್ಲ. ಆ ಸೈನಿಕ ಯಾವುದೋ ದೂರದಲ್ಲಿ ಕದಲುವ ಚೀನದ ಪಡೆಯತ್ತ ನೋಡುತ್ತಾನೆ. ರೈಫಲ್ಲಿನ ನಳಿಕೆ ಸವರಿಕೊಂಡು ತನಗೆ ತಾನೇ ಧೈರ್ಯ ಹೇಳಿಕೊಳ್ಳುತ್ತಾನೆ:

"ಇವತ್ತು ಕನ್ನಡಕ ಬರಬಹುದು!"

ಅಷ್ಟರಲ್ಲಿ ನೆತ್ತಿಯ ಮೇಲೆಲ್ಲೋ ಹೆಲಿಕಾಪ್ಟರ್ ಗುರುಗುಡುವ ಸದ್ದು ಕೇಳಿಸುತ್ತದೆ. ಆಸೆಯಿಂದ ಕತ್ತೆತ್ತುತ್ತಾನೆ ಸೋಲ್ಜರ್. ಲುಂಪೋದ ಪುಟ್ಟ ಹೆಲಿಪ್ಯಾಡ್‌ನ ಸನಿಹಕ್ಕೆ ಹೋದರೆ ಇವತ್ತು ಕನ್ನಡಕ ದೊರೆಯಬಹುದು. ಅನುಮಾನವೇ ಇಲ್ಲ. ಅದು ಭಾರತದ್ದೇ ಹೆಲಿಕಾಪ್ಟರು. ಹಿಮಾಲಯದ ತಪ್ಪಲಿನ ಮಿಸಾಮಾರಿಯಿಂದ ಬಂದಿರುತ್ತದೆ. ನನ್ನಂಥ ಯೋಧರಿಗೆ ಹಿಟ್ಟು, ಕಾಡತೂಸು, ಬಂದೂಕು, ಸೀಮೆ ಎಣ್ಣೆ, ಚಪಾತಿಗೆ ನೆಂಚಿಕೊಳ್ಳಲು ಟಿನ್ನುಗಳಲ್ಲಿ ಶೇಖರಿಸಿಟ್ಟ ಕಾಳು, ಒಂದಷ್ಟು ಚಳಿಯಂಗಿ, ಬೂಟು, ಯಾವತ್ತಾದರೂ ಕುಡಿದು ಬೆಚ್ಚಗಾಗಲು ನಾಲ್ಕು ಹನಿ ರಮ್ಮು, ಬೀಡಿ, ಬೆಂಕಿ ಪೆಟ್ಟಿಗೆ, ರಗ್ಗು-ಎಲ್ಲವನ್ನೂ ಭಾರತದ ವಾಯುಪಡೆಯ ಪೈಲಟ್‌ಗಳು ತಂದಿರುತ್ತಾರೆ. ಮೇಲಿನಿಂದ ಹುಶಾರಾಗಿ ಲುಂಪೋದ ಹೆಲಿಪ್ಯಾಡ್‌ನ ಮೇಲಕ್ಕೆ ಎತ್ತಿ ಹಾಕುತ್ತಾರೆ. ಅವನಿಗೆ ಉಳಿದ್ಯಾವುದೂ ಬೇಡ. ನಾಲ್ಕು ದಿನ ಊಟವಿಲ್ಲದೆಯೇ ಇದ್ದೇನು. ಆದರೆ ಕನ್ನಡಕ ಬೇಕು ಅಂದುಕೊಳ್ಳುತ್ತಾನೆ. ಶತ್ರುಪಡೆ ಹತ್ತಿರಕ್ಕೆ ಬರುವುದರೊಳಗಾಗಿ ಕಣ್ಣು ನಿಚ್ಚಳವಾಗಿ ಬಿಡಬೇಕು. ಆತ ಆಸೆಯಿಂದ ಲುಂಪೋದ ಹೆಲಿಪ್ಯಾಡ್‌ನ ಕಡೆಗೆ ಓಡುತ್ತಾನೆ. ಅದೊಂದು ಕರುಣಾರ್ದ್ರವಾದ ದೃಶ್ಯ.

ಕೊನೆಕೊನೆಗೆ ಲುಂಪೋದ ಹೆಲಿಪ್ಯಾಡ್ ಕಾಯಲು, ಅದನ್ನು ರಕ್ಷಿಸಿಕೊಳ್ಳಲು, ಹೆಲಿಕಾಪ್ಟರಿನಿಂದ ಎಸೆದ ಸಾಮಾನು ಸರಂಜಾಮುಗಳನ್ನು ಆಯ್ದುಕೊಳ್ಳಲು ಸೈನಿಕರೇ ಇರುತ್ತಿರಲಿಲ್ಲ. ಎಷ್ಟೇ ಶ್ರದ್ಧೆಯಿಂದ ಸರಂಜಾಮುಗಳನ್ನು air drop ಮಾಡಿದರೂ, ಕೆಲವೊಮ್ಮೆ ಪೈಲಟ್‌ಗಳ ಗುರಿ ತಪ್ಪಿಬಿಟ್ಟು, ಇಡೀ ಮೂಟೆ ಕೊರಕಲಿಗೆ ಬಿದ್ದು ಹೋಗಿಬಿಡುತ್ತಿತ್ತು. ಮತ್ತೆ ಕೆಲಬಾರಿ ಹೆಲಿಪ್ಯಾಡ್‌ನ ಮೇಲಕ್ಕೆ ಬೀಳುತ್ತಿದ್ದ ಮೂಟೆ ಚೆಂಡಿನಂತೆ ಪುಟಿದು ಪಕ್ಕದ ಕೊರಕಲಿನೊಳಕ್ಕೆ ಜಾರಿ ಹೋಗುತ್ತಿತ್ತು.

ಉಹುಂ. ಇವತ್ತು ಹಾಗಾಗುವುದಿಲ್ಲ. ಕನ್ನಡಕ ಬಂದೇ ಬಂದಿರುತ್ತದೆ. ನನಗೆ ಸಿಕ್ಕೇ ಸಿಗುತ್ತದೆ. ಹಾಗಂದುಕೊಂಡೇ ತಾನಿದ್ದ ಬಂಕರಿನಿಂದ ಮೈಲುಗಟ್ಟಲೆ ದೂರದ ಹಾದಿ ನಡೆದುಕೊಂಡು ಬಂದಿದ್ದಾನೆ ಆ ಒಬ್ಬಂಟಿ ಸೈನಿಕ. ಆಸೆಯಿಂದ ಆಕಾಶದತ್ತ ನೋಡುತ್ತಾನೆ. ಮಿಸಾಮಾರಿಯಿಂದ ಜತನದಿಂದ ತಂದ ಮೂಟೆಯನ್ನು ಪೈಲಟ್ ತುಂಬ ಶ್ರದ್ಧೆಯಿಂದ ಲುಂಪೋದ ಹೆಲಿಪ್ಯಾಡ್‌ನ ಮೇಲಕ್ಕೆ drop ಮಾಡಿ, ಕಾದು ನಿಂತ ಸೈನಿಕರಿಗೆ 'ಒಳ್ಳೇದಾಗಲಿ' ಎಂಬಂತೆ ಕೈ ಬೀಸಿ ಹೊರಟು ಹೋಗುತ್ತಾನೆ. ಸೈನಿಕನಿಗದು ಸರಿಯಾಗಿ ಕಾಣುವುದಿಲ್ಲ. ಆಗಲೇ ಅರ್ಧಕುರುಡು.

ಹೆಲಿಕಾಪ್ಟರಿನಿಂದ ಬಿದ್ದ ಚೀಲ ಚೆಲ್ಲಾಪಿಲ್ಲಿಯಾಗುತ್ತದೆ. ಆದರೂ ಸೈನಿಕ ಆಸೆಯಿಂದ ಓಡುತ್ತಾನೆ. ನೆಲಕ್ಕೆ ಬಿದ್ದ ಸಾಮಾನುಗಳನ್ನೆಲ್ಲ ತನ್ನ ಅರೆಕುರುಡು ಕಣ್ಣುಗಳಲ್ಲೇ ತಡಕಾಡುತ್ತಾನೆ. ಅಂಗಾತ ಬಿದ್ದ ಕನ್ನಡಕವೊಂದು ಕೈಗೆ ಸಿಕ್ಕ ತಕ್ಷಣ ಆಸೆಯಿಂದ ಅದನ್ನು ಕಣ್ಣಿಗೇರಿಸಿಕೊಳ್ಳುತ್ತಾನೆ. ಅರೆ ಕುರುಡು ಕಣ್ಣುಗಳಿಂದ ಎರಡು ಹನಿ ಕಣ್ಣೀರು ಕಪಾಳಕ್ಕಿಳಿಯುತ್ತವೆ.

ಕನ್ನಡಕ ಒಡೆದು ಹೋಗಿದೆ.

ಅದಕ್ಕೆ ಗ್ಲಾಸುಗಳೇ ಇಲ್ಲ!

ಮತ್ತದೇ ಮೈಲುಗಟ್ಟಲೆ ಹಿಮದ ಬಯಲಿನಲ್ಲಿ ಕಾಲೆಳೆಯುತ್ತ ಹೋಗಿ ಬಂಕರಿನ ಬಾಗಿಲು ನೂಕಿ ಒಳಕ್ಕೆ ಕಾಲಿಡುತ್ತಾನೆ. ಅರೆರೆ, ಲುಂಪೋದ ಹೆಲಿಪ್ಯಾಡಿನ ಮೇಲೆ ಬಿದ್ದಿದ್ದ ಸೀಮೆಎಣ್ಣೆ ಕ್ಯಾನೊಂದನ್ನಾದರೂ ತಾನು ಎತ್ತಿಕೊಂಡು ಬರಬಹುದಿತ್ತು ಅಂದುಕೊಳ್ಳುತ್ತಾನೆ. ಹೊರಗೆ ಯಾರೋ ಮಾತಾಡಿದ ಸದ್ದು. ಯಾರಾದರೂ ಮೇಲಧಿಕಾರಿಗಳು ಬಂದರೇ? ತನ್ನನ್ನು ನೋಡಲು ಬಂದರೇ? ಮತ್ತೇನಾದರೂ ಸಂದೇಶ ಬಂತೇ?

ದಡಬಡಿಸಿ ಎದ್ದು ಕುರುಡುಗಣ್ಣಲ್ಲೇ ತಡವರಿಸುತ್ತ ಬಂಕರಿನ ಬಾಗಿಲಿಗೆ ಬರುತ್ತಾನೆ. ಬಾಗಿಲಲ್ಲಿ ನಿಂತು ಸುತ್ತಲೂ ನೋಡುತ್ತಾನೆ. ಆಗಲೇ ಕಣ್ಣು ಬಲಹೀನಗೊಂಡಿವೆ. ಏನೂ ಸರಿಯಾಗಿ ಕಾಣಿಸುತ್ತಿಲ್ಲ. ಯಾರೋ ನಕ್ಕಿದ್ದು ಕೇಳಿಸುತ್ತದೆ. ಮಾತನಾಡಿದ್ದು ಕೇಳಿಸುತ್ತದೆ. ಆ ಭಾಷೆ ಹಿಂದಿಯಂತಿಲ್ಲ. ಫಕ್ಕನೆ ಹೆಗಲಿನ ಬಂದೂಕು ಕೈಗಳಿಗೆ ಜಾರಿಸಿಕೊಂಡು ತನಗೇ ಭಯವಾಗುವಷ್ಟು ದೊಡ್ಡ ದನಿಯಲ್ಲಿ ಕಿರಿಚುತ್ತಾನೆ:

"ಕೌನ್ ಹೈ?"

ಬಂಕರಿನ ಅಂಗಳದಿಂದ ಏಕಕಾಲಕ್ಕೆ ಐದಾರು ಮಷಿನ್ ಗನ್‌ಗಳು ಗುಡುಗುತ್ತವೆ. ಕ್ಷೀಣವಾದುದೊಂದು ಜೈಹಿಂದ್!

ಆ ಕುರುಡು ಸೈನಿಕ ಬಂಕರಿನ ಬಾಗಿಲಲ್ಲೇ ಹೆಣವಾಗಿ ಕುಸಿಯುತ್ತಾನೆ. ಅವನಿಗಾಗಿ ಅಳುವವರು ಯಾರು? ಕಡೇ ಪಕ್ಷ ಅವನ ಕಣ್ಣುಗಳಿಗೊಂದು ಕನ್ನಡಕ ಒದಗಿಸಿದ್ದಿದ್ದರೆ ಅವತ್ತು ಅವನು ಬದುಕಿಕೊಂಡು ಬಿಡುತ್ತಿದ್ದ.

ಚೀನಿಗಳು ಕುರುಡು ಸೈನಿಕರನ್ನು ಬಂಧಿಸಿ ಕರೆದೊಯ್ಯುವುದಿಲ್ಲ. ಕೊಂದು, ಹೊರಟು ಹೋಗುತ್ತಾರೆ! ಹಾಗೊಂದು ವೇಳೆ ಅವನನ್ನು ಚೀನಿಗಳು ಕೊಲ್ಲದೆ ಹೋಗಿದ್ದಿದ್ದರೂ ಅಕ್ಟೋಬರಿನ ಮಂಜು ಕೊಲ್ಲುತ್ತಿತ್ತು. ಬಂಕರಿನ ಏಕಾಂತ ಕೊಲ್ಲುತ್ತಿತ್ತು. ಹಸಿವು ಕೊಲ್ಲುತ್ತಿತ್ತು. ಎಲ್ಲಕ್ಕಿಂತ ನಿರ್ದಯಿಯಾಗಿ ಭಾರತ ಸರ್ಕಾರದ ನಿರ್ಲಕ್ಷ್ಯ ಕೊಲ್ಲುತ್ತಿತ್ತು.

ಅಂಥ ನಿರ್ದಯಿ ಸಾವುಗಳನ್ನು ನಾನು ನಮ್ಕಾ ಚು ಕಣಿವೆಯಲ್ಲಿ, ದೇವರು ಕೂಡ ದಿಕ್ಕಿಲ್ಲದ ಟಿಸಾಂಗಧರ್ ಪರ್ವತದ ಮೇಲೆ, ಕರ್ಪೊಲಾ ಪಾಸ್‌ನಲ್ಲಿ, ಹತುಂಗ್ಲಾ ಕಣಿವೆಯಲ್ಲಿ, ಸೆರ್‌ಬಿಮ್‌ನ ಸುವಿಶಾಲ ಮಂಜುಗಾಡಿನಲ್ಲಿ ಅದೆಷ್ಟು ನೋಡಿದೆನೋ? ಟಿಸಾಂಗಧರ್‌ನಲ್ಲಿದ್ದ ವೈದ್ಯರು "ಛಿಲ್ ಬ್ಲೇನ್" ಎಂದು ಉದ್ಗರಿಸುತ್ತಿದ್ದಂತೆಯೇ ನಮ್ಮೆಲ್ಲರ ಮುಖಗಳಲ್ಲಿ ಒಂದು ಬಗೆಯ ಧಾವಂತ ಆವರಿಸಿಕೊಂಡು ಬಿಡುತ್ತಿತ್ತು. ಅವರೆದುರು ಸ್ಟ್ರೆಚರ್ ಮೇಲೆ ಮಲಗಿರುತ್ತಿದ್ದ ಸೈನಿಕನ ಕಣ್ಣುಗಳಲ್ಲಿ ಸಾವಿನ ನೆರಳು. ಅವನ ಅಂಗಾಲು ಉರಿಯುತ್ತಿವೆ. ಬೆಂಕಿ ತುಳಿದವರಿಗಿಂತ ತೀವ್ರವಾದ ಉರಿ ಅನುಭವಿಸುತ್ತಿದ್ದಾನೆ. ಪೂರ್ತಿ ಅಂಗಾಲು ಕೆಂಪಗಾಗಿ ಹೋಗಿದೆ. ಹಾಗೇ ಬಿಟ್ಟರೆ, ಕಾಲು ಬಿಳಿಚಿಕೊಳ್ಳುತ್ತದೆ. ಹಿಮಕ್ಕೆ ತೆರೆದುಕೊಂಡೇ ಇದ್ದರೆ ಫ್ರಾಸ್ಟ್ ಬೈಟ್ ಆಗಿ ಹೋಗುತ್ತದೆ. ಹಿಮದ ಕಣಗಳು ಆ ನಿಸ್ಸಹಾಯಕ ಸೈನಿಕನ ಅಂಗಾಲ ಚರ್ಮದೊಳಕ್ಕೆ ಸೇರಿಕೊಂಡು ಬಿಡುತ್ತವೆ. ಕೆಲವೇ ದಿನಗಳು ಸಾಕು. ಕಾಲಿನ ಜೀವಕಣಗಳು ಸತ್ತು ಹೋಗುತ್ತವೆ. ಆಮೇಲೆ ಕ್ರಮೇಣ ಆವರಿಸಿಕೊಳ್ಳುತ್ತದೆ ಗ್ಯಾಂಗ್ರಿನ್. ಬೇರೆ ದಾರಿಯೇ ಇಲ್ಲ. ಕಾಲು ಕತ್ತರಿಸಬೇಕು. ಜಗತ್ತಿನ ಎಲ್ಲ

ತಾಕತ್ತು, ಉತ್ಸಾಹ, ದೃಢತೆ ಹೊತ್ತು ಹಿಮಾಲಯ ಪರ್ವತ ಹತ್ತಿಬಂದ ನನ್ನ ಬಲಿಷ್ಠ ಪಂಜಾಬಿ ಸೈನಿಕ, ಗೂರ್ಖಾ ಸೋಲ್ಜರ್, ರಜಪೂತ ಸಿಪಾಯಿ-ಯುದ್ಧ ಶುರುವಾಗುವ ಮೊದಲೇ ಕಾಲು ಕಳೆದುಕೊಂಡಿದ್ದಾನೆ. ಅವನಿಗೆ ಮತ್ತೇನೂ ಬೇಕಿರಲಿಲ್ಲ.

ಒಂದು ಜೊತೆ ಒಳ್ಳೆಯ ಬೂಟು ಬೇಕಾಗಿತ್ತು. ಬೆಚ್ಚನೆಯ ಸಾಕ್ಸು ಬೇಕಾಗಿತ್ತು. ಹಾಕಿಕೊಂಡ ಬೂಟು ಜಾರಿಸಿ ಕೆಡವದಂತೆ ಬೂಟಿನ ಅಡಿಗೊಂದು stud (ಗ್ರಿಪ್‌ನಂಥದು) ಬೇಕಾಗಿತ್ತು.

ಅವುಗಳನ್ನು ಒದಗಿಸಲೇ ಇಲ್ಲ ಸರ್ಕಾರ!

"ನೀವು ಮೊದಲು ನಿಮ್ಮ ಪಡೆಗಳನ್ನು ಕರೆದುಕೊಂಡು ಧೋಲಾ ಪೋಸ್ಟ್‌ನ ರಕ್ಷಣೆಗೆ ಹೋಗಿ. ಅದು ಮೇಲಿನವರ ಆದೇಶ. ಸರ್ಕಾರದ ಗೌರವದ ಪ್ರಶ್ನೆ. ನೀವು ಅಲ್ಲಿಗೆ ತಲುಪುತ್ತಿದ್ದಂತೆಯೇ, ನಿಮಗೆ ಬೇಕಾದುದನ್ನೆಲ್ಲ ಸರಬರಾಜು ಮಾಡಲಾಗುವುದು. ಪ್ರತಿಯೊಂದನ್ನೂ air drop ಮಾಡಲಾಗುವುದು. Come on, move!" ಎಂದು ಆದೇಶಿಸಿದ್ದರು ನನ್ನ ಹಿರಿಯ ಅಧಿಕಾರಿಗಳು.

ಅವರು ನೀಡಿದ ಆಶ್ವಾಸನೆಗಳು ಹಾಗಿರಲಿ; ನಾವು ಕೇಳಿದ ಸೈಜಿನ ಬೂಟುಗಳನ್ನು ಕೂಡ ನಿಯತ್ತಿನಿಂದ ಒದಗಿಸಲಿಲ್ಲ. ಒಂದು ಸಲ ಲುಂಪೋದ ಹೆಲಿಪ್ಯಾಡ್‌ನ ಮೇಲೆ ನೂರಾರು ಜೊತೆ ಬೂಟುಗಳು ಬಂದು ಬಿದ್ದಿದ್ದವು. ನಮ್ಕಾ ಚು ತೀರದಲ್ಲಿದ್ದ ಪಂಜಾಬಿ ಸೈನಿಕರು ಆಸೆಯಿಂದ ಮೈಲಿಗಟ್ಟಲೆ ನಡೆದುಕೊಂಡು ಹೋಗಿ ಆ ಬೂಟುಗಳನ್ನು ಅನಾಮತ್ತು ಮೂರು ದಿನಗಳ ಕಾಲ ಕಾಲ್ನಡಿಗೆಯ ಹಾದಿಯಲ್ಲಿ ಹೊತ್ತುಕೊಂಡು ಬಂದರು. ದೇಶಕ್ಕಾಗಿ ಬಡಿದಾಡುವ ಧೀರ ಪಂಜಾಬಿ ಸೈನಿಕರು ಹೆಗಲ ಮೇಲೆ ಬೂಟು ಹೊತ್ತುಕೊಂಡು ಬರುವ ದೃಶ್ಯವನ್ನು ನೋಡುವುದಕ್ಕೂ ನಾಚಿಕೆಯಾಗುತ್ತಿತ್ತು. ಆದರೆ ಬೇರೆ ದಾರಿಯಿರಲಿಲ್ಲ. ಆಕಾಶದೆತ್ತರಕ್ಕೆ ಭರವಸೆಗಳನ್ನು ನೀಡಿದ್ದ ಸೈನ್ಯಾಧಿಕಾರಿಗಳು ನಮಗೆ ಕಡೇ ಪಕ್ಷ ಸಾಮಾನು ಸರಂಜಾಮು ಹೊರುವ ಪೋರ್ಟರು (ಕೂಲಿ)ಗಳನ್ನೂ ಒದಗಿಸಿರಲಿಲ್ಲ. ಪ್ರತೀ ಬಾರಿ ಯೋಧರೇ ಹೋಗಿ ಅವುಗಳನ್ನು ಹೊತ್ತುಕೊಂಡು ಬರಬೇಕಾಗಿತ್ತು. ಆವತ್ತು ಹೆಗಲ ಮೇಲೆ ಬೂಟುಗಳಿದ್ದ ಮೂಟೆ ಹೊತ್ತುಕೊಂಡು ಬಂದ ಪಂಜಾಬಿಗಳು ತುಸು ಹೊತ್ತಿನ ನಂತರ,

"ಏ ದೇಖೋ ಸಾಹಿಬ್!" ಎನ್ನುತ್ತ ನನ್ನೆದುರಿಗೆ ಬಂದು ನಿಂತರು. ಅವರು ಅಷ್ಟು ಕಷ್ಟಪಟ್ಟು ತಂದಿದ್ದ ಯಾವ ಬೂಟುಗಳೂ, ಅವರ ಸೈಜಿನವಾಗಿರಲಿಲ್ಲ. ನೂರಾರು ಜೊತೆ ಬೂಟುಗಳು ಬರಿ '6' ನಂಬರಿನವಾಗಿದ್ದವು. ಇನ್ನುಳಿದ ನೂರಾರು ಜೊತೆಗಳು '12'ನೇ ನಂಬರಿನವಾಗಿದ್ದವು. ಇದ್ದುದರಲ್ಲೇ ಅಳತೆಗೆ ಸರಿಹೊಂದುವ ಕೆಲವೇ ಜೊತೆ ಬೂಟುಗಳಿಗೆ, ಮಂಜಿನ ಮೇಲೆ ನಡೆಯಲು ಅವಶ್ಯಕವಾಗಿ ಬೇಕಾಗುವಂತಹ studಗಳಿರಲಿಲ್ಲ. ಹೆಗಲಿಗೆ ಕೇಜಿಗಟ್ಟಲೆ ತೂಕದ ಬಂದೂಕು, ಸೊಂಟಕ್ಕೆ ಕಾಡತೂಸು ಕಟ್ಟಿಕೊಂಡು ಕಡಿದಾದ ಪರ್ವತಗಳನ್ನೇರುತ್ತಿರುವಾಗ ನಮ್ಮ ನಡುವಿನವನೇ ಒಬ್ಬ ಸೈನಿಕ ಬೂಟಿನ ಗ್ರಿಪ್ ಇರದ ಕಾರಣಕ್ಕೆ ಕಾಲು ಜಾರಿಬಿಡುತ್ತಿದ್ದ. ಪಾತಾಳದಂತಹ ಕಣಿವೆಯೊಳಕ್ಕೆ ಒಂದು ನಿಸ್ಸಹಾಯಕ ಆರ್ತನಾದದ

ಸಮೇತ ಜಾರುತ್ತಿದ್ದವನನ್ನು ನಾವ್ಯಾರೂ ರಕ್ಷಿಸುವಂತಿರಲಿಲ್ಲ. ಅವನ ಶವಕ್ಕೊಂದು ಸಂಸ್ಕಾರ ಮಾಡುವುದೂ ಸಾಧ್ಯವಿರಲಿಲ್ಲ. ಉಳಿದ ಸೈನಿಕರು ನನ್ನ ಮುಖವನ್ನೇ ನೋಡುತ್ತಿದ್ದರು. ಅವರ ಕಣ್ಣುಗಳಲ್ಲಿ ಆಕ್ರೋಶ ಧಗಧಗಿಸುತ್ತಿತ್ತು. "ಏ ಜಂಗ್ ಕಿಸ್ ಕೇ ಲಿಯೇ ಲಡನಾ ಹೈ ಸಾಹಿಬ್?" ಎಂದು ಅವರೇನೂ ಬಾಯಿಬಿಟ್ಟು ಕೇಳುತ್ತಿರಲಿಲ್ಲ. ಆದರೆ ಅದೇ ಪ್ರಶ್ನೆ ನನ್ನಲ್ಲಿ ಉದ್ಭವವಾಗಿ ಕಾಡುತ್ತಿತ್ತು.

ಈ ಯುದ್ಧವನ್ನು ಯಾರಿಗೋಸ್ಕರ ಮಾಡಬೇಕು?

ದುರಂತವೆಂದರೆ, ಮಂಜಿನ ಬೂಟುಗಳಿಗೆ ಹಾಕುವ stud ಎಂಬ ಪರಮ ನಿಕೃಷ್ಟವಾದ, ಏನೇನೂ ದುಬಾರಿಯಲ್ಲದ, ಸಲೀಸಾಗಿ ಭಾರತದಲ್ಲೇ ದೊರಕುವ, ಮಂಜುಗಾಡಿನ ಯುದ್ಧದಲ್ಲಿ ಅತ್ಯಗತ್ಯವಾಗಿ ಬೇಕಾದ ಒಂದು "ಕ್ಷುಲ್ಲಕ" ವಸ್ತುವನ್ನು ಕೂಡ ನಮ್ಮ ಸೈನ್ಯಾಧಿಕಾರ ಮತ್ತು ನಮ್ಮ ಸರ್ಕಾರ ಸಮರ್ಪಕವಾಗಿ ಸರಬರಾಜು ಮಾಡಿರಲಿಲ್ಲ.

ಆದರೂ ನನ್ನ ಧೀರ ಸೈನಿಕರು ಗೊಣಗಲಿಲ್ಲ.

ನಾನಿನ್ನು ಕೊನೆಯ ಅಂಕಕ್ಕೆ ಬರುತ್ತೇನೆ. ಚೀನದ ಸೈನ್ಯ ನನ್ನನ್ನು ವಶಪಡಿಸಿಕೊಂಡ ಬಗ್ಗೆ ಹೇಳಿ ಮುಗಿಸಿದರೆ, ನನ್ನ ಎದೆಭಾರವಿಳಿದಂತಾಗುತ್ತದೆ.

ನಿಮಗೀಗಾಗಲೇ ತಿಳಿಸಿದಂತೆ ಅಕ್ಟೋಬರ್ 20, 1962ರ ಬೆಳಗ್ಗೆ 8.15 ನಿಮಿಷಕ್ಕೆ ನನ್ನ ಬ್ರಿಗೇಡ್ ಹೆಡ್ ಕ್ವಾರ್ಟರ್ಸ್ ತೊರೆದು ನಾನು ಟಿಸಾಂಗಧರ್ ಕಡೆಗೆ ಹೊರಟೆ. ಬರೆದರೆ ಅದೇ ಒಂದು ಘೋರ ಕಥೆ. ರೋಂಗ್ಲಾದಿಂದ ಟಿಸಾಂಗಧರ್‌ಗೆ ನಡೆಯುತ್ತ ಹೊರಟ ನನ್ನ ಬ್ರಿಗೇಡ್ ಪಾರ್ಟಿ ಇನ್ನೂ ಒಂದು ಮೈಲಿಯಷ್ಟೂ ಕ್ರಮಿಸಿರಲಿಲ್ಲ: ಅಷ್ಟರಲ್ಲಿ ಚೀನಿಗಳ ಫಿರಂಗಿ ದಾಳಿ ಶುರುವಾಯಿತು. ಫಿರಂಗಿ ದಾಳಿಯ ವೈಶಿಷ್ಟ್ಯವೆಂದರೆ, ಶತ್ರು ಪಡೆ ನಮ್ಮ ಕಣ್ಣಿಗೆ ಕಾಣುತ್ತಿರುವುದಿಲ್ಲ. ಅವನ ಕಣ್ಣಿಗೆ ನಾವೂ ಕಾಣುತ್ತಿರುವುದಿಲ್ಲ. ಆದರೆ ಅವನ ಗುರಿ ಕರಾರುವಾಕ್ಕಾಗಿರುತ್ತದೆ. ಎತ್ತರದ ಶಿಖರವೊಂದರ ಮೇಲೆ ನಿಂತ ಫಿರಂಗಿ ದಳದ ಅಬ್ಸರ್ವೇಶನ್ ಅಧಿಕಾರಿ (Artillery Observation Officer)ಯೊಬ್ಬ ನಮ್ಮ ಚಲನವಲನಗಳನ್ನು ವೀಕ್ಷಿಸುತ್ತಿರುತ್ತಾನೆ. ಅವನ ಸಂಜ್ಞೆಯ ಆಧಾರದ ಮೇಲೆ, ಸಂದೇಶದ ಆಧಾರದ ಮೇಲೆ, ವೈರ್‌ಲೆಸ್ ಆದೇಶಗಳಿಗೆ ಅನುಸಾರವಾಗಿ ಚೀನಿಗಳು ನಮ್ಮ ಮೇಲೆ ಕರಾರುವಾಕ್ಕಾಗಿ ಷೆಲ್ಲಿಂಗ್ ಮಾಡತೊಡಗಿದರು. ಅದರ ತೀವ್ರತೆ ಮತ್ತು ಅವರ ಗುರಿ ಎಷ್ಟು ಗರಬಡಿಸುವಂತಿತ್ತೆಂದರೆ, ಪ್ರತಿ ಎಂಬತ್ತು ಸೆಕೆಂಡಿಗೊಮ್ಮೆ ನಾವು ಕಂಡ ಕಂಡ ಬಂಡೆಗಳ ಬೆನ್ನಲ್ಲಿ ಅಡಗಿಕೊಳ್ಳಬೇಕಾಗಿತ್ತು. ನೆಟ್ಟಗೆ ಎದ್ದು ನಿಂತು ನಡೆಯಲು ಸಾಧ್ಯವೇ ಆಗುತ್ತಿರಲಿಲ್ಲ. ಫಿರಂಗಿ ಗುಂಡುಗಳು ತೀರ ನಮ್ಮ ಕೈಯಳತೆಯ ದೂರದಲ್ಲೇ ಬಂದು ಬೀಳುತ್ತಿದ್ದವು. ಈ ಗೊಂದಲದಲ್ಲಿ ನನ್ನ ಹೆಡ್ ಕ್ವಾರ್ಟರ್ಸ್ ತಂಡ ಒಡೆದು ಹೋಗಿ ಚಿಕ್ಕ ಚಿಕ್ಕ ಗುಂಪುಗಳಾಗಿ ಹೋಯಿತು. ಸಾವಿನ ಸಮ್ಮುಖದಲ್ಲಿ ಸೈನಿಕ ನಿಯಮಗಳನ್ನು ಜಾರಿಗೆ ತರುವವರು ಯಾರು? ನನ್ನ ಬ್ರಿಗೇಡ್ ಹೆಡ್‌ಕ್ವಾರ್ಟರ್ಸಿನ ಮುಖ್ಯ

ತಂಡದೊಂದಿಗೆ ನನ್ನ ಸಂಪರ್ಕ ತಪ್ಪಿ ಹೋಯಿತು.

ಬೆಳಗ್ಗೆಯಿಂದ ನಾವು ಕಾಲಿಟ್ಟ ಕಡೆಗೆಲ್ಲ ಷೆಲ್ ಸಿಡಿಸಿದ ಚೀನಿಗಳು ಮಧ್ಯಾಹ್ನ ಒಂದು ಗಂಟೆ ಹೊತ್ತಿಗೆ ಸುಮ್ಮನಾಗಿ ಹೋದರು. ಅವರಲ್ಲಿದ್ದ ಮದ್ದುಗುಂಡೇ ಮುಗಿದು ಹೋಯಿತೋ ಅಥವಾ ತಿರುಗಿ ನಿಂತು ಪ್ರತಿದಾಳಿ ಮಾಡಲಾಗದ ನಿಸ್ಸಹಾಯಕ ತುಕಡಿಯೊಂದರ ಮೇಲೆ ಈ ಪರಿ ದಾಳಿ ಮಾಡಿ ಪ್ರಯೋಜನವಿಲ್ಲವೆನ್ನಿಸಿತೋ-ಗೊತ್ತಿಲ್ಲ. ದಾಳಿ ನಿಲ್ಲಿಸಿದರು. ಹಾಗೆ ದಾಳಿ ನಿಂತ ಮೇಲೂ ತುಂಬ ಹೊತ್ತು ನಾವು ಅಂಜುತ್ತ-ಅಳುಕುತ್ತ-ತಲೆಮರೆಸಿಕೊಳ್ಳುತ್ತಲೇ ಆ ಕಷ್ಟಕರ ಹಾದಿಯಲ್ಲಿ ಮುನ್ನಡೆದೆವು. ಒಂದು ಹಂತದಲ್ಲಿ ಚೀನಿಗಳ ಫಿರಂಗಿಗಳ ರೇಂಜಿನಿಂದ ಪಾರಾಗಿ ಬಂದಿರುವುದು ಖಚಿತವಾದ ಮೇಲೆ ನಾನು ಒಂದೆಡೆ ನಿಂತು ನನ್ನ ಪಡೆಯ ಪರಿಸ್ಥಿತಿಯೇನೆಂಬುದನ್ನು ವೀಕ್ಷಿಸಿದೆ. ನಮ್ಮ ಪಡೆಯ ಮುಖ್ಯ ಭಾಗ (main body) ಎಲ್ಲೋ ಕಳಚಿಕೊಂಡಿತ್ತು. ಕೆಲವರು ಷೆಲ್ ದಾಳಿಗೆ ಸಿಕ್ಕು ಸತ್ತು ಹೋಗಿದ್ದರು. ನನ್ನೊಂದಿಗೆ ಆ ಹಂತದಲ್ಲಿ ಇದ್ದವರೆಂದರೆ, ನಮ್ಮ ಫಿರಂಗಿ ದಳದ ಕಮಾಂಡಿಂಗ್ ಆಫೀಸರ್ ಮೇಜರ್ ನಿಜ್ಜರ್, ನನ್ನ ಬೇಹುಗಾರಿಕಾ ದಳದ ಅಧಿಕಾರಿ ಕ್ಯಾಪ್ಟನ್ ಗುಪ್ತಾ ಮತ್ತು ಯುದ್ಧ ಶುರುವಾಗುವ ಮುನ್ನಾ ದಿನ ನನ್ನ ಶಿಬಿರದೊಳಕ್ಕೆ ಆಕಸ್ಮಿಕವಾಗಿ ನಡೆದು ಬಂದಿದ್ದ ಹುಡುಗ ಕ್ಯಾಪ್ಟನ್ ತಲವಾರ್! ಇವರೆಲ್ಲರೂ ನನ್ನ ಕಮಾಂಡರ್ಸ್ ಪಾರ್ಟಿಯ ಅಂಗವಾಗಿಯೇ ರೋಂಗ್ಲಾದಿಂದ ಹೊರಟಿದ್ದರು. ಇವರಲ್ಲದೆ ನನ್ನೊಂದಿಗೆ ಮೂರನೇ ಸೇತುವೆಯ ಯುದ್ಧದಲ್ಲಿ ಹೇಗೋ ಬದುಕುಳಿದಿದ್ದ 37 ಜನ ರಜಪೂತ ಸೈನಿಕರಿದ್ದರು. ಮುಖ್ಯವಾಗಿ ಅವರ ನೇತೃತ್ವಕ್ಕೆ ಹವಿಲ್ದಾರ್ ಬ್ರಿಜ್‌ಪಾಲ್ ಸಿಂಗ್ ಇದ್ದ. ಎಂಥ ಖಡಕ್ಕಾದ ಮನುಷ್ಯನೆಂದರೆ, ಯಾತನಾಮಯವಾದ ಆ ಯಾತ್ರೆಯುದ್ದಕ್ಕೂ ಹವಿಲ್ದಾರ್ ಬ್ರಿಜ್‌ಪಾಲ್ ಸಿಂಗ್ ನನಗೆ ದೊಡ್ಡ ಆಸರೆಯಾಗಿದ್ದ.

ಅನತಿ ದೂರಕ್ಕೆ ನಡೆಯುತ್ತಿದ್ದಂತೆಯೇ ಈ ನಲವತ್ತು ಜನರನ್ನು ಕಟ್ಟಿಕೊಂಡು ಟಿಸಾಂಗಧರ್‌ಗೆ ಹೋಗುವುದರಲ್ಲಿ ಅರ್ಥವೇ ಇಲ್ಲ ಎಂಬುದು ನನಗೆ ಮನವರಿಕೆಯಾಗಿ ಹೋಗಿತ್ತು. ನಾವಿದ್ದ ಜಾಗದಿಂದಲೇ ಟಿಸಾಂಗಧರ್ ಮೇಲೆ ದಂಡೆತ್ತಿ ಹೋದ ಚೀನಿಗಳು ನಮ್ಮ ಸೈನಿಕರ ನರವಧೆ ಮಾಡುತ್ತಿರುವುದು ಕಾಣಿಸುತ್ತಿತ್ತು. ನಾವು ತಲುಪುವ ಹೊತ್ತಿಗೆ ಅಲ್ಲಿ ಎಲ್ಲವೂ ಮುಗಿದು ಹೋಗಿರುತ್ತದೆ. ನನಗಿಂತ ಹದಿನೈದು ನಿಮಿಷ ತಡವಾಗಿ ಹೊರಟ ಬ್ರಿಗೇಡ್ ಮೇಜರ್ ಖರಬಂಡಾ ಕೂಡ ಇದೇ ನಿರ್ಧಾರಕ್ಕೆ ಬಂದಿರುತ್ತಾರೆ ಅನ್ನಿಸಿತು. ಅವರಿಗೂ ಟಿಸಾಂಗಧರ್ ಯುದ್ಧ ಕಣ್ಣಿಗೆ ಬಿದ್ದಿರುತ್ತದೆ. ಹೋಗಿ ಉಪಯೋಗವಿಲ್ಲ. ನಾವಿಬ್ಬರೂ ಒಬ್ಬರಿಗೊಬ್ಬರು ಮಾತಾಡಿಕೊಳ್ಳದೆಯೇ, ನನ್ನ ಆದೇಶ ಜಾರಿಯಾಗದೆಯೇ ನಮ್ಮೆರಡೂ ತಂಡಗಳು ಲುಂಪೋ ಕಡೆಗೆ ನಡೆಯುತ್ತವೆ. ನಮಗೀಗ ಕೆಲಸವಿರುವುದೇ ಅಲ್ಲಿ. ಚೀನಿಗಳು ಲುಂಪೋ ತಲುಪುವುದಕ್ಕೆ ಮುನ್ನ ನಾವು ತಲುಪಿಕೊಂಡುಬಿಟ್ಟರೆ ಇದ್ದಬದ್ದ ಪಡೆಗಳನ್ನಿಟ್ಟುಕೊಂಡು ಕದನ ಮುಂದುವರೆಸಬಹುದು. ನತದೃಷ್ಟ ನಮ್ಕಾ ಚು ಕಣಿವೆಗೆ ಇಳಿದು ಬರುವ ಬದಲು, ನನ್ನ ಮೊದಲಿನ ನಿರ್ಣಯದಂತೆ ಲುಂಪೋದಲ್ಲೇ ಉಳಿದು ಬಿಟ್ಟಿದ್ದರೆ ಆ ಸಾರ್ಥಕತೆಯಾದರೂ ನನ್ನದಾಗಿರುತ್ತಿತ್ತು ಅಂದುಕೊಂಡೆ. ಆರಂಭದಿಂದಲೂ ನನ್ನ ನಿರ್ಣಯಗಳಿಗೆ ತದ್ವಿರುದ್ಧವಾದ ಆದೇಶಗಳನ್ನು ಜಾರಿ

ಮಾಡುತ್ತ ಬಂದಿದ್ದರು ಬಿ.ಎಂ. ಕೌಲ್.

ಅವರಿಗೀಗ ಅನಾರೋಗ್ಯ. ದಿಲ್ಲಿಯಲ್ಲಿದ್ದಾರೆ.

ಮತ್ತೊಮ್ಮೆ ಒಂದು ಎತ್ತರದ ಕೋಡುಗಲ್ಲಿನ ಮೇಲೆ ನಿಂತು ಟಿಸಾಂಗಧರ್‌ನ ನೆತ್ತಿಯ ಮೇಲೆ ನಡೆಯುತ್ತಿದ್ದ ಕದನವನ್ನು ಕಣ್ತುಂಬ ನೋಡಿದೆ. ಟಿಸಾಂಗಧರ್ ಪರ್ವತದ ಕಾವಲಿಗಿದ್ದುದು ಸಣ್ಣ, ಬಲಹೀನ ತುಕಡಿಯೇ ಹೌದಾದರೂ- ಅದರ ಕ್ಷಾತ್ರ ಮತ್ತು ಆವೇಶ ಬಲಹೀನವಾದುದಾಗಿರಲಿಲ್ಲ. ಈ ಬಾರಿ ನಮ್ಮ ಸೈನಿಕರು ಚೀನಿಗಳಿಗಿಂತ ಎತ್ತರದ ಜಾಗದಲ್ಲಿದ್ದುದರಿಂದ ಸರಿಸಮನಾದ ಪ್ರತಿರೋಧವನ್ನೇ ಒಡ್ಡುತ್ತಿದ್ದರು. ಮೇಲಕ್ಕೆ ಹತ್ತಿಬಂದ ಚೀನಿಗಳನ್ನು ನಿರ್ದಯವಾಗಿ ಕೊಲ್ಲುತ್ತಿದ್ದರು. ಸಾಕಷ್ಟು ಬಡಿದಾಡಿದ ಮೇಲೆಯೇ ಚೀನಿಗಳು ಟಿಸಾಂಗಧರ್ ಮೇಲಿದ್ದ ನಮ್ಮ ಹೆಲಿಪ್ಯಾಡ್ (dropping zone)ನ್ನು ಸುತ್ತುವರಿಯಲು ಸಾಧ್ಯವಾದದ್ದು. ಹಾಗೆ ಸುತ್ತುವರಿದ ಚೀನಿಗಳನ್ನು ಕೂಡ ಎರಡು ಬಾರಿ ಹಿಮ್ಮೆಟ್ಟಿಸಿತು ನಮ್ಮ ಗೂರ್ಖಾ ಪಡೆ. ಮೂರನೆಯ ಬಾರಿಗೆ ಯಾವ ತುಕಡಿಯೂ ಗುಂಡಿನ ಕಾಳಗ ಮಾಡಲಿಲ್ಲ. ನಿರಾತಂಕವಾಗಿ ನಡೆದು ಬಂದ ಚೀನಿಗಳು, ಖಾಲಿ ಬಂದೂಕು ಹೊತ್ತು ಯುದ್ಧಕ್ಕೆ ಬಂದ ನಮ್ಮ ಯೋಧರನ್ನು ಇರಿದು ಸಾಯಿಸುವುದು ಕಾಣಿಸಿತು.

ಅದಾಗುತ್ತಿದ್ದಂತೆಯೇ ಚೀನಿಗಳ ಕಣ್ಣು ಟಿಸಾಂಗಧರ್‌ನ ಮೇಲಿದ್ದ ಗನ್ನರ್‌ಗಳತ್ತ ತಿರುಗಿತು. ಅಸಲಿಗೆ ಗನ್ನರ್‌ಗಳಾಗಿ ನಿಂತವರು ಪದಾತಿದಳದವರಲ್ಲವೇ ಅಲ್ಲ. ಅವರು ಪ್ಯಾರಾಷೂಟ್ ಬ್ರಿಗೇಡ್‌ನ ಸಿಖ್ ಸೈನಿಕರು. ಯಾವತ್ತೂ ಪದಾತಿದಳದವರಂತೆ ನೆಲಕ್ಕೆ ಕಾಲೂರಿ ನಿಂತ ಅನುಭವ ಅವರಿಗಿರಲಿಲ್ಲ. ಆದರೂ ಧೀರೋದಾತ್ತ ರೀತಿಯಲ್ಲಿ ಪದಾತಿದಳದವರಿಗಿಂತ ಅಮೋಘವಾದ ಯುದ್ಧ ಮಾಡತೊಡಗಿದರು. ಉಳಿದ ಕಡೆಗಳಲ್ಲಿನ ಯುದ್ಧಕ್ಕಿಂತ ನಮ್ಮ ಗನ್ನರ್‌ಗಳು ಮಾಡುತ್ತಿದ್ದ ಯುದ್ಧ ನನಗೆ ಹೆಚ್ಚು ಸ್ಪಷ್ಟವಾಗಿ ಕಾಣುತ್ತಿತ್ತು. ಆ ಸಿಖ್ ಯೋಧರ ಆವೇಶ ಕಂಡು ನನ್ನ ಹೃದಯ ಹೆಮ್ಮೆಯಿಂದ ಬೀಗುತ್ತಿತ್ತು. ಏನಿಲ್ಲವೆಂದರೂ ನಾಲ್ಕು ತೆರೆಗಳಲ್ಲಿ ಏರಿಬಂದ ಚೀನಿಗಳೆಡೆಗೆ ಗುಂಡು ಹಾರಿಸಿ ನೂರಾರು ಜನರನ್ನು ಅವರು ಕೊಂದು ಹಾಕಿದರು. ನನಗೆ ಚೆನ್ನಾಗಿ ಗೊತ್ತಿತ್ತು: ಐದನೆಯ ದಾಳಿಯನ್ನು ಎದುರಿಸಲು ಸಿಖ್ಖರು ಸಮರ್ಥರಿರಲಿಲ್ಲ. ಅವರ ಬಳಿಯಿದ್ದುದೇ 400 ಸುತ್ತಿನ ಮದ್ದುಗುಂಡು. ನಾನು ನೋಡುತ್ತಿದ್ದಂತೆಯೇ ಚೀನಿಗಳು ಅವರ ನರಮೇಧ ಪ್ರಾರಂಭಿಸಿದರು. ಮಧ್ಯಾಹ್ನ ಶುರುವಾಗಿದ್ದ ಗನ್ನರ್‌ಗಳ ಯುದ್ಧ 3.30ರ ತನಕ ಅಬ್ಬರದಿಂದ ಸಾಗಿತ್ತು. ನಾಲ್ಕು ಗಂಟೆ ಹೊತ್ತಿಗೆ ಕಟ್ಟಕಡೆಯ ಕಾಡತೂಸೊಂದು ಪೇಲವವಾಗಿ ಸ್ಫೋಟಿಸಿದ ಸದ್ದು ಕೇಳಿಸಿತು. ಅಲ್ಲಿಗೆ ಥಗ್ಲಾ ಯುದ್ಧ ವಿಧ್ಯುಕ್ತವಾಗಿ ಮುಗಿಯಿತು ಅಂದುಕೊಂಡೆ.

ಇನ್ನು ನನಗುಳಿದ ಎರಡೇ ಭರವಸೆಗಳೆಂದರೆ ಪಂಜಾಬಿಗಳು ಮತ್ತು ಫೋರ್ ಗ್ರೆನೇಡಿಯರ್‌ಗಳು. ಉಳಿದೆಲ್ಲ ಕಡೆ ನಾವು ಒರೆಸಿ ಹಾಕಲ್ಪಟ್ಟಿದ್ದರೂ ಸರಿಯೇ; ಹತುಂಗ್ಲಾದ ಹಾದಿಯಲ್ಲಿ ನನ್ನ ಈ ಎರಡು ಪಡೆಗಳ ಹುಡುಗರಿಗೆ ತಕ್ಕ ಮಟ್ಟಿಗಿನ ವಿಜಯ ದೊರೆತಿದ್ದುದೇ ಆದರೆ ನಾನು ಸಂತೃಪ್ತ. ಅಲ್ಲಿ ಚೀನಿಗಳದು ಮೇಲುಗೈಯಾಗದಿರಲಿ ಎಂದು ನಾನು ಶ್ರದ್ಧೆಯಿಂದ ಪ್ರಾರ್ಥಿಸಿದೆ.

ಅದೇ ಕೋಡುಗಲ್ಲಿನ ಮೇಲೆ ಕುಳಿತು, ಇಷ್ಟಕ್ಕೂ ಚೀನಿಗಳ ದಾಳಿಯ ಉದ್ದೇಶವಾದರೂ ಏನಿರಬಹುದು ಎಂದು ಯೋಚಿಸಿದೆ. ನಮ್ಮ ಮಿಲಿಟರಿ ದೊರೆಗಳ ಪ್ರಕಾರ ಅಕ್ಟೋಬರ್ 19ರ ತನಕ ಅವರು "ಭಾರಿಯಾದದ್ದೇನನ್ನೂ" ಮಾಡಲಿಕ್ಕಿಲ್ಲ ಎಂದಾಗಿತ್ತಲ್ಲ? ಭಾರಿಯಾದದ್ದು ಅಂದರೇನು? ಎಷ್ಟು ಭಾರಿಯಾದದ್ದು ಸಂಭವಿಸಿದಾಗ ನೀವದನ್ನು "ಭಾರಿಯಾದದ್ದು" ಅಂತ ಪರಿಗಣಿಸುತ್ತೀರಿ? ಮಿಲಿಟರಿ ದೊರೆಗಳ ಮಾತು ಒತ್ತಟ್ಟಿಗಿರಲಿ. ಒಬ್ಬ ಸೈನಿಕನಾಗಿ ನಾನು ಚೀನಿಗಳ ಅಸಲಿ ಉದ್ದೇಶವೇನಿದೆ ಎಂಬುದರ ಕುರಿತು ಒಂದು ಅಂದಾಜು ಮಾಡಬೇಕಿತ್ತು.

ಅವರು ಮೊದಲು ಧೋಲಾ ಪೋಸ್ಟ್ ಉಡಾಯಿಸುತ್ತಾರೆ. ಆಮೇಲೆ ನಮ್ಕಾ ಚು ನದಿ ನುಂಗುತ್ತಾರೆ. ಮುಂದೆ ಟಿಸಾಂಗಧರ್, ಹತುಂಗ್ಲಾ, ಹೆಚ್ಚೆಂದರೆ ಡ್ರೋಕುಂಗ್-ಸಾಂಬಾ ಸೇತುವೆಯ ತನಕ ಬರುತ್ತಾರೆ. ಅಲ್ಲಿಗೆ ಚೀನಿಗಳು ತಮ್ಮದೆಂದು ಭಾವಿಸಿಕೊಂಡಿರುವ ನೆಲವೆಲ್ಲ ಅವರದಾಗುತ್ತದೆ. ಮೆಕ್‌ಮಹೊನ್ ಲೈನ್ ಎಂಬುದು, ಚೀನಿಗಳು ಎಲ್ಲಿಯ ತನಕ ಹರಡಿದೆಯೆಂದು ಭಾವಿಸಿಕೊಂಡಿದ್ದರೋ ಅಲ್ಲಿಯತನಕ ಅವರು ಭಾರತದ ನೆಲ ಕಬಳಿಸುತ್ತಾರೆ. ಅಲ್ಲಿಗೆ ನಮ್ಮ ಬ್ರಿಗೇಡನ್ನು ಪೂರ್ತಿಯಾಗಿ ಹಿಮ್ಮೆಟ್ಟಿಸಿದಂತಾಗುತ್ತದೆ. ಅಷ್ಟೇ ಅಲ್ಲವೆ ಅವರಿಗೆ ಬೇಕಾಗಿದ್ದುದು.

ಪ್ರಾಮಾಣಿಕವಾಗಿ ಹೇಳಲೆ?

ಚೀನಿಗಳು ಅದೆಲ್ಲವನ್ನೂ ದಾಟಿ ನೂರಾರು ಮೈಲಿ ಆಳದ ತನಕ ನುಗ್ಗಿ ಬಂದು ಭಾರತದ ಮೇಲೆ ದಂಡಯಾತ್ರೆ ಮಾಡಿಬಿಡಬಹುದೆಂದು ನಾನು ಕನಸು ಮನಸಿನಲ್ಲೂ ಅಂದುಕೊಂಡಿರಲಿಲ್ಲ.

ನನಗಿದ್ದುದು ಒಂದೇ ಭರವಸೆ. ಸೆರ್‌ಬಿಮ್‌ನಲ್ಲಿ ನನ್ನ ಗ್ರೆನೇಡಿಯರುಗಳದೊಂದು ಚಿಕ್ಕ ತುಕಡಿಯಿದೆ. ಅವರನ್ನು ಸೇರಿಕೊಂಡರೆ ಸಾಕು. ಅಲ್ಲಿಂದ ಮುಂದಕ್ಕೆ ಲುಂಪೋ ತಲುಪುವುದೆಷ್ಟು ಹೊತ್ತಿನ ಮಾತು? ಸೆರ್‌ಬಿಮ್ ಕಡೆಗೆ ನಡೆದುಬಿಡೋಣ ಎಂದು ನಿರ್ಧರಿಸಿದೆ.

ಅದೇ ಅತ್ಯಂತ ದುರದೃಷ್ಟಕರ ನಿರ್ಧಾರವಾಗಿತ್ತು.

ನನಗೆ ಬೇರೆ ದಾರಿಯಿರಲಿಲ್ಲ. ಯುದ್ಧ ಭೂಮಿಯಲ್ಲಿರುವ ಬ್ರಿಗೇಡಿಯರ್‌ನನ್ನು ಆಳುವ ಅಂತಿಮ ನಿಯಮವೆಂದರೆ ಒಂದೇ: ಕೊನೆಯ ಕ್ಷಣದ ತನಕ ಯೋಧರ ನೇತೃತ್ವ ವಹಿಸಬೇಕು. ಆ ಆಸೆಯಿಟ್ಟುಕೊಂಡೇ ಸೆರ್‌ಬಿಮ್ ಕಡೆಗೆ ಹೊರಟಿದ್ದೆ.

ಸೆರ್‌ಬಿಮ್ ತಲುಪಬೇಕೆಂದರೆ 18,500 ಅಡಿ ಎತ್ತರದ ಧೋಲಾ ಪರ್ವತ ಹತ್ತಿಳಿಯಬೇಕು. ನಾನಾಗಲೀ, ನನ್ನೊಂದಿಗಿದ್ದ ಪಡೆಯ ಯಾವುದೇ ಜೀವಿಯಾಗಲೀ ಇಂಥದ್ದೊಂದು ಪರ್ವತ ಶಿಖರ ತಲುಪಲು ಅವಶ್ಯಕವಾಗುವ ಬೆಚ್ಚಗಿನ ಬಟ್ಟೆಗಳನ್ನು ಹಾಕಿಕೊಂಡಿರಲಿಲ್ಲ. ಆದರೆ ನಮಗೆ ಬೆಟ್ಟ ಹತ್ತದೆ ಬೇರೆ ದಾರಿಯೇ ಇರಲಿಲ್ಲ. ನನಗಿನ್ನೂ ಕಣ್ಣಿಗೆ ಕಟ್ಟಿದಂತೆ ಪ್ರತಿಯೊಂದೂ ಚೆನ್ನಾಗಿ ನೆನಪಿದೆ. ತುಂಬ ಮಾಮೂಲಿಯಾದ, ಕಳಪೆ ಮಟ್ಟದ ರಬ್ಬರಿನಿಂದ ಮಾಡಿದ ಗಮ್ ಬೂಟುಗಳನ್ನು ನಾನು ಧರಿಸಿದ್ದೆ. ಒಂದು ಕೋಟ್ ಪರ್ಕಾ (ಒಂದು ಮಾದರಿಯ ಉಣ್ಣೆಯ ಅಂಗಿ) ಹೆಗಲು ತಬ್ಬಿ ಹಿಡಿದಿತ್ತು. ಯಾವುದೋ ಕಾಲಕ್ಕೆ ಕೊಂಚ ಚೆನ್ನಾಗಿದ್ದಿರಬಹುದಾದ ಒಂದು ಟ್ರೌಸರ್ ಅವತ್ತು ನನ್ನ ನಸೀಬಿನಲ್ಲಿತ್ತು. ಹಿಮಾಲಯದ

ಯುದ್ಧಕ್ಕೆ ನಮ್ಮನ್ನು ಬೆನ್ನಟ್ಟಿ ಕಳಿಸಿದ ಸರ್ಕಾರ ಅದೆಷ್ಟು ಕಳಪೆಯಾದ ಉಲ್ಲನ್ ಕೈಚೀಲಗಳನ್ನು ಸರಬರಾಜು ಮಾಡಿತ್ತೆಂದರೆ, ಅದನ್ನು ಧರಿಸಿಕೊಂಡು ಅನುಭವಿಸಬಹುದಾದ ಯಾವುದೇ ಸೌಭಾಗ್ಯ ನಮ್ಮ ಸೈನಿಕನದಾಗಿರಲಿಲ್ಲ. ಒಂದೇ ಸಂತೋಷವೆಂದರೆ, ತುಂಬ ಹಿಂದೆ ನನ್ನ ತಂದೆ ನನಗೆ ಕೊಟ್ಟಿದ್ದ ಒಂದು ಜೊತೆ ಚರ್ಮದ ಕೈಚೀಲ (ಗ್ಲೋವ್ಸ್)ಗಳು ಅವತ್ತು ನನ್ನೊಂದಿಗಿದ್ದವು.

ಮಧ್ಯಾಹ್ನದ ತನಕ ಷೆಲ್ಲಿಂಗ್‌ನ ಹಾವಳಿ ತಪ್ಪಿಸಿಕೊಂಡದ್ದೇ ಆಯಿತಲ್ಲ? ಆಮೇಲೆ ಲಗುಬಗೆಯಿಂದ ನಾವು ನಿರಂತರವಾಗಿ ಸಂಜೆ ನಾಲ್ಕು ಗಂಟೆಯ ತನಕ ಥೋಲಾ ಪರ್ವತವನ್ನು ಏಕಾಕಾರವಾಗಿ ಗೋಡೆ ಹತ್ತಿದಂತೆ ಹತ್ತಿದೆವು. ಈಗಾಗಲೇ ಹೇಳಿದಂತೆ, ಹಿಮಾಲಯದಲ್ಲಿ ಮಧ್ಯಾಹ್ನಕ್ಕೇ ಕತ್ತಲಾಗಿ ಬಿಡುತ್ತದೆ. ನಾಲ್ಕು ಗಂಟೆ ಹೊತ್ತಿಗೆ ಕತ್ತಲು ಯಾವ ಪರಿ ನಮ್ಮನ್ನು ಆವರಿಸಿಕೊಂಡಿತೆಂದರೆ- ಮುಂದಕ್ಕೆ ಒಂದೇ ಒಂದು ಹೆಜ್ಜೆ ಇಡುವುದು ಸಾಧ್ಯವಾಗದೆ ಹೋಯಿತು. ಹತ್ತಿ ಬಂದ ಹಾದಿಯಲ್ಲಿ ಇಕ್ಕಟ್ಟಾದ ದಟ್ಟ ಪೊದೆಗಳಿದ್ದವು. ತರಚಿಕೊಂಡ ಮುಳ್ಳುಗಳು ನಮ್ಮ ದೇಹಗಳ ಚರ್ಮವನ್ನು ಯಾವ ಪರಿ ಹರಿದು ಹಾಕಿದ್ದವೆಂದರೆ, ಹಿಮಗಾಳಿ ಬೀಸಿದಂತೆಲ್ಲ ಇಡೀ ದೇಹ ಹುಣ್ಣಿನಂತೆ ಧಗಧಗನೆ ಉರಿಯತೊಡಗುತ್ತಿತ್ತು. ಹತ್ತುತ್ತಿದ್ದ ಕಡಿದಾದ ಬಂಡೆಗಳು ಪ್ರತಿ ಹೆಜ್ಜೆಗೊಂದು ಪರೀಕ್ಷೆಯೊಡ್ಡುತ್ತಿದ್ದವು. ಬಂಡೆಗಳ ಪಕ್ಕದಲ್ಲೇ ಸಾವಿಗಿಂತ ನುಣುಪಾದ, ಸಾವಿಗಿಂತ ತಣ್ಣಗಿನ ಹಿಮದ ಇಳಿಜಾರುಗಳು. ಒಂದು ಹೆಜ್ಜೆ ತಪ್ಪಿದರೂ ಮುಗಿಯಿತು. ಕಾಲ ಕೆಳಗೆ ಪ್ರಪಾತಗಳೇ ಬಾಯ್ತೆರೆದುಕೊಂಡಿರುತ್ತಿದ್ದವು. ಆ ದುರ್ಗಮ ಪರ್ವತದಲ್ಲಿ ಯಾರು ಯಾರಿಗೂ ಸಹಾಯ ಮಾಡುವಂತಿರಲಿಲ್ಲ.

ಹಾಗೆ ನಿರಂತರವಾಗಿ ನಾಲ್ಕು ಗಂಟೆಯ ತನಕ ಹತ್ತಿದ ನಮಗೆ ದಾರಿಯಲ್ಲೊಂದು ಪುಟ್ಟ ಗುಹೆ ಕಾಣಿಸಿತು. ಅವತ್ತಿಗೆ ಅದೇ ಪುಣ್ಯ. ಹದಿನೇಳು ಸಾವಿರ ಅಡಿ ಎತ್ತರದಲ್ಲಿದ್ದ ಆ ಗುಹೆಯಲ್ಲಿ ಒಂದು ರಾತ್ರಿ ಕಳೆಯಲು ಅವಕಾಶವಾಗುತ್ತಿದೆ. ಆದರೆ ಇಷ್ಟೊಂದು ಜನರಿದ್ದೇವೆ. ಈ ಗುಹೆಯೊಳಗೆ ಎಲ್ಲರೂ ಹಿಡಿಸುತ್ತೇವಾ? ಅನುಮಾನಿಸಿದೆ. ಹಾಗಂತ ನನ್ನೊಂದಿಗಿದ್ದ ಕ್ಯಾಪ್ಟನ್ ತಲವಾರ್‌ಗೆ ಹೇಳಿಯೂ ಹೇಳಿದೆ. "ತೊಂದರೆಯಿಲ್ಲ, ಎಷ್ಟೇ ಇರುಕಾದರೂ ಒಬ್ಬರನ್ನೊಬ್ಬರು ಒತ್ತಿಕೊಂಡು ಕೂಡೋಣ. ಇದೊಂದು ರಾತ್ರಿ ಕಳೆಯಲೇಬೇಕು. ಇನ್ನು ಸ್ವಲ್ಪ ಹೊತ್ತಿಗೆ ಹಿಮಪಾತ ಶುರುವಾಗುತ್ತದೆ. ನೀವು ಮೊದಲು ಒಳಕ್ಕೆ ನಡೆಯಿರಿ" ಅಂದಿದ್ದ ಆತ.

ಒಳಗೆ ಮಲಗಿ ನಿದ್ದೆ ಮಾಡುವ ಪ್ರಶ್ನೆಯೇ ಇರಲಿಲ್ಲ. ಅಸಲಿಗೆ ಮೈಚೆಲ್ಲಿ ಮಲಗುವಷ್ಟು ಜಾಗವೇ ಅಲ್ಲಿರಲಿಲ್ಲ. ಸುಮ್ಮನೆ ಒಬ್ಬರ ಮೈ ಒಬ್ಬರು ತಾಕಿಸಿಕೊಂಡು, ಒತ್ತಿಕೊಂಡು ರಾತ್ರಿಯಿಡೀ ಕುಳಿತೇ ಇದ್ದೆವು. ಆರು ಗಂಟೆಯ ಹೊತ್ತಿಗೆ ಭಯಾನಕವಾದ ಹಿಮಗಾಳಿ ಬೀಸುವುದಕ್ಕೆ ಶುರುವಾಯಿತು. ಆಮೇಲೆ ಒಂದೇ ಸಮನೆ ಹಿಮಪಾತ. ಹದಿನೇಳು ಸಾವಿರ ಅಡಿ ಎತ್ತರದ ಪರ್ವತದ ಮೇಲೆ, ಅಕ್ಟೋಬರ್ ತಿಂಗಳ ಮೂರನೆಯ ವಾರದ ಹೊತ್ತಿಗೆ ಹಿಮಾಲಯದಲ್ಲಿ ಅದೆಂಥ ಚಳಿಯಾಗುತ್ತದೆ ಎಂಬುದನ್ನು ಬರೆದು ತೋರಿಸುವುದು ಕಷ್ಟ.

ಆದರೂ ಮನುಷ್ಯ ದೇಹ ಸಿಕ್ಕ ಅವಕಾಶವನ್ನೇ ಬಳಸಿಕೊಂಡು, ಹೊಂದಿಕೊಂಡು ಬದುಕಿಬಿಡಲು ಪ್ರಯತ್ನಿಸುತ್ತದೆ. ಅಂಥದೊಂದು ಚಿಕ್ಕ ಗುಹೆಯಲ್ಲಿ ಹೇಗೋ ಹೊಂದಿಕೊಂಡು

ಕುಳಿತ ನಂತರ ನಮ್ಮಲ್ಲಿ ಅನೇಕರಿಗೆ ನೆನಪಾದದ್ದೆಂದರೆ, ನಾವ್ಯಾರೂ ಇಪ್ಪತ್ನಾಲ್ಕು ಗಂಟೆಗಳಿಂದ ಒಂದೇ ಒಂದು ತುತ್ತು ಊಟ ಮಾಡಿರಲಿಲ್ಲ! ಹಿಮಗಾಡಿನಲ್ಲಿ ಆಗುವ ಹಸಿವನ್ನು ಗಂಟೆಗಳಲ್ಲಿ ಅಳೆಯುವುದೇ ಹುಚ್ಚುತನ. ಅದೊಂದು ಅನುಭವಿಸಿಯೇ ಅರಿಯಬೇಕಾದ ವಿಲಕ್ಷಣ ಸಂಕಟ. ನಾನಂತೂ ಅಕ್ಟೋಬರ್ 19ರಂದು ರಾತ್ರಿ ಊಟ ಮಾಡಿಯೇ ಇರಲಿಲ್ಲ. ಇಳಿ ಮಧ್ಯಾಹ್ನದ ವೇಳೆಗೆ ತಿಂದದ್ದು, ಎರಡು ಒಣ ಚಪಾತಿ ಮತ್ತು ಡಬ್ಬಿಗಳಲ್ಲಿ ಶೇಖರಿಸಿಟ್ಟಿದ್ದ ನಾಲ್ಕು ಕಾಳು. ನಮಗಾಗುತ್ತಿದ್ದ ಹಸಿವೆಗಿಂತ ಭಯಾಕನವಾಗಿ ನಮ್ಮನ್ನು ಕಾಡುತ್ತಿದ್ದ ಭಾವವೆಂದರೆ, ಸೆರ್‌ಬಿಮ್‌ನಲ್ಲಿರುವ ಗ್ರೆನೇಡಿಯರ್ ಪಡೆಯನ್ನು ತಲುಪುವ ತನಕ ನಮಗೆ ಎಲ್ಲೆಲ್ಲೂ ತುತ್ತು ಅನ್ನ ಸಿಗುವುದಿಲ್ಲ!

ಇಷ್ಟಕ್ಕೂ ನಾವು ಸೆರ್‌ಬಿಮ್ ತಲುಪುತ್ತೇವಾ?

ದುರಂತವೆಂದರೆ ನಮ್ಮ ಬಳಿ ಯಾವುದೇ ನಕಾಶೆಯಿರಲಿಲ್ಲ. ಕಚ್ಚಾ ರೂಟ್ ಮ್ಯಾಪ್ ಕೂಡ ಇರಲಿಲ್ಲ. ಇದಕ್ಕೆ ಮುಂಚೆ ಈ ಧೋಲಾ ಪರ್ವತವನ್ನು ಮನುಷ್ಯ ಮಾತ್ರರಾದವರ್ಯಾರಾದರೂ ಹತ್ತಿದ್ದರೋ ಇಲ್ಲವೋ ಕಾಣೆ! ಕಡೇ ಪಕ್ಷ ಫುಲ್‌ಸ್ಕೇಪ್ ಹಾಳೆಯಲ್ಲಿ ಒಂದು ಮ್ಯಾಪು ಬರೆದುಕೊಡಬಹುದಾಗಿದ್ದ ಒಬ್ಬ ಲ್ಯಾನ್ಸ್ ನಾಯಕ ಕೂಡ ಇಲ್ಲಿಗೆ ಬಂದಿರಲಿಲ್ಲ. ಅವತ್ತು ನಮ್ಮ ಇಡೀ ಪಡೆ ನನ್ನ ಮಾರ್ಗದರ್ಶನದ ಮೇಲೆಯೇ ಆಧಾರಪಟ್ಟಿತ್ತು. ಇದ್ದುದರಲ್ಲೇ ಆ ಕಣಿವೆ-ಬೆಟ್ಟಗಳನ್ನು ಅಲೆದಾಡಿ ಅಷ್ಟಿಷ್ಟು ತಿಳಿದುಕೊಂಡವನೆಂದರೆ ನಾನೇ. ಬೆಳಗ್ಗೆ ಸೂರ್ಯನ ಕಿರಣ ಕಾಣಿಸುತ್ತಿದ್ದಂತೆಯೇ ಮತ್ತೆ ಪರ್ವತಾರೋಹಣ ಮುಂದುವರೆಸಬೇಕಿತ್ತು. ನನಗೆ ಗವಿಯಿಂದಾಚೆಗೆ, ಅದರ ಅಂಗಳದಲ್ಲಿ ನಿರಂತರವಾಗಿ ಹಿಮಪಾತವಾಗುವ ಸದ್ದು ಮತ್ತು ಯಾರೋ ಅಸೌಖ್ಯದಿಂದ ಸರಿದಾಡುವ ಸದ್ದು ಕೇಳಿಸುತ್ತಲೇ ಇತ್ತು. ಬೆಳಗಿನ ಮೊದಲ ಕಿರಣ ನೆಲಕ್ಕೆ ಬೀಳುತ್ತಿದ್ದಂತೆಯೇ ಮೈ ಕೊಡವಿಕೊಂಡು ಎದ್ದು ಗುಹೆಯಿಂದ ಹೊರಕ್ಕೆ ಬಂದೆ. ಅಲ್ಲೊಂದು ಹೃದಯ ವಿದ್ರಾವಕ ದೃಶ್ಯ ನನಗಾಗಿ ಕಾದಿತ್ತು.

ಅಂಗಳದಲ್ಲಿ ಒಬ್ಬ ಯೋಧ ಕುಕ್ಕರಗಾಲಲ್ಲಿ ಕುಳಿತವನು ಅಲ್ಲೇ, ಅದೇ ಭಂಗಿಯಲ್ಲೇ ಚಳಿಗೆ ಸೆಟೆದು ಸತ್ತು ಹೋಗಿದ್ದ! ಅವನಿಗೆ ರಾತ್ರಿ ಗವಿಯೊಳಕ್ಕೆ ನುಸುಳಿಕೊಂಡು ಕೂಡಲು ಜಾಗ ಸಿಕ್ಕಿರಲಿಲ್ಲ. ಹಾಗೆ ನೋಡಿದರೆ, ಆ ಸೈನಿಕ ನನಗಿಂತ ಮುಂದಿನ ಸಾಲಿನಲ್ಲಿ ಪರ್ವತ ಹತ್ತುತ್ತಿದ್ದ. ನನಗಿಂತ ಮುಂಚೆ ಗಡಿ ತಲುಪಿದ್ದ. ಒಳಗೆ ಕುಳಿತಿದ್ದುಬಿಡಬಹುದಿತ್ತು. ನಾವೇ ಎಲ್ಲ ಜಾಗ ಆಕ್ರಮಿಸಿಕೊಂಡು ಕುಳಿತರೆ ಬ್ರಿಗೇಡಿಯರ್ ಸಾಹೇಬರಿಗೆ ತೊಂದರೆಯಾದೀತು ಎಂದು ಹೇಳಿ ಅಂಗಳಕ್ಕೆ ಬಂದು ನಿಂತಿದ್ದನಂತೆ. ಆಮೇಲೆ ಅವನಿಗೆ ಒಳ ಬರಲು ಸಾಧ್ಯವಾಗಿರಲಿಲ್ಲ. ಬ್ರಿಗೇಡಿಯರ್‌ಗೆ ಅವನು ತೋರಿಸಿದ ಗೌರವವನ್ನು, ಆ ಭಯಾನಕ ಹಿಮಪಾತ ನನ್ನ ಸೈನಿಕನಿಗೆ ತೋರಿಸಿರಲಿಲ್ಲ. ನಿಶ್ಚಲಗೊಂಡ ಆತನ ದೇಹದ ಮುಂದೆ ಕ್ಷಣಕಾಲ ನಿಂತು ಗೌರವ ಸಲ್ಲಿಸಿ ಭಾರಗೊಂಡ ಹೃದಯದಿಂದ ಪರ್ವತ ಹತ್ತತೊಡಗಿದೆ.

ನನ್ನೊಂದಿಗೆ ಬರುತ್ತಿದ್ದ ಮೇಜರ್ ನಿಜ್ಜರ್ ಆರಂಭದಲ್ಲೇ ತೊಂದರೆಗೊಳಗಾದರು. ಅಸಲಿಗೆ ಆರಂಭದಿಂದಲೂ ಅವರ ಆರೋಗ್ಯ ಸರಿಯಿರಲಿಲ್ಲ. ನಮ್ಕಾ ಚು ಕಣಿವೆಯಂತಹ

ಜಾಗಕ್ಕೆ ಕಳಿಸಬಹುದಾಗಿದ್ದ ಅಧಿಕಾರಿಯೇ ಅಲ್ಲ ಆತ. ಅಷ್ಟಾದರೂ ನನಗೆ ಮೇಜರ್ ನಿಜ್ಜರ್ ಧೋಲಾ ಪರ್ವತದ ಮೇಲೆ ತೋರ್ಪಡಿಸಿದ ಸಹನೆ, ಹಠ ಮತ್ತು ನಿಷ್ಠೆಗಳ ಬಗ್ಗೆ ಇವತ್ತಿಗೂ ಮೆಚ್ಚುಗೆಯ ಭಾವ ಮೂಡುತ್ತದೆ. ಆತ ಒಂದೇ ಒಂದು ಸಲಕ್ಕೂ ಗೊಣಗಲಿಲ್ಲ. ಕನಲಲಿಲ್ಲ. ಆತನ ಕಷ್ಟವೇನು ಎಂಬುದು ನಮಗೆಲ್ಲ ಸ್ಪಷ್ಟವಾಗಿ ಗೊತ್ತಾಗುತ್ತಿತ್ತು. ಇಷ್ಟಾದರೂ ನನ್ನ ಪುಟ್ಟ ಬ್ರೀಫ್‌ಕೇಸ್ ಒಂದನ್ನು ಕೊನೆತನಕ ತಾನೇ ಹೊತ್ತುಕೊಂಡು ಬರುತ್ತೇನೆಂದು ಮೇಜರ್ ನಿಜ್ಜರ್ ಹಠ ಹಿಡಿದಿದ್ದರು. ಒಂದು ಹಂತದಲ್ಲಿ ಅವರ ಮೇಲೆ ನಾನು ರೇಗಿಯೂ ಬಿಟ್ಟೆ. "ಸುಮ್ಮನೆ ಆ ಬ್ರೀಫ್‌ಕೇಸನ್ನಿಲ್ಲಿ ಕೊಡಿ ನಿಜ್ಜರ್. ಮಿಲಿಟರಿ ಮರ್ಯಾದೆಗಳನ್ನ ಪಾಲಿಸುವುದಕ್ಕಿದು ಸಮಯವಲ್ಲ. ಅಂಥ ಸಂದರ್ಭವೂ ಇಲ್ಲ" ಅಂದಿದ್ದೆ.

"ಕ್ಷಮಿಸಿ ಸರ್, ನಾವು ಯಾವುದೇ ಸಂದರ್ಭದಲ್ಲಿದ್ದರೂ ನನ್ನ ಪಾಲಿಗೆ ನೀವೊಬ್ಬ ಅಧಿಕಾರಿ. ನಾನು ನಿಮ್ಮ ಜೊತೆಗಿರುವ ತನಕ ಮತ್ತು ಬದುಕಿರುವ ತನಕ, ನನ್ನ ಬ್ರಿಗೇಡಿಯರ್ ಕೈಯಲ್ಲಿ ಏನನ್ನೂ ಹೊರಿಸುವುದಿಲ್ಲ. ನೀವು ಬೇಕಾದ್ದು ಮಾಡಿಕೊಳ್ಳಿ" ಅಂದುಬಿಟ್ಟರು. ವರ್ಷಗಟ್ಟಲೆ ಜೊತೆಯಲ್ಲಿ ದುಡಿದ ಕಿರಿಯರಿಗೆ ತಮ್ಮ ಹಿರಿಯರ ಮೇಲೆ ಇಂತಹುದೊಂದು ಪ್ರೀತಿ, ನಿಷ್ಠೆ ಬೆಳೆದು ಬಿಡುವುದು ಸಹಜ. ಆದರೆ ಮೇಜರ್ ನಿಜ್ಜರ್‌ರನ್ನು ನಾನು ನೋಡಿದ್ದು ಕೇವಲ ನಾಲ್ಕು ದಿನಗಳ ಹಿಂದೆ! ಅವರು ನನ್ನ ಬ್ರಿಗೇಡ್ ಹೆಡ್‌ಕ್ವಾರ್ಟರ್ಸಿಗೆ ಬಂದು ರಿಪೋರ್ಟ್ ಮಾಡಿಕೊಂಡದ್ದೇ ಅಕ್ಟೋಬರ್ 17ನೇ ತಾರೀಕಿನಂದು. ಅವರ ಪ್ರೀತಿಗೆ ಏನು ಹೇಳಲಿ? ಪರ್ವತ ಹತ್ತುತ್ತ ಹತ್ತುತ್ತ ಒಂದು ಕಡೆಗೆ ದಣಿವಾರಿಸಿಕೊಳ್ಳಲೆಂದು ಒಂದು ಬಂಡೆಯ ಮೇಲೆ ಕುಳಿತೆ. ಬೆಳಗಿನ ಹಿಮಗಾಳಿ ಬೀಸುತ್ತಲೇ ಇತ್ತು. ಬಂಕರಿನಲ್ಲಿದ್ದಷ್ಟು ಹೊತ್ತು ಒಂದಾದ ಮೇಲೊಂದರಂತೆ ಸಿಗರೇಟು ಸೇದುತ್ತಿದ್ದವನು ನಾನು. ಕೊರೆಯುತ್ತಿದ್ದ ಚಳಿಗೆ, ಉಸಿರ ತಿತ್ತಿಗಳು ತಂಬಾಕಿನ ತೆರೆಗಳಿಗಾಗಿ ಚಡಪಡಿಸುತ್ತಿದ್ದವು. ಅಷ್ಟರಲ್ಲಿ ಸೈನಿಕನೊಬ್ಬ ನನ್ನ ಬಳಿಗೆ ಬಂದು ತುಂಬ ನಮ್ರವಾದ ದನಿಯಲ್ಲಿ ಹೇಳಿದ್ದ;

"ಮೊದಲಿಂದಲೂ ನಿಮ್ಮನ್ನು ನೋಡಿದ್ದೇನೆ ಸಾಹಿಬ್. ತುಂಬ ಸಿಗರೇಟು ಸೇದುವವರು ನೀವು. ಒಂದು ಸಿಗರೇಟು ಹಚ್ಚಿ ಯಾವ ಕಾಲವಾಯಿತೋ? ನನ್ನ ಹತ್ತಿರ ಒಂದಷ್ಟು ಸಿಗರೇಟುಗಳಿವೆ. ಸೇದಿ ಸಾಹಿಬ್. ಆದರೆ ಹಿರಿಯರು ಕ್ಷಮಿಸಬೇಕು; ನೀವು ಸೇದುವಷ್ಟು ದುಬಾರಿಯವಲ್ಲ ಇವು" ಅಂದವನೇ ನನ್ನ ಕೈಗೊಂದು ಟಿನ್ ಕೊಟ್ಟು ತೆಪ್ಪಗೆ ನಿಂತ. ಯಾಕೋ ನನ್ನಲ್ಲಿ ಮಾತೇ ಹೊರಡಲಿಲ್ಲ. ಮತ್ತೊಬ್ಬ ಸೈನಿಕ ಏದುಸಿರು ಬಿಡುತ್ತಾ ಬಂದು ತನ್ನ ಕಿಸೆಯಲ್ಲಿದ್ದ ಬೆಂಕಿ ಪೊಟ್ಟಣ ತೆಗೆದುಕೊಟ್ಟ.

ಇದೆಲ್ಲ ಸಣ್ಣಪುಟ್ಟ ಸಂಕೇತಗಳು. ಪುಟ್ಟ ನಿಸ್ವಾರ್ಥ ಕೊಡುಗೆಗಳು. ಆದರೆ ಅಂಥ ಯಾತನಾದಾಯಕ ಮತ್ತು ಅಪಾಯಕಾರಿ ಸನ್ನಿವೇಶಗಳಲ್ಲಿ ಇವುಗಳನ್ನೆಲ್ಲ ಗಮನಿಸಿದಾಗ- ನಾನು ಎಂಥ ಅದ್ಭುತವಾದುದೊಂದು ಸೈನ್ಯ ಸೇರಿ ಕೃತಾರ್ಥನಾಗಿಬಿಟ್ಟೆನಲ್ಲ? ಅನಿಸುತ್ತಿತ್ತು. ಆ ಪರಿಯ ದಮನೀಯ ಯುದ್ಧ, ಸಾವಿರಾರು ಸಾವುಗಳು, ದಯನೀಯ ಸೋಲು, ಎಂದಿಗೂ ಮುಗಿಯದ ಜೀವಭಯ- ಇವೆಲ್ಲವುಗಳ ಮಧ್ಯೆಯೂ ನನ್ನ ಸೈನಿಕರಾಗಲೀ, ನನ್ನ ಕೈ ಕೆಳಗಿನ ಅಧಿಕಾರಿಗಳಾಗಲೀ

ಮಿಲಿಟರಿ ಶಿಸ್ತು, ನಿಯಮ, ಪರಸ್ಪರ ಗೌರವ ಮತ್ತು ಪ್ರೀತಿ ಯಾವುದನ್ನೂ ಮರೆಯಲಿಲ್ಲ.

ಅಕ್ಟೋಬರ್ 21ರಂದು ಬೆಳಗಿನ ಜಾವ 3.30 ನಿಮಿಷಕ್ಕೆ ನಾವು ಗವಿಯಿಂದ ಹೊರಬಿದ್ದು 18,500 ಅಡಿ ಎತ್ತರದ ಥೋಲಾ ಶಿಖರ ಹತ್ತತೊಡಗಿದೆವು. ಈ ಪರ್ವತಾರೋಹಣ ನಿನ್ನೆ ನಡೆದು ಬಂದುದಕ್ಕಿಂತ ದುರ್ಗಮವಾಗಿತ್ತು. ಹತ್ತಲು ಸಾಧ್ಯವೇ ಇಲ್ಲವೆಂಬಂತಹ ಕಡಿದಾದ ಬಂಡೆಗಳನ್ನು ಉಡಗಳಂತೆ ಕಚ್ಚಿಕೊಂಡು ಹತ್ತಬೇಕಾಗಿತ್ತು. ಮಧ್ಯೆ ಮಧ್ಯೆ ಉಸಿರು ತಿರುಗಿಸಿಕೊಳ್ಳಲು ಅಲ್ಲಲ್ಲಿ ಕುಳಿತುಕೊಳ್ಳಬೇಕಾಗುತ್ತಿತ್ತು. ಮುಖ್ಯವಾಗಿ ನನ್ನೊಂದಿಗಿದ್ದವರಲ್ಲಿ ಅನೇಕರ ಮುಖಗಳ ಮೇಲೆ ನೈರಾಶ್ಯದ, ಹತಾಶೆಯ ಕಳೆ ಕಾಣತೊಡಗಿತ್ತು. ಪರ್ವತಗಳಲ್ಲಿ ಅದೊಂದು ಭಯ ಹುಟ್ಟಿಸುವಂತಹ ಅಪಶಕುನ.

ಹಿಂತಿರುಗಿ ನೋಡಿದಾಗಲೆಲ್ಲ ನನ್ನ ಪಡೆಯಿಂದ ಒಬ್ಬೊಬ್ಬರಾಗಿ ಕಳಚಿಕೊಳ್ಳುತ್ತಿದ್ದಾರೆ ಎಂಬುದು ನನ್ನ ಅರಿವಿಗೆ ಬರುತ್ತಿತ್ತು. ಕೆಲವರು ಕೊಳ್ಳಗಳೊಳಕ್ಕೆ ಜಾರಿ ಹೋಗುತ್ತಿದ್ದರು. ಮತ್ತೆ ಕೆಲವರಿಗೆ ದಾರಿಯಲ್ಲೇ ಕುಸಿದು ಬೀಳುವಂತಹ ಆಯಾಸ. ಒಂದಷ್ಟು ಜನಕ್ಕೆ ಶ್ವಾಸಕೋಶಗಳ ತೀವ್ರ ತೊಂದರೆ ಶುರುವಾಗಿ ಹೋಗಿ, ಕೆಲವೇ ಗಂಟೆಗಳಲ್ಲಿ ಸತ್ತು ಹೋಗಿದ್ದರು. ಇದೆಲ್ಲ ಗೊತ್ತಾದಾಗ್ಯೂ ನಾನು ನಡೆಯುವುದನ್ನು ಸ್ಥಗಿತಗೊಳಿಸಲು ಸಾಧ್ಯವಿರಲಿಲ್ಲ. ಅವತ್ತಿನಮಟ್ಟಿಗೆ ಉಳಿದೆಲ್ಲದಕ್ಕಿಂತಲೂ 'ವೇಗ'ದ ಅವಶ್ಯಕತೆ ನನಗಿತ್ತು. ಚೀನಿಗಳಿಗಿಂತ ಮುಂಚಿತವಾಗಿ ಲುಂಪೋ ತಲುಪಬೇಕೆಂಬ ಧಾವಂತ ನನ್ನದು.

ಮಧ್ಯಾಹ್ನದ ಹೊತ್ತಿಗೆ ಮೇಜರ್ ನಿಜ್ಜರ್‌ಗೆ ಉಸಿರಾಟದ ತೊಂದರೆ ಶುರುವಾಗಿ ಹೋಯಿತು. ಕ್ಯಾಪ್ಟನ್ ಗುಪ್ತಾ ಅವರಿಗೆ ಕಾಲೆತ್ತಿಡಲಿಕ್ಕೂ ಸಾಧ್ಯವಾಗದಂತಹ ಉರಿ ಪ್ರಾರಂಭವಾಗಿತ್ತು. ಅದು 'ಛಿಲ್ ಬ್ಲೇಯ್ನ್' (chill blain) ಅಲ್ಲದೆ ಬೇರೇನೂ ಅಲ್ಲ ಎಂಬುದು ತಕ್ಷಣ ನನಗೆ ಗೊತ್ತಾಗಿ ಹೋಯಿತು. ತಕ್ಷಣ ಗುಪ್ತಾರನ್ನು ಬೆಚ್ಚಗಿನ ಕೋಣೆಯಲ್ಲಿರಿಸಿ, ಅಂಗಾಲಿಗೆ ಶಾಖ ನೀಡಿ, ದಪ್ಪನೆಯ ಸಾಕ್ಸ್ ಹಾಕಿ, ಬೆಚ್ಚನೆಯ ಬೂಟು ತೊಡಿಸಿ, ಕೆಲವು ಗಂಟೆಗಳ ಕಾಲ ರೂಮ್ ಟೆಂಪರೇಚರನ್ನು ಸ್ಥಿರಗೊಳಿಸಿ ಇಡಬೇಕು.

ಎಲ್ಲಿಂದ ತರಲಿ?

ಅಂಗಾಲ ಉರಿ ತಾಳಲಾಗದೆ ಕ್ಯಾಪ್ಟನ್ ಗುಪ್ತಾ ಬೂಟು ಬಿಚ್ಚಿಹಾಕಿ, ಬಿಳಿಚಿ ಹೋಗತೊಡಗಿದ್ದ ಅಂಗಾಲಿಗೆ ಒಂದು ಮಂಜಿನ ಗಡ್ಡೆ ಹಾಕಿ ಉಜ್ಜಲು ಶುರು ಮಾಡಿದರು. ತಕ್ಷಣ ಅವರನ್ನು ತಡೆದೆ. ಮಂಜಿನಿಂದ ಉಜ್ಜಿದರೆ ಕಾಲು ಸತ್ತು ಹೋಗುತ್ತದೆ. ಆಮೇಲೆ ಕೊಳೆತು ಹೋಗುತ್ತದೆ. ಆಮೇಲೆ ಬದುಕಿ ಪ್ರಯೋಜನವಿಲ್ಲ. ಹಾಗಂತ ಕ್ಯಾಪ್ಟನ್ ಗುಪ್ತಾ ಅವರಿಗೂ ಗೊತ್ತು. ಆದರೆ ಛಿಲ್ ಬ್ಲೇಯ್ನ್‌ನ ಉರಿ ಎಂಥ ತೀವ್ರವಾಗಿತ್ತೆಂದರೆ, ಆತ ಅನಿವಾರ್ಯವಾಗಿ ಮಂಜಿನ ಗಡ್ಡೆ ಕೈಗೆತ್ತಿಕೊಂಡಿದ್ದರು. ಅದೇ ಹೊತ್ತಿಗೆ ಕ್ಯಾಪ್ಟನ್ ತಲವಾರ್‌ರ ಹೊಟ್ಟೆ ನೋವು ಸಹನೆಯ ಮಟ್ಟ ಮೀರಿ ಕಾಣಿಸಿಕೊಳ್ಳತೊಡಗಿತು. ನಡಿಗೆ ಪ್ರಾರಂಭವಾದಾಗಿನಿಂದಲೂ ತಲವಾರ್ ಹೊಟ್ಟೆ ನೋವಿಗೆ ಎಲ್ಲಿಂದಲೋ ತಂದುಕೊಂಡಿದ್ದ ಮಾತ್ರೆಗಳನ್ನು ನುಂಗುತ್ತಲೇ ಇದ್ದರು. ಈ ಬಾರಿ ಮಾತ್ರೆಗಳ ಮಾತು ಹೊಟ್ಟೆ ಕೇಳುತ್ತಿರಲಿಲ್ಲ. ಆದರೂ ಆ ಹುಡುಗ ನನ್ನನ್ನು ಬಿಟ್ಟು

ಕದಲಲಿಲ್ಲ. ತಾನು ಬದುಕಿರುವ ತನಕ, ತನ್ನ ಬ್ರಿಗೇಡಿಯರ್ ಸರಿಯಾದುದೊಂದು ಗೌರವನೀಯ ರಕ್ಷಣೆಯಿಲ್ಲದೆ ಈ ಥೋಲಾ ಬೆಟ್ಟಗಳಲ್ಲಿ ಅಲೆಯಲು ತಾನು ಬಿಡುವುದಿಲ್ಲವೆಂದು ಹಠ ಹಿಡಿದಿದ್ದ. ಅಂತೆಯೇ ಕಡೆತನಕ, ಅದೆಲ್ಲ ಯಾತನೆಯ ನಡುವೆಯೂ ಆ ಸಿಂಹದಂಥ ಹುಡುಗ ನನ್ನೊಂದಿಗೇ ಇದ್ದ. ನನ್ನೊಂದಿಗೇ ಬಂಧಿತನಾದ. ವಿಪರ್ಯಾಸವೆಂದರೆ, ನನ್ನ ಪಡೆಯಲ್ಲಿ ನನಗಿಂತ ಚಿಕ್ಕ ಹುಡುಗರೆಲ್ಲ ದಣಿವು, ಬಳಲಿಕೆ, ಅನಾರೋಗ್ಯಗಳಿಂದಾಗಿ ಹೈರಾಣಾಗಿ ಹೋಗಿದ್ದರು. ಅವರೆಲ್ಲರಿಗಿಂತ ಹಿರಿಯ; ಕಡೆತನಕ ಆರೋಗ್ಯವಂತನಾಗಿದ್ದವನು ನಾನೊಬ್ಬನೇ!

ಮಧ್ಯಾಹ್ನದ ಹೊತ್ತಿಗೆ ಅನಿವಾರ್ಯವಾಗಿ ನಮ್ಮ ಪಡೆಯನ್ನು ಎರಡು ಭಾಗಗಳನ್ನಾಗಿ ವಿಂಗಡಿಸಲೇ ಬೇಕಾಯಿತು. ಅಷ್ಟು ಹೊತ್ತಿಗಾಗಲೇ ಸಾಕಷ್ಟು ಜನ ಸತ್ತು ಹೋಗಿದ್ದರು. ಉಳಿದವರ ಪೈಕಿ, ನಡೆಯಲು ಸಾಧ್ಯವೇ ಆಗದು ಎಂಬ ಸ್ಥಿತಿಯಲ್ಲಿದ್ದವರನ್ನು ಮಾರ್ಗ ಮಧ್ಯದಲ್ಲೇ ಬಿಟ್ಟು ಮುನ್ನಡೆಯಲು ನಾನು ತೀರ್ಮಾನಿಸಿದೆ. ಮೇಜರ್ ನಿಜ್ಜರ್ ಮತ್ತು ಕ್ಯಾಪ್ಟನ್ ಗುಪ್ತಾ ಮುಂದಕ್ಕೆ ನಡೆಯುವ ಸ್ಥಿತಿಯಲ್ಲಿರಲಿಲ್ಲ. ಊಟ-ನೀರುಗಳಿಲ್ಲದ್ದರಿಂದ ಅವರ ಶಕ್ತಿ ಕ್ಷೀಣಿಸಿ ಹೋಗಿತ್ತು. ಇದ್ದಲ್ಲೇ ಉಳಿದು, ಕೊಂಚ ಸುಧಾರಿಸಿಕೊಂಡ ನಂತರ ಮರುದಿನ ಮತ್ತೆ ನಡೆದು ಬರುವಂತೆ ಅವರಿಗೆ ಹೇಳಿದೆ. ಅವರ ಯೋಗಕ್ಷೇಮ ನೋಡಿಕೊಳ್ಳಲಿಕ್ಕೆ ಇಬ್ಬರು ಸೈನಿಕರನ್ನು ನಿಲ್ಲಿಸಿದೆ. ತೀರ ಹೊರಡುವಾಗ ನಿಜ್ಜರ್ ಮತ್ತು ಗುಪ್ತಾರನ್ನೊಮ್ಮೆ ಕಣ್ತುಂಬ ನೋಡಿದೆ.

ಮತ್ತೆ ಅವರನ್ನು ನೋಡಲಾರೆ ಅನಿಸಿತ್ತು.

ಹಾಗೆ ನಡುರಸ್ತೆಯಲ್ಲಿ ಅವರನ್ನು ಬಿಟ್ಟು ಮುಂದಕ್ಕೆ ನಡೆಯುವುದಕ್ಕೆ ಖಂಡಿತ ನನಗೆ ಮನಸ್ಸಿರಲಿಲ್ಲ. ಏಕೆಂದರೆ, ಅವರು ಉಳಿದಲ್ಲೇ ಉಳಿದರೆ ಚೀನಿಗಳ ಕೈಗೆ ಸಿಕ್ಕುಬೀಳುತ್ತಾರೆ. ಅದಿಲ್ಲದಿದ್ದರೆ, ಹಸಿವು ಮತ್ತು ಹಿಮ ಅವರನ್ನು ಕೊಂದು ಬಿಡುತ್ತದೆ. ಹಾಗಂತ ನಾನೂ ಅವರೊಂದಿಗೆ ಅಲ್ಲೇ ಉಳಿಯಲಾರೆ. ಕಸಿವಿಸಿಗೊಂಡೇ ಅಲ್ಲಿಂದ ಹೊರಟೆ.

ವಿಧಿ ಬೇರೆಯೇ ತೀರ್ಮಾನ ಕೈಗೊಂಡಿತ್ತು.

ಚೀನಿಗಳ ಕೈಗೆ ಅಂತಿಮವಾಗಿ ಸಿಕ್ಕುಬಿದ್ದವನು ನಾನು. ಅತ್ತ ನಾನು ಥೋಲಾ ಪರ್ವತ ಹತ್ತಿಹೋದ ಮೇಲೆ, ಹರಸಾಹಸ ಮಾಡಿದ ಅವರಿಬ್ಬರೂ ತೆವಳುತ್ತಲೇ ಲುಂಪೋದ ಕಡೆಗೆ ಹೋಗಿದ್ದಾರೆ. ಅಷ್ಟು ಹೊತ್ತಿಗಾಗಲೇ ಲುಂಪೋ ಚೀನಿಗಳ ವಶವಾಗಿ ಹೋಗಿದೆ. ಆದರೆ ಚೀನಿಗಳ ಕಣ್ಣಿಂದ ತೀರ ಕೂದಲಷ್ಟು ಅಂತರದಲ್ಲಿ ತಪ್ಪಿಸಿಕೊಂಡ ಮೇಜರ್ ನಿಜ್ಜರ್ ಮತ್ತು ಕ್ಯಾಪ್ಟನ್ ಗುಪ್ತಾ ಪಡಬಾರದ ಅವಸ್ಥೆ ಪಟ್ಟು ಭೂತಾನದ ಗಡಿ ತಲುಪಿ ಅಲ್ಲಿಂದ ನೇರವಾಗಿ ದಿಲ್ಲಿ ತಲುಪಿಬಿಟ್ಟಿದ್ದರು! ಹಾಗಂತ ನನಗೆ ಗೊತ್ತಾದುದು ಎಷ್ಟೋ ತಿಂಗಳುಗಳ ನಂತರವೇ. ಯುದ್ಧಭೂಮಿಯ ಅದೃಷ್ಟಗಳಿರುವುದೇ ಹಾಗಲ್ಲವೆ?

* * *

ಒಲ್ಲದ ಮನಸ್ಸಿನಿಂದಲೇ ಅವರಿಬ್ಬರನ್ನೂ ನಡುದಾರಿಯಲ್ಲಿ ಬಿಟ್ಟು ನಮ್ಮದೊಂದು ತಂಡ ಪರ್ವತ ಹತ್ತತೊಡಗಿತು. ಸುಮಾರು ಒಂದೂವರೆ ತಾಸು ಹತ್ತುವುದರೊಳಗಾಗಿ ನನ್ನ

ಮುಖದ ಮೇಲೊಂದು ಚಿಕ್ಕ ಗೆಲುವಿನ ನಗೆ. ಪಕ್ಕದಲ್ಲಿದ್ದ ತಲವಾರ್ ಸಂಭ್ರಮಗೊಂಡಿದ್ದ. ನಾವು ಕರ್ಪೊಲಾ ಲುಂಪೋ ರಸ್ತೆಯನ್ನು ತಲುಪಿಬಿಟ್ಟಿದ್ದೆವು. ಅಲ್ಲಿಂದ ಲುಂಪೋ ದೊಡ್ಡ ಕಷ್ಟವಲ್ಲ. ಇಡೀ 18,500 ಅಡಿ ಅವರೋಹಣ ಮಾಡಿ ಥೋಲಾ ಪರ್ವತದ ತುದಿ ತಲುಪಿದ್ದೇನೆ. ಹೊರಟಾಗ ಬೆನ್ನ ಹಿಂದೆ ನಲವತ್ತು ಜನರ ಪಡೆಯಿತ್ತು. ಈಗ ಉಳಿದಿರುವುದು ಕೇವಲ ಹನ್ನೊಂದು ಜನ. ಪರ್ವತ ಹತ್ತಿ ಬಂದು ರಸ್ತೆ ಹುಡುಕಿಕೊಂಡದ್ದಕ್ಕೆ ಸಂತೋಷ ಪಡಬೇಕೆ? ದಾರಿಯುದ್ದಕ್ಕೂ ಗೆಳೆಯರನ್ನು ಕಳೆದುಕೊಂಡದ್ದಕ್ಕೆ ದುಃಖ ಪಡಬೇಕೆ? ಎರಡಕ್ಕೂ ಅದು ವೇಳೆಯಲ್ಲ. ಜೊತೆಯಲ್ಲಿ ತಲವಾರ್ ಮತ್ತು ಹವಿಲ್ದಾರ್ ಬ್ರಿಜ್‌ಪಾಲ್ ಸಿಂಗ್ ಇದ್ದಾರೆ. ಎಂಟು ಜನ ಕಟ್ಟುಮಸ್ತಾದ ಸೈನಿಕರೂ ಇದ್ದಾರೆ. ಲುಂಪೋದ ರಸ್ತೆಯಲ್ಲೇ ಅನತಿ ದೂರದತನಕ ಸಮತಲ ರಸ್ತೆಯಲ್ಲಿ ನಡೆದನಂತರ ಇದ್ದಕ್ಕಿದ್ದಂತೆ ಒಂದು ಚಿಕ್ಕ ಝರಿ ಥೋಲಾದ ಕೊರಕಲುಗಳನ್ನು ಸೀಳಿಕೊಂಡು ಹರಿಯುತ್ತಿರುವುದು ಕಾಣಿಸಿತು. ಇಂಥದೇ ಒಂದು ಝರಿ ಸೆರ್‌ಬಿಮ್‌ನಲ್ಲೂ ಹರಿಯುತ್ತದೆ. ಇಲ್ಲಿಂದಲೇ ಹೊರಟಿದ್ದಿರಬಹುದಾ? ಅದೇಕೋ ಆ ಝರಿಯ ಗುಂಟ ಪರ್ವತವಿಳಿದುಬಿಟ್ಟರೆ ನೇರವಾಗಿ ಸೆರ್‌ಬಿಮ್‌ಗೆ ತಲುಪಿಬಿಡುತ್ತೇವೆ ಅನ್ನಿಸಿತು. ಒಂದು ರಸ್ತೆಯಲ್ಲದ ರಸ್ತೆಯಲ್ಲಿ, ಮುಳ್ಳುಕಂಟಿಗಳ ಇಳಿಜಾರಿನಲ್ಲಿ, ಕಲ್ಲುಬಂಡೆಗಳ ಕೊರಕಲುಗಳಲ್ಲಿ ಹರಸಾಹಸ ಮಾಡುತ್ತಾ ಥೋಲಾ ಪರ್ವತ ಇಳಿಯತೊಡಗಿದೆವು. ಎಲ್ಲೂ ಮೈಮರೆಯುವಂತಿರಲಿಲ್ಲ.ಸ್ವಲ್ಪ ಕಾಲು ಜಾರಿದರೂ ಪ್ರಪಾತವೇ. ಆಮೇಲೆ ಶವ ಪತ್ತೆಯಾಗುವ ಸಾಧ್ಯತೆಯೂ ಇಲ್ಲ. ಅಕಸ್ಮಾತ್ ಗಾಯಗೊಂಡರೂ ಕತೆ ಮುಗಿದಂತೆಯೇ. ಎಲ್ಲರೂ ಅದೆಷ್ಟು ದಣಿದು ಹೋಗಿದ್ದರೆಂದರೆ, ಗಾಯಗೊಂಡವನ ಮೇಲೆ ಏನೇ ಮಮಕಾರವಿದ್ದರೂ ಆತನನ್ನು ಹೊತ್ತುಕೊಂಡು ಹೋಗುವ ಸ್ಥಿತಿಯಲ್ಲಿ ಯಾರೂ ಇರಲಿಲ್ಲ. ಒಂದು ಕಡೆ ನಾನೇ ಸುಮಾರು ಮೂವತ್ತು ಅಡಿ ಆಳಕ್ಕೆ ಬಿದ್ದಿದ್ದೆ. ಅದೃಷ್ಟ ದೊಡ್ಡದಿತ್ತು. ಎದ್ದುಬಂದೆ.

ಪರ್ವತ ಇಳಿಯುತ್ತ ಇಳಿಯುತ್ತ ಕತ್ತಲಾಯಿತು. ಮತ್ತದೇ ಹಿಮಗಾಳಿ. ಅದೇ ನಿರ್ದಯಿ ಚಳಿ. ಹರಿಯುತ್ತಿದ್ದ ಝರಿಯ ಪಕ್ಕದಲ್ಲೇ ಒಂದು ಬಂಡೆಯ ಕೆಳಗೆ ನಿಸ್ಸಹಾಯಕರಾಗಿ ಬಿದ್ದುಕೊಂಡೆವು. ನಮ್ಮೆಲ್ಲರ ಪ್ಯಾಂಟುಗಳೂ ಹರಿದುಹೋಗಿದ್ದವು. ಕುಳಿತುಕೊಂಡರೆ ದೊಡ್ಡ ಹಿಂಸೆ. ಒಂದಷ್ಟು ಕಟ್ಟಿಗೆ ಒಟ್ಟುಮಾಡಿ ಚಳಿಬೆಂಕಿ ಹಾಕಿಕೊಂಡೆವಾದರೂ, ಹಸೀ ಕಟ್ಟಿಗೆ ತುಂಬ ಹೊತ್ತು ಉರಿಯಲಿಲ್ಲ. ಹೊಟ್ಟೆಯಲ್ಲಿ ಮಾತ್ರ ದಾವಾನಲ ಧಗಧಗಿಸುತ್ತಿತ್ತು. ಇಡೀ ಎರಡು ದಿನಗಳಿಂದ ಏನನ್ನೂ ತಿಂದಿರಲಿಲ್ಲ. ನೀರು ಕುಡಿಯೋಣವೆಂದರೆ, ಝರಿಯೊಳಗಿನ ನೀರು ಮಂಜಿಗಿಂತ ತಣ್ಣಗಿತ್ತು. ಯಾರಿಗೂ ನುಂಗಲಾಗಲಿಲ್ಲ. ದೇಹದಲ್ಲಿನ ಪಸೆಯೆಲ್ಲ ಹೊರಟುಹೋಗಿ ತುಟಿಗಳು ಬಿಳಿಚಿಕೊಂಡಿದ್ದವು. ರಾತ್ರಿಯಿಡೀ ಬಂಡೆಯ ಕೆಳಗೇ ಮುದುರಿಕೊಂಡಿದ್ದು ಅಕ್ಟೋಬರ್ 22ರಂದು ಬೆಳಗಿನ ಜಾವ 4 ಗಂಟೆಗೆ ಮತ್ತೆ ಅವರೋಹಣ ಆರಂಭಿಸಿದೆವು. ದಾರಿ ಸಾಗುವುದೇ ದುಸ್ತರವಿತ್ತು. ನಡೆಯುತ್ತ ನಡೆಯುತ್ತ ಎಲ್ಲಾದರೂ ದಾರಿ ತಪ್ಪಿಬಿಟ್ಟೆನೇನೋ ಎಂಬ ದಿಗಿಲು ಶುರುವಾಯಿತು. ಹಿಮದ ಕಾಡಿನಲ್ಲಿ ದಾರಿತಪ್ಪಿಬಿಡುವುದೆಂದರೆ, ಮರಣದಂಡನೆ ಸ್ವೀಕರಿಸಿದಂತೆಯೇ! ನನ್ನೊಂದಿಗಿದ್ದವರೆಲ್ಲ ನನ್ನನ್ನೇ ನಂಬಿಕೊಂಡಿದ್ದಾರೆ.

ಈಗಾಗಲೇ ನಾವು ಏನನ್ನಾದರೂ ತಿಂದು, ಕಣ್ತುಂಬ ನಿದ್ರೆ ಮಾಡಿ ಅರವತ್ತು ತಾಸುಗಳಾಗಿ ಹೋಗಿವೆ. ಹಾಗೆ ಹತಕ್ಕೆ ಬಿದ್ದವರಂತೆ ನಡೆದು ನಡೆದು ಬೆಳಗಿನ ಆರು ಗಂಟೆ ಹೊತ್ತಿಗೆ ಕೊಂಚ ದಣಿವಾರಿಸಿಕೊಳ್ಳೋಣವೆಂದು ಅಲ್ಲಲ್ಲೇ ಬಂಡೆಗಳ ಮೇಲೆ ಕುಳಿತೆವು. ಇನ್ನೆಷ್ಟು ದೂರಕ್ಕೆ ಇಳಿಯುವುದಿದೆಯೋ ನೋಡೋಣವೆಂಬಂತೆ ಕುಳಿತಲ್ಲೇ ಕೆಳಕ್ಕೆ ಇಣುಕಿದೆ.

ಅಲ್ಲಿತ್ತು ಚೀನಿ ಸೈನ್ಯ!

ಎಷ್ಟು ದೊಡ್ಡ ಬಟಾಲಿಯನ್ ನಡೆದುಹೋಗುತ್ತಿತ್ತೆಂದರೆ, ಚೀನೀಯರು ತಮ್ಮ ಹಕ್ಕಿನ ಮೆಕ್‌ಮಹೊನ್ ರೇಖೆ ಕೂಡ ದಾಟಿ ಭಾರತದೊಳಕ್ಕೆ ನುಗ್ಗಿ ಬಂದು ಬಿಟ್ಟಿದ್ದಾರೆಂಬುದು ನನಗೆ ಆ ಬಟಾಲಿಯನ್‌ನ ಗಾತ್ರ ನೋಡಿದಾಗಲೇ ಖಚಿತವಾಯಿತು. ಅವರ ಸೇನೆ ಹತುಂಗ್ಲಾ ದಾಟಿ ಲುಂಪೋದ ಕಡೆಗೆ ನಡೆಯುತ್ತಿತ್ತು. ದಾರಿಯಲ್ಲಿ ನನ್ನ ಪಂಜಾಬಿಗಳ ಮತ್ತು ಗ್ರೆನೇಡಿಯರುಗಳ ಗತಿ ಏನಾಯಿತೋ ಅಂದುಕೊಂಡೆ. ಇಲ್ಲಿಯತನಕ ಚೀನೀ ಪಡೆ ಬಂದುಬಿಟ್ಟಿದೆಯೆಂದರೆ, ಅದರರ್ಥ ಸೆರ್‌ಬಿಮ್‌ನಲ್ಲಿ ನಮ್ಮವರ್ಯಾರೂ ಇಲ್ಲ. ಅಲ್ಲಿ ಮತ್ತೊಂದು ಮಾರಣಹೋಮ ನಡೆದುಹೋಗಿದೆ. ನಾನು ಸೆರ್‌ಬಿಮ್ ತಲುಪಿ ಪ್ರಯೋಜನವಿಲ್ಲ. ಅದರ ಬದಲು ಜಿಮಿಥಾಂಗ್‌ಗೇ ಹೋಗೋಣವೆಂದು ನಿಶ್ಚಯಿಸಿದೆ. ಆದರೆ 21ನೇ ತಾರೀಕಿನ ಹೊತ್ತಿಗಾಗಲೇ ಜಿಮಿಥಾಂಗ್ ಚೀನದ ವಶವಾಗಿ ಹೋಗಿತ್ತು. ಆಸ್ಪತ್ರೆಯಲ್ಲಿದ್ದ ವೈದ್ಯರು ಕೂಡ ಬಂದೂಕು ಹಿಡಿದು ನಿಂತಿದ್ದರಂತೆ. ಜಿಮಿಥಾಂಗ್‌ನಿಂದ ಇಳಿದು ಹೋದ ಚೀನಿಗಳು ತವಾಂಗ್ ಸೇನಾ ನೆಲೆಯನ್ನು ತಮ್ಮ ವಶಕ್ಕೆ ತೆಗೆದುಕೊಂಡು ಬಿಟ್ಟಿದ್ದರು. ಭಾರತದ ಬಾವುಟವನ್ನು ಕಿತ್ತೆಸೆದಿದ್ದರು. ಸರಿಯಾಗಿ ಒಂದು ತಿಂಗಳೊಳಗಾಗಿ ನವೆಂಬರ್ 20ರ ಹೊತ್ತಿಗೆ ಚೀನಿ ಸೈನ್ಯ ಪೂರ್ತಿ ಬ್ರಹ್ಮಪುತ್ರಾ ಕೊಳ್ಳದ ತಳ ತಲುಪಿ ಬಿಟ್ಟಿತ್ತು. ಸುಮಾರು 160 ಮೈಲಿಯಷ್ಟು ಆಳಕ್ಕೆ ಚೀನೀಯರು ನುಗ್ಗಿ ಬಂದಿದ್ದರು. ಅಂತಿಮವಾಗಿ ಅಮೆರಿಕ ಗದರಿಕೊಂಡ ನಂತರವೇ ಅವರು ಚೀನಕ್ಕೆ ಹಿಂತಿರುಗಿದ್ದು.

ಚೀನಿ ಸೈನ್ಯ ಪೂರ್ತಿ ಕಣ್ಮರೆಯಾಗುತ್ತಿದ್ದಂತೆಯೇ ಮತ್ತೆ ನಾವು ಧೋಲಾ ಪರ್ವತ ಇಳಿಯತೊಡಗಿದೆವು. ದಾರಿಯಲ್ಲೆಲ್ಲಾದರೂ ಭಾರತದ ತುಕಡಿಗಳು ಸಿಕ್ಕಾವೆಂಬ ಸಣ್ಣ ಆಸೆಯೂ ನನಗಿರಲಿಲ್ಲ. ಆದರೂ ಬದುಕಬೇಕೆಂಬ ಹಂಬಲ, ಸೈನಿಕ ನೆಲೆಗೆ ಹಿಂತಿರುಗುವ ಆಸೆ ಅಂಗೈಯಲ್ಲಿರಿಸಿಕೊಂಡು ಒಂದೇ ಸಮನೆ ಇಳಿಯುತ್ತ ಹೋದೆ. ಕಡೆಗೆ ಧೋಲಾ ಪರ್ವತದ ತಪ್ಪಲು ತಲುಪಿದಾಗ ನಾವೊಂದು ದಟ್ಟ ಕಾಡಿನಲ್ಲಿದ್ದೇವೆಂಬುದು ಖಚಿತವಾಯಿತು. ಅದು ಇನ್ನೂ ದುರ್ಗಮವಾದ ಹಾದಿ. ಎತ್ತ ಕಡೆಗೆ ಹೋಗುತ್ತಿದ್ದೇವೆಂಬುದೇ ಅರ್ಥವಾಗದು. ಈ ಹೊತ್ತಿಗಾಗಲೇ ನನ್ನ ಹಿಂದಿದ್ದ ಹನ್ನೊಂದು ಜನರ ಪೈಕಿ ನಾಲ್ವರು ಕಾಣೆಯಾಗಿದ್ದರು! ಉಳಿದೆಲ್ಲರಿಗಿಂತ ಮುಂದುಮುಂದಾಗಿ ನಡೆಯುತ್ತಿದ್ದ ನಾನು ಆ ದಟ್ಟ ಕಾಡಿನಲ್ಲೇ ಒಂದು ಚಿಕ್ಕ ಮೈದಾನದಂತಹುದನ್ನು ಹೊಕ್ಕೆ. ತೀರ ಇತ್ತೀಚೆಗೆ ಯಾರೋ ಕಾಡು ಕಡಿದು ತಾತ್ಕಾಲಿಕ ವಾಸಕ್ಕೆ ಅನುವು ಮಾಡಿಕೊಂಡಿದ್ದಾರೆನ್ನಿಸಿತು. ಚಿಕ್ಕದೊಂದು ದಾರಿಯಿದ್ದಂತಿತ್ತು. ಅದರ ಮೂಲಕ ಹೊಕ್ಕು ತಲೆ ಎತ್ತಿ ನೋಡಿದೆ.

ಅಷ್ಟೆ! ಒಂದು ವ್ಯವಸ್ಥಿತವಾದ ಯುದ್ಧ ಮುನ್ನಡೆಸಿಕೊಂಡು ವಿಜಯಿಯಾಗಿದ್ದ ಚೀನೀ

ಸೈನ್ಯದ ತುಕಡಿಯೊಂದರ ಸಮ್ಮುಖಕ್ಕೇ ಬಂದು ನಿಂತುಬಿಟ್ಟಿದ್ದೆ. ನನ್ನನ್ನು ತೀಕ್ಷ್ಣವಾಗಿ ದಿಟ್ಟಿಸಿ ನೋಡುತ್ತಿದ್ದವು ಚೀನಿ ಕಣ್ಣುಗಳು. ಕೆಲವರು ತಮ್ಮ ರೈಫಲ್ಲುಗಳನ್ನು ಲೋಡ್ ಮಾಡಿಕೊಂಡ ಸದ್ದು ಕೇಳಿಸಿತು. ನನ್ನನ್ನು ನೋಡಿ ಅವರು ಗಾಬರಿಗೊಂಡಿದ್ದರೋ? ಅವರನ್ನು ಕಂಡು ನಾನು ಆಶ್ಚರ್ಯಗೊಂಡಿದ್ದೆನೋ? ಖಚಿತವಾಗಿ ಹೇಳಲಾರೆ.

ಸುಮ್ಮನೆ ನನ್ನ ಗಡಿಯಾರ ನೋಡಿಕೊಂಡೆ. 1962, ಅಕ್ಟೋಬರ್ 22ನೇ ತಾರೀಕಿನ ಬೆಳಗ್ಗೆ 9.22 ನಿಮಿಷ! ನಾನು ಚೀನದ ಪೀಪಲ್ಸ್ ಲಿಬರೇಶನ್ ಆರ್ಮಿಯ ಯುದ್ಧ ಕೈದಿಯೆಂದು ಘೋಷಿಸಲ್ಪಟ್ಟಿದ್ದೆ.

ಆನಂತರದ ನನ್ನ ಜೀವ, ಜೀವನಗಳೆರಡೂ ಆ ತುಕಡಿಯ ಕ್ಯಾಪ್ಟನ್ ಎಂದು ತನ್ನನ್ನು ತಾನು ಗುರುತಿಸಿಕೊಂಡ ಸಿಡುಬಿನ ಕಲೆಗಳಿದ್ದ ಒಬ್ಬ ಬಲಿಷ್ಠ ಯುವಕನ ಕೈಲಿದ್ದವು. ಇಪ್ಪತ್ತು ವರ್ಷಕಾಲ ಇಂಥ ನೂರಾರು ತುಕಡಿಗಳ ನೇತೃತ್ವ ವಹಿಸಿದ ನಾನು, ಈಗ ನನ್ನ ಶತ್ರುವಿನ ಕೈ ವಶವಾಗಿದ್ದೆ. ಬದುಕಬೇಕೆಂಬ ಆಸೆಯೇ ಸತ್ತು ಹೋದಂತಾಗಿತ್ತು. ಒಬ್ಬ ಸೈನಿಕನಿಗೆ ಯುದ್ಧ ಕೈದಿಯಾಗುವ ಅನುಭವವಿದೆಯಲ್ಲ? ಅದು ಸಾವಿಗಿಂತ ಹೀನಾಯವಾದುದು.

ಅರವತ್ತಾರು ತಾಸುಗಳಾಗಿದ್ದವು ನಾನು ಊಟ-ನಿದ್ರೆಗಳನ್ನು ಮಾಡಿ. ಸಾವಿರಾರು ಅಡಿ ಹತ್ತಿ ಇಳಿದಿದ್ದೆ. ವಿಪರೀತವಾದ ಹಸಿವೆಯಾಗಿತ್ತು. ಬಾಯಾರಿತ್ತು. ಬಾಯಿಯ ತುಂಬ ಹುಣ್ಣುಗಳಾಗಿದ್ದವು. ಬಟ್ಟೆಗಳೆಲ್ಲ ಹರಿದು ಹೋಗಿದ್ದವು. ಇದೊಂದು ಚೀನೀ ತುಕಡಿ ನನ್ನನ್ನು ಹೀಗೆ ಬಂಧಿಸದೆ ಹೋಗಿದ್ದಿದ್ದರೆ ನಾನು ಇನ್ನು ಕೆಲವು ಗಂಟೆಗಳ ನಂತರ ಸತ್ತೇ ಹೋಗುತ್ತಿದ್ದೆನೇನೋ ಅನ್ನಿಸಿತು. ನನ್ನೆದುರಿಗೆ ರೈಫಲ್ ಹಿಡಿದ ಆ ಕ್ಯಾಪ್ಟನ್‌ನ ಕಣ್ಣುಗಳನ್ನೇ ದಿಟ್ಟಿಸುತ್ತ ನಿಂತುಬಿಟ್ಟೆ.

ಹಾಗೆ ಮುಗಿದಿತ್ತು 7 ಇನ್‌ಫೆಂಟ್ರಿ ಬ್ರಿಗೇಡ್‌ನ ದುರಂತಮಯ ಥಗ್ಲಾ ಯುದ್ಧ!

ಅದು ದಿಲ್ಲಿಯ ಪ್ರಭುಗಳ ಸೋಲು

"ನಂಗೊತ್ತು ಜಾನ್, ಸರಿಯಾದುದೊಂದು ಯುದ್ಧ ನಿರ್ದೇಶನದ ಕೊರತೆ ನಿನ್ನನ್ನು ಹಿಂಸಿಸಿದೆ. ಮೇಲಿನವರಿಗೆ, ಆಳುವ ಪ್ರಭುಗಳಿಗೆ-ಈ ಬಗ್ಗೆ ನಾನು ಬರೆದಿರುವ ಪುಸ್ತಕ ಒಂದಷ್ಟು ಚಿಂತನೆ ಒದಗಿಸುವಂತಾಗಲಿ. 1962ರಲ್ಲಿ ನೀನಿದ್ದ ಸ್ಥಿತಿಗೆ ಮತ್ತೊಬ್ಬ ಯೋಧ ತಲುಪದಿರಲಿ ಎಂಬ ಆಶಯಗಳೊಂದಿಗೆ -ಪ್ರೇಮ್ ಭಗತ್"

ಹಾಗಂತ ತಮ್ಮ "Forging the Shield" ಪುಸ್ತಕದ ಮೊದಲ ಹಾಳೆಯ ಮೇಲೆ ಬರೆದು ಆಟೋಗ್ರಾಫ್ ಹಾಕಿಕೊಟ್ಟಿದ್ದರು ವೀರಚಕ್ರ ಬಿರುದು ಪಡೆದ ಲೆಫ್ಟಿನೆಂಟ್ ಜನರಲ್ ಪಿ.ಎಸ್.ಭಗತ್. ಅವರನ್ನು ನಾನು ಅನೇಕ ವರ್ಷಗಳಿಂದ ಬಲ್ಲೆ. ಅವರಿಗೆ 1962ರ ಚೀನಾ ಯುದ್ಧದಲ್ಲಿ ನನ್ನ ಸೈನಿಕರಿಗೆ ಮತ್ತು ನನಗೆ ಒದಗಿಬಂದ ಪಾಡು ಎಂತಹುದೆಂಬುದು ಚೆನ್ನಾಗಿ ಗೊತ್ತಿತ್ತು. ನಾವು ಕೈ ಸೋತು ಕಳೆದುಕೊಂಡ ಥಗ್ಲಾ ಯುದ್ಧ, ಸೈನಿಕರು ಸೋತ ಯುದ್ಧವಾಗಿರಲಿಲ್ಲ. ಅದು ದಿಲ್ಲಿಯ ಪ್ರಭುಗಳ ಸೋಲು. ಸೈನಿಕರಿಗೆ ಮೇಲ್ಮಟ್ಟದ ಯುದ್ಧ ನಿರ್ದೇಶನ ನೀಡಬೇಕಾಗಿದ್ದವರ ಸೋಲು. ಅದನ್ನು ಯುದ್ಧ ಭಾಷೆಯಲ್ಲಿ Higher Direction of War ಅಂತಾರೆ. ಒಂದು ದೇಶದ ಸೈನ್ಯ, ಸೈನಿಕ ಪಡೆಗಳು, ಅಧಿಕಾರಿಗಳು, ಅವರ ಸ್ಥಿತಿಗತಿ-ಎಲ್ಲವನ್ನೂ ತೆಕ್ಕೆಗೆ ತೆಗೆದುಕೊಳ್ಳುವ ಶಬ್ದವದು-Higher Direction of War (ಮೇಲ್ಮಟ್ಟದ ಯುದ್ಧ ನಿರ್ದೇಶನ).

ಥಗ್ಲಾ ಯುದ್ಧ ಪೂರ್ತಿ ಮುಗಿದು, ಚೀನಿ ಕೈಗಳು ನಮ್ಮ ಆಳುವ ದೊರೆಗಳ ಕೆನ್ನೆಗೆ ಬಡಿದು, ನಾವೆಲ್ಲ ಸೋತು ಸುಣ್ಣವಾಗಿ ಹಿಂತಿರುಗಿದ ನಂತರ ಸೆಪ್ಟೆಂಬರ್ 2, 1963ರಂದು ಕೃಷ್ಣ ಮೆನನ್‌ರ ಉತ್ತರಾಧಿಕಾರಿಯಾಗಿ ಅಧಿಕಾರ ವಹಿಸಿಕೊಂಡಿದ್ದ ಎಸ್.ಬಿ. ಚೌವ್ಹಾಣ್ ಅವರು ತುಂಬಿದ ಲೋಕಸಭೆಯ ಮುಂದೆ ನಿಂತುಕೊಂಡು ಮೊಟ್ಟ ಮೊದಲ ಬಾರಿಗೆ ಸತ್ಯ ನುಡಿದಿದ್ದರು.

"ನಿಜ, ಸೈನ್ಯವೆಂಬುದು ಸರ್ಕಾರದ ಕೈಯಲ್ಲಿನ ಶಸ್ತ್ರ. ಆದರೆ ಜಗತ್ತಿನ ಅತಿ ದೊಡ್ಡ ಹಾಗೂ ಅತಿ ಸುಭದ್ರ ಸೈನ್ಯಕ್ಕೆ ಕೂಡ ಸರ್ಕಾರದ ನಿರ್ದೇಶನ ಬೇಕು. ಅಸಲಿಗೆ ಏನು ಮಾಡಬೇಕೆಂಬುದನ್ನು ಸೈನ್ಯಕ್ಕೆ ನಾವು ಕಾಲದಿಂದ ಕಾಲಕ್ಕೆ ತಿಳಿಸುತ್ತಿರಬೇಕು. ಸೈನ್ಯದ ಗಾತ್ರವೇನಿದೆ?

ಅದರ ಜರೂರತ್ತುಗಳೇನಿವೆ ಎಂಬುದನ್ನು ನಾವು ವಿಚಾರಿಸಿಕೊಳ್ಳಬೇಕು. ಸೈನ್ಯದ ಗಾತ್ರ ಮತ್ತು ಅದರ ಜರೂರತ್ತುಗಳಿಗೆ ತಾಳೆಯಾಗುವಂತಿರಬೇಕು. ಸೈನ್ಯವನ್ನು ದೊಡ್ಡದು ಮಾಡುವುದಕ್ಕೂ, ಅದರ ಜರೂರತ್ತುಗಳನ್ನು ಪೂರೈಸುವುದಕ್ಕೂ ಕೇವಲ ಹಣವಷ್ಟೆ ಅಲ್ಲ; ತುಂಬ ಸಮಯವೂ ಬೇಕು. ಅಂಥದೊಂದು ಮುನ್ನೆಚ್ಚರಿಕೆಯನ್ನು ನಾವು ತೆಗೆದುಕೊಳ್ಳಲಿಲ್ಲ. ಸೈನ್ಯದ ಮೇಲೆ ಸರ್ಕಾರಕ್ಕಿದ್ದ ಅಧಿಕಾರ, ಕೇವಲ ಅಧಿಕಾರವಾಗಿ ಉಳಿಯಿತೇ ಹೊರತು- ಸೈನ್ಯಕ್ಕೆ ನಾವು ಮೇಲ್ಮಟ್ಟದ ಯುದ್ಧ ನಿರ್ದೇಶನ ನೀಡಲಿಲ್ಲ!" ಅಂದಿದ್ದರು ಚೌವ್ಹಾಣ್. ಮೊಟ್ಟ ಮೊದಲ ಬಾರಿಗೆ ಒಬ್ಬ ಭಾರತೀಯ ರಾಜಕಾರಣಿ ಸತ್ಯ ಮಾತನಾಡ ತೊಡಗಿದ್ದ.

ಆ ದಿನಗಳಲ್ಲೇ ಲೆಫ್ಟಿನೆಂಟ್ ಜನರಲ್ ಪ್ರೇಮ್ ಭಗತ್ ನನ್ನನ್ನು ಕರೆದು, ತಾವು ಬರೆದ ಪುಸ್ತಕದ ಮೊದಲ ಹಾಳೆಯಲ್ಲಿ "ಜಾನ್, ನಿನ್ನ ಸಂಕಟವೇನೆಂಬುದು ನನಗೆ ಗೊತ್ತು. ನೀನು ಅನುಭವಿಸಿದುದನ್ನು ಭಾರತದ ಮತ್ತೊಬ್ಬ ಯೋಧ ಅನುಭವಿಸುವುದು ಬೇಡ" ಎಂಬರ್ಥದ ಆಟೋಗ್ರಾಫ್ ಹಾಕಿ ಕೊಟ್ಟದ್ದು. ನೇಫಾ ಯುದ್ಧದ ನಿರ್ಲಜ್ಜ ಸೋಲುಗಳಿಗೆ ಕಾರಣಗಳೇನೆಂದು ತಿಳಿದುಕೊಳ್ಳಲು ರಚಿಸಲಾದ ಇಬ್ಬರು ಸದಸ್ಯರ ತನಿಖಾ ಸಮಿತಿಯ ಸದಸ್ಯರುಗಳ ಪೈಕಿ ಪ್ರೇಮ್ ಭಗತ್ ಒಬ್ಬರಾಗಿದ್ದರು. ಅವರು ನೀಡಿದ ವರದಿ ನಿಜಕ್ಕೂ ಸರ್ಕಾರದ ಕಣ್ತೆರೆಸುವಂತಿತ್ತು; ತೆರೆಯಲು ಸರ್ಕಾರ ಸಿದ್ಧವಿದ್ದದೇ ಆದರೆ!

ಅವತ್ತಿನ ಮಟ್ಟಿಗೆ ಭಾರತದ ಗುರಿಯಾದರೂ ಏನಿತ್ತು? ಬ್ರಿಟಿಷರಿಂದ ಕದ್ದು ಅಳವಡಿಸಿಕೊಂಡ ಒಂದು ಅದ್ಭುತವಾದ, ವಿಶಾಲವಾದ ಸುಭದ್ರವಾದ ವ್ಯವಸ್ಥೆ ನಮ್ಮದು ಅಂತ ನಾವು ಹೇಳಿಕೊಳ್ಳುತ್ತಿದ್ದೆವು. ಅವತ್ತಿಗೆ ಅದೇ ಹೆಗ್ಗಳಿಕೆ. ಆದರೆ ಅಂಥದೊಂದು ವ್ಯವಸ್ಥೆ ಕೇವಲ ದಿಲ್ಲಿಯ ದೊರೆಗಳ ಕಪಾಟಿನಲ್ಲಿದ್ದ ಹಾಳೆಗಳ ಮೇಲಿತ್ತು. ಅದನ್ನು ಜಾರಿಗೆ ತರುವ ಅಥವಾ ಅದು ಕಾರ್ಯ ರೂಪಕ್ಕಿಳಿಯುವ ಅವಕಾಶವನ್ನು ದಿಲ್ಲಿಯ ದೊರೆಯೇ ತಡೆದು ಸರ್ವನಾಶ ಮಾಡಿಬಿಟ್ಟಿದ್ದ. ಚೀನಾದ ಸೇನೆ ನುಗ್ಗಿ ಬರುವುದಕ್ಕೆ ಎಷ್ಟೋ ಮೊದಲೇ ನಾವೊಂದು ಅಬದ್ಧಗಳಿಂದ ತುಂಬಿದ ರಾಷ್ಟ್ರೀಯ ನೀತಿಯನ್ನು ಮೈಗೆಲ್ಲ ಬಳಿದುಕೊಂಡು ಕುಳಿತಿದ್ದೆವು. ರಾಷ್ಟ್ರೀಯ ನೀತಿಯನ್ನು ರೂಪಿಸುವ ಜನ ಕೇವಲ ಬೆರಳೆಣಿಕೆಯಲ್ಲಿದ್ದರು. ಅವರು ಹೇಳಿದ್ದೇ ಸರಿ. ಅದು ತಪ್ಪೆಂದು ಗೊತ್ತಿದ್ದರೂ ಪ್ರಶ್ನಿಸುವವರಿರಲಿಲ್ಲ. ಸೈನ್ಯಾಧಿಕಾರಿಗಳಿಗೂ, ನಾಗರಿಕ ಸೇವಾ ಕ್ಷೇತ್ರದ ಅಧಿಕಾರಿಗಳಿಗೂ ಮಧ್ಯೆ ಹೊಂದಾಣಿಕೆಯಿರಲಿಲ್ಲ. ರಾಜಕಾರಣಿಗೂ-ಸೈನಿಕನಿಗೂ-ಸಿವಿಲ್ ಅಥಾರಿಟಿಯ ಅಧಿಕಾರಿಗಳಿಗೂ ಸಂಬಂಧವೇ ಇರಲಿಲ್ಲ. ಒಬ್ಬರನ್ನೊಬ್ಬರು ಕಾಣುವ, ಗೌರವಿಸುವ, ಒಬ್ಬರು ಹೇಳಿದುದನ್ನು ಕಡೇ ಪಕ್ಷ ಮತ್ತೊಬ್ಬರು ಕೇಳಿಸಿಕೊಳ್ಳುವಂಥ ಒಂದು ವ್ಯವಸ್ಥೆಯೇ ಇರಲಿಲ್ಲ. ಅದಕ್ಕೆ ಐತಿಹಾಸಿಕ ಕಾರಣಗಳಿದ್ದವು. ನೆಹರೂ ಮತ್ತು ಮೆನನ್‌ರಂತಹ 'ದೈತ್ಯ' ಪ್ರಭಾವದ ರಾಜಕಾರಣಿಗಳು ಅದಕ್ಕೆ ಕಾರಣರಾದರು.

ಅಸಲಿಗೆ 1947ರಲ್ಲಿ ಭಾರತಕ್ಕೆ ಸಿಕ್ಕ ಸ್ವಾತಂತ್ರ್ಯವಾದರೂ ಎಂತಹುದು? ಒಂದು

ಅಪಶ್ರುತಿಯೊಂದಿಗೆ, ಅಪಶಕುನದೊಂದಿಗೇ ಆರಂಭವಾಗಿತ್ತು ಸ್ವತಂತ್ರ ಭಾರತದ ಆಡಳಿತ. ಆರಂಭದಿಂದಲೇ ಭಾರತದ ರಾಜಕಾರಣಿಗೂ-ಅಧಿಕಾರಿಗೂ ಮಧ್ಯೆ ಬಾಂಧವ್ಯ ಬೆಳೆಯಲಿಲ್ಲ. ಇದನ್ನೇನು ದೌರ್ಭಾಗ್ಯವೆನ್ನಬೇಕಾ? ಗೊತ್ತಿಲ್ಲ. ಭಾರತ ದೇಶ ಒಂದೇ ಒಂದು ಹನಿ ರಕ್ತ ಸುರಿಸದೆ ಸ್ವಾತಂತ್ರ್ಯ ಗಳಿಸಿಬಿಟ್ಟಿತ್ತು. ಸ್ವಾತಂತ್ರ್ಯಕ್ಕಾಗಿ ನಾವು ಯುದ್ಧ ಮಾಡಲಿಲ್ಲ. ಸೇನೆ ಬಳಸಲಿಲ್ಲ. ಅದರ ನೋವೇನೆಂಬುದು ನಮಗೆ ಗೊತ್ತೇ ಆಗಲಿಲ್ಲ. ಹೀಗಾಗಿ ಕಾಂಗ್ರೆಸ್ ಪಕ್ಷದ ರಾಜಕಾರಣಿಗೂ, ಸೈನಿಕನಿಗೂ ಮಧ್ಯೆ ಸಂಪರ್ಕ-ಸಂಬಂಧ ಬೆಳೆಯಲೇ ಇಲ್ಲ. ಕಾಂಗ್ರೆಸ್ ನಾಯಕರೇ ಅವತ್ತಿನ 'ಮಹಾ ಯೋಧರು'. ಬ್ರಿಟಿಷರು ಬಿಟ್ಟು ಹೋಗುತ್ತಿದ್ದಂತೆಯೇ, ಸ್ವಾತಂತ್ರ್ಯ ತಂದುಕೊಟ್ಟವರೇ ಇವರು ಅಂತ ದೇಶ ಇವರನ್ನು ಕೊಂಡಾಡಿತು. ಕಾಂಗ್ರೆಸ್ ನಾಯಕರು ಮನೆ ಮಾತಾಗಿ ಹೋದರು. ಮಹಾತ್ಮ ಗಾಂಧಿ, ಜವಾಹರಲಾಲ್ ನೆಹರೂ ಮುಂತಾದವರು ಕೇವಲ ರಾಷ್ಟ್ರನಾಯಕರಾಗಿ ಅಲ್ಲ; ಮನುಷ್ಯರೂಪಿ ಭಗವಂತರಾಗಿ ಚಲಾವಣೆಗೆ ಬಂದರು.

ಬ್ರಿಟಿಷರು ಬರಿದಾದ ದೇಶವನ್ನೇನೂ ಬಿಟ್ಟು ಹೋಗಿರಲಿಲ್ಲ. 1947ರ ಆಗಸ್ಟ್ 15ರ ಮಧ್ಯ ರಾತ್ರಿ-ಭಾರತಕ್ಕೂ, ಪಾಕಿಸ್ತಾನಕ್ಕೂ ಒಂದು ವ್ಯವಸ್ಥಿತವಾದ ಆಡಳಿತ ಯಂತ್ರವನ್ನು ಕೊಟ್ಟೇ ಹೋಗಿದ್ದರು. ಅಂಚೆ, ಸೈನ್ಯ, ಪೊಲೀಸು, ಆಡಳಿತಾಂಗ- ಹೀಗೆ ಎಲ್ಲವೂ ಅತ್ಯಂತ ವ್ಯವಸ್ಥಿತವಾಗಿ ಅಸ್ತಿತ್ವದಲ್ಲಿದ್ದವು. ಮಧ್ಯರಾತ್ರಿ ಮುಗಿದು ಬೆಳಕು ಹರಿಯುತ್ತಿದ್ದಂತೆಯೇ ತಮ್ಮನ್ನು ತಾವು ಸ್ವಾತಂತ್ರ್ಯ ಸಂಗ್ರಾಮದ ಮಹಾಯೋಧರು ಎಂದು ಕರೆದುಕೊಳ್ಳುತ್ತಿದ್ದ ಕಾಂಗ್ರೆಸ್ಸಿಗರು ಅಧಿಕಾರಕ್ಕೆ ಬಂದರು. ಅವತ್ತಿನ ಆ ಕ್ಷಣದಿಂದಲೇ ಅಂಚೆ, ಸೈನ್ಯ, ಪೊಲೀಸು, ಶಾಲೆ, ಆಡಳಿತಾಂಗ ಎಲ್ಲವನ್ನೂ ಭಾರತೀಕರಣಕ್ಕೊಳಪಡಿಸಲು ಆರಂಭಿಸಿದರು. ಸೈನ್ಯದಲ್ಲೂ ಭಾರತೀಕರಣ ಅಬ್ಬರದಿಂದ ಆರಂಭವಾಯಿತು. ಕಟ್ಟಕಡೆಯ ಬ್ರಿಟಿಷ್ ಕಮ್ಯಾಂಡರ್-ಇನ್-ಚೀಫ್ ಕೈಯಿಂದ ಸೈನ್ಯಾಧಿಕಾರವನ್ನು ಇಸಿದುಕೊಂಡು ಜನರಲ್ ಕೆ.ಎಂ. ಕಾರಿಯಪ್ಪ ಅವರನ್ನು ಆ ಸ್ಥಾನಕ್ಕೆ ನೇಮಿಸಲಾಯಿತು. ಇದ್ದಕ್ಕಿದ್ದಂತೆ ಪ್ರಮೋಷನ್‌ಗಳ ಭರಾಟೆ ಶುರುವಾಯಿತು. ಯಾವುದೇ ಅನುಭವವಿಲ್ಲದ ಅಧಿಕಾರಿಗಳು ದೊಡ್ಡ ಹುದ್ದೆಗಳಿಗೆ ಹತ್ತಿ ಕುಳಿತರು. ಅಲ್ಲಿ ಕುಳಿತವರಿಗೆ ಕೆಲಸ ಗೊತ್ತಿರಲಿಲ್ಲ. ಆದರೆ ತಮಗೆ ತುಂಬ ಗೊತ್ತು ಎಂಬಂತೆ ತೋರಿಸಿಕೊಳ್ಳ ಬಯಸುತ್ತಿದ್ದ ಅಧಿಕಾರಿಗಳದೊಂದು ಹಿಂಡೇ ಹುಟ್ಟಿಕೊಂಡಿತು. ಅಂತೆಯೇ ಸಿವಿಲ್ ಆಡಳಿತಾಧಿಕಾರಿಗಳಿಗೆ ಸೈನ್ಯವೆಂಬುದು ಆತನಕ ಪರಿಚಯವೇ ಇಲ್ಲದ ಪದಾರ್ಥದಂತೆ ಕಾಣುತ್ತಿತ್ತು. ಅವರಿಗೆ ಸೈನ್ಯವೆಂದರೇನೆಂದು ಗೊತ್ತಿರಲಿಲ್ಲ. ಅಸಲಿಗೆ ಅತಿ ದೊಡ್ಡ ಸ್ಥಾನಗಳಲ್ಲಿ ಕುಳಿತ ರಾಜಕಾರಣಿಗಳಿಗೇ ದೇಶವನ್ನಾಳಿ ಗೊತ್ತಿರಲಿಲ್ಲ. ಅಂತಾರಾಷ್ಟ್ರೀಯ ಸ್ಥಿತಿಗತಿಗಳು, ವಿದೇಶಾಂಗ ವ್ಯವಹಾರಗಳು- ಎಷ್ಟು ಅಪರಿಚಿತ ಸಂಗತಿಗಳಾಗಿದ್ದವೆಂದರೆ, ಉಳಿದೆಲ್ಲ ರಾಜಕಾರಣಿಗಳೂ ಸೇರಿಕೊಂಡು ತಮ್ಮಲ್ಲೇ ಬುದ್ಧಿವಂತರಂತೆ ಕಾಣುತ್ತಿದ್ದ ನೆಹರೂ ಸಾಹೇಬರಿಗೆ ಅದನ್ನೆಲ್ಲ ಒಪ್ಪಿಸಿ ಕುಳಿತುಬಿಟ್ಟಿದ್ದರು. ನೆಹರೂ ಆಡಿದ ಮಾತೇ ವೇದವಾಕ್ಯವಾಯಿತು.

ಬ್ರಿಟಿಷರ ಸಿದ್ಧಾಂತಗಳು ಬೇರೆ ಇದ್ದವು. ಅವರು ಸೈನ್ಯವನ್ನು ರಾಜಕಾರಣದಿಂದ ಪೂರ್ತಿಯಾಗಿ ದೂರವಿರಿಸಿದ್ದರು. ರಾಜ್ಯ ವಿಸ್ತರಣೆಗೆ, ಯುದ್ಧಕ್ಕೆ, ದೊರೆಯ ಅಭಿಲಾಷೆಗಳಿಗೆ ಅನುವಾಗುವ ರೀತಿಯಲ್ಲಿ ತಮ್ಮ ಸೈನ್ಯವನ್ನು ಕಟ್ಟಿ ಬೆಳೆಸಿದ್ದರು. ಅವರು ಸೈನ್ಯಕ್ಕೆ ಸೇರಿಸಿಕೊಳ್ಳುತ್ತಿದ್ದುದಾದರೂ ಎಂಥವರನ್ನ? ತಮ್ಮ ಅಧಿಪತ್ಯಕ್ಕೆ, ತಮ್ಮ ದೊರೆತನಕ್ಕೆ ಸಂಪೂರ್ಣವಾಗಿ ನಿಷ್ಠರಾಗಿರುತ್ತಿದ್ದ ಕೆಲವೇ ವರ್ಗಗಳ ಜನರನ್ನು ಆಯ್ಕೆ ಮಾಡಿಕೊಳ್ಳುತ್ತಿದ್ದರು. ಸೈನಿಕನೆಂದರೆ ಇಂಥದೇ ಮೂಲದಿಂದ ಬಂದವನಾಗಿರಬೇಕು; ಸೈನ್ಯಾಧಿಕಾರಿಯೆಂದರೆ ಇಂತಹುದೇ ಜಾಯಮಾನದವನಾಗಿರಬೇಕು ಎಂಬ ನಿಯಮಗಳನ್ನಿಟ್ಟುಕೊಂಡು ಸೈನ್ಯಕ್ಕೆ ಜನರನ್ನು ಸೇರಿಸಿಕೊಳ್ಳುತ್ತಿದ್ದರು. ಹಾಗೆ ನಿಷ್ಠರಾಗಿದ್ದವರಿಗೆ, ಯೋಗ್ಯರಿಗೆ ಕೈತುಂಬ ಸಂಬಳ, ಸವಲತ್ತು ಕೊಡಮಾಡುತ್ತಿದ್ದರು. ಅಧಿಕಾರಿಗಳನ್ನಂತೂ ಸಾವಿರ ತೆರನಾದ ಪರೀಕ್ಷೆಗಳಿಗೊಡ್ಡಿರುತ್ತಿದ್ದರು. ಅವತ್ತಿನ ಸ್ವಾತಂತ್ರ್ಯ ಸಂಗ್ರಾಮದ ಬಗ್ಗೆ ಪ್ರೀತಿ ಹಾಗಿರಲಿ, ಕಾಂಗ್ರೆಸ್ ಚಟುವಟಿಕೆಗಳ ಬಗ್ಗೆ ಆಸಕ್ತಿ ತೋರಿಸಿದರೂ ಸಾಕು- ಅಂಥ ಅಧಿಕಾರಿಯನ್ನು ದೂರವಿಟ್ಟು ಬಿಡುತ್ತಿದ್ದರು. ಅಧಿಕಾರಿ ಭಾರತೀಯನೇ ಆದರೂ, ಅವನ ನಿಷ್ಠೆ ಅನ್ನ ಹಾಕಿದ ಬ್ರಿಟಿಷ್ ದೊರೆಗಳ ಕಡೆಗೇ ಇರಬೇಕೆಂಬ ನಿಯಮ. ಇಂಥ ಕೆಲವು ಅಧಿಕಾರಿಗಳಿಗೆ ಬ್ರಿಟಿಷರಿಂದ ದೊಡ್ಡ ಮಟ್ಟದ ಫಾಯ್ದೆಗಳಾಗಿದ್ದವು. ಅಂಥ ಫಾಯ್ದೆಗಳನ್ನವರು ಕಡೆತನಕ ಉಳಿಸಿಕೊಳ್ಳ ಬಯಸಿದ್ದರು. ದಿಲ್ಲಿ ದೊರೆಗಳ ಬದಲಾಗಿ, ಅಲ್ಲಿಗೆ ಭಾರತೀಯ ರಾಜಕಾರಣಿಗಳು ಬಂದು ಕುಳಿತ ನಂತರವೂ ಭಾರತೀಯ ಸೈನ್ಯದ ಅನೇಕ ಅಧಿಕಾರಿಗಳಿಗೆ ಬ್ರಿಟಿಷ್ ಸಂಸ್ಕೃತಿ, ಬ್ರಿಟಿಷ್ ವಿಚಾರ ಧಾರೆ, ಬ್ರಿಟಿಷ್ ದಿರಿಸು, ಬ್ರಿಟಿಷ್ ಬದುಕು ಪ್ರಿಯವಾಗಿತ್ತು. ಅವರು ಬದಲಾಗಲಿಲ್ಲ. ಹೀಗಾಗಿ ಭಾರತೀಯ ಸೈನ್ಯಾಧಿಕಾರಿಗಳಿಗೂ, ಭಾರತೀಯ ರಾಜಕಾರಣಿಗೂ ಮಧ್ಯೆ ಗೆಳೆತನ ಬೆಳೆಯಲೇ ಇಲ್ಲ. ಕಂದಕ ವಿಶಾಲವಾಗುತ್ತಲೇ ಹೋಯಿತು.

ಭಾರತೀಯ ಸ್ವಾತಂತ್ರ್ಯ ಸಂಗ್ರಾಮವನ್ನು ಮುನ್ನಡೆಸಿದವರಾದರೂ ಯಾರು? ಬ್ರಿಟಿಷರಿಂದ ಯಾವುದೇ ಫಾಯಿದೆ ದೊರಕದ, ಪಡೆಯದ-ಅಪ್ಪಟ ಮಧ್ಯಮ ವರ್ಗದ ಮಂದಿ. ವಕೀಲರು, ಶಿಕ್ಷಕರು, ಡಾಕ್ಟರುಗಳು ಮುಂತಾದವರೇ ಮುನ್ನುಗ್ಗಿ ನಾಯಕತ್ವ ವಹಿಸಿಕೊಂಡರು. ಅವರಿಗೆ ಹಣಕಾಸು ಬೆಂಬಲವನ್ನು ವರ್ತಕರು ನೀಡಿದರು. ಮುನ್ನುಗ್ಗಿದ ಮಧ್ಯಮ ವರ್ಗಿ ನಾಯಕರು ಅನೇಕ ತ್ಯಾಗಗಳನ್ನು ಮಾಡಬೇಕಾಯಿತು. ಅವರು ಒದೆ ತಿಂದರು, ವರ್ಷಗಟ್ಟಲೆ ಬ್ರಿಟಿಷ್ ಜೈಲುಗಳಲ್ಲಿ ನರಳಿದರು. ತಮ್ಮ ಖಾಸಗಿ ಬದುಕು ಹಣ, ಹೆಂಡತಿ ಮಕ್ಕಳನ್ನು ಕಳೆದುಕೊಂಡರು. ಇಂಥ ತ್ಯಾಗಗಳನ್ನು ಮಾಡಿದ ಜನಕ್ಕೆ, ಮುಂದೆ ಸ್ವಾತಂತ್ರ್ಯ ಸಿಕ್ಕ ಮೇಲೆ ಶಾಶ್ವತವಾದ, ಅದ್ಭುತವಾದ, ಸರ್ವಶಕ್ತವೆನಿಸುವಂತಹ ಸ್ಥಾನಮಾನಗಳನ್ನು ಕೊಡುವುದಾಗಿ ಭರವಸೆ ನೀಡಲಾಗಿತ್ತು. ಮತ್ತು ಅಂಥ ಸ್ಥಾನಮಾನಗಳನ್ನು ಕೊಡಲೂ ಬೇಕಾಯಿತು.

ಆದರೆ ಅಂಥ ಸ್ಥಾನಮಾನ ಪಡೆದು ಬಂದು ಕುಳಿತವರಿಗೆ ಅದನ್ನು ನಿರ್ವಹಿಸುವ

ಚೈತನ್ಯವಿತ್ತೆ? ಸೈನಿಕನಿಗೂ-ರಾಜಕಾರಣಿಗೂ-ಸಿವಿಲ್ ಆಡಳಿತಾಧಿಕಾರಿಗಳಿಗೂ ಒಂದು ಬಾಂಧವ್ಯವಿತ್ತೆ? ಕ್ಷಮಿಸಿ; ಮೂರೂ ಜನಕ್ಕೆ ಪರಸ್ಪರರ ಮೇಲೆ ಗುಮಾನಿಗಳಿದ್ದವು. ಅತ್ಯಂತ ಅನಾರೋಗ್ಯಕರ ಗುಮಾನಿಗಳಿದ್ದವು. ದೇಶಭಕ್ತಿಯನ್ನು ತಮ್ಮ ಖಾಸಗಿ ಸೊತ್ತೆಂದೂ, ಭಾರತೀಯತೆಯನ್ನು ಒಂದು ದಿವ್ಯ ಮಂತ್ರವೆಂದೂ ಭಾವಿಸಿದ್ದ ಕಾಂಗ್ರೆಸ್ಸಿಗರಿಗೆ, ಸ್ವಾತಂತ್ರ್ಯ ಸಿಕ್ಕ ನಂತರವೂ ಬ್ರಿಟಿಷರ ಮೇಲಿನ ಮಮಕಾರ ಮರೆಯಲಾಗದಂತಹ ಸ್ಥಿತಿಯಲ್ಲಿದ್ದ ಸೈನ್ಯಾಧಿಕಾರಿಗಳನ್ನು ಒಂದೇ ಸಲಕ್ಕೆ ನೌಕರಿಯಿಂದ ಕಿತ್ತುಹಾಕಿ ಮನೆಗೆ ಕಳಿಸುವಂತಹ ಸಾಧ್ಯತೆಗಳಿರಲಿಲ್ಲ. ಅವರನ್ನು ಕಾಂಗ್ರೆಸ್ ನಾಯಕರು ಸಹಿಸಿಕೊಳ್ಳಲೇಬೇಕಾಗಿತ್ತು. ಹಾಗೆ ಸಹಿಸಿಕೊಳ್ಳಬೇಕಾಗಿ ಬಂದಂಥ ಪರಿಸ್ಥಿತಿಯಲ್ಲಿ ಇಬ್ಬರೂ ಹೊಂದಿಕೊಂಡು ಹೋಗುವಂತಹ, ಇಬ್ಬರಿಗೂ ಸಮ್ಮತವಾಗುವಂತಹ ಸೂತ್ರಗಳನ್ನು ವಿಧಿಸಿಕೊಳ್ಳಬೇಕಾಗಿತ್ತು. ಅದರ ಬದಲು ಅನುಕೂಲಕ್ಕೊಬ್ಬ ಗಂಡ ಎಂಬಂತಹ ಒಪ್ಪಂದಗಳನ್ನು ಮಾಡಿಕೊಂಡು ಸಂಸಾರ ಶುರುವಿಟ್ಟರು.

ಇದರ ಪರಿಣಾಮವಾಗಿದ್ದು ಸಿವಿಲ್ ಅಥಾರಿಟಿಯ ನೌಕರರ ಮೇಲೆ! ಅವರು ಶತಾಯಗತಾಯ ತಮ್ಮ ಹೊಸ ಪ್ರಭುಗಳನ್ನು ಸಂಪ್ರೀತಗೊಳಿಸಬೇಕಾಗಿತ್ತು. ಭಾರತದ ಆಡಳಿತ ವ್ಯವಸ್ಥೆಯ ಮೇಲೆ ತಮ್ಮದೇ ಆದ ಹಿಡಿತ ಸಾಧಿಸಿಕೊಳ್ಳಬೇಕಿತ್ತು. ಹೀಗಾಗಿ ಸಿವಿಲ್ ಅಧಿಕಾರಿಗಳಿಗೂ, ಮಿಲಿಟರಿ ಮಾಸ್ಟರ್‌ಗಳಿಗೂ ಮಧ್ಯೆ ಕ್ಷುಲ್ಲಕ ಸ್ಪರ್ಧೆ ಹುಟ್ಟಿಕೊಂಡಿತು. ಒಂದಾದ ಮೇಲೊಂದು ಪ್ರಮೋಷನ್ನುಗಳನ್ನು ಪಡೆಯುವ ಪದ್ಧತಿ ಜಾರಿಗೆ ಬಂತು. ಎಷ್ಟೋ ಜನ ಅಧಿಕಾರಿಗಳಿಗೆ ಅವರ ಪದವಿಗೆ ತಕ್ಕ ಗಾಂಭೀರ್ಯ ಹಾಗೂ ಪಕ್ವತೆಗಳಿರಲಿಲ್ಲ. ಒಂದು ಪೊಳ್ಳು ಹಮ್ಮು ಮತ್ತು ಅಹಂಕಾರ ಅವರನ್ನು ಆವರಿಸಿಕೊಂಡಿತ್ತು. ಯಾರಿಗೆ ಯಾರು ಸೀನಿಯರ್ರು? ಯಾರ ಮಾತು ಯಾರು ಕೇಳಬೇಕು? ಜಿಲ್ಲಾಧಿಕಾರಿ ದೊಡ್ಡವನೋ, ಸೈನ್ಯದ ಕಮ್ಯಾಂಡರ್ ದೊಡ್ಡವನೋ? ಯಾರನ್ನು ಹೋಗಿ ಯಾರು ಕಾಣಬೇಕು? ಯಾರ ಹುದ್ದೆಗೆ ಆಫೀಸ್ ಕಾರ್ಪೆಟ್ ಹಾಗೂ ಏರ್ ಕಂಡೀಷನರ್ ಕೊಳ್ಳುವ ಅಧಿಕಾರವಿರುತ್ತದೆ? ಯಾರಿಗಿಂತ ಯಾರು ದೊಡ್ಡವರು? ಬರೀ ಇಂಥವೇ ಕ್ಷುಲ್ಲಕ ಚರ್ಚೆಗಳಲ್ಲಿ, ಕುರುಡು ಹಮ್ಮುಗಳಲ್ಲಿ ಕಾಲ ಕಳೆದು ಹೋಯಿತು. ನನ್ನ ಕಣ್ಣೆದುರಿನಲ್ಲೇ ಅತ್ಯಂತ ಹಿರಿಯ ಅಧಿಕಾರಿಗಳು ಪರಮ ಕ್ಷುಲ್ಲಕವಾಗಿ ಆಡುತ್ತಿದ್ದ ಸಾವಿರಾರು ಉದಾಹರಣೆಗಳನ್ನು ನಾನು ಕೊಡಬಲ್ಲೆ. 1954ರಿಂದ 1959ರ ನಡುವೆ ಭಾರತದ ಆರ್ಮಿ ಹೆಡ್ ಕ್ವಾರ್ಟರ್ಸಿನಲ್ಲಿ ನಡೆದ ವ್ಯವಹಾರಗಳು ಯಾವುದೇ ದೇಶದ ಅಧಿಕಾರಿಗಳು ತಲೆ ತಗ್ಗಿಸುವಂತಹವಾಗಿದ್ದವು. ಅವಿವೇಕಿ ಅಧಿಕಾರಿಗಳು ಎಲ್ಲ ಕಡೆಗೂ, ಎಲ್ಲ ವರ್ಗಗಳಲ್ಲೂ ಉದ್ಭವವಾಗಿದ್ದರು.

ಪ್ರತೀ ಸಲ ಅರ್ಹ ಸೈನ್ಯಾಧಿಕಾರಿಗಳಿಗೆ ಅವಮಾನಗಳಾಗುತ್ತಿದ್ದವು. ದಿಲ್ಲಿ ದೊರೆಗಳ ನಿರ್ಧಾರಗಳು ಎಷ್ಟು ಮೇಲಿಂದ ಮೇಲೆ ಬದಲಾಗುತ್ತ ಹೋಗುತ್ತಿದ್ದವೆಂದರೆ, ಹಿರಿತನದ ಕಲ್ಪನೆಯೇ ಅಸ್ಪಷ್ಟವಾಗಿ ಬಿಡುತ್ತಿತ್ತು. ಹಾಗೆ ದೊರೆಗಳ ನಿರ್ಧಾರಗಳು ಬದಲಾದಾಗಲೆಲ್ಲ ಆರ್ಮಿ

ಜನರಲ್‌ನ ಅಧಿಕಾರ ಮೊಟಕಾಗುತ್ತಿತ್ತು. ಅವಮಾನ ಧಗಧಗಿಸುತ್ತಿತ್ತು. ಮೇಲು ನೋಟಕ್ಕೆ ತೀರ ಕ್ಷುಲ್ಲಕವೆನಿಸುತ್ತಿದ್ದ ಕಿರಿಕಿರಿಗಳು ಕಾಲಾಂತರದಲ್ಲಿ, ಸೈನ್ಯಾಧಿಕಾರಿಗಳ ವಿರುದ್ಧ ನಡೆದ ಪಿತೂರಿಗಳೆಂಬಂತೆ ಗೋಚರವಾಗತೊಡಗಿದವು. 1962ರ ಯುದ್ಧ ಭೂಮಿಯಲ್ಲಿ ಮೇಲಿನವರು ನೀಡಿದ ಮೂರ್ಖ ಆದೇಶಗಳನ್ನು ಧಿಕ್ಕರಿಸಲಾಗದೆ ಅನೇಕ ಆರ್ಮಿ ಜನರಲ್‌ಗಳು ನರಳಿದುದನ್ನು ಈಗಾಗಲೇ ವಿವರಿಸಿದ್ದೇನೆ. "ಚೀನೀ ಸೈನಿಕರನ್ನು ಒದ್ದೋಡಿಸಿ" ಎಂಬಂತಹ ಪರಮ ಗಂಭೀರ ಆಜ್ಞೆಯನ್ನು ಭಾರತದ ಸೈನಿಕ ವ್ಯವಸ್ಥೆಯ ಸರ್ವೋಚ್ಚ ಅಧಿಕಾರಿ (Chief of Army staff)ಗೆ, ಅದೊಂದು ಮಾಮೂಲಿ ಆಜ್ಞೆಯೇನೋ ಎಂಬಂತೆ ಷರಾ ಬರೆದು ಜಾರಿ ಮಾಡಿದವನು-ಒಬ್ಬ ಯಃಕಶ್ಚಿತ್ ಜಂಟಿ ಕಾರ್ಯದರ್ಶಿ (Joint Secretary) ಆಗಿದ್ದ. ಸೈನ್ಯಕ್ಕಿರುವ ಜರೂರತ್ತುಗಳ ಪಟ್ಟಿ ಮುಂದಿಟ್ಟಾಗ ಅತಿ ಸಾಮಾನ್ಯ ಸಿವಿಲ್ ಆಡಳಿತಾಧಿಕಾರಿಗಳು, ಹಣಕಾಸು ವಿಭಾಗದ ಪಂಡಿತರು, ಕೆಲವೊಮ್ಮೆ ಮಂತ್ರಿಗಳು ಸಾರಾಸಗಟಾಗಿ ತಿರಸ್ಕರಿಸಿ ಕಸದ ಬುಟ್ಟಿಗೆ ಹಾಕುತ್ತಿದ್ದರೆ ಹಿರಿಯ ಸೈನ್ಯಾಧಿಕಾರಿಗಳು ಅದನ್ನು ಪ್ರತಿಭಟಿಸಲೂ ಧೈರ್ಯ ಸಾಲದೆ ಎದ್ದು ಬರುತ್ತಿದ್ದುದನ್ನು ನೋಡಿದೆ.

ನಮ್ಮ ರಾಜಕೀಯ ನಾಯಕರಿದ್ದಂತೆಯೇ, ಅವರ ಯುದ್ಧ ನೀತಿಗಳೂ ಇದ್ದವು. ಎಲ್ಲದರಲ್ಲೂ ಅಸಡ್ಡೆ. ಪ್ರತಿಯೊಂದೂ ಸಡಿಲ ಸಡಿಲ. ನಮಗೆ ಯುದ್ಧದ ಭಯವೇ ಇರಲಿಲ್ಲ. ನಮ್ಮ ಯಾವ ಸಮಸ್ಯೆಯನ್ನೂ ಯುದ್ಧದ ಮೂಲಕ ನಾವು ಸರಿಪಡಿಸಿಕೊಂಡಿರಲಿಲ್ಲ. ನಮ್ಮ ಅಲಿಪ್ತ ನೀತಿ, ಅಂತಾರಾಷ್ಟ್ರೀಯ ಮಟ್ಟದಲ್ಲಿ ನಮಗಿದೆ ಎಂದುಕೊಂಡಂತಹ ಗೌರವ, ಬೆಂಬಲಗಳು-ತೀರ ಅಂಥ ಆಪತ್ತು ಬಂದಾಗ ನಮ್ಮ ಕೈ ಹಿಡಿಯುತ್ತವೆ ಬಿಡು ಎಂಬ ಉಡಾಫೆಯ ನಿಲುವು ನಮ್ಮ ರಾಜಕೀಯ ನಾಯಕರದಾಗಿತ್ತು. ಕಾಶ್ಮೀರದ ಸಮಸ್ಯೆಯೊಂದು ಕಾಡದೆ ಹೋಗಿದ್ದಿದ್ದರೆ-ಬಹುಶಃ 1949-50ರಲ್ಲೇ ನಮ್ಮ ಅಧಿನಾಯಕರು ಭಾರತೀಯ ಸೈನ್ಯವನ್ನೇ ರದ್ದುಗೊಳಿಸಿ ಬಿಟ್ಟಿರುತ್ತಿದ್ದರು! ಇವರ ಶಾಂತಿ ಮಂತ್ರ ಮತ್ತು ಅದರೆಡೆಗಿನ ಅರ್ಥಹೀನ ನಂಬಿಕೆಗಳು ಅಷ್ಟು ದೃಢವಾಗಿದ್ದವು.

ಸ್ವಾತಂತ್ರ್ಯ ಸಿಕ್ಕ ಕೂಡಲೆ ಬಡತನ ತೊಲಗಿಸಬೇಕು, ಕೋಟ್ಯಂತರ ಜನತೆಗೆ ಮನೆ, ದೀಪ, ರಸ್ತೆ, ಶಾಲೆ, ಅನ್ನ, ಬಟ್ಟೆ ಒದಗಿಸಬೇಕು ಎಂಬ ಉತ್ಕಟ ಆಸೆ ನಮ್ಮ ನಾಯಕರಲ್ಲಿ ತಲೆ ಎತ್ತಿತ್ತು. ಸ್ವಾತಂತ್ರ್ಯ ಬಂದ ಮೂರೇ ವರ್ಷಗಳಲ್ಲಿ (1950) ಅವರು ಮೊದಲ ಪಂಚವಾರ್ಷಿಕಾ ಪ್ರಣಾಳಿಕೆಯನ್ನು ದೇಶದ ಮುಂದಿಟ್ಟಿದ್ದರು. ಸಾಲದೆಂಬಂತೆ, ಎರಡನೇ ಜಾಗತಿಕ ಯುದ್ಧದ ನಂತರ ಸ್ವಾತಂತ್ರ್ಯ ಪಡೆದ ಮೊದಲ ವಸಾಹತು ದೇಶ ನಮ್ಮದೆಂಬ ಹೆಗ್ಗಳಿಕೆ. ನಾವು ಏಷಿಯಾದ, ಆಫ್ರಿಕಾದ ಇತರೆ ರಾಷ್ಟ್ರಗಳ ಜನತೆಯ ಪಾಲಿಗೆ ಆದರ್ಶ. ನಮಗಾಗ ಜಾಗತಿಕ ಮಟ್ಟದಲ್ಲಿ ಗೌರವ ಗಳಿಸಿಕೊಳ್ಳುವ, ಕಂಡ ರಾಷ್ಟ್ರಗಳ ಸಮಸ್ಯೆಗಳ ಉಸಾಬರಿಗೆ ಹೋಗುವ ಹುಚ್ಚು ಹಂಬಲ. ಪಕ್ಕದಲ್ಲೇ ಚೀನದವನು ಸುರಂಗ ಅಗೆಯುತ್ತಿದ್ದರೆ, ಮನೆಯ ಸಮಸ್ಯೆ ಮರೆತ ನಮ್ಮ ಮಹಾನ್

ನಾಯಕರು ಜಾಗತಿಕ ಮಟ್ಟದ ಮನ್ನಣೆ-ಗೌರವಗಳಿಗಾಗಿ ದೊಡ್ಡ ದೊಡ್ಡ ವೇದಿಕೆಗಳ ಮೇಲೆ ಭಾಷಣ ಹೊಡೆಯುತ್ತಿದ್ದರು.

ಹೀಗೆ ಯುದ್ಧದೆಡೆಗಿನ ನಿರ್ಭಯ, ಪಂಚವಾರ್ಷಿಕಾ ಪ್ರಣಾಳಿಕೆಗಳೆಡೆಗಿನ ಶ್ರದ್ಧೆ ಮತ್ತು ಜಾಗತಿಕ ವೇದಿಕೆಗಳ ಮೇಲೆ ಭಾಷಣ ಹೊಡೆಯುವ ಸಡಗರಗಳಲ್ಲಿ ಮುಳುಗಿಹೋದ ನಮ್ಮ ನಾಯಕರಿಗೆ ಭಾರತೀಯ ಸೇನೆಯನ್ನು ಚೆಂದದ ಸ್ಥಿತಿಯಲ್ಲಿ ಇಟ್ಟುಕೊಳ್ಳಬೇಕು ಮತ್ತು ಯಾವತ್ತಿದ್ದರೂ ನಾವೊಂದು ಅನಿರೀಕ್ಷಿತ ಯುದ್ಧಕ್ಕೆ ಅಣಿಯಾಗಿರಬೇಕು ಎಂಬ ಪ್ರಜ್ಞೆಯೇ ಇಲ್ಲವಾಗಿತ್ತು. ಅವರಿಗೆ ಸೈನಿಕನ ಜರೂರತ್ತು ಮತ್ತು ತುರ್ತುಗಳು ಅರ್ಥವೇ ಆಗುತ್ತಿರಲಿಲ್ಲ. ದೇಶ ರಕ್ಷಣೆಗೆ ಸಂಬಂಧಿಸಿದ ವಿಷಯಗಳು ಚರ್ಚೆಗೆ ಬಂದಾಗ ಅದನ್ನೆತ್ತಿ ಪಕ್ಕಕ್ಕಿಡುವ, ಮಧ್ಯದಲ್ಲೇ ತಡೆಯುವ, ಮುಂದೆ ನೋಡೋಣ ಬಿಡಿ ಎಂದು ಉಡಾಫೆಯ ಮಾತಾಡುವ ಧರತಿ ಎಲ್ಲರಿಗೂ ಬಂದುಬಿಟ್ಟಿತ್ತು.

ಸ್ವಾತಂತ್ರ್ಯ ಬಂದ ನಂತರ 1950ರಲ್ಲಿ ನಾವು ರಚಿಸಿಕೊಂಡ ಸಂವಿಧಾನವಿದ್ದದ್ದೇ ಹಾಗೆ. ಮೇಲ್ಮಟ್ಟದ ಯುದ್ಧ ನಿರ್ದೇಶನವನ್ನು ಕೇವಲ ಭಾರತ ಸರ್ಕಾರ ನೀಡಬೇಕು. ಮಹಾ ಜನತೆಯಿಂದ ಆಯ್ಕೆಯಾದ ಕೇಂದ್ರ ಸರ್ಕಾರಕ್ಕೆ ಮಾತ್ರ ಈ ಹಕ್ಕು. ಅದರ ಕೈಗಳಿಂದ ಯಾರೂ ಈ ಹಕ್ಕನ್ನು ಕಿತ್ತುಕೊಳ್ಳಕೂಡದು. ಅಂತಹ ಅಧಿಕಾರವನ್ನು ಮೊಟಕು ಮಾಡಕೂಡದು. ಪ್ರಜಾಪ್ರಭುತ್ವ ವ್ಯವಸ್ಥೆಯಾದ್ದರಿಂದ, ಚುನಾವಣೆಯಲ್ಲಿ ಗೆದ್ದು ಬಂದವನೇ ಸರ್ವಶ್ರೇಷ್ಠ. ಅದರರ್ಥ; ಸೈನ್ಯದ ಮೇಲೆ ಅಂತಿಮ ಅಧಿಕಾರವಿರುವುದು ಸೈನಿಕ ದಿರಿಸು ಧರಿಸದ ನಾಗರಿಕನಿಗೆ. ಇದನ್ನು ಸಿವಿಲ್ ಸುಪ್ರಿಮಸಿ ಅಥವಾ ಸಿವಿಲ್ ಕಂಟ್ರೋಲ್ ಎನ್ನುತ್ತಾರೆ. ಸರ್ಕಾರವೆಂದರೆ, ಕೇಂದ್ರ ಸಂಪುಟವೇ ತಾನೇ? ಸಂಪುಟ ಸದಸ್ಯರದೇ ಪರಮಾಧಿಕಾರ. ಇಂಥ ಸಂಪುಟಕ್ಕೆ ರಕ್ಷಣಾ ಸಚಿವಾಲಯದ ಮತ್ತು ಸೇನಾ ಮುಖ್ಯಸ್ಥರ ನೆರವಿರುತ್ತದೆ. ಎಲ್ಲ ಸೇರಿಕೊಂಡು (ಸಂಪುಟ, ರಕ್ಷಣಾ ಸಚಿವಾಲಯ ಮತ್ತು ಮೂರೂ ಸೈನಿಕ ಪಡೆಗಳ ಮುಖ್ಯಸ್ಥರು) ರಾಷ್ಟ್ರೀಯ ನೀತಿಯನ್ನು ರೂಪಿಸಬೇಕು. ಯುದ್ಧದಂತಹ ಆಪತ್ಕಾಲಿಕ ಸ್ಥಿತಿಗಳಲ್ಲಿ ಸೈನ್ಯಕ್ಕೆ ಮೇಲ್ಮಟ್ಟದ ಯುದ್ಧ ನಿರ್ದೇಶನ ನೀಡಬೇಕು. ಅಂತಿಮವಾಗಿ ಕೇಂದ್ರದ ಸಚಿವ ಸಂಪುಟಕ್ಕೆ ಎಲ್ಲ ತರಹದ ರಾಜಕೀಯ-ಸೈನಿಕ ಪರಮಾಧಿಕಾರವಿರುತ್ತದೆ.

- ಇದು ಸಂವಿಧಾನ ಹೇಳಿರುವ ಮತ್ತು ಕಪಾಟಿನಲ್ಲಿರುವ ಕಾಗದಗಳಲ್ಲಿರುವ ಒಟ್ಟು ವಿಚಾರದ ತಿರುಳು.

ಆದರೆ ಇಡೀ ಸಂಪುಟವನ್ನು ತೊಡಗಿಸಿಕೊಳ್ಳಲಾಗುವುದಿಲ್ಲವಾದ್ದರಿಂದ ಪ್ರಧಾನಮಂತ್ರಿ, ವಿದೇಶಾಂಗ ಮಂತ್ರಿ, ರಕ್ಷಣಾ ಸಚಿವ, ಗೃಹ ಸಚಿವ, ಮೂರೂ ಪಡೆಗಳ ಮುಖ್ಯಸ್ಥರು ಹಾಗೂ ಸಿವಿಲ್ ಆಡಳಿತ ಮುಖ್ಯಸ್ಥರು-ಇಷ್ಟು ಜನ ಸೇರಿಕೊಂಡು ಕೇಂದ್ರ ಸಂಪುಟದ ರಕ್ಷಣಾ ಸಮಿತಿಯನ್ನು ರಚಿಸಿಕೊಂಡಿರುತ್ತಾರೆ. ಅದನ್ನು ಡಿಫೆನ್ಸ್ ಕಮಿಟಿ ಆಫ್ ದಿ ಕ್ಯಾಬಿನೆಟ್ (D.C.C) ಅನ್ನುತ್ತಾರೆ. ದೇಶಕ್ಕೆ ಯುದ್ಧದ ಆಪತ್ತು ಒದಗಿ ಬಂದಿದೆಯೇ? ಒದಗಿ ಬಂದಿರುವುದೇ ಆದರೆ,

ಅದನ್ನೆದುರಿಸಲು ಸೈನ್ಯವನ್ನು ಸಜ್ಜುಗೊಳಿಸಬೇಕೆ? ಅಥವಾ ಇತರೆ ದೇಶಗಳೊಂದಿಗೆ ಒಪ್ಪಂದ ಮಾಡಿಕೊಂಡು, ನಮ್ಮ ಸೈನ್ಯದ ನೆರವೂ ಪಡೆದು ಯುದ್ಧವನ್ನೆದುರಿಸಬೇಕೆ? ಈ ಎಲ್ಲ ನಿರ್ಣಯಗಳನ್ನು ಕೈಗೊಳ್ಳುವುದೇ D.C.C. ಇಂಥ ಸಮಿತಿಗೆ ವಿವೇಕವಿರಬೇಕು. ಸಮಗ್ರವಾಗಿ ಅದು ರಾಜಕೀಯ ಹಾಗೂ ಸೈನಿಕ ಸ್ಥಿತಿಗಳ ಕುರಿತು ಸ್ಪಷ್ಟ ಅವಗಾಹನೆ ಹೊಂದಿರಬೇಕು. 'ಏನೂ ಆಗಲಿಕ್ಕಿಲ್ಲ ಬಿಡು' ಎಂಬ ಉಡಾಫೆ, ದೇವರಿದ್ದಾನೆ ಬಿಡು ಎಂಬ ಮೂರ್ಖ ಆಶಾವಾದ ಮತ್ತು ವಿನಾಕಾರಣದ ಸುಳ್ಳು ಸಮಾಧಾನ-ಇಂಥವು DCCಯನ್ನು ಮುತ್ತಿಕೊಂಡರೆ ಮುಗಿದೇ ಹೋಯಿತಲ್ಲ? ಯುದ್ಧ ತಡವಿಕೊಂಡು ಆ ನಂತರ ಯಾರದೋ ಸಹಾಯಕ್ಕಾಗಿ ಕಿರುಲಿಕೊಂಡರೆ ಏನುಪಯೋಗ? ಯಾವ ರಾಷ್ಟ್ರ ನಮ್ಮ ಆರ್ಥಿಕ ಹಾಗೂ ಸೈನಿಕ ವ್ಯವಸ್ಥೆಗೆ ತೊಂದರೆಯೊಡ್ಡಬಹುದು? ಯಾವ ರಾಷ್ಟ್ರದಿಂದ ನಮಗೆ ನೆರವು ದೊರಕಬಹುದು? ಯಾವ ರಾಷ್ಟ್ರ ನಮ್ಮನ್ನು ಎಷ್ಟರ ಮಟ್ಟಿಗೆ ಎಚ್ಚರಿಸಬಹುದು? ಒಂದೇ ಸಲಕ್ಕೆ ಎರಡು ರಾಷ್ಟ್ರಗಳು ಮೈ ಮೇಲೆ ಬಿದ್ದರೆ ನಾವು ತಡೆಯುತ್ತೀವಾ? ತಡೆಯುವ ತಾಕತ್ತಿಲ್ಲದಿದ್ದರೆ, ಶತ್ರುಗಳಿಬ್ಬರನ್ನೂ ಒಬ್ಬರಾದ ಮೇಲೊಬ್ಬರಂತೆ ಎದುರಿಸುವ ವ್ಯವಸ್ಥೆ ಮಾಡಿಕೊಳ್ಳಬೇಕಲ್ಲವೆ? ಏಕಾಂಗಿಯಾಗಿ ನಾವು ಎಷ್ಟು ಕಾಲ ಶತ್ರುಗಳನ್ನು ಸಂಭಾಳಿಸಬಲ್ಲೆವು? ದೇಶದ ಆರ್ಥಿಕ ಪರಿಸ್ಥಿತಿಗೆ ಧಕ್ಕೆ ನೀಡದೆ ನಾವು ಅದೆಷ್ಟು ಹಣವನ್ನು ಸೈನ್ಯಕ್ಕಾಗಿ ಮೀಸಲಿಡಲು ಸಾಧ್ಯ?

ದಿಲ್ಲಿಯಲ್ಲಿ ಕುಳಿತ DCC ಈ ಎಲ್ಲ ಪ್ರಶ್ನೆಗಳಿಗೂ ಉತ್ತರ ಹುಡುಕಬೇಕಿತ್ತು. ಬೇರೆ ಸಮಸ್ಯೆಗಳೇನೇ ಇರಲಿ: ದೇಶವನ್ನು ರಕ್ಷಿಸಿಕೊಳ್ಳುವುದಕ್ಕಿಂತ ದೊಡ್ಡ ಜವಾಬ್ದಾರಿ ಮತ್ತೊಂದಿಲ್ಲ ಎಂಬುದು DCC ಸದಸ್ಯರಿಗೆ ಮನವರಿಕೆಯಾಗಿರಬೇಕಿತ್ತು. ಒಂದು ಯುದ್ಧಾತಂಕ ಶುರುವಾದ ಕೂಡಲೆ DCC ಸದಸ್ಯರು ನಿರ್ಣಯ ತೆಗೆದುಕೊಂಡು, ಯುದ್ಧಾತಂಕವನ್ನು ಎದುರಿಸುವುದಕ್ಕೆ ಬೇಕಾದ ಸೂಚನೆಗಳನ್ನು ಸೈನ್ಯಕ್ಕೆ ನೀಡಬೇಕು. ಸಾಕಷ್ಟು ಮುಂಚಿತವಾಗಿಯೇ ಅದಕ್ಕೆ ಬೇಕಾದ ಹಣ ಮಂಜೂರು ಮಾಡಬೇಕು. ಯುದ್ಧ ಶುರುವಾದ ಮೇಲೆ ಬಂದೂಕು ಕೊಳ್ಳಲು ಹಣ ಕೊಟ್ಟರೆ, ಅದು ಬಂದೂಕಾಗಿ ಪರಿವರ್ತಿತಗೊಂಡು ಯುದ್ಧ ಭೂಮಿಗೆ ತಲುಪುವ ಹೊತ್ತಿಗೆ ಗಡಿಯಲ್ಲಿ ನಿಂತ ಸೈನಿಕ ಏನಾಗಿ ಹೋಗಿರುತ್ತಾನೆ ಎಂಬ ಪ್ರಜ್ಞೆ D.C.C.ಗೆ ಇರಬೇಕಿತ್ತು. ಯುದ್ಧಕ್ಕೆ ಹೊರಟ ಸೈನಿಕನಿಗೆ ಏನು ಕೊಡಬೇಕು ಎಂಬ ನಿರ್ಣಯವನ್ನು ಆಯಾ ಪಡೆಗಳ ಸೈನಿಕ ಮುಖ್ಯಸ್ಥರು ಕೈಗೊಳ್ಳಬೇಕೇ ಹೊರತು; ಅದನ್ನು ಸಿವಿಲ್ ಆಡಳಿತಾಧಿಕಾರಿಗಳು ಪ್ರಶ್ನಿಸಬಾರದು. ಯಾವುದೇ ತರಹದ ಸವಲತ್ತುಗಳಿಲ್ಲದೆ, ಒಂದು ದುಸ್ಸಾಧ್ಯ ಹಿಮಯುದ್ಧ ಮಾಡುವಂತೆ ಆದೇಶ ನೀಡಿ 1959-1960ರಲ್ಲಿ ಭಾರತದ ಗಡಿಗಳನ್ನು ಕಾಯುವುದಕ್ಕೆ ಕಳಿಸಿದ್ದು ಎಂಥ ವಿಪರ್ಯಾಸ!

ಸುಮಾರು ಹದಿನೈದು ವರ್ಷಗಳ (1947-1962) ಅವಧಿಯಲ್ಲಿ ಭಾರತದ ಭವಿತವ್ಯ ನಿರ್ಧರಿಸುವ ಮಹಾನ್ ನಾಯಕರ DCC ಏನೇನು ಕೆಲಸ ಮಾಡಬೇಕಿತ್ತೋ ನೋಡಿ! ಸುಮಾರು ಆರು ಅತಿ ಮುಖ್ಯ ಸಂಕಷ್ಟಗಳಲ್ಲಿ DCC ಪ್ರಮುಖ ನಿರ್ಣಯಗಳನ್ನು ತೆಗೆದುಕೊಳ್ಳಬೇಕಿತ್ತು.

ಮೊದಲನೆಯದಾಗಿ 1949ರಿಂದ 1954ರವರೆಗೆ ಕಾಶ್ಮೀರದ ಬಗ್ಗೆ ಸಂಯುಕ್ತ ರಾಷ್ಟ್ರ ಸಂಸ್ಥೆ ಖಚಿತ ನಿರ್ಧಾರಕ್ಕೆ ಬಾರದಿದ್ದಾಗ DCC ತಾನೊಂದು ನಿರ್ಣಯಕ್ಕೆ ಬರಬೇಕಿತ್ತು. ಎರಡನೆಯದಾಗಿ, 1950ರಲ್ಲಿ ಚೀನದವನು ಬಂದು ಟಿಬೆಟ್‌ನ ಆಕ್ರಮಣ ಮಾಡಿದಾಗ ನಮ್ಮ DCC ಉಸಿರೆತ್ತಲಿಲ್ಲ. 1954ರಿಂದ 1957ರ ನಡುವೆ ಪಾಕಿಸ್ತಾನ್ ಮತ್ತು ಅಮೆರಿಕಾದ ನಡುವೆ ಒಪ್ಪಂದಗಳಾಗಿ, ಕೋಟ್ಯಂತರ ರುಪಾಯಿ ಮೌಲ್ಯದ ಶಸ್ತ್ರಾಸ್ತ್ರಗಳನ್ನು ಪಾಕಿಸ್ತಾನಕ್ಕೆ ಸರಬರಾಜು ಮಾಡಲಾಯಿತು. ಅದನ್ನು DCC ಪರಿಗಣನೆಗೇ ತೆಗೆದುಕೊಳ್ಳಲಿಲ್ಲ. ಆನಂತರ ಚೀನದವನು ಅಕ್ಸಾಯ್‌ಚಿನ್ ಪ್ರದೇಶದುದ್ದಕ್ಕೂ ಹೆದ್ದಾರಿ ನಿರ್ಮಾಣ ಮಾಡಿ ಲದಾಕ್‌ನೆಡೆಗೆ ದುಷ್ಟ ದೃಷ್ಟಿ ಬೀರತೊಡಗಿದ. ನಮ್ಮ DCC ಅದರತ್ತ ಗಮನವೇ ಕೊಡಲಿಲ್ಲ. 1959ರಲ್ಲಿ ಚೀನದಿಂದ ಓಡಿಬಂದ ದಲಾಯಿ ಲಾಮಾಗೆ ಭಾರತದಲ್ಲಿ ರಕ್ಷಣೆ ಕೊಡಲಾಯಿತು; DCC ತನ್ನ ನಿಲುವೇನೆಂಬುದನ್ನು ಸ್ಪಷ್ಟಪಡಿಸಲಿಲ್ಲ. 1959ರಲ್ಲಿ ಮೂರು ಸಲ ಭಾರತ-ಚೀನಾ ಪಡೆಗಳು ಹಣಾಹಣಿ ಮಾಡಿಕೊಂಡವು. ಎರಡೂ ದೇಶದ ಅಧಿಕಾರಗಳ ಸಂಧಾನ ಸಭೆಗಳು ವಿಫಲವಾದವು. ದಿಲ್ಲಿ ದೊರೆಗಳಿದ್ದ DCC ತಲೆಕೆಡಿಸಿಕೊಳ್ಳಲಿಲ್ಲ.

ಒಂದೇ ಮಾತಿನಲ್ಲಿ ಹೇಳುವುದಾದರೆ; ನಮ್ಮ ನೆಲವನ್ನು ಸಂರಕ್ಷಿಸಿಕೊಳ್ಳುವ ಅಥವಾ ಯುದ್ಧವನ್ನೇ ತಡೆದುಬಿಡುವ ದಿಕ್ಕಿನಲ್ಲಿ ಯಾವುದೇ ಪ್ರಯತ್ನ ಮಾಡದೆ ಅತ್ಯಂತ ಬೇಜವಾಬ್ದಾರಿಯಿಂದ ವರ್ತಿಸಿತು DCC. ಪಾಕಿಸ್ತಾನ ಮತ್ತು ಚೀನಗಳೆಂಬ ಎರಡು ಶತ್ರು ರಾಷ್ಟ್ರಗಳನ್ನು ಪಕ್ಕದಲ್ಲಿಟ್ಟುಕೊಂಡು, ಅವುಗಳ ತಾಕತ್ತೇನೆಂಬುದನ್ನೇ ಅರ್ಥಮಾಡಿಕೊಳ್ಳದೆ "ಚೀನವೆಂಬ ಕಳಪೆ ಮಟ್ಟದ, ಸೆಕೆಂಡ್ ಕ್ಲಾಸ್ ಗುಣಮಟ್ಟದ ಸೈನ್ಯದ ವಿರುದ್ಧ ಹೋರಾಡಲು ನಮ್ಮ ಸೈನ್ಯ ಸಿದ್ಧವಿರಬೇಕು" ಎಂಬುದಾಗಿ ಇದೇ DCC ಸದಸ್ಯರು ಸೈನಿಕರಿಗೆ ಫರ್ಮಾನು ಹೊರಡಿಸಿದ್ದರು. ಅಮೆರಿಕದವರು ಆ ಪರಿ ಶಸ್ತ್ರಾಸ್ತ್ರಗಳನ್ನು ಪೂರೈಸುತ್ತಿದ್ದಾಗ್ಯೂ ನಮ್ಮ ಅಧಿನಾಯಕರು ಪಾಕ್‌ನೊಂದಿಗೆ ಶಸ್ತ್ರಾಸ್ತ್ರಗಳ ಪೈಪೋಟಿಗಿಳಿಯಲಿಲ್ಲ. ತೀರ 1961ರಲ್ಲಿ ಇನ್ನೇನು ಚೀನದವನು ನಮ್ಮ ಮೇಲೆ ಬೀಳುವುದು ಖಾತರಿಯಾದಾಗಲೂ ನೆಹರೂ ಹೇಳಿದ್ದು; "ಸಾಧ್ಯವಾದಷ್ಟೂ ಸೈನಿಕರಿಗೋಸ್ಕರ ಮಾಡುವ ಖರ್ಚನ್ನು ಕಡಿಮೆ ಮಾಡಿ!" ಅಂತಲೇ. ಸೈನಿಕರ ಮೇಲೆ ಹೆಚ್ಚಿನ ಖರ್ಚು ಮಾಡಿದರೆ ದೇಶದ ಆರ್ಥಿಕತೆಗೆ ತೊಂದರೆಯುಂಟಾಗುತ್ತದೆ ಅಂತ ಸಾವಿರ ಸಲ ಹೇಳಿದ್ದರು ನೆಹರೂ. ವಿದೇಶಗಳಿಂದ ಶಸ್ತ್ರಾಸ್ತ್ರ ತರಿಸಿಕೊಳ್ಳುವ ವಿಚಾರ ಬಂದಾಗ, ಆದಷ್ಟೂ ಸ್ಥಳೀಯ ಶಸ್ತ್ರಗಳನ್ನೇ ಬಳಸಿರಿ ಎಂದು ಉಪದೇಶ ನೀಡಿದ್ದರು ನೆಹರೂ. ಹೀಗೆ DCCಯ ಅಧಿನಾಯಕರಲ್ಲೇ ಉಡಾಫೆತನ ಮೈಗೂಡಿಕೊಂಡಿರುವಾಗ, ಅದರ ಜಾಡ್ಯ ಮಿಲಿಟರಿ ಪ್ರಮುಖರಿಗೆ ಸೋಂಕದಿದ್ದೀತೇ?

ಈ ವಿಷಯದಲ್ಲಿ ನೆಹರೂ ಎಷ್ಟು ಅವಿವೇಕದ ಮಾತುಗಳನ್ನಾಡಿದ್ದರು ಗೊತ್ತೆ? ಬಿ.ಕೆ. ನೆಹರೂ ಮತ್ತು ಜನರಲ್ ಬಿ.ಎಂ.ಕೌಲ್‌ರನ್ನು ಕೂಡಿಸಿಕೊಂಡು,

"ಅವರಿಗೆ ಅವರವೇ ಆದ ಸಮಸ್ಯೆಗಳಿವೆ. ಅವರೆಲ್ಲಿ ಯುದ್ಧಕ್ಕೆ ಬರ್ತ್ತಾರೆ? ಸುಮ್ಮನೆ ನಮ್ಮನ್ನೊಂದು ಟೆನ್ಶನ್ನಿಗೆ ಗುರಿ ಮಾಡುವುದರ ಹೊರತಾಗಿ, ಅವರೇನೂ ಮಾಡಲಾರರು. ಯುದ್ಧಕ್ಕೆ ಬರುವ ಸ್ಥಿತಿಯಲ್ಲಿ ಅವರಿಬ್ಬರೂ ಇಲ್ಲ" ಎಂದು ಚೀನ ಹಾಗೂ ಪಾಕಿಸ್ತಾನಗಳ ಬಗ್ಗೆ ಉಡಾಫೆಯ ಮಾತಾಡಿದ್ದರು.

ಇನ್ನೊಂದು ಸಂದರ್ಭದಲ್ಲಿ;

"ಚೀನದವರಾ? ಅವರು ನಾವಂದುಕೊಂಡಷ್ಟು ಬಲಿಷ್ಠರೇನಲ್ಲ. ಅವರದ್ದೇ ಅವರಿಗಾಗಿದೆ. ತಿನ್ನಕ್ಕೆ ಊಟವಿಲ್ಲದ ದೇಶವದು. ಕಮ್ಯುನಿಸ್ಟ್ ಸರ್ವಾಧಿಕಾರಿಗಳ ಕೈಗಳಲ್ಲಿ ನಲುಗಿ ಹೋಗಿದ್ದಾರೆ. ಟಿಬೆಟ್‌ನಲ್ಲಿ ಅವರ ವಿರುದ್ಧ ಜನ ದಂಗೆಯೆದ್ದಿದ್ದಾರೆ. ಚೀನಿಗಳ ಮತ್ತು ಅವರ ಸೈನಿಕರ ನೈತಿಕ ಸ್ಥೈರ್ಯವೇ ಕುಗ್ಗಿ ಹೋಗಿದೆ. ಸ್ವಲ್ಪ ನಾವು ಗಡುಸಾದ ನಿಲುವು ತಳೆದು ಬಿಟ್ಟರೆ ಚೀನೀ ಸರ್ಕಾರ ಮೆತ್ತಗಾಗಿ ಬಿಡುತ್ತದೆ..." ಹಾಗಂತ ನೆಹರೂ ಮಾತನಾಡಿದುದನ್ನೇ 1962ರಲ್ಲಿ ಇನ್‌ಫೆಂಟ್ರಿ (ಪದಾತಿದಳ) ಕಮ್ಯಾಂಡರುಗಳ ಸಭೆಯಲ್ಲಿ ಜನರಲ್ ಬಿ.ಎಂ.ಕೌಲ್‌ನಂತಹ ದಂಡನಾಯಕ ಪುನರುಚ್ಚರಿಸಿದಾಗ, ಉಳಿದ ಸೈನ್ಯಾಧಿಕಾರಿಗಳು ಇನ್ನೆಂಥ ಉತ್ಸಾಹದಿಂದ ಭೂಮಿಗೆ ಮರಳಿದ್ದಿರಬಹುದೋ, ಯೋಚಿಸಿ.

"ನಿಮಗೆ ಚೀನದ ಪರಿಸ್ಥಿತಿಯೇ ಗೊತ್ತಿಲ್ಲ. ಸುಮ್ಮನೆ ಇಲ್ಲದ್ದು ಊಹಿಸಿಕೊಂಡು ಗಾಬರಿಯಾಗುತ್ತಿದ್ದೀರಿ. ಇಷ್ಟೆಲ್ಲ ಮದ್ದುಗುಂಡು ಖರೀದಿಸಬೇಕೇಕೆ?" ಎಂದು ನೆಹರೂ ಇನ್ನೊಂದು ಸಂದರ್ಭದಲ್ಲಿ ಮಾತನಾಡಿದ್ದರು. ಕಡೆಗೆ ಚೀನದವರು ಮೈ ಮೇಲೆ ಬಿದ್ದಾಗ ಆದುದೇನು ಗೊತ್ತೆ? ಆಂಗ್ಲೋ ಅಮೆರಿಕನ್ ಮಿಲಿಟರಿ ಮಿಷನ್ಸ್ ಸಂಸ್ಥೆಯವರು ನಮ್ಮ ರಕ್ಷಣೆಗೆ ಬಂದರು. ಅವರೆದುರಿಗೆ ಭಾರತೀಯ ಸೈನಿಕ ಮುಖ್ಯಸ್ಥರು ನಮ್ಮ ಸೈನ್ಯಕ್ಕೆ ಅತ್ಯಂತ ತುರ್ತಾಗಿ ಏನು ಬೇಕು ಎಂಬುದನ್ನು ಪಟ್ಟಿ ಮಾಡಿ ಇರಿಸಿದರು. ಆ ಪಟ್ಟಿ ನೋಡಿದವರ ಮುಖದಲ್ಲಿ ಎಂಥ ಅಚ್ಚರಿಯಿತ್ತು ಗೊತ್ತೆ? "ಈ ಭಾರತದ ಸೈನ್ಯಕ್ಕೆ ಧೈರ್ಯವೊಂದಿದೆ. ಉಳಿದೆಲ್ಲವನ್ನೂ ನಾವು ಸರಬರಾಜು ಮಾಡಬೇಕಿದೆ!" ಎಂಬುದಾಗಿ ಅಮೆರಿಕದ ಟೈಮ್ ಮ್ಯಾಗಝೀನ್ ಬರೆಯಿತು.

ಮುಂದೆ ಎಲ್ಲ ಸೋತು, ನಮ್ಮ ಸೈನಿಕರ ಕಳೇಬರಗಳನ್ನು ಗುಡ್ಡೆ ಹಾಕಿದ ಮೇಲೆ 1967ರ ಏಪ್ರಿಲ್ 3ರಂದು ಭಾರತದ ಮಹಾ ದಂಡನಾಯಕ ಜನರಲ್ ಬಿ.ಎಂ.ಕೌಲ್ ಒಂದು ಪತ್ರಿಕಾಗೋಷ್ಠಿಯನ್ನು ಕರೆದು ಹೇಳಿದ್ದೇನು ಗೊತ್ತೆ?

"ಚೀನದ ವಿರುದ್ಧ ಯುದ್ಧಕ್ಕೆ ಸಿದ್ಧರಾಗಿರುವಂತೆ ನಮಗೆ ಯಾರೂ ತಿಳಿಸಿರಲಿಲ್ಲ. ಯಾವ ಹಂತದಲ್ಲಿ ಏನು ಮಾಡಬೇಕೆಂದು ಯಾರೂ ನಿರ್ಧರಿಸಿ ಹೇಳುತ್ತಿರಲಿಲ್ಲ. ಅಸಲಿಗೆ ಚೀನದವನು ಯುದ್ಧಕ್ಕೆ ಬಂದಾನೆಂಬ ಕಲ್ಪನೆಯೇ ನಮಗಿರಲಿಲ್ಲ. 1962ರ ತನಕ ಸೈನ್ಯಕ್ಕೆ ಸಂಬಂಧಿಸಿದಂತೆ ಯಾರೂ ಅಂಥ ಆಸಕ್ತಿ ತೋರಿಸುತ್ತಿರಲಿಲ್ಲ. ದಿಲ್ಲಿಯ ಮಟ್ಟದಲ್ಲಿ ನಮ್ಮ ನಾಯಕರಿಗೆ ಒಂದು ನಿಲುವು ಅಂತಲೇ ಇರಲಿಲ್ಲ. ಅವತ್ತಿನ ಸಮಸ್ಯೆಗೆ ಅವತ್ತೇ ಉತ್ತರ ಹುಡುಕಿ ಎಲ್ಲವನ್ನೂ

ಅವತ್ತಿನದವತ್ತಿಗೆ ಎಂಬಂತೆ ಮುಗಿಸಬೇಕಿತ್ತು...."

ಒಂದು ಸುವಿಶಾಲ ದೇಶದ, ಬೃಹತ್ ಸೈನ್ಯದ ದಂಡನಾಯಕ ಆಡಬಹುದಾದ ಮಾತುಗಳೇ ಇವು? ಆತನನ್ನು DCC ಯಾವ ಸ್ಥಿತಿಯಲ್ಲಿ ಇಟ್ಟಿತ್ತು! ಇಡೀ DCCಯನ್ನು ನೆಹರೂ ಆವರಿಸಿಕೊಂಡಿದ್ದರು. ಸಾಲದೆಂಬಂತೆ ಸಚಿವ ಸಂಪುಟದಲ್ಲೇ ಭಯಂಕರ ಭಿನ್ನಾಭಿಪ್ರಾಯಗಳಿದ್ದವು. ಭಾರತೀಯ ಸಚಿವ ಸಂಪುಟವೆಂಬುದು ತನ್ನಲ್ಲೇ ಬಡಿದಾಡುವ, ತನ್ನಲ್ಲೇ ವೈರುಧ್ಯಗಳನ್ನಿಟ್ಟುಕೊಂಡ ನಾನಾ ಆಸಕ್ತಿಗಳ ಗೊಂದಲಿಗರ ಗುಂಪಾಗಿತ್ತು. ದೇಶದ ಹಿತವನ್ನು ಕಾಪಾಡುವುದು ಯಾರಿಗೂ ಬೇಕಾಗಿರಲಿಲ್ಲ. ಕಾಪಾಡ ಬಲ್ಲ ತಾಕತ್ತುಳ್ಳ ಜನರನ್ನು ಸಂಪುಟಕ್ಕೆ ತೆಗೆದುಕೊಂಡೇ ಇರಲಿಲ್ಲ. ನಾನಾ ರಾಜ್ಯಗಳಿಗೆ, ಕಾಂಗ್ರೆಸ್‌ನೊಳಗೇ ಇದ್ದ ನಾನಾ ಗುಂಪುಗಳಿಗೆ, ನಾನಾ ಜಾತಿ-ಬುಡಕಟ್ಟುಗಳಿಗೆ, ಕಾಂಗ್ರೆಸ್‌ನ ಹಿರಿಯ ತಲೆಗಳಿಗೆ ಪ್ರಾಮುಖ್ಯತೆ ಹಾಗೂ ಪ್ರಾತಿನಿಧ್ಯ ನೀಡಬೇಕೆಂಬ ನೆಹರೂ ಅವರ ನಿಲುವೇ ಇದಕ್ಕೆಲ್ಲ ಕಾರಣವಾಗಿತ್ತು. ಅತ್ಯುತ್ತಮ ವ್ಯಕ್ತಿಯೊಬ್ಬನನ್ನು ಆಯ್ಕೆ ಮಾಡಿ, ಅವನಿಗೆ ಸೂಕ್ತವಾದಂತಹ ಸ್ಥಾನ ಕಲ್ಪಿಸುವುದು ಬಿಟ್ಟು, ಯಾವ ರಾಜ್ಯದವನಿಗೆ ಪ್ರಾತಿನಿಧ್ಯ ಕೊಟ್ಟರೆ ಯಾರು ಸುಪ್ರೀತರಾಗುತ್ತಾರೆ ಎಂಬುದನ್ನೇ ಯೋಚಿಸಿದರು.

ಹಣಕಾಸು ಸಚಿವ ಮೊರಾರ್ಜಿ ದೇಸಾಯಿ ಮತ್ತು ರಕ್ಷಣಾ ಸಚಿವ ಕೃಷ್ಣ ಮೆನನ್‌ರ ನಡುವಿನ ಜಗಳ ಅಕ್ಷರಶಃ ಭಾರತೀಯ ಸೈನ್ಯವನ್ನು ಬರಡಾಗಿಸಿತ್ತು. ತಕ್ಷಣಕ್ಕೆ ಬೇಕಾದ ಹಣ, ಆದರೂ ವಿದೇಶಿ ವಿನಿಮಯ, ಶಸ್ತ್ರಾಸ್ತ್ರ ಖರೀದಿ-ಯಾವುದೂ ಇಲ್ಲದಂತಾಗಿ ಸೈನ್ಯ ನರಳುವಂತಾಯಿತು. ಸಂವಿಧಾನವೇ ಸೂಚಿಸಿದ ರೀತಿಯಲ್ಲಿ DCC ನಡೆದುಕೊಂಡಿದ್ದಿದ್ದರೆ, ಇಂತಹ ಪರಿಸ್ಥಿತಿ ಉದ್ಭವವಾಗುತ್ತಿರಲಿಲ್ಲ. ಕಡೇಪಕ್ಷ ಮೊರಾರ್ಜಿ ದೇಸಾಯಿ ಮತ್ತು ಕೃಷ್ಣ ಮೆನನ್‌ರ ಜಗಳ ಬಗೆಹರಿಸುವ ಪ್ರಯತ್ನವನ್ನೂ ನೆಹರೂ ಮಾಡಲಿಲ್ಲ. ದೇಸಾಯಿ ಬಲಪಂಥೀಯರ ನಾಯಕರಾಗಿದ್ದರೆ, ಮೆನನ್ ಎಡಪಂಥೀಯರ ನೇತಾರ. ಅವರಿಬ್ಬರದೂ ಪ್ರತಿಷ್ಠೆಯ ಕದನ. ಇಬ್ಬರಿಗೂ ಈ ದೇಶದ ಪ್ರಧಾನಿಯಾಗಬೇಕೆಂಬ ಆಸೆ. ಆದರೆ ಇಬ್ಬರನ್ನೂ ಕದನಕ್ಕೆ ನಿಲ್ಲಿಸಿ, ತಮ್ಮ ಸ್ಥಾನವನ್ನು ತಾವು ಭದ್ರ ಮಾಡಿಕೊಳ್ಳಲು ನೋಡಿದರು ನೆಹರೂ.

ಹಾಗಂತ ಕೇವಲ ನೆಹರೂ ಅವರನ್ನು ಬೈದು ಪ್ರಯೋಜನವಿಲ್ಲ. ಚೀನಾ ಯುದ್ಧ ಸೋತ ಮರುಕ್ಷಣ ಇಡೀ ದೇಶ ನೆಹರೂ ಮೇಲೆ ಹದ್ದಿನಂತೆರಗಿತು. ಆದರೆ, ಇಂತಹುದೊಂದು ಸೋಲಿಗೆ ನಾವೂ ಎಷ್ಟು ಕಾರಣ ಎಂಬುದನ್ನು ಯಾರೂ ಯೋಚಿಸಲಿಲ್ಲ. ಆಪತ್ತು ಬಂದೆರಗುವ ತನಕ, "ನೆಹರೂ ಬಿಡಿ; ಅವರು ಎಲ್ಲವನ್ನೂ ಸಂಭಾಳಿಸುತ್ತಾರೆ" ಎಂದು ಮಾತಾಡಿದವರೇ ನಾವು. ಪ್ರಜೆಗಳು ಹೇಗಿರುತ್ತಾರೋ, ಅವರ ಪ್ರಜಾಪ್ರಭುತ್ವವೂ ಹಾಗಿರುತ್ತದೆ. ಎಂಥ ಪ್ರಜೆಯಿರುತ್ತಾನೋ, ಅವನಿಗೆ ಅಂಥದ್ದೇ ದೊರೆ ಸಿಗುತ್ತಾನೆ ಎಂಬುದು ನಮಗೆ ಅರ್ಥವಾಗಲಿಲ್ಲ. ಯುದ್ಧಕ್ಕೆ ಮುನ್ನ ನೆಹರುವನ್ನು ಸರ್ವಶಕ್ತ ಎಂದವರೂ ನಾವೇ. ಯುದ್ಧ ಸೋತ ನಂತರ,

ಅವರನ್ನು ಹೀನಾಮಾನ ಬೈದವರೂ ನಾವೇ. ಈ ದೇಶದ ಮೇಲೆ ನೆಹರೂ ತಮ್ಮ ನಿರ್ಧಾರಗಳನ್ನು ಹೇರಿದರು ಎಂಬುದು ಪೂರ್ತಿ ನಿಜವಲ್ಲ. ಅವರಿಗೆ ವಿವೇಕಹೀನ ಜನ ಸಲಹೆಗಾರರಾಗಿ ಸಿಕ್ಕರು. ಸರಿಯಾದ ಸಲಹೆಗಳು ದೊರೆತಾಗ ಜವಾಹರಲಾಲ್ ನೆಹರೂ-ತಮ್ಮ ನಿಲುವಿಗೆ ಅವು ಸೂಕ್ತವಾಗದೆ ಹೋದಾಗ, ಎಷ್ಟು ಒಳ್ಳೆಯ ಸಲಹೆಯಿದ್ದರೂ ಅದನ್ನು ಧಿಕ್ಕರಿಸಿದರು. ಪ್ರಜ್ಞಾವಂತ ಜನತೆ, ಜಾಗೃತ ಪತ್ರಿಕೆಗಳು, ಶಕ್ತಿಶಾಲಿ ಲೋಕಸಭೆ ಮತ್ತು ನಿಷ್ಠಾವಂತ ಸಚಿವ ಸಂಪುಟ-ಎಲ್ಲ ಒಂದಾಗಿದ್ದಿದ್ದರೆ ನೆಹರೂರಂಥ ದೈತ್ಯ ನಾಯಕನನ್ನು ಕೂಡ ತಹಬಂದಿಯಲ್ಲಿಡಬಹುದಿತ್ತಲ್ಲವೆ?

ಹಾಗಂತ ನಾವ್ಯಾರೂ ಯೋಚಿಸಲೇ ಇಲ್ಲ.

ಒಂದು ಕಡೆ ಚೀನದ ಪಡೆಗಳೊಂದಿಗೆ ಯುದ್ಧ ಹೊತ್ತಿಕೊಂಡು ಉರಿಯುತ್ತಿದ್ದರೆ DCCಯ ಪ್ರಮುಖ ಸದಸ್ಯರಾದ ಪ್ರಧಾನ ಮಂತ್ರಿ, ಹಣಕಾಸು ಮಂತ್ರಿ ಮತ್ತು ರಕ್ಷಣಾ ಮಂತ್ರಿ-ಮೂರೂ ಜನ ವಿದೇಶ ಯಾತ್ರೆಗಳಲ್ಲಿ ಮುಳುಗಿ ಹೋಗಿದ್ದರು ಅಂದರೆ, DCC ಎಂಬ ಅತಿಮುಖ್ಯ ಅಂಗ ಎಷ್ಟು ನಿಷ್ಕ್ರಿಯವಾಗಿದ್ದಿರಬಹುದೋ, ಯೋಚಿಸಿ. ರಾಷ್ಟ್ರಮಟ್ಟದ, ರಾಷ್ಟ್ರದ ಭವಿತವ್ಯವನ್ನು ರೂಪಿಸುವಂತಹ ನಿರ್ಣಯಗಳನ್ನು ಅವತ್ತಿಂದವತ್ತು ಎಂಬಂತೆ ಟೆಲಿಫೋನುಗಳ ಮೇಲೆ, ಟೆಲೆಕ್ಸ್ ಸಂದೇಶಗಳ ಮೇಲೆ ಆಧಾರಪಟ್ಟುಕೊಂಡು ಕೈಗೊಳ್ಳಲಾಯಿತು. ಟೆಲಿಫೋನುಗಳ ಮೇಲೆ ಪಡೆದ ಆದೇಶಗಳನ್ನು ದಿಲ್ಲಿಯ ಪಾರ್ಲಿಮೆಂಟ್ ಭವನದಲ್ಲಿ ಕುಳಿತು ಕೆಲಸಕ್ಕೆ ಬಾರದ ಅಧಿಕಾರಿಗಳು ಸೈನ್ಯದ ಸರ್ವೋಚ್ಚ ನಾಯಕರಿಗೆ ರವಾನೆ ಮಾಡುವಂಥ ಪರಿಸ್ಥಿತಿ ನಿರ್ಮಾಣವಾಗಿತ್ತು.

ಇದೆಲ್ಲ ಒತ್ತಟ್ಟಿಗಿರಲಿ. 1962ರಲ್ಲಿ ಚೀನದವನ ಕೈಲಿ ಪ್ರಹಾರ ಮಾಡಿಸಿಕೊಂಡು ಹಿಂತಿರುಗಿದ ನಂತರ, ಕೃಷ್ಣ ಮೆನನ್‌ರನ್ನು ತೊಲಗಿಸಲಾಯಿತು. ದೇಸಾಯಿಯವರನ್ನು ಕಾಮರಾಜ್ ನೇಪಥ್ಯಕ್ಕೆ ಸರಿಸಿದರು. ಕಾಂಗ್ರೆಸ್‌ನ ಬಲ ಹಾಗೂ ಎಡ ಪಂಥೀಯ ಶಕ್ತಿಗಳ ಮಧ್ಯೆ ಒಂದು ಸಮತೋಲನ ತರುವ ಪ್ರಯಾಸಕ್ಕೆ ನೆಹರೂ ಕೈ ಹಾಕಿದರು. ಎಲ್ಲ ತಪ್ಪುಗಳನ್ನೂ ತಮ್ಮ ಕೈ ಕೆಳಗಿನವರೇ ಮಾಡಿದರೆಂದೂ, ಅದಕ್ಕೂ ತಮಗೂ ಸಂಬಂಧವೇ ಇಲ್ಲವೆಂದೂ ತೀರ್ಮಾನಿಸಿದವರಂತೆ-ಒದೆ ತಿಂದು ದೇಶದ ಉದ್ದಗಲಕ್ಕೂ ಓಡಾಡಿದರು ಪ್ರಧಾನಿ ನೆಹರೂ. ಎಲ್ಲಕ್ಕಿಂತ ಆಶ್ಚರ್ಯಕರವೆಂದರೆ, "ಚೀನದ ಕೈಯಲ್ಲಿ ಸೋತು ಬಂದುದಕ್ಕೆ ಕಾರಣ ಹುಡುಕಿ ಕೊಡಿ" ಎಂಬ ಆದೇಶ ನೀಡಿ ಒಂದು ತನಿಖಾ ಸಮಿತಿ ನೇಮಿಸುತ್ತಿದ್ದಂತೆಯೇ ಇಡೀ ದೇಶ, ಸಮಸ್ಯೆಯೇ ಮುಗಿದು ಹೋಯಿತೆಂಬಂತೆ ಸುಮ್ಮನಾಗಿಬಿಟ್ಟಿತು. ಅರೆ, ತನಿಖೆ ಮಾಡುವವರು ಯಾರು? ನೆಹರೂ ಸರ್ಕಾರದ ಅಧೀನದಲ್ಲಿರುವವರಾ? ಆರಂಭದಿಂದ ಅಂತ್ಯದ ತನಕ ಅಷ್ಟೂ ತಪ್ಪುಗಳನ್ನು ಮಾಡಿದ ನೆಹರೂ, ತಮ್ಮ ಸರ್ಕಾರದ ವತಿಯಿಂದಲೇ ತನಿಖೆ ಮಾಡಿಸಿದರೆ ಏನುಪಯೋಗ? ಚೀನಾ ಯುದ್ಧ ಸೋಲಲಿಕ್ಕೆ ನಿಜವಾದ ಕಾರಣಗಳೇನಿದ್ದವು ಎಂಬುದರ ತನಿಖೆಯನ್ನು ರಾಷ್ಟ್ರಪತಿಗಳು ಮಾಡಬೇಕಿತ್ತಲ್ಲವೆ? 1974ರಿಂದಲೂ ಹೇಗೆ ನೆಹರೂ ಸರ್ಕಾರ

ರಕ್ಷಣಾ ಖಾತೆಗೆ ಸಂಬಂಧಿಸಿದಂತೆ ತಪ್ಪುಗಳನ್ನು ಮಾಡುತ್ತ ಬಂತು ಎಂಬುದರ ತನಿಖೆ ಆಗಬೇಕಿತ್ತಲ್ಲವೆ? ಆ ಕೆಲಸ ಆಗಲೇ ಇಲ್ಲ! ಅದರ ಬಗ್ಗೆ ಯಾರೂ ಚಕಾರವೆತ್ತಲೂ ಇಲ್ಲ.

ಇನ್ನು ರಕ್ಷಣಾ ಸಚಿವಾಲಯವೆನ್ನುತ್ತೀರಾ? ಅದೊಂದು ಕರ್ಮಕಾಂಡಗಳ ಕೂಪವಾಗಿತ್ತು. ನೇರವಾಗಿ ಅದು ರಕ್ಷಣಾ ಮಂತ್ರಿಯ ಅಧೀನದಲ್ಲಿರುತ್ತದೆ. ಆತ ಮೂಲತಃ ರಾಜಕಾರಣಿ. ಉನ್ನತ ನಿರ್ದೇಶನ ನೀಡುವ DCC ಏನೇನು ಅಪ್ಪಣೆ ಕೊಡುತ್ತದೋ, ಅದನ್ನೆಲ್ಲ ಜಾರಿ ಮಾಡಲೆಂದೇ ಸೃಷ್ಟಿಯಾದದ್ದು ರಕ್ಷಣಾ ಸಚಿವಾಲಯ. ಆದರೆ ಮೇಲ್ಮಟ್ಟದ ನಿರ್ದೇಶನವೇ ಸ್ಪಷ್ಟವಿಲ್ಲದಿದ್ದಾಗ, ರಕ್ಷಣಾ ಸಚಿವಾಲಯದಲ್ಲಿ ಹುಟ್ಟಿಕೊಂಡದ್ದು ಕೇವಲ ಗೊಂದಲ. 1974ರಲ್ಲಿ ಚಿಕ್ಕದೊಂದು ಕಚೇರಿಯಾಗಿ ಆರಂಭಗೊಂಡ ಭಾರತ ದೇಶದ ರಕ್ಷಣಾ ಸಚಿವಾಲಯ 1962ರ ಹೊತ್ತಿಗೆ ದೈತ್ಯಾಕಾರದಲ್ಲಿ ಬೆಳೆದು ನಿಂತಿತ್ತು. 1947ಕ್ಕಿಂತ ಮುಂಚೆ ಕಮ್ಯಾಂಡರ್-ಇನ್-ಛೀಫ್ ಹುದ್ದೆಯ ಅಧಿಕಾರಿಯೇ ಅದರ ಮುಖ್ಯಸ್ಥ. ಆತ ಉತ್ತರಿಸಬೇಕಾದುದು, ಕೇವಲ ಇಂಗ್ಲಂಡಿನಲ್ಲಿ ಕುಳಿತ ವೈಸರಾಯ್‌ನಿಗೆ. ಉಳಿದಂತೆ ಮಹಾಸೇನಾನಿಯೇ (ಕಮ್ಯಾಂಡರ್ ಇನ್ ಛೀಫ್) ಎಲ್ಲ ನಿರ್ಣಯಗಳನ್ನೂ ಕೈಗೊಳ್ಳಬಹುದಾಗಿತ್ತು. ಮುಂದೆ 1947ರಲ್ಲಿ ಈತನ ಹುದ್ದೆಯನ್ನು ರಕ್ಷಣಾ ಸಚಿವ ಮೆನನ್, ಭಾರತದ ವಾಯುಪಡೆ, ನೌಕಾಪಡೆ ಹಾಗೂ ಸೈನಿಕ ಪಡೆಗಳ ಮೂವರು ಮುಖ್ಯಸ್ಥರು ಸೇರಿ ಹಂಚಿಕೊಂಡರು. ಅಲ್ಲಿಗೆ ಒಂದು ಹುದ್ದೆಯನ್ನು ನಾಲ್ಕು ಜನ ಹಂಚಿಕೊಂಡಂತಾಯಿತು. ಮೊದಲಾದರೆ ಭಾರತೀಯ ಸೇನೆ ಬ್ರಿಟಿಷ್ ಸಾಮ್ರಾಜ್ಯದ ಹಲವಾರು ಸೇನೆಗಳ ಒಂದು ಭಾಗವಷ್ಟೆ ಆಗಿತ್ತು. ನಿರ್ಧಾರಗಳೆಲ್ಲವೂ ಇಂಗ್ಲಂಡಿನ ವೈಟ್‌ಹಾಲ್‌ನಲ್ಲಿ ಅಥವಾ ಯುದ್ಧ ಕಚೇರಿಯೆಂದೇ ಕರೆಯಲ್ಪಡುತ್ತಿದ್ದ War Officeನಲ್ಲಿ ಕೈಗೊಳ್ಳಲಾಗುತ್ತಿದ್ದವು. ಸೈನಿಕರು ಬಳಸುವ ಪ್ರತಿ ವಸ್ತುವೂ ಇಂಗ್ಲಂಡಿನದಾಗಿರುತ್ತಿತ್ತು. ಭಾರತೀಯ ಮಹಾ ಸೇನಾನಿ ತನಗಿಂಥದು ಬೇಕೆಂದು ಕೇಳಿದರೆ ಸಾಕಿತ್ತು. ಆತನ ಕೈ ಕೆಳಗೆ ಕೆಲಸ ಮಾಡುತ್ತಿದ್ದ ಸಿವಿಲ್ ಅಧಿಕಾರಿಗಳಿಗೆ ಮೇಲ್ಮಟ್ಟದ ಯುದ್ಧ ನಿರ್ದೇಶನ ನೀಡುವ ಅಧಿಕಾರವೂ ಇರಲಿಲ್ಲ. ಅವರಿಗೆ ಆ ಕೆಲಸ ಗೊತ್ತೂ ಇರಲಿಲ್ಲ. ನಿರ್ಧಾರಗಳೆಲ್ಲ ಇಂಗ್ಲಂಡಿನಲ್ಲಾಗುತ್ತಿದ್ದುದರಿಂದ, ಈ ಅಧಿಕಾರಿಗಳು ಕೇವಲ ಅವುಗಳನ್ನು ಜಾರಿಗೆ ತರುವ ಮಟ್ಟದವರಾಗಿದ್ದರು. ದುರಂತವೆಂದರೆ, ಮುಂದೆ ಇದೇ ಅಧಿಕಾರಿಗಳ ಹಿಂಡು ಸ್ವತಂತ್ರ ಭಾರತದ ರಕ್ಷಣಾ ಸಚಿವಾಲಯದ ಟೇಬಲ್ಲುಗಳಿಗೆ ಬಂದು ಕುಳಿತಿತ್ತು. ರಕ್ಷಣಾ ಸಚಿವಾಲಯದಲ್ಲಿ ರಿಸರ್ಚ್ ಸೆಲ್‌ಗಳಿರಲಿಲ್ಲ. ಸಣ್ಣ ಪುಟ್ಟ ಶಸ್ತ್ರಗಳ ಕುರಿತಾದ ಮಾಹಿತಿಯ ಹೊರತಾಗಿ ಅವರಿಗೆ ಬೇರೇನೂ ಗೊತ್ತಿರಲಿಲ್ಲ. ಎಲ್ಲಕ್ಕಿಂತ ಮಿಗಿಲಾಗಿ ಬ್ರಿಟಿಷ್ ಆಡಳಿತಾವಧಿಯಲ್ಲಿ ಸರ್ವೋಚ್ಚ ದೊರೆಯ ಹೆಸರು, ಗೌರವಗಳನ್ನು ರಕ್ಷಿಸುವುದೇ ಎಲ್ಲ ಅಧಿಕಾರಿಗಳ ಆದ್ಯ ಕರ್ತವ್ಯವಾಗಿರುತ್ತಿತ್ತು. ಅಲ್ಲಿ ಜಗಳ, ಮತ್ಸರ, ಘರ್ಷಣೆಗಳಿಗೆ ಅವಕಾಶವೇ ಇರಲಿಲ್ಲ. ಎಲ್ಲ ಬ್ರಿಟಿಷ್ ಅಧಿಕಾರಿಗಳಿಗೂ ತಂತಮ್ಮ ಗುರಿ ಏನಿರಬೇಕೆಂಬುದು ಸ್ಪಷ್ಟವಿರುತ್ತಿತ್ತು.

ಇಂಥದೊಂದು ವ್ಯವಸ್ಥೆಯನ್ನು ಬ್ರಿಟಿಷರಿಂದ ಬಳುವಳಿಯಾಗಿ ಪಡೆದುಕೊಂಡ ಭಾರತ ಸರ್ಕಾರ, ಆರಂಭದಲ್ಲೇ ಇದಕ್ಕೊಂದು ಶಸ್ತ್ರ ಚಿಕಿತ್ಸೆ ಮಾಡಿ ಬಿಡಬೇಕಿತ್ತು. ಹೊಸ ವಿಚಾರ ಧಾರೆ, ಹೊಸ ಗುರಿ, ಹೊಸ ಉದ್ದೇಶಗಳನ್ನು ಅಧಿಕಾರಿಗಳಿಗೆ ಸ್ಪಷ್ಟಪಡಿಸಿ ಹೇಳಬಲ್ಲ ಸಿವಿಲ್ ಮತ್ತು ಮಿಲಿಟರಿ ದಿಗ್ಗಜರ ಅವಶ್ಯಕತೆಯಿತ್ತು. ಅವರಿಗೆಲ್ಲ ಸರಿಯಾದ ನೇತೃತ್ವ ವಹಿಸಬಲ್ಲ ಅಪಾರ ಬುದ್ಧಿವಂತ ರಕ್ಷಣಾ ಸಚಿವನ ಅವಶ್ಯಕತೆಯಿತ್ತು. ದುರಂತವೆಂದರೆ, 1957ರಲ್ಲಿ ಕೃಷ್ಣ ಮೆನನ್ ಅಧಿಕಾರ ಸ್ವೀಕರಿಸುವ ತನಕ ಈ ರಕ್ಷಣಾ ಸಚಿವರ ಸ್ಥಾನದಲ್ಲಿ ಯೋಗ್ಯರಾರೂ ಕೂಡಲೇ ಇಲ್ಲ. ಕೃಷ್ಣ ಮೆನನ್ ಕೂಡ ವಿಫಲರಾದರು. ಆದರೆ ಅದಕ್ಕೆ ಅನೇಕ ಕಾರಣಗಳಿದ್ದವು. ಸ್ವತಃ ಮೆನನ್ ಅಪಾರ ಬುದ್ಧಿಮತ್ತೆಯುಳ್ಳ ಮನುಷ್ಯರಾಗಿದ್ದರು ಎಂಬುದನ್ನು ನಾವು ಅನುಮಾನಿಸಬೇಕಾಗಿಲ್ಲ.

ಇನ್ನಷ್ಟು ಬುದ್ಧಿವಂತಿಕೆಯಿಂದ ಆಲೋಚಿಸಿದ್ದಿದ್ದರೆ, ಭಾರತ ಸರ್ಕಾರ ಎರಡು ಒಳ್ಳೆಯ ಕೆಲಸಗಳನ್ನು ಮಾಡಬಹುದಾಗಿತ್ತು. ಆ ತನಕ ಅಸ್ತಿತ್ವದಲ್ಲಿದ್ದ ರಕ್ಷಣಾ ಸಚಿವಾಲಯವನ್ನು ರದ್ದುಗೊಳಿಸಿ, ಹೊಸ ವ್ಯವಸ್ಥೆ ಜಾರಿಗೆ ತರಬಹುದಿತ್ತು. ಕೇವಲ ಸಿವಿಲ್ ಅಧಿಕಾರಿಗಳಿಂದ ಕೂಡಿದ ಒಂದು ಪ್ರತ್ಯೇಕ ಸಚಿವಾಲಯ ಸ್ಥಾಪಿಸಿ, ಮೂರೂ ಸೈನಿಕ ಪಡೆಗಳ ಮುಖ್ಯಸ್ಥರನ್ನು ಆ ಸಚಿವಾಲಯದ ನಿರ್ದೇಶನದಂತೆ ನಡೆದುಕೊಳ್ಳಬೇಕೆಂದು ಕರಾರು ಮಾಡ ಬಹುದಿತ್ತು. ಆಗ ಸೈನಿಕ ಹೆಡ್‌ಕ್ವಾರ್ಟರ್ಸ್ ಕಚೇರಿಗಳು ರಕ್ಷಣಾ ಸಚಿವಾಲಯದ ಶಾಖೆಗಳಂತೆ ಕೆಲಸ ಮಾಡುತ್ತಿದ್ದವೇ ಹೊರತು, ಅವು ಬೇರೆ ತೆರನಾದ ಸರ್ಕಾರಿ ಅಧಿಕಾರ ಚಲಾಯಿಸುತ್ತಿರಲಿಲ್ಲ. ಈ ವ್ಯವಸ್ಥೆ ಸೂಕ್ತವೆನಿಸದಿದ್ದರೆ ಬ್ರಿಟಿಷರು ಮಾಡಿದಂತೆಯೇ ಸಿವಿಲ್ ಹಾಗೂ ಮಿಲಿಟರಿ ಅಧಿಕಾರಿಗಳ ಒಂದು ಜಂಟಿ ವ್ಯವಸ್ಥೆ ಮಾಡಿ, ಅದರ ಮೂಲಕ ಸರ್ಕಾರದ ಅಪ್ಪಣೆಗಳನ್ನು ಜಾರಿ ಮಾಡಬಹುದಾಗಿತ್ತು. ಲಂಡನ್‌ನ ಬ್ರಿಟಿಷ್ ವಾರ್ ಆಫೀಸ್ ಕಾರ್ಯ ನಿರ್ವಹಿಸುತ್ತಿದ್ದುದೇ ಹಾಗೆ.

ಆದರೆ ಇವೆರಡನ್ನೂ ಬಿಟ್ಟು, ಕೇವಲ ಸಿವಿಲ್ ಅಧಿಕಾರಿಗಳಿಂದಲೇ ತುಂಬಿ ಹೋದ ವ್ಯವಸ್ಥೆಯೊಂದನ್ನು 1947ರಲ್ಲಿ ಸೃಷ್ಟಿಸಲಾಯಿತು. ಹಾಗೆ ಸೃಷ್ಟಿಸಿದ ರಾಜಕೀಯ ನಾಯಕರಿಗೆ ರಾಜಕೀಯ ಕಾರಣಗಳಿದ್ದವು. ಅವರವೇ ಆದ ಸ್ವಾರ್ಥಗಳಿದ್ದವು. ಸಣ್ಣ ಗಾತ್ರದಲ್ಲಿದ್ದ ಈ ಸಚಿವಾಲಯವನ್ನು ಯಾವಾಗ ದೈತ್ಯ ಸ್ವರೂಪ ನೀಡಿ ಬೆಳೆಸತೊಡಗಿದರೋ, ಆಗ ಯರ‍್ರಾಬಿರ‍್ರಿ ಪ್ರೊಮೋಷನ್‌ಗಳನ್ನು ನೀಡತೊಡಗಿದರು. ವರ್ಷಗಟ್ಟಲೆ ಸೈನ್ಯದಲ್ಲಿ ದುಡಿದ ಅನುಭವಿ ಅಧಿಕಾರಿಗಳ ತಲೆಯ ಮೇಲೆ ನಿನ್ನೆ ಮೊನ್ನೆ ಬಂದ ಸಿವಿಲ್ ಅಧಿಕಾರಿಗಳ ಸವಾರಿ ಆರಂಭವಾಯಿತು. ಬ್ರಿಟಿಷರ ಕಾಲದಲ್ಲಿ ಒಬ್ಬ ಮಾಮೂಲಿ ಆಫೀಸ್ ಸೂಪರಿಂಟೆಂಡೆಂಟನಾಗಿದ್ದವನು ಹಠಾತ್ತನೆ ಸೈನ್ಯದ ಮೇಜರ್ ಒಬ್ಬನ ಮೇಲೆ ಆಜ್ಞೆ ಜಾರಿ ಮಾಡುವಷ್ಟು ದೊಡ್ಡವನಾಗಿ ಬಿಟ್ಟ. ಅದು ಸಿವಿಲ್ ಅಧಿಕಾರಿಗಳ ಪಾಲಿನ ಸುಗ್ಗಿ ಕಾಲ. ಒಂದೇ ಸಮನೆ ಹೊಸ ಹುದ್ದೆಗಳು ಹುಟ್ಟಿಕೊಂಡವು. ದಿನಕ್ಕೊಂದು ವರ್ಗಾವಣೆ ಆರಂಭವಾಯಿತು. ಅವರನ್ನು ನಿಯಂತ್ರಿಸಬಲ್ಲ ರಾಜಕೀಯ ನೇತಾರ

ರಕ್ಷಣಾ ಸಚಿವಾಲಯದ ಕುರ್ಚಿಯ ಮೇಲೆ ಕೂಡಲೇ ಇಲ್ಲ. ಜವಾಬ್ದಾರಿಯಿಲ್ಲದ ಅಧಿಕಾರವನ್ನು ಸವಿಯ ಬಯಸುವ ಭಾರತೀಯ ಅಧಿಕಾರಿ ಸೃಷ್ಟಿಯಾದದ್ದೇ ಇಲ್ಲಿ! ಕಾಲಕ್ರಮದಲ್ಲಿ ರಕ್ಷಣಾ ಸಚಿವಾಲಯವೇ ಸೈನಿಕರ ಹೆಡ್ ಕ್ವಾರ್ಟರ್ಸಿನಂತಾಗಿಹೋಯಿತು. ಯುದ್ಧದಲ್ಲಿ ಸೋತು, ಒದೆ ತಿಂದು ಹಿಂತಿರುಗುವ ವಿಷಯ ಬಿಟ್ಟರೆ, ಉಳಿದೆಲ್ಲಕ್ಕೂ ರಕ್ಷಣಾ ಸಚಿವಾಲಯದ ಅಪ್ಪಣೆ ಪಡೆಯಬೇಕಾಗುತ್ತಿತ್ತು. ಮೊದಲ ತಲೆಮಾರಿನ ಇಂಡಿಯನ್ ಸಿವಿಲ್ ಸರ್ವೀಸಸ್ (I.C.S) ಅಧಿಕಾರಿಗಳು, ಆನಂತರ ಬಂದ ಅದೇ ಜಾತಿಯ IAS ಅಧಿಕಾರಿಗಳು, ತಮ್ಮದೇ ಆದ ಭ್ರಮಾಲೋಕ ನಿರ್ಮಿಸಿಕೊಂಡರು. ತಾವು ಸರ್ವಶ್ರೇಷ್ಠರೆಂಬ ಭಾವನೆ ಬೆಳೆಸಿಕೊಂಡರು. ಸೈನಿಕರು, ಇಂಜಿನಿಯರ್ ಸಮೂಹ, ನೀರಾವರಿ ಪಂಡಿತರು-ಮುಂತಾದವರೆಲ್ಲ ಈ ICS ಮತ್ತು IAS ಅಧಿಕಾರಿಗಳ ಪದತಲದಲ್ಲಿ ಕುಳಿತು ಅವರು ಕೇಳಿದಾಗ ತಮಗೆ ತಿಳಿದದ್ದನ್ನು ಹೇಳುವ ಸಲಹೆಗಾರರಾಗಿ ಪರಿಗಣಿಸಲ್ಪಟ್ಟರು. ಒಂದು ಹಂತದಲ್ಲಿ 1962ರ ದುರಂತಗಳಿಗೆ ಈ ICS ಅಧಿಕಾರಿಗಳ ಅಹಂಕಾರವೂ ಕಾರಣವಾಯಿತು.

ಇಂಥ ಅಧಿಕಾರಿಗಳ ಸಮೂಹಕ್ಕೆ ರಾಜಕಾರಣಿಗಳೂ ಸೇರಿಕೊಂಡರು. ಇಬ್ಬರಿಗೂ ಸೈನ್ಯದೆಡೆಗೆ ಭೀತಿ. ಸದಾ ಅಪನಂಬಿಕೆ. ಹೀಗಾಗಿ ಸೈನ್ಯಾಧಿಕಾರಿಗಳು ಸದಾ ಬೇಡುವ, ಗೋಗರೆಯುವ, ವಿವರಣೆ ನೀಡುವ ಸಮರ್ಥನೆ ಮಾಡಿಕೊಳ್ಳುವ ಸ್ಥಿತಿಯಲ್ಲೇ ಇರುವಂತಾಯಿತು. ಇದು ವರ್ಷಗಟ್ಟಲೆ ಮುಂದುವರೆದುದರ ಪರಿಣಾಮವಾಗಿ ಸೈನ್ಯಾಧಿಕಾರಿಗಳಲ್ಲಿ ಒಂದು ಜುಗುಪ್ಸೆ ಹುಟ್ಟಿಕೊಂಡು ಬಿಟ್ಟಿತ್ತು. ಅವರಿಗೆ ಬೇಡಿ ಬೇಡಿ ಸಾಕಾಗಿ ಹೋಗಿತ್ತು. ರಕ್ಷಣಾ ಸಚಿವಾಲಯದ ಅಧಿಕಾರಿಗಳು ಸೈನಿಕರ ವಿನಂತಿಗಳನ್ನೆಲ್ಲ ಕೇಳಿಸಿಕೊಂಡು, "ಆಯ್ತು ನೋಡೋಣ. ಹಣಕಾಸಿನ ಇಲಾಖೆಗೆ ನಿಮ್ಮ ವಿನಂತಿಯನ್ನು ಶಿಫಾರಸು ಮಾಡಿ ಕಳಿಸ್ತೇವೆ. ನಮ್ಮ ಕೈಲಾದದ್ದು ನಾವು ಮಾಡುತ್ತೇವೆ" ಎಂಬ ಧಾಟಿಯಲ್ಲಿ ಮಾತಾಡುತ್ತಿದ್ದರು. ಯಾವ ಅಧಿಕಾರಿ ಸೈನ್ಯಕ್ಕೂ-ರಾಜಕೀಯ ಪರಮಾಧಿಕಾರಕ್ಕೂ ನಡುವೆ ಮುಖ್ಯ ಕೊಂಡಿಯಾಗಿ, ಅದನ್ನೇ ತನ್ನ ಕೆಲಸವೆಂದುಕೊಂಡು ದುಡಿಯಬೇಕಿತ್ತೋ, ಅಂಥ ಅಧಿಕಾರಿ 'ನೋಡೋಣ, ನನ್ನ ಕೈಲಾದ್ದು ಮಾಡುತ್ತೇನೆ' ಎಂಬ ಧಾಟಿಯಲ್ಲಿ ಮಾತಾಡುವ ಪರಕೀಯನಂತೆ ವರ್ತಿಸತೊಡಗಿದನೋ-ಆಗ ಆತನ ನೇತೃತ್ವದಲ್ಲಿ ಸೈನ್ಯಾಧಿಕಾರಿಗಳಿಗೆ ನಂಬಿಕೆಯೇ ಉಳಿಯಲಿಲ್ಲ. ಈ ಸಂಗತಿ ಯಾವ ಭಾರತೀಯನಿಗೂ ಗೊತ್ತಿರಲಿಲ್ಲ. ಮಿಲಿಟರಿಯವರು ತಮಗೇನು ಬೇಕೋ ಅದನ್ನು ಸ್ವತಂತ್ರವಾಗಿ ತರಿಸಿಕೊಳ್ಳುತ್ತಾರೆ ಅಂದುಕೊಂಡಿದ್ದರು. ಆದರೆ ಸೈನಿಕರಿಗೊಂದು ಬೂಟು ಬೇಕು ಎಂಬುದು ಕೂಡ ICS ಅಧಿಕಾರಿಗಳ ಕರುಣೆಗೆ, ಮನಸ್ಸಿಗೆ, ಅವರು ಕೇಳುವ ಸಾವಿರಾರು ಪ್ರಶ್ನೆಗಳಿಗೆ ಹೌದೆನ್ನಿಸಿದರೆ ಮಾತ್ರ ಹಣಕಾಸು ವಿಭಾಗದಿಂದ ಮಂಜೂರಾಗಿ ಬರುತ್ತಿತ್ತು. ಬಡ್ತಿಗಳು, ಮೇಲಧಿಕಾರಿಗಳ ಪೋಸ್ಟಿಂಗ್‌ಗಳು, ಹೊಸ ಶಸ್ತ್ರಾಸ್ತ್ರಗಳನ್ನು ಪರಿಚಯಿಸುವಿಕೆ, ಸೇವಾ ನಿಯಮಗಳು, ಭವಿಷ್ಯದ ಯೋಜನೆಗಳು, ಯುದ್ಧಗಳು-ಎಲ್ಲವಕ್ಕೂ ರಕ್ಷಣಾ ಸಚಿವಾಲಯದ 'ಮಂಜೂರಾತಿ' ಬೇಕಾಗಿತ್ತು.

1962ರಲ್ಲಿ ಚೀನದ ಗಡಿಯಲ್ಲಿ ಬೆಂಕಿ ಹೊತ್ತಿಕೊಂಡಾಗ ಕೆಲವು ಹಳೆಯ, ದಕ್ಷ ಅಧಿಕಾರಿಗಳನ್ನು ತಂದು ಕೂಡಿಸಲಾಯಿತು. ಈ ಕೆಲಸವನ್ನು ಮೊದಲೇ ಮಾಡಬೇಕಿತ್ತಲ್ಲವೆ? 1962ರ ಸೋಲಿಗೆ ಸೈನ್ಯವೇ ಕಾರಣ ಎಂಬುದಾಗಿ ಭಾರತದ ಜನ ಭಾವಿಸಿಕೊಂಡಿದ್ದರು. ನೆಹರೂ ನೇಮಿಸಿದ 'ತನಿಖಾ ಸಮಿತಿ' ಕೂಡ ಯುದ್ಧದಲ್ಲಿ ಸೋಲುವುದಕ್ಕೆ ಇರಬಹುದಾದ ಸೈನಿಕ ಕಾರಣಗಳ ಕುರಿತು ಮತ್ತೆ ತನಿಖೆ ನಡೆಸಲು ಮುಂದಾಯಿತಾದ್ದರಿಂದ, ಅಸಲಿ ತಪ್ಪಿತಸ್ಥ ಯಾರೆಂಬುದೇ ಮನವರಿಕೆಯಾಗಲಿಲ್ಲ. ಅಸಲಿ ತಪ್ಪಿತಸ್ಥನೇ ಕುಳಿತು ಯಾರ ಮೇಲೆ ಆರೋಪ ಪಟ್ಟಿ ಬರೆಯಬೇಕೆಂದು ಹವಣಿಸುತ್ತಿದ್ದ.

ಹಾಗಂತ ಸಿವಿಲ್ ಅಧಿಕಾರಿಗಳಿಗೆ ರಕ್ಷಣಾ ಖಾತೆಯ ವಿಷಯದಲ್ಲಿ ಪ್ರಾಮುಖ್ಯತೆಯೇ ಇರಕೂಡದೆಂದು ನಾನು ವಾದಿಸುತ್ತಿಲ್ಲ. ಆದರೆ ಅರ್ಥಹೀನ ಮಧ್ಯವರ್ತಿಗಳಾಗಿ ಅಥವಾ ತಾವೇ ಮಿಲಿಟರಿ ಹೆಡ್‌ಕ್ವಾರ್ಟರ್ಸನ್ನು ನಿಯಂತ್ರಿಸುವುದಾಗಿ ಅವರು ವರ್ತಿಸದೆ ಸೈನಿಕ ವ್ಯವಹಾರಗಳನ್ನು ಬಲ್ಲ ಸೈನ್ಯಾಧಿಕಾರಿಗಳನ್ನು ಪಕ್ಕದಲ್ಲಿ ಕೂಡಿಸಿಕೊಂಡು ಕೆಲಸ ಮಾಡುವ ಪ್ರಜ್ಞಾವಂತರಾಗಿರಬೇಕಿತ್ತು. ಅದೇನೇ ತಿಪ್ಪರಲಾಗ ಹಾಕಿದರೂ, ಜೀವಮಾನವಿಡೀ ಯುದ್ಧಭೂಮಿಯಲ್ಲಿ ಅಲೆದು ಸೈನಿಕರ ಕಷ್ಟಸುಖ ಅರ್ಥಮಾಡಿಕೊಂಡಿರುವ ಒಬ್ಬ ಸೈನ್ಯಾಧಿಕಾರಿಗೆ-ರಕ್ಷಣಾ ಖಾತೆಯಲ್ಲಿ ಕೆಲವು ದಿನ ಕುಳಿತಿದ್ದು ಇನ್ನಷ್ಟು ಉತ್ತಮ ಹುದ್ದೆಗೆ ಎದ್ದು ಹೋಗುವ ICS ಅಧಿಕಾರಿ ಯಾವತ್ತಿಗೂ ಸಮನಾಗಲಾರ.

ಐಸಿಎಸ್ ಅಥವಾ ಐಎಎಸ್ ಅಧಿಕಾರಿಗಳು ಪದೇ ಪದೇ ರಕ್ಷಣಾ ಸಚಿವರನ್ನು ಭೇಟಿ ಮಾಡುತ್ತಿರುತ್ತಾರೆ. ಅವರ ಮಧ್ಯೆ ಒಂದು ಬಾಂಧವ್ಯ ಬೆಳೆದಿರುತ್ತದೆ. ICS ಅಧಿಕಾರಿಯ ಮೇಲೆ ಮಂತ್ರಿಗಳಿಗೊಂದು ವಿಶ್ವಾಸ ಮೂಡಿ ಬಿಟ್ಟಿರುತ್ತದೆ. ಹೀಗಾಗಿ ಆತ ಹೇಳಿದ್ದೇ ವೇದವಾಕ್ಯವಾಗಿ ಬಿಡುತ್ತದೆ. ಎಷ್ಟೋ ಸಲ ಮಂತ್ರಿಗಳು ಸೈನ್ಯದ ವಿಷಯದಲ್ಲಿ ದಾರಿ ತಪ್ಪುವುದೇ ಇಂಥ ಅಧಿಕಾರಿಗಳಿಂದಾಗಿ. ಒಂದು ಚಿಕ್ಕ ಉದಾಹರಣೆ ಕೊಡುತ್ತೇನೆ ನೋಡಿ. ಸೈನಿಕರಿಗೆ ಬೇಕಾದ ವಸ್ತುಗಳ ಕುರಿತು ಮೂರೂ ಪಡೆಯ ಮುಖ್ಯಸ್ಥರು ಸೇರಿಕೊಂಡು ಒಂದು ಪ್ರಪೋಸಲ್ ಸರ್ಕಾರದ ಮುಂದಿಡುತ್ತಾರೆ. ಇದನ್ನು ರಕ್ಷಣಾ ಸಚಿವಾಲಯದ ಒಬ್ಬ ಜಂಟಿ ಕಾರ್ಯದರ್ಶಿ 'ಪರಿಶೀಲಿಸುತ್ತಾನೆ.' ನಂತರ ಅದಕ್ಕೊಂದು ಷರಾ ಬರೆದು , ಕಾರ್ಯದರ್ಶಿಯ ಮೂಲಕ ಮಂತ್ರಿಗಳ ಟೇಬಲ್ಲಿಗೆ ತಲುಪಿಸುತ್ತಾನೆ. ಈತ ಬರೆಯುವ ಷರಾ ಏನೆಂಬುದನ್ನು ಯಾವ ಸೇನಾ ಮುಖ್ಯಸ್ಥನೂ ನೋಡುವಂತಿಲ್ಲ! ಒಬ್ಬ ಅತಿ ಚಿಕ್ಕ, ಅನುಭವವಿಲ್ಲದ IAS ಅಧಿಕಾರಿ "ಸೇನಾ ಮುಖ್ಯಸ್ಥ ನೀಡಿರುವ ಈ ಪ್ರಪೋಸಲ್ಲಿನೊಂದಿಗೆ ನಾನು ಭಿನ್ನಾಭಿಪ್ರಾಯ ಹೊಂದಿದ್ದೇನೆ. ಈ ರೀತಿಯಾಗಿ ಮಾಡುವ ಬದಲು, ನನ್ನ ಪ್ರಕಾರ ಏನು ಮಾಡಬಹುದೆಂದರೆ...." ಎಂಬ ಅಧಿಕ ಪ್ರಸಂಗದ ಷರಾ ಬರೆದುದನ್ನು ನಾನು ನೋಡಿದ್ದೇನೆ. ರಕ್ಷಣಾ ಮಂತ್ರಿ ಇಂಥಾ ಅಧಿಕಾರಿಯ ಷರಾಕ್ಕೆ ತನ್ನ ಸಮ್ಮತಿ ಸೂಚಿಸಿದುದನ್ನೂ ನೋಡಿದ್ದೇನೆ. ಆದರೆ, ತಾವು ಕಳಿಸಿದ ಪ್ರಪೋಸಲ್ ಯಾಕೆ

ರದ್ದಾಯಿತೆಂದಾಗಲೀ, ಅದನ್ನೇಕೆ ಬದಲಾಯಿಸಲಾಯಿತೆಂದಾಗಲೀ ಸೇನಾ ಮುಖ್ಯಸ್ಥರಿಗೆ ಯಾರೂ ತಿಳಿಸುವುದೇ ಇಲ್ಲ. ಸೈನ್ಯದ ವಿಷಯದಲ್ಲಿ ತಮಗಿಂತ ಒಳ್ಳೆಯ(?) ಸಲಹೆ ನೀಡಿದ ಶಿಖಾಮಣಿಯಾದರೂ ಯಾರು ಎಂಬುದು ಅವರಿಗೆ ಗೊತ್ತಾಗುವುದೇ ಇಲ್ಲ.

ಇರಲಿ, ಸ್ವಾತಂತ್ರ್ಯ ಬಂದ ಆರಂಭದ ದಿನಗಳಲ್ಲಿ ರಕ್ಷಣಾ ಸಚಿವಾಲಯವೆಂದರೇನೆಂದೇ ಗೊತ್ತಿರದ ಹೊಸ ಮಂತ್ರಿಗಳಿಗೆ, ಇಂಥ ICS ಅಧಿಕಾರಿಗಳ ಸಲಹೆಯ ಅವಶ್ಯಕತೆಯಿತ್ತು. ಇದ್ದಕ್ಕಿದ್ದಂತೆ ಏನಾದರೂ ತೀರ್ಮಾನಿಸಬೇಕಾದರೆ, ತಮ್ಮ ದಡ್ಡತನದ ಪ್ರದರ್ಶನವಾಗದಿರಲಿ ಅಂತ ICS ಅಧಿಕಾರಿಗಳನ್ನು ತಮ್ಮ ಸುತ್ತ ಇಟ್ಟುಕೊಳ್ಳುತ್ತಿದ್ದುದು ಸರಿಯಿತ್ತು. ಆದರೆ ದೇಶವನ್ನಾಳುವ ಪ್ರಧಾನ ಮಂತ್ರಿಗೆ ಕಾಲಕ್ರಮದಲ್ಲಿ, ಹದಿನೈದಿಪ್ಪತ್ತು ವರ್ಷಗಳಾದ ಮೇಲಾದರೂ ರಕ್ಷಣಾ ಖಾತೆಯನ್ನು ಸ್ವತಂತ್ರವಾಗಿ ನೋಡಿಕೊಳ್ಳಬಲ್ಲ ಕಿರಿಯ ರಾಜಕಾರಣಿಯೊಬ್ಬನನ್ನು ಪಳಗಿಸಿ, ತರಬೇತಿ ಕೊಟ್ಟು, ಬೆಳೆಸಬೇಕೆಂಬುದು ತೋಚಲಿಲ್ಲವೇ? ಇಂತಿಂಥ ಸಚಿವ ಸ್ಥಾನಕ್ಕೆ ಇಂತಿಂಥವರನ್ನೇ ಆಯ್ದು, ಕ್ರಮೇಣ ಅವರು ಸ್ವತಂತ್ರರಾಗಿ ಕಾರ್ಯ ನಿರ್ವಹಿಸುವಂತೆ ಅವರನ್ನು ತರಬೇತಿಗೊಳಿಸದಿದ್ದರೆ ಸಚಿವಾಲಯಗಳು ಈ ICS ಅಥವಾ IAS ಅಧಿಕಾರಿಗಳಿಂದ ಬಿಡುಗಡೆಯಾಗುವುದು ಹೇಗೆ?

ಈ ಬಗ್ಗೆ ಯಾರೂ ಈ ತನಕ ಯೋಚಿಸಿಲ್ಲ.

ಚರ್ಚೆಯಾಗಬೇಕಾದ ಇನ್ನೊಂದು ಅತಿಮುಖ್ಯ ಸಂಗತಿಯೆಂದರೆ-Chief of Army Staff ಎಂಬ ಪದವಿಯನ್ನು ಅಲಂಕರಿಸಿದ ಸರ್ವೋಚ್ಚ ಸೇನಾನಿಯದು. ಆತ ತನ್ನ ಆರ್ಮಿ ಹೆಡ್‌ಕ್ವಾರ್ಟರ್ಸ್‌ನ ಮುಖಾಂತರ ಸೇನೆಯನ್ನು ನಿಯಂತ್ರಿಸಿ ದೇಶವನ್ನಾಳುವ ರಾಜಕೀಯ ನಾಯಕರಿಗೆ ಉತ್ತರ ಕೊಡಬೇಕಾದ ಅಧಿಕಾರಿಯಾಗಿರುತ್ತಾನೆ. ಆತ ರಕ್ಷಣಾ ಸಚಿವರು ಹಾಕಿಕೊಟ್ಟ ಚೌಕಟ್ಟಿನಲ್ಲೇ ಕೆಲಸ ಮಾಡಬೇಕೆಂಬುದು ನಿಜ. ಆದರೆ ತನ್ನ ಸೈನಿಕ ವ್ಯವಸ್ಥೆಗೆ ಆದೇಶ ನೀಡುವ ಅಂತಿಮ ಅಧಿಕಾರ 'ಕೇವಲ' ಮಹಾಸೇನಾನಿ (Chief of Army Staff)ಗೆ ಇರುತ್ತದೆ. ಯಾವ ಕಾರಣಕ್ಕೂ ಆತನನ್ನು ಕಡೆಗಣಿಸಿ, ಆತನಿಗಿಂತ ಕಿರಿಯ ಅಧಿಕಾರಿಗಳಿಗೆ ಯುದ್ಧ ಸಂಬಂಧಿ ಆಜ್ಞೆಗಳನ್ನು ರಾಜಕಾರಣಿಗಳಾದವರು ನೀಡಕೂಡದು. ಅಂತೆಯೇ, ರಕ್ಷಣಾ ಸಚಿವರಿಗೆ ಸೂಕ್ತ ಮಿಲಿಟರಿ ಸಲಹೆಗಳನ್ನು ನೀಡುವ ಜವಾಬ್ದಾರಿ ಮಹಾಸೇನಾನಿಗೆ ಇರುತ್ತದೆ. ಇಂಥ ಮಹಾಸೇನಾನಿಯ ಹಾಗೂ ರಕ್ಷಣಾ ಸಚಿವನ ನಡುವೆ ಎಂಥ ಸಾಮರಸ್ಯವಿರುತ್ತದೆ ಎಂಬುದು ಅವರಿಬ್ಬರ ವ್ಯಕ್ತಿತ್ವಗಳ ಮೇಲೆ ಆಧಾರ ಪಟ್ಟಿರುತ್ತದೆ. ಅದಕ್ಕೆ ಪ್ರತ್ಯೇಕ ನಿಯಮಗಳೇನಿಲ್ಲ. ಆದರೆ 1962ರಲ್ಲಿ ನಡೆದದ್ದೇನು? ಅತ್ಯಂತ ಪ್ರಭಾವಶಾಲಿಯಾದ, ಬಲಿಷ್ಠ ದನಿಯ ರಕ್ಷಣಾ ಸಚಿವರಿದ್ದರು. ಅವರೆದುರಿಗೆ ಉಸಿರೇ ಇಲ್ಲದಂತೆ ಕುಳಿತ ಮಹಾಸೇನಾನಿಯಿದ್ದರು. ಮಹಾಸೇನಾನಿಯಾದವನು ರಕ್ಷಣಾ ಸಚಿವರ, ಪ್ರಧಾನಿಯ ನಂಬಿಕಸ್ಥ ಸಹಚರನಾಗಿರಬೇಕು. ಆತನಿಗೆ ದೇಶದಲ್ಲಿ, ಸೈನ್ಯದಲ್ಲಿ ಪ್ರಶ್ನಾತೀತವಾದ ಗೌರವ ಸಿಗುತ್ತಿರಬೇಕು. ಅದರಲ್ಲೂ

ಭಾರತದಂತಹ ಬಡ ಹಾಗೂ ಯುದ್ಧ ಭೀತಿಯಿಂದ ಪೀಡಿತವಾದ ರಾಷ್ಟ್ರದಲ್ಲಿ ಮಹಾಸೇನಾನಿಯ ಕೆಲಸ ನಿರ್ವಹಿಸುವುದು ತುಂಬ ಕಷ್ಟ. ಅಂಥ ಮಹಾಸೇನಾನಿಯನ್ನು ಅವಮಾನಿಸುವ, ಆತನ ಅಧಿಕಾರ ಮೊಟಕುಗೊಳಿಸುವ ರಾಜಕೀಯ ನಾಯಕರಿಗೆ-ಅಂತಿಮವಾಗಿ ಅದು ಸರ್ವನಾಶಕ್ಕೆಡೆ ಮಾಡಿಕೊಡುವ ಸಂಗತಿಯಾಗುತ್ತದೆ ಎಂಬುದು ಗೊತ್ತಿರುವುದಿಲ್ಲ. ಮಹಾಸೇನಾನಿಯನ್ನು ಯಾವ ಕಾರಣಕ್ಕೂ (ಮಿಲಿಟರಿ ಸಂಬಂಧಿತ ವಿಷಯಗಳಲ್ಲಿ) ಉಳಿದ ಯಾವುದೇ ಸಿವಿಲ್ ಅಧಿಕಾರಿಗಿಂತ ಕಡಿಮೆಯಾಗಿ ಕಾಣಕೂಡದು. ಅಂತೆಯೇ ಎದುರಿಗೆ ಮಹಾಸೇನಾನಿಯನ್ನಿಟ್ಟುಕೊಂಡು, ಅವನಿಗಿಂತ ಕಡಿಮೆ ಹುದ್ದೆಯ ಜನರಲ್ ಬಿ.ಎಂ.ಕೌಲ್‌ನಂತಹ ಅಧಿಕಾರಿಗೆ ಹೆಚ್ಚಿನ ಪ್ರಾಮುಖ್ಯತೆ ಕೊಟ್ಟು ಬಿಡಬಾರದು. ಮಹಾಸೇನಾನಿ ರಾಜಕೀಯ ನಾಯಕರ ಕೈ ಕೆಳಗಿನ ಅಧಿಕಾರಿಯೇ ಇರಬಹುದು. ಆದರೆ ಆತ ಅವರಿಗಿಂತ ಕೆಳದರ್ಜೆಯ ಮನುಷ್ಯನಲ್ಲ.

ಎರಡು ಜಾಗತಿಕ ಯುದ್ಧಗಳು ನಡೆದಾಗಲೂ ಬ್ರಿಟನ್ ಇಬ್ಬರು ಮಹಾನ್ ಬಲಿಷ್ಠ ದನಿಯ ಪ್ರಧಾನಿಗಳನ್ನೇ ಹೊಂದಿತ್ತು. ಮೊದಲ ಪ್ರಪಂಚ ಯುದ್ಧದಲ್ಲಿ ಲಾಯ್ಡ್ ಜಾರ್ಜ್ ಪ್ರಧಾನಿಯಾಗಿದ್ದರು. ಎರಡನೇ ಯುದ್ಧದ ಹೊತ್ತಿಗೆ ಸರ್ ವಿನ್‌ಸ್ಟನ್ ಚರ್ಚಿಲ್ ಪ್ರಧಾನಿಯಾಗಿದ್ದರು. ಅವರಿಬ್ಬರೂ ಮಾಡಿದ ಉತ್ತಮ ಕಾರ್ಯವೆಂದರೆ, ತಮ್ಮಷ್ಟೇ ಪ್ರಬಲರಾದ ರಾಬರ್ಟ್‌ಸನ್ ಮತ್ತು ಲಾರ್ಡ್ ಅಲನ್ ಬ್ರೂಕ್‌ರನ್ನು ಮಹಾಸೇನಾನಿಗಳಾಗಿ ಆಯ್ಕೆ ಮಾಡಿಕೊಂಡರು. ಒಬ್ಬ ರಾಜಕೀಯ ನಾಯಕ ಸೈನ್ಯವನ್ನು ದುರುಪಯೋಗ ಪಡಿಸಿಕೊಂಡರೆ ಅಥವಾ ಸೈನ್ಯಕ್ಕೆ ನಿಭಾಯಿಸಲಾಗದಂಥ ಕೆಲಸ ಮಾಡುವಂತೆ ಅಪ್ಪಣೆ ಕೊಟ್ಟರೆ, ಅದನ್ನು ಪ್ರತಿಭಟಿಸುವ, ಧಿಕ್ಕರಿಸುವ ತಾಕತ್ತು ಮಹಾಸೇನಾನಿಗಿರಬೇಕು ಎಂಬುದಕ್ಕೆ ಅಲನ್ ಬ್ರೂಕ್‌ರಿಗಿಂತ ಬೇರೆ ಉದಾಹರಣೆ ಬೇಕಿಲ್ಲ. ಲಾರ್ಡ್ ಅಲನ್ ಬ್ರೂಕ್‌ರಿಗೂ, ಪ್ರಧಾನಿ ಚರ್ಚಿಲ್‌ರಿಗೂ ಅಂಥ ಒಳ್ಳೆಯ ಸಂಬಂಧವೇನಿರಲಿಲ್ಲ. ಆದರೆ ಇಬ್ಬರೂ ಸೇರಿ, ಸೈನ್ಯದ ಮೇಲೆ ಸಿವಿಲ್ ಅಧಿಪತ್ಯದ ಕರಾಳ ನೆರಳು ಬೀಳದಂತೆ ನೋಡಿಕೊಂಡರು. ಅದರಿಂದಾಗಿಯೇ ಬ್ರಿಟಿಷ್ ಪತಾಕೆ 1945ರಲ್ಲಿ ದೊಡ್ಡ ಎತ್ತರಕ್ಕೆ ಹಾರಿತು.

ಸರ್ಕಾರದಿಂದ ಸ್ಪಷ್ಟವಾದ ನಿರ್ದೇಶನ ಬರಬೇಕು ಮತ್ತು ಅದನ್ನು ಪೂರೈಸಲಿಕ್ಕೆ ಬೇಕಾದ ಸಾಮರ್ಥ್ಯದೊಂದಿಗೆ ಸೇನೆ ಸದಾ ಸಿದ್ಧವಿರಬೇಕು. ಇವೆರಡನ್ನೂ ಸಮರ್ಪಕವಾಗಿ ತೂಗಿಸುವ ಜವಾಬ್ದಾರಿ ಮಹಾಸೇನಾನಿಯದಾಗಿರುತ್ತದೆ. ಆದರೆ ವರ್ಷಾನುಗಟ್ಟಲೆ ಭಾರತದ ಮಹಾಸೇನಾನಿಗಳು ಏನು ಕೆಲಸ ಮಾಡಬೇಕೆಂಬುದೇ ತೋಚದಂತಹ ಸ್ಥಿತಿಯಲ್ಲಿ ಕೆಲಸ ಮಾಡಿ ಎದ್ದು ಹೋದರು. ಅವರಿಗೆ ಸರ್ಕಾರದಿಂದ ಯಾವುದೇ ಸೂಕ್ತ ಸಲಹೆ ಬರುತ್ತಿರಲಿಲ್ಲ. ನೆಹರೂ ಅಸ್ಪಷ್ಟವಾಗಿ ತೊದಲಿದುದನ್ನೇ ಸರ್ಕಾರಿ ಆಜ್ಞೆಯನ್ನಾಗಿ ಭಾವಿಸಲಾಗುತ್ತಿತ್ತು. ಒಬ್ಬ ಜನರಲ್ ತಿಮ್ಮಯ್ಯ ಮಾತ್ರ ಇಂಥ ಅರಾಜಕ ವ್ಯವಸ್ಥೆಯ ವಿರುದ್ಧ ದನಿಯೆತ್ತಿದರು. ನಿಮಗೆ ಗೊತ್ತು; ಅವರನ್ನು ಹೇಗೆ ತೊಲಗಿಸಲಾಯಿತು!

ರಾಜಕಾರಣಿಯಾದವನು ಅಪ್ಪಣೆ ಕೊಟ್ಟು ಸುಮ್ಮನಾಗುತ್ತಾನೆ. ಅವನು ಕೊಟ್ಟ ಅಪ್ಪಣೆ ಯುದ್ಧಕ್ಕೆ ಸಂಬಂಧಿಸಿದುದಾದರೆ, ಅದು ದೇಶವನ್ನು ಸರ್ವನಾಶದಂಚಿಗೆ ಒಯ್ಯುವಂತಹುದಾದರೆ ಅತ್ಯಂತ ನಿರ್ಭಯವಾಗಿ ಅದನ್ನು ಪ್ರತಿರೋಧಿಸುವ ನೈತಿಕ ಸ್ಥೈರ್ಯ ಮಹಾಸೇನಾನಿಗಿರಲೇಬೇಕು. ಯುದ್ಧವಿಲ್ಲದ ತಣ್ಣನೆಯ ಕಾಲದಲ್ಲೂ ಆತ ಈ ನಿಷ್ಠುರತೆ ಉಳಿಸಿಕೊಳ್ಳಬೇಕು. ಆದರೆ ಜನರಲ್ ಥಾಪರ್ ಮಾಡಿದುದೇನು? ಸರ್ಕಾರದ ಪ್ರತಿ ಅಪ್ಪಣೆಯನ್ನೂ ಅನುಮೋದಿಸಿದರು. ಕಣ್ಣೆದುರಿಗೇ ಸರ್ವನಾಶ ತಾಂಡವವಾಡುತ್ತಿದ್ದರೂ ಅದನ್ನು ತಡೆಯುವ ಪ್ರಯತ್ನ ಮಾಡಲಿಲ್ಲ. ಅವರಂತೆಯೇ ಅನೇಕ ಹಿರಿಯ ಅಧಿಕಾರಿಗಳು ಮೌನ ಧರಿಸಿ ಕುಳಿತು ಬಿಟ್ಟರು. ನೆಹರೂ-ಮೆನನ್-ತಿಮ್ಮಯ್ಯನವರ ಮಧ್ಯೆ ನಡೆದ ಪ್ರಸಂಗ ಎಲ್ಲರ ಮೇಲೂ ಪರಿಣಾಮ ಬೀರಿತ್ತು. ಜನರಲ್ ತಿಮ್ಮಯ್ಯನವರಿಗಾದ ಅವಮಾನ ತಮಗಾಗದಿದ್ದರೆ ಸಾಕೆಂಬ ಮನಃಸ್ಥಿತಿ ಅನೇಕರದಾಗಿತ್ತು. ಜನರಲ್ ತಿಮ್ಮಯ್ಯನವರಿಗೆ ಅವಮಾನವಾದಾಗ ಇಡೀ ದೇಶ ತಮ್ಮ ಲೋಕನಾಯಕ ನೆಹರೂ ಅವರದೇ ಸರಿ ಎಂದು ತೀರ್ಮಾನಿಸಿದಂತೆ ಕಂಡು ಬಂತು. ಏಕೆಂದರೆ, ನೆಹರೂರನ್ನು ನೋಡಿದಷ್ಟು, ಅವರನ್ನು ಮೆಚ್ಚಿಕೊಂಡಷ್ಟು ತೀವ್ರವಾಗಿ, ಅವರನ್ನು ನೋಡಿದಷ್ಟು ಹತ್ತಿರದಿಂದ ಭಾರತದ ಜನತೆ ಜನರಲ್ ತಿಮ್ಮಯ್ಯನವರನ್ನು ನೋಡಿರಲಿಲ್ಲ. ಅವರಿಗೆ ಆದ ಅವಮಾನ ಅಂತಿಂಥದ್ದಲ್ಲ. ಇಷ್ಟು ವರ್ಷ ದುಡಿದು ಕೊನೆ ಘಳಿಗೆಯಲ್ಲಿ ತಿಮ್ಮಯ್ಯನವರನ್ನು ಹೊರಹಾಕಿದ ರೀತಿಯಲ್ಲೇ ತಾವೂ ಹೊರ ಹಾಕಿಸಿಕೊಳ್ಳುವುದೇಕೆ ಎನ್ನಿಸಿತೇನೋ? ಜನರಲ್ ಥಾಪರ್ ಮೌನ ವಹಿಸಿಬಿಟ್ಟರು, ಅಪರೂಪಕ್ಕೊಮ್ಮೆ ಸೈನ್ಯದ ಪರವಾಗಿ ಅರ್ಜಿ ಕೊಟ್ಟರು.

ಏನುಪಯೋಗ? ಕುರುಡು ಸರ್ಕಾರಕ್ಕೆ ಅರ್ಜಿ ಕೊಟ್ಟು ಏನು ಫಾಯಿದೆ? ಮಹಾಸೇನಾನಿ ಜನರಲ್ ಥಾಪರ್ ರಾಜಿನಾಮೆ ಏಕೆ ಕೊಡಲಿಲ್ಲ? ಸೈನ್ಯದಿಂದ ನಿಭಾಯಿಸಲು ಸಾಧ್ಯವಾಗದಂಥ ಅಪ್ಪಣೆಗಳನ್ನು ಸರ್ಕಾರವು ಜಾರಿ ಮಾಡಿದಾಗ ಅವರೇಕೆ ಪ್ರತಿಭಟಿಸಲಿಲ್ಲ-ಅಂತ ಓದುಗರು ಕೇಳಬಹುದು. ದಯವಿಟ್ಟು ಅರ್ಥಮಾಡಿಕೊಳ್ಳಿ. ಅತ್ಯಂತ ಬಲಿಷ್ಠ ಸ್ಥಿತಿಯಲ್ಲಿದ್ದ ಸೈನ್ಯದ ಮತ್ತು ಸೈನ್ಯಾಧಿಕಾರಿಗಳ ಹಲ್ಲುಗಳನ್ನೆಲ್ಲ 1962ರ ಹೊತ್ತಿಗೆ ರಾಜಕಾರಣಿಗಳು ವ್ಯವಸ್ಥಿತವಾಗಿ ಕಿತ್ತು ಹಾಕಿದ್ದರು. ಅವರ್ಯಾರಿಗೂ ನೆಹರೂ ಅಥವಾ ಮೆನನ್‌ರಂತಹ ದಿಗ್ಗಜಗಳೊಂದಿಗೆ ಬಡಿದಾಡುವ ಕ್ಷಾತ್ರ ಉಳಿದಿರಲಿಲ್ಲ. ಅಕಸ್ಮಾತ್ ನೆಹರೂ ವಿರುದ್ಧ ತಿರುಗಿ ಬಿದ್ದರೆ, ಚೀನೀಯರನ್ನು ಓಡಿಸಲು ಸಾಧ್ಯವಿಲ್ಲ ಅಂದುಬಿಟ್ಟರೆ- ತಮ್ಮನ್ನು ಖಂಡಿಸಲಾಗುತ್ತದೆ, ದೇಶ ದ್ರೋಹಿ ಎಂದು ತೀರ್ಮಾನಿಸಲಾಗುತ್ತದೆ, ಪತ್ರಿಕೆಗಳು ತಮ್ಮ ವಿರುದ್ಧ ಬರೆಯುತ್ತವೆ, ಜನತೆ ತಮಗಿಂತ ನೆಹರುವನ್ನೇ ಜಾಸ್ತಿ ನಂಬುತ್ತದೆ ಎಂಬ ಹೆದರಿಕೆ ಅನೇಕ ಅಧಿಕಾರಿಗಳ ಸ್ಥೈರ್ಯ ಉಡುಗಿಸಿ ಬಿಟ್ಟಿತ್ತು. ಮೇಲಾಗಿ ಜನರಲ್ ಥಾಪರ್ ಅಪ್ಪಣೆಗಳಿಗೆ ತಲೆ ಬಾಗುವ ಜಾಯಮಾನದವರೇ ಹೊರತು ತಿರುಗಿ ಬೀಳುವವರಲ್ಲ. ಹಾಗೆಂದೇ ಅವರನ್ನು ಮಹಾಸೇನಾನಿಯ ಹುದ್ದೆಗೆ ತಂದು ಕೂಡಿಸಲಾಗಿತ್ತು.

ಪತ್ರಿಕೆಗಳು ಈ ವಿಷಯದಲ್ಲಿ ಅಪ್ರಬುದ್ಧತೆಯಿಂದ ವರ್ತಿಸಿದವು. ತಪ್ಪು ಯಾರದೆಂಬ ನಿರ್ಣಯಕ್ಕೆ ಪತ್ರಕರ್ತರು ಬರಲೇ ಇಲ್ಲ.

ಇಷ್ಟಾಗಿ ಜನರಲ್ ಥಾಪರ್ ತಮ್ಮ ನೈತಿಕ ಸ್ಥೈರ್ಯ ಹೆಚ್ಚಿಸಿಕೊಂಡು, ತಮಗಿದ್ದ ಸೈನಿಕಾನುಭವದ ಆಧಾರದ ಮೇಲೆ ನಿರ್ಣಯಗಳನ್ನು ತೆಗೆದುಕೊಂಡಿದ್ದಿದ್ದರೆ, ಥಗ್ಲಾ ಯುದ್ಧದ ಪರಿಣಾಮಗಳು ಬೇರೆಯೇ ತೆರನಾದವಾಗಿರುತ್ತಿದ್ದವು. ಆದರೆ ಸ್ವತಃ ಥಾಪರ್ ಅವರೇ ಅನೇಕ ತಪ್ಪು ನಿರ್ಧಾರಗಳನ್ನು, ರಾಜಕೀಯ ಒತ್ತಡಗಳಿಗೆ ಬಿದ್ದು ಜಾರಿಗೆ ತಂದರು. ಚೀನೀ ಸೈನ್ಯವನ್ನು ಒದ್ದೋಡಿಸಿ ಅಂತ ಅಪ್ಪಣೆ ಜಾರಿ ಮಾಡಬಾರದಿತ್ತು. ಜನರಲ್ ಕೌಲ್‌ರನ್ನು ಹೊಸ ಸೈನಿಕ ಸಮೂಹಕ್ಕೆ ಅಧಿಪತಿಯನ್ನಾಗಿ ನೇಮಿಸಬಾರದಿತ್ತು. ಯುದ್ಧರಂಗದಲ್ಲಿ ಖಾಯಿಲೆ ಬಿದ್ದ ಕೌಲ್‌ರನ್ನು ದಿಲ್ಲಿಗೆ ಒಯ್ದಾದ ಮೇಲೆ ಅವರ ಜಾಗಕ್ಕೆ ಬೇರೆಯವರನ್ನಾದರೂ ನೇಮಿಸಬೇಕಿತ್ತು.

ನಮ್ಮ ಸೈನ್ಯ ಚೀನೀಯರೊಂದಿಗೆ ಹೊಡೆದಾಡಿ ಅದನ್ನು ಒದ್ದೋಡಿಸುವ ಸ್ಥಿತಿಯಲ್ಲಿಲ್ಲ ಅಂತ ಖಂಡಿತವಾಗ್ಯೂ ಜನರಲ್ ಥಾಪರ್ ಅವರಿಗೆ ಗೊತ್ತಿತ್ತು. ಆದರೆ ಸರ್ಕಾರ ಹಾಗಂತ ಲಿಖಿತ ಆಜ್ಞೆ ನೀಡಿದ ತಕ್ಷಣ, ತಾವೊಂದು ಆಜ್ಞೆ ಜಾರಿ ಮಾಡಿದರು. ಅರೆ, ಸೈನಿಕರು ಆ ಕೆಲಸ ಮಾಡಲು ಶಕ್ತರಾ ಎಂದು ಯೋಚಿಸಬೇಕಾದ ಮಹಾಸೇನಾನಿ, ನಂಗೇನಂತೆ? ನನಗೆ ಸರ್ಕಾರ ಲಿಖಿತ ಅಪ್ಪಣೆ ಕೊಟ್ಟಿದೆ. ಅದರ ಆಧಾರದ ಮೇಲೆ ನಾನೊಂದು ಅಪ್ಪಣೆ ಜಾರಿ ಮಾಡುತ್ತಿದ್ದೇನೆ. ನಂದೇನು ತಪ್ಪು? ಎಂಬ ಧಾಟಿಯಲ್ಲಿ ಯೋಚಿಸಿಬಿಟ್ಟರು. ಒಂದು ಹಾಳೆ ತಮ್ಮನ್ನು ರಕ್ಷಿಸೀತೆಂಬ ಭರವಸೆ ಅವರದು. ಸಾವಿರಾರು ಸೈನಿಕರ ರಕ್ಷಣೆಯ ಕುರಿತು ಅವರು ಯೋಚಿಸಲೇ ಇಲ್ಲ.

ನಿಜವಾದ ಕ್ಷಾತ್ರವುಳ್ಳ ಅಧಿಕಾರಿಯೇ ಆಗಿದ್ದಿದ್ದರೆ ಜನರಲ್ ಥಾಪರ್ ಸರ್ಕಾರಿ ಆಜ್ಞೆಯೆಂಬ ಆ ಕಾಗದದ ಚೂರನ್ನು ಹರಿದು ಕಸದ ಬುಟ್ಟಿಗೆ ಬಿಸಾಡಬೇಕಿತ್ತು. ಇಷ್ಟಾಗಿ, ಥಾಪರ್ ಅವರಿಗೆ ಲಿಖಿತ ಅಪ್ಪಣೆ ನೀಡಿದ್ದು ನೆಹರೂ ಅಲ್ಲ. ಮೆನನ್ ಅಲ್ಲ. ಮೆನನ್ ಆಗ ನ್ಯೂಯಾರ್ಕ್‌ನಲ್ಲಿದ್ದರು ರಘುರಾಮಯ್ಯ ಎಂಬುವರು ರಕ್ಷಣಾ ಖಾತೆಯ ರಾಜ್ಯ ಸಚಿವರಾಗಿದ್ದರು. ಕಡೇಪಕ್ಷ ಅವರು ಕೂಡ ಜನರಲ್ ಥಾಪರ್‌ಗೆ ನೀಡಿದ ಆಜ್ಞೆಗೆ ಸಹಿ ಹಾಕಲಿಲ್ಲ.

ಹಾಕಿದ್ದು ಒಬ್ಬ ಯಃಕಶ್ಚಿತ್ ಅಂಡರ್ ಸೆಕ್ರೆಟರಿ!

ಇಡೀ ಸಚಿವ ಸಂಪುಟ ಕೈಗೊಳ್ಳಬೇಕಾಗಿದ್ದ ನಿರ್ಣಯವನ್ನು ಒಬ್ಬ ರಾಜ್ಯಖಾತೆಯ ಸಚಿವ ನ್ಯೂಯಾರ್ಕ್‌ನಲ್ಲಿದ್ದ ತನ್ನ ಹಿರಿಯನೊಂದಿಗೆ ಟೆಲಿಫೋನ್‌ನಲ್ಲಿ ಮಾತನಾಡಿ ತೆಗೆದುಕೊಂಡುಬಿಟ್ಟ. ಅದನ್ನೊಬ್ಬ ಅಧೀನ ಕಾರ್ಯದರ್ಶಿಯ ಕೈಯಿಂದ ಸಹಿ ಮಾಡಿಸಿ ಈ ದೇಶದ ಮಹಾಸೇನಾನಿಯ ಕೈಗೆ ಕೊಟ್ಟ. ಸದರಿ ಮಹಾಸೇನಾನಿ ನೇರವಾಗಿ ಯುದ್ಧರಂಗಕ್ಕೆ ಬಾರದೆ ದಿಲ್ಲಿಯಲ್ಲೇ ಕುಳಿತು ಆಜ್ಞೆ ಅಪ್ಪಣೆಗಳ್ನು ಜಾರಿ ಮಾಡುತ್ತಿದ್ದ.

ಅದರ ಬದಲು, ಯಾವ ಕಾರಣಕ್ಕೂ ತಾನು ಇಡೀ ಸಂಪುಟದ ನಿರ್ಣಯವಾಗದೆ ಯುದ್ಧ ಆರಂಭಿಸುವಂತೆ ತನ್ನ ಸೇನೆಗೆ ಆಜ್ಞೆ ಕೊಡುವುದಿಲ್ಲವೆಂದು ಥಾಪರ್ ಹಠ ಹಿಡಿದಿದ್ದಿದ್ದರೆ ಸ್ವತಃ

ನೆಹರೂ ಮತ್ತು ಮೆನನ್ ಭಾರತಕ್ಕೆ ಹಿಂತಿರುಗುತ್ತಿದ್ದರು.

ಆದರೆ ಥಾಪರ್ ಆ ಕೆಲಸ ಮಾಡಲಿಲ್ಲ.

ನನ್ನ ಸಾವಿರಾರು ಸೈನಿಕರು ಹಿಮಶಿಖರಗಳ ತುದಿಯಲ್ಲಿ ಯಾರದೋ ಹುಚ್ಚಾಟಗಳಿಗಾಗಿ, ಉಡಾಫೆಗಳಿಗಾಗಿ, ತಪ್ಪು ನಿರ್ಣಯಗಳಿಗಾಗಿ ಬಡಿದಾಡಿ ನಾಶವಾಗಿ ಹೋದರು. ಕಡೆಯ ಪಕ್ಷ ಈ ಪುಸ್ತಕವಾದರೂ ನಮ್ಮ ದೇಶದ ಮಿಲಿಟರಿ ಮತ್ತು ರಾಜಕೀಯ ವ್ಯವಸ್ಥೆಯನ್ನು ಕೊಂಚ ಮಟ್ಟಿಗೆ ಸರಿಪಡಿಸುವುದರಲ್ಲಿ ಯಶಸ್ವಿಯಾದರೆ, ನನ್ನ ಸೈನಿಕರ ಮಹಾ ತ್ಯಾಗಕ್ಕೂ ಅರ್ಥ ಸಿಕ್ಕೀತು.